രോഗം രോഗശമനം

(ആരോഗ്യത്തെക്കുറിച്ച് ഒരു സമ്പൂർണ്ണ ഗ്രന്ഥം)

rogam, rogasamanam

•

dr. p k sukumaran

•

first edition
june 2015

•

typesetting & published
chintha publishers, thiruvananthapuram

•

cover
aleece

•

വിതരണം

ദേശാഭിമാനി ബുക്ക് ഹൗസ്

H O തിരുവനന്തപുരം-695 035
phone: 0471-2303026, 6063026
www.chinthapublishers.com
chinthapublishers@gmail.com

ബ്രാഞ്ചുകൾ

ഹെഡ്ഡാഫീസ് ബ്രാഞ്ച് കുന്നുകുഴി • സ്റ്റാച്യു തിരുവനന്തപുരം • കെ എസ് ആർ ടി സി ബസ് സ്റ്റേഷൻ ആലപ്പുഴ • കെ എസ് ആർ ടി സി ബസ് സ്റ്റേഷൻ എറണാകുളം • ചിറ്റൂർ റോഡ് എറണാകുളം • മച്ചിങ്ങൽ ലെയ്ൻ തൃശൂർ • ഐ ജി റോഡ് കോഴിക്കോട് • മാവൂർ റോഡ് കോഴിക്കോട് • എൻ ജി ഒ യൂണിയൻ ബിൽഡിങ് കണ്ണൂർ • സെൻട്രൽ ബസ് ടെർമിനൽ കോംപ്ലക്സ് താവക്കര കണ്ണൂർ

CO - 2216 / 3690

രോഗം രോഗശമനം

(ആരോഗ്യത്തെക്കുറിച്ച് ഒരു സമ്പൂർണ്ണ ഗ്രന്ഥം)

ഡോ. പി കെ സുകുമാരൻ

ചിന്ത പബ്ലിഷേഴ്സ്
തിരുവനന്തപുരം-695 035
വില : ₹ 310

ഡോ. പി കെ സുകുമാരൻ

1943 ഏപ്രിൽ 10 ന് ജനിച്ചു. അച്ഛൻ സി കൃഷ്ണൻകുട്ടി. അമ്മ: കെ ആർ ഭാനുമതി. രണ്ടുപേരും അന്തരിച്ചു.
കോഴിക്കോട് മെഡിക്കൽ കോളേജിൽ നിന്ന് എം ബി ബി എസ് പാസായി. സൈക്യാട്രിയിൽ ഡി പി എം റാഞ്ചി യൂണിവേഴ്സിറ്റിയിൽ നിന്ന് നേടി. 30 വർഷം കേരള ആരോഗ്യവകുപ്പിൽ സൈക്യാട്രിസ്റ്റായി സേവനം അനുഷ്ഠിച്ചു. ഡെപ്യൂട്ടി ഡയറക്ടറായി വിരമിച്ചു.
എഫ് സി ജി പി, ഇന്ത്യൻ സൈക്യാട്രിക് സൊസൈറ്റി, ഇന്ത്യൻ മെഡിക്കൽ അസോസിയേഷൻ ഇവയിൽ ആയുഷ്കാല മെമ്പർ.
പ്രധാനകൃതികൾ: *മതവും ശാസ്ത്രവും*, *മതവിശ്വാസവും ശാസ്ത്രവീക്ഷണവും*, *ജ്യോത്സ്യം യജ്ഞം മന്ത്രവാദം*, *വിശ്വാസവും ശാസ്ത്രാവബോധവും*, സർഗ്ഗപ്രതിഭകളുടെ വിഷാദോന്മാദങ്ങൾ.
ചാൾസ് ഡാർവിൻ ഒരു ശാസ്ത്രവിപ്ലവത്തിന്റെ കഥ (ബാലസാഹിത്യം), *മണ്ഡൽ കമീഷൻ റിപ്പോർട്ട്* (സാമൂഹികം)
അവാർഡുകൾ: അംബേദ്കർ അവാർഡ്, നാഷണൽ അവാർഡ്, സർഗ സ്വരം അവാർഡ്,
യു കെ, യു എസ്, ഫ്രാൻസ്, ഇറ്റലി, ജർമനി, നേപ്പാൾ എന്നീ രാജ്യങ്ങൾ സന്ദർശിച്ചു.

ഭാര്യ	:	കെ സി രത്നവല്ലി (മാനേജർ, പ്രശാന്തി ക്ലീനിക്)
വിലാസം	:	പ്രശാന്തി മൻസിൽ, ശങ്കരയ്യ റോഡ്, തൃശൂർ - 680 004 പ്രശാന്തി ക്ലിനിക്, ശങ്കരയ്യ റോഡ്, തൃശൂർ
ഫോൺ	:	0487 - 2382283,2382020
Clinic	:	2381622
Mob	:	9495248050, 9567783824,
Email	:	drsukumaranpk@yahoo.co.uk

ഉള്ളടക്കം

പ്രസാധകക്കുറിപ്പ് 7
അവതാരിക 9
ആരോഗ്യം 13
രോഗനിർണ്ണയം 27
ചികിത്സാസംവിധാനങ്ങൾ 49
മെഡിക്കൽ അറിവ് 54
രക്തം 65
ആധുനിക രോഗനിർണയ പരിശോധനകൾ 78
ഞരമ്പിലെ സന്ദേശനക്ഷമത പരിശോധന 87
ശരീരത്തിനകത്തുള്ള പരിശോധനകൾ, ചികിത്സകൾ 92
പ്രഥമചികിത്സകൾ 105
അനസ്തീസിയ 125
അവയവമാറ്റം വൃക്ക പരാജയം, മയക്കുമരുന്ന് 133
അന്ധവിശ്വാസംമൂലം അവമതി കൽപ്പിക്കപ്പെട്ട രോഗങ്ങൾ 139
ഹാർട്ട് അറ്റാക് എന്ന മയോകാർഡിയൽ ഇൻഫാർഷൻ (Myocardial Infarcion) 147
പ്രമേഹം 161
പത്ത് സാധാരണ രോഗങ്ങൾ മാറാരോഗങ്ങൾ 169
വയോജനരോഗങ്ങൾ 177
ഓസ്റ്റിയോ ആർത്രൈറ്റിസ് (Osteoarthritis) 181
ഓർമക്കുറവും ഡിമെൻഷ്യയും 187
എന്താണ് അർബുദം? 196

മരുന്നുകളുടെ പ്രവർത്തനം 204
ആരോഗ്യകരമായ ഭക്ഷണരീതി, വ്യായാമം 210
മലിനീകരണവും ആരോഗ്യവും 216
എന്താണ് ഉറക്കം? 229
ഫിസിയോതെറാപ്പി 235
ഐ സി യു ക്രിട്ടിക്കൽ കെയർ ആശ്വാസ ചികിത്സ 238
മരണം പോസ്റ്റ്മോർട്ടം (Postmortem) 244
സമാന്തര ചികിത്സാരീതികൾ 251
ഗവേഷണം 262
ചികിത്സാരംഗം 274
ജനനം 280
ലൈംഗികത 289
രോഗപ്രതിരോധ വാക്സിനുകൾ 291
ശൈശവരോഗങ്ങൾ 299
SELECT BIBLIOGRAPHY 319
GLOSSARY 321
ശുപാർശ ചെയ്യുന്ന വെബ്സൈറ്റുകൾമാസികകൾ,
ഗ്രന്ഥങ്ങൾ, ടി വി 323

പ്രസാധകക്കുറിപ്പ്

ആരോഗ്യം നമ്മുടെ ഉൽക്കണ്ഠയാണ്. രോഗങ്ങളും ചികിത്സയും സാധാരണക്കാരനുമുന്നിൽ നിഗൂഢതയുടെ പ്രഹേളികകൾ തീർക്കുന്നു. രോഗങ്ങളെയും വിധിയെയും ചേർത്തുവച്ചിരുന്ന നാളുകളും അതീവദൂരത്തല്ല. ശാസ്ത്രത്തിന്റെ വെളിച്ചം രോഗത്തിലേക്കും പതിഞ്ഞു. രോഗത്തെപ്പറ്റിയുള്ള അവബോധവും അനുവർത്തിക്കേണ്ട പ്രതിരോ ധവും കൂടുതൽ കൂടുതൽ ബലപ്പെട്ടു.

വൈദ്യശാസ്ത്രം സംബന്ധിച്ച അറിവുകൾ ലോകത്തെങ്ങും നിഗൂഢമാക്കി വയ്ക്കാൻ ബോധപൂർവ്വമായി ശ്രമം നടക്കുന്നു. രോഗങ്ങളുടെ പ്രതിരോധവും ചികിത്സയും കോടിക്കണക്കിന് ഡോളർ മറിയുന്ന വൻ വ്യവസായമാണ്. രോഗങ്ങൾ മാറ്റുവാനല്ല പുതിയത് സൃഷ്ടിക്കപ്പെടാനാണ് ബഹുരാഷ്ട്രകുത്തകകൾ കാതോർക്കുന്നത്.

ആരോഗ്യരംഗത്ത് നിലനിൽക്കുന്ന മിത്തുകളെ പൊളിച്ച് സാധാരണക്കാർക്ക് മുന്നിൽ വസ്തുതകൾ തുറന്നുകാട്ടുകയാണ് പ്രശസ്ത ഭിഷഗ്വരനും അധ്യാപകനുമായ ഡോ. പി കെ സുകുമാരൻ. രോഗങ്ങളെയും ചികിത്സയെയും സംബന്ധിച്ച് അറിവുപകരാൻ സഹായിക്കുന്ന ഈ പുസ്തകം ഓരോ വീട്ടിലും സൂക്ഷിക്കപ്പെടേണ്ടതാണ്.

ചിന്ത പബ്ലിഷേഴ്സ്

സമർപ്പണം

ശ്രീമതി കെ സി രത്നവല്ലി..

എന്റെ പ്രിയതമയ്ക്ക്

അവതാരിക

ആരോഗ്യവും ദീർഘായുസും മനുഷ്യരാശിയുടെ തീരാമോഹങ്ങളാണ് (Eternal Hope). എന്നാൽ, രോഗങ്ങളും വേദനകളും വൈകല്യങ്ങളും എക്കാലവും നമ്മുടെ സന്തതസഹചരികളും. അതുകൊണ്ടു തന്നെ രോഗങ്ങളെക്കുറിച്ച് കൂടുതൽ അറിയാനും അവയെ എങ്ങനെ നേരിടണമെന്ന് മനസിലാക്കാനുമുള്ള അഭിവാഞ്ഛ ജനങ്ങൾക്കിടയിൽ എന്നും നിലനിന്നുപോന്നു. രോഗങ്ങൾ വിധി കൊണ്ടല്ല ഉണ്ടാകുന്നതെന്നും അവയ്ക്ക് പ്രതിരോധമാർഗങ്ങൾ കണ്ടുപിടിച്ചുകൊണ്ടിരിക്കയാണെന്നുമുള്ള തിരിച്ചറിവ് ഡോക്ടർമാരിലും ആശുപത്രികളിലും മാത്രം അർപ്പിച്ചിരുന്ന ദൃഢവിശ്വാസത്തിൽ ക്രമേണ മാറ്റം വന്നുകൊണ്ടിരിക്കുന്നു. കൂടാതെ ആരോഗ്യവിദ്യാഭ്യാസരംഗത്ത് ഈ സമീപകാലത്ത് പ്രത്യക്ഷപ്പെട്ടുകൊണ്ടിരിക്കുന്ന അനാരോഗ്യപ്രവണതകൾ ആരോഗ്യരംഗത്തെ മുഴുവൻ ഒരു കച്ചവടച്ചരക്കായി മാറ്റിക്കൊണ്ടിരിക്കുകയല്ലേ എന്ന് പൊതുജനങ്ങൾക്ക് ന്യായമായും സംശയം തോന്നാവുന്നതാണ്.

ഇതൊക്കെത്തന്നെ ആയിരിക്കാം രോഗപ്രതിരോധങ്ങളെപ്പറ്റി പ്രസിദ്ധീകരിക്കുന്ന പ്രസിദ്ധീകരണങ്ങളുടെ അനുദിനം വർധിച്ചുകൊണ്ടിരിക്കുന്ന പ്രചാരത്തിനുള്ള പ്രധാന കാരണം. ഈ പ്രസിദ്ധീകരണങ്ങളുടെ പ്രളയത്തിൽ മുങ്ങിത്തപ്പി യഥാർഥ അറിവിന്റെ മുത്തുച്ചിപ്പികൾ തപ്പിയെടുക്കുന്നത് സാധാരണ ജനങ്ങൾക്ക് കൂടുതൽ കൂടുതൽ പ്രയാസകരമാകുന്നില്ലേയെന്ന് പലപ്പോഴും തോന്നിയിട്ടുണ്ട്. ഈ പശ്ചാത്തലത്തിലാണ് ഡോ. സുകുമാരന്റെ *രോഗം രോഗശമനം* എന്ന വളരെ ലളിതവും എന്നാൽ ആധികാരികവുമായ ഈ കൃതിയുടെ പ്രസക്തി.

ജീവന്റെ ഉല്പത്തി മുതൽ മൃത്യു വരെയുള്ള പ്രയാണത്തിൽ നേരിടാവുന്ന ആരോഗ്യപ്രശ്നങ്ങളെയും രോഗങ്ങളെക്കുറിച്ചും അവയുടെ ഇതു

വരെ കണ്ടുപിടിക്കാൻ കഴിഞ്ഞിട്ടുള്ള കാരണങ്ങളെക്കുറിച്ചും എല്ലാവർക്കും എളുപ്പം മനസിലാക്കാൻ കഴിയുന്ന ഭാഷയിൽ വിവരിക്കുന്ന ഈ പുസ്തകം ആരോഗ്യ ശാസ്ത്രസാഹിത്യരംഗത്ത് പ്രത്യക്ഷപ്പെടുന്നത് ഇതുപോലൊരു കൃതിയുടെ ആവശ്യകത ഏറെ അനുഭവപ്പെടുന്ന അവസരത്തിൽ തന്നെയാണ്. രോഗങ്ങളെക്കുറിച്ചുമാത്രമല്ല, അനാരോഗ്യത്തിലേക്ക് നയിക്കാവുന്ന ജീവിതരീതികളെയും ഭക്ഷണസമ്പ്രദായങ്ങളെപ്പറ്റിയും ഒട്ടും സങ്കീർണമല്ലാത്തരീതിയിൽ ഡോക്ടർ എഴുതിയിട്ടുണ്ട്. ഈ ജീവിക്കുന്ന നമ്മുടെ ശരീരത്തിൽ കാലക്രമേണ ഉണ്ടാകുന്ന തേയ്മാനങ്ങളും അവകൊണ്ടുള്ള പ്രത്യാഘാതങ്ങളും ഒരു പരിധിവരെ തടയുവാനുള്ള മാർഗങ്ങളെക്കുറിച്ചും ഈ ഗ്രന്ഥത്തിൽ പ്രതിപാദിക്കുന്നുണ്ട്. ഇതെല്ലാം മനസിലാക്കുവാൻ വേണ്ട അടിസ്ഥാന ശാസ്ത്രപരിജ്ഞാനവും വിവരണങ്ങളും യഥാസ്ഥാനങ്ങളിൽ വിവരിക്കുവാനും ഡോ. സുകുമാരൻ ശ്രദ്ധിച്ചിട്ടുണ്ട്.

ആരോഗ്യത്തെയും അനാരോഗ്യത്തെയുംപറ്റി നിലനിൽക്കുന്ന ശരിയും തെറ്റുമായ പല ധാരണകളെക്കുറിച്ചും അവയുടെ സത്യാവസ്ഥയെക്കുറിച്ചുമുള്ള വിവരണങ്ങൾ ഇത്തരം ധാരണകൾ വെച്ചുപുലർത്തുതുന്നതുമൂലമുണ്ടായിട്ടുള്ള ആരോഗ്യകരമല്ലാത്ത മനോഭാവങ്ങളെ തുടച്ചുനീക്കുവാൻ സഹായിക്കുമെന്ന് തീർച്ചയായും പ്രതീക്ഷിക്കാം.

ശാരീരിക(ഭൗതിക) ആരോഗ്യത്തെ മാത്രമല്ല, മാനസിക ആരോഗ്യത്തെയും മനോരോഗങ്ങളെക്കുറിച്ചും വിവരിക്കുന്ന ഈ പുസ്തകം ഇവയെപ്പറ്റി സമൂഹത്തിൽ നിലനിൽക്കുന്ന, പലപ്പോഴും അപകടകരം കൂടിയായ തെറ്റിദ്ധാരണകളെ ദൂരീകരിക്കാൻ കഴിയുമെന്ന് തീർച്ചയായും വിശ്വസിക്കാം.

രോഗങ്ങൾ, അവയുടെ ശരിയായ ചികിത്സ യഥാസമയം കിട്ടുവാൻ അറിഞ്ഞിരിക്കേണ്ട കാര്യങ്ങൾ, നമ്മെ സാധാരണയായി ബാധിക്കുന്ന അസുഖങ്ങൾ എന്നു തുടങ്ങി മാരകരോഗങ്ങൾ, ഡയഗ്നോസിസിനും ചികിത്സയ്ക്കും ഉപയോഗിക്കുന്ന സാങ്കേതികോപകരണങ്ങൾ, ഭാവിയിൽ വൈദ്യശാസ്ത്രത്തിൽ വന്നുചേരാവുന്ന അഭൂതപൂർവങ്ങളായ മാറ്റങ്ങൾ ഇവയൊക്കെ തന്മയത്വത്തോടെ പ്രതിപാദിക്കുന്നുണ്ട് ഡോ.സുകുമാരൻ.

ആരോഗ്യത്തെ സാരമായി ബാധിക്കുന്ന പരിസരമലിനീകരണം, ആരോഗ്യസംരക്ഷണപദ്ധതികളിൽ അറിഞ്ഞും അറിയാതെയും ഉണ്ടായിക്കൊണ്ടിരിക്കുന്ന വിപരീതഫലങ്ങൾ, കുതിച്ചുകൊണ്ടിരിക്കുന്ന ചികിത്സാച്ചെലവുകൾ, അതുമൂലമുണ്ടാകുന്ന സാമൂഹ്യസാമ്പത്തിക പ്രശ്നങ്ങൾ, മെഡിക്കൽ ഇൻഷ്വറൻസ്, ആരോഗ്യരംഗത്തെ നിയമപ്രശ്നങ്ങൾ എന്നിങ്ങനെ നാം അറിയുവാനാഗ്രഹിക്കുന്ന, അറിഞ്ഞിരിക്കേണ്ട ഒട്ടനവധി വസ്തുതകൾ ഒരു കുടക്കീഴിൽ സമാഹരിച്ചിരിക്കുകയാണ് ഈ പുസ്തകത്തിൽ. ആരോഗ്യത്തെയും ആരോഗ്യരംഗത്തെയും അറിവുനേടുവാനും ജനങ്ങൾക്ക് അപ്പോഴപ്പോൾ ഉണ്ടാകാവുന്ന സംശയങ്ങൾക്ക് താരതമ്യേന എളുപ്പം ഉത്തരം കണ്ടുപിടിക്കുവാനും ഇത്

വലിയ സഹായകരമായിരിക്കും.

മനുഷ്യന്റെ ആരോഗ്യപ്രശ്നങ്ങളുടെ എല്ലാവശങ്ങളെക്കുറിച്ചും അവലോകനം ചെയ്യുന്ന ഡോ.സുകുമാരന്റെ *രോഗം രോഗശമനം* എന്ന ഈ ഗ്രന്ഥം എല്ലാ വിഭാഗം വായനക്കാർക്കും വളരെ പ്രയോജനപ്പെടുന്നതോടൊപ്പം തഴച്ചു വളരുന്ന ആരോഗ്യ സാഹിത്യമേഖലയിൽ നവതരംഗങ്ങൾ സൃഷ്ടിക്കുമെന്നതിലും സംശയലേശമില്ല.

ഡോ. കെ മോഹൻദാസ്
വൈസ് ചാൻസലർ
കേരള ആരോഗ്യ സർവ്വകലാശാല
തൃശൂർ.

1

ആരോഗ്യം

ശരീരശാസ്ത്രപരമായി നോക്കുമ്പോൾ ചയാപചയ (Metabolism) ത്തിലെ കാര്യക്ഷമതയാണ് ജീവികളുടെ ആരോഗ്യ ലക്ഷണമായെടുക്കുന്നത്. ആ നിർവചനം മനുഷ്യന്റെ കാര്യത്തിലാകുമ്പോൾ മനസിന്റെയും ശരീരത്തിന്റെയും ആരോഗ്യമാണെന്ന് പറയേണ്ടിവരും. അസുഖമില്ലാതിരിക്കുക, ആഘാതങ്ങളില്ലാതിരിക്കുക, വേദനകളില്ലാതിരിക്കുക എന്ന അവസ്ഥകൊണ്ടുമാത്രം ലോകാരോഗ്യസംഘടന തൃപ്തരല്ല. 1946 ൽത്തന്നെ ആരോഗ്യത്തിന് ചില ഗുണാത്മക മാനദണ്ഡങ്ങൾ അവർ വിധിച്ചിട്ടുണ്ട്. അവരുടെ നിർവചനം പ്രഖ്യാപിക്കുന്നത് വെറുതെ രോഗങ്ങളും ആഘാതങ്ങളും വൈകല്യങ്ങളുമില്ലാത്ത അവസ്ഥമാത്രം പോരെന്നും ശാരീരികമായും മാനസികമായും സാമൂഹികമായും പൂർണവും തൃപ്തികരവും സന്തോഷകരവുമായ അവസ്ഥയും കൂടിയാണെന്നുമാണ്. ഈ നിർവചനത്തിലും അഭിപ്രായവ്യത്യാസങ്ങളുണ്ട്. ഇവിടെ പൂർണം എന്ന പദം ഉപയോഗിക്കുന്നതോടെ മാനദണ്ഡങ്ങൾ മാറുകയും പ്രായോഗിക പ്രശ്നങ്ങൾ നിരവധി ഉയർന്നുവരികയുമാണ്.

ലോകാരോഗ്യസംഘടന ധാരാളം അന്താരാഷ്ട്ര നിർവചനങ്ങളും തരംതിരിവുകളും നടത്തിയിട്ടുണ്ട്. ഐ സി ഡി (ICD-International classification of Diseases) എന്ന ചുരുക്കപ്പേരിലറിയപ്പെടുന്ന രോഗങ്ങളെക്കുറിച്ചുള്ള തരംതിരിവാണ് അതിൽ ഏറ്റവും പ്രസിദ്ധവും പ്രായോഗികമായി ഉപയോഗിക്കപ്പെടുന്നതും. അതനുസരിച്ച് ഓരോ രോഗങ്ങൾക്കും കോഡ് നമ്പറുകളുണ്ട്.

രോഗത്തെ നേരിടുന്നത് രണ്ടു തരത്തിലാണ്. ആദ്യമായി രോഗം വരാതെ നോക്കാം. വന്നാൽപ്പിന്നെ അത് സങ്കീർണമാക്കാതെ വേഗം തന്നെ ചികിത്സിക്കാം. സമൂഹം ഇതിനായി ഉറ്റുനോക്കുന്നത് ആരോഗ്യ

സംരക്ഷകരായ ആരോഗ്യസേവന ദാതാക്കളെ (health care providers) യാണ്. ആരോഗ്യസംരക്ഷണം പ്രതിരോധതലത്തിലും, രോഗശമനതലത്തിലും, ആരോഗ്യം വീണ്ടെടുക്കുന്നതലത്തിലും, പുനരധിവാസതലത്തിലും ഉണ്ട്. ഈ സേവനം വ്യക്തിക്കും കുടുംബത്തിനും സമൂഹത്തിനും ലഭ്യമാണ്. പ്രാഥമികാരോഗ്യകേന്ദ്രങ്ങൾ, ക്ലിനിക്കുകൾ, ആശുപത്രികൾ എന്നിവയിലൂടെ ഡോക്ടർമാർ, നഴ്സുമാർ എന്നിവരുടെ സേവനം രോഗികൾക്ക് ലഭിക്കുന്നു. ഈ സേവനത്തിന്റെ നിലവാരം നിയന്ത്രിക്കുവാൻ മെഡിക്കൽ നഴ്സിങ് കൗൺസിലുകളും സർക്കാർ വകുപ്പുകളുമുണ്ട്. ഇവയെല്ലാമടങ്ങിയതാണ് ആരോഗ്യസേവന സംവിധാനം. ആരോഗ്യം എന്ന വിശേഷണം ജീവികൾക്കും മനുഷ്യനും മാത്രമല്ല ഉപയോഗിക്കപ്പെടുന്നത്. ആരോഗ്യമുള്ള സമൂഹം, ആരോഗ്യമുള്ള പട്ടണം, ആരോഗ്യമുള്ള ഗ്രാമം, ആരോഗ്യമുള്ള ദേശം, രാജ്യം, ആരോഗ്യമുള്ള ചുറ്റുപാട് എന്നൊക്കെ നാം പറയാറുണ്ട്. ഇതിനുപുറമെ നമ്മുടെ പശ്ചാത്തലം, ജീവിതരീതി, സാമൂഹിക സാമ്പത്തിക സ്ഥിതികൾ എന്നിവയും ആരോഗ്യത്തെ സ്വാധീനിക്കുന്നു.

ഇവ മാത്രമല്ല, ആരോഗ്യത്തെ സ്വാധീനിക്കുന്ന ഘടകങ്ങൾ. സാമൂഹിക നിലവാരം, ആരോഗ്യരീതികൾ, ആരോഗ്യപ്രശ്നങ്ങളെ സമീപിക്കുന്ന രീതി, സാമൂഹിക പിന്തുണ, ആരോഗ്യകരമായി കുട്ടിക്കാലത്ത് വളർത്തപ്പെട്ടിട്ടുണ്ടോ, വിദ്യാഭ്യാസവും വിവരവും, ജന്മനാ ഉള്ള കഴിവുകളും രോഗങ്ങളും, ജോലിസംബന്ധമായ കാര്യങ്ങൾ, ആരോഗ്യസേവന സംവിധാനം, സാമൂഹിക ചുറ്റുപാട്, സ്ത്രീപരുഷവ്യത്യാസം, ഭൗതിക ചുറ്റുപാടുകൾ, സംസ്കാരം എന്നിവയും സ്വാധീനം ചെലുത്തുന്നു.

സാമൂഹികനിലവാരമനുസരിച്ച് വരുന്ന ധാരാളം രോഗങ്ങളുണ്ട്. ഉദാഹരണമായി ഗൗട്ട് എന്ന സന്ധിവാതമുണ്ടാക്കുന്ന രോഗം ഉയർന്ന സാമൂഹികനിലവാരത്തിലാണ് കണ്ടുവരുന്നത്. പോഷകാഹാരക്കുറവ് രോഗാണുബാധകൾ എന്നിവ താഴ്ന്ന സാമൂഹികനിലവാരത്തിൽ കൂടുതൽ കണുന്നു. സത്രീകളിൽ തൈറോയ്ഡ് രോഗം, വിഷാദരോഗം എന്നിവ കൂടുതലാണ്. എന്നാൽ ഹൃദ്രോഗം കുറവാണ്. മലിനമായ ചുറ്റുപാടുകളിൽ ധാരാളം രോഗസാധ്യതയുണ്ട്. മലിനമായ ജലം, വായു, ശബ്ദമലിനീകരണം എന്നിവയും ധാരാളം ആരോഗ്യപ്രശ്നങ്ങൾ സൃഷ്ടിക്കും.

രോഗനിവാരണം രോഗചികിത്സയേക്കാൾ സുപ്രധാനം

A well-informed mind is the best security against the contagion of folly and of vice. The vacant mind is ever on the watch for relief, and ready to plunge into error, to escape from the languor of idleness.

Ann Radcliffe,

അറിവുള്ളവൻ അതില്ലാത്തവനെ ചൂഷണം ചെയ്യുക എന്ന സത്യ

ത്തിന് മനുഷ്യരാശിയോളം തന്നെ പഴക്കമുണ്ട്. രോഗികളുടെ നിസ്സഹായാവസ്ഥയിൽനിന്നും രോഗികളെ ശാക്തീകരിക്കൽ ആധുനിക ജനാധിപത്യ സമൂഹത്തിൽ മെഡിക്കൽ സേവനത്തിന്റെ ഉപഭോക്താക്കളെന്ന നിലയിൽ കാലഘട്ടത്തിന്റെ വെല്ലുവിളിയും ആവശ്യവുമാണ്. ശരിയായ അറിവ് നമ്മെ ശാക്തീകരിക്കുന്നു. അതോടൊപ്പം ചികിത്സാരംഗത്ത് സുതാര്യതയും സാമൂഹ്യനീതിയും ഉറപ്പു വരുത്തേണ്ടതുമാണ്.

നല്ല ആരോഗ്യവും ആയുസും യുഗങ്ങളായി മനുഷ്യൻ താലോലിക്കുന്ന സ്വപ്നങ്ങളാണ്. അതിൽ കാലദേശ സാംസ്കാരിക വ്യതിയാനങ്ങൾ മാത്രമെ സ്വാധീനം ചെലുത്തുന്നുള്ളു.

രോഗമില്ലാതിരിക്കുന്നതിന് രോഗനിവാരണം തന്നെയാണ് മുഖ്യം. രോഗനിവാരണത്തിന് പല പടികളുണ്ട്. പ്രൈമറി, സെക്കന്ററി, ടെർഷ്യറി, ക്വാർടേർണറി എന്നീ നാലു ഘട്ടങ്ങളാണവ.

ഇതിൽ പ്രൈമറി രോഗനിവാരണത്തിൽ ഗർഭകാലം മുതൽ കുഞ്ഞിന്റെ ക്ഷേമത്തിന് ചെയ്യുന്ന രോഗപ്രതിരോധ വാക്സിനുകളടക്കമുള്ള എല്ലാം ഉൾപ്പെടുന്നു. ജീൻ തകരാറുകൾ മൂലമുള്ള രോഗങ്ങൾ, പോഷകാഹാരക്കുറവ് കൊണ്ടുള്ള പ്രശ്നങ്ങൾ, മാതാപിതാക്കൾക്കുള്ള അവധി, സാമ്പത്തിക സുരക്ഷിതത്വം എന്നിവ ഇതിലുൾപ്പെടും.

ചില ലളിതമായ ഉദാഹരണങ്ങൾ നോക്കുക:

1. കൈ വൃത്തിയാക്കി കഴുകൽമൂലം തന്നെ തടയാവുന്ന നിരവധി രോഗങ്ങളുണ്ട്.
2. ശരിയായി മുലപ്പാൽ മാത്രം കൊടുക്കുന്നതുകൊണ്ട് തടയാവുന്ന ധാരാളം ആരോഗ്യപ്രശ്നങ്ങളുണ്ട്.
3. രോഗപ്രതിരോധം കൊണ്ട് ധാരാളം ഗുരുതര രോഗങ്ങൾ തടയാൻ പറ്റും.
4. അർബുദത്തിന്റെ കുടുംബ ചരിത്രമുള്ളവർ നേരത്തെ രോഗവും രോഗസാധ്യതയും മനസിലാക്കി വേണ്ട ചികിത്സ കൈക്കൊള്ളുന്നതുകൊണ്ട് അനിവാര്യമായ മരണം തടയാം.
5. അതുപോലെ രക്തസമ്മർദം, പുകവലി, കൊളസ്ട്രോൾ, പോഷകാഹാരക്കുറവ്, അമിതഭാരം, വ്യായാമമില്ലായ്മ, മദ്യപാനം, വായുജലമലിനീകരണം എന്നിവ കൊണ്ട് നിരവധി മരണം വർഷം തോറും സംഭവിക്കുന്നുണ്ട്. അവയെല്ലാം തടയാവുന്നതാണ്.
6. അഞ്ചു വയസിന് താഴെയുള്ള കുട്ടികളിൽ മുലപ്പാൽ കൊടുക്കുന്നതുകൊണ്ട് 13 ശതമാനം മരണം ഒഴിവാക്കാം.
7. ശരിയായി സ്റ്റെറിലൈസ് ചെയ്ത ഉപകരണങ്ങൾ ഉപയോഗിക്കുന്നതുകൊണ്ട് 7 ശതമാനം മരണം ഒഴിവാക്കാം.
8. മുലപ്പാൽ പോരാതെ വരുമ്പോൾ പ്രത്യേക ഭക്ഷണവും പാലും കൊടുക്കുന്നതുകൊണ്ട് 6 ശതമാനം മരണം ഒഴിവാക്കാം.
9. തുത്തനാകം അടങ്ങിയ വിറ്റാമിനുകൾ കൊടുക്കുന്നതുകൊണ്ട് 4 ശതമാനം മരണം ഒഴിവാക്കാം.

10. ആശുപത്രിയിൽ ശുചിയായ പ്രസവം നടത്തുന്നതുകൊണ്ട് 4 ശതമാനം മരണം ഒഴിവാക്കാം.
11. എച്ച് ഐ വി വാക്സിൻ എടുക്കുന്നതുകൊണ്ട് 4 ശതമാനം മരണം ഒഴിവാക്കാം.
12. ശരിയായ ശുദ്ധജലം, വൃത്തി എന്നിവകൊണ്ട് 3 ശതമാനം മരണം ഒഴിവാക്കാം.
13. ഗർഭാവസരത്തിലെ സ്റ്റെറോയ്ഡ് മരുന്നുകൊണ്ട് 3 ശതമാനം മരണം ഒഴിവാക്കാം.
14. തണുപ്പും ചൂടും അസഹ്യമായ ഇടങ്ങളിൽ നവജാത ശിശുക്കളിൽ ഊഷ്മാവ് ശ്രദ്ധിക്കുന്നതുകൊണ്ട് മാത്രം 2 ശതമാനം മരണം ഒഴിവാക്കാം.
15. സാധാരണ കുറവ് കാണുന്ന വിറ്റാമിൻ എ കൊടുക്കുന്നതുകൊണ്ട് 2 ശതമാനം മരണം ഒഴിവാക്കാം.
16. ടെറ്റനസ് ടോക്സോയ്ഡ് എടുക്കുന്നതുകൊണ്ട് മുറിവുകളിലൂടെയുള്ള ടെറ്റനസ് ബാധ തടയപ്പെടുന്നതിനാൽ 2 ശതമാനം മരണം ഒഴിവാക്കാം.
17. അഞ്ചാംപനി കുത്തിവയ്പ്പുകൊണ്ട് 1 ശതമാനം മരണം ഒഴിവാക്കാം.
18. പ്രസവസമയത്ത് വേഗം മെംബ്രെയ്ൻ (membrane) പൊട്ടാതിരിക്കാൻ ആന്റിബയോട്ടിക്സ് എടുക്കുന്നതുമൂലം ഒരു ശതമാനം ശിശുമരണം ഒഴിവാക്കാം.
19. ഗർഭസമയത്ത് മലേറിയ ഒഴിവാക്കാനുള്ള മരുന്നു ഇടയ്ക്ക് കൊടുക്കുന്നതുമൂലം ഒരു ശതമാനം മരണം ഒഴിവാക്കാം.

എന്നാൽ, പ്രതിരോധത്തെയും മറികടന്ന് രോഗം വന്നാൽ നാം ആശുപത്രിയെ ശരണം പ്രാപിക്കേണ്ടി വരും. സൗകര്യമനുസരിച്ച് അത് ഒറ്റ ഡോക്ടർ ക്ലിനിക്കാവാം. സ്വകാര്യ ആശുപത്രിയാകാം. സർക്കാർ ആശുപത്രിയാകാം. ഇന്ന് ആശുപത്രികളെപ്പറ്റിയുള്ള പരാതികൾ നിരവധിയാണ്. അതിലൊന്ന് ആശുപത്രിയിൽ ചെന്നപ്പോൾ ലഭിച്ച പകർച്ചവ്യാധിയെപ്പറ്റിയായിരിക്കും. ഇത് വരുന്നത് 90 ശതമാനവും ആശുപത്രിയിൽ സന്ദർശനത്തിന് വരുന്നവരിൽ നിന്നാണ് എന്നോർക്കുന്നത് നന്നായിരിക്കും. അതുകൊണ്ട് നാം ആശുപത്രി സന്ദർശനത്തിനു പോകുമ്പോൾ ചില കാര്യങ്ങൾ ശ്രദ്ധിക്കേണ്ടതില്ലേ?

3. ആശുപത്രി സന്ദർശനം

1. നാം എപ്പോഴും പ്രത്യേകം ഓർമിക്കേണ്ടത് പോകുന്നതിനുമുമ്പ് രോഗിയുടെ/ബന്ധുവിന്റെ/ഡോക്ടറുടെ/ആശുപത്രിയുടെ സമ്മതം വാങ്ങിയിരിക്കണം എന്ന കാര്യമാണ്. രോഗിക്ക് സമ്മതമുണ്ടെങ്കിൽ പറ്റിയ സമയം ചോദിക്കണം. അദ്ദേഹത്തിന് വിശ്രമവും ശാന്തിയും ആവശ്യമാണ്. അതിന് ഒരിക്കലും ഭംഗം വരുത്താൻ പാടില്ല. സന്ദർശകരെ സ്വാഗതം ചെയ്യുന്ന രോഗികളും, മറിച്ച് അവരുടെ സ്വകാര്യത

യിൽ മറ്റുള്ളവർ കടന്നുകയറുന്നത് ഇഷ്ടമില്ലാത്ത രോഗികളുമുണ്ട്.

2. രോഗിയെ ശാരീരികമായി തൊടുകയും ഹസ്തദാനം ചെയ്യുകയുമാണെങ്കിൽ എപ്പോഴും കൈ നല്ലവണ്ണം കഴുകിയിരിക്കണം. രോഗാണു എവിടെനിന്നും വരാം. അത് കുറേ ദിവസത്തേക്ക് ചാവാതെ മറ്റുള്ളവരിലേക്ക് പകരുകയും ചെയ്യും. അപ്രകാരം നിങ്ങൾക്ക് വേണ്ടപ്പെട്ട രോഗിക്ക് വേറൊരു രോഗംകൂടി കൊടുത്ത് കുഴപ്പത്തിലാക്കരുത്. രോഗാണു രോഗിയിൽ നിന്ന് നമ്മുടെ ശരീരത്തിലേക്കും വരാം. അതുകൊണ്ട് ഹസ്തദാനത്തിന് ശേഷവും കൈ കഴുകുന്നത് നല്ലതാണ്.
3. സമ്മാനമായി പൂക്കൾ, ബലൂൺ എന്നിവ കൊണ്ടുപോകുമ്പോൾ അവ രോഗിക്ക് അലർജി ഉണ്ടാക്കുന്നില്ല എന്ന് ഉറപ്പ് വരുത്തണം. രോഗംമൂലം അവശനായ വ്യക്തിക്ക് ഇവമൂലം പ്രശ്നം സൃഷ്ടിക്കരുത്.
4. രോഗിക്ക് അലർജി സംശയിക്കുന്നുവെങ്കിൽ പകരം ഒരു ഗെറ്റ് വെൽ കാർഡ് കൊടുക്കാം. വായിക്കാൻ പുസ്തകം കൊടുക്കാം. അല്ലെങ്കിൽ വിശ്രമിക്കുമ്പോളിടുന്ന നൈറ്റ് ഗൗൺ, ആശുപത്രിയിലിടാൻ ചെരുപ്പ് അപ്രകാരം എത്രയോ ഉപകാരപ്രദമായവയുണ്ട്.. അവയിലേതെങ്കിലും കൊടുക്കാമല്ലോ.
   ആശുപത്രിയുടെ നിശ്ശബ്ദതയ്ക്ക് ഭംഗം വരുത്തരുത്. നിങ്ങളുടെ സെൽ ഫോൺ വൈബ്രേഷനിലിടണം. ഫോൺ ബെല്ലടി ഉറങ്ങുന്നവരെയും വിശ്രമിക്കുന്നവരെയും അലോസരപ്പെടുത്തും.
5. എപ്പോഴും സന്ദർശനം കഴിയുന്നത്ര ചുരുക്കണം. നീണ്ട സംഭാഷണങ്ങൾക്കും പൊട്ടിച്ചിരികൾക്കും പറ്റിയ സ്ഥലമല്ല ആശുപത്രി അന്തരീക്ഷം എന്ന് എപ്പോഴും ഓർമയിൽ വേണം.
6. ആശുപത്രി ഡോക്ടർ പരിശോധിക്കാൻ വരിക, നഴ്സ് പനി, പൾസ് എന്നിവ നോക്കാനും ചികിത്സ കൊടുക്കാനും വരിക, എന്നീ സന്ദർഭങ്ങളിൽ അവരുടെ കർത്തവ്യത്തിന് ഭംഗം വരുത്താതെ നിശ്ശബ്ദം പുറത്തേക്ക് പോരിക.
7. രോഗിയുടെ സ്വകാര്യതയിൽ ഒരു കാരണവശാലും ഇടപെടരുത്. ഡോക്ടറും നഴ്സും രോഗിയോടും ബന്ധുക്കളോടും സംസാരിക്കുമ്പോൾ ഇടയിൽ കയറി ഒന്നും പറയരുത്.

അവിടെ ചെയ്യാൻ പാടില്ലാത്ത കാര്യങ്ങൾ ഏതൊക്കെയാണ്?

1. പകരുന്ന നീർദോഷം, ഫ്ളു തുടങ്ങിയ രോഗങ്ങളുണ്ടെങ്കിൽ ആശുപത്രിയിൽ പോകരുത്. ചുമ, മൂക്കൊലിപ്പ്, ശരീരം തടിപ്പ്, പനി, വയറിളക്കം എന്നിവയുണ്ടെങ്കിലും പോകരുത്. ഫോൺ ചെയ്യുകയോ, കാർഡ് അയക്കുകയോ മാത്രം മതി.
2. ചെറിയ കുട്ടികൾക്ക് ഓടിച്ചാടി നടക്കാനും കളിക്കാനുമുള്ള സ്ഥലമല്ല ആശുപത്രി. അത്യാവശ്യമെങ്കിൽ മാത്രം സന്ദർശനത്തിന് കുട്ടി

കളെ ആശുപത്രിയിൽ കൊണ്ടുപോയാൽ മതി.

3. രോഗിക്ക് ഭക്ഷണം കൊടുക്കരുത്. ചില രോഗങ്ങളുള്ളവരും മയക്കം കൊടുക്കപ്പെട്ടവരും ഭക്ഷണനിയന്ത്രണത്തിലായിരിക്കും. പ്രത്യേക ഭക്ഷണത്തിൽ കഴിയുന്ന രോഗി അതുതന്നെ കഴിച്ചുകൊണ്ടിരിക്കണം. പുറമെ നിന്നുള്ള ഭക്ഷണം കൊടുക്കരുത്.
4. രോഗിക്ക് ഉൽക്കണ്ഠയും പ്രശ്നങ്ങളുമുണ്ടാക്കുന്നുവെങ്കിൽ സന്ദർശനം ഒഴിവാക്കണം.
5. രോഗി സുഹൃത്താണെങ്കിൽപ്പോലും രോഗഗ്രസ്തമായ അവസരത്തിൽ കൂടുതൽ സമയം സംസാരിക്കാനോ തമാശകൾ പറയാനോ പറ്റിയ അവസരമായിരിക്കില്ല. സംസാരത്തിൽ തർക്ക വിഷയങ്ങൾ ഒഴിവാക്കുക.
6. ആശുപത്രിയിൽ കിടക്കുന്നതിന് മുമ്പോ അവിടെ വെച്ചോ ഒട്ടും പുകവലിക്കരുത്. അത് രോഗിക്കും പുകവലിക്കണമെന്ന് തോന്നിയേക്കാം. അത് വളരെ തെറ്റാണ്.

ആശുപത്രിയിൽ പോയി ഡോക്ടറെ കാണുമ്പോൾ നാം ആ സമയവും സന്ദർഭവും ശരിക്കും ഉപയോഗിക്കണമല്ലൊ. ബന്ധങ്ങളും സുപ്രധാനമാണ്.

ഡോക്ടർ-രോഗി ബന്ധം എപ്രകാരമായിരിക്കണം?

"The philosophies of one age have become the absurdities of the next, and the foolishness of yesterday has become the wisdom of tomorrow"-William Osler

ഇന്നലെച്ചെയ്തോരബദ്ധം ഇന്നത്തെയാചാരമാകാം - കുമാരനാശാൻ.

ജനനം മുതൽ മരണം വരെ രോഗനിവാരണം മനുഷ്യന് പ്രശ്നമാണ്. രോഗം വരാതെ നോക്കണം. വന്നുപെട്ടാൽ വേഗം ചികിത്സിക്കുകയും വേണം. രോഗശമനത്തിന് ഡോക്ടറെ സമീപിക്കേണ്ടി വരും. ചികിത്സക്കായി ഡോക്ടറെ സമീപിക്കുമ്പോൾ ഡോക്ടർ രോഗി ബന്ധം വളരെ പ്രാധാന്യം അർഹിക്കുന്നുണ്ട്.

മെഡിക്കൽ ധാർമികതയുടെ കാതൽ ഡോക്ടർ-രോഗി ബന്ധമാണ്. രോഗചികിത്സയുടെ കേന്ദ്രവും ഡോക്ടർ രോഗി ബന്ധമാണെന്ന് പറഞ്ഞാൽ അതിലും അതിശയോക്തിയില്ല. കുറച്ച് ദശകങ്ങളായി ഈ ഉൽകൃഷ്ടബന്ധത്തിന് വ്യാപകമായ വ്യതിയാനങ്ങൾ സംഭവിച്ചുകൊണ്ടിരിക്കയാണ്. സമൂഹത്തിലും സാമൂഹികബന്ധങ്ങളിലുമുള്ള മാറ്റത്തിനനുസരിച്ച് ഇവിടെയും മാറ്റങ്ങൾ വരുന്നു എന്നു പറയാം. മാത്രമല്ല, രോഗചികിത്സ, ഗവേഷണം എന്നിവയിലും വമ്പിച്ച മാറ്റങ്ങളാണ് സംഭവിച്ചുകൊണ്ടിരിക്കുന്നത്.

ഡോക്ടർ രോഗിയോട് വിവരങ്ങൾ ചോദിച്ചറിയുന്നു.

ഉന്നത നിലവാരമുള്ള വൈദ്യസേവനത്തിന് ഉദാത്തമായ ഡോക്ടർ

രോഗി ബന്ധം അനിവാര്യമാണുതാനും. വൈദ്യശാസ്ത്രരംഗത്തെ ധാർമികതയ്ക്കും ഇതുതന്നെയാണ് മൂലക്കല്ല്. അതുകൊണ്ടാണ് മിക്ക യൂണിവേഴ്സിറ്റികളും ക്ലിനിക്കൽ പഠനം ആരംഭിക്കുന്നതിനുമുമ്പേ ഡോക്ടർ രോഗി ബന്ധത്തെക്കുറിച്ച് മെഡിക്കൽ വിദ്യാർഥികളിൽ അവ ഗാഹമുണ്ടാക്കുവാനുള്ള പഠനങ്ങൾ ആസൂത്രണം ചെയ്തുപോരുന്നത്. ഊഷ്മളമായ ഡോക്ടർ രോഗി ബന്ധം, രോഗിയുടെ അന്തസ്സ് ഉയർത്തിപ്പിടിക്കൽ, സ്വകാര്യത സംരക്ഷിക്കൽ എന്നിവ രോഗചികിത്സയിൽ പരമ പ്രധാനമാണ്.

രോഗിക്ക് ഡോക്ടറുടെ കഴിവിൽ വിശ്വാസം വേണം. അവർ തമ്മിലുള്ള ബന്ധത്തിൽ ഊഷ്മളതയും വേണം. അത് അനിവാര്യമാണ്. ആ നിലപാടിൽ നിന്നു മാത്രമേ രോഗി എല്ലാക്കാര്യങ്ങളും തന്റെ ഡോക്ടറോട് തുറന്ന് പറയുവാൻ തയാറാവുകയുള്ളൂ. എല്ലാ വിഭാഗം ഡോക്ടർമാർക്കും ഇത് പരമപ്രധാനമാണെങ്കിലും മനോരോഗം, കുടുംബ ചികിത്സ എന്നീ വിഭാഗങ്ങൾക്ക് ഇത് വളരെ പ്രധാനമാണ്. എന്നാൽ, പത്തോളജി, റേഡിയോളജി എന്നീ പരിശോധനകൾ മാത്രം ചെയ്യുന്ന വിഭാഗങ്ങൾക്ക് അതത്രമാത്രം പ്രാധാന്യം ഉണ്ടാവുകയില്ല.

പരമ്പരാഗതമായി പ്രത്യേകിച്ചും ഇന്ത്യയിൽ, ഒരു പിതാവ് അല്ലെങ്കിലൊരു സംരക്ഷകൻ എന്ന ഭാരിച്ച ഉത്തരവാദിത്വമാണ് വൈദ്യവൃത്തിക്ക് ഉണ്ടായിരുന്നത്. കഴിഞ്ഞ അമ്പത് വർഷത്തിനുള്ളിൽ കാര്യമായ മനോഭാവ വ്യത്യാസങ്ങൾ ഈ രംഗത്ത് സംഭവിച്ചു കഴിഞ്ഞു.

ശാസ്ത്രസാങ്കേതികരംഗത്ത് സംഭവിച്ച അഭൂതപൂർവമായ കുതിച്ചുചാട്ടം രോഗനിർണയത്തെയും ചികിത്സയെയും വളരെയേറെ മുന്നോട്ട് നയിച്ചു. അതോടൊപ്പം മനുഷ്യാവകാശം, ജനാധിപത്യം, വ്യക്തിസ്വാതന്ത്ര്യം, അറിയാനുള്ള അവകാശം, ഉപഭോക്തൃപ്രസ്ഥാനം എന്നിവയും ഡോക്ടർ-രോഗിബന്ധത്തിൽ വിപ്ലവകരമായ മാറ്റങ്ങൾ വരുത്തിക്കഴിഞ്ഞു.

ഓരോ രാജ്യത്തെയും ഡോക്ടർ രോഗിബന്ധത്തിന് അതാതിന്റെ സാംസ്കാരികമായ മാനങ്ങളുണ്ട്. ആഗോളതലത്തിൽ നേതൃത്വത്തിൽ നിൽക്കുന്ന പടിഞ്ഞാറൻ അഥവാ ആധുനിക സംസ്കാരം മറ്റു എല്ലാത്തിനെയും ഒപ്പം കൂട്ടാൻ ശക്തമായി സ്വാധീനിക്കുന്നുണ്ട്. അല്ലെങ്കിൽ മറ്റു സംസ്കാരങ്ങൾ ശക്തിയായി മേധാവിത്വസംസ്കാരത്തെ അനുകരിക്കുന്നുണ്ട്. ഇത് ഡോക്ടർ രോഗിബന്ധത്തിലും നേരിട്ട് പ്രതിഫലിക്കുന്നുണ്ട്.

കഴിഞ്ഞ രണ്ട് ദശാബ്ദത്തിൽ സംഭവിച്ച ഡോക്ടർ രോഗിബന്ധത്തിലെ മാറ്റങ്ങൾ വളരെ ദൂരവ്യാപക ഫലങ്ങൾ സൃഷ്ടിച്ചിട്ടുണ്ട്. രോഗിയുടെ താൽപ്പര്യത്തിനനുസരിച്ച് ഡോക്ടർ പറയുന്നത് മുഴുവൻ ശിരസാവഹിച്ച് കഴിയുന്ന രോഗികൾ ഇന്ന് കുറവാണ്.

പലപ്പോഴും ഏതാണ് ഏറ്റവും ഫലപ്രദം എന്ന കാര്യത്തിൽ സംശയം ഉണ്ടാകാം. ചികിത്സ വേണോ ഒഴിവാക്കണോ എന്ന കാര്യ

ത്തിലും ഡോക്ടർ രോഗി തർക്കങ്ങൾ ഉത്ഭവിക്കാം. ഇത്തരം സന്ദർഭങ്ങളിൽ ഇഷ്ടപ്പെടാത്ത ശാസ്ത്രീയ ചികിത്സ നിർദേശിക്കേണ്ടി വരുമ്പോൾ ബന്ധങ്ങളിൽ വിള്ളൽ വീഴാതിരിക്കാൻ ഡോക്ടർ പരമാവധി ശ്രദ്ധിക്കണം. അതോടൊപ്പം രോഗിയുടെ ക്ഷേമത്തിനായിരിക്കണം ഏറ്റവും മുന്തിയ പരിഗണനന.

സത്യദീക്ഷയും വിവരം അറിയിച്ചുള്ള സമ്മതവും

സമൂഹം ഡോക്ടർക്ക് നൽകുന്ന വിശ്വാസത്തിനും സ്നേഹബഹുമാനത്തിനും പ്രതികരണമായി ദീനാനുകമ്പയും ആത്മാർഥതയും വൈദ്യലോകം സമൂഹത്തിനു തിരിച്ചു നൽകാൻ ബാധ്യതയുണ്ട്. കഴിഞ്ഞ കാലത്തെ എല്ലാം അറിയുന്ന ഉയർന്നനിലയിൽ നിൽക്കുന്ന പ്രതീകത്തിൽനിന്നും ഡോക്ടർമാരെ കൂടുതൽ യാഥാർഥ്യബോധത്തോടെയാണ് സമൂഹം ഇന്ന് കാണുന്നത്.

ഇവ രണ്ടും വ്യത്യസ്തമല്ല. ചികിത്സാ രോഗനിർണയ വിവരങ്ങൾ രോഗിയോട് അവതരിപ്പിക്കുന്ന രീതിയെ സംബന്ധിച്ച് കാലാകാലങ്ങളിൽ മാനദണ്ഡങ്ങൾ മാറിമാറി വന്നിട്ടുണ്ട്. അത് ശുഭോദർക്കവുമാണ്.

ഇന്ന് ഡോക്ടർ-രോഗി ചർച്ചകൾക്ക് പ്രാധാന്യം ഏറി വരുന്നു. വിവരങ്ങൾ സ്വീകരിച്ച് സ്വയം തീരുമാനമെടുക്കാനത് രോഗിക്ക് പൂർണസ്വാതന്ത്ര്യം നൽകുന്നു. രോഗി തന്റെ രോഗത്തെപ്പറ്റി പൂർണമായും ബോധവാനാകണം. രോഗി കേന്ദ്രീകൃത, സ്വതന്ത്രമായ, സ്വന്തമായി തീരുമാനമെടുക്കാൻ കഴിയുന്ന ഒരു ചികിത്സാസംവിധാനമാണ് ഇന്ന് ആരോഗ്യസന്നദ്ധപ്രവർത്തകർ ആഹ്വാനം ചെയ്യുന്നത്.

ഊഷ്മളമായ ഡോക്ടർ-രോഗി ബന്ധംമൂലം വൈദ്യശാസ്ത്രത്തിന്റെ പോരായ്മകളെ അവഗണിക്കാൻപോലും രോഗി തയാറാവുന്നു. ചികിത്സാബന്ധത്തിന്റെ കാതൽ ഈ ബന്ധമാണ്. അത് ജനാധിപത്യത്തിലും പരസ്പരബഹുമാനത്തിലും അടിയുറച്ചതാണ്. അതോടൊപ്പം രോഗിയുടെ എല്ലാ പോരായ്മകളും ഡോക്ടർ അതേപടി അംഗീകരിക്കുന്നു. ഉദാത്തമായ ആ ഡോക്ടർ-രോഗിബന്ധത്തിൽ മറ്റുള്ളവരോട് പറയാൻ മടിക്കുന്ന പലതും രോഗി ഡോക്ടറോട് പറയാൻ തയാറാവുന്നു. അത് സുന്ദരവും ഉദാത്തവുമാണ്.

രോഗി ഒരു ഉപഭോക്താവാവുമ്പോൾ സ്വാഭാവികമായും അവിടെ ഉപഭോക്തൃനിയമവും നടപടികളും വരും. നിയമക്കുരുക്ക് ഡോക്ടറുടെയും രോഗിയുടെയും ഇടയിൽ വരുന്നത് ഡോക്ടർ-രോഗി ബന്ധത്തിന്റെ ഊഷ്മളതയിൽ സംശയങ്ങളുടെ മൂടൽ മഞ്ഞു പരത്തും.

പ്ലാസിബോയും ധാർമികതയും

വളരെ ഫലമുള്ള മരുന്നാണെന്ന് വിശ്വസിപ്പിച്ച് നിർഗുണമായ വസ്തുക്കൾ (പ്ലാസിബൊ) നൽകുന്ന ചികിത്സയാണ് പ്ലാസിബൊ ചികിത്സ. പ്ലാസിബൊ കുത്തിവെപ്പുണ്ട്, ഗുളികകളുണ്ട്, മാത്രമല്ല ഓപ്പ

റേഷൻ വരെ ചെയ്യാറുണ്ട്. ധാർമികമായി രോഗിയുടെ ഗുണത്തിനാണിത് ചെയ്യുന്നതെങ്കിലും ഇതിലൊരു 'പറ്റിക്കൽ' അഥവാ തട്ടിപ്പ് അടങ്ങിയിട്ടുണ്ട്. മാത്രമല്ല, ഇതിനെതിരായ പ്രധാന വാദഗതി ഇതിൽ പരസ്പരബഹുമാനത്തിലടങ്ങിയ ശരിയായ വിവരം നൽകിയുള്ള ബന്ധത്തിന് എതിരാണെന്നുമുള്ളതാണ്. രോഗി പ്രതീക്ഷിക്കുന്ന ആ വിശ്വാസം ഇവിടെ ലംഘിക്കപ്പെടുന്നു.

രോഗക്കിടക്കയ്ക്കരികെയുള്ള പെരുമാറ്റം

ഡോക്ടറുടെ വാച്യഭാഷയ്ക്കപ്പുറം ശരീരഭാഷയും ഇവിടെ വളരെ ദൂരവ്യാപകമായ ഫലങ്ങൾ സൃഷ്ടിച്ചേക്കാം. ഡോക്ടറുടെ പെരുമാറ്റം രോഗിയിൽ ആശ്വാസവും വിശ്വാസവും വളർത്തുന്നതായിരിക്കണമെന്ന് ആവർത്തിക്കേണ്ടതില്ലല്ലോ. പലതും മറച്ചുവെക്കുന്നുവെന്ന് രോഗിക്ക് ഒരിക്കലും തോന്നരുത്. മോശം പെരുമാറ്റം രോഗിയിൽ അതൃപ്തിയും ഭയവും സംശയവും ഒറ്റപ്പെട്ടു എന്ന തോന്നലും അതിവേഗം വളർത്തും. രോഗാവസ്ഥയിൽ രോഗിയുടെ മനസ്സ് അതിലോലമാണ് എന്ന സത്യം നാം ഉൾക്കൊള്ളണം. ഉദാഹരണമായി അത്യാഹിത വിഭാഗത്തിൽ രോഗി വരുമ്പോൾ ഡോക്ടർ ഇരുന്നുകൊണ്ട് വിവരങ്ങൾ ചോദിക്കുന്നത് ശരിയല്ല.

ഇവിടെ വിവക്ഷിക്കപ്പെടുന്ന ഡോക്ടറുടെ ഗുണാത്മകമായ പെരുമാറ്റത്തിന് പെട്ടെന്ന് താളം തെറ്റാവുന്ന സന്ദർഭമാണ് രോഗാവസ്ഥ മോശമാണ് എന്ന സത്യം തുറന്നുപറയേണ്ടി വരുമ്പോഴുള്ളത്. അവിടെ ഡോക്ടർ തന്റെ സംഭാഷണചാതുരിയും വ്യക്തിബന്ധ കഴിവുകളും പുറത്തെടുക്കേണ്ടി വരും.

അരനൂറ്റാണ്ടിന് മുമ്പുവരെ ഹിപ്പോക്രാറ്റിക് ശപഥമായിരുന്നു മെഡിക്കൽ ധാർമികതയുടെ അടിസ്ഥാനം. ഇവിടെ ഉയർന്ന പിതൃവ്യനെന്ന മേലങ്കി എടുത്തണിഞ്ഞുകൊണ്ട് ഡോക്ടർ രോഗിക്ക് എന്താണ് ഏറ്റവും നല്ലതെന്ന് തീരുമാനിച്ച് അത് ചെയ്യുന്നു. അന്ന് നിയമങ്ങൾ രോഗിയുടെ അവകാശങ്ങളെക്കുറിച്ച് നിശ്ശബ്ദമായിരുന്നു. കാലം മാറി. വികസിത ജനാധിപത്യരാജ്യങ്ങളിൽ ഡോക്ടർമാർക്കും ആശുപത്രികൾക്കുമെതിരെ കേസുകൾ കുന്നുകൂടി. ഈ അരനൂറ്റാണ്ടിൽ സീമാതീതമായ പല മാറ്റങ്ങളും സംഭവിച്ചു. വ്യക്തി സ്വാതന്ത്ര്യത്തിന് പുതിയ മാനങ്ങൾ സമൂഹം രചിച്ചു തുടങ്ങി. അധികാരകേന്ദ്രങ്ങളോട് അവകാശങ്ങൾ ചോദിക്കാനും അത് നേടിയെടുക്കാനും വ്യക്തികളും സമൂഹവും തയാറായി. അത് സർക്കാരിനും സ്ഥാപനങ്ങൾക്കുമെതിരെ അവകാശസംരക്ഷണപ്രസ്ഥാനങ്ങൾ നയിക്കുവാൻ പ്രചോദനമായി. രോഗിയുടെ അവകാശങ്ങൾ, സ്ത്രീകളുടെ അവകാശങ്ങൾ, ന്യൂനപക്ഷങ്ങളുടെ അവകാശങ്ങൾ, പാർശ്വവൽകൃതരുടെ അവകാശങ്ങൾ ഇവയ്ക്കെല്ലാം പരിഗണന അനിവാര്യമായിത്തീർന്നു.

ഇത് ഡോക്ടർ കേന്ദ്രീകൃത ആരോഗ്യസേവനത്തിൽനിന്നും രോഗി കേന്ദ്രീകൃത ആരോഗ്യസേവനത്തിലേക്ക് പരിണമിച്ചു. ഇവിടെ സാങ്കേ

തികവിദ്യയിലെ വിപ്ലവം സാമൂഹ്യവിപ്ലവത്തിന് വഴിമരുന്നിടുകയായിരുന്നു. ഇന്റർനെറ്റിലൂടെ നിഷ്പ്രയാസം ആർക്കും എപ്പോഴും ലഭിക്കുന്ന അറിവ് രോഗികളെ ശാക്തീകരിച്ചു തുടങ്ങി. പല രോഗങ്ങളും തങ്ങൾക്കു തന്നെ കൈകാര്യം ചെയ്യാമെന്നു വന്നു. ഡോക്ടർ ആവശ്യത്തിന് സഹായം തേടുന്ന വിദഗ്ധൻ ആയി മാറി. വളരെ വികസിച്ചു വരുന്ന മെഡിക്കൽ വിജ്ഞാനവും ഈ മാറ്റം അനിവാര്യമാക്കുകയാണുണ്ടായത്. ഡോക്ടറുടെ സർവജ്ഞ സംപൂജ്യതയിൽനിന്നുള്ള ഈ വ്യതിയാനം യുക്തിസഹമാണ്. ഇന്ന് അറിവ് പങ്കുവയ്ക്കുന്നതിലൂടെയും ഒരുമിച്ചു തീരുമാനമെടുക്കുന്നതിലൂടെയും ആരോഗ്യകരമായ ഒരു ശാക്തിക സമതുലനാവസ്ഥ രോഗിയും ഡോക്ടറും തമ്മിലുണ്ട്. ഇവിടെ ഡോക്ടർക്ക് വൈദഗ്ധ്യവും വിജ്ഞാനവുമുണ്ട്. രോഗിയാണെങ്കിൽ അദ്ദേഹത്തിന് തെരഞ്ഞെടുക്കാൻ അവകാശവുമുള്ള, ധാർമികതയും നീതിയും ആവശ്യപ്പെടുന്ന ഒരു ഉപഭോക്താവായി മാറിയിരിക്കുന്നു. രോഗിയെ ഉപഭോക്താവായോ കക്ഷിയെന്നോ വിളിക്കാം. ഡോക്ടറുടെ അറിവിന്റെയും വൈദഗ്ധ്യത്തിന്റെയും മാത്രം പരിഗണനയിൽ ചികിത്സാ തീരുമാനങ്ങളെടുത്തുകൂടാ. മെഡിക്കൽ സേവനത്തിന്റെ ഉപഭോക്താവെന്ന നിലയിൽ മൂല്യബോധവും തെരഞ്ഞെടുപ്പിനുള്ള അവകാശവുമാണ് കക്ഷിയുടെ തീരുമാനങ്ങളെ നയിക്കുന്നത്. ഉദാഹരണമായി രക്തം കുത്തിവയ്ക്കുന്നത് ജീവൻ രക്ഷോപാധിയാണ്. എന്നാലത് രോഗിയുടെ മതവിശ്വാസത്തിന് എതിരാണെങ്കിലോ? അതുപോലെ വെന്റിലേറ്ററിൽ ഇടാതെ ശരിയാകുമായിരുന്ന ശ്വാസകോശത്തകരാറിന് അത് വേണ്ട എന്ന് കക്ഷിക്ക് പറയാനുള്ള അവകാശം കക്ഷിയുടെ വ്യക്തിസ്വാതന്ത്ര്യത്തിന്റെ പ്രഖ്യാപനമാണ്. ഇവിടെ ജീവൻ രക്ഷയ്ക്ക് അവശ്യമെന്ന് ഡോക്ടർ വിധിക്കുന്ന ചികിത്സ നിഷേധിക്കാനുള്ള കക്ഷിയുടെ സ്വാതന്ത്ര്യമാണ് പരമപ്രധാനം.

ഇവിടെ പല സങ്കീർണതകളും ഉത്ഭവിക്കുന്നുണ്ട്. ഒരു ശതമാനം സാധ്യത മാത്രമുള്ള അവസരത്തിൽ വെന്റിലേറ്ററിൽ (ventilator) ദീർഘകാലത്തേക്ക് ഇടണമോ എന്നത് ഒരു ചോദ്യമാണ്. അമേരിക്കയിലെ ടെക്സാസ് സ്റ്റേറ്റിലെ നിയമമനുസരിച്ച് ബന്ധുക്കൾ ആവശ്യപ്പെട്ടാലും അത്രയും വളരെ കുറഞ്ഞ സാധ്യതയുള്ള ചികിത്സകൾ ചെയ്യരുതെന്നാണ് ചട്ടം. അവിടെ ഈ തീരുമാനം ഒരു കമ്മിറ്റിക്ക് വിടുകയാണ് ചെയ്യുന്നത്. രോഗിയുടെ ബന്ധുക്കളുടെ ആവശ്യമല്ല പ്രധാനം. മറ്റു സ്റ്റേറ്റുകളിൽ ഇതിനു വിപരീതമായ നിയമങ്ങളും നയങ്ങളുമുണ്ട്.

കോടതിക്കേസുകളും നൂലാമാലകളും ഒഴിവാക്കാൻ ഡോക്ടർമാർ പ്രതിരോധനയം സ്വീകരിക്കേണ്ടിവരുന്നു. അത് പലപ്പോഴും രോഗനിർണ്ണയത്തിനും ചികിത്സയ്ക്കും നല്ലതല്ല. ശാസ്ത്രസാങ്കേതിക മുന്നേറ്റത്തിനനുസൃതമായി രോഗനിർണയം സങ്കീർണവും ചെലവേറിയതുമായിട്ടുണ്ട്. ഇതും ഡോക്ടർ രോഗിബന്ധത്തിൽ പലപ്പോഴും വിള്ളൽ സൃഷ്ടിക്കാം.

സാമൂഹ്യശാസ്ത്രത്തിലെ ഗവേഷണങ്ങൾ ഡോക്ടർ രോഗി ആശയ വിനിമയത്തിലെ പ്രശ്നങ്ങളെയും സാധ്യതകളെയും പഠിച്ച് വിലയിരുത്തിയിട്ടുണ്ട്. ആശയവിനിമയരംഗത്തെ വൈദഗ്ധ്യം വർധിപ്പിക്കുന്ന പരിപാടികളാണ് ഇന്ന് പ്രാഥമികമായും ഡോക്ടർമാരുടെ പരിശീലനപരിപാടികളിൽ ഉൾപ്പെടുത്തിക്കാണുന്നത്. നമ്മുടെ സാമൂഹ്യഘടനാ മതിലുകൾ ഫലപ്രദമായ ആശയവിനിമയത്തെ തടസപ്പെടുത്തുന്നുണ്ട്. രോഗികൾ രോഗവിവരത്തിനുവേണ്ടി ദാഹിക്കുകയാണെന്ന് പല ഡോക്ടർമാരും അവരുടെ തിരക്കിനിടയിൽ മനസിലാക്കുന്നതേയില്ല. മാത്രമല്ല, സ്ത്രീ പുരുഷ വ്യത്യാസം, വിദ്യാഭ്യാസം, സാമൂഹ്യശ്രേണി, രോഗത്തിന്റെ ഭാവി ഇതൊന്നും ഡോക്ടറെ മുൻവിധിയിലേക്ക് നയിക്കരുത്. ചികിത്സയിൽ രോഗിക്കുള്ള തൃപ്തി, നിർദേശം നടപ്പിലാക്കൽ എന്നിവ ഡോക്ടറുടെ ശാരീരികഭാഷയനുസരിച്ച് വ്യത്യാസം വരാം. രോഗത്തിന്റെ വേദനയും കഷ്ടപ്പാടുമായി വരുന്ന രോഗിയുടെയും ബന്ധുക്കളുടെയും മനോനില വളരെ ലോലമാണ്. ആ അവസരത്തിൽ നല്ല ഡോക്ടർ-രോഗിബന്ധം സ്ഥാപിച്ചെടുക്കുവാൻ പരിചയസമ്പന്നനായ ഒരു ഡോക്ടർക്ക് എളുപ്പം കഴിയും. ആ അവസരം അമൂല്യമെന്ന് മനസിലാക്കി രോഗിയുടെ ഭാഗത്തുനിന്നും തുല്യമായ സമീപനം ആവശ്യമാണ്.

ഗവേഷണത്തിലെ ധാർമികത

1946 ലെ ന്യൂറംബെർഗ് വിചാരണയിൽ ഉയർന്നു പൊങ്ങിയ സുപ്രധാന ചർച്ചയിലൊന്ന് ക്ലിനിക്കൽ ഗവേഷണത്തിലെ ധാർമികതയാണ്. കാലം കുറെ കഴിഞ്ഞെന്ന് നാം കരുതിപ്പോന്നു. എന്നാൽ, ജനാധിപത്യത്തിന്റെയും വ്യക്തിസ്വാതന്ത്ര്യത്തിന്റെയും ശ്രീകോവിലെന്ന് പുകഴ്ത്തപ്പെടുന്ന അമേരിക്കയിൽ നടന്ന അത്യന്തം മനുഷ്യത്വഹീനമായ കാര്യങ്ങൾ 1966 ൽ ഹെൻറി ബീച്ചർ വിവരങ്ങൾ പുറത്തു പറഞ്ഞതോടെയാണ് ജനാധിപത്യ ലോകം വസ്തുതകൾ അറിയുന്നതുതന്നെ. എപ്രകാരം ഫാസിസത്തിന്റെ അതിപ്രസരം ചികിത്സാശാസ്ത്രത്തിന്റെ അടിസ്ഥാന ധാർമികതയെ തകർത്തതെന്ന് ചരിത്രം പഠിച്ച നമുക്ക് അറിയാം. അമേരിക്കയിലും ഈദൃശ ഭീകരസംഭവങ്ങൾക്ക് നാമ്പുകൾ പൊട്ടിമുളച്ചത് അതെവിടെയും ഉണ്ടാകാമെന്നുള്ള സത്യത്തിലേക്കാണ് വിരൽ ചൂണ്ടുന്നത്.

അതെ അർബുദകോശങ്ങൾ കുത്തിവെച്ച് പരീക്ഷണങ്ങൾ നടത്തുക എന്നിവ അമേരിക്കയിലും നടന്നതായി വ്യക്തമാക്കപ്പെട്ടു. തുടർന്ന് ബെൽമോണ്ട് റിപ്പോർട്ടിലെ വിവരങ്ങളനുസരിച്ച് ഗവേഷണത്തിന് വ്യക്തമായ ധാർമിക മനുഷ്യാവകാശമനുസരിച്ചുള്ള പ്രോട്ടോക്കോളുകൾ എന്ന നിയാമകതത്വങ്ങൾ ആവിഷ്കരിക്കപ്പെട്ടു. വിവരങ്ങൾ മുഴുവൻ വിശദീകരിച്ചതിനു ശേഷമുള്ള സമ്മതം വേണമെന്ന് നിബന്ധന നടപ്പിലാക്കി. ഡോക്ടറും രോഗിയും ഗവേഷകനും ഗവേഷണത്തിനു നിയോഗിക്കപ്പെട്ട വ്യക്തിയും തമ്മിലുള്ള ബന്ധത്തിന്റെ ധാർമികതയും നിർവചിക്കപ്പെട്ടു.

അർബുദം മുതലായ രോഗങ്ങളിൽ വ്യക്തമായ ഫലമുള്ള മരുന്നുകൾ രോഗിക്കു നിഷേധിക്കുന്ന ഗവേഷണവും അപലപനീയമാണ്.

കാലാതീതമായി ഏറ്റവും അംഗീകരിക്കപ്പെട്ടതും ബഹുമാനിക്കപ്പെട്ട തുമായ മെഡിക്കൽ ധാർമികത ഏതു തീരുമാനമെടുക്കുമ്പോഴും അത് രോഗിയുടെ താൽപ്പര്യത്തിന് അനുസൃതമായിരിക്കണം എന്നാണ്. സമൂഹത്തിന്റെ താൽപ്പര്യത്തിനെതിരായാൽപ്പോലും ഡോക്ടർ അതിന് ബാധ്യസ്ഥനാണ്.

ഡോക്ടർ-രോഗി ബന്ധത്തിലെ മറ്റു പ്രശ്നങ്ങൾ.

ഡോക്ടറുടെ മേധാവിത്വം

രോഗിയുടെ രോഗാവസ്ഥ, ഡോക്ടറുടെ രോഗം ഭേദമാക്കാനുള്ള കഴിവ് എന്നിവ പരിഗണിച്ച് മേധാവിത്വം ഉത്ഭവിക്കുന്നത് സ്വാഭാവികമാണ്. ഇവിടെ അറിവിലൂടെ രോഗിയെ ശാക്തീകരിക്കുകയും ചികിത്സയിൽ പങ്കാളിയെന്ന നിലയിൽ ഡോക്ടറും രോഗിയും സഹകരിക്കുകയുമാണ് വേണ്ടത്.

ഒരു ചികിത്സ സ്വീകരിക്കണമോ വേണ്ടയോ എന്ന കാര്യത്തിൽ ഡോക്ടർ-രോഗി ബന്ധത്തിൽ പ്രശ്നമുണ്ടാകാം. ഇവിടെ ഡോക്ടർ മുൻകൈ എടുത്ത് രോഗിയുടെ ക്ഷേമത്തിന് പ്രാധാന്യം കൊടുത്തുള്ള ഒരു തീരുമാനം എടുക്കാൻ രോഗിയെ സഹായിക്കണം.

ഔപചാരികത

സ്വന്തം പേരുവിളിച്ച് സംബോധന ചെയ്യുന്നത് ഭൂരിഭാഗം രോഗികളും പ്രത്യേകിച്ച് 65 വയസിന് താഴെയുള്ള രോഗികൾ ഇഷ്ടപ്പെടുന്നു. മറിച്ച് രോഗികൾ ഡോക്ടറെ അപ്രകാരം സംബോധന ചെയ്യാറില്ല. കൂടുതൽ പരിചയമായാൽ വളരെ സ്വകാര്യമായ കാര്യങ്ങൾ, ഉദാഹരണമായി ലൈംഗിക കാര്യങ്ങൾ പറയാൻ രോഗികൾ മടിക്കും. അതായത് അടുപ്പത്തിലും പരസ്പരബഹുമാനത്തിന്റേതായ ഒരു അകലം ആവശ്യമാണ്.

ലീവെടുക്കുകയോ മറ്റ് അനിവാര്യമായ കാരണങ്ങളാലോ ഒരു ഡോക്ടർ മറ്റൊരു ഡോക്ടറെ ചികിത്സ ഏൽപ്പിക്കുമ്പോൾ ചികിത്സാനിലവാരം കുറയാനും ഡോക്ടർ - രോഗി ബന്ധം ഉലയാനും ഇടയുണ്ട്. അനിവാര്യമായ ഘട്ടങ്ങളിലൊഴികെ തുടർച്ചയായ ശ്രദ്ധയും പരിചരണവുമാണ് രോഗവിമുക്തിക്കാവശ്യം.

ഡോക്ടറോട് ഫോണിൽ സംസാരിക്കുമ്പോൾ

സാധാരണ ഔപചാരികത, വ്യക്തിത്വം വെളിപ്പെടുത്തൽ എന്നിവ ആദ്യം തന്നെ പറഞ്ഞിരിക്കണം. പരാതികൾ പറയുമ്പോൾ അതിശയോക്തി ഒഴിവാക്കണം, മരുന്നിനെപ്പറ്റി പറയുമ്പോൾ ഡോക്ടർ എഴുതിത്തന്ന കുറിപ്പ് കൈയിലെടുക്കണം. അത് മനസിലാകുന്നില്ലെങ്കിൽ ഗുളി

കയുടെ സ്ട്രിപ്പിൽ നോക്കാം. അതിലെ ചെറിയ അക്ഷരങ്ങൾ ലെൻസ് വെച്ച് നന്നായി വായിക്കാം. ഉദാ, പ്രൊപ്രാനോളോൾ, ആന്റിബയോട്ടിക്, എന്നിവയെപ്പറ്റി സംശയം ചോദിക്കുന്നുവെന്നു വെക്കുക. അവയുടെ ഫലം പാർശ്വഫലം എന്നിവയെപ്പറ്റി രോഗി പറയുന്നത് രോഗിയുടെ ആശയമായിരിക്കും. പിന്നീട് ഡോക്ടർ പറയുന്നത് ശ്രദ്ധിച്ചു കേട്ട് മറുപടി പറയണം.

രോഗലക്ഷണങ്ങൾ പറയുമ്പോൾ അതിശയോക്തി ഒഴിവാക്കണം. 99 ഡിഗ്രി മാത്രം പനിയുള്ളപ്പോൾ 'ഭയങ്കര പനികൊണ്ട് തീരെ സുഖമില്ല' എന്നു പറയരുത്. കൃത്യമായ വിവരം കൊണ്ടാണ് കൃത്യമായ രോഗനിർണ്ണയം ഉണ്ടാകുന്നത്. അതുകൊണ്ട് ഡോക്ടറെ വഴിതെറ്റിക്കരുത്. ചെയ്തുകൊണ്ടിരിക്കുന്ന ചികിത്സമൂലം കുറവുണ്ടെങ്കിൽ അത് പറയാനുള്ള ഔദാര്യം കാണിക്കണം. അമിതാവേശത്തിൽ 'തീരെ കുറവില്ല ഡോക്ടർ' എന്നു പറഞ്ഞാൽ ഡോക്ടർ നല്ല ഫലം കിട്ടിക്കൊണ്ടിരുന്ന ചികിത്സയാകെ മാറ്റി അപകടസാധ്യതയും നിഷ്ഫലവുമായ ചികിത്സയിലേക്ക് പോയെന്നുവരാം. കുട്ടികൾക്കും വേണ്ടപ്പെട്ടവർക്കും അസുഖമായാൽ നാം സാധാരണ വേഗം ഉൽക്കണ്ഠാകുലരാകും. അപ്പോൾ പറയുന്നതൊക്കെ തെറ്റും. അതുകൊണ്ട് മനസ്സാന്നിധ്യം കൈവിടരുത്. ലാബോറട്ടറി ഫലങ്ങൾ പറയുമ്പോൾ ശ്രദ്ധാപൂർവം കടലാസ് കൈയിൽ വെച്ച് വായിച്ച് പറയണം. അവ വിലപ്പെട്ട രേഖകളാണ്.

വിവരങ്ങൾ പറയുമ്പോൾ ഒന്നും വിട്ടുകളയാതെ ചുരുക്കി വസ്തുതകളെല്ലാം ഉൾക്കൊള്ളിച്ച് സംസാരിക്കണം.

സമയം നിശ്ചയിക്കലിന് ഫോൺ ചെയ്യുമ്പോൾ വിളിക്കുന്ന ആൾക്കുവേണ്ടിയുള്ള സമയമല്ല സാധാരണ രോഗികൾ/ബന്ധുക്കൾ ചോദിക്കുന്നത്. ഇന്ന സമയം മുതൽ ഇന്ന സമയം വരെ ഡോക്ടർ ഉണ്ടാവുമോ എന്ന ചോദ്യമാണ് ഏതാണ്ടെല്ലാവരും ചോദിക്കുന്നത്. അതായത് ഡോക്ടറുടെ പരിശോധന സമയത്തിൽ ഏതാണ്ട് മുഴുവൻ അദ്ദേഹത്തിന് വേണമെന്ന മട്ടിലാണ് സംഭാഷണം ഉണ്ടാവുക. അപ്രകാരമെങ്കിൽ ചോദ്യത്തിന്റെ പ്രസക്തി തന്നെ ഇല്ല. പരിശോധന സമയം നോക്കിയാൽ മാത്രം മതിയല്ലൊ.

ഡോക്ടറോട് സംസാരിക്കുമ്പോൾ മറ്റുള്ളവർ ഉണ്ടാകുന്നത്.

ഉദാഹരണമായി കുട്ടിയെ കാണിക്കുമ്പോൾ മാതാപിതാക്കൾ ഉണ്ടാവുക സ്വാഭാവികമാണ്. അത് മാനസികമായ പിന്തുണ കൊടുക്കും. പക്ഷേ, അവിടെയും സ്വകാര്യത നഷ്ടപ്പെട്ട് ലൈംഗികത തുടങ്ങിയ വിഷയങ്ങൾ പറയാതെ പോകുന്നു. അതുപോലെ ഭാര്യാഭർത്താക്കന്മാർ വരുമ്പോഴും രണ്ടുപേരും ഒരുമിച്ചും ഒറ്റയ്ക്കൊറ്റയ്ക്കും സംസാരിക്കുന്നത് നല്ലതാണ്.

എപ്രകാരമാണ് ഡോക്ടർ രോഗവിവരം ചോദിക്കുന്നത്?

പരിചയസമ്പന്നരായ ഡോക്ടർമാർ ആദ്യമായി തിരിച്ചറിയുന്നതിനും അടുപ്പം സ്ഥാപിക്കുന്നതിനുമുള്ള ചോദ്യങ്ങളായിരിക്കും, അതൊരു

അത്യാഹിതരോഗമല്ലെങ്കിൽ ചോദിക്കുക. കുടുംബചരിത്രവും ചുറ്റുപാടുകളെപ്പറ്റിയുള്ള അന്വേഷണവും ഡോക്ടർ രോഗിബന്ധം സ്ഥാപിക്കാൻ സഹായിക്കുന്നു. വൈവാഹികബന്ധം, ജോലി, മതവിശ്വാസം, ജീവിത സാഹചര്യം, മദ്യം മയക്കുവസ്തു ഉപയോഗം, കഴിഞ്ഞകാല രോഗചരിത്രം തുടങ്ങിയ ചോദ്യങ്ങളും ഡോക്ടർ ചോദിക്കും. പിന്നെയാണ് എന്താണ് നിങ്ങളുടെ രോഗം എന്ന് ചോദിക്കുന്നത്. ഇവിടെ എനിക്ക് ബ്രോങ്കൈറ്റിസ് ആണ് എന്ന് ഒരു രോഗി പറയാറില്ല. 'അപ്പോൾ രോഗവും തീരുമാനിച്ചല്ലോ' എന്നൊരു മറുചോദ്യത്തിന് അനാവശ്യമായ അവസരം കൊടുക്കുന്നു. രോഗിക്ക് അനുഭവപ്പെടുന്ന ആവലാതികളാണ് അവതരിപ്പിക്കപ്പെടുന്നത്. തുടർന്ന് അവ രോഗിയുടെ ഭാഷയിൽത്തന്നെ ഡോക്ടർ എഴുതിയെടുക്കുന്നു. അതിൽ പ്രാധാന്യമുണ്ട്.

അടുത്ത അന്വേഷണം ഈ രോഗം എപ്രകാരം വന്നു എന്നുള്ളതാണ്. ഡോക്ടർ രോഗി പറയുന്നത് ശ്രദ്ധിച്ചു കേൾക്കാൻ സമയം കാണുന്നു. പലപ്പോഴും ഇതാണ് രോഗനിർണയത്തിൽ നിർണായകമാവുന്നത്. അപ്രകാരം കഴിക്കുന്ന മരുന്നുകൾ, അവയുടെ അലർജി, ജീവിതത്തിൽ സംഭവിച്ച കാര്യങ്ങൾ, കഴിഞ്ഞ രോഗങ്ങളുടെ ചരിത്രം, അവയുടെ കേസ് റെക്കാർഡ് കിട്ടുന്നത് നല്ലതാണ്—കുട്ടിക്കാലത്തെ ചരിത്രം, വാക്സിനേഷൻ, ഏതെങ്കിലും ഓപ്പറേഷൻ ചെയ്യേണ്ടി വന്നിട്ടുണ്ടോ, മരുന്നുകൾ ശരിക്ക് കഴിക്കാറുണ്ടോ, മുടങ്ങാറുണ്ടോ, സ്വയം മരുന്നുകൾ കഴിക്കാറുണ്ടോ, മരുന്നിനോടുള്ള മനോഭാവമെന്താണ്, രോഗിയുടെ കുടുംബചരിത്രം, ജോലി, അത് പതിവായി ചെയ്യുന്നുണ്ടോ, വിദ്യാഭ്യാസം, സാമൂഹ്യബന്ധങ്ങൾ, വീട് ചുറ്റുപാടുകൾ എന്നിവ ഉൾപ്പെടുന്നു. പരിശോധനയിൽ ഓരോ വിഭാഗമായി, ശ്വാസകോശം, ഹൃദയം, മസ്തിഷ്കം, അന്നനാളം, കരൾ, വൃക്ക, ചെവി, മൂക്ക്, തൊണ്ട, കണ്ണ് എന്നിങ്ങനെ എല്ലാം നോക്കണം.

പിന്നീട് ലബോറട്ടറി, എക്സ്റെ തുടങ്ങിയ പരിശോധനയിലൂടെ രോഗനിർണയത്തിനുള്ള വിവരങ്ങൾ ലഭ്യമാകുന്നു. ഈ വിവരങ്ങളെല്ലാം പൂർണസഹകരണത്തോടും താൽപ്പര്യത്തോടും രോഗി ഡോക്ടറോട് പറയേണ്ടതുണ്ട്. അതിനെ അടിസ്ഥാനമാക്കിയാണല്ലോ ഡോക്ടർ ശരിയായ രോഗനിർണയത്തിലേക്ക് പ്രവേശിക്കുന്നത്.

2

രോഗനിർണ്ണയം

രോഗനിർണയത്തിന് ഡോക്ടർമാർ ഇംഗ്ലീഷിൽ പറയുന്ന പേരാണ് ഡയഗ്നോസിസ്. ബഹുവചനം ഡയോഗ്നോസെസ് ആണ്. രോഗമോ മറ്റു തകരാറുകളോ എന്താണെന്നുള്ള അഭിപ്രായം രൂപീകരിക്കാനുള്ള പ്രക്രിയയും, ആ അഭിപ്രായവുമാണ് ഡയഗ്നോസിസ് എന്ന രോഗനിർണയം. ആ പ്രക്രിയക്കും നാമത്തിനും ഒരേ പേരുതന്നെ. അത് ചെയ്യുന്ന വ്യക്തിയെ ഡയോഗ്നോസ്റ്റീഷ്യൻ എന്നു വിളിക്കുന്നു. വേർതിരിക്കുക, വീക്ഷിക്കുക എന്നീ ഗ്രീക്ക് പദങ്ങളിൽ നിന്നാണീ വാക്ക് ഉത്ഭവിച്ചത്. രോഗം തരംതിരിച്ചറിയുന്നതിനുള്ള ശ്രമമാണിവിടെ നടക്കുന്നത്. സസ്യ ശാസ്ത്രജ്ഞൻ ചെടികളെയും മൃഗങ്ങളെയും പല ഇനങ്ങളായി തരംതിരിക്കുന്നതുപോലെ, ഒരു രസതന്ത്രജ്ഞൻ മൂലകങ്ങളെ തരംതിരിക്കുന്നതു പോലെ. രോഗിയിൽനിന്നും ബന്ധുക്കളിൽനിന്നും കിട്ടുന്ന അറിവുകളും, ലക്ഷണങ്ങളും പരിശോധനയിൽ കാണുന്ന സൂചനകളുംകൊണ്ട് സാധ്യതകളുടെ ചെറുതാക്കപ്പെട്ട പട്ടിക കിട്ടുന്നു.

തുടർന്നുള്ള സ്കാനിങ്, എക്സ്റെ, ലബോറട്ടറി പരിശോധനകൾ കൊണ്ടാണ് സാധ്യതകൾ വീണ്ടും ചുരുങ്ങുന്നത്. എന്നിട്ടും പലപ്പോഴും ഡയഗ്നോസിസ് തിട്ടപ്പെടുത്തുവാൻ പ്രയാസമേറിയേക്കാം. ടെസ്റ്റുകൾ ആവർത്തിക്കുകയും വലിയ കേന്ദ്രങ്ങളിൽ വിശദമായ പരിശോധന വേണ്ടി വരുകയും ചെയ്യാം. ചികിത്സ തീരുമാനിക്കുന്നതും ഭാവിയിൽ രോഗിക്ക് എന്ത് സംഭവിക്കും എന്ന് അനുമാനിക്കുന്നതും ഡയഗ്നോസിസ് അനുസരിച്ചാണ്.

രോഗനിർണ്ണയത്തിന്റെ ചരിത്രം

പൗരാണിക ഇന്ത്യൻ വീക്ഷണമനുസരിച്ച് രോഗനിർണയം ത്രിദോഷ

സിദ്ധാന്തത്തിലധിഷ്ഠിതമാണ്. ഓരോ ദോഷത്തിന്റെയും ഏറ്റക്കുറച്ചില നുസരിച്ച് ഓരോ രോഗങ്ങൾ സംജാതമാകുന്നു. ഗ്രീക്ക് സിദ്ധാന്തമനു സരിച്ചും ചൈനീസ് വൈദ്യമനുസരിച്ചും സമാനമായ സിദ്ധാന്തങ്ങളുണ്ട്.

ഇന്ന് ഇരുപത്തൊന്നാം നൂറ്റാണ്ടിൽപ്പോലും ആധുനിക വൈദ്യ ശാസ്ത്രത്തിലും ചിലപ്പോൾ സിദ്ധാന്തങ്ങളനുസരിച്ച് രോഗനിർണയം നടത്തേണ്ടി വരാറുണ്ട്. ഏതാണ്ടെല്ലാ സമാന്തര വൈദ്യശാസ്ത്രങ്ങളിലും രോഗനിർണയം സിദ്ധാന്തങ്ങളുസരിച്ച് മാത്രമാണ്.

പൗരാണിക ഈജിപ്തിലും, ഹിപ്പോക്രാറ്റിസിന്റെ കാലത്തെ ഗ്രീക്ക് തത്വമനുസരിച്ചും, ചൈനീസ് വൈദ്യമനുസരിച്ചും നാല് മാർഗങ്ങളിലൂ ടെയാണ് രോഗനിർണയം നടത്തിയിരുന്നത്. അവ നിരീക്ഷണം, ശബ്ദം ശ്രവിക്കൽ, മണത്തു നോക്കൽ, ചോദിച്ച് വിവരം മനസിലാക്കൽ, കൈ യമർത്തി പരിശോധിക്കൽ എന്നിവയാണവ.

1069-1046 ബി സി യിൽ ജീവിച്ചിരുന്ന ബാബിലോണിയൻ ഡോക്ട റായ ഇസാജിൽ കിൻ അപ്ലി എഴുതിയ രോഗനിർണയ ഗ്രന്ഥത്തിൽ രോഗം കണ്ടുപിടിക്കുവാൻ ശാസ്ത്രീയ നിരീക്ഷണവും യുക്തിചിന്തയും ആവശ്യമാണെന്ന് അടിവരയിടുന്നുണ്ട്. അദ്ദേഹം പലതരത്തിലുള്ള അപ സ്മാരത്തെപ്പറ്റി വിവരിക്കുന്നുണ്ട്. ഈ രോഗങ്ങളുടെ ഭാവിഫലം എപ്ര കാരമായിരിക്കുമെന്നും വിശദീകരിക്കുന്നുണ്ട്.

രോഗനിർണ്ണയ അഭിപ്രായം (Diagnostic Opinion)

ഇവിടെ പൂർണമായ ശാസ്ത്രീയത അവകാശപ്പെടുന്നില്ല. കേവലം അഭിപ്രായമല്ലെ ആകുന്നുള്ളൂ. രോഗം, ക്ഷതം, പ്രവർത്തനക്കുറവ്, അം ഗഭംഗം എന്നിവയെപ്പറ്റിയുള്ള വിവരണമോ നിർവചനമോ ആണ് രോഗ നിർണയം. അപാകത എത്രത്തോളമുണ്ട്, അത്തരം ഒരു കൂട്ടത്തിൽ പ്രസ്തുത അവസ്ഥയുടെ സ്ഥാനമെന്ത് എന്ന് പ്രസ്താവിക്കുന്നതും ആകാം.

രോഗനിർണയത്തെ രോഗിയുടെയും ഡോക്ടറുടെയും സാമൂഹ്യ സാമ്പത്തികസ്ഥിതിയും, സ്വാധീനവും, ധാർമികതയും മറ്റു കാര്യങ്ങളും സ്വാധീനിക്കാം. ഇതിൽ ഭാഷാപരമായ വശങ്ങളുണ്ടാകാം. കംപ്യൂട്ടർ കോഡാകാം. മാനസികമായ രോഗനിർണയത്തിന് പ്രത്യേകതകളുണ്ട്. ഇവിടെ സിദ്ധാന്തങ്ങൾ കൂടുതൽ സ്വാധീനം ചെലുത്താം. ടെസ്റ്റുകൾക്കും പരിശോധനകൾക്കും പരിമിതികളുണ്ട്. മനോരോഗ രോഗനിർണയ മാനു വലുകൾ ഇടയ്ക്കിടെ പുതുക്കേണ്ടി വരാറുണ്ട്.

രോഗനിർണയത്തിന്റെ ആവശ്യകത ഉത്ഭവിക്കുന്നത് ശരീരശാസ്ത്ര പരമായും ശരീരധർമപരമായും രോഗശാസ്ത്രപരമായും മനശ്ശാസ്ത്രപ രമായും (Anatomical, Physiological, Pathological and Psychological) അപാകതകൾ കാണുമ്പോഴാണ്. തൽഫലമായി രോഗിക്ക് ലക്ഷണങ്ങൾ ഉണ്ടാവുകയും പരിശോധനയിൽ കൂടുതൽ ലക്ഷണങ്ങളും തെളിവുകളും വ്യക്തമാവുകയും ചെയ്യുന്നു. ഡോക്ടർ പലതും നിരീക്ഷിച്ചും പരീ

ക്ഷിച്ചും മനസിലാക്കുന്നു. തുടർന്നാണ് രക്തപരിശോധന, സ്കാനിങ് എക്സ്റെ എന്നിവ ചെയ്യുന്നത്. ഈ അവസരത്തിൽ അപ്രതീക്ഷിതമായി ചിലവ കണ്ടുപിടിക്കപ്പെടാറുണ്ട്. ഉദാഹരണമായി ഉദരത്തിലെ സ്കാനിങ്ങിനിടയിൽ പിത്താശയക്കല്ല് കണ്ടുപിടിക്കപ്പെടാം. രോഗനിർണയത്തിന് പൊതുവായ ടെസ്റ്റുകളും പ്രത്യേക ടെസ്റ്റുകളുമുണ്ട്.

ഗവേഷണങ്ങളുടെയും പഠനങ്ങളുടെയും വെളിച്ചത്തിൽ ഓരോ രോഗനിർണയത്തിന് സ്വീകരിക്കേണ്ട പ്രത്യേക മാർഗങ്ങളുണ്ട്. അവ എല്ലാ സാധ്യതകളെയും പരിഗണിച്ച് ഓരോന്നും ഒഴിവാക്കി അവസാനം ശരിയായ രോഗനിർണയത്തിലെത്തുവാൻ സഹായിക്കുന്നു.

ഈ സാധ്യതകളെ ഒഴിവാക്കുന്ന ശാസ്ത്രീയ പ്രക്രിയയാണ് വിവേചനരോഗനിർണയം (ഇതിനെപ്പറ്റി വിശദമായി താഴെ പ്രതിപാദിച്ചിട്ടുണ്ട്). ധാരാളം സാധ്യതകളെ ചുരുക്കിക്കൊണ്ടുവന്ന് ഒരു കൃത്യ രോഗനിർണയത്തിലെത്തലാണ് ലക്ഷ്യം. ചിലപ്പോൾ ഒന്നിലധികം രോഗങ്ങളുണ്ടാകാം. അല്ലെങ്കിൽ പ്രധാന രോഗത്തോടൊപ്പം പല കൂടപ്പിറപ്പുകളായ രോഗങ്ങളും അവസ്ഥകളും ഉണ്ടാകാം.

മാതൃകാ നിരീക്ഷണം

ഒരുകൂട്ടം രോഗലക്ഷണങ്ങളെ മാതൃകയായി പരിഗണിക്കാനാവും. ഉദാഹരണമായി കാലിൽ നീര്, നടക്കുമ്പോൾ കിതപ്പ്, നെഞ്ചിടിപ്പ്, കയറ്റം കയറുമ്പോൾ നെഞ്ചു വേദനയും വിശ്രമിക്കുമ്പോൾ കുറയുകയും ചെയ്യുക എന്നിവ ഹൃദ്രോഗ ലക്ഷണത്തിന്റെ മാതൃകയാണ്. അകാരണമായ ഭയം, സംശയം, മിഥ്യാശ്രവണം, ഉറക്കക്കുറവ് എന്നിവ മനോരോഗത്തിന്റെ മാതൃകയാണ്.

രോഗനിർണ്ണയ മാനദണ്ഡങ്ങൾ

ഗവേഷണങ്ങളുടെ പിൻബലത്തോടെ പല രോഗനിർണയ മാനദണ്ഡങ്ങളും (Diagnostic Criteria) വികസിച്ചു വന്നിട്ടുണ്ട്.

ഉദാഹരണമായി കോളോറെക്ടൽ അർബുദത്തിനുള്ള ആംസ്റ്റർഡാം മാനദണ്ഡം, മൾട്ടിപ്പിൾ സ്ക്ലീറോസിസിനുള്ള (multiple sclerosis) മക്ഡോനാൾഡ് മാനദണ്ഡം (Mcdonald criteria), സിസ്റ്റമിക് ലൂപസ് എറിഥമറ്റോസിസിനുള്ള (systemic lupus erythematosis)- എ സി ആർ മാനദണ്ഡം (ACR criteria) എന്നിവ. ഇന്നത്തെ ആധുനിക ആശുപത്രികളിൽ കംപ്യൂട്ടർ സോഫ്ട് വെയർ (computer software) വിവേചനരോഗനിർണയത്തിന് ഉപയോഗിക്കാവുന്നതും രോഗനിർണയത്തിലെത്താൻ സഹായകരമാക്കാവുന്നതുമാണ്.

രോഗനിർണ്ണയം പലതരത്തിലും

രോഗനിർണയത്തിന്റെ പലതലത്തിലും തരത്തിലും ഉപവിഭാഗങ്ങൾ ഉണ്ട്. അവ ഏതൊക്കെയാണെന്ന് നോക്കാം.

ക്ലിനിക്കൽ രോഗനിർണ്ണയം (clinical diagnosis)

ഇത് രോഗി പറയുന്ന ലക്ഷണങ്ങളും പരിശോധന ലക്ഷണങ്ങളും മാത്രം കണക്കാക്കിയുള്ള രോഗനിർണയമാണ്. തിരക്കുള്ള ഒ പികളിൽ ഗൗരവതരമല്ലാത്ത രോഗങ്ങളെ ഇപ്രകാരം രോഗനിർണയം നടത്തുന്നു. സർക്കാർ പ്രാഥമിക ആരോഗ്യകേന്ദ്രങ്ങളിൽ അധികവും ഇപ്രകാരമാണ് രോഗനിർണയം നടത്തുന്നത്.

ലബോറട്ടറി രോഗനിർണ്ണയം (laboratory diagnosis)

രോഗലക്ഷണവും ശാരീരികപരിശോധനയും എന്നതിനേക്കാളുപരി ലബോറട്ടറി പരിശോധനാഫലത്തെ ആശ്രയിച്ചുള്ള രോഗനിർണയമാണിത്. ഉദാഹരണമായി രോഗാണുബാധ സംശയിക്കുന്ന മൂത്രാശയപ്പഴുപ്പ് നിർണയിക്കുവാൻ ഇതുപയോഗിക്കാം. മൂത്രം കൾച്ചർ പഠനം നടത്തി രോഗാണുവിനെയും അതിനെതിരെ ഉപയോഗിക്കാവുന്ന മരുന്നുകളെപ്പറ്റിയും ഇപ്രകാരം അറിയാം. സാധാരണ സംശയിക്കാത്ത പലതും ലബോറട്ടറി പരിശോധനയിൽ കണ്ടേക്കാം.

റേഡിയോളജി രോഗനിർണ്ണയം (radiology diagnosis)

പല തരത്തിലുള്ള സ്കാനിങ് എക്സ്റെ എന്നിവ ഉപയോഗിച്ചുള്ള രോഗനിർണയം. അതുവരെ സംശയിക്കാത്ത പലതും ഇപ്രകാരം മനസിലാക്കാം. ഉദാഹരണമായി പിത്താശയം, വൃക്ക, മൂത്രാശയം എന്നിവിടങ്ങളിലെ കല്ലുകൾ മിക്കതും ഇപ്രകാരമാണ് ആദ്യമായി കണ്ടുപിടിക്കപ്പെടുന്നത്.

പ്രധാന രോഗനിർണ്ണയം (principal diagnosis)

രോഗിയുടെ പരാതിയനുസരിച്ചുള്ള പ്രധാന രോഗനിർണയം. രോഗിക്ക് ഇത് കൂടാതെ വേറെയും പ്രശ്നമുണ്ടാകാം.

ആശുപത്രിയിൽ പ്രവേശിപ്പിക്കുമ്പോഴത്തെ രോഗനിർണയം (diagnosis on hospital admission).

ഇവിടെ എന്തുകൊണ്ട് രോഗിയെ ആസ്പത്രിയിൽ പ്രവേശിപ്പിച്ചു എന്ന വിശദീകരണമാണ് രോഗനിർണയത്തിലുള്ളത്.

രോഗിയെ ആസ്പത്രിയിൽനിന്നും പറഞ്ഞയക്കുമ്പോൾ ഈ രോഗനിർണയം മാറാം. അതിനെ ഡിസ്ചാർജ് രോഗനിർണയം (discharge diagnosis) എന്ന് പറയുന്നു.

പ്രിനാറ്റൽ രോഗനിർണ്ണയം (prenatal diagnosis)

ജനനത്തിന് മുമ്പുള്ള രോഗനിർണയമാണിത്. ഉദാഹരണമായി ഗർഭാവസ്ഥയിൽ ജന്മനാ ഉള്ള രോഗങ്ങളായ ഡൗൺസ് സിൻഡ്രോം (Down`s Syndrome), ജന്മനാ ഉള്ള ഹൃദ്രോഗങ്ങൾ എന്നിവ മനസിലാക്കി യുക്തമായ ചികിത്സകൾ ചെയ്യാം.

ഒഴിവാക്കൽ രോഗനിർണ്ണയം (diagnostic ruling out)

ഇതിലൂടെ നാം ഉദ്ദേശിക്കുന്ന രോഗനിർണയം ഉറപ്പിക്കുവാൻ മറ്റു സാധ്യതകളെ ഒഴിവാക്കുവാനുള്ള പ്രത്യേക ടെസ്റ്റുകൾ ചെയ്ത് തീരുമാനത്തിലെത്തുവാൻ കഴിയുന്നു.

ഇരട്ട രോഗനിർണ്ണയം (double diagnosis)

രണ്ടു ഗൗരവമായ രോഗങ്ങൾ ഒരേ സമയം ഉണ്ടാകുന്നു. ഉദാഹരണമായി ബൈപ്പോളാർ രോഗവും മദ്യാസക്തിയും ഒരുമിച്ച് വരുന്ന അവസ്ഥ.

സ്വയം രോഗനിർണ്ണയം (self diagnosis)

സ്വയം രോഗം നിർണയിക്കുന്ന അവസ്ഥയാണിത്. ഉദാഹരണമായി തലവേദന, ഋതുസംബന്ധമായ വേദനകൾ, തലയിലെ പേൻ എന്നിവ. ഇത്തരം നിഗമനങ്ങൾ ശരിയായിരിക്കും. അതുപോലെ വിദൂരമായ സ്ഥലങ്ങളിലുള്ള അതിർത്തി രക്ഷാഭടന്മാർ, ഒറ്റപ്പെട്ടുപോയവർ എന്നിവർ പെട്ടെന്ന് അസുഖം വന്നാൽ സ്വയം രോഗനിർണയവും ചികിത്സയും ചെയ്യേണ്ടി വരും.

വിദൂര രോഗനിർണ്ണയം (distant diagnosis)

കംപ്യൂട്ടർ ഉപയോഗിച്ച് ടെലിമെഡിസിനിലൂടെ വിദൂരമായ സ്ഥലങ്ങളിലൂടെ നടത്തുന്ന രോഗനിർണയമാണിത്. ഇന്ന് വിദൂരസ്ഥരായ വിദഗ്ധരുമായി വീഡിയോ യോഗം മുഖേന രോഗനിർണയം നടത്തുന്നുണ്ട്. ഏറ്റവും ആധുനികമായ വിവരങ്ങൾ രോഗനിർണയത്തിന് ഇപ്രകാരം ഉപയോഗിക്കാമെന്ന മെച്ചം ഇതിനുണ്ട്.

കംപ്യൂട്ടർ രോഗനിർണ്ണയം (computer diagnosis)

ലക്ഷണങ്ങൾ കൊടുക്കുന്നതോടെ കംപ്യൂട്ടറിന് പല സാധ്യതകളും ഒഴിവാക്കാൻ കഴിയുന്നു. സാധ്യതകളെക്കുറിച്ചുള്ള ഡാറ്റകൾ തരാനും അപ്രകാരം രോഗനിർണയത്തിലെത്താനും എളുപ്പമാണ്.

അമിത രോഗനിർണ്ണയം (over diagnosis)

രോഗിയുടെ ജീവിതത്തിലൊരിക്കലും ലക്ഷണങ്ങളോ, പ്രയാസമോ മരണമോ ഉണ്ടാക്കാൻ സാധ്യതയില്ലാത്ത രോഗനിർണയമാണിത്.

ചവറ്റുകൊട്ട രോഗനിർണ്ണയം (waste basket diagnosis)

പൂർണമായും തെറ്റായ രോഗനിർണയത്തിന്റെ പേര് ചികിത്സ നടത്തുവാൻ ഉപയോഗിക്കുന്നു. ഉദാഹരണമായി വാർധക്യം എന്ന രോഗ

നിർണയം, സാധാരണ വിശപ്പിനെ റിയാക്ടിവ് ഹൈപ്പോഗ്ലൈസിമിയ എന്ന പേരിട്ട് വിളിക്കൽ എന്നിവ ഇതിൽപ്പെടുന്നു. ചികിത്സയ്ക്ക് ഒരു കാരണം കിട്ടലാണ് ഇവിടെ ഉദ്ദേശ്യം.

പൂർവകാല പ്രാബല്യത്തോടെയുള്ള രോഗനിർണ്ണയം (retrospective diagnosis)

മഹാന്മാരായ വ്യക്തികളിൽ അവരുടെ കാലശേഷം ഇന്നത്തെ അറിവ് വെച്ച് നടത്തുന്ന രോഗനിർണയമാണിത്. ഉദാഹരണമായി ഡസ്തെയേവ്സ്കിയുടെ രോഗത്തെപ്പറ്റിയുള്ള ഗവേഷണം.

പോസ്റ്റ്മോർട്ടം രോഗനിർണ്ണയം (postmortem diagnosis)

ഇവിടെ രോഗിയുടെ മരണത്തിനുശേഷം മൃതശരീരത്തിലെ അവയവങ്ങളെടുത്ത് പഠിച്ചു നടത്തുന്ന രോഗനിർണയമാണിത്. ഇതിന് ശാസ്ത്രീയത കൂടുതലാണ്. നിയമപരമായും ഗവേഷണപരവുമായ പ്രാധാന്യം ഇതിനുണ്ട്.

രോഗനിർണ്ണയ സമയം (diagnositic time) സുപ്രധാനമാണ്. ഇതിൽ ഡോക്ടറെ കാണാനും തുടർന്ന് ടെസ്റ്റുകൾ ആരംഭിച്ച് ഫലം അറിയാനുള്ള സമയവും ഉൾപ്പെടുന്നു. വേഗംതന്നെ ചികിത്സ ആരംഭിക്കേണ്ട രോഗമാണെങ്കിൽ ഇത് വളരെ പ്രാധാന്യമർഹിക്കുന്നു. ഓപ്പറേഷൻ ചെയ്തുകൊണ്ടിരിക്കുമ്പോൾ കാണുന്ന അവസ്ഥയനുസരിച്ച് അപ്പോൾ തന്നെ രോഗനിർണയം നടത്തി ചികിത്സ അപ്പോൾത്തന്നെ ചെയ്യാം.

വിദൂരസാധ്യതമാത്രമുള്ള രോഗനിർണ്ണയത്തെ വിദൂര രോഗനിർണയമെന്ന് പറയുന്നു (remote diagnosis).

ഡയഗ്നോസിസ് ഒറ്റവാക്കിൽ ഒതുങ്ങുന്നില്ല. ശാരീരികവും മാനസികവുമായ രോഗങ്ങൾ, ഓരോ വിഭാഗത്തിലെ പ്രശ്നങ്ങൾ, ഉദാ : ഹൃദ്രോഗിക്ക് രക്തക്കുറവ്, നെഞ്ചിൽ കഫക്കെട്ട്, പ്രമേഹം, രക്തസമ്മർദം, പുകവലി, മദ്യപാനം, വ്യക്തിത്വത്തകരാറ്, വിഷാദരോഗം, കുടുംബപ്രശ്നം, ജോലിപ്രശ്നം, സമൂഹത്തിൽ പ്രശ്നം എന്നിവ ഉണ്ടാകാം. ഇതുപോലെ സമഗ്രമായ വിശകലനമാണ് ആവശ്യം. ഇതെല്ലാം രോഗനിർണയത്തിൽ പറഞ്ഞിരിക്കണം.

ചികിത്സാപദ്ധതി

ചികിത്സ ഏതാനും ഗുളികകൾ കടലാസിൽ എഴുതിക്കൊടുക്കുന്നതിൽ ഒതുങ്ങുന്നില്ല. ഓപ്പറേഷനും മറ്റു പ്രവർത്തനങ്ങളും, ഭക്ഷണക്രമീകരണം, വ്യായാമം, ജീവിതശൈലി മാറ്റൽ, കുടുംബത്തിനും രോഗിക്കുമുള്ള ബോധവൽക്കരണം, പിന്നീട് ചികിത്സാ കാലയളവുവരെയുള്ള കാര്യങ്ങളെപ്പറ്റി ഡോക്ടറുമായി ചർച്ച ചെയ്യൽ എന്നിവ ഉൾപ്പെടുന്നു.

രോഗനിർണയത്തിന് നാം പല സാധ്യതകളും കണക്കിലെടുത്തി

രുന്നു എന്ന് ചികിത്സയിലുടനീളം ഓർക്കുന്നത് നന്നായിരിക്കും.

വിവേചനമാർഗത്തിലൂടെ രോഗനിർണയം ശക്തിപ്പെടുത്തുക.

It has been said that man is a rational animal. All my life I have been searching for evidence which could support this

-Bertrand Russell

British author, mathematician, & philosopher (1872 - 1970)

വിവേചനം എന്നാൽ വിവേചിച്ച്, എല്ലാം പരിഗണിച്ച് തീരുമാനത്തിൽ എത്തുക എന്നാണല്ലോ അർഥം. വിശദമായ പരിശോധനകൾക്കും ടെസ്റ്റുകൾക്കുംശേഷം രോഗനിർണയം എപ്രകാരമാണെന്ന് മനസിലാക്കാം. ചിലപ്പോൾ നിങ്ങളുടെ ഡോക്ടർ ഒരു രോഗനിർണയത്തിലും എത്തിയിട്ടുണ്ടാവില്ല. അല്ലെങ്കിൽ രോഗനിർണയത്തിന് വേണ്ടത്ര തെളിവുണ്ടാവുകയില്ല.

ഇവിടെ വിവേചന രോഗനിർണ്ണയം (Differential Diagnosis) എങ്ങനെയാണ് ഡോക്ടർമാർ നടത്തുന്നതെന്ന് നോക്കാം. ഇവിടെ ഒരു ഷെർലക് ഹോംസിനെപ്പോലെയാണ് ഡോക്ടർ ചിന്തിക്കുന്നത്. 'അല്ലയോ വാട്സൺ, ഇപ്രകാരമല്ല, അപ്രകാരമല്ല,' എന്ന് ഓരോന്നും ഒഴിവാക്കി അവസാനം സത്യത്തെ കണ്ടെത്തുന്നു.

ഇതിനുള്ള തെളിവുകളാണ് നാം കൊടുക്കുന്ന രോഗവിവരം, ഡോക്ടർ കണ്ടെത്തുന്നവ, ലാബ് എക്സ്റെ പരിശോധനകളിൽ കണ്ടെത്തുന്ന വസ്തുതകൾ. ഈ തെളിവുകൾ സമാഹരിക്കുന്നു. ഇവ രോഗനിർണയത്തെ സാധൂകരിക്കണം. ഇതിനുള്ള സാധ്യതകൾ ഡോക്ടർ തന്റെ അറിവും പരിചയവും ഉപയോഗിച്ച് ആരായുന്നു. അവസാനം നിങ്ങളുടെ ഡോക്ടർ ഒരു രോഗനിർണയത്തിലെത്തുന്നു. അപ്രകാരം ചികിത്സ നേർവഴിയിലാകുന്നു. ഒരാൾക്ക് ഒന്നിൽ കൂടുതൽ രോഗങ്ങളുണ്ടാകാം. ഹൃദ്രോഗിക്ക് കൊളസ്ട്രോളും രക്തസമ്മർദവും പ്രമേഹവും രക്തക്കുറവും ഉണ്ടാകാം. ഇതെല്ലാം പരിഗണിച്ച് രോഗിയുടെ സാഹചര്യവും കുടുംബവുമെല്ലാം കണക്കിലെടുത്ത് ഡോക്ടർ രോഗിയെ സമീപിക്കുമ്പോൾ ചികിത്സ പൂർണതയിലെത്തുന്നു.

രോഗലക്ഷണങ്ങളുമായാണല്ലോ രോഗി ഡോക്ടറെ സമീപിക്കുന്നത്. രോഗിയെയും രോഗത്തെയും സമീപിക്കുമ്പോൾ ആ ലക്ഷണം എപ്രകാരം വന്നു എന്നന്വേഷിക്കുന്നതോടെ അതിന്റെ വിശദാംശങ്ങളും ഡോക്ടർ അന്വേഷിക്കും. അപ്പോഴാണ് അഗണ്യമെന്ന് രോഗി കരുതിയിരുന്ന പല കാര്യങ്ങളും പുറത്ത് വരുന്നത്. അപ്പോൾ രോഗിയുടെ പരാതി പൂർണമാകുന്നു. ആ അവസ്ഥയിൽ എന്തെല്ലാം സാധ്യതകൾ ഉണ്ടെന്ന് ഡോക്ടർ പരിഗണിക്കുന്നു. അവിടെയാണ് വിവേചന ബുദ്ധി കടന്നുവരേണ്ടത്.

വിവേചന രോഗനിർണ്ണയം

ഇതിൽ എല്ലാ സാധ്യതകളും വരുന്ന പട്ടികയാണ്. ഇതിൽ നിന്നു

മാണ് യഥാർഥ രോഗനിർണയം ഉരുത്തിരിഞ്ഞ് വരേണ്ടത്. ലബോറട്ടറി, എക്സ്റേ തുടങ്ങിയ പരിശോധനകളിലൂടെയും രോഗലക്ഷണങ്ങളുടെ സാംഗത്യവും പരിഗണിച്ച് സാധ്യതകൾ കുറഞ്ഞു വരുന്നു.

വിവേചന രോഗനിർണയത്തിൽ പ്രായോഗികമായി ചില പ്രധാന ലക്ഷണങ്ങളും അവയിലെ രോഗസാധ്യതകളും നോക്കാം.

ആദ്യത്തെ ഉദാഹരണമായി വയറ്റിൽ വേദന എടുക്കാം. വയറ്റിൽ വേദന എന്നാൽ വയറിലെ അസുഖകരമായ അനുഭവമാണ്. അരക്കെട്ടു മുതൽ നെഞ്ച് വരെയുള്ള ഭാഗത്ത് ഉണ്ടാകുന്ന ഈ അനുഭവം പല തരത്തിലാകാം. അവഗണിക്കാവുന്ന തലംതൊട്ട് വളരെ കഠിനവും അസഹ്യവുമാകാം. അത് തുടർച്ചയായുള്ളതോ ഇടവിട്ടു വരുന്നതോ ആകാം. അത് മണിക്കൂറുകളോ ആഴ്ചകളോ മാസങ്ങളോ വർഷങ്ങളോ നീണ്ടു നിൽക്കുന്നതാകാം. വയറുവേദന വളരെ സാധാരണ കണ്ടുവരുന്ന ഒരു രോഗ ലക്ഷണമാണ്.

ഏതൊക്കെയാണതിന്റെ കാരണങ്ങൾ എന്നു നോക്കാം. ഇതിൽ ചിലവ നിസ്സാരമാകാം. ഉദാഹരണമായി വയറ്റിലെ ഗ്യാസ് എന്നു പറയുന്ന അമ്ലാധിക്യം, വയറിനു മുകളിലുള്ള പേശിവേദന. വയർ എന്നു പറയുന്നതിനു തന്നെ ആശയക്കുഴപ്പം ഉണ്ടാകാം. നെഞ്ചു മുതൽ അരക്കെട്ടുവരെയുള്ള ശരീരഭാഗത്തെ വയർ എന്നു പറയാറുണ്ട്. അതുപോലെ അതിനുള്ളിലുള്ള അവയവമായ ആമാശയത്തെയും വയറെന്നു പറയാറുണ്ട്. ശരീരശാസ്ത്രം പഠിച്ച ഡോക്ടർമാർ ഓരോ അവയവത്തെയും ശരീരശാസ്ത്രപരമായാണ് (anatomical & physiological) പരിഗണിക്കുന്നത്. എന്നാൽ, ആ അറിവ് ഇല്ലാത്ത രോഗികൾ അത് അവതരിപ്പിക്കുമ്പോൾ ആശയവിനിമയത്തിൽ പ്രശ്നമുണ്ടാകരുത്. അതുകൊണ്ട് രോഗികൾ വിവരം പറയുമ്പോൾ കൃത്യത പാലിക്കുന്നത് നല്ലതാണ്. കഠിനമായ വയറുവേദനയാണെങ്കിൽ പൂർണമായ രോഗനിർണയത്തിന് കാത്തു നിൽക്കാതെ ചികിത്സ ഉടനെ ആരംഭിക്കണം. അതിന് സമയം കളയാതെ ആശുപത്രിയിൽ പോയി ഡോക്ടറെ കാണണം. അതുപോലെ വയറു വേദനക്കൊപ്പം വയറിളക്കവും നെഞ്ചു വേദനയുമുണ്ടെങ്കിലും രോഗത്തിന്റെ ഗൗരവം പരിഗണിച്ച് വേഗംതന്നെ ഡോക്ടറെ കാണണം.

ഏതൊക്കെയാണ് വയറുവേദനയുടെ കാരണങ്ങളെന്ന് നോക്കാം: ചില ഭാഗത്ത് മാത്രം വേദനയുണ്ടാകുന്ന വയറു വേദനകളുണ്ട്. ഉദാ: അപ്പെൻഡിസൈറ്റിസ്, ക്രോൺസ് രോഗം, ഡൈവെർട്ടിക്കുലൈറ്റിസ് എന്നിവ.

പൊതുവായ വയറുവേദനയുടെ കാരണങ്ങൾ

പ്രമേഹത്തിലുണ്ടാകുന്ന കീറ്റോ അസിഡോസിസ് (ketoacidosis), ആഘാതങ്ങൾ, കുടലിന്റെ ചലനതടസം, കുട്ടികളിൽ കാണപ്പെടുന്ന കുടൽ സോക്സ്പോലെ ഉള്ളിൽ കയറി തടസമുണ്ടാകൽ, ഇറിട്ടബിൾ

കുടൽ രോഗം, ഈയം ശരീരത്തിനകത്തു അധികം കടന്നാൽ ഉള്ള രോഗം, കുടലിനടുത്തുള്ള കഴലവീക്കം, യകൃത്ത് രോഗം, പെൽവിസിലെ രോഗാണുബാധ, പെരിട്ടോണിയത്തിലെ പഴുപ്പ്, രക്തത്തിലെ അരിവാൾ രോഗം, വയറിലെ പേശി വേദന, മഹാധമനിയിലെ ഭിത്തികൾ വികസിക്കുന്ന രോഗം, വൃക്കരോഗം, വയറിൽ വരുന്ന വൈറസ് രോഗം എന്നിവയാണ്. അടിവയറ്റിലെ വേദനകൾ ഉണ്ടാകുന്നത് മൂത്രാശയ രോഗാണുബാധ, ഡൈവർട്ടിക്കുലൈറ്റിസ് (diverticulitis), സ്ഥാനം തെറ്റിയ ഗർഭധാരണം, ഗർഭപാത്രത്തിലെ എൻഡോമെട്രിയോസിസ് (endometriosis), കുടലിലെ തടസം, അണ്ഡാശയരോഗങ്ങൾ, പെൽവിസിലെ രോഗങ്ങൾ, അണ്ഡവാഹിനിക്കുഴലിലെ പഴുപ്പ് എന്നിവയാണ്.

വേദന മുകൾ വശത്താണെങ്കിൽ പരിഗണിക്കേണ്ട കാരണങ്ങൾ

അഞ്ചൈന (angina) എന്ന ഹൃദ്രോഗം മൂലമുള്ള വേദന, അപ്പെൻഡിസൈറ്റിസ് (appendicitis), പിത്തക്കുഴൽ പഴുപ്പ്, പിത്താശയപ്പഴുപ്പ്, ഡുവോഡിനം (duodenum) പഴുപ്പ്, പിത്താശയക്കല്ല്, വയറിലെ അമ്ലാധിക്യം, ഹൃദ്രോഗം, കരൾരോഗം കുടലിലെ രക്തക്കുഴലിലെ രക്ത ഓട്ടം കുറയൽ, ഹോഡ്കിൻസ് രോഗം, പെരികാർഡിയൽ രോഗം, പ്ലൂരസി (pleurisy), ന്യൂമോണിയ, ന്യൂമോതൊറാക്സ് (pnumonia, pneumothorax), പൈലോറിക് ദ്വാരം അടയൽ, തൊറാസിക് മഹാധമനി വികാസം എന്നിവയാണ്.

വയറിന്റെ മധ്യഭാഗത്തുള്ള വേദനയാണെങ്കിൽ

അപ്പെൻഡിസൈറ്റിസ്, പ്രമേഹം മൂലമുള്ള കീറ്റോഅസിഡോസിസ് (ketoacidosis), കുടൽ തടസം, മിസെൻടെറിക് (mysenteric) ധമനി തടസം, യകൃത്ത് രോഗം, മധ്യമഹാധമനിയിലെ വികാസരോഗം, വൃക്കരോഗം എന്നിവയാണ്.

വയറുവേദന താഴെ ഇടത്തു വശത്താണെങ്കിൽ

അപ്പെൻഡിസൈറ്റിസ്, അർബുദം, ക്രോൺസ് രോഗം (Crohn`s Disease), സ്ഥാനംതെറ്റിയ ഗർഭധാരണം, ഗർഭാശയത്തിലെ എൻഡോമെട്രിയോസിസ് (endometriosis), ഡൈവെർടിക്കുലൈറ്റിസ്, ഇൻഗ്വയ്നൽ ഹെർണിയ (inguinal hernia), കുടൽ തടസം, വൃക്കയിൽ പഴുപ്പ്, വൃക്കക്കല്ല്, അണ്ഡാശയത്തിലെ രോഗം, മധ്യമഹാധമനി വികസനരോഗം, അണ്ഡവാഹിനിക്കുഴലിലെ പഴുപ്പ്, വൻകുടലിലെ വ്രണത്തോടുകൂടിയുള്ള രോഗം എന്നിവയാണവ.

വയറിന്റെ മുകളിൽ ഇടത്തുവശത്തുള്ള വേദന

അഞ്ചൈന, അർബുദം, ഡൈവെർടിക്കുലൈറ്റിസ്, ശ്വാസകോ

ശത്തിന്റെ ഉൾ ആവരണത്തിലെ പഴുപ്പ്, പ്ലീഹരോഗം, മലബന്ധം കൊണ്ട് വൻകുടൽ അടയൽ, ഹൃദ്രോഗം, വയറിൽനിന്നും നെഞ്ചിലേക്കുള്ള ഹെർണിയ, വൃക്കയിലെ രോഗാണുബാധ, വൃക്കയിലെ കല്ല്, യകൃത്തിലെ രോഗാണുബാധ, ന്യൂമോണിയ, ശ്വാസകോശത്തിലേക്ക് രക്തഓട്ടം തടസപ്പെടൽ, കുഞ്ഞുങ്ങളിൽ പൈലോറസിൽ തടസം, പ്ലീഹ ആഘാതംമൂലം തകരുക, അവിടെ ചലം കെട്ടിക്കിടക്കുക, മധ്യമഹാധമനി വികസന രോഗം, വൻകുടലിലെ ആഘാതം എന്നിവയാണ്.

വയറിന്റെ താഴെ വലതുവശത്തുള്ള വേദന

അപ്പെൻഡിസൈറ്റിസ്, അർബുദം, പിത്തസഞ്ചി രോഗാണുബാധ, ഡൈവെർടിക്കലൈറ്റിസ്, സ്ഥാനം തെറ്റിയുള്ള ഗർഭധാരണം, ഗർഭപാത്രത്തിലെ എൻഡോമെട്രിയോസിസ്, ഇൻഗ്വയ്നൽ ഹെർണിയ, കുടൽ തടസം, വൃക്കയിൽ പഴുപ്പ്, വൃക്കക്കല്ല്, അണ്ഡാശയത്തിലെ രോഗം മധ്യമഹാധമനി വികസനരോഗം, അണ്ഡവാഹിനിക്കുഴലിലെ പഴുപ്പ്, ആമാശയ ഫ്ളു എന്നുപറയുന്ന വൈറസ് രോഗം.

വയറിന്റെ മുകളിൽ വലതു വശത്തുള്ള വേദന

അപ്പെൻഡിസൈറ്റിസ്, പിത്തക്കുഴൽ പഴുപ്പ്, പിത്താശയ അർബുദം, പിത്താശയക്കല്ല്, ഗാസ്റ്റ്രൈറ്റിസ് (gastritis), കരൾ രോഗം, ഡൈവെർട്ടിക്കുലൈറ്റിസ്, വൻകുടലിൽ മലബന്ധംകൊണ്ട് കട്ടിയുള്ള മലം വരുന്ന അവസ്ഥ, വയറിൽനിന്നും നെഞ്ചിലേക്കുള്ള ഹെർണിയ, കുടൽ തടസം, കരൾ അർബുദം, യകൃത്തിലെ അർബുദം, യകൃത്തിലെ രോഗാണുബാധ, വയറിലെ അമ്ലാധിക്യം, പെരികാർഡിയത്തിലെ രോഗാണുബാധ, പ്ലൂരസി, ന്യൂമോണിയ, ശ്വാസകോശത്തിലേക്കുള്ള രക്ത ഓട്ടം നിലയ്ക്കുക, കുഞ്ഞുങ്ങളിലെ പൈലോറസിൽ തടസം, ആമാശയ അർബുദം, അഞ്ചാംപനിയും അതുപോലുള്ള വൈറസ് രോഗങ്ങളും എന്നിവയാണവ.

വയറുവേദന ഒരു പരാതി മാത്രമാണെങ്കിലും അതുവെച്ച് രോഗനിർണയം വളരെ സങ്കീർണമാണെന്നും ചികിത്സയുടെ വിവിധ വശങ്ങളും പരിഗണിക്കപ്പെടേണ്ടതുണ്ടെന്നും നമുക്ക് മനസിലായി.

ഇനി സാധാരണ പറയാറുള്ള വേറൊരു ലക്ഷണമായ പനിയെ എടുക്കാം.

പനി

പനി ഉണ്ടെങ്കിൽ ഒരു കാര്യം ഉറപ്പിക്കാം, ശരീരത്തിൽ എന്തോ കുഴപ്പമുണ്ട്. സാധാരണ ഗതിയിൽ ശരീര ഊഷ്മാവ് അൽപ്പമായി സമയം, വ്യക്തിവ്യത്യാസം എന്നിവയനുസരിച്ച് മാറിക്കൊണ്ടിരിക്കും. മെർക്കുറി തെർമോമീറ്റർ ഉപയോഗിച്ച് രണ്ട് മിനിറ്റുകൊണ്ടും, ഇലക്ട്രോണിക് തെർമോമീറ്റർ ഉപയോഗിച്ച് വേഗത്തിലും ഊഷ്മാവ് അളക്കാം. 103

ഡിഗ്രിയിൽ കൂടുതൽ പനിക്ക് അടിയന്തിര ചികിത്സ വേണം. കൈക്കുഞ്ഞുങ്ങൾക്ക് നേരിയ പനിയുണ്ടെങ്കിലും വലിയ രോഗാണുബാധയുണ്ടാകാം. അതുപോലെ തന്നെയാണ് വളരെ മുതിർന്നവരിലും.

പനിയും രോഗാണുബാധയുടെ കാഠിന്യവും തമ്മിൽ ആനുപാതിക ബന്ധമില്ല. ചെറിയ അണുബാധകൊണ്ട് വലിയ പനിയും വലിയ അണുബാധമൂലം ചെറിയ പനിയും ഉണ്ടാകാം. പനിയുടെ കാരണം എല്ലാം അണുബാധ കൊണ്ടാവണമെന്നില്ല. ചെറിയ പനികൾ പലതിനും മുതിർന്നവർക്ക് മരുന്നു കഴിക്കണമെന്നില്ല. തനിയെ മാറിക്കൊള്ളും. പലരും ഡോക്ടറുടെ പരിശോധനയും കുറിപ്പടിയുമില്ലാതെ ഏതെങ്കിലും മരുന്നു വാങ്ങിക്കഴിക്കാറുണ്ട്. ഇത് അപകടകരമാണ്.

എന്തൊക്കെയാണ് പനിയുടെ ലക്ഷണങ്ങൾ?

വിയർപ്പ്, വിറയൽ (ഇത് പ്രത്യേകിച്ചും, മൂത്രാശയ രോഗാണുബാധ, ശ്വാസകോശത്തിലെ പഴുപ്പ്, മലേറിയ, ടൈഫോയ്ഡ്, ഫ്ളു തുടങ്ങിയ വൈറസ് പനികൾ, ടോൺസിലൈറ്റിസ് (tonsillitis), ന്യൂമോണിയ, പിത്താശയ പഴുപ്പ്, പൈലോനെഫ്രൈറ്റിസ് (pyelonephritis), കരൾ കുടൽ എന്നിവിടങ്ങളിലെ പഴുപ്പ്, ബാക്ടീരിയൽ എൻഡോകാർഡൈറ്റിസ്, സെപ്ടിസീമിയ (bactrial endocarditis, septicemia) ചില മരുന്നുകളുടെ പാർശ്വഫലം ഉദാ: അംഫോട്ടെറിസിൻ (amphotericin) എന്നീ ഗുരുതര രോഗങ്ങളിലും അവസ്ഥകളിലുമാണ് കാണുന്നത്. തലവേദന, പേശിവേദന, വിശപ്പില്ലായ്മ, നിർജലനീകരണം, ക്ഷീണം എന്നീ ലക്ഷണങ്ങൾ കൂടെ കാണും. 103 ഡിഗ്രി ഫാരൻഹീറ്റിനേക്കാൾ കൂടുതൽ പനിയുണ്ടെങ്കിൽ മിഥ്യാശ്രവണം, ഓർമപ്പിശക്, പെട്ടെന്ന് ദേഷ്യം വരൽ എന്നിവ ഉണ്ടാകാം. ഉയർന്ന ഊഷ്മാവ് മസ്തിഷ്കത്തെ ബാധിക്കുന്നതു കൊണ്ടാണിത് സംഭവിക്കുന്നത്. കുട്ടികളിൽ 102 ഡിഗ്രി ഫാരൻഹീറ്റിനേക്കാൾ കൂടുതൽ പനിയുണ്ടെങ്കിൽ ചുഴലിബാധ ഉണ്ടാകാം. അത് അപസ്മാരമല്ല, കേവലം പനിച്ചുഴലിയാണ്. എന്നാലും വേഗം വൈദ്യസഹായം തേടണം. പനി വായിലും, ഗുദത്തിലും, കക്ഷത്തും, ചെവിയിലും നോക്കാറുണ്ട്. കക്ഷത്ത് പനി നോക്കുമ്പോൾ അഞ്ചു മിനിറ്റ് തെർമോമീറ്റർ അവിടെ വെക്കണം. കക്ഷത്തെ പനി വായിലേതിനേക്കാൾ അൽപ്പം കുറവായിരിക്കും. കൈക്കുഞ്ഞുങ്ങളിൽ ഗുദത്തിൽ നോക്കുന്നതാണ് സൗകര്യപ്രദം. കമിഴ്ത്തികിടത്തിയതിനു ശേഷം ജെല്ലി പുരട്ടി സാവധാനത്തിൽ തെർമോമീറ്റർ അകത്തു കയറ്റുക. മൂന്നു മിനിറ്റ് അവിടെ വെക്കുക. കുട്ടി കരയുകയാണെങ്കിൽ തെർമോമീറ്റർ അകത്തേക്ക് പോകാനിടയുണ്ട്. കൈക്കുഞ്ഞുങ്ങളിൽ 101 ഡിഗ്രി ഫാരൻഹീറ്റിനേക്കാൾ കൂടുതൽ പനിയുണ്ടെങ്കിൽ സൂക്ഷിക്കുകയും ഡോക്ടറെ കാണിക്കുകയും വേണം.

ഏറ്റവും ശ്രദ്ധിക്കേണ്ട കാര്യങ്ങൾ

മൂന്നു മാസത്തിലും താഴെ പ്രായമാവുക, പാലു കുടിക്കാതിരിക്കുക,

പനിയോടൊപ്പം വാശി കൂടുക, പനിയോടൊപ്പം തളർച്ചയും പ്രതികരിക്കാതിരിക്കുകയും ചെയ്യുക (മസ്തിഷ്കത്തിലും കശേരുനാഡിയിലും ബാധിക്കുന്ന മെനിഞ്ചൈറ്റിസ് തുടങ്ങിയ രോഗങ്ങളിൽ ഇപ്രകാരമുണ്ടാകാം) ഈ പ്രായമുള്ള കുട്ടികളിൽ രോഗാണുബാധയോടൊപ്പം ഊഷ്മാവ് താഴാറുണ്ട്. ഇത് വളരെ ശ്രദ്ധിക്കേണ്ട കാര്യമാണ്. പനിയോടൊപ്പം കുട്ടിക്ക് ഛർദിയുണ്ടെങ്കിൽ വളരെ ശ്രദ്ധിക്കേണ്ടതാണ്. അതുപോലെ ചെറിയ പനിയാണെങ്കിലും രണ്ടു ദിവസത്തിൽ കൂടുതലാണെങ്കിൽ ശ്രദ്ധിക്കണം. രോഗപ്രതിരോധശക്തി കുറയുന്ന രോഗങ്ങളുള്ള അവസ്ഥയിലും കോർട്ടിസോൺ തുടങ്ങിയ മരുന്നുകൾ കഴിക്കുമ്പോഴും ഉണ്ടാവുന്ന പനികൾ വളരെ ഗൗരവമായെടുക്കണം. അതുപോലെ പുതിയ ഏതെങ്കിലും മരുന്ന് കഴിച്ച ഉടനെ പനി കാണുകയാണെങ്കിൽ അതും ഗൗരവമായെടുക്കണം. ഈ അവസരങ്ങളിലെല്ലാം ഉടനെ വൈദ്യസഹായം തേടണം.

മുതിർന്നവരിൽ കാണുന്ന പനി

103 ഡിഗ്രി ഫാരൻഹീറ്റിനേക്കാൾ കൂടുതൽ പനിയുണ്ടെങ്കിൽ അത് ഗൗരവമായെടുക്കണം. അതിലും ചെറിയ പനിയാണെങ്കിലും അത് മൂന്നു ദിവസത്തിൽ കൂടുതലാണെങ്കിൽ ഗൗരവമായെടുക്കണം. പനിയോടൊപ്പം കടുത്ത തലവേദന, തൊണ്ടവീക്കം, തടിച്ചു പൊങ്ങൽ, ആ പൊങ്ങൽ കൂടുതലാകുക, വെളിച്ചത്തേക്ക് നോക്കുവാൻ പ്രയാസം തോന്നുക, കഴുത്തിൽ പിടുത്തവും വേദനയും ഉണ്ടാവുക, ഓർമത്തകരാറുകൾ, മാറാത്ത ഛർദി, ശ്വാസത്തിൽ പ്രയാസം, നെഞ്ചു വേദന, ദേഷ്യം വരുക, വിശ്രമമില്ലാതിരിക്കുക, വയറ്റിൽ വേദന, മൂത്രമൊഴിക്കുമ്പോൾ പ്രയാസം, വിവരിക്കാനാവാത്ത മറ്റു പ്രയാസങ്ങൾ എന്നിവ കാണുന്നുണ്ടെങ്കിൽ ഉടനെ ഡോക്ടറെ കാണണം.

സാധാരണ ശരീര ഊഷ്മാവ് രാവിലെ കുറവും വൈകിട്ട് കൂടുതലുമായിരിക്കും. അത് കണക്കിലെടുക്കണം. 97 നും 99 നും ഇടയ്ക്ക് ഊഷ്മാവ് മാറിക്കൊണ്ടിരിക്കും. സാധാരണ ഊഷ്മാവ് 98.6 ആണെന്ന് കണക്കാക്കപ്പെട്ടിരിക്കുന്നു. മാസമുറ സമയത്തും കഠിനാധ്വാനം ചെയ്യുമ്പോഴും ഊഷ്മാവ് കൂടും.

മുതിർന്നവരിലെ പനിയുടെ കാരണങ്ങൾ

വൈറസ്, ബാക്ടീരിയ അണുബാധകൾ, ഉഷ്ണത്തളർച്ച, സൂര്യാഘാതം, സന്ധിരോഗമായ റുമറ്റോയ്ഡ് ആർത്രൈറ്റിസ്, അർബുദം, ചില ആന്റിബയോട്ടിക്, രക്തസമ്മർദ മരുന്ന്, അപസ്മാര മരുന്ന്, ചില വാക്സിനുകൾ ഉദാ: ഡി ടി പി, ന്യൂമോകോക്കൽ വാക്സിൻ എന്നിവ. സാധാരണ വിവേചന രോഗനിർണയത്തിൽ വളരെ കുഴക്കുന്ന പ്രശ്നമാണ് ചിലതരം പനികളുടെ കാരണം കണ്ടുപിടിക്കുക എന്നത്. 101 ഡിഗ്രി ഫാരൻഹീറ്റിൽ കൂടുതലുള്ള പനി മൂന്നാഴ്ചത്തേക്ക് ഡോക്ടർക്ക്

കണ്ടുപിടിക്കാനാകാതെ വന്നാലതിനെ രോഗനിർണയം നടത്താൻ കഴിയാത്ത പനി എന്നു പറയും.

തലചുറ്റൽ

ഇത് പെട്ടെന്ന് വന്ന് പെട്ടെന്ന് പോകുന്നതായിരിക്കാം. പെട്ടെന്ന് അടി തെറ്റിയപോലെ തോന്നി ഒന്നും ചെയ്യാൻ പറ്റാതെയാകുന്നു. ഒരിക്കലെങ്കിലും ഇപ്രകാരം തോന്നി ഡോക്ടറെ കാണാൻ അമ്പതു ശതമാനം പേരെങ്കിലും ജീവിതത്തിലൊരിക്കൽ പോയിട്ടുണ്ടാകും.

ഇതിന്റെ ലക്ഷണങ്ങൾ മൂന്നു തരത്തിലാണ് കാണപ്പെടുന്നത്.

1. തലയ്ക്ക് ഒരു ഭാരക്കുറവ് പോലെ തോന്നുക.
2. സമതുലനം ഇല്ലാതെ വീഴുമെന്ന അവസ്ഥ.
3. ചുറ്റുമുള്ളതെല്ലാം കറങ്ങിക്കൊണ്ടിരിക്കുന്നു എന്ന അനുഭവം. അല്ലെങ്കിൽ സ്വയം കറങ്ങുന്നു എന്ന അനുഭവം.

ഇതിലേത് അനുഭവമാണെന്ന് വിശദീകരിക്കുകയാണെങ്കിൾ അത് ഡോക്ടർക്ക് എളുപ്പമായിരിക്കും. പല തലചുറ്റലിന്റെയും കാരണങ്ങൾ അകംചെവിയിൽ നിന്നായിരിക്കും.

എന്തൊക്കെയാണ് തലചുറ്റലിന്റെ കാരണങ്ങൾ?

ബിനൈൻ പാരോക്സിസ്മൽ പൊസിഷനൽ വെർട്ടൈഗൊ (benign paroxysmal positional vertigo).

മധ്യചെവിയിലെ പഴുപ്പ്.

മിനിയേഴ്സ് രോഗം (Menier`s Disease).

യാത്ര ചെയ്യുമ്പോഴുണ്ടാകുന്ന തല ചുറ്റൽ.

മസ്തിഷ്കത്തിൽ വേണ്ടത്ര രക്ത ഓട്ടം ഇല്ലാതിരിക്കുക. രക്തക്കുറവ്.

ഇതിന്റെ മറ്റു കാരണങ്ങൾ.

അർടീരിയോസ്ക്ലിറോസിസ് (arteriosclerosis) എന്ന രക്തക്കുഴൽ ചുരുങ്ങുന്ന അവസ്ഥ, നിർജലനീകരണം, ഹൃദയതാളം തെറ്റുക, എഴുന്നേൽക്കുമ്പോൾ രക്തസമ്മർദം താഴുന്ന അവസ്ഥ, സ്ട്രോക്, അൽപ്പസമയം മാത്രം നീണ്ടുനിൽക്കുന്ന രക്ത ഓട്ടം കുറയുന്ന അവസ്ഥ.

ചില മരുന്നുകൾകൊണ്ട് ഉണ്ടാവുന്ന തലചുറ്റലുകൾ

ഡിപ്രഷനുള്ള മരുന്നുകൾ, അപസ്മാര മരുന്നുകൾ, രക്തസമ്മർദ മരുന്നുകൾ, മയക്കമുണ്ടാക്കുന്ന (sedative) മരുന്നുകൾ, മാനസികരോഗത്തിന് കൊടുക്കുന്ന ട്രാങ്കുലൈസർ (tranquillizer) മരുന്നുകൾ.

മറ്റു കാരണങ്ങൾ

മസ്തിഷ്കാഘാതം. (Concussion)

ഉൽക്കണ്ഠരോഗം.

രക്തത്തിൽ പഞ്ചസാര കുറയുമ്പോൾ.

ചെന്നികുത്തൽ.
പാനിക് ഡിസോഡർ (panic disorder)

തലവേദന

തലഭാഗത്തുള്ള വേദനയാണ് തലവേദന എന്ന് എല്ലാവർക്കുമറിയാം. ഇത് ഒരു വശത്തോ രണ്ടു വശത്തോ ഉണ്ടാകാം. ഇത് തലയുടെ ചില ഭാഗത്ത് മാത്രമുണ്ടാകുന്നതാകാം. ഒരു വശത്ത് തുടങ്ങി മറ്റു വശങ്ങളിലേക്ക് പടരുന്നതായിരിക്കാം. തലവേദനയുടെ സ്വഭാവമനുസരിച്ച് അത് വളരെ ശക്തമാകാം, വിങ്ങുന്ന തരമാകാം, ഒരു ബോറുപോലുള്ളതാകാം, ലഘുവായതാകാം. അത് സാവധാനത്തിലോ പെട്ടെന്നോ വരാം. ഏതാനും മണിക്കൂറു മുതൽ പല ദിവസങ്ങളോളം അത് നീണ്ടു നിൽക്കാം.

തലവേദനയുടെ സ്വഭാവവും ലക്ഷണവും പരിഗണിച്ച് പരിശോധനയുടെ ഫലവും കണക്കിലെടുത്ത് ഡോക്ടർ രോഗനിർണയത്തിലെത്തുന്നു. അതനുസരിച്ചാണ് ചികിത്സ തീരുമാനിക്കുന്നത്. പല തലവേദനകളും ഗൗരവമുള്ളതല്ല. എന്നാൽ, ചിലത് വളരെ ഗൗരവമുള്ളതും അടിയന്തിര വൈദ്യസഹായം വേണ്ടിവരുന്നതുമാണ്.

തലവേദന പലതരത്തിലുമുണ്ട്. അവ ഏതൊക്കെയാണ്?

തലയിലെ വേദന അറിയുന്ന ഭാഗങ്ങളിൽ തകരാറു വരുമ്പോഴാണ് തലവേദന തോന്നുന്നത്. മറ്റു കാരണമില്ലാതെ പ്രാഥമികമായി അവിടെ നിന്നു മാത്രം വരുന്ന തലവേദന ഏതെങ്കിലും രോഗത്തിന്റെ ബാഹ്യലക്ഷണമല്ല. മസ്തിഷ്കം, ഞരമ്പ്, ധമനികൾ, സിരകൾ, പേശികൾ എന്നിവിടങ്ങളിലെ രാസപ്രവർത്തനം എന്നിവ ഈ പ്രാഥമിക തലവേദനയ്ക്ക് കാരണമാകാം. ജന്മനാ ഉള്ള ജീനിലെ (gene) പ്രത്യേകതമൂലം എളുപ്പത്തിൽ തലവേദന വരുന്നവരുണ്ട്.

ഈ പ്രാഥമിക തലവേദന ഏതൊക്കെ തരത്തിലാണെന്ന് നോക്കാം. ക്ലസ്റ്റർ തലവേദന (cluster headache) എന്ന കൂട്ടമായി വരുന്ന തലവേദന, ചെന്നികുത്തൽ, ട്രൈജെമിനൽ ആട്ടണോമിക് കിഫാൽജിയ (trigeminal autonomic cphalgia ഇതിൽ ക്ലസ്റ്റർ തലവേദനയും ഇടയ്ക്കു വരുന്ന ഒരു വശത്തെ തലവേദനയും ഉണ്ടാകും).

മറ്റു തലവേദനകൾ ഇവയാണ്.

ദിവസേന ഉണ്ടാകുന്ന പഴകിയ തലവേദന, ചുമയ്ക്കുമ്പോഴുണ്ടാകുന്ന തലവേദന, വ്യായാമം ചെയ്യുമ്പോഴുണ്ടാകുന്ന തലവേദന, ഉറങ്ങുമ്പോഴുണ്ടാകുന്ന തലവേദന, മദ്യം കഴിക്കുമ്പോഴുണ്ടാകുന്ന തലവേദന, ചില ഭക്ഷണം കഴിക്കുമ്പോഴുണ്ടാകുന്നത്, ഉറക്കമില്ലാത്തപ്പോഴുണ്ടാകുന്നത്, ഭക്ഷണം കഴിക്കാതിരിക്കുമ്പോഴുണ്ടാകുന്നത്, വെയിൽ കൊള്ളുമ്പോഴുണ്ടാകുന്നത്, മാനസികസമ്മർദം കൊണ്ടുണ്ടാകുന്നത് എന്നിവയാണ്.

രണ്ടാംനിര കാരണങ്ങൾ

ധമനികളുടെ രോഗം, രക്തം കട്ടയാകുന്നത്, ധമനി വികാസ രോഗം, ധമനിയും സിരയും തമ്മിൽ കാപ്പിലറിയില്ലാതെ നേരിട്ട് ബന്ധപ്പെടുന്ന അവസ്ഥ, മസ്തിഷ്ക മുഴകൾ, കാർബൺ മോണോക്സൈഡ് (carbon monoxide) വിഷബാധ, മസ്തിഷ്കാഘാതം, എൻകഫലൈറ്റിസ് (encephalitis), ഗ്ലൗക്കോമ (glaucoma), ഫ്ളു (flu), മെനിൻജൈറ്റിസ് (meningitis), കൂടുതൽ മരുന്നു കഴിച്ച അവസ്ഥ, ഐസ്ക്രീം തലവേദന, സൈനസ് (sinus) തലവേദന, കശേരു നാഡി കേടുവരുമ്പോഴുള്ള തലവേദന എന്നിവയാണ്. ഈ കാരണങ്ങളെ വിലയിരുത്തിയാണ് കുടുതൽ പരിശോധനയും ലബോറട്ടറി എക്സ്റെ എന്നിവയ്ക്കുശേഷം ഡോക്ടർ ശരിയായ രോഗനിർണയത്തിലെത്തുന്നത്. ചുരുക്കത്തിൽ തലവേദനയുടെ രോഗനിർണയം ഒരു തലവേദന തന്നെയാണ്.

നെഞ്ചുവേദനയുടെ കാരണങ്ങൾ

ഇത് സാധാരണ വൈകാരികതയോടെ അവതരിക്കപ്പെടുന്ന ഒരു രോഗലക്ഷണമാണ്. ഇതിന്റെ സ്വഭാവം കടുത്ത കുത്തിയിറക്കുന്ന തരമായിരിക്കാം, അല്ലെങ്കിൽ കഠിനമല്ലാത്ത വേദനയാകാം. ചിലത് അമർത്തി ഞെരുക്കുന്നതു പോലെയാകാം, അല്ലെങ്കിൽ പൊള്ളുന്നത് പോലെയാകാം. ചിലപ്പോഴത് കഴുത്തിലേക്ക് പോകുന്നതു പോലയോ, പുറത്തേക്ക് പോകുന്നത് പോലെയോ തോന്നാം. അതുമല്ലെങ്കിൽ രണ്ടു കൈകളിലേക്കും പോകുന്നത് പോലെ തോന്നാം. പല രോഗങ്ങൾകൊണ്ടും നെഞ്ചുവേദന വരാം. അവ ഹൃദയം, ശ്വാസകോശം എന്നീ സുപ്രധാന അവയവങ്ങളെ ബാധിക്കുന്നവയാകാം. സുപ്രധാന അവയവങ്ങളെ ബാധിക്കുന്നതുകൊണ്ട് വേഗം വൈദ്യസഹായം തേടിയിരിക്കണം.

പലപ്പോഴും അത് ഹൃദയസംബന്ധമായ വേദനയായിരിക്കുകയില്ല. ഹൃദയസംബന്ധമായ നെഞ്ചുവേദനയുടെ ലക്ഷണങ്ങൾ പ്രധാനമായും ഞെക്കുന്നതുപോലെ തോന്നുക, വരിഞ്ഞു മുറുക്കുന്നതുപോലെ തോന്നുക, കഴുത്തിലേക്ക് പോകുന്നതുപോലെ തോന്നുക, അവിടെ താടി, ചുമൽ, കൈകൾ, ഇടതുകൈ എന്നിവിടങ്ങളിലേക്ക് പോകുന്നതുപോലെ തോന്നുക എന്നിവയുണ്ടാകും. കുറച്ചു മിനിറ്റുകൾ നീണ്ടു നിൽക്കുക, പിന്നെ അപ്രത്യക്ഷപ്പെട്ട് വീണ്ടും വരിക, കൂടെ ശ്വാസം കിട്ടാതെ വരിക, വിയർപ്പും തലചുറ്റലുമുണ്ടാകുക, എന്നിവയാണ്.

ഹൃദ്രോഗമല്ലാത്ത നെഞ്ചുവേദനകൾ

നെഞ്ചുവേദനയോടൊപ്പം വായിൽ പുളിരസം തോന്നുക, ഭക്ഷണം തികട്ടി വരുന്നതുപോലെ തോന്നുക, വിഴുങ്ങാൻ പ്രയാസം തോന്നുക, മാറിക്കിടക്കുമ്പോൾ ആശ്വാസം തോന്നുക, ശ്വാസം വലിക്കുമ്പോൾ കൂടുക, ചുമയ്ക്കുമ്പോൾ വേദന വരുക എന്നിവ ശ്വാസകോശകാരണ

ങ്ങളെ സൂചിപ്പിക്കുന്നു. നെഞ്ചിന്റെ മധ്യഭാഗത്ത് എരിയുന്നതുപോലുള്ള വേദന ഹൃദ്രോഗമോ ആമാശയ അസുഖം മൂലമോ ആകാം. രോഗിയുടെ പരാതിയും പിന്നീട് ഡോക്ടർ ചോദിച്ച് കിട്ടുന്ന വിവരങ്ങളുംവെച്ച് രോഗ നിർണയം കുറച്ചുകൂടി കൃത്യമാവുന്നു. പിന്നീട് രക്തം ലബോറട്ടറി എക്സ്റേ എന്നിവയിലൂടെ ചിത്രം കൂടുതൽ വ്യക്തമാകുന്നു.

രോഗനിർണ്ണയത്തിന് ശേഷം

ശരിയായ ചികിത്സ രോഗത്തെപ്പറ്റി മനസിലാക്കിയതിനു ശേഷമുള്ള ചികിത്സയാണ്. നിങ്ങൾക്ക് നിങ്ങളുടെ ഡോക്ടറോട് ചോദിക്കുവാൻ അവ കാശമുണ്ട്. 'ഡോക്ടർ വേറെ ഏതെങ്കിലും രോഗത്തിന് സാധ്യത യുണ്ടോ?' അപ്പോൾ എപ്രകാരം ഓരോ സാധ്യതകളെയും പടിപടിയായി ഒഴിവാക്കി ഈ രോഗനിർണയത്തിലെത്തിയത് എന്നദ്ദേഹം വിവരിക്കും. അപ്പോൾ നിങ്ങൾക്ക് പഠിക്കാം ഓരോ തെളിവുകളെപ്പറ്റി, അവ എന്തെ ല്ലാമാണ്, ശരീരത്തിൽ എപ്രകാരം പ്രവർത്തിച്ചു എന്നെല്ലാം.

ഇനി ഇവയെല്ലാം ശരിയായോ എന്ന് ആവർത്തിച്ച് നോക്കണം. ടെസ്റ്റു കളും പരിശോധനയും ആവർത്തിക്കാം. റിസൾട്ടുകൾ മറ്റു രോഗികളു ടേതുമായി തെറ്റിപ്പോയിട്ടുണ്ടോ എന്ന് നോക്കാം. ചിലപ്പോൾ ഡോക്ട റോട് എല്ലാ വിവരവും പറഞ്ഞിട്ടുണ്ടാവില്ല. എങ്കിലത് പറയണം. ഏതെ ങ്കിലും ചികിത്സ രോഗനിർണയത്തെ സ്വാധീനിച്ചോ എന്നും വിലയിരു ത്തണം. പനി ലക്ഷണമായിട്ടുള്ള രോഗത്തിൽ ഡോക്ടർ അറിയാതെ നിങ്ങൾ പാരാസെറ്റമോൾ കഴിച്ചുവെന്നിരിക്കട്ടെ. അപ്പോൾ പനി എന്ന ലക്ഷണം അറിയാതെ ഡോക്ടറുടെ നിഗമനം തെറ്റിയെന്നിരിക്കും.

എന്തുകൊണ്ടാണ് ഓരോ സാധ്യതകളെയും തള്ളിക്കളഞ്ഞതെന്ന് ഡോക്ടർ പറയുമ്പോൾ എന്തുകൊണ്ടാണ് ആ ഓരോ സാധ്യതയെയും തള്ളിക്കളഞ്ഞതെന്ന് ശ്രദ്ധിക്കണം. അതിൽ ഏതെങ്കിലും സംശയമുണ്ടെ ങ്കിൽ ആ സാധ്യത വീണ്ടും പരിഗണിക്കണം.

ഡോക്ടർ തള്ളിക്കളഞ്ഞ രോഗനിർണയങ്ങൾ ഓരോന്നായി ഒരു കടലാസിൽ എഴുതുക. അതിനുശേഷം രോഗത്തിന്റെ സ്വഭാവവും കണ ക്കിലെടുത്ത് ചികിത്സയ്ക്ക് രോഗം വഴങ്ങുന്നില്ലെങ്കിൽ ഈ രോഗനിർണയ ങ്ങളെ വീണ്ടും പരിഗണിക്കണം. നാം കരുതുന്നതിലും കൂടുതൽ രോഗ നിർണയങ്ങൾ തെറ്റിപ്പോകാറുണ്ട് എന്നതാണ് സത്യം.

ഇപ്രകാരം രോഗിയുടെ ശരിയായ ബോധവൽക്കരണംകൊണ്ട് ശാക്തീകരിക്കപ്പെട്ട രോഗി ശരിയായ രോഗവിമോചനത്തിന്റെ പാതയി ലേക്ക് പോകുവാൻ കഴിയുന്നു.

ഇതിനു ശേഷമാണ് ചികിത്സയെപ്പറ്റി ഡോക്ടറും രോഗിയും തുറന്ന ചർച്ചയിലേർപ്പെടുന്നത്. ഇവിടെ സാധ്യതകൾ ഡോക്ടർ വിശദീകരി ക്കുന്നു. വസ്തുതകൾ മനസിലാക്കിയ രോഗി ഡോക്ടറുടെ സഹായ ത്തോടെ ഏതു ചികിത്സ എടുക്കണം എന്നു തീരുമാനിക്കണം. ഈ തര

ത്തിലുള്ള ചികിത്സാസഖ്യം മിക്കപ്പോഴും വിജയം കാണുന്നു. രോഗ നിർണയവും അതിലേക്ക് നയിച്ച പരശോധനകളുടെയും റെക്കാഡ് ഭദ്ര മായി ഭാവിയിലെ ഉപയോഗത്തിനായി സൂക്ഷിച്ചു വയ്ക്കേണ്ടതാണ്.

എപ്രകാരമാണ് മെഡിക്കൽ റെക്കോർഡുകൾ സൂക്ഷിക്കേണ്ട ത്? അതിന്റെ പ്രാധാന്യമെന്താണ്?

പലപ്പോഴും നമ്മുടെ രോഗികൾ ഡോക്ടറെ കാണാൻ പോകു മ്പോൾ മെഡിക്കൽ റെക്കോർഡുകൾ മറന്നു പോകുന്നത് പതിവാണ്. അത് രോഗനിർണയത്തിനും ചികിത്സയ്ക്കും ഗൗരവതരമായ പ്രശ്നങ്ങൾ സൃഷ്ടിക്കാറുണ്ട്. മാത്രമല്ല, ഈ രോഗി രോഗത്തെയും ചികിത്സയെയും ഗൗരവമായി എടുക്കുന്നില്ല എന്നൊരു തോന്നൽ ഡോക്ടറിൽ സൃഷ്ടി ക്കുന്നു.

ശരിയായ റെക്കോർഡ് ഉണ്ടെങ്കിൽ അനാവശ്യമായ ടെസ്റ്റ് ആവർത്ത നങ്ങൾ ഒഴിവാക്കാം. രോഗി ഈ നിലയിൽ എപ്രകാരം എത്തിച്ചേർന്നു എന്ന് ഡോക്ടർക്ക് വേഗം മനസിലാകും. അത് രോഗനിർണയത്തിൽ വളരെ സഹായിക്കും. മുമ്പ് ചികിത്സിച്ചിരുന്ന ഡോക്ടർമാരും വിവിധ വിദഗ്ധരും എത്തിച്ചേർന്ന നിഗമനങ്ങൾ ഇപ്പോഴത്തെ ഡോക്ടർക്ക് നല്ല വെളിച്ചം നൽകും.

രോഗികൾ റെക്കോർഡുകൾ മറന്നുപോകുന്നത്, ഡോക്ടർക്കത് ഓർമയിലുണ്ടാകും, അതിന്റെ ആവശ്യമില്ല, അത് സൂക്ഷിക്കുന്നത് തന്നെ മോശമാണ് എന്നീ ധാരണകൾ കൊണ്ടാണ് സംഭവിക്കുന്നത്. ഒരു വ്യക്തി യുടെ ആരോഗ്യകാര്യങ്ങൾ ചിട്ടയോടുകൂടി രേഖപ്പെടുത്തി വെക്കുന്ന പ്രമാണികരേഖയാണ് മെഡിക്കൽ റെക്കോർഡ് എന്നോർക്കണം. ആ രേഖയും അതിനുപയോഗിക്കുന്ന കമ്പ്യൂട്ടർ തുടങ്ങിയവയും ആശുപ ത്രിയുടെയോ ഡോക്ടറുടെയോ ഉടമസ്ഥതയിലാണെങ്കിലും രേഖകൾ രോഗിക്കവകാശപ്പെട്ടതായതിനാൽ കോപ്പിക്ക് അർഹതയുണ്ട്. ഈയിടെ അത് സംബന്ധിച്ച് സർക്കാർ ഉത്തരവ് ഇറക്കിയിട്ടുണ്ട്. അതിൽ പരി ശോധനാഫലങ്ങൾ, എക്സ്റേ, സ്കാനിങ്, ലബോറട്ടറി റിപ്പോർട്ടുകൾ, ചികിത്സ, ഓപ്പറേഷൻ തുടങ്ങിയവയുടെ കോപ്പി കൊടുക്കാൻ വ്യവസ്ഥ ഉണ്ട്. ഇത് തുടർന്നുള്ള ആരോഗ്യസംരക്ഷണത്തിന് അത്യന്താപേക്ഷി തമാണ്. പിന്നീടുള്ള ഏത് ചികിത്സയ്ക്കും ഈ മെഡിക്കൽ റെക്കോർഡു കൾ ആവശ്യമാകാറുണ്ട്. ഇവ ഫയലുകളായോ കമ്പ്യൂട്ടറിലോ സൂക്ഷി ക്കാം. പ്രത്യേക സോഫ്ട്വെയർ മുഖേന ഇലക്ട്രോണിക് ഹെൽത്ത് റെക്കോർഡ് (Electronic Health Record, HER) എന്ന രൂപത്തിൽ ഇൻഷൂറൻസ് കമ്പനികൾക്കും, പെഴ്സണൽ ഹെൽത്ത് റെക്കോർഡ് (Personnel Health Record, PHR) രൂപത്തിൽ ഓരോ രോഗിക്ക് വ്യക്തി പരമായും സൂക്ഷിക്കാം. ഇവ സൂക്ഷിക്കുന്ന വെബ്സൈറ്റുകളുണ്ട്. ഇ തിലെ വിവരങ്ങൾ രഹസ്യമായി പാസ്വേഡ് വച്ച് വ്യക്തികൾക്ക് സൂക്ഷി ക്കാം. ഈ റെക്കോർഡുകൾ മെഡിക്കൽ ആഡിറ്റിങ്ങിനും, വിദ്യാർഥിക

ളുടെ പഠനത്തിനും, ചികിത്സാനിലവാരം ഉയർത്തുന്നതിനും, ഗവേഷണ ത്തിനും, സ്ഥിതിവിവരക്കണക്കിനും വളരെ വിലപ്പെട്ട രേഖകൾ തന്നെയാ ണ്. ഇവയിൽ ആശുപത്രിയിൽ പ്രവേശിപ്പിച്ച വിവരങ്ങൾ,ഓപ്പറേഷനു മുമ്പും ശേഷവുമുള്ള വിവരം, പ്രസവസംബന്ധ വിവരം മുതലായവയും ഉൾപ്പെടുന്നു. ഡോക്ടറെ കാണുന്നതിനുള്ള തയാറെടുപ്പിൽ ഈ പൂർണ മായ റെക്കോഡ് കരുതുന്നത് അതീവ പ്രാധാന്യമർഹിക്കുന്നു.

ഡോക്ടറെ കാണുന്നതിനുമുമ്പ്

"There are, in truth, no specialities in medicine, since to know fully many of the most important diseases a man must be familiar with their manifestations in many organs"- William Osler.

പലരും വ്യക്തിബന്ധം, സൗകര്യം, ലഭ്യത, അടുപ്പമുള്ളവരുടെ നിർദ്ദേശം എന്നിവ പരിഗണിച്ച് ഡോക്ടറെ തെരഞ്ഞെടുക്കുന്നു. അപ കടം, പെട്ടെന്നുള്ള അസുഖം എന്നിവയൊഴിച്ചുള്ള സന്ദർഭങ്ങളിലെല്ലാം ഏതു ഡോക്ടറെ കാണണം എന്നാലോചിക്കേണ്ടിവരും. അതിനുള്ള അവസരം ലഭിക്കുമെന്നർഥം. എപ്പോഴും വ്യക്തിപരമായോ കുടുംബപര മായോ ചരിത്രമെല്ലാം അറിയുന്ന ഡോക്ടറെ ആദ്യം കാണുന്നതാണു ചിതം. സാധാരണ ഭൂരിപക്ഷം രോഗങ്ങൾക്കും ജനറൽ പ്രാക്ടീഷണർ ചികിത്സിച്ചാൽ മതിയാകും. നമ്മുടെ നാട്ടിൽ മിക്കവരും ആദ്യം തന്നെ സ്പെഷലിസ്റ്റിന്റെയും സൂപ്പർ സ്പെഷലിസ്റ്റിന്റെയും അടുത്തേക്ക് പോകാനാണ് ധൃതി കൂട്ടുന്നത്. ഈ പ്രവണതമൂലം സൂപ്പർ സ്പെഷലി സ്റ്റുകൾക്ക് വലിയ തിരക്കുണ്ടാവുകയും അവരുടെ പരിശോധനാനില വാരം അവരുടെ തിരക്കനുസരിച്ച് ഇടിയുകയും ചെയ്യുന്നു. അത് അനാ വശ്യ പണച്ചെലവും ബുദ്ധിമുട്ടിനും ഇടയാക്കുന്നു. മാത്രമല്ല, മറ്റു രംഗ ങ്ങളിലുള്ള രോഗങ്ങളുടെ സാധ്യത അവഗണിക്കപ്പെടുന്നതിനാൽ രോഗ നിർണയവും തെറ്റാനിടയുണ്ട്.

ജനകീയമായ ഒരു ധാരണ ഏറ്റവും തിരക്കുള്ള ഡോക്ടറാണ് ഏറ്റവും നല്ല ഡോക്ടർ എന്നാണ്. ആ ധാരണ പലപ്പോഴും തെറ്റാറുണ്ട് എന്നതാണ് സത്യം.

അതുകൊണ്ട് എപ്പോഴും കുടുംബഡോക്ടർ ആദ്യം കാണട്ടെ. അദ്ദേഹം രോഗിയെ റഫർ ചെയ്യാനും കൗൺസലിങ് ചെയ്യാനും ഏകോ പിപ്പിക്കുവാനും തുടർചികിത്സ ചെയ്യാനും വളരെ ഫലപ്രദമായ കണ്ണി യാണ്. പിന്നീട് ജനറൽ പ്രാക്ടീഷണർക്ക് ആവശ്യമെന്നു തോന്നിയാൽ സ്പെഷലിസ്റ്റിനെയോ സൂപ്പർ സ്പെഷലിസ്റ്റിനെയോ കാണാം. അപ്പോൾ അദ്ദേഹം ആവശ്യമുള്ള വിവരങ്ങൾ എല്ലാം സ്പെഷലിസ്റ്റിന് എഴുത്ത് മുഖേനയോ ഫോണിലൂടെയോ ഇമെയിൽ മുഖേനയോ അറിയിക്കുക മാത്രമല്ല, പിന്നീട് പരസ്പരം ബന്ധപ്പെട്ടുകൊണ്ടിരിക്കുകയും അതിനു ശേഷം രോഗിയെ തിരിച്ചു ജനറൽ പ്രാക്ടീഷണർക്ക് ഏൽപ്പിക്കുകയും ചെയ്യുന്നു.

ഡോക്ടറെ തെരഞ്ഞെടുക്കൽ

തെരഞ്ഞെടുക്കാനേറ്റവും പറ്റിയ സമയം ഡോക്ടറെ ആവശ്യമില്ലാത്ത സമയമാണ്. അതായത്, സാവകാശവും സമയമുള്ളപ്പോഴുമത് ചെയ്തുവെക്കാം. എന്നിട്ട് ആവശ്യം വരുമ്പോൾ കാണാം. അതുപോലെ ആശുപത്രി, ലബോറട്ടറി എന്നിവയും നിഷ്പക്ഷമായി അവയുടെ ഗുണനിലവാരം നോക്കിയതിനുശേഷം പറ്റിയത് തെരഞ്ഞെടുത്തുവയ്ക്കാം. ഇവയുടെ ഗുണനിലവാരം അറിയുവാനുള്ള സർട്ടിഫിക്കേഷനുകളുണ്ട്. കാർഡിയോളജി, ന്യൂറോളജി, ഗാസ്ട്രോഎൻട്രോളജി, എന്റോക്രീനോളജി, നെഫ്രോളജി (cardiology, neurology, gastro enterology, endocrinology, nephrology) തുടങ്ങിയ സൂപ്പർസ്പെഷലിസ്റ്റുകൾ കേരളത്തിൽ എല്ലാ പട്ടണങ്ങളിലും ഉണ്ട്. ഇവരുടെ സേവനം ഉപയോഗപ്പെടുത്തുവാൻ ഒരു ജനറൽ പ്രാക്ടീഷണരിലൂടെ പോകുന്നതാണ് എപ്പോഴും ഉചിതം. പലപ്പോഴും ഇതുകൊണ്ട് രോഗനിർണയത്തിന് വളരെ പ്രയോജനം ലഭിക്കുകയും ചെയ്യും. പലപ്പോഴും ഒരു രണ്ടാം അഭിപ്രായം തേടിയതിനുശേഷം സൂപ്പർ സ്പെഷലിസ്റ്റിനെ കാണുന്നതാണുചിതം.

എപ്രകാരമാണ് ചികിത്സയിൽ രണ്ടാം ഡോക്ടറെ തെരഞ്ഞെടുക്കുന്നത്?

Most people are other people. Their thoughts are someone else's opinions, their lives a mimicry, their passions a quotation.

Oscar Wilde, De Profundis, 1905
Irish dramatist, novelist, & poet (1854 - 1900)

നമുക്ക് മനസിലാകാത്ത ഒരു രോഗനിർണയവും ചികിത്സയുമാണെങ്കിൽ ഇപ്പോൾ ചികിത്സിക്കുന്ന ഡോക്ടറെ നല്ല വിശ്വാസത്തിലെടുത്ത് അദ്ദേഹത്തിന്റെ ഉപദേശമനുസരിച്ച് മുന്നോട്ട് പോകുന്നതാണ് എപ്പോഴും കരണീയം. വൈദ്യശാസ്ത്രം വളരെ സങ്കീർണമാണെന്ന് നാം മനസിലാക്കണം. രോഗവിവരം ചോദിച്ച് കുശലം പറയുന്നവർ പറയുന്നതനുസരിച്ച് ഡോക്ടറെ മാറ്റുക, ചികിത്സ മാറ്റുക തുടങ്ങിയ സുപ്രധാന തീരുമാനങ്ങളെടുക്കരുത്.

എപ്പോഴൊക്കെയാണ് രണ്ടാം അഭിപ്രായത്തിന്റെ ആവശ്യം?

1) ഭൂരിപക്ഷം പേർക്കും അതിന്റെ ആവശ്യകതയില്ല. ഉദാഹരണമായി ഒരു ടെസ്റ്റ് ആവർത്തിച്ച് ഒരേ ഫലം കാണിച്ചാൽപ്പിന്നെ അതിൽ സംശയിക്കേണ്ടതില്ല. മറ്റു പ്രമേഹലക്ഷണങ്ങളായ കൂടുതൽ ദാഹം, ക്ഷീണം, തടികുറയൽ, മൂത്രം ധാരാളം പോകുക, മുറിവുകൾ ഉണങ്ങുവാൻ വൈകുക എന്നിവയോടൊപ്പം ആവർത്തിച്ച് രക്തത്തിലെ പഞ്ചസാര കൂടിക്കണ്ടാൽ അത് പ്രമേഹം തന്നെ.

2) ആ നിലവാരത്തിൽ രോഗനിർണയം ശരിയാണ്. അതിന് രണ്ടാം അഭിപ്രായം തേടേണ്ടതില്ല. എന്നാൽ പ്രമേഹത്തിന്റെ കാരണം, ഏതുതരം ചികിത്സ എന്നിവയ്ക്ക് അതാവശ്യമായി വരും. ഇവിടെയാണ് പ്രമേഹവിദഗ്ധന്റെ സേവനം ആവശ്യമായി വരുന്നത്.

3) ഏതെങ്കിലും ടെസ്റ്റിന്റെ ഫലം പൂർണമായി വിശ്വസിക്കാനാവാത്ത താണെങ്കിൽ ടെസ്റ്റ് ആവർത്തിക്കണം. രണ്ടാം അഭിപ്രായം എടുക്കുകയും വേണം. ഒരേ സമയത്തെടുത്ത സാമ്പിൾ രണ്ട് ലാബിൽ പരിശോധിപ്പിക്കണം.
4) അതുപോലെ ഗൗരവമായ ചികിത്സ, ഉദാഹരണമായി ഓപ്പറേഷൻ, കീമോതെറാപ്പി എന്നിവ നിർദേശിക്കപ്പെട്ടിട്ടുണ്ടെങ്കിൽ രണ്ടാം അഭിപ്രായം തീർച്ചയായും തേടണം.
5) ചികിത്സയോ പരിശോധനയോ നിർദേശിക്കുന്ന ഡോക്ടർക്ക് അതുമൂലം ലാഭം ഉണ്ടാകുന്നു എന്നു സംശയിക്കുന്നു എങ്കിൽ അപ്പോഴും രണ്ടാം അഭിപ്രായം തേടാം.
6) രണ്ടാം അഭിപ്രായം തേടുന്നതുമൂലം രോഗത്തെപ്പറ്റി കൂടുതൽ മനസിലാക്കാൻ സാധിക്കും. അത് മാനസികമായി രോഗത്തെ നേരിടുവാൻ കുടുതൽ പ്രാപ്തനാക്കുകയും ചെയ്യും. ആ ചർച്ചകൊണ്ട് രോഗിക്ക് കൂടുതൽ വിവരമറിഞ്ഞുള്ള തീരുമാനങ്ങളെടുക്കുവാൻ കഴിയും.

എപ്രകാരമാണ് രണ്ടാം ഡോക്ടറെ തെരഞ്ഞെടുക്കുന്നത്?

നിങ്ങൾക്ക് നിങ്ങളുടെ ഒന്നാം ഡോക്ടറോട് പറയാം.

'എനിക്ക് വേറൊരു ഡോക്ടറുടെ സേവനംകൂടി ഉപയോഗപ്പെടുത്തണമെന്നുണ്ട്.' സാധാരണ ഗതിയിൽ അദ്ദേഹം അത് സമ്മതിക്കുകയും അതിനുവേണ്ട ഒത്താശകൾ ചെയ്യുകയും ചെയ്യും. അദ്ദേഹം അതിന് സമ്മതിക്കുന്നില്ലെങ്കിൽ തീർച്ചയായും അതിലെന്തോ കുഴപ്പമുണ്ട് എന്നു മനസിലാക്കി നിങ്ങൾ മുൻകൈയെടുത്ത് വേറെ ഡോക്ടറെ കാണണം.

അദ്ദേഹം നിർദേശിക്കുന്ന ഡോക്ടർ അദ്ദേഹത്തിന്റെ സുഹൃത്തോ വേണ്ടത്ര വൈദഗ്ധ്യം ഇല്ലാത്ത ആളോ ആണെങ്കിൽ അപ്പോഴും നിങ്ങൾ സ്വയം തീരുമാനം എടുക്കേണ്ടതായി വരും. നമ്മുടെ ലക്ഷ്യം ഏറ്റവും വിദഗ്ധമായ ശാസ്ത്രീയമായ നിഷ്പക്ഷമായ അഭിപ്രായം ലഭിക്കുകയാണ്.

ഡോക്ടർമാരുടെ പട്ടിക ലഭിക്കുവാനെളുപ്പമാണ്. ഐ എം എ, മെഡിക്കൽ കോളേജ്, ഇൻഷ്വറൻസ് തുടങ്ങിയ കേന്ദ്രങ്ങളിൽ നിന്ന് ഇത് ലഭിക്കും. അതിനുശേഷം നിങ്ങൾക്ക് ഏറ്റവും പറ്റിയ ആളാരാണെന്ന് തീരുമാനിക്കുക.

ഏറ്റവും നന്നായി ആശയവിനിമയം ചെയ്യാൻ കഴിയുന്ന, തുടർവിദ്യാഭ്യാസം ചെയ്യുകയും രോഗികളോട് പ്രതിബദ്ധതയുമുള്ളവനുമായ ഡോക്ടർക്ക് പ്രാമുഖ്യം കൊടുക്കണം. പലപ്പോഴും ഡോക്ടറുമായി അപ്പോയ്ന്റ്മെന്റ് കിട്ടാൻ പ്രയാസമാകും. അതിന് ഡോക്ടറോട് ആവശ്യകത വിശദീകരിക്കേണ്ടതായി വരും. പെട്ടെന്ന് കാണേണ്ട ആവശ്യകത പറഞ്ഞാൽ മിക്ക ഡോക്ടർമാരും സമയം തരാതിരിക്കില്ല. ഇവിടെ കുടുംബഡോക്ടറുടെ സേവനം ഉപയോഗിക്കാവുന്നതാണ്.

കുടുംബ ഡോക്ടർ സംവിധാനം

പരിചയ സമ്പന്നനായ കുടുംബഡോക്ടർക്ക് സ്പെഷലിസ്റ്റുകളെ അപേക്ഷിച്ച് എല്ലാ മെഡിക്കൽവിഭാഗങ്ങളും കുടുംബത്തിന്റെ സാമൂഹിക സാമ്പത്തിക വശങ്ങളും ചികിത്സാമനോഭാവവുമെല്ലാം പരിഗണിച്ച് പ്രവർത്തിക്കാനും തീരുമാനമെടുക്കാനും കഴിയും.

പതിവു പരിശോധനകൊണ്ട് അർബുദം മുതലായവ മുൻകൂട്ടി കണ്ടുപിടിക്കൽ, കൗൺസലിങ്, അമിതഭാരം, പുകവലി, കൊളസ്ട്രോൾ, രക്തസമ്മർദം, പ്രമേഹം, സന്ധിരോഗങ്ങൾ എന്നിവ നേരെയാക്കാനുള്ള ജീവിതശൈലി നേരെയാക്കൽ എന്നിവ ഫലപ്രദമായി ചെയ്യാൻ കഴിയും. മാത്രമല്ല, ചികിത്സ ഏകോപനംകൊണ്ട് സംയോജിതമായി രോഗത്തെ സമീപിക്കാനാവുക എന്നിവയിലൂടെ കുടുംബഡോക്ടർക്ക് അതുല്യമായ സേവനം ചെയ്യാനുമാകും. കൂടാതെ ചികിത്സാ ചെലവു കുറയൽ സൗകര്യം എന്നിവയുമുണ്ട്. കുടുംബഡോക്ടർക്ക് കുടുംബത്തിലെ ഓരോ വ്യക്തിയുമായുള്ള അടുത്ത നീണ്ടബന്ധം ഡോക്ടർ രോഗി ബന്ധത്തിൽ ഊഷ്മളത ഉണ്ടാക്കും. അത് വിശ്വാസത്തിലും ചികിത്സയിലും വലിയ ഗുണം ചെയ്യും. അമിതഭാരം, കൊളസ്ട്രോൾ, രക്തസമ്മർദം, പ്രമേഹം, സന്ധിരോഗങ്ങൾ, ആസ്ത്മ എന്നീ നീണ്ട് നിൽക്കുന്ന രോഗങ്ങൾക്ക് കുടുംബഡോക്ടറുടെ സേവനം മികച്ചതാണെന്ന് പഠനങ്ങൾ പറയുന്നു.

കൂടാതെ ഇ എൻ ടി രോഗങ്ങൾ, അടിയന്തിരവൈദ്യസഹായം, ചെറിയ ഓപ്പറേഷനുകൾ, കുടുംബസംവിധാനം, കുടുംബങ്ങളിൽ പാരമ്പര്യമായി കാണുന്ന രോഗങ്ങൾ മനസിലാക്കൽ എന്നിവ കുടുംബ ഡോക്ടർക്കു മാത്രം ചെയ്യാവുന്ന കാര്യങ്ങളാണ്.

രോഗിയെ സ്പെഷലിസ്റ്റുകൾക്ക് റഫർ ചെയ്യുന്നതങ്ങനെ?

സ്പെഷലിസ്റ്റുകളുമായുള്ള റെഫർ ചെയ്യലിൽ ഔപചാരികതയും ശാസ്ത്രീയതയുമുണ്ട്. റഫർ ചെയ്യണമെന്നു തീരുമാനിച്ചാൽ ഏത് സ്പെഷലിസ്റ്റിന് ഏത് സ്ഥാപനത്തിലേക്ക് എന്നു തീരുമാനിക്കണം. അവിടത്തെ സൗകര്യങ്ങളും ആ രോഗം കൈകാര്യം ചെയ്യാനുള്ള അവരുടെ കഴിവും ഡോക്ടറുടെ പരിചയവും പരിഗണിക്കണം. ഉദാഹരണമായി തൈറോയ്ഡ് ഓപ്പറേഷനാണെങ്കിൽ ആ സർജൻ ആ ഓപ്പറേഷൻ ചെയ്ത് പരിചയം എത്രയാണെന്ന് മനസിലാക്കണം. ആശുപത്രിയിൽ പോയി വരാനുള്ള സൗകര്യവും പരിഗണിക്കണം. എല്ലാ ചികിത്സാ രേഖകളും റഫർ ചെയ്യപ്പെടുന്ന ഡോക്ടർക്ക് നിങ്ങളുടെ കുടുംബ ഡോക്ടർ ലഭ്യമാക്കിയിരിക്കും.

ചികിത്സകളെ ഒരുമിപ്പിച്ച് കൊണ്ടുപോകേണ്ടതെങ്ങനെ?

ഇത് വളരെ പ്രാധാന്യമർഹിക്കുന്നു. ഉദാഹരണമായി ഒരാളെ കാർഡിയോളജിസ്റ്റും സൈക്യാട്രിസ്റ്റും ഓഫ്ത്താൽമോളജിസ്റ്റും ചികിത്സിക്കുന്നുവെന്നിരിക്കട്ടെ. ഓരോ ചികിത്സയിലുമുള്ള മരുന്നുകളുടെ പ്രതിപ്രവർത്തനങ്ങൾ പരിഗണിക്കാൻ പലപ്പോഴും ഒരു കുടുംബഡോക്ടർക്ക് മാത്രമാണ് കഴിയുക. അതുപോലെ സാമൂഹികാരോഗ്യവും ഏറ്റവും നന്നായി നടപ്പാക്കാൻ കഴിയുക ഒരു കുടുംബ ഡോക്ടർക്കാണ്.

ചികിത്സയിലെ ജീവിതഗുണം (Quality of Life QOL)

വീണ്ടുവിചാരമില്ലാത്ത ചികിത്സ പലപ്പോഴും ഉപകാരത്തെക്കാളേറെ ഉപദ്രവമാകാറുണ്ട്. ഉദാഹരണമായി അർബുദം മറ്റിടങ്ങളിലേക്ക് പടർന്നതിനുശേഷം ശക്തിയേറിയ റേഡിയേഷനും വളരെ പാർശ്വഫലങ്ങളുള്ള മരുന്നും ഉപയോഗിക്കേണ്ടിവരുമ്പോൾ അത് പലപ്പോഴും രോഗത്തേക്കാൾ അപകടം പിടിച്ച ചികിത്സയാകും. അവിടെ നാം രോഗിയുടെ ശേഷിക്കുന്ന ജീവിതഗുണമാണ് പ്രാഥമികമായി പരിഗണിക്കേണ്ടത്. അതായത് സാന്ത്വനചികിത്സയാണ് അത്തരം സന്ദർഭങ്ങളിൽ ആവശ്യമുള്ളത്.

3

ചികിത്സാസംവിധാനങ്ങൾ

കേരളത്തിൽ പൊതുസ്വകാര്യരംഗങ്ങൾ, എംപ്ലോയീസ് സ്റ്റേറ്റ് ഇൻഷ്വറൻസ് സ്കീം (employees state insurance scheme), ഫാക്ടറികൾ, സ്ഥാപനങ്ങൾ എന്നിവയോടനുബന്ധിച്ചുള്ളവ എന്നിങ്ങനെ പല ചികിത്സാ സംവിധാനങ്ങളുമുണ്ട്.

എല്ലാ രാജ്യങ്ങളിലും വികസിത അവികസിത ഭേദമന്യേ മെഡിക്കൽ രംഗത്തെപ്പറ്റിയുള്ള വിമർശനം മാധ്യമങ്ങളിൽ സവിശേഷശ്രദ്ധ ആകർഷിക്കാറുണ്ട്. കേരളത്തിലെ മാധ്യമ ഫീച്ചറുകൾ നോക്കിയാലത് വ്യക്തമാകും.

ഈ രംഗത്തെ അഴിമതി

ഈ രംഗത്തെ അഴിമതികളെക്കുറിച്ച് വ്യാപകമായ മാധ്യമശ്രദ്ധ ഉണ്ടാകാറുണ്ട്. അഴിമതിയുടെ വ്യാപ്തിയേക്കാൾ ഈ രംഗത്തെ വൈകാരികതയാണ് അതിന്റെ പിന്നിലുള്ളത്. മാധ്യമങ്ങൾ മത്സരിച്ച് അഴിമതികൾ പുറത്തുകൊണ്ടുവരുന്നതിനാൽ അവ വളരെ കുറഞ്ഞിട്ടുണ്ട്. ആശുപത്രികളെയും മെഡിക്കൽ സ്ഥാപനങ്ങളെയും പൊതുജനം ആക്രമിക്കുന്ന പ്രവണത അടുത്ത കാലത്തായി വളരെ കുറഞ്ഞിട്ടുണ്ട്. ഇതിലധികവും പൊതുജനങ്ങൾക്ക് അടിസ്ഥാന മെഡിക്കൽ അറിവുകളില്ലാത്തതുകൊണ്ട് സംഭവിക്കുന്നതായിരുന്നു.

കേരളത്തിലെ മെഡിക്കൽ സേവനരംഗം പ്രായേണ മെച്ചപ്പെട്ടതാണെന്ന് പൊതുവെ എല്ലാവർക്കും അഭിപ്രായമുണ്ട്.

ചികിത്സാച്ചെലവുകൾ

ചികിത്സാച്ചെലവ്, സേവനത്തിലെ അപര്യാപ്തത, പരാതികൾ എന്നി

വയുടെ സ്വഭാവം എല്ലായിടത്തും ഏകദേശം ഒരേപോലെയാണ്. പക്ഷേ, ചികിത്സാനിലവാരവും ജനങ്ങളുടെ ബോധവൽക്കരണവും വ്യത്യസ്തമാണെന്നു മാത്രം.

ആശുപത്രിച്ചെലവുകൾ മറ്റു മെട്രൊ നഗരങ്ങളെ അപേക്ഷിച്ച് കേരളത്തിൽ യുക്തിസഹമാണ്. ഡോക്ടർമാരുടെ ഫീസ് കേരളത്തിൽ 50-100 രൂപ മുതൽ 250-500 രൂപ വരെയാണ്. ഇംഗ്ലണ്ടിലത് 150 മുതൽ 300 (ഒരു പൗണ്ട് ഏകദേശം 75 രൂ) പൗണ്ടുവരെയും അമേരിക്കയിലത് 500 മുതൽ 1000 ഡോളർ (ഒരു ഡോളർ ഏകദേശം 45 രൂ) വരെയുമാണ്. ബോംബെയിൽത്തന്നെ കേരളത്തെക്കാൾ അനേകമിരട്ടിയാണ് കൺസൾട്ടേഷൻ ഫീസ്. മറ്റു സ്വയം തൊഴിൽ ചെയ്യുന്ന അഡ്വക്കേറ്റ്, ചാർട്ടേഡ് അക്കൗണ്ടന്റ്, എഞ്ചിനീയർ എന്നിവരെ അപേക്ഷിച്ച് കേരളത്തിലെ ഡോക്ടർമാരുടേത് വളരെ ചുരുങ്ങിയ നിരക്കാണെന്ന് കാണാൻ പ്രയാസമില്ല.

സ്പെഷലിസ്റ്റുകൾ അധികവും സ്വകാര്യരംഗത്ത്

ഉത്തരവാദിത്വത്തോടെ രോഗിയോടും കുടുംബത്തോടും രോഗത്തെ സംബന്ധിച്ച എല്ലാ വിവരങ്ങളും അറിയിച്ച് രോഗിയുടെ ആരോഗ്യത്തിനും രോഗപ്രതിരോധത്തിനും വേണ്ടി പ്രവർത്തിക്കുകയും, അനാവശ്യമായ ചികിത്സാച്ചെലവുകൾ ഒഴിവാക്കുകയും, ഏറ്റവും ഉയർന്ന സേവനം ഉറപ്പാക്കുകയും ചെയ്യുന്നതാണ് ഡോക്ടർമാർ ചെയ്യേണ്ട ആരോഗ്യകരമായ സേവനം. മറിച്ച്, ഇതിനെതിരെയെല്ലാം ചെയ്യുമ്പോളത് അനാരോഗ്യകരമായ സേവനമാകും. ആശുപത്രികൾ, ക്ലിനിക്കുകൾ എന്നീ സ്വകാര്യരംഗവും സർക്കാർ സംവിധാനവും കേരളത്തിൽ പൊതുവെ സ്തുത്യർഹമായ സേവനമാണ് കാഴ്ചവെച്ചുകൊണ്ടിരിക്കുന്നത്. ഒരുകാര്യം ഇവിടെ അടിവരയിട്ട് പറയാതെ വയ്യ, മറ്റു സംസ്ഥാനങ്ങളെപ്പോലെ കേരളത്തിലും സ്പെഷലിസ്റ്റുകളും സൂപ്പർസ്പെഷലിസ്റ്റുകളും കൂടുതലും സ്വകാര്യരംഗത്താണ്. ഏറ്റവും നൂതന മെഡിക്കൽ സാങ്കേതികശാസ്ത്രം പ്രയോഗത്തിലുള്ളതും സ്വകാര്യരംഗത്ത് തന്നെ.

ചികിത്സാരംഗത്തെ സ്വകാര്യവൽക്കരണം ഉയർന്ന നിലവാരമുള്ള സേവനം ഉറപ്പാക്കുന്നുണ്ട്.

കോർപ്പറേറ്റ് ആശുപത്രികളും സേവനശൃംഖലകളും

വലിയ സ്വകാര്യ ആശുപത്രികളും ശൃംഖലകളും കോട്ടയം, എറണാകുളം, തൃശൂർ, തിരുവനന്തപുരം, കോഴിക്കോട് എന്നിവിടങ്ങളിൽ സ്തുത്യർഹമാംവിധം സേവനം ചെയ്തുപോരുന്നുണ്ട്. മറ്റു രംഗങ്ങളിലെപോലെ ആരോഗ്യരംഗത്തും ആരോഗ്യകരമായ, മത്സരാധിഷ്ഠിതമായ, സാമൂഹ്യനിയന്ത്രണമാണ് സർക്കാർ ലൈസൻസ് രാജിനേക്കാൾ കൂടുതൽ അഭികാമ്യം.

ഏതാനും വർഷങ്ങളായുള്ള ശുഭകരമായ പ്രവണത വിദഗ്ധ ആരോഗ്യസേവനരംഗത്തേക്ക് കോർപ്പറേറ്റ് ആരോഗ്യ സേവനശൃം

ഖലയുടെ വളർച്ചയാണ്. ഭാവിയിലെ ആരോഗ്യസേവനരംഗം ഇവയുടെ സജീവസാന്നിധ്യംകൊണ്ട് ശോഭനമായിരിക്കും. ഉദാഹരണമായി വാസൻസ് ഐ കെയർ ഇന്ന് അന്തരാഷ്ട്രനിലവാരം പുലർത്തുന്നുണ്ട്.

കേരളത്തിന് ഇപ്രകാരം മെഡിക്കൽ ടൂറിസം രംഗത്ത് വൻ വികസനസാധ്യതകളുണ്ട്. ഇതോടൊപ്പം മെഡിക്കൽ ഇൻഷ്വറൻസും ജനോന്മുഖമായി പ്രവർത്തിച്ചാൽ അത് ആരോഗ്യസേവന രംഗത്ത് വലിയ കുതിച്ചുചാട്ടം തന്നെ സൃഷ്ടിക്കും. എന്നാൽ, ചെറിയ ക്ലിനിക്കുകൾക്കും പൊതുജനാരോഗ്യരംഗത്ത് അതുല്യമായ സേവനം കാഴ്ചവയ്ക്കാനാകും.

ചെറിയ ഒറ്റഡോക്ടർ ക്ലിനിക്കുകൾ

ചെറിയ ഒന്നോ രണ്ടോ ഡോക്ടർമാർ നടത്തുന്ന ക്ലിനിക്കുകൾക്ക് പ്രതീക്ഷയ്ക്കപ്പുറം സേവനം നൽകാൻ കഴിയുമെന്ന് അനുഭവങ്ങൾ തെളിയിക്കുന്നു. സർക്കാർ പത്ത് കോടിയെങ്കിലും മുടക്കി നടത്തുന്ന ഒരു ചികിത്സാസംവിധാനത്തേക്കാൾ മിക്കപ്പോഴും ഒറ്റയ്ക്ക് ഒരു ഡോക്ടർ ഏതാനും ലക്ഷം മാത്രം മുടക്കി നടത്തുന്ന ക്ലിനിക്കുകൾ പണം മുടക്കുന്നതിന് വളരെ കൂടുതൽ മൂല്യം തരുന്നതായി കാണുന്നുണ്ട്.

മെഡിക്കൽ സേവനരംഗത്തെ മത്സരക്ഷമമായ സ്വകാര്യസംരംഭങ്ങൾ തീർച്ചയായും കൂടുതൽ പ്രോത്സാഹനം അർഹിക്കുന്നു.

ഒറ്റ ഡോക്ടർ നടത്തുന്ന ക്ലിനിക്കുകൾ ഗവൺമെന്റ് പൊതുജനാരോഗ്യ പ്രവർത്തനങ്ങളുടെ വളരെ ഫലപ്രദമായ പുറംജോലി കരാറുകാരാകാൻ കഴിയും. കുടുംബസംവിധാനം, രോഗപ്രതിരോധം തുടങ്ങിയ പരിപാടികൾ ഒറ്റയാൾ സ്വകാര്യക്ലിനിക്കുകളിലൂടെ ചെയ്യാൻ സംവിധാനമുണ്ടായാൽ സർക്കാരിന് പല പരാതികളിൽനിന്നും രക്ഷപ്പെടാം, പൊതുജനാരോഗ്യരംഗത്തുള്ള ഭീമമായ ചെലവുകൾ ഫലപ്രദമായി കുറയ്ക്കാം, ആരോഗ്യപരിപാടികൾ വളരെ നന്നായി നടത്താം എന്നീ മെച്ചങ്ങളുണ്ട്.

ഇന്ന് സർക്കാർ സർവീസിൽ ഡോക്ടർമാർ ചേരാൻ മടിക്കുന്നതിന്റെ പ്രധാന കാരണം ശമ്പളക്കുറവ് മാത്രമല്ല, ആരോഗ്യഭരണസംവിധാനത്തിന്റെ പ്രാചീനത, പഠിച്ചത് പ്രയോഗത്തിലാക്കാനുള്ള അവസരമില്ലായ്മ, ബിരുദാനന്തരപഠനത്തിന് അവസരമില്ലായ്മ എന്നിവയാണ്. ഒറ്റയാൾ ക്ലിനിക്കുകളിലൂടെ ആരോഗ്യസേവനം പുനർസംവിധാനം ചെയ്താൽ സേവനനിലവാരം ഉയർത്തുന്നതോടൊപ്പം ഡോക്ടർ ക്ഷാമവും പരിഹരിക്കാം. ആരോഗ്യവകുപ്പ് മുൻകൈ എടുത്ത് ഡോക്ടർമാർക്ക് അംഗീകൃതമായ ബിരുദാനന്തര പരിശീലന പരിപാടി ആസൂത്രണം ചെയ്യുന്നതും ഡോക്ടർമാരെ സർക്കാർ സേവനത്തിലേക്ക് ആകർഷിക്കും. സ്വകാര്യക്ലിനിക്കുകളെയും ആശുപത്രികളെയും മെഡിക്കൽ ഇൻഷ്വറൻസിനോടൊപ്പം ബന്ധിപ്പിച്ച് പാവപ്പെട്ട ബി പി എൽ കാരുടെ പ്രീമിയം സർക്കാർ കൊടുക്കുകയും ചെയ്താൽ ആരോഗ്യസേവനരംഗം മെച്ചപ്പെ

ടും. നല്ല സേവനം കാഴ്ചവയ്ക്കുന്ന ഡോക്ടർമാരെയും ആശുപത്രികളെയും പ്രോത്സാഹിപ്പിക്കുകയും വേണം. പല വലിയ ആശുപത്രികളും സന്നദ്ധസംഘടനകളും നടത്തുന്ന മെഡിക്കൽ ക്യാമ്പുകൾ രോഗങ്ങൾ കണ്ടുപിടിക്കുവാനും മറ്റും നല്ല സേവനമാണ് നൽകുന്നത്.

മെഡിക്കൽ ക്യാമ്പുകൾ ഏതൊക്കെയാണ്?

കഴിഞ്ഞ അഞ്ചു ദശകങ്ങളായി കേരളത്തിൽ മെഡിക്കൽ ക്യാമ്പുകൾ കുറഞ്ഞുവരികയാണ്. ക്യാമ്പുകൾ പൊതുവെ നാലു തരമാണ്. സ്ഥിരമായ സംവിധാനങ്ങളുടെ പര്യാപ്തത തൃപ്തികരമാകുന്നതിന്റെ സൂചനയാകാമത്. മെഡിക്കൽ ക്യാമ്പുകൾ ഏതെല്ലാം തരത്തിലുണ്ട്?

പരിശോധനാ ക്യാമ്പുകൾ

ഇതിൽ ജനറൽ ക്യാമ്പുകളും സ്പെഷലിസ്റ്റ് ക്യാമ്പുകളുമുണ്ട്.

1. പരിശോധനയും മരുന്നുകൊടുക്കലും ഉള്ള ക്യാമ്പുകൾ.
2. പരിശോധനയും മരുന്നു കൊടുക്കലും ലാബ് ടെസ്റ്റും ഉള്ളവ.
3. പരിശോധനയും മരുന്നു കൊടുക്കലും ലാബ് ടെസ്റ്റും ഓപ്പറേഷനും നടത്തുന്നവ.

മെഡിക്കൽ ക്യാമ്പുകളുടെ പ്രധാന ദോഷങ്ങൾ

തുടർചികിത്സ കിട്ടുന്നില്ല. രോഗം മോശമാവുക, മരുന്നുകളുടെ പാർശ്വഫലം എന്നിവയുണ്ടായാൽ അതിനെ നേരിടാൻ ഉത്തരവാദപ്പെട്ട സംവിധാനമില്ല. മരുന്നുകൾ പലപ്പോഴും നിലവാരം കുറഞ്ഞ ഫ്രീ സാമ്പിളുകളായിരിക്കും. ശരിയായി രോഗികളെ പരിശോധിക്കാനും രോഗത്തെയും ചികിത്സയെയും പറ്റി ശരിക്ക് പറഞ്ഞുകൊടുക്കാനും സമയ പരിമിതികളുണ്ട്.

ഓപ്പറേഷൻ ക്യാമ്പുകൾ

ഓപ്പറേഷൻ ക്യാമ്പുകളിൽ അധികവും തിമിരശസ്ത്രക്രിയയാണ് നടന്നുവരുന്നത്. അവിടത്തെ താൽക്കാലിക തിയറ്ററുകളിൽ ഉപകരണങ്ങളും മറ്റും ശരിയായി ഓട്ടോക്ലേവ് (autoclave - ഉപകരണങ്ങൾ രോഗാണുമുക്തമാക്കുന്ന പ്രക്രിയ) ചെയ്യാനും ഫ്യൂമിഗേഷൻ (fumigation - ഓപ്പറേഷൻ മുറി രോഗാണുമുക്തമാക്കുന്ന പ്രക്രിയ) ചെയ്ത് അണുമുക്തമാക്കാനും ഉയർന്ന മാനദണ്ഡമുള്ള സംവിധാനമില്ലാത്തതിനാൽ പലപ്പോഴും ശസ്ത്രക്രിയക്ക് ശേഷം രോഗാണുബാധയും പഴുപ്പും വരാം. മാത്രമല്ല, താൽക്കാലിക വാർഡുകളുടെ അപര്യാപ്തതമൂലം ഓപ്പറേഷനു ശേഷമുള്ള അണുബാധയും മറ്റും വരാം. എന്നാൽ റോട്ടറി, ലയൺസ്, ജൂനിയർ ചേംബർ, ഫ്രീ മേസൺസ് എന്നീ ഉയർന്ന മാനദണ്ഡങ്ങളുള്ള സേവന സംഘടനകൾ നടത്തുന്ന ക്യാമ്പുകൾ ഉന്നതനിലവാരം

പുലർത്തിപ്പോരുന്നുണ്ട്. സംഭാവന പിരിച്ച് നടത്തുന്ന ധാരാളം ക്യാമ്പുകളുണ്ട്. അവരുടെ ആദ്യ ശ്രദ്ധ സംഭാവനയിലാണ്. ആശുപത്രികൾ നേരിട്ട് നടത്തുന്ന ക്യാമ്പുകളിലെ രോഗികൾ അതിനുശേഷം ആ ആശുപത്രിയിൽത്തന്നെ പോകേണ്ടിവരും. രോഗിക്ക് ശരിയായ അറിവ് ലഭിക്കാതെ വരുമ്പോഴാണ് ചൂഷണത്തിന് ഇരയാകുന്നത്. ഇന്ന് അതിന് ധാരാളം മാർഗങ്ങളുണ്ട്.

4

മെഡിക്കൽ അറിവ്

പരസ്പരം ബന്ധിപ്പിക്കപ്പെട്ട് പ്രവർത്തിക്കുന്ന ശതകോടിക്കണക്കിന് കമ്പ്യൂട്ടറുകളുടെ ശൃംഖലയാണ് ഇന്റർനെറ്റ്. ഇതിൽ ഭൂരിഭാഗവും ഇന്റർ പ്രോട്ടോക്കോൾ സ്യൂട്ട് ഉപയോഗിക്കുന്നു. ഈ കമ്പ്യൂട്ടറുകളിൽ സ്വകാര്യമായവ, പൊതുവായവ, പഠനഗവേഷണങ്ങൾ ചെയ്യുന്നവ, കച്ചവടസംബന്ധമായവ, സർക്കാർ വക തുടങ്ങി എല്ലാത്തരവും കാണും. ഇവ ദേശീയവും അന്തരാഷ്ട്രീയവും ഒക്കെ ആകാം. ഇവ പരസ്പരം ബന്ധിക്കപ്പെടുന്നത് ഇലക്ട്രോണിക്, വയർലെസ്, ഓപ്ടിക്കൽ നെറ്റ് വർക്കിങ് എന്നീ സാങ്കേതികവിദ്യകളിലൂടെയാകാം. ഇതിന് ഇ-മെയിൽ അയയ്ക്കാവുന്ന സാങ്കേതികവിദ്യയുള്ള, വിവരങ്ങൾ പരസ്പരബന്ധമുള്ള ഹൈപ്പർടെക്സ്റ്റു രൂപത്തിൽ ലോകമെങ്ങുമുള്ള വേൾഡ് വൈഡ് വെബ്ബ് ആയും നമുക്ക് ലഭിക്കുന്നു.

ഇന്ന് സ്കൂൾ വിദ്യാർഥി മുതൽ ഗവേഷകർവരെയുള്ളവർ ജ്ഞാനസമ്പാദനത്തിന് കമ്പ്യൂട്ടർ വ്യാപകമായി ഉപയോഗിച്ച് വരുന്നു. ഇന്റർനെറ്റ് വഴി യൂണിവേഴ്സിറ്റി പഠനംപോലും നടത്താമെന്നായിട്ടുണ്ട്. വിദൂരപഠനം ഇന്നൊരു യാഥാർഥ്യമാണ്. ഔപചാരികവും അനൗപചാരികവുമായ വിദ്യാഭ്യാസം ഇപ്രകാരം നിഷ്പ്രയാസം സാധ്യമാകുന്നു.

ഇത് വളരെ എളുപ്പവും ചെലവ് കുറഞ്ഞതും സൗകര്യപ്രദവുമാണ്. ആശയങ്ങളും വൈദഗ്ധ്യവും ചർച്ച ചെയ്യപ്പെടാം, സഹകരിക്കപ്പെടാം, കൊടുക്കാം, വാങ്ങാം. അതും വളരെ സൗകര്യപ്രദമായ സമയത്തുതന്നെ ചെയ്യാം. പടങ്ങളും ശബ്ദങ്ങളും നിമിഷനേരംകൊണ്ട് കടൽ കടന്നെത്തിക്കാം. പ്രിയപ്പെട്ട ആശയങ്ങൾ നിഷ്പ്രയാസം പ്രചരിപ്പിക്കാം. ഇതിനാവശ്യം അടിസ്ഥാനപരമായ കമ്പ്യൂട്ടർ സാക്ഷരതയാണ്.

അറിവിനായി ഇന്ന് ജനങ്ങൾ പഴയകാലത്തേക്കാൾ കൂടുതലായി ഇന്റർനെറ്റിനെ ആശ്രയിക്കുന്നുണ്ട്. ഇന്റർനെറ്റിനെ ആശ്രയിക്കുമ്പോൾ

പുസ്തകത്തിന്റെ പിന്നിലുള്ള ഗ്രന്ഥകർത്താവിനെ ശ്രദ്ധിക്കുന്നതു പോലെ ഇന്റർനെറ്റിന്റെ ആധികാരികത അധികമാരും ശ്രദ്ധിക്കാറില്ല. അവിടെ പല ചതിക്കുഴികളുമുണ്ട് എന്നോർക്കണം. ആരോഗ്യകരമായ ജീവിതത്തിന് മെഡിക്കൽ അറിവ് അത്യാവശ്യമാണ്.

ഇവ കൂടാതെ മെഡിക്കൽ വിഷയങ്ങളിൽ ധാരാളം ഉയർന്ന നിലവാരം പുലർത്തുന്ന ടി വി പരിപാടികളും ധാരാളം മെഡിക്കൽ വാരികകളും പുസ്തങ്ങളുമുണ്ട്. ഇവയുടെയെല്ലാം നിലവാരം കഴിഞ്ഞ ദശകത്തിൽ, പ്രത്യേകിച്ച് കേരളത്തിൽ, അന്താരാഷ്ട്ര നിലവാരത്തിലെത്തിയിട്ടുണ്ട്. കുറേക്കൂടി കേരളീയ രോഗങ്ങളെയും സമൂഹത്തിലെ ഓരോ വിഭാഗങ്ങളെയും ബാധിക്കുന്ന രോഗങ്ങളിൽ ഊന്നൽ ആവശ്യമായിട്ടുണ്ട്.

അടിസ്ഥാന ഡോക്ടറുടെ പരിശീലനം-മെഡിക്കൽ വിഷയങ്ങൾ

"He who studies medicine without books sails an uncharted sea, but he who studies medicine without patients does not go to sea at all" William Osler.

മെഡിക്കൽ വിഷയങ്ങളുടെ അവഗാഹവും പരിശീലനവുമാണ് മെഡിക്കൽ വിദ്യാർഥിയെ ഡോക്ടറാക്കുന്നത്. അതോടെ മെഡിക്കൽ വിദ്യാർഥി സേവനനിരതനാവാനുള്ള വ്യക്തിത്വവും സംസ്കാരവും ആർജിക്കുന്നു.

ഒരു മെഡിക്കൽ വിദ്യാർഥിയുടെ നാലര കൊല്ലക്കാലത്തെ പഠനത്തിനിടയിൽ പഠിക്കാനുള്ള ഓരോ വിഷയവും ഒരു ഡിഗ്രി പരീക്ഷയുടെ കാഠിന്യമുള്ളതാണ്. ഓരോ വിഷയത്തിനും തിയറി, പ്രാക്ടിക്കൽ, വൈവ എന്നിവയിൽ ചുരുങ്ങിയത് അമ്പതു മാർക്ക് കിട്ടിയാൽ മാത്രമേ പാസാവുകയുള്ളൂ. ചോദ്യങ്ങൾ എല്ലാം അറിഞ്ഞിരിക്കണം. മിക്കതും ആവർത്തിക്കാത്ത ചോദ്യങ്ങളും അവയ്ക്ക് ചോയ്സ് ഉണ്ടാവുകയുമില്ല. ശരീരത്തിലെ ഓരോന്നിന്റെയും ഘടന, പരസ്പരബന്ധം, പ്രവർത്തനം തുടങ്ങി എല്ലാം വളരെ വിശദമായി മെഡിക്കൽ വിദ്യാർഥി അറിഞ്ഞിരിക്കണം. മെഡിക്കൽ വിദ്യാർഥി പഠിക്കുന്ന വിഷയങ്ങളേതൊക്കെയാണെന്ന് നോക്കാം:

അനാറ്റമി (Anatomy)

അനാറ്റമി എന്നാൽ ഗ്രീക്ക് ഭാഷയിൽ മുറിച്ചുനോക്കുക എന്നാണ്. ഓരോ മെഡിക്കൽ വിദ്യാർഥിയും ശവശരീരം മുഴുവൻ കീറിമുറിച്ചു പഠിച്ചിരിക്കണം. അനാറ്റമിയോടൊപ്പം ഫിസിയോളജി, ബയോകെമിസ്ട്രി എന്നീ വിഷയങ്ങളാണ് അടിസ്ഥാനപഠനമായി ആദ്യത്തെ ഒരു വർഷം മെഡിക്കൽ വിദ്യാർഥികൾ പഠിക്കുന്നത്. അനാറ്റമിയിൽ പ്രാഥമികമായി മനുഷ്യശരീരത്തിന്റെ മോർഫോളജിയാണ് (morphology) പഠിക്കുന്നത്. അനാറ്റമിയെ ഓരോ ഭാഗത്തെ മൊത്തമായെടുത്ത് പഠിക്കുന്ന വിഭാഗ

മെന്നും, സൂക്ഷ്മദർശിനിയിലൂടെ കാണുന്ന സൂക്ഷ്മവിഭാഗപഠനമെന്നും രണ്ടായി തിരിക്കാം.

അതിൽ കോശങ്ങളെ പഠിക്കുന്ന വിഭാഗമാണ് ഹിസ്റ്റോളജി (histology) എന്ന കോശജാലങ്ങളുടെ പഠനം. അതോടൊപ്പം താരതമ്യ അനാറ്റമിയും, എംബ്രിയോളജിയും (embryology) പഠിക്കണം. പരിണാമത്തിലൂടെ ശരീരഭാഗങ്ങൾ വികസിച്ചുവന്നത് ഇപ്രകാരം വ്യക്തമാകുന്നു. നട്ടെല്ലുള്ള ജീവികളുടെ ഖണ്ഡങ്ങളായുള്ള ഘടന തന്നെയാണ് നമ്മുടെ വാരിയെല്ലുകൾ നമുക്ക് തന്നിട്ടുള്ളത്. ഓരോ അവയവവും ഓരോ തരത്തിൽ സംഘടിതമാണ്. ഹൃദയം കാർഡിയോവാസ്കുലാർ സിസ്റ്റത്തിന്റെ (cardiovascular system രക്തചംക്രമണ വിഭാഗം) പ്രധാനഭാഗമാണ്. തുടയെല്ല് അസ്ഥികൂടത്തിന്റെ ഭാഗമാണ്. ശ്വാസകോശം ശ്വസനം നടത്തുന്ന റെസ്പിറേറ്ററി സിസ്റ്റത്തിന്റെ ഭാഗമാണ്. പ്രവർത്തനത്തിനുസരിച്ചുള്ള ഘടനയാണിവ.

വളരെ ലളിതമായ ചില അനാറ്റമി ചാർട്ടുകൾ താഴെ കൊടുത്തിരിക്കുന്നു. നമ്മുടെ അവയവങ്ങൾ എപ്രകാരമാണ്, അവ എവിടെയാണ് എന്ന് ഏകദേശരൂപം ഇവ നോക്കിയാൽ ലഭിക്കും.

മസ്തിഷ്കത്തിന്റെ നെടുകെയുള്ള കാഴ്ച.

കല്ലുള്ള പിത്താശയം. പിത്തക്കുഴലുകൾ ചേരുന്നിടത്ത് കല്ലുള്ളത് ശ്രദ്ധിച്ചാലും.

അന്നനാളത്തിന്റെ ലളിതരൂപം

അസ്ഥികൂടം. നേരെ മുൻവശത്ത് നിന്നുള്ള കാഴ്ച.

പുരുഷജനനേന്ദ്രിയത്തിന്റെ ഘടന.

സ്ത്രീജനനേന്ദ്രിയത്തിന്റെ ഘടന. നേരെയും നെടുകേയുമുള്ള കാഴ്ച.

ഹൃദയം നെടുകേയുള്ള കാഴ്ച.

പ്രധാന പേശികൾ.

ഫിസിയോളജി (Physiology)

ശരീരധർമത്തെപ്പറ്റിയുള്ള പഠനമാണ് ഫിസിയോളജി. ഈ വിഷയത്തെ ജൈവശാസ്ത്രപരമായും ജൈവവൈദ്യുതപരമായും ഭൗതികമായും സമീപിക്കുന്നു. അവയവങ്ങളും കോശങ്ങളും ആരോഗ്യാവസ്ഥയിൽ എപ്രകാരം പ്രവർത്തിക്കുന്നു എന്നു പഠിക്കുന്നു. പരിണാമശാസ്ത്രത്തിന്റെ പശ്ചാത്തലത്തിൽ നോക്കുമ്പോൾ മൃഗങ്ങളിലെ ശരീരപ്രവർത്തനം നമ്മുടേതിന് സമാനമാണ്. അതാണ് അവയിലെ പരീക്ഷണങ്ങൾക്കുള്ള സാംഗത്യം. അത് മനുഷ്യശരീരത്തിലെ പ്രവർത്തനപഠനത്തിന് സുപ്രധാന അടിത്തറ പാകിയിട്ടുണ്ട്. അനാറ്റമിപഠനവും ഫിസിയോളജിപഠനവും പരസ്പരം അഭേദ്യമായി ബന്ധപ്പെട്ടിരിക്കുന്നു.

ബയോകെമിസ്ട്രി (Biochemistry)

ജൈവരംഗത്ത് പ്രധാനമായി കാണുന്ന രാസപ്രവർത്തനങ്ങളുടെ പഠനമാണ് ബയോകെമിസ്ട്രി. ഇത് ജീവിക്കുന്നതിൽമാത്രം ഒതുങ്ങി നിൽക്കുന്നില്ല, ജീവനില്ലാത്ത വസ്തുക്കളുടെയും ബയോകെമിസ്ട്രി പഠിക്കുന്നുണ്ട്. ചയാപചയത്തിലൂടെയും പ്രവർത്തനത്തിലൂടെയും അവിശ്വസനീയമായ മാറ്റങ്ങളാണ് ഈ ജൈവരാസപ്രവർത്തനം സൃഷ്ടിക്കുന്നത്.

പ്രോട്ടീൻ, കാർബോഹൈഡ്രേറ്റ്, ലിപ്പിഡ്, ന്യൂക്ലിക് ആസിഡുകൾ (protein, carbohydrate, lipids, nucleic acids) എന്നീ കോശഭാഗങ്ങളുടെ പ്രവർത്തനം ജൈവരസതന്ത്രം വിവരിക്കുന്നു. കഴിഞ്ഞ 40 വർഷത്തിനുള്ളിൽ സസ്യശാസ്ത്രം മുതൽ വൈദ്യശാസ്ത്രംവരെ ആകെ ചെയ്തുകഴിഞ്ഞ ഗവേഷണത്തെ കടത്തിവെട്ടുതായിരുന്നു മനുഷ്യരാശിക്ക് ജൈവരസതന്ത്രം മാത്രം കാഴ്ചവെച്ച സംഭാവന. ഇന്ന് ജൈവരസതന്ത്രം പ്രധാനമായും അന്വേഷിക്കുന്നത് കോശങ്ങളിലെ ജൈവരസതന്ത്രപരമായ മാറ്റങ്ങൾ എപ്രകാരം ആ ജീവിയെ പൊതുവെ ബാധിക്കുന്നു എന്നാണ്. ബയോമോളിക്യൂളുകളിൽ (biomolecules) വലിയ സങ്കീർണമായ ബയോപോളിമെറുകളിൽ പെട്ടതാണ് പ്രോട്ടീൻ. ഇതിന്റെ ഉപഭാഗങ്ങൾ 20 ൽപ്പരം അമിനോ ആസിഡുകൾ (amino acids) ചേർന്നതാണ്. പ്രോട്ടീനുകളുടെ എൻസൈം (enzyme) പ്രചോദിപ്പിക്കുന്ന രാസമാറ്റങ്ങൾ വളരെയധികം ഗവേഷണം ചെയ്യപ്പെടുന്ന വിഷയമാണ്. അതുപോലെ എൻഡോക്രീൻ (endocrine) സ്രവങ്ങളായ ഹോർമോണുകൾ(hormones) കോശചയാപചയവും ഒരു പഠനവിഷയമാണ്. ജീൻ കോഡ് (gene code), പ്രോട്ടീൻ ഉൽപ്പാദനം, കോശഭിത്തിയിലെ മോളിക്യൂളുകളുടെ ഗതാഗതം, സിഗ്നൽ ട്രാൻസ്ഡക്ഷൻ കാസ്കേഡുകൾ (signal transduction cascades) എന്നിവയും വമ്പിച്ച സാധ്യതകളുള്ള ഗവേഷണങ്ങളാണ്. (താഴെയുള്ള ചിത്രം നോക്കിയാലും. ക്രോമൊസോം (chromosome) വലതുഭാഗത്ത്, ജീൻ ഇടതുഭാഗത്ത്.)

ജീനുകൾ കുടികൊള്ളുന്നത് ഡി എൻ എയിലും ആർ എൻ എ-യിലുമുള്ള ചില ഭാഗങ്ങളിലാണ്.

ജീവികളിൽ പാരമ്പര്യത്തിന്റെ അണുരൂപമായി മോളിക്യൂൾ തന്മാത്രയായി അവ കാണപ്പെടുന്നു. അവ ആർ എൻ എ-ക്ക് പ്രോട്ടീൻ ഉൽപ്പാദിപ്പിക്കാൻ സന്ദേശങ്ങൾ അയക്കുന്നു. ആ പ്രോട്ടീനുകളാണ് പാരമ്പര്യങ്ങളും പാരമ്പര്യരോഗങ്ങളും ഉണ്ടാക്കുന്നത്- മൈറ്റോകോൺഡ്രിയ പക്ഷേ, ഡി എൻ എ-യുടെ നിയന്ത്രണത്തിലല്ല. മൈറ്റോ കോൺഡ്രിയയിലും ജീനുകളുണ്ട് എന്നോർത്താലും. അവയും രോഗങ്ങളുണ്ടാക്കാം. രക്തഗ്രൂപ്പ്, മുടി, കണ്ണ് എന്നിവയുടെ നിറം, ഉയരം എന്നീ പലതും ജീനുകൾ മൂലമാണ്.

ഡി എൻ എ-യുടെ ഘടന

ന്യൂക്ലിക് ആസിഡുകൾ ചേർന്നാണ് ഡി എൻ എ ഉണ്ടാകുന്നത്.

ഇവ പ്രധാനമായി ഡിയോക്സിന്യൂക്ലിയിക് ആസിഡും ആർ എൻ എ-യുമാണ്. അവയുടെ മോണോമെറുകളാണ് ന്യൂക്ലിയോടൈഡുകൾ. അവ പ്രധാനമായി അഡിനിൻ, സൈറ്റോസിൻ, ഗുവാനിൻ, തൈമിൻ, യുറാസിൽ (adenine, cytosine, guanine, thymine, uracil) എന്നിവയാണ്.

പത്തോളജി (pathology)

കോശങ്ങളുടെയും കോശജാലങ്ങളുടെയും കേടുപാടുകൾ രോഗങ്ങൾ എന്നിവ പഠിക്കുന്ന ശാസ്ത്രശാഖയാണ് പത്തോളജി. കോശങ്ങളുടെ നാശം, ഇൻഫ്ളമേഷൻ (Inflamation), മുറിവുണങ്ങൽ, അർബുദത്തിലേക്ക് നയിക്കുന്ന കോശവിഭജനം എന്നിവ പഠിക്കുന്നതിലൂടെ രോഗങ്ങളെപ്പറ്റി പഠിക്കുന്നു. ഉപവിഭാഗങ്ങൾ സർജിക്കൽ പത്തോളജി (surgical pathology), സൈറ്റോപത്തോളജി (cytopathology), ഫോറൻസിക് പത്തോളജി (forensic pathology), ക്ലിനിക്കൽ പത്തോളജി (clinical pathology) തുടങ്ങിയവയും ബന്ധപ്പെട്ട വിഷയങ്ങൾ മൈക്രോബയോളജി (microbiology), ഹിമറ്റോളജി (haematology) എന്നിവയുമാണ്. സൈക്കോപത്തോളജി (psychopathology) എന്ന പേരിലറിയപ്പെടുന്ന വിഷയം മാനസികമായ ലക്ഷണങ്ങളുടെ രോഗശാസ്ത്രത്തെ പറ്റിയാണ് പഠിക്കുന്നത്. അത് മേൽപ്പറഞ്ഞ വിഷയങ്ങളിലൊന്നുമായും നേരിട്ട് ബന്ധമില്ല.

മൈക്രോബയോളജി (microbiology)

ഈ പേരിലറിയപ്പെടുന്ന രോഗാണുശാസ്ത്രം പത്തോളജിയുടെ സുപ്രധാന ഉപവിഭാഗമാണ്.

എച്ച്5 എൻ1 വൈറസ്.

വൈറോളജി, മൈക്കോളജി, പാരസൈറ്റോളജി, ബാക്ടീരിയോളജി, ഇമ്യൂണോളജി എന്നിവ മൈക്രോബയോളജിയുടെ ഉപവിഭാഗങ്ങളാണ്.

ഫാർമക്കോളജി (Pharmacology)

ഫാർമക്കോ എന്ന പഴയഗ്രീക്ക് പദത്തിനർഥം വിഷം എന്നാണ്. പുതിയ ഗ്രീക്കിൽ മരുന്ന് എന്നുമാണ് അർഥം. വിഷവും മരുന്നും പരസ്പരം ഉപയോഗമനുസരിച്ച് മാറാമെന്ന് സാരം. ജീവികളിൽ രാസവസ്തുക്കൾ വരുത്തുന്ന മാറ്റങ്ങളാണ് ഫാർമക്കോളജി പഠിക്കുന്നത്. അവയ്ക്ക് രോഗശമനത്തിന് കഴിവുണ്ടെങ്കിൽ അവയെ ഫാർമസ്യൂട്ടിക്കൽസ് എന്ന് പറയുന്നു. മരുന്നുകളുടെ ഘടന, പ്രതിപ്രവർത്തനം, വിഷശാസ്ത്രം, ചികിത്സ, രോഗപ്രതിരോധം എന്നിവയും ഫാർമക്കോളജി പഠനത്തിൽ വരുന്നു. ഫാർമക്കോളജിയിലെ രണ്ടു പ്രധാന ശാഖകൾ ഫാർമക്കോ ഡയനാമിക്സും ഫാർമക്കോ കൈനെറ്റിക്സുമാണ്. ഫാർമക്കോകൈനെറ്റിക്സ് (pharmacokinetics) മരുന്നിന്റെ വലിച്ചെടുക്കൽ, ശരീരത്തിനകത്തെ വിതരണം, കരളിലും മറ്റുമുള്ള അതിന്റെ ചയാ

പചയം, വൃക്കയിലൂടെയും മറ്റുമുള്ള പുറന്തള്ളൽ എന്നിവ വിവരിക്കുന്നു. ഫാർമക്കോഡയനാമിക്സ് (pharmacodynamics) ആകട്ടെ കോശ റിസപ്റ്ററെഴ്സിൽ (receptors) അവയുടെ പ്രവർത്തനം പഠിക്കുന്നു.

ഫാർമക്കോളജിയും ഫാർമസിയും തമ്മിൽ തെറ്റിദ്ധരിക്കപ്പെടാം. ഫാർമസി ജോലി ചെയ്യുന്നത് ഫാർമസിസ്റ്റുകളാണ്. ഇതിൽ മരുന്നിന്റെ ഉൽപ്പാദനം, വിതരണം, ഡോസ്, സുരക്ഷിതത്വം, ഫലപ്രദമായ ഉപയോഗം എന്നിവ പഠിക്കുന്നു. ഫാർമക്കോളജിയാകട്ടെ ശരീരത്തിനകത്ത് മരുന്നുകളുടെ പ്രവർത്തനം, അപ്പോഴുള്ള ശരീരത്തിന്റെ പ്രതിപ്രവർത്തനം, മരുന്നുകളുടെ ഉത്ഭവം, സ്വഭാവം, ഗുണങ്ങൾ, ദോഷങ്ങൾ എന്നിവ പഠിക്കുന്നു. എല്ലാ മരുന്നുകളും മൃഗങ്ങളിലും മനുഷ്യരിലും പലവട്ടം വളരെ നിഷ്കർഷയോടെ നിയന്ത്രിതപരീക്ഷണം നടത്തിയതിനുശേഷം മാത്രമെ ഉപയോഗത്തിൽ വരുന്നുള്ളൂ.

കമ്യൂണിറ്റി & പ്രിവെന്റീവ് മെഡിസിൻ (Community & Preventive Medicine) എന്നത് സമൂഹത്തിലെയോ ഒരു പ്രദേശത്തെയോ ഒരു രാജ്യത്തിലെയോ പൗരന്മാരുടെ ആരോഗ്യവും, രോഗ പ്രതിരോധവും, രോഗങ്ങൾ നേരത്തെ മനസിലാക്കി നടപടി സ്വീകരിക്കലും, അടങ്ങിയ വൈദ്യശാസ്ത്രത്തിന്റ സുപ്രധാനശാഖയാണ്. അതിൽ രോഗങ്ങൾ നേരത്തെ മനസിലാക്കലും, പരിസ്ഥിതിജന്യരോഗങ്ങൾ, ഓരോരോ ജോലിയിൽനിന്നുണ്ടാകാവുന്ന രോഗങ്ങളും പഠനവിഷയങ്ങളാണ്. പൊതുവെ സമൂഹത്തിലെ എല്ലാ രോഗങ്ങളെയും പ്രതിരോധിക്കലാണ് ഈ വൈദ്യശാസ്ത്രശാഖയുടെ ലക്ഷ്യം. പ്രതിരോധം പലതലത്തിലാണ്.

രോഗ പ്രതിരോധത്തിന്റെ വിശാലതലം

ഇവിടെ എല്ലാ വിഭാഗങ്ങളെയും ലക്ഷ്യമിടുന്നു. ഉദാ: ദേശം, രാജ്യം, സ്കൂൾ, ജില്ല.

മദ്യം, പുകവലി, മയക്കുമരുന്നുകൾ ഇവയ്ക്കെതിരെയുള്ള പ്രചരണവും ബോധവൽക്കരണവും എല്ലാവർക്കും ലക്ഷ്യംവെച്ചുള്ളതാണ്. ഉദാഹരണമായി അയോഡിൻ കലർത്തിയുള്ള ഉപ്പ് വിതരണം.

പ്രത്യേകഗ്രൂപ്പുകളെ ലക്ഷ്യംവെച്ചുള്ളവ

ഉദാ: മദ്യം മയക്കുമരുന്ന് എന്നിവ കൂടുതലായി ഉപയോഗിക്കുന്ന വിഭാഗങ്ങളെമാത്രം ലക്ഷ്യംവെച്ചുള്ളവ. പ്രായം, സാഹചര്യം, കുടുംബചരിത്രം എന്നിവ നോക്കി സാധ്യതാപഠനത്തിലൂടെ ഇവരെ തെരഞ്ഞെടുക്കുന്നു. ചെറുപ്പത്തിലെ, നേരത്തെയുള്ള ലക്ഷണങ്ങൾ പെരുമാറ്റവൈകല്യങ്ങൾ, മാതാപിതാക്കളിൽ നിന്നുള്ള അകൽച്ച എന്നിവ ചൂണ്ടുവിരലുകളാണ്. അതുപോലെ കുട്ടികളിലെ പോളിയോ, വസൂരി, അഞ്ചാംപനി, തൊണ്ണൂവീക്കം എന്നിവയ്ക്കുള്ള വാക്സിനുകൾ ഈ രോഗങ്ങൾ വളരെ കുറയാനിടയാക്കിയിട്ടുണ്ട്.

നിർദേശിക്കപ്പെട്ട പ്രതിരോധം

വിദഗ്ധഡോക്ടർമാർ നിർദേശിക്കുന്നതിനനുസരിച്ചുമാത്രം ചെയ്യുന്നവ. പൊതുവെയുള്ള കുടുംബ സംവിധാനനയത്തിനു പുറമെ, ആവശ്യമില്ലാത്ത ഗർഭധാരണം ഒഴിവാക്കൽ, ലൈംഗികരോഗങ്ങൾക്കെതിരെ സാധ്യതവിഭാഗങ്ങളിലുള്ള പ്രചരണം. അമിതഭാരത്തിനെതിരെ വ്യായാമം, ഭക്ഷണനിയന്ത്രണം, പല്ലിലെ ഫ്ളൂറൈഡ് ചികിത്സ, പല്ല് വൃത്തിയാക്കൽ, ആന്ത്രാക്സ് പകരുമ്പോൾ ആന്റിബയോട്ടിക്സ് കഴിക്കൽ, മന്തുള്ള സ്ഥലങ്ങളിൽ ഹെട്രസാൻ കഴിക്കൽ, പഴകിയ ചെവികുത്തലിന് ട്രൈസൈക്ളിക് ആൻടിഡിപ്രസ്സന്റ്(tricyclic antidepressants) മരുന്നായ അമിട്രിപ്ടലിൻ കഴിക്കൽ, മലേറിയ പ്രദേശങ്ങളിൽ ക്ലോറോകിൻ കഴിക്കൽ, രക്തം കട്ടപിടിക്കാൻ സാധ്യതയുള്ള രോഗികളിൽ കൊടുക്കുന്ന ഹിപ്പാരിൻ (heparin) എന്നിവയാണവ.

ജീൻ പഠനത്തിലൂടെ പാരമ്പര്യ അർബുദ സാധ്യതയുള്ളവർക്ക് സ്തനം മുറിച്ചുകളയൽ ഒരു രോഗപ്രതിരാധ ചികിത്സയാണ്. മുലപ്പാൽ മാത്രം കൊടുക്കുന്നതിലൂടെ കുഞ്ഞിന് രോഗപ്രതിരോധവും മാതൃപുത്ര/പുത്രി ബന്ധത്തിന് ഊഷ്മളതയും വയറിളക്കരോഗങ്ങൾ ഉണ്ടാവാതിരിക്കാനും കഴിയും. ഹൃദ്രോഗം നിയന്ത്രിക്കാനുള്ള പോളിപിൽ സുപ്രധാന പ്രതിരോധ നടപടിയാണ്. ഇതിൽ രക്തസമ്മർദത്തിനുള്ള മരുന്നും, കൊളസ്ട്രോളിനുള്ള മരുന്നും, പ്രമേഹ മരുന്നും ചെറിയ ഡോസ് ആസ്പിരിനും ഒരുമിച്ച് അടങ്ങിയിരിക്കുന്നു.

ഇപ്രകാരം ഒരുമിച്ച് കഴിക്കുന്നതു കൂടുതൽ ഫലപ്രദവും മരുന്നുകൾ മുടങ്ങാതെ കഴിക്കാനുമാണ്. ന്യൂക്ലിയർ അപകടമുണ്ടായ (ഉദാ: ചെർണോബിൽ) ഇടങ്ങളിൽ പൊട്ടാസിയം ക്ലോറൈഡ് കഴിക്കുന്നതു മൂലം റേഡിയോ പ്രസരമുള്ള അയോഡിനെ പ്രതിരോധിച്ച് തൈറോയ്ഡ് അർബുദം തടയാനാകും. ഇവയാണ് രോഗപ്രതിരോധത്തിന്റെ ചില ഉദാഹരണങ്ങൾ.

ഫോറൻസിക് മെഡിസിൻ (Forensic Medicine)

വൈദ്യശാസ്ത്രവും നിയമവും പലപ്പോഴും കൈകോർക്കാറുണ്ട്. അത്തരം സന്ദർഭങ്ങളിൽ ഡോക്ടറെ അതിൽ നിപുണനാക്കുന്നത് ഫോറൻസിക് മെഡിസിനാണ്. വൈദ്യശാസ്ത്രരംഗത്തെ ധാർമികത, പൗരൻ എന്ന നിലയിലെ അവകാശം, നിയമപരമായി സിവിലായും ക്രിമിനലായുമുള്ള അവകാശങ്ങളും ഉത്തരവാദിത്വങ്ങളും, മാനസികരോഗം കൊണ്ട് നടപടികൾ മനസിലാക്കുവാനുള്ള കഴിവ് നഷ്ടപ്പെട്ടിട്ടുണ്ടോ എന്ന് നിർണയിക്കൽ, വയസ്സ് നിർണയം, കുട്ടികളുടെ ആരോഗ്യത്തിൽ തീരുമാനമെടുക്കൽ, ഡ്രൈവിങ് ലൈസൻസ് കൊടുക്കാനുള്ള സർട്ടിഫിക്കറ്റ്, നഷ്ടപരിഹാര നിർണയം, മുറിവുകളും ക്ഷതവും നിർണയി

ക്കൽ, മരണകാരണനിർണയം തുടങ്ങി ജനനം മുതൽ മരണംവരെ ഏതു കാര്യവും ഫോറൻസിക് മെഡിസിന്റെ പരിധിയിൽ വരാം.

ഓഫ്താൽമോളജി (Ophthalmology)

കണ്ണിന്റെ ഘടന, പ്രവർത്തനം, എന്നിവയിലെ തകരാറുകൾ മരുന്നുകൾകൊണ്ടും ഓപ്പറേഷൻ കൊണ്ടും ചികിത്സിക്കുന്ന വിഭാഗമാണ് ഓഫ്താൽമോളജി. ഇതിൽ പല ഉപവിഭാഗങ്ങളുണ്ട്. തിമിരത്തിന് ഉള്ള ശസ്ത്രക്രിയ സാധാരണ ആവശ്യമാകുന്ന പുരോഭാഗവിഭാഗം, കോർണിയ (cornea)രോഗം, ഗ്ലൗക്കോമ (glaucoma), റെറ്റിന (retina) രോഗം, ന്യൂറോ ഓഫ്താൽമോളജി (neuro ophthalmology), ഓക്കുലർ ഓങ്കോളജി (ocular oncology), ഓക്കുലർ പ്ലാസ്റ്റിക്സ് (ocular plastics), ഓർബിറ്റ് സർജറി (orbit surgery), ഓഫ്താൽമിക് പത്തോളജി (ophthalmic pathology), കുട്ടികളുടെ ഓഫ്താൽമോളജി/ കോങ്കണ്ണ് ചികിത്സ, യുവിയൈറ്റിസ്/ഇമ്യൂണോളജി, വിട്രിയോ റെറ്റിനൽ സർജറി (vitrio retinal surgery) എന്നിവയാണവ.

പൗരാണികലോകത്താദ്യമായി തിമിരശസ്ത്രക്രിയ കണ്ടുപിടിച്ചത് ഇന്ത്യയിലെ ശുശ്രുതനായിരുന്നു. ആധുനിക കണ്ണ് ഓപ്പറേഷനുകൾ ശാസ്ത്രീയമായും സാങ്കേതികമായും വളരെ ഉന്നത നിലവാരം പുലർത്തുന്നവയാണ്. താഴെ കൊടുക്കുന്ന സർജറി വിഭാഗങ്ങളിൽ ധാരാളം ഉപവിഭാഗങ്ങളുണ്ട്. ലേസർ കണ്ണ് സർജറി, കാറ്ററാക്ട് സർജറി (cataract surgery), ഗ്ലൗക്കോമ സർജറി, കനാലോപ്ലാസ്റ്റി (canaloplasty), റിഫ്രാക്ടീവ് സർജറി (refractive surgery), കോർണിയൽ സർജറി (cornel surgery), കണ്ണ്പേശി സർജറി, ഐലിഡ് സർജറി (eyelid surgery), ലാക്രിമൽ അപ്പാരറ്റസ് സർജറി (lacrimal apparatus surgery) എന്നിവയാണവ.

മെഡിസിൻ (Medicine)

മെഡിക്കൽ വിദ്യാർഥികൾ പഠിക്കുന്ന രണ്ട് സുപ്രധാന വിഷയങ്ങളാണ് മെഡിസിനും സർജറിയും. രോഗപരിചരാണാർഥമുള്ള മെഡിസിൻ ഒരു ശാസ്ത്രവും കലയുമാണ്. അമേരിക്കയിൽ ഈ വിഷയത്തെ ഇന്റേണൽ മെഡിസിൻ എന്ന് പറയുന്നു. ഇരുപതാം നൂറ്റാണ്ടിൽ അമേരിക്കയിൽ കുടിയേറിയ ഡോക്ടർമാരിൽ നല്ലൊരു ശതമാനം ജർമൻകാരായിരുന്നു. വിവിധ അവയവവ്യൂഹങ്ങളെ ഒരുമിച്ചെടുത്ത് രോഗനിർണയവും ചികിത്സയും പ്രാഥമികഘട്ടങ്ങളിൽ ചെയ്യേണ്ടി വരും. അതിനുശേഷമേ പ്രത്യേക അവയവത്തിനോ അവയവവ്യൂഹത്തിനോ പരിഗണന കൊടുക്കാറുള്ളൂ.

അപ്രകാരം വിവിധ അവയവവ്യൂഹങ്ങളെ ഒരുമിച്ചെടുത്ത് രോഗനിർണയവും ചികിത്സയും ചെയ്യുന്നതിനെ ജർമനിയിൽ Innere Medizin (ഇന്നീർ മെഡിസിൻ) എന്നു വിളിച്ചിരുന്നു. അമേരിക്കയിലത് ഇന്റേണൽ

മെഡിസിനായി. ഇതിൽ ബിരുദാനന്തരവൈദഗ്ധ്യം നേടിയ ഡോക്ടർ മാരെ ഇന്റേണിസ്റ്റ് എന്നും അറിയപ്പെട്ടു. കോമൺവെൽത്ത് രാജ്യങ്ങ ളിൽ പക്ഷേ ഇത്തരം സ്പെഷലിസ്റ്റുകളെ ഫിസിഷ്യൻ എന്നാണ് അറി യപ്പെട്ടത്. രോഗിയെ പരിശോധനയിലൂടെയും ലാബറട്ടറി എക്സ്റേ തുട ങ്ങിയവയിലൂടെ ലഭിച്ച ഫലങ്ങളും കണക്കിലെടുത്ത് രോഗനിർണയവും ചികിത്സയും ചെയ്യുന്നതിനു പുറമെ മറ്റു മെഡിക്കൽ വിദഗ്ധരുടെ അഭി പ്രായങ്ങളുടെ ഏകോപനം, ഓപ്പറേഷൻ ആവശ്യമുണ്ടോ, അനസ്തീ സിയക്കു മുമ്പുള്ള പരിശോധന, രോഗലക്ഷണങ്ങൾ പ്രത്യേകദിശയി ലേക്ക് വിരൽ ചൂണ്ടുമ്പോൾ ഇനി ഏതു വിദഗ്ധനാണ് രോഗിയെ തുടർന്ന് പരിശോധിക്കേണ്ടത് തുടങ്ങിയവയും ഫിസിഷ്യൻ ചെയ്യുന്നു.

ഇതിൽ കാർഡിയോളജി, സ്നിഗ്ധഘട്ട പരിചരണം, എൻഡോക്രി നോളജി, ഗാസ്ട്രോ എൻട്രോളജി, വൃദ്ധരുടെ ചികിത്സ, സൈക്യാട്രി, ഹിമറ്റോളജി, കരളിന്റെ ചികിത്സ, പകർച്ചവ്യാധികൾ, നെഫ്രോളജി, അർബുദചികിത്സ, പീഡിയാട്രിക്സ്, പൾമണോളജി, വാതചികിത്സ, ഉറ ക്കത്തകരാറുകളുടെ ചികിത്സ തുടങ്ങിയ ഉപവിഭാഗങ്ങളുണ്ട്.

സർജറി (Surgery)

രോഗചികിത്സയ്ക്ക് ഉപകരണങ്ങളുടെ സഹായവും ഓപ്പറേഷനും ഉപയോഗിക്കുന്ന ചികിത്സാരീതിയാണ് സർജറി. രോഗങ്ങൾ കേടുപാടു കൾ എന്നിവയ്ക്ക് സർജറി ചികിത്സ ചെയ്യുന്നു. Chirurgiae എന്ന കൈക്രിയ എന്നർഥം വരുന്ന ഗ്രീക്ക്വാക്കിൽ നിന്നുമാണ് സർജറി എന്ന പദം ഉത്ഭവിച്ചത്. അടുത്തകാലത്ത് രൂപഭേദമുണ്ടാക്കി സൗന്ദര്യസംരക്ഷ ണത്തിനും കൂടുതലായി സർജറി ഉപയോഗിച്ചുവരുന്നു. ഇതിനെ പ്ലാസ്റ്റിക് സർജറി എന്നു പറയുന്നു. ഇന്ന് മുറിഞ്ഞ അവയവഭാഗങ്ങൾ തുന്നിപ്പിടി പ്പിക്കുക തുടങ്ങി സങ്കീർണമായ പല ചികിത്സകളും പ്ലാസ്റ്റിക് സർജറി കൊണ്ട് ചെയ്യാറുണ്ട്.

ഇരുപതാം നൂറ്റാണ്ടിന്റെ ആരംഭത്തിൽ ജോസഫ് ലിസ്റ്റർ രോഗാ ണുബാധയില്ലാത്ത ആന്റിസെപ്ടിക് സർജറി (antiseptic surgery) ആരം ഭിച്ചതോടെ സർജറിയിൽ ഒരു കുതിച്ചുചാട്ടം സംഭവിച്ചു.

റിസെക്ഷൻ (resection). എന്ന ഓപ്പറേഷനിൽ ഏതെങ്കിലും രോഗ മുള്ള അവയവമോ, വളർച്ചയോ, കോശജാലമോ മുറിച്ചു കളയൽ ചെയ്യുന്നു. അതുതന്നെ ഭാഗികമായി ചെയ്യൽ പാർഷ്യൽ റിസെക്ഷനാണ്.

റീകണക്ഷൻ (reconnection). വേർപെട്ടതോ, വേർപെടുത്തിയതോ ആയ ഭാഗങ്ങൾ ബന്ധപ്പെടുത്തൽ. ഇത് തുന്നിപ്പിടിപ്പിച്ച് ചെയ്യാം. അല്ലെ ങ്കിൽ കുടൽപോലെ പൊള്ളയായ ഭാഗങ്ങളാണെങ്കിൽ അനസ്റ്റമോസിസ് (anastamosis) ചെയ്ത് പരസ്പരം ഘടിപ്പിക്കാം. ഇപ്രകാരം കുടൽ, വയർ, അന്നനാളം, പിത്തക്കുഴൽ, പാൻക്രിയാസ്, രക്തക്കുഴലുകൾ എന്നിവ യോജിപ്പിക്കുന്നു.

റിഡക്ഷൻ (reduction). തെറ്റിക്കിടക്കുന്ന വിട്ട ഭാഗത്തെ നേർവഴി

യിലാക്കി വെക്കുക. ഉദാ: പൊട്ടിയ എല്ലുകൾ, മൂക്ക് എന്നിവ.

ലൈഗേഷൻ (ligation) എന്നാൽ കെട്ടലാണ്. രക്തക്കുഴലുകൾ, ശരീരത്തിലെ മറ്റു കുഴലുകളായ അണ്ഡവാഹിനിക്കുഴൽ കെട്ടി കുടുംബാസൂത്രണ ഓപ്പറേഷൻ, ഹൃദയത്തിലെ ഡക്ടസ് ആർടീരിയോസസ് ജന്മനാ തകരാറുള്ളത് കെട്ടൽ ഇതിൽപ്പെടും.

ഗ്രാഫ്ട്സ് (grafts) എന്നാൽ വെച്ചുപിടിപ്പിക്കൽ. ഇത് രോഗശമനത്തിനും പ്ലാസ്റ്റിക് സർജറിയിലും ഉപയോഗിക്കുന്നു. ഉദാ: ശരീരത്തിന്റെ ഒരു ഭാഗത്തുള്ള രക്തക്കുഴലെടുത്ത് ഹൃദയത്തിൽ ബൈപാസ് സർജറി ചെയ്യൽ.

പ്രോസ്തെറ്റിക് (prosthetic) ശരീരത്തിന്റെ ഏതെങ്കിലും ഭാഗത്തിന് ശക്തിപകരാൻ ഉദാ: എല്ല്, തലയോട് എന്നിവിടങ്ങളിൽ, കൃത്രിമ എടുപ്പ്, ഹൃദയത്തിലെ പേസ്മേക്കേഴ്സ്, വാൽവുകൾ.

സ്ടോമി (stomy) സ്ഥിരമായോ താൽക്കാലികമായോ ഒരു ഭാഗം തുറക്കൽ. ഉദാ: ട്രക്കിയോസ്ടമി, കോളോസ്റ്റമി. അവയവമാറ്റം ലഭിച്ച അവയവം ജീവൻ നഷ്ടപ്പെടാതെ രക്തക്കുഴലും മറ്റും വെച്ച് പിടിപ്പിച്ച് രോഗിക്ക് ഉപയുക്തമാക്കുന്ന ഓപ്പറേഷൻ.

ആർത്രോഡെസിസ് (arthrodesis) അടുത്തുള്ള അസ്ഥികളെ ചേർത്ത് ഒരുമിപ്പിക്കൽ. വേദന കുറയ്ക്കാനുള്ള ഈ ഓപ്പറേഷൻ നട്ടെല്ല്, കൈ എന്നിവിടങ്ങളിൽ ചെയ്യുന്നു.

ബാറിയാട്രിക് സർജറി (bariatric surgery) തൂക്കം കുറയ്ക്കാൻ ഇത് ചെയ്യുന്നു. ഇവിടെ അന്നനാളത്തിലെ ഭക്ഷണം വലിച്ചെടുക്കലിൽ മാറ്റം വരുത്തുന്നു.

റിപ്പയർ (repair) ഇത് ഹെർണിയ (hernia), പ്രൊലാപ്സ് (prolapse), ഫിസ്റ്റുല (fistula) എന്നിവയിലാണ് ചെയ്യുന്നത്.

ഡിബ്രെഡിമെന്റ്. (debridement) ഇത് കേട് വന്ന ഭാഗങ്ങൾ കളയലാണ്.

ഇരട്ടകളെ വേർപെടുത്തൽ, ലിംഗമാറ്റം എന്നിവ വളരെ പ്രശസ്തമായ സർജറികളാണ്.

സർജറിയുടെ ഉപവിഭാഗങ്ങൾ, കാർഡിയോതൊറാസിക് സർജറി, വാസ്കുലർ സർജറി, പ്ലാസ്റ്റിക് സർജറി, പീഡിയാട്രിക് സർജറി, കോളോറെക്ടൽ സർജറി, ട്രാൻസ്പ്ലാൻട് സർജറി, സർജിക്കൽ ഓങ്കോളജി, ട്രോമ സർജറി, എൻഡോക്രീൻ സർജറി, ബ്രെസ്റ്റ് സർജറി, സ്കിൻ സർജറി, ഓട്ടോലരിഞ്ചോളജി, ഗൈനക്കോളജി, ഓറൽ & മാക്സില്ലോഫേഷ്യൽ സർജറി, ന്യൂറോ സർജറി, ഒഫ്താൽമോളജി, പോഡിയാട്രിക് സർജറി, യൂറോളജി (cardiothoracic surgery, vascular surgery, plastic surgery, colorectal surgery, transplant surgery, surgical oncology, trauma surgery, endocrine surgery, breast surgery, skin surgery, otolaryngology, gynaecology, oral and maxillofacial surgery, neuro surgery, ophthalmology, podiatric surgery, urology) എന്നിവയാണ്.

ഓബ്സ്ടട്രിക്സ് & ഗൈനക്കോളജി (Obstetrics & gaynaecology)

മെഡിക്കൽ വിദ്യാർഥികളെ ഈ രണ്ടു വിഷയങ്ങളും ഒരുമിച്ചാണ് പഠിപ്പിക്കുന്നത്. ഗർഭപാത്രം, യോനി, അണ്ഡാശയം എന്നിവയടങ്ങുന്ന സ്ത്രീജനനേന്ദ്രിയങ്ങളെക്കുറിച്ചുള്ള പഠനമാണ് ഗൈനക്കോളജി. അതുപോലെ പുരുഷജനനേന്ദ്രിയങ്ങളെക്കുറിച്ചുള്ള പഠനമാണ് ആൻഡ്രോളജി (androlgy). OB/GYN, OBG, O&G, Obs & Gynae എന്നെല്ലാം ചരുക്കപ്പേരിൽ പറയുന്നവ ഗർഭാവസ്ഥയിലും അല്ലാതെയും ഉള്ള സ്ത്രീജനനേന്ദ്രിയങ്ങളെക്കുറിച്ചുള്ള പഠനമാണ്. ഗർഭാവസ്ഥയിൽ ഓബ്സ്ടട്രിക്സും അല്ലാത്തപ്പോൾ ഗൈനക്കോളജിയും ആണത്. ഇവയിൽ മരുന്നുകൊണ്ടും സർജറികൊണ്ടുമുള്ള ചികിത്സ പ്രതിപാദിക്കപ്പെടുന്നു. ഇവ ഒരുമിച്ചെടുക്കുന്നതുകൊണ്ട് സ്വാഭാവികമായും രോഗനിർണയം, ചികിത്സ എന്നിവയിൽ വലിയ സൗകര്യമുണ്ട്.

ഗൈനക്കോളജിസ്റ്റുകൾ കൈകാര്യം ചെയ്യേണ്ടിവരുന്ന രോഗങ്ങൾ

അർബുദം, അതിന് മുമ്പുള്ള അവസ്ഥകൾ, അണ്ഡാശയം, ഫലോപിയൻ കുഴൽ, ഗർഭപാത്രം, സെർവിക്സ്, യോനി എന്നിവിടങ്ങളിലെ രോഗങ്ങൾ, മൂത്രം അറിയാതെ പോകൽ, മാസമുറ ഇല്ലാതെ വരുക, വന്ധ്യത, മാസമുറസമയം രക്തസ്രാവം കൂടുക, രോഗാണുബാധ, ഗർഭപാത്രവും ഭാഗങ്ങളും പുറത്തേക്ക് തള്ളിവരൽ എന്നിവയാണ്. ഇവയിൽ മൂത്രാശയരോഗങ്ങൾ യൂറോളജിസ്റ്റും ചികിത്സിക്കാറുണ്ട്.

കുട്ടികളുടെ ചികിത്സയെ പീഡിയാട്രിക്സ് എന്ന് പറയുന്നു. ഗ്രീക്കിൽ pais എന്നാൽ പയ്യൻ, പൈതൽ എന്നും iatros എന്നാൽ ഡോക്ടർ, ചികിത്സകൻ എന്നുമാണർഥം. ഇതിലെ വിദഗ്ധചികിത്സകൻ പീഡിയാട്രീഷ്യൻ എന്നറിയപ്പെടുന്നു. എല്ലാ മുതിർന്നവരുടെ വിഭാഗങ്ങളും കുട്ടികളുടെ ചികിത്സയിലും പ്രത്യേകമായി ഉണ്ട്. കൂടാതെ രോഗപ്രതിരോധം, വളർച്ച, ബുദ്ധിവികാസം, പോഷകാഹാരക്കുറവ് തുടങ്ങിയവയും ഇതിൽ വരും. ഉദാ: പീഡിയാട്രിക് ഒഫ്താൽമോളജി, പീഡിയാട്രിക് എൻഡോക്രിനോളജി, പീഡിയാട്രിക് ന്യൂറോളജി (അപസ്മാരം തുടങ്ങിയ രോഗങ്ങൾ ഇതിൽ കൈകാര്യം ചെയ്യപ്പെടുന്നു), പീഡിയാട്രിക് കാർഡിയോളജി. ഇതിൽ പ്രധാനമായും ജന്മനാ ഉള്ള ഹൃദയത്തരാറുകൾ ചികിത്സിക്കപ്പെടുന്നു. ഈ വിഷയങ്ങളിലുള്ള അവഗാഹമാണ് ഡോക്ടർമാരുടെ രോഗനിർണയചിന്തയുടെ ഉപകരണങ്ങൾ. അടിസ്ഥാനയോഗ്യതയായ എം ബി ബി എസിനും സീനിയർ ഹൗസ് സർജൻസി തുടങ്ങിയവയ്ക്ക് ശേഷമാണ് ഡോക്ടർമാർ ബിരുദാനന്തര പഠനത്തിനു പോകുന്നത്.

5

രക്തം

രക്തത്തിന്റെ ഘടനയും ധർമവും

ശരീരത്തിലെവിടെയുമുള്ള രക്തം ശരീരശാസ്ത്രത്തിൽ വളരെ പ്രാധാന്യമർഹിക്കുന്നു. പ്ലാസ്മ (plasma) എന്ന ജൈവദ്രവത്തിൽ പല തരത്തിലുള്ള കോശങ്ങളടങ്ങിയതാണ് രക്തം. ഒരു പുരുഷ ശരീരത്തിൽ അഞ്ചു ലിറ്ററോളം രക്തമുണ്ട്. അതായത് പത്തു കുപ്പി വരും. രക്തം ദാനം ചെയ്യുമ്പോൾ ചേർക്കുന്ന ലായനിയും കൂട്ടിയാലതു ഇരുപതു കുപ്പിയോളമാകും. അതിൽ ഒരു കുപ്പി ആരോഗ്യമുള്ളൊരാൾ ദാനം ചെയ്യുന്നതുകൊണ്ട് ഒരു ദോഷവുമില്ല. അത് ആരോഗ്യത്തെ ഒട്ടും ബാധിക്കുകയില്ല

സ്ത്രീകളിൽ രക്തം പുരുഷന്മാരേക്കാൾ കുറവാണ്. രക്തം എവിടെയൊക്കെയാണുള്ളത്? ശരീരത്തിലെവിടെ മുറിഞ്ഞാലും രക്തം വരും. അപ്പോൾ എല്ലായിടത്തും രക്തമുണ്ട്. ശുദ്ധ രക്തമുള്ള ധമനി (Artery) അതിന്റെ ശാഖകളായ ആർട്ടീരിയോൾ അതിന്റെ ശാഖകളായ കാപ്പിലറികൾ, പിന്നെ അശുദ്ധ രക്തം ഒഴുകുന്ന സിര (Vein) അതിന്റെ ശാഖകളായ **വിന്യൂൾകൾ** ഇവയെല്ലാം ശാഖോപശാഖകളായി ശരീരത്തിലെല്ലായിടത്തുമുണ്ട്. എത്ര ചെറിയ മുറിവുണ്ടായാലും ഇവ അതിന്റെ ശാഖകളേതെങ്കിലും മുറിഞ്ഞിരിക്കും. രക്തം ഹൃദയമെന്ന കേന്ദ്രസ്ഥാനത്തു നിന്നാണ് ശരീരത്തിന്റെ എല്ലായിടത്തേക്കും സാധാരണ പ്രവർത്തനത്തിന് അടിച്ചു കയറ്റപ്പെടുന്നത്. രക്തം കിട്ടിയില്ലെങ്കിൽ അതാത് ശരീരഭാഗത്തിന്റ പ്രവർത്തനം തകരാറിലാകും. രക്തത്തിന്റെ സാധാരണഘടനയെന്താണ്? രോഗാവസ്ഥയിൽ ഘടന മാറാം. അതാണ് രക്തപരിശോധനയിലൂടെ നാം കണ്ടുപിടിക്കുന്നത്.

ലബോറട്ടറിയിൽ മൈക്രോസ്കോപ്പ് (microscope) ഉപയോഗിച്ചും

രാസപദാർഥങ്ങൾ ചേർത്ത് പ്രതിപ്രവർത്തനം മനസിലാക്കിയും കംപ്യൂട്ടർ ഉപയോഗിച്ചുമൊക്കെ രക്തം പരിശോധിക്കാം. രക്താണുക്കൾ രക്തത്തിന്റെ 40 ശതമാനംവരും. അതിൽ ശോണരക്താണുക്കളാണ് രക്തത്തിന് ചുവപ്പ് നൽകുന്നത്. ഒരു തുള്ളി രക്തത്തിൽ ഏകദേശം അമ്പതുലക്ഷം ശോണരക്താണുക്കളുണ്ട്. അവയുടെ ആയുസ്സ് 120 ദിവസം മാത്രമാണ്. മരിക്കുന്ന ശോണരക്താണുക്കളിലെ ഹീമോഗ്ലോബിൻ (haemoglobin) ശരീരം വീണ്ടും പുനർസൃഷ്ടി എന്ന റീസൈക്കിൾ (recycle) ചെയ്യുന്നു. പുതിയ ശോണരക്താണുക്കൾ അപ്രകാരം സൃഷ്ടിച്ചു കൊണ്ടേയിരിക്കുന്നു. ഹീമോഗ്ലോബീൻ പ്രാണവായുവുമായി ചേർന്ന് ഗതാഗത ജോലി ചെയ്യുന്നു. അതായത് രക്തം ഒഴുകുന്ന എല്ലാ ഭാഗത്തും ഹീമോഗ്ലോബീൻ ശരീരകോശങ്ങളിലെത്തിക്കുന്നു. അപ്രകാരം ശ്വാസകോശങ്ങളിലൂടെ ആഗിരണം ചെയ്യപ്പെട്ട പ്രാണവായു ശരീരത്തിലെ എല്ലാ കോശങ്ങളിലുമെത്തുന്നു. ശോണരക്താണുക്കൾ കഴിഞ്ഞാൽ പിന്നെ രക്തത്തിലുള്ളത് ശ്വേതരക്താണുക്കളും പ്ലേറ്റ്ലെറ്റുകളുമാണ്.

ശ്വേതരക്താണുക്കൾ

ഇവ പലതരമുണ്ട്. ന്യൂട്രോഫിലുകൾ, ലിംഫോസൈറ്റുകൾ (neutrophils, lymphocytes), ഇയോസിനോഫിലുകൾ (eosinophils), മോണോസൈറ്റുകൾ (monocytes), ബേസോഫിലുകൾ (basophiles) എന്നിവയാണവ. രോഗപ്രതിരോധവിഭാഗത്തിന്റെ കാവലാളുകളാണ് ഇവരൊക്കെ. രോഗാണുക്കളുടെ ആക്രമണത്തിനെതിരെയും മറ്റു സന്നിഗ്ധഘട്ടത്തിലും ഇവ വർധിച്ച് പ്രവർത്തനസജ്ജമാകുന്നു. ന്യൂട്രോഫിലുകൾ രോഗാണുക്കളെ ആക്രമിച്ച് വിഴുങ്ങി പ്രത്യേകരാസവസ്തുക്കളുപയോഗിച്ച് നശിപ്പിക്കുന്നു. ന്യൂട്രോഫിലുകൾ എണ്ണം വർധിച്ചാലത് രോഗാണുബാധ കൊണ്ടാണെന്ന് നമുക്ക് നിഗമനത്തിലെത്താം. ശരീരം അതിന്റെ കൂടുതൽ പട്ടാളക്കാരെ രോഗാണുക്കളെ ആക്രമിക്കാൻ നിയോഗിക്കുകയാണ് ചെയ്യുന്നത്. ഇയോസിനോഫിലുകൾ അലർജി, ആസ്ത്മ, കൃമിബാധ എന്നിവയുള്ളപ്പോൾ എണ്ണം വർധിച്ച് പ്രവർത്തിക്കുന്നു. ഇയോസിനോഫിലുകളും മോണോസൈറ്റുകളും വിദേശവസ്തുക്കൾ (ശരീരത്തിനു പിടിക്കാത്തവ) വിഴുങ്ങി ആരോഗ്യം സംരക്ഷിക്കുന്നു. ബേസോഫിലുകൾ പ്രതിരോധപ്രവർത്തനങ്ങളെ (ഇൻഫ്ളോമേഷൻ) തീക്ഷ്ണമാക്കുന്നു.

ലിംഫോസൈറ്റുകൾ

ഇവ പല രോഗപ്രതിരോധപ്രവർത്തികൾ ചെയ്യുന്നതോടൊപ്പം വൈറസുകളെയും അതുപോലുള്ള മറ്റു ജൈവ കുഴപ്പക്കാരെയും നേരിട്ട് നശിപ്പിക്കുന്നു. ഒരു തുടർച്ചയായ യുദ്ധത്തിലാണ് ഇവയെല്ലാം ഏർപ്പെട്ടിരിക്കുന്നതെന്ന് കാണാം. ഇൻഫ്ളമേഷൻ (ജൈവപരമായ കത്തൽ) നട

ക്കുമ്പോൾ കോശ രക്തക്കുഴലുകളിൽനിന്നും കൂടുതൽ രക്തം പ്രവഹിക്കുന്നു. ആ സ്ഥലത്തെ ചൂട് വർധിച്ച് പനി ഉണ്ടാകുന്നു. ഇത് ശ്വേതരക്താണുക്കൾക്ക് എണ്ണത്തിലും വണ്ണത്തിലും പ്രവർത്തിച്ച് രോഗാണു ആക്രമണത്തെ ഫലപ്രദമായി നേരിടാൻ സഹായിക്കുന്നു. ലിംഫോസൈറ്റുകൾ രോഗാണുക്കളെ നശിപ്പിക്കുന്ന ആന്റിബോഡികളെ ഉൽപ്പാദിപ്പിക്കുന്നു. ഒരിക്കൽ രോഗം ഉണ്ടാകുമ്പോഴും അതുപോലുള്ള രോഗം വരുമ്പോഴും, പ്രതിരോധകുത്തിവെപ്പ് നടത്തുമ്പോഴും ആന്റിബോഡികൾ ആവശ്യാനുസരണം ഉൽപ്പാദിപ്പിക്കപ്പെടുന്നു.

ലിംഫോസൈറ്റുകൾ ഉരുത്തിരിയുന്നത് ലിംഫോയ്ഡ് സ്റ്റെംസെല്ലിൽ നിന്നാണ്. മൂന്നു തരം പ്രായപൂർത്തിയായ ലിംഫോസൈറ്റുകൾ ഉണ്ട്. (ചിത്രം നോക്കുക).

ലിംഫോസൈറ്റുകളുടെ പ്രവർത്തനം.

1. ചെറിയവ ബി സെല്ലുകൾ
   ഇവയാണ് ആന്റിബോഡികളുണ്ടാക്കി രോഗാണുക്കളെ ആക്രമിക്കുന്നത്.
2. ഹെൽപ്പർ ടി ലിംഫോലൈറ്റുകൾ.
   ഇവയാണ് ബി ലിംഫോലൈറ്റുകളെ ആന്റിബോഡികളുണ്ടാക്കാൻ സഹായിക്കുന്നത്.
3. രോഗാണുക്കളെ കൊല്ലാൻ കൽപ്പനയുള്ള സൈറ്റടോക്സിക് ടി സെൽ. ഇവയെ നമുക്ക് 007 ജയിംസ് ബോണ്ട് സെൽ എന്നു വിളിക്കാം. ഇവയെല്ലാം രോഗാണു ബാധയെ തടുക്കുന്നു. ലിംഫോസൈറ്റുകൾ ഒഴികെയുള്ള എല്ലാ സെല്ലുകളും മൈലോയ്ഡ് സ്റ്റെം സെല്ലിൽ നിന്നാണ് ഉത്ഭവിക്കുന്നത്. സ്റ്റെം സെല്ല് ഉപയോഗിച്ച് ഭാവിയിൽ ധാരാളം വിപ്ലവകരങ്ങളായ അവയവ പുനരുജ്ജീവന ചികിത്സകൾ ആരംഭിക്കാൻ സാധ്യതയുണ്ട്.

പ്ലെയ്റ്റ്ലെറ്റുകൾ (platelets)

ഇവ രക്തവാർച്ച ഉള്ളപ്പോൾ കട്ടപിടിപ്പിച്ച് രക്തക്കുഴലുകളെ അടച്ച് രക്തവാർച്ച തടയുന്നു.

പ്ലാസ്മ

രക്തത്തിന്റെ 60 ശതമാനം ഇതാണ്. പ്രധാന ഘടകം വെള്ളമാണ്. കൂടാതെ പ്രോട്ടീനുകൾ, ഹോർമോണുകൾ, ആന്റിബോഡികൾ, എൻസൈമുകൾ, ഗ്ലൂക്കോസ്, കൊഴുപ്പ് കണികകൾ, ഉപ്പുകൾ എന്നിവയും ഉണ്ട്. ഈ ഉപ്പുകൾ കടൽവെള്ളത്തിലെപ്പോലെ ഘടനയിൽ അത്ഭുതകരമാം വിധം സാമ്യമുള്ളവയാണ്. ജീവിവർഗം കടൽവെള്ളത്തിൽ നിന്നും ഉത്ഭവിച്ചു എന്നതിനുള്ള തെളിവ് എല്ലാ ജീവികളും നന്ദിപൂർവം സ്മരിച്ചുകൊണ്ട് ശരീരങ്ങളിൽ വഹിക്കുന്നു. രക്തം ഒരു ഗ്ലാസ് ട്യൂബിൽ എടുത്താൽ അതിലെ കോശങ്ങളും പ്രോട്ടീനുകളും കട്ടപിടിച്ച് മുകളിലും

ബാക്കിയുള്ള സുതാര്യമായ സീറം താഴെയും കിടക്കുന്നു. പല ലബോറട്ടറി പരിശോധനകളും സീറത്തിലാണ് ചെയ്യുന്നത്.

രക്തത്തിന്റെ ധർമങ്ങളെന്തൊക്കെയാണ്?

പ്രാണവായുവിനെ കോശങ്ങളിലേക്കും കാർബൺഡൈഓക്സൈഡിനെ തിരിച്ച് ശ്വാസകോശങ്ങളിലും എത്തിക്കുന്നു. പോഷകങ്ങളും ഹാർമോണുകളും കൊണ്ടുചെല്ലുന്നു. വിസർജിതവസ്തുക്കൾ തിരിച്ചെടുക്കുന്നു.

അമ്ലവും ക്ഷാരവും സന്തുലിതമായി നിർത്തുന്നു. ശരീര ഊഷ്മാവ് നിലനിർത്താൻ സഹായിക്കുന്നു. തൊലിയിലെ രക്തയോട്ടം കൊണ്ടാണിതു സാധിക്കുന്നത്.

സംരക്ഷണം

ശ്വേതരക്താണുക്കൾ രോഗകാരകരായ ബാക്ടീരിയ, വൈറസുകളെ ആക്രമിച്ച് നശിപ്പിക്കുന്നു. രക്തം കട്ടപിടിക്കുന്നതിലൂടെ രക്തം നഷ്ടപ്പെടാതിരിക്കാൻ സഹായിക്കുന്നു.

മാരോ, സ്ടെം സെൽ,

ഇവ രക്തം ഉൽപ്പാദിപ്പിക്കുന്ന വിധം.

രക്തകോശങ്ങൾ

ആദി രക്തകോശമായ സ്റ്റെം സെല്ലിൽ നിന്നാണ് എല്ലാ രക്തകോശങ്ങളും ഉത്ഭവിക്കുന്നത്. എല്ലിന്റെ ഉള്ളിൽ മൃദുവായ സ്പോഞ്ചുപോലുള്ള സ്ഥലത്താണ് എല്ല് മാരോയിൽ ഉൽപ്പാദനം നടക്കുന്നത്. ഇടുപ്പെല്ല്, നെഞ്ചിൽ കഠാരിപോലെ നടുക്ക് സ്ഥിതി ചെയ്യുന്ന സ്റ്റെർണം ഇവയിലാണ് മാരോ ഏറ്റവും കൂടുതലുള്ളത്. മാരോക്ക് ആരോഗ്യമുണ്ടെങ്കിൽ മാത്രമേ പതിവായി രക്തോൽപ്പാദനം നടക്കുകയുള്ളൂ. അതോടൊപ്പം ഇരുമ്പ്, ഫോളിക് ആസിഡ്, സ്യാനോകോബാലമിൻ (folic acid, cyanocobalamin) തുടങ്ങിയ വിറ്റാമിനുകളും ആവശ്യമാണ്.

സ്റ്റെം സെല്ലുകൾ (Stem cells)

പരിണാമപരമായി പൗരാണികരായ ഈ സെല്ലുകളിൽ നിന്നാണ് എല്ലാ രക്തകോശങ്ങളും ഉത്ഭവിക്കുന്നത്. നമുക്കിതിനെ ആദം കോശം എന്നു വിളിക്കാം. രണ്ടുതരം സ്റ്റെം സെല്ലുകളുണ്ട്, മൈലോയ്ഡും, ലിംഫോയ്ഡും. ഇവ ഉണ്ടാകുന്നത് പിതാമഹനായ ആദി സ്റ്റെംസെല്ലിൽ നിന്നാണ്. സ്റ്റെംസെല്ലിന്റെ ധർമം പുതിയ രക്തകോശങ്ങളെ ഉൽപ്പാദിപ്പിച്ചു കൊണ്ടിരിക്കലാണ്. ചിലവ സ്റ്റെംസെല്ലായിത്തന്നെ തുടരും, ചിലത് ബ്ലാസ്റ്റ്, പിന്നെ അടുത്തഘട്ടം അങ്ങനെ വളർച്ച പോകുന്നു. പ്രായപൂർത്തിയായതിനുശേഷം അവയെ മാരോയിൽനിന്നും രക്തക്കുഴലി

ലേക്ക് പറഞ്ഞുവിടുന്നു. 120 ദിവസത്തെ ആയുസോടെ ജീവിക്ക്?.. എന്നു തുടങ്ങിയ അനുഗ്രഹങ്ങളോടെ.

രക്ത ഉൽപ്പാദനം

ദിവസേന കോടിക്കണക്കിന് രക്തകോശങ്ങളെ ശരീരം ഉൽപ്പാദിപ്പിക്കുന്നുണ്ട്. ശോണരക്താണുക്കൾക്ക് 120 ദിവസവും ശ്വേതരക്താണുക്കൾക്ക് ഏതാനും മണിക്കൂറുകളും ദിവസങ്ങളുമാണ് ആയുസ്സ്. ഉൽപ്പാദനമനുസരിച്ച് ദിവസവും കോടിക്കണക്കിന് രക്താണുക്കൾ നശിപ്പിക്കപ്പെടുകയും ചെയ്യുന്നു. സാധാരണ രോഗാവസ്ഥയിലൊഴിച്ച്, ഉൽപ്പാദനവും നശീകരണവും തമ്മിൽ ഒരു സമനിലയുണ്ട്. ചില ഹോർമോണുകൾ, മാരോയുടെ വളർച്ചയെ ബാധിക്കുന്ന വിറ്റാമിനുകളും മറ്റും ഇതിനെ നിയന്ത്രിക്കുന്നു.

ജൈവരാസ വസ്തുക്കൾ, രക്തക്കുഴലുകൾ

എല്ലാ ജൈവകോശങ്ങൾക്കും പ്രാണവായു ഇല്ലാതെ നിലനിൽപ്പില്ല. ചയാപചയത്തിനുശേഷം അവ അംഗാരാമ്ലം പുറത്തുവിടുകയും ചെയ്യുന്നു. ജീവന്റെ സുപ്രധാന ധർമമാണത്. രക്തം വിസർജ്യവസ്തുവായ അംഗാരാമ്ലത്തെ പുറത്തുവിടാനുള്ള വാഹകധർമം നിർവഹിക്കുന്നു. അംഗാരാമ്ലം രക്തം വഴി ശ്വാസകോശത്തിൽനിന്നും പുറത്ത് അന്തരീക്ഷത്തിലെത്തുന്നു. അന്തരീക്ഷമലിനീകരണമുണ്ടെങ്കിൽ അപ്രകാരം ഉച്ഛ്വസിക്കുന്ന വായുവോടൊപ്പം മലിനവായു രക്തത്തിലും അതുവഴി ശരീരത്തിന്റെ എല്ലായിടത്തുമെത്തുമെന്നും മനസിലാക്കാമല്ലോ. രക്തത്തിലുള്ള ജൈവരാസവസ്തുവായ ഹീമോഗ്ലോബിന് പ്രാണവായുവിനോട് അഭേദ്യമായ മമതയുണ്ട്. രക്തചംക്രമണം നടക്കുമ്പോൾ ഓരോ കോശത്തിലുമെത്തി വിശ്വസ്തനായ പോസ്റ്റുമാനെപ്പോലെ ശുദ്ധരക്തം-പ്രാണവായു കൊടുക്കുന്നു, പകരം വിസർജ്യങ്ങൾ തിരിച്ചെടുക്കുന്ന അശുദ്ധ രക്തം സിരകളിലൂടെ ശ്വാസകോശത്തിലെത്തുന്നു. ഹൃദയമാണ് ഓരോ കോശത്തിലും രക്തമെത്തിക്കാനുള്ള സവിശേഷമായ തള്ളൽശക്തി കൊടുക്കുന്നത്.

ഇതുപോലെ ശരീരത്തിലെ പലജൈവരാസവസ്തുക്കളും രക്തത്തിലൂടെ വഹിക്കപ്പെടുന്നു. ഭക്ഷണത്തിലൂടെ ലഭിക്കുന്ന പോഷകങ്ങൾ, എൻസൈമുകൾ, ഹോർമോണുകൾ, നാം കഴിക്കുന്ന മരുന്നുകൾ, വിസർജ്യവസ്തുക്കൾ എന്നിവ രക്തം വഹിച്ചുകൊണ്ടുപോകുന്നു. രക്തവും രക്തക്കുഴലുകളും ശരീരത്തിന്റെ എല്ലാ ഭാഗത്തുമുണ്ട്. കണ്ണിലെ ലെൻസിലൊഴിച്ച്. കണ്ണിൽ ചോരയുണ്ടാകരുത്. ഉണ്ടായാൽ കാഴ്ച തടസപ്പെടുമല്ലോ. അതിനുപകരം വേറെ ഏർപ്പാടുണ്ട്. രക്തത്തിനുപകരം ലെൻസിന് മുന്നിലും പിന്നിലുമുള്ള അക്വസ് ഹ്യൂമർ (aqueous humour) ആ പ്രാണവായു കൊടുക്കുന്ന ധർമം നിർവഹിക്കുന്നു.

ആർട്ടറികളുടെ ചെറിയ ധമനികൾ, ആർടീരിയോളുകൾ വീണ്ടും

ചെറുതായി വിഭജിച്ച് കാപ്പിലറികളാകുന്നു. ഇവയ്ക്ക് വളരെ നേർത്ത ചുവരുകൾ മാത്രമാണുള്ളത്. അവയിലൂടെ ജൈവരാസവസ്തുക്കൾ അങ്ങോട്ടുമിങ്ങോട്ടും കൈമാറ്റം വളരെ എളുപ്പമാണ്. അതുകൊണ്ട് അവയെ കൈമാറ്റധമനികൾ എന്നു വിളിക്കാം. കോശങ്ങളിൽ നിന്ന് തിരിച്ച് അശുദ്ധരക്തം കാപിലറികൾ കൂടിച്ചേരുന്ന വിന്യൂൾ (venule) പിന്നെ വെയ്ൻ (vein), ഹൃദയം വഴി ശ്വാസകോശത്തിലേക്ക് പോകുന്നു. രക്തം പിന്നോട്ടൊഴുകാതിരിക്കാൻ വെയ്നുകളിൽ വാൽവു (valve) കളുണ്ട്.

രക്തഗ്രൂപ്പുകൾ

ശോണരക്താണുക്കളുടെ പുറമേ പറ്റി നിൽക്കുന്ന ഒരുതരം പ്രോട്ടീനാണ് ആന്റിജൻ. മാത്രമല്ല, പ്ലാസ്മയിൽ ചില ആന്റിബോഡി(antibody) കളുണ്ട്. ഈ ആന്റിബോഡികളുടെ പണി ആന്റിജനു(antigen)കളെ കണ്ടാൽ ഉടനെ ആക്രമിക്കുകയാണ്. എ ബി ഒയും, ആർ എച്ച് എന്ന റീസസ് കുരങ്ങിലുള്ള ആന്റിജൻ എന്നിവയും ശോണരക്താണുക്കളിലുള്ള ആന്റിജനുകളാണ്

വേറെയും ആന്റിജനുകളുണ്ട്. ഇവയുടെ പേരാണ് രക്തഗ്രൂപ്പുകൾക്ക് കിട്ടിയിരിക്കുന്നത്. വിരളമായ മറ്റു ചില ഗ്രൂപ്പുകൾ രക്തം തമ്മിൽ ചേരാതെ രക്തദാനത്തിനു പ്രശ്നങ്ങളുണ്ടാക്കാറുണ്ട്.

രക്തം കട്ടിയാകുന്നതെങ്ങനെ?

ശരീരത്തിലെവിടെയെങ്കിലും ചതവോ മുറിവോ ഉണ്ടായാൽ അത് പ്ലെയ്റ്റ്ലെറ്റുകളെ പറ്റിപ്പിടിക്കാനും രക്തം കട്ടപിടിക്കുന്ന സങ്കീർണ പ്രക്രിയ വേഗം ആരംഭിക്കുവാനും ഇടയാക്കുന്നു. ആ ജൈവരാസവസ്തുക്കളെ രക്തം കട്ടപിടിപ്പിക്കുന്ന ഫാക്ടറുകൾ എന്നു പറയുന്നു. ഇവ 13 എണ്ണമാണ്. ഇവ ഓരോ പടി പടിയായി സംഭവിക്കുന്നു. ഇതിലവസാന നടപടി ഇതാണ്. അതായത് ആദ്യത്തെ ഫാക്ടറായ അലിയുന്ന പ്രോട്ടീനായ ഫൈബ്രിനോജനെ അലിയാത്ത ഫൈബ്രിനാക്കി മാറ്റുന്നു. അപ്പോഴുണ്ടാവുന്ന ചിലന്തിവലകൾ പോലുള്ള നാരുകൾകൊണ്ട് ഒരു വിദഗ്ധമായ മുറിവു വെച്ചുകെട്ടൽ നടത്തി രക്തവാർച്ച തടയുന്നു. ആ വലകൾക്കിടയിൽ ശോണരക്താണുക്കളും പ്ലെയ്റ്റ്ലെറ്റുകളും ഇടകലർന്ന് കെട്ട് വീണ്ടും നല്ല ഉറപ്പാകുന്നു. പക്ഷേ, രക്തം കട്ട പിടിക്കുന്നത് ഒരു രോഗമില്ലാത്ത രക്തക്കുഴലിലാണെങ്കിൽ അത് ആ രക്തക്കുഴൽ രക്തം വിതരണം ചെയ്യുന്ന ഭാഗങ്ങളുടെ പ്രവർത്തനം തകരാറിലാക്കും. അത് തടയാനായി രക്തം കട്ട പിടിക്കാതിരിക്കാതിരിക്കാനും ചെറിയ രക്തക്കട്ടകളെ അലിയിക്കാനും ശരീരം സംവിധാനമുണ്ടാക്കിയിട്ടുണ്ട്. ഈ രണ്ടു സംവിധാനങ്ങൾ തമ്മിൽ ഒരു സമനിലയുണ്ട്. മുറിവും ചതവുമുണ്ടാകുമ്പോൾ മാത്രം രക്തം കട്ട പിടിച്ചാൽ മതി. അതല്ലേ ശരി? അപ്രകാരം

രക്തക്കുഴലുകളിൽ അനാവശ്യമായി രക്തം കട്ട പിടിച്ചാൽ ഗുരുതരമായ ഭവിഷ്യത്തുക്കളുണ്ടാകും. ഉദാ: സ്ട്രോക്, ഹാർട്ട് അറ്റാക് (stroke, heart attack).

ചില ശോണരക്താണുരോഗങ്ങൾ

രക്തക്കുറവ്

ഹീമോഗ്ലോബിൻ കുറയുന്ന രോഗമാണിത്. ശോണരക്താണുക്കളിൽ ഹീമോഗ്ലോബിൻ കുറയുന്നു. ഭക്ഷണത്തിൽ ഇരുമ്പിന്റെ കുറവാണ് ഏറ്റവും പ്രധാന കാരണം. ശരീരത്തിന് ഹീമോഗ്ലോബിൻ നിർമിക്കാൻ ഇരുമ്പ് ഒരു പ്രധാനഘടകമാണ്. പിന്നെയുള്ളത് ഫോളിക് ആസിഡ് തുടങ്ങിയവയാണ്. ജന്മനാ ഉള്ള ശോണരക്താണു തകരാറുകൊണ്ടും അവ സ്വാഭാവികമായി നശിപ്പിക്കപ്പെടുന്നതുകൊണ്ടും രക്തക്കുറവ് വരാറുണ്ട്. ഇവിടെ ശോണരക്താണുക്കളുടെ ആകൃതി അരിവാൾ മാതിരി വളഞ്ഞിരിക്കുന്നു

അരിവാൾരോഗം എന്നറിയപ്പെടുന്ന ആദിവാസികളിൽ കാണപ്പെടുന്ന രോഗമാണ് ഉദാഹരണം. ആവശ്യത്തിലധികം ശോണരക്താണുക്കൾ ഉണ്ടായാൽ അത് പോളിസൈത്തീമിയ എന്ന രോഗമാണ്. ശ്വേതരക്താണുക്കൾ കുറയുന്ന അവസ്ഥയാണ് ല്യൂക്കോപിനിയ (leukopenia), അതുപോലെ ലിംഫോസൈറ്റുകൾ കുറഞ്ഞാൽ ലിംഫോപിനിയയും (lymphopenia), ന്യൂട്രോഫിലുകൾ കുറയുകയാണെങ്കിൽ ന്യൂട്രോപിനിയ (neutropenia) എന്നും പറയാം. അതുപോലെ കൂടുമ്പോൾ യഥാക്രമം, ല്യൂക്കോസൈറ്റോസിസ് (leucocytosis), ലിംഫോസൈറ്റോസിസ് (lymphocutosis), ന്യൂട്രോഫിലിയ (neutrophilia), ഇസ്നോഫിലിയ (eosinophilia), ബേസോഫിലിയ (basophilia) എന്നിങ്ങനെ പറയാം. രോഗാണുബാധയുള്ളപ്പോൾ ല്യൂക്കോസൈറ്റോസിസ് ഉണ്ടാകും. അതുപോലെ അലർജി ഉണ്ടാകുമ്പോൾ ഇസ്നോഫിലിയ ഉണ്ടാകും.

ല്യൂക്കോസൈറ്റുകൾ വളരെ വർധിക്കുമ്പോഴുണ്ടാകുന്ന ബ്ലഡ് കാൻസർ എന്ന് പരക്കെ അറിയപ്പെടുന്ന ഗുരുതരരോഗമാണ് ലുക്കീമിയ. അതിൽത്തന്നെ ഏതുതരം സെല്ലുകളെയാണ് ബാധിക്കുക എത്ര വേഗമാണ് അസുഖം വർധിക്കുകയെന്നതെല്ലാമനുസരിച്ച് ഇവയിൽ പല ഉപവിഭാഗങ്ങളുണ്ട്. പ്ലെയ്റ്റ്ലെറ്റുകൾ വളരെ കുറയുന്ന അവസ്ഥയാണ് ത്രോമ്പോസൈറ്റോപിനിയ(thrombocytopaenia). അപ്പോൾ ചെറിയ ചതവോ മറ്റോ ഉണ്ടായാൽപ്പോലും വേഗം രക്തവാർച്ച ഉണ്ടാകും. ഇതിന് പല കാരണങ്ങളുണ്ട്. പ്രധാനമായും എല്ലിനകത്തെ മാരോയെ ബാധിക്കുന്ന രോഗങ്ങളാണ് ഈ ഗുരുതരലക്ഷണമുണ്ടാക്കുന്നത്. രക്തം വളരെയധികം ഒരു ചെറിയ മുറിവുണ്ടായാൽപ്പോലും നഷ്ടപ്പെടാനിടയാക്കുന്ന രോഗങ്ങളാണ്.

പല കാരണങ്ങളെക്കൊണ്ടുണ്ടാകുന്ന ത്രോമ്പോസൈറ്റോപിനിയ.

ജന്മനാ ഉണ്ടാകുന്ന രക്തം കട്ടപിടിക്കാനുള്ള ഫാക്ടറുകളുടെ

കുറവ്. ഉദാഹരണം: ഹീമോഫിലിയ എ. ഫാക്ടർ viii (factor viii) ഇല്ലായ്മയാണിതിന്റെ കാരണം. ചിലരിൽ ഇതിന് കാരണം വിറ്റാമിൻ കെയുടെ കുറവാണ്. ചിലപ്പോൾ കരളിന്റെ രോഗം കാരണം ഇത് സംഭവിക്കുന്നു. കരളാണ് രക്തം കട്ട പിടിപ്പിക്കുന്ന പല ഫാക്ടറുകളും ഉൽപ്പാദിപ്പിക്കുന്നത്.

ക്ലോട്ടിങ് രോഗങ്ങൾ

ഇവിടെ രക്തം വേഗം കട്ടപിടിച്ച് രോഗങ്ങളുണ്ടാക്കുന്നു. ഹൃദയത്തിലെ കൊറോണറി ധമനിയിലെ രക്തം കട്ട പിടിച്ച് ഹൃദയാഘാതം, മസ്തിഷ്കത്തിൽ കട്ടപിടിച്ച് പക്ഷാഘാതം മുതലായവ സംഭവിക്കുന്നു.

രക്ത ഓട്ടം പതുക്കെ ആകുമ്പോഴാണ് അകത്തുള്ള വെയിൻ ത്രോമ്പോസിസ് (thrombosis) എന്ന രക്തം കട്ടപിടിക്കൽ ഉണ്ടാകുന്നത്.

ജന്മനാ ഉണ്ടാകുന്ന ചില തകരാറുകളിൽ രക്തം കട്ടപിടിക്കൽ വേഗത്തിലാകുന്നു.

ചില മരുന്നുകൾ ഇപ്രകാരം രക്തം കട്ടപിടിക്കൽ വേഗത്തിലാക്കുന്നു. അല്ലെങ്കിൽ കട്ടപിടിക്കുന്ന ഫാക്ടറുകളെ പ്രചോദിപ്പിച്ച് ഇപ്രകാരമുള്ള രോഗമുണ്ടാക്കുന്നു.

കരൾരോഗംകൊണ്ടും ഇത് സംഭവിക്കാം. കരൾ ഉൽപ്പാദിപ്പിക്കുന്ന രക്തക്കട്ട അലിയിക്കുന്ന ഫാക്ടറുകൾ കുറഞ്ഞാലും ഇതുണ്ടാകും.

രക്തഗ്രൂപ്പുകളിലെ പ്രശ്നങ്ങൾ

രക്തം സ്വീകരിക്കുമ്പോൾ അതേ ഗ്രൂപ്പ് രക്തം തന്നെ വേണമെന്ന് ഡോക്ടർമാർ വളരെ നിഷ്കർഷിക്കാറുണ്ട്. രാഷ്ട്രീയത്തിലെ ഗ്രൂപ്പിനെക്കാൾ ഇത് ഉടനെത്തന്നെ പ്രതിപ്രവർത്തനങ്ങളുണ്ടാക്കും. ഉദാഹരണമായി നമ്മൾ ബി പോസിറ്റീവ് ഗ്രൂപ്പായിരിക്കുകയും എ പോസിറ്റീവ് ഗ്രൂപ്പ് രക്തം സ്വീകരിക്കുകയുമാണെങ്കിൽ, ഉടനെ നമ്മുടെ ശരീരത്തിലുള്ള എ വിരുദ്ധ ആന്റിബോഡികൾ സ്വീകരിക്കപ്പെട്ട ശോണരക്താണുക്കളെ ആക്രമിക്കും. അപ്പോൾ ആ ശോണരക്താണുക്കൾ ചുരുങ്ങി തകർന്ന് കലങ്ങി വളരെ ഗുരുതരമായ പ്രതിപ്രവർത്തനങ്ങൾ ഉണ്ടാകുന്നു. വൃക്കപരാജയം സംഭവിച്ച് മരണംവരെ സംഭവിക്കാം. അതുകൊണ്ട് സ്വീകരിക്കുന്ന രക്തം നമ്മുടേതുമായി ഐകരൂപ്യമുള്ളതാണോ എന്ന് ഉറപ്പ് വരുത്തണം. അതിനു രണ്ട് രക്തസാമ്പിളുകളും എടുത്ത് ചേർത്തു കുറച്ചു സമയം കഴിഞ്ഞു മൈക്രോസ്കോപ്പിലൂടെ നോക്കി സെല്ലുകൾ പ്രതിപ്രവർത്തനംമൂലം ചുരുങ്ങുന്നില്ല എന്നുറപ്പുവരുത്തണം. ഈ കർശനനടപടികൾ എടുത്തതിനുശേഷം മാത്രമേ ബ്ലഡ് ബാങ്കുകളിൽ രക്തം കൊടുക്കുകയുള്ളൂ.

രക്തം കൊടുക്കൽ

രക്തം ദാനം ചെയ്യുമ്പോൾ 45 വയസിനു താഴെയുള്ള പകരുന്ന രോഗങ്ങളില്ലാത്ത, എയ്ഡ്സ്, സിഫിലിസ്, ഹിപ്പറ്റൈറ്റിസ് എന്നിവയി

ല്ലാത്ത രക്തക്കുറവില്ലാത്തവരിൽ നിന്നു മാത്രമേ രക്തം സ്വീകരിക്കുകയുള്ളൂ.

രക്തത്തിലെ ചില പ്രധാന രോഗങ്ങൾ

1. പലതരം രക്തക്കുറവുകൾ.
2. ഇഡിയോപതിക് ത്രോമ്പോസൈറ്റോപീനിക് പർപ്പൂര. രക്തവാർച്ചയുണ്ടാക്കുന്ന കാരണം മനസിലായിട്ടില്ലാത്ത രോഗം.
3. ലുക്കീമിയ (lukaemia).
4. അരിവാൾ രോഗവും രക്തക്കുറവും.
5. മൈലോമ (myeloma).
6. തലസ്സീമിയ (thalassemia).
7. ത്രോമ്പോഫീലിയ (thrombophilia).

രക്തത്തിന്റെ ഘടനയും പ്രവർത്തനവും വിവരിക്കുക വഴി അതിലെ അസുഖങ്ങളും എപ്രകാരമുണ്ടാകുന്നുവെന്ന് നമുക്ക് മനസിലാക്കാമല്ലോ. അത് ലബോറട്ടറി എക്സ്റെ തുടങ്ങിയ പരിശോധനകളിലൂടെ എപ്രകാരം ശാസ്ത്രീയ രോഗനിർണയത്തിലേക്ക് എത്തിക്കുന്നുവെന്നും ശരിയായ ചികിത്സയിലേക്ക് നയിക്കുന്നുവെന്നും അറിയാം.

രക്തപരിശോധന രക്തയോജിപ്പ്, കുത്തിവെക്കൽ

ഏറ്റവും കൂടുതൽ രോഗനിർണയത്തിന് ആശ്രയിക്കപ്പെടുന്ന പരിശോധനാ വിഭാഗമാണ് രക്തപരിശോധന. വെയിനിലെ രക്തമാണ് ഒരു ചെറിയ സ്റ്റെറിലൈസ് സൂചികൊണ്ട് എടുക്കുന്നത്. അതാണ് രക്തസാമ്പിൾ. കൈമുട്ടിന്റെ ഉൾഭാഗത്തുനിന്നോ കൈപ്പത്തിയുടെ പുറത്തു നിന്നോ സൗകര്യമായി ഇതെടുക്കാം. ടെക്നീഷ്യനോ, നഴ്സോ, ഡോക്ടറോ ആയിരിക്കും രക്തസാമ്പിൾ എടുക്കുന്നത്. രക്തമെടുക്കുന്ന ഭാഗത്തിന് മുകളിൽ ട്യൂർണിക്കെ കൊണ്ട് കെട്ടുന്നു. രക്തക്കുഴലുകൾ താൽക്കാലികമായി കടഞ്ഞ് രക്തമെടുക്കാൻ സൗകര്യമൊരുക്കുന്നു. രക്തമെടുക്കുന്ന ഭാഗം ആന്റിസെപ്ടിക് കൊണ്ട് വൃത്തിയാക്കുന്നു. സൂചി കയറ്റുമ്പോൾ അവിടേക്ക് നോക്കാതെ കൈ തളർത്തിയിടണം. ഒരു വേദനയും അനുഭവപ്പെടില്ല. ആ സൂചി സിറിഞ്ചിനോടോ രക്തസാമ്പിൾ കുപ്പിയോടോ രക്തം ഒഴുകിയെത്താൻ പാകത്തിൽ ഘടിപ്പിച്ചിരിക്കും. സൂചി എടുത്തതിനുശേഷം പഞ്ഞികൊണ്ടോ ചെറിയ പ്ലാസ്റ്റർ കൊണ്ടോ ഏതാനും മിനിറ്റുകൾ അമർത്തിവെക്കണം.

ചിലപ്പോൾ ഒരു നിശ്ചിതസമയത്തിനുള്ളിൽ ധാരാളം സാമ്പിളുകൾ ആവശ്യമായി വരും. ഉദാ: അപ്പോൾ ഒരു ബട്ടർഫ്ളൈ സൂചി വെയിനിൽ പരിശോധന കഴിയുംവരെ ടേപ്പ് ഒട്ടിച്ച് വെക്കുന്നതുകൊണ്ട് വീണ്ടും വീണ്ടും കുത്തുന്നത് ഒഴിവാക്കാം.

ഒറ്റത്തുള്ളി രക്തം മാത്രമേ ആവശ്യമുള്ളൂ എങ്കിൽ വിരലറ്റത്തു നിന്ന് സൂചികൊണ്ട് എടുക്കാം. ഉദാ: ബ്ലഡ് ഷുഗർ ഒരു പ്രാവശ്യം നോക്കുന്നതിന്.

ചിലപ്പോൾ രക്തം ആർട്ടറിയിൽ നിന്ന് എടുക്കേണ്ടി വരും. ഉദാ: അതിലെ ശുദ്ധരക്തത്തിൽ എത്രമാത്രം പ്രാണവായു ഉണ്ട് എന്നറിയാനാണിത്. കണങ്കൈയിലെ റേഡിയൽ ധമനിയിൽ നിന്നാണ് അപ്രകാരം രക്തം എടുക്കുന്നത്. ഇത് സാധാരണ ആശുപത്രിയിൽ വെച്ച് മാത്രമേ ചെയ്യാറുള്ളൂ.

ചിലർക്ക് രക്തം എടുക്കുമ്പോഴോ അത് കാണുമ്പോഴോ തല ചുറ്റാം. ആ സമയം കുറച്ചുനേരം കിടന്നാൽ മതി. രക്തത്തിലെ സീറം ഉപയോഗിച്ചുള്ള പരിശോധനയാണെങ്കിൽ കട്ടയായ രക്തമാണാവശ്യം. അല്ലെങ്കിൽ രക്തം സിട്രേറ്റ്, ഇ ഡി ടി എ എന്നീ രാസവസ്തുക്കൾ ചേർത്ത് കട്ടപിടിക്കാതെ പരിശോധനയ്ക്കായി എടുത്തുവെക്കുന്നു. രക്തപരിശോധനകൊണ്ട് ഡോക്ടർ ഉദ്ദേശിക്കുന്നതെന്താണ്?

1. രോഗനിർണയത്തിനും മറ്റുരോഗങ്ങളൊന്നുമില്ല എന്നു ഉറപ്പിക്കാനുമാണ് ഇപ്രകാരം പരിശോധന നടത്തുന്നത്. ഉദാ: ശരീരം വളരെ ശോഷിച്ച മുപ്പത്തഞ്ചു വയസുകാരന് ഇടയ്ക്കിടെ പനിയുമുണ്ട്. ഡോക്ടർ കഫത്തിൽ എ എഫ് പി ഉണ്ടോ എന്നും രക്തം എലിസ പരിശോധന ചെയ്യണമെന്നും നിർദേശിച്ചു. ഇവിടെ ക്ഷയരോഗം ഉണ്ടോ എന്നും എയ്ഡ്സ് ഇല്ലല്ലോ എന്നുമാണ് ഡോക്ടർക്ക് അറിയേണ്ടത്.
2. ചികിത്സയ്ക്ക് രോഗി പ്രതികരിക്കുന്നുണ്ടോ എന്നറിയാനുള്ള പരിശോധനയാണ് ഇ എസ് ആർ പരിശോധന.
3. മരുന്നിന് പാർശ്വഫലമുണ്ടോ, അത് കരൾ, വൃക്ക എന്നിവയെ ബാധിച്ചോ എന്നറിയാനും രക്തം പരിശോധിക്കും.
4. രക്തം കൊടുക്കേണ്ടിവരികയാണെങ്കിൽ ഗ്രൂപ്പ് ഏതാണെന്നറിയാൻ രക്തഗ്രൂപ്പ് പരിശോധിക്കും.

സാധാരണ രക്തപരിശോധനകൾ ഏതൊക്കെയാണ്?

സാധാരണ രക്തപരിശോധനയിൽ രക്തക്കുറവ്, ഇ എസ് ആർ, രക്തകോശങ്ങളെ ബാധിക്കുന്ന രോഗങ്ങൾ മനസിലാക്കൽ, വൃക്കരോഗത്തിനുള്ള പരിശോധനകൾ, യൂറിയ, ക്രിയാറ്റിനിൻ, യൂറിക് ആസിഡ്, ജി എഫ് ആർ എ മൂത്രം രക്തത്തിൽനിന്നും അരിച്ചെടുക്കുന്നതിന്റെ നിരക്ക് തുടങ്ങിയവ നോക്കലാണ്. പഴയ വൃക്കരോഗമാണെങ്കിൽ ചിലപ്പോൾ ബയോപ്സി (biopsy-ചെറിയ ഭാഗം മുറിച്ചെടുത്തുള്ള പരിശോധന) വേണ്ടിവരും. അത് കരൾ രോഗത്തിനു വേണ്ടിവരാം. വൃക്കയുടെ ധർമങ്ങൾ നിർജലീകരണം വരാതെയും ജലം കൂടാതെ നോക്കുകയും, വിസർജ്യവസ്തുക്കൾ മൂത്രത്തിലൂടെ പുറന്തള്ളുകയും, രക്തസമ്മർദം സമനിലയിലാക്കുകയും, ചില ഹോർമോണുകളുണ്ടാക്കുകയും, രക്തത്തിലെ ചില രാസ പദാർഥങ്ങളെയും സമനിലയിലാക്കുകയുമാണ്. മൂത്രപരിശോധനകൊണ്ട് അവയിലെ കോശങ്ങൾ, കേടുവന്ന കോശങ്ങളായ കാസ്റ്റുകൾ, അമ്ലക്ഷാരനില, സാന്ദ്രത, രാസപരിശോധനാ ഫലങ്ങൾ

എന്നിവ വളരെ വിലപ്പെട്ട വിവരങ്ങൾ തരും. (സമൂഹത്തിൽ മാത്രമല്ല മൂത്രത്തിലും കാസ്റ്റുകളുണ്ട്.) ഇത് വളരെ ചെലവു കുറഞ്ഞ പരിശോധനയാണ്.

കരൾരോഗ പരിശോധനകൾ

ബിലുറുബിൻ (bilurubin) പരിശോധന. അതിൽ ആൽബുമിനു (albumin) മായി ചേർന്നതും ചേരാതെ നിൽക്കുന്നതുമുണ്ട്. ഗ്ലോബുലിനും ഇതും തമ്മിലുള്ള അനുപാതം രോഗാവസ്ഥയിൽ വ്യത്യാസം വരും. കരൾ പരിശോധനാഫലങ്ങൾ രോഗമില്ലാത്തവരിലും സാധാരണ കണക്കുള്ളതിനേക്കാൾ 2 ശതമാനംകൂടിയോ കുറഞ്ഞോ വരാം. അതുപോലെ 2.5 ശതമാനംപേരിൽ ഒരു രോഗവുമില്ലാതെ കൂടിയതായി കാണാം. എന്നു വെച്ച് ഒരു രോഗിയിൽ ആദ്യം സാധാരണ മൂല്യം കിട്ടിയതിനുശേഷം പിന്നീട് കൂടി കണ്ടാലത് തീർച്ചയായും രോഗാവസ്ഥ തന്നെയാണ് എന്നു മനസിലാക്കണം.

എൻസൈം (enzyme) പരിശോധനകൾ

എ എൽ ടി, എ എസ് ടി, ജി ജി ടി എന്നിവയാണ് എൻസൈമുകൾ.

എ എൽ ടി: കരൾരോഗത്തിലിത് പ്രത്യേകമായി കൂടിയിരിക്കും.

എ എസ് ടി: ഇത് കരൾ രോഗം കൂടാതെ ഹൃദ്രോഗം പേശീരോഗം എന്നിവയിലും കൂടാം.

ജി ജി ടി: പിത്താശയം രോഗംമൂലം പിത്തനീരിന്റെ ഒഴുക്ക് തടസപ്പെട്ടാൽ ഇത് കൂടും. അപ്പോൾ അൽക്കലൈൻ ഫോസ്ഫറ്റേസ് എ എ എൽ പിയും കൂടും.

എ എൽ ടി, എ എസ് ടി എന്നിവ രണ്ടും വളരെ കൂടിയാൽ അതിനർഥം വൈറൽ കരൾ രോഗമോ, നാട്ടുഭാഷയിൽ പറയുന്ന മഞ്ഞപ്പിത്തം, ഓട്ടോ ഇമ്യൂൺ കരൾ രോഗമോ ആകാം. പഴക്കംചെന്ന കരൾ രോഗമാണെങ്കിൽ എ എൽ ടി, എ എസ് ടിയെക്കാൾ കൂടിയിരിക്കും.

മഹോദരമെന്ന സിറോസിസാണെങ്കിൽ തിരിച്ച്, എ എസ് ടി, എ എൽ ടിയേക്കാൾ കൂടി കാണും. മദ്യപാനം കൊണ്ടുവരുന്ന കരൾ രോഗത്തിൽ, എ എസ് ടി എ, എൽ ടി അനുപാതം രണ്ടിൽ കൂടുതലായിരിക്കും. ചയാപചയം കൊണ്ടുവരുന്ന കരൾ രോഗത്തിൽ ഈ അനുപാതം തിരിച്ച് ഒന്നിൽ താഴെയായിരിക്കും.

ജി ജി ടി പിത്താശയം തടസപ്പെട്ടാൽ എ എൽ പിയോടൊപ്പം കൂടും.

എ എൽ പി മൂല്യം സാധാരണമാണെങ്കിലും മദ്യപാന, കരൾ രോഗമോ, ചില മരുന്നു കഴിക്കുമ്പോഴുണ്ടാകുന്ന എൻസൈം പ്രവർത്തനം മൂലമോ ജി ജി ടി മാത്രം കൂടുന്നു.

എ എൽ പി ഗർഭാവസരത്തിലും കൗമാരത്തിലും സാധാരണമായി കൂടും.

ജി ജി ടി കൂടാതെ എ എൽ പി മാത്രം പിത്താശയ തടസത്തിലും

എല്ലുരോഗത്തിലും കൂടുന്നു.

എഴുപത് വയസ്സ് കഴിഞ്ഞാൽ ലാബ് പരിശോധനയുടെ ഫലങ്ങൾ മാറും. അഞ്ചു വയസിന് താഴെയും ഫലങ്ങൾ മാറും.

സാധാരണ ഒരു രോഗത്തിന് ഒന്നിലധികം ഡോക്ടർമാരെ കാണുന്ന പ്രവണതയുണ്ട്. എന്നാൽ, ഒരേ സാമ്പിൾ ഒന്നിലധികം ലാബുകളിൽ പരിശോധിക്കുന്നത് അധികം കാണാറില്ല. പലപ്പോഴും അത് ചെയ്യേണ്ടി വരും. അങ്ങനെ ചെയ്യുന്നത് ശാസ്ത്രീയമായ ഫലം തരുകയും ശരിയായ ദിശയിൽ രോഗ ചികിത്സ നടത്തുവാനും സഹായിക്കും.

രക്തത്തിലെ പഞ്ചസാര അളക്കൽ

ഫാസ്റ്റിങ്, രാവിലെ ഏഴു മണിക്ക് മുമ്പ്,
പി പി ഭക്ഷണത്തിന് ഒന്നര മണിക്കൂറിനു ശേഷം,
റാൻഡം ഏതെങ്കിലും സമയം,
എച്ച് ബി എ വൺ സി (മൂന്നു മാസത്തിലൊരിക്കൽ മാത്രം)

എന്നിങ്ങനെയാണ് പരിശോധിക്കേണ്ടത്. ഇത്, ടൈപ്പ് രണ്ട് പ്രമേഹത്തിന് പഞ്ചസാര നില ശരിയായതിനു ശേഷമാണെങ്കിൽ മൂന്നു മാസത്തിലൊരിക്കൽ മാത്രം നോക്കിയാൽ മതി. ഇൻസുലിൻ എടുക്കുന്നവരും രോഗാണുബാധയുള്ളവരും മറ്റു പ്രശ്നങ്ങളുള്ളവരും ടൈപ്പ് ഒന്ന് പ്രമേഹമുള്ളവരും മാത്രം ആഴ്ചയിലൊരിക്കലും അതിനിടയിലും ഷുഗർ പരിശോധിച്ചാൽ മതിയാകും.

രക്തം കട്ടപിടിക്കുന്നുണ്ടോ, അതിനെത്ര സമയമെടുക്കുന്നു എന്നറിയൽ, കൊളസ്ട്രോളും ഉപവിഭാഗങ്ങളും നിർണയിക്കൽ, ഇവ സുപ്രധാന പരിശോധനകളാണ്. കൊളസ്ട്രോളിനെപ്പറ്റിയുള്ള തെറ്റിദ്ധാരണ, അത് അനാവശ്യവസ്തുവാണ്, അത് കളയണം എന്നാണ്. ഈ ധാരണ വളരെ തെറ്റാണെന്ന് പ്രത്യേകം പറയേണ്ടതില്ലല്ലോ. ശരീരത്തിന് ഹോർമോണുകളും, പിത്തനീരും മറ്റും ഉണ്ടാക്കുവാൻ കരളിൽ ഉൽപ്പാദിപ്പിക്കുന്നതാണ് കൊളസ്ട്രോൾ. അത് ആവശ്യത്തിലും അധികമാവുമ്പോഴാണ് പ്രശ്നങ്ങളുണ്ടാകുന്നത്. എൽ ഡി എൽ എന്ന 70 ശതമാനം വരുന്ന കൊളസ്ട്രോളിനെ ചീത്ത കൊളസ്ട്രോൾ എന്നും വി എൽ ഡി എൽ കൊളസ്ട്രോളിനെ വൃത്തികെട്ട കൊളസ്ട്രോൾ എന്നും, കട്ടി കൂടിയ എച്ച് ഡി എൽ കൊളസ്ട്രോളിനെ (cholestrol) നല്ല കൊളസ്ട്രോൾ എന്നും പറയുന്നു.

പുകവലി, കുടുബത്തിൽ രോഗ ചരിത്രമുള്ളവർ, പ്രമേഹം, അമിത ഭാരം, രക്തസമ്മർദം, പുരുഷൻ, ഇന്ത്യക്കാരനാവുക, വ്യായാമം ഇല്ലാതിരിക്കുക എന്നിവ കൊളസ്ട്രോളിനോടൊപ്പം വന്നാൽ അപകടകരമാണ്.

പല വൈറസുകളുടെയും ബാക്ടീരിയകളുടെയും ആന്റിബോഡികൾ എത്രയെന്നു തീരുമാനിക്കൽ പ്രധാനമാണ്. രക്തത്തിലെ ബി ലിംഫോസൈറ്റുകൾ ആണ് രോഗപ്രതിരോധത്തിനുള്ള ആന്റിബോഡികളെ ഉൽപ്പാദിപ്പിക്കുന്നത്. അവ വിദേശികളായ ആന്റിജനുകളെ എതി

രിടുന്നു. ചിലപ്പോൾ ഇവയ്ക്ക് തെറ്റുപറ്റി സ്വന്തം പ്രോട്ടീനുകൾക്കെതിരെ വിദേശിയെന്ന് തെറ്റിദ്ധരിച്ച് ആന്റിബോഡികളെ ഉൽപ്പാദിപ്പിക്കുന്നു. ഉദാ: തൈറോയ്ഡിനെതിരെ ആന്റിബോഡികളെ ഉൽപ്പാദിപ്പിക്കുമ്പോൾ തൈറോയ്ഡ് ഓട്ടോ ഇമ്യൂണോ രോഗമുണ്ടാവുന്നു. ഇത്തരം ഓട്ടോ ഇമ്യൂണോ (autoimmune) രോഗങ്ങൾ കൂടാതെ, അഡ്ഡിസൺസ് രോഗം (Addison`s disease), പെർണീഷ്യസ് അനീമിയ (pernicious anaemia), പ്രൈമറി ലിവർ സിറോസിസ് (primary liver cirrhosis), ചില ത്വക് രോഗങ്ങൾ എന്നിവയുണ്ടാകാം.

സാധാരണ ഓരോ രോഗാണുബാധയ്ക്കും ഓരോ തരം ആന്റിബോഡി ശരീരം ഉണ്ടാക്കി കരുതി വെച്ചിട്ടുണ്ടാകും. ഭാവിയിലതു വീണ്ടുമുണ്ടായാൽ എടുത്തുപയോഗിക്കുവാൻ. ആന്റിബോഡികളെ (antibody) പരിശോധനയിലൂടെ മനസിലാക്കുകയും അളക്കുകയും ചെയ്താൽ രോഗനിർണയത്തെ വളരെ സഹായിക്കും. അതുപോലെ മൾട്ടിപ്പിൾ മൈലോമ (multiple myeloma) യിൽ ആന്റിബോഡികൾ കൂടുതലായിരിക്കും. ഇമ്യൂണിറ്റി കുറവായ രോഗങ്ങളിലും അലർജിയിലും ആന്റിബോഡികൾ പരിശോധിച്ച് രോഗം നിർണയിക്കാം.

രക്തഗ്രൂപ്പ് നിർണയം

ഗ്രൂപ്പുകളും ഉപഗ്രൂപ്പുകളും നിർണയിച്ചതിനുശേഷമേ രക്തം കൊടുക്കുവാൻ പാടുള്ളൂ. തൈറോയ്ഡ് ഹോർമോണുകൾ നിർണയിക്കുമ്പോൾ ടി3, ടി4, ടി. എസ് എച്ച് എന്നിവ സാധാരണ ചെയ്യുന്ന പരിശോധനകളാണ്. രക്തപരിശോധനയോടൊപ്പം രോഗനിർണയത്തിൽ പലപ്പോഴും വളരെയധികം സഹായകരമാകുന്നതാണ് റേഡിയോളജി പരിശോധനകൾ.

6

ആധുനിക രോഗനിർണയ പരിശോധനകൾ

രോഗനിർണയത്തിൽ റേഡിയോളജിയുടെ (radiology) പങ്ക്.

എക്സ്റേ മെഷീൻ

എക്സ്റേ വളരെ ശക്തമായ ഒരു തരം റേഡിയേഷനാണ്. എക്സ്റേ മെഷീൻ ആവശ്യമനുസരിച്ച് പേമാരിപോലെ റേഡിയേഷൻ അയക്കുന്നു. അത് നമ്മുടെ ശരീരത്തിൽ വയറിലൂടെയും അസുഖം വന്ന ഭാഗങ്ങളിലൂടെയും ഒടിഞ്ഞ എല്ലുകളിലൂടെയും കടന്നുപോയി അടിയിൽ വെച്ച എക്സ്റേപ്ലെയിറ്റിൽ വന്നു വീഴുന്നു. ഒരു തടസവുമില്ലാതെ വന്നു വീണാൽ എക്സ്റേപ്ലെയിറ്റിൽ വെച്ചിട്ടുള്ള ഫിലിമിലുള്ള വെള്ളി നൈട്രേറ്റ് സിൽവർ ഓക്സൈഡ് ആയി മാറുന്നു. ഒട്ടും തടസമില്ലെങ്കിൽ ഫിലിം മുഴുവൻ അപ്രകാരം കറുപ്പാകുന്നു. എല്ല് അതിനിടയിൽ വന്നാൽ ആ ഭാഗം മാത്രം വെളുപ്പായി വ്യക്തമായി കാണാം. അതായത് ശരീരത്തിനകത്തെ എല്ലുകളെ ശരിക്കും കാണാമെന്നർഥം.

അതുപോലെ മറ്റു ശരീരഭാഗങ്ങളും കട്ടിയനുസരിച്ചുള്ള ഫോട്ടോ ഫിലിമിൽ പതിയുന്നു. ആ ഫിലിം ലായനിയിൽ കഴുകി ഉണക്കി കവറിലിട്ടുവെക്കാം. എക്സ്റേ ലോബിയിൽ വെച്ച് എക്സ്റേ പഠിക്കാം. ഇപ്പോൾ പി എസ് പി പ്ലെയ്റ്റ് ഉപയോഗിച്ച് ഫിലിം ഇല്ലാതെ കംപ്യൂട്ടറൈസ്ഡ് ഫോട്ടോകളെടുക്കാം. ഈ പി എസ് പി പ്ലെയ്റ്റ് വീണ്ടും ഉപയോഗിക്കാം. രോഗാവസ്ഥയും ആരോഗ്യാവസ്ഥയും തമ്മിലുള്ള വ്യത്യാസം മനസിലാക്കി അതനുസരിച്ച് രോഗനിർണയം നടത്താം.

ഏതെല്ലാം ആവശ്യത്തിനാണ് എക്സ്റേ ഉപയോഗിക്കുന്നത്?

1. എല്ല് രോഗം, എല്ല് പൊട്ടലുകൾ, എല്ല് തേയ്മാനം, അപാകതകൾ.

2. സന്ധിരോഗങ്ങൾ, സന്ധിയുടെ ഉൾഭാഗം, ഓസ്റ്റിയോ ആർത്രൈറ്റിസ്.
3. ഹൃദയത്തിന്റെ വലുപ്പം, ആകൃതി, അപാകത എന്നിവ.
4. അവയവത്തിന്റെ കട്ടിയനുസരിച്ച് മുഴകൾ. അവ കട്ടി കൂടുതലായിരിക്കും ഉദാ: സ്തനത്തിലെയും ശ്വാസകോശത്തിലെയും മുഴകൾ.
5. ഏതെങ്കിലും അവയവത്തിൽ ജലം കെട്ടിക്കിടക്കുന്നുണ്ടോ എന്നറിയാൻ ഇത് ഉപയോഗിക്കാം. ഉദാ: അന്നനാളം, ശ്വാസകോശം.
6. മരുന്നുകൾ കുത്തിവെച്ചും ബേരിയം എന്ന എക്സ്റേ രശ്മികൾ കടക്കാത്ത വസ്തു വായിലാക്കിയും അന്നനാളത്തിന്റെ താഴെയും മുകളിലും കടത്തിയും അവയവങ്ങളുടെ ആകൃതി അറിയാം.

എക്സ്റേ റേഡിയേഷൻ ചെയ്യുന്നതുകൊണ്ട് കുഴപ്പമുണ്ടോ?

സാധാരണ എക്സ്റേ എടുക്കുമ്പോൾ വളരെ കുറച്ചുസമയം മാത്രമേ റേഡിയേഷൻ ഉണ്ടാവുന്നുള്ളൂ. അത് നിരുപദ്രവമാണ്. എന്നാൽ ഗർഭിണികളിൽ എക്സ്റേ എടുക്കാറില്ല. പകരം അൾട്രാസൗണ്ട് സ്കാൻ ആണ് ഉപയോഗിക്കുന്നത്.

എന്താണ് അൾട്രാസൗണ്ട് സ്കാൻ? (ultrasound scan)

നിരുപദ്രവകരമായ, വേദനാരഹിതമായ, റേഡിയേഷനില്ലാത്ത, ഉയർന്ന നിരക്കിലുള്ള ശബ്ദവീചികൾ പ്രതിഫലിപ്പിച്ച് ശരീരാന്തർഭാഗ അവയവങ്ങളെയും അവയുടെ രോഗങ്ങളെയും പഠിക്കുവാനുതകുന്ന വളരെ ഉപകാരപ്രദമായതും സാധാരണമായതുമായ പരിശോധനാമാർഗമാണിത്.

ഗർഭസ്ഥ ശിശുവിനെ അൾട്രാസൗണ്ട് സ്കാനിലൂടെ കാണാൻ കഴിയുന്നു. സ്കാൻ യന്ത്രം പുറപ്പെടുവിക്കുന്ന ശബ്ദം ഉയർന്ന നിരക്കിലുള്ളതായതിനാൽ നമുക്ക് കേൾക്കാനാകില്ല.

എപ്രകാരമാണ് ഇത് പ്രവർത്തിക്കുന്നത്?

എല്ലാ ജൈവജലങ്ങളിൽ കൂടിയും പേശി, അസ്ഥി എന്നിവയിൽ കൂടിയും ഈ ശബ്ദവീചികൾ സഞ്ചരിക്കും. കട്ടി കൂടുന്നതനുസരിച്ച് അതിന്റെ പ്രതിധ്വനി കൂടിയും കുറഞ്ഞുമിരിക്കും. ഉദാ: പിത്താശയത്തിൽ കല്ലുണ്ടെങ്കിൽ അതിൽ പ്രതിഫലിച്ച് അതിന്റെ രൂപവും ആകൃതിയും വലുപ്പവും രേഖപ്പെടുത്താനാകും. ഹൃദയ അറകൾ, കരൾ, വൃക്ക എല്ലാം ഇത് നമുക്ക് വെളിവാക്കിത്തരും. ഒരു ചെറിയ പെൻ ടോർച്ചു പോലുള്ള പ്രോബിൽ ജെല്ലി പുരട്ടി പരിശോധിക്കാനുള്ള അവയവത്തിനു മുകളിലുള്ള തൊലിയിൽ അമർത്തുന്നു. പ്രോബിലൂടെ ശബ്ദവീചികൾ തട്ടി പ്രതിഫലിച്ച് അത് സ്കാൻ യന്ത്രത്തിലും കംപ്യൂട്ടർ മോണിറ്ററിലും വരുന്നു.

അൾട്രാസൗണ്ട് തത്വം

പ്രോബ് ഉപയോഗിച്ച് പല കോണിലും സമയത്തും ചിത്രങ്ങളെടുക്കാം. ഒരു സമയത്തെ ചിത്രമോ വീഡിയോ ചിത്രമോ എടുക്കാം. പരിശോധന ഏകദേശം അരമണിക്കൂർ സമയം പിടിക്കും.

അൾട്രാസൗണ്ടിന്റെ ഉപയോഗങ്ങൾ

ഗർഭസ്ഥശിശുവിന്റെ വളർച്ച, ജന്മനായുള്ള തകരാറുകൾ, ഹൃദയം, വാൽവുകൾ പഠിക്കുക, ഇതിന് എക്കോകാർഡിയോഗ്രാഫി എന്നു പറയുന്നു.

ഗർഭിണിയെ സ്കാൻ ചെയ്യുന്നു

ഇരുപത്തൊമ്പത് ആഴ്ച പ്രായമുള്ള ശിശുവിന്റ തല സ്കാനിലൂടെയുള്ള കാഴ്ച

കരൾ, പിത്താശയം അതിലെ കല്ലുകൾ, യകൃത്ത്, തൈറോയ്ഡ്, ലിംഫ് നോഡുകൾ, കഴുത്തിലും കക്ഷത്തിലും ഒക്കെ കാണുന്ന മുഴകൾ, അണ്ഡാശയം, വൃഷണം, വൃക്ക, മൂത്രാശയം, സ്തനം (ഇതിന് പ്രത്യേകമായി മാമ്മോഗ്രാഫി ഉപയോഗിക്കാറുണ്ട്) ഈ അവയവങ്ങളിലുള്ള മുഴകൾ കട്ടിയായ മുഴയാണോ ജലം നിറഞ്ഞ സിസ്റ്റാണോ എന്നറിയാൻ പറ്റും. കൂടാതെ രക്തക്കുഴലുകൾ അമിതമായി വികസിച്ച് ബലൂൺ (Aneurysm) പോലെ ആയിട്ടുണ്ടോ എന്നും അറിയാം. ശരീരത്തിനകത്ത് പ്രോബ് കടത്തി, ഉദാ: അന്നനാളത്തിൽ താഴെ കടത്തി തൊട്ടു മുന്നിലുള്ള ഹൃദയത്തിന്റെ ചിത്രവും, യോനിയിലും ഗുദത്തിലും കടത്തി അതിനടുത്തുള്ള അണ്ഡാശയം, മൂത്രാശയം, എന്നിവയുടെ ചിത്രങ്ങളുമെടുക്കാം.

പരിശോധനയുടെ തയാറെടുപ്പ്

വെള്ളം കുടിച്ച് മൂത്രാശയം നിറഞ്ഞിരിക്കണം. ഭക്ഷണം കുറച്ച് മണിക്കൂറുകൾ കഴിക്കാതിരിക്കുക, നാരു കുറവായ ഭക്ഷണം കഴിക്കണം, എനീമ എന്നീ നിർദേശങ്ങൾ പറയാറുണ്ട്. ഇത് ഓരോ രോഗത്തിനും രോഗിക്കും വ്യത്യസ്തമായിരിക്കും.

എന്താണ് ഡ്യൂപ്ലെക്സ് അൾട്രാസൗണ്ട് സ്കാൻ (duplex ultrasound scan)?

ഒരു രക്തക്കുഴലിലൂടെ എപ്രകാരം രക്തം ഒഴുകുന്നു എന്നറിയാൻ പറ്റിയ മാർഗമാണിത്. എത്ര വേഗത്തിൽ രക്തം ഒഴുകുന്നു എന്ന വിവരം ഈ മാർഗത്തിലൂടെ അറിയാം. ഡോപ്ലർ സങ്കേതം നീങ്ങുന്ന വസ്തുവിന്റെ വേഗതയും മറ്റു വിവരങ്ങളും അറിയാനാകും. ഇത് ലളിതവും വേഗം ചെയ്യാവുന്നതും ധമനികളിലൂടെയുള്ള രക്ത ഒഴുക്കിന്റെ വലു

പ്പവും വേഗതയും കൃത്യമായി അളക്കാനാവുന്നതുമാണ്. നീങ്ങുന്ന വസ്തുവിന്റെ പ്രതിധ്വനി, തരംഗദൈർഘ്യം എന്നിവ അൽപ്പം വ്യത്യാസപ്പെട്ടിരിക്കും. ഇതാണ് ഡോപ്ലർ പ്രതിഭാസം. ഈ വ്യത്യാസം അളന്ന് വേഗത അറിയാം. സ്കാൻ യന്ത്രങ്ങളിൽ വസ്തു തവിട്ടു നിറത്തിലും വേഗതയുള്ളതുമായിരിക്കും. ഇടയ്ക്കിടെ വേഗതയനുസരിച്ച് എല്ലാം രേഖപ്പെടുത്തൽ നടക്കും. ബാക്കിയെല്ലാം സാധാരണ സ്കാനിങ് പോലെ.

ഡ്യൂപ്ലെക്സ് അൾട്രാസൗണ്ടിന്റെ ഉപയോഗങ്ങൾ

ഉദരത്തിലെ അന്യൂറിസം. രക്തക്കുഴൽ ബലൂൺപോലെ വികസിക്കുന്ന അവസ്ഥയാണിത്. ധമനിയുടെ തടസ്സം, രക്തം കട്ട പിടിക്കൽ, കഴുത്തിലെ ധമനികളിലെ രക്തോട്ടം, വൃക്കയിലെ ധമനികളിലെ രക്തോട്ടം, കാലിലെ സിരകളിലെ രക്തോട്ടം എന്നിവ മനസിലാക്കാൻ ഇത് വളരെ പ്രയോജനപ്രദമാണ്.

എന്താണ് വി സ്കാൻ (V Scan)?

ഐ പോഡ് ഫോൺ പോലെ കൈയിൽ കൊണ്ടുനടക്കാവുന്ന ചെറിയ അൾട്രാസൗണ്ട് സ്കാനർ ഇപ്പോൾ പുറത്തിറങ്ങിയിട്ടുണ്ട്. ഇത് കിടക്കയിൽനിന്നും നീങ്ങാൻ പറ്റാത്ത രോഗികളിൽ പരിശോധിക്കാൻ വളരെ പ്രയോജനപ്രദമാണ്. സാധാരണ സ്കാനറിനു പകരം വെക്കാനിതിനു കഴിയില്ല. എങ്കിലും, നീങ്ങാൻ പറ്റാത്ത രോഗികളിൽ പരിശോധിക്കാൻ മാത്രം ഇത് വളരെ പ്രയോജനപ്രദമാണ്.

എന്താണ് സി ടി അല്ലെങ്കിൽ സി എ ടി സ്കാൻ (CT Scan)?

കംമ്പ്യൂട്ടർ ഉപയോഗിച്ച് പല അക്ഷരത്തിലുമുള്ള ചിത്രങ്ങളെടുത്ത് 2 ഡി, 3 ഡി രൂപത്തിൽ കാണുവാൻ സൗകര്യമുണ്ടാക്കുന്നു. ഇതിൽ തന്നെ സ്പൈറൽ സി ടിയാണ് ഏറ്റവും നൂതനം. അത് ഏറ്റവും വേഗതയേറിയ കംമ്പ്യൂട്ടറിനെപ്പോലെ പ്രവർത്തിക്കുന്നു.

രോഗിയെ സ്കാൻ ചെയ്യുന്നു. അതിന്റെ 3 ഡി ചിത്രം.

എന്താണ് എം ആർ ഐ?

ഇത് സി ടി പോലെയാണെങ്കിലും, കാന്തശക്തിയും റേഡിയോ തരംഗങ്ങളുമുപയോഗിച്ച് നിരയായ പരിച്ഛേദ ഛായകൾ സൃഷ്ടിക്കുന്നു. ഇവ അത്ഭുതകരമാംവിധം കൃത്യമായതിനാൽ ഓരോ കോശസംയുക്തങ്ങളെയും നേരിട്ട് കാണുന്നതുപോലിരിക്കും. അതുകൊണ്ട് മറ്റു പല രോഗനിർണയപരിശോധനകളും ഒഴിവാക്കാനാകും. ഇതിൽ എക്സ്റേ ഉപയോഗിക്കുന്നില്ല, കാന്തതരംഗങ്ങളാകട്ടെ ഒട്ടും ഉപദ്രവകാരിയുമല്ല. പക്ഷേ, പടങ്ങളെടുക്കാനധികം സമയം വേണം. ചെറിയ വ്യതിയാനങ്ങൾപോലും കാണിക്കുന്നതിനാൽ ചിലപ്പോൾ ഡോക്ടർക്ക് ആശയക്കുഴപ്പമുണ്ടാകാം.

മസ്തിഷ്കത്തിന്റെ നെടുകെയുള്ള കാഴ്ച. എം ആർ ഐ സ്കാൻ (MRI Scan).

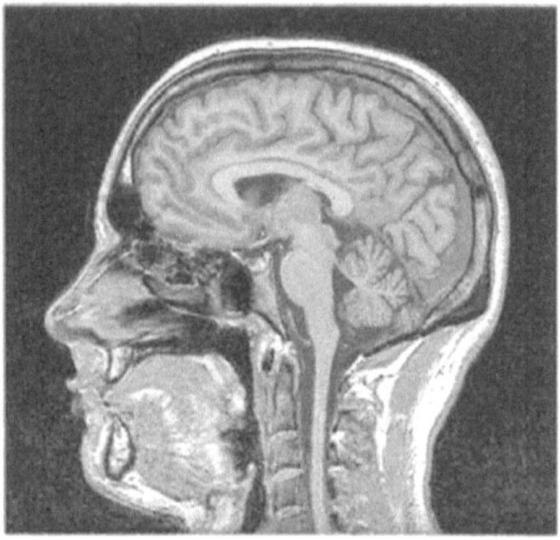

എം ആർ ഐ സ്കാൻ

ചെലവ് ഇപ്പോൾ കൂടുതലാണെങ്കിലും കുറഞ്ഞു വരുന്നുണ്ട്.

എം ആർ സി പി സ്കാൻ, മാ ഗ്നറ്റിക് റിസൊണൻസ്

കൊളാഞ്ചിയൊ പാൻക്രിയാറ്റൊഗ്രാഫി എന്നാലെന്താണ്?

ഇത് എം ആർ ഐ ഉപയോഗിച്ച് കരൾ, പിത്തക്കുഴലുകൾ, പിത്തസഞ്ചി, യകൃത്ത്, യകൃത്തിന്റെ കുഴൽ എന്നിവയുടെ ചിത്രങ്ങൾ തരുന്നു. ഇവ ഈ സ്ഥലങ്ങളിൽ വളർച്ച, പഴുപ്പ്, കല്ലുകൾ എന്നിവയുണ്ടോ എന്നറിയാനും, മനസിലാവാത്ത വയറുവേദനയ്ക്കും, യകൃത്തിനെ പഠിക്കുവാനും പിത്താശയ യകൃത്ത് പ്രവർത്തനം വിലയിരുത്തുവാനും പ്രയോജനപ്പെടും.

ന്യൂക്ലിയർ മെഡിസിൻ (nuclear medicine) ഉപയോഗിച്ചുള്ള ഐസോടോപ് സ്കാനിങ്.

റേഡിയോ ഐസോടോപ് ഉപയോഗിച്ചുള്ള സ്കാനിങ്ങിൽ വളരെ കുറച്ച് റേഡിയേഷനെ ഉണ്ടാകുന്നുള്ളൂ. ഇത് പ്രത്യേക ക്യാമറകൊണ്ട് മനസിലാക്കാം. ശരീരത്തിൽ പ്രവർത്തിക്കുന്ന രാസവസ്തുക്കളിൽ ഐസോടോപുകൾ കെട്ടിയിട്ടാൽ ആ രാസവസ്തു എപ്രകാരം ശരീരം കൈകാര്യം ചെയ്യുന്നു, എവിടെയൊക്കെ പോകുന്നു, എത്രമാത്രം കരളിലെത്തുന്നു, വൃക്കയിലെത്തുന്നു, മസ്തിഷ്കത്തിലെവിടെ കേന്ദ്രീകരിക്കപ്പെടുന്നു എന്നെല്ലാം വ്യക്തമാകും. കോൺക്രീറ്റിലെ ചോർച്ച അറിയുവാൻ നിറമുള്ള വെള്ളം ഒഴിച്ചു പരിശോധിക്കുന്നതു പോലെയാണിത്. അപ്രകാരം ഹൃദയം, വൃക്ക, എന്നിവയെയും, അർബുദം പടരുന്നത്, രോഗാണുവിന്റെ ആക്രമണനിര എല്ലാമറിയാം.

ചില അസുഖങ്ങൾക്ക് ഐസോടോപ് കൂടുതൽ കൊടുക്കേണ്ടി വരുമ്പോൾ റേഡിയേഷൻ കൂടുതലാകാം. ഉദാ: തൈറോയ്ഡ് അമിത പ്രവർത്തനം നടത്തുമ്പോൾ, ചില അർബുദങ്ങളിൽ. ചെറിയ കുട്ടികളിലും, മുലപ്പാലു കൊടുക്കുന്ന അമ്മമാരിലും ഐസോടോപ് സ്കാനിങ് ചെയ്യാറില്ല.

എന്താണ് പെറ്റ് (PET) സ്കാൻ?

പ്രാഥമികമായി കോശങ്ങളുടെ പ്രവർത്തനം പഠിക്കുന്ന ചെലവേറിയ സ്കാനിങ്ങാണ് പെറ്റ് സ്കാൻ എന്ന പോസിട്രോ എമ്മീഷൻ ടോമോഗ്രാഫി (positron emission tomography).

പെറ്റ് സ്കാൻ യന്ത്രം

ഇത് ശരീരഭാഗങ്ങളുടെ 3 ഡി വർണചിത്രങ്ങൾ തരുന്നു. ഇതിനും റേഡിയോ ന്യൂക്ലിയൈയ്ഡുകൾ ഉപയോഗിക്കുന്നു. ചയാപചയം ശക്തമായ കോശങ്ങളെ പെറ്റ് സ്കാൻ കാട്ടിത്തരുന്നു. ധാരാളം രോഗങ്ങളെ നിർണയിക്കാനും അവ എപ്രകാരം വരുന്നു എന്നു മനസിലാക്കാനും ഗവേഷണത്തിനും ഇത് വളരെ പ്രയോജനകരമാണ്. ചെയ്യുന്ന ചികിത്സ എപ്രകാരം ഫലിക്കുന്നു എന്നും മനസിലാക്കാം. ഇപ്പോൾ എം ആർ ഐ സി ടി എന്നിവയോടൊപ്പം ഇതുപയോഗിക്കാറുണ്ട്. അർബുദം കണ്ടുപിടിക്കാനാണിത് കൂടുതലും ഉപയോഗിക്കുന്നത്.

മസ്തിഷ്ക പെറ്റ് സ്കാൻ

അൾഷീമേഴ്സ്, അപസ്മാരം, ഹൃദ്രോഗം എന്നിവയ്ക്കും ഇതുപയോഗിക്കുന്നു. കൂടാതെ ഒരു മുഴ അർബുദമാണോ, അത് എത്രമാത്രം വർധിച്ചു, അത് മറ്റു സ്ഥലങ്ങളിലേക്ക് വ്യാപിച്ചുവോ, ഏതാണേറ്റവും നല്ല ചികിത്സ? അർബുദകോശജാലവും മുറിവുണങ്ങിയുണ്ടായതും തമ്മിലുള്ള വ്യത്യാസം അറിയാനും കഴിയും.

അൾഷീമേഴ്സ് രോഗനിർണയം, ഹൃദയത്തിലെ ഭാഗങ്ങൾ കേടുപാട് വന്നുവോ ശരിക്ക് പ്രവർത്തിക്കുന്നുവോ എന്നറിയാനും പറ്റും. റേഡിയോ ആക്ടിവിറ്റി ഉള്ള മരുന്ന് സൈക്ലോട്രോൺ എന്ന യന്ത്രം നിർമിക്കുന്നു. ഇത് പിന്നീട് ഗ്ലൂക്കോസ്, ജലം, അമോണിയ എന്നീ ശരീരം ഉപയോഗിക്കുന്നവയിൽ കെട്ടിയിടുന്നു. അതോടെ ഈ ഗ്ലൂക്കോസ്, ജലം, അമോണിയ എന്നിവ റേഡിയോ ആക്ടിവിറ്റി ഉള്ള ട്രേസറാകുന്നു. അവ ശരീരത്തിലെവിടെ ചെന്നാലും എന്തു സംഭവിച്ചാലും റേഡിയോ ആക്ടിവിറ്റി കണ്ടുപിടിക്കുന്ന ക്യാമറ അത് ഒപ്പിയെടുക്കും. ഉദാ: fluorodeoxyglucose (FDG) എന്ന റേഡിയോ ആക്ടിവിറ്റിയുള്ള ട്രേസർ, മസ്തിഷ്കത്തിലെ പഠനത്തിനുപയോഗിക്കാം. ഇവിടെ പോസിട്രോൺ ഊർജം പ്രസരിപ്പിക്കുകയാണ് ചെയ്യുന്നത്. അവ ഗാമ രശ്മികളുണ്ടാക്കുന്നു. ഈ രശ്മികളുപയോഗിച്ച് സ്കാനർ 3 ഡി ചിത്രമുണ്ടാക്കുന്നു. ശരീരഭാഗത്തിന്റെ പ്രവർത്തനം അങ്ങനെ മനസിലാക്കാം. പോസിട്രോണിന്റെ കേന്ദ്രീകരണമനുസരിച്ച് പല നിറവും തിളക്കവും ചിത്രത്തിനുണ്ടാകും. പെറ്റ്സ്കാൻ ഏറ്റവും ഉപയോഗപ്പെടുന്നത് അർബുദം കണ്ടുപിടിക്കാനാണ്: കാരണം, അർബുദകോശങ്ങൾ അനാവശ്യമായും അനധികൃതമായും പെരുകുകയും അതിന് ഗ്ലൂക്കോസ് അധികം ആവശ്യമായി വരികയും

ചെയ്യും. ഏറ്റവും കൂടുതൽ റേഡിയോ ആക്ടിവിറ്റിയുള്ള ഭാഗത്ത് റേഡിയോ ട്രേസർ കൂടുതൽ ഉണ്ടാകും. അത് ചൂടുള്ള ഭാഗവും കുറവുള്ളത് തണുത്ത ഭാഗവും ആയി പറയാറുണ്ട്. ട്രേസർ മരുന്നു കുത്തിവെച്ചതിനുശേഷം ഒരു മണിക്കൂറോളം സമയം കഴിഞ്ഞാണ് പരിശോധന നടത്തുന്നത്. സി ടി, എം ആർ ഐ പോലെ വലിയ ഒരു യന്ത്രത്തിനുള്ളിലാണ് ഈ പരിശോധനകൾ.

ഒരുക്കങ്ങൾ

ഏതാനും മണിക്കൂറുകൾ ഭക്ഷണം കഴിക്കരുത്. കാപ്പി ഒഴിവാക്കണം. ഗർഭിണികളിലും മുലയൂട്ടുന്നവരിലും ഇത് ശ്രദ്ധിച്ചേ ചെയ്യാറുള്ളൂ. ഇതിലെ റേഡിയോ ആക്ടിവിറ്റി വളരെ നിസ്സാരമാണ്. പരിശോധന കഴിഞ്ഞ് ധാരാളം വെള്ളംകുടിച്ചാൽ മൂന്നു മണിക്കൂർകൊണ്ട് മരുന്ന് ശരീരത്തിൽനിന്നും അപ്രത്യക്ഷമാകും.

മയോകാർഡിയൽ പെർഫ്യൂഷൻ സ്കാൻ - എന്താണിതിന്റെ തത്വം?

Myocardial perfusion scan എന്ന ഈ പരിശോധനയിൽ ചെറിയ അളവിൽ റേഡിയോ ആക്ടീവ് രാസവസ്തുവായ താലിയം എന്ന റേഡിയോ ന്യൂക്ലിയൈഡ് അഥവാ ഐസോടോപ് ഉപയോഗിക്കുന്നു. താലിയം ഐസോടോപ് ഗാമ രശ്മികൾ വമിക്കുന്നു.

രക്തം ഒഴുകുന്നതിനനുസരിച്ച് അതിലുള്ള താലിയം ഐസോടോപിനെ ഗാമ രശ്മി ക്യാമറകൾ പിടിച്ചെടുക്കുന്നു. കൂടുതൽ രശ്മികളുണ്ടെങ്കിൽ ചുവപ്പ് നിറവും കുറവാണെങ്കിൽ നീലനിറവുമുള്ള ചിത്രങ്ങൾ ക്യാമറ തരുന്നു. അത് രക്ത ഒഴുക്കിന്റെ നേരിട്ടുള്ള തെളിവാണ്.

ഹൃദയപേശികൾ വളരെ കൃത്യമായും ശക്തമായും അനവരതം പ്രവർത്തിച്ചും കൊണ്ടിരിക്കുന്നു. ശരീരത്തിലെ എല്ലാ കോശജാലങ്ങളും രക്തത്തിനും അതിലൂടെ പ്രാണവായുവിനും ഹൃദയത്തെ ആശ്രയിക്കുന്നു. ആ ഹൃദയത്തിന് രക്തം നൽകുന്നത് ഹൃദയത്തെ ചുറ്റിയുള്ള കൊറോണറി ധമനികളാണ്. ഹൃദയത്തിന് രക്തമില്ലെങ്കിൽ ആരോട് പരാതി പറയും?

അതിനുള്ള സർവാധികാര്യക്കാരൻ മസ്തിഷ്കമാണ്. മസ്തിഷ്കം ഹൃദയപേശിയിൽ രക്തവും അതിൽനിന്നുള്ള പ്രാണവായുവുമില്ലെങ്കിൽ ഞരമ്പുകൾ വഴി വിവരമറിഞ്ഞ് വേദന എന്ന മുന്നറിയിപ്പ് തരുന്നു. അതായത് ഹൃദയവേദന. അഞ്ജൈന എന്ന അതിശക്തമായതും ഗൗരവം തോന്നുന്നതുമാണ്.

ഈ പരിശോധന ഏതെല്ലാം സന്ദർഭത്തിലുപയോഗിക്കാം?

നെഞ്ചുവേദന, വ്യായാമം ചെയ്യുമ്പോഴുള്ള നെഞ്ചുവേദന, പ്രയാസം എന്നിവയ്ക്ക് ഹൃദയപേശികളിലെ രക്ത ഓട്ടം എപ്രകാരമെന്ന് പഠിക്കേണ്ടതുണ്ട്. കൊറോണറി ധമനികൾക്ക് തടസങ്ങളുണ്ടോ, അതെത്രമാത്ര

മാണ്? ഒരു ഹാർട്ട് അറ്റാക് ഉണ്ടായതിന് ശേഷം പേശികൾക്കെത്രമാത്രം ക്ഷതം സംഭവിച്ചിട്ടുണ്ട്? ഇതിനെല്ലാം ഉത്തരം കണ്ടെത്താനിത് വളരെ പ്രയോജനപ്പെടും.

എപ്രകാരമാണ് പരിശോധന നടത്തുന്നത്?

ഗാമ രശ്മികൾ വമിക്കുന്ന റേഡിയേഷനുള്ള രാസവസ്തു വളരെ ചെറിയ അളവിൽ വെയിനിൽക്കൂടി കുത്തിവയ്ക്കുന്നു. അതുകൊണ്ട് ഒരു ദോഷവും ഉണ്ടാകുകയില്ല. ഓരോ അവയവത്തിനും ഓരോ തരത്തിലുള്ള റേഡിയോന്യൂക്ലിയൈഡുകളുണ്ട്. ഹൃദയത്തിനും എല്ലുകൾക്കും തൈറോയ്ഡിനും അവ വ്യത്യസ്തമാണ്. രാസഘടനയനുസരിച്ച് അവ വ്യത്യസ്ത അവയവങ്ങളിൽ അടിഞ്ഞുകൂടും. റേഡിയോന്യൂക്ലിയൈഡുകൾ രക്തത്തിലൂടെ ഹൃദയത്തിലെത്തുന്നു, കൊറോണറി ധമനിയിലെത്തുന്നു. ക്യാമറ ഒപ്പിയെടുക്കുന്ന ചുവപ്പും നീലയുമായ ഛായകൾ കമ്പ്യൂട്ടറിലൂടെ അപഗ്രഥിക്കപ്പെടുന്നു. അവ തവിട്ടു നിറത്തിന്റെ പല ഷെയ്ഡുകളായി മാറി നമുക്ക് കാണാം. രക്ത ഓട്ടം കൂടിയും കുറഞ്ഞതിന്റെയും തെളിവുകളാണത്.

പരിശോധന ഓരോ സമയം വിശ്രമാവസ്ഥയിലും വ്യായാമാവസ്ഥയിലും അല്ലെങ്കിൽ രണ്ടു പ്രാവശ്യമായും ചെയ്യാം. ഹൃദയം ദ്രുതഗതിയിലാകാനുള്ള മരുന്നു കൊടുത്തതിനുശേഷം ഇത് ചെയ്യാറുണ്ട്. അപ്പോൾ നെഞ്ചിടിപ്പ് കൂടുതലായി തോന്നുന്നതല്ലാതെ വേറെയൊന്നും സംഭവിക്കുകയില്ല. ട്രെഡ് മില്ലിൽ സൈക്കിൾ ചവുട്ടി വ്യായാമം ചെയ്തും പരിശോധിക്കാറുണ്ട്. ഇത് രോഗാവസ്ഥ കണക്കിലെടുത്തായിരിക്കും. ആ സമയം തുടർച്ചയായി ഇ സി ജി യന്ത്രത്തിനടുത്ത് ഡോക്ടറുടെ മേൽനോട്ടം ഉണ്ടാകും. ചിലപ്പോൾ ഒരു ദിവസം കഴിഞ്ഞ് ഈ പരിശോധന ആവർത്തിക്കാറുണ്ട്. കുത്തിവയ്ക്കുന്ന മരുന്നുകൾക്ക് ചിലരിൽ അലർജി ഉണ്ടാക്കാം. ഗർഭിണികളിലും മുലചുരത്തുന്ന അമ്മമാരിലും, നിസ്സാര റേഡിയേഷനാണെങ്കിൽപ്പോലും പരിശോധനയ്ക്ക് പ്രത്യേക ശ്രദ്ധയെടുക്കാറുണ്ട്. ഐസോടോപുകൾ പഴകി ശക്തികുറഞ്ഞ് പോകും. മൂത്രത്തിലൂടെ അത് രണ്ടു ദിവസത്തിനകം മുഴുവനും പോകും. ചിലരിൽ ഹൃദയമിടിപ്പ് കൂടുമ്പോൾ ശ്വാസംമുട്ട് അനുഭവപ്പെടാം. മിടിപ്പ് കൂടുമ്പോഴുണ്ടാകാവുന്ന പ്രശ്നങ്ങളുണ്ടാകാം.

ഫ്ളൂറോസ്കോപ്പി കൊണ്ടുള്ള പ്രയോജനമെന്താണ്?

മാമ്മോഗ്രാഫിയിലൂടെ അർബുദത്തിനുള്ള രോഗനിർണയം നേരത്തെ നടത്താം. തുടർന്നൊഴുകുന്ന എക്സ്റെ ഉപയോഗിച്ച് മാറിക്കൊണ്ടിരിക്കുന്ന ചിത്രത്തെ കാണാനുള്ള സംവിധാനമാണിത്. കമ്പ്യൂട്ടറുപയോഗിച്ച് ചെയ്യുന്നതുകൊണ്ട് രോഗികൾക്കു കിട്ടുന്ന റേഡിയേഷൻ മുമ്പുണ്ടായിരുന്ന സ്ക്രീനിങ്ങിനെക്കാൾ വളരെ നിസ്സാരമാണ്.

ചിത്രങ്ങൾക്ക് കൃത്യതയും വിശ്വാസ്യതയും കൂടും.

ഫ്ളൂറോസ്കോപ്പി (fluroscopy) ഉപയോഗിച്ച് ചലിക്കുന്ന അവയവങ്ങളെ പഠിക്കാം.

എന്താണ് ഇന്റർവെൻഷണൽ റേഡിയോളജി? (interventional radiology)

1. ശരീരത്തിനകത്ത് ഒരു ഓപ്പറേഷനിലൂടെ സൂചിയും കാനുലയും, കത്തീറ്ററും വയറും ബലൂണും മറ്റും ചികിത്സാർഥം പ്രവേശിപ്പിച്ച് രോഗനിർണയവും ചികിത്സയും നടത്തുന്നു.
2. ആഞ്ജിയോപ്ളാസ്റ്റി എന്ന സുപ്രസിദ്ധ ചികിത്സയിൽ അവസാനത്തെ മൂന്നെണ്ണം ഹൃദയധമനികളിൽ പ്രവേശിപ്പിച്ചാണ് ചികിത്സിക്കുന്നത്.
3. സ്റ്റെന്റ് ഓപ്പറേഷൻ എന്നാൽ ധമനി തുറന്നിരിക്കാനുള്ള ഒരു കുഴൽ ആവശ്യമുള്ള സ്ഥലത്ത് പിടിപ്പിക്കലാണ്.
4. ഇതുപോലെ രോഗനിർണയത്തിന് ശ്വാസകോശം, സ്തനം, വൃക്ക, കരൾ, അസ്ഥി എന്നിവിടങ്ങളിലും കത്തീറ്റർ കടത്തി ഒരു ചെറിയ കോശസംയുക്തം മുറിച്ചെടുത്ത് പരിശോധിക്കാൻ ഉപയോഗിക്കാം.

ബലൂൺ ഉപയോഗിച്ച് ജുഗുലാർ സിര (jugular vein) യിലെ തടസ്സം മാറ്റുന്നു.

എന്താണ് മാമ്മോഗ്രാഫി?

എക്സ്റെ ഉപയോഗിച്ച് സ്തനത്തിലെ മുഴകളെയും അർബുദത്തെയും കണ്ടുപിടിക്കാനാകുന്ന പ്രത്യേക രോഗനിർണയ സംവിധാനമാണിത്.

മാമ്മോഗ്രാഫി (mammography)

സ്തനാർബുദം നേരത്തെ കണ്ടുപിടിക്കാനാകുമെന്നതിനാൽ ഇത് വളരെ പ്രായോഗിക പ്രയോജനമുള്ളതാണ്.

7

ഞരമ്പിലെ സന്ദേശനക്ഷമത പരിശോധന

പരിശോധനയുടെ ലക്ഷ്യങ്ങൾ

1. ഏതെങ്കിലും ഞരമ്പിന് ക്ഷതം സംഭവിച്ചാലത് എത്രമാത്രം സന്ദേശമയക്കുന്നതിനെ ബാധിക്കുന്നു.
2. പ്രമേഹം മുതലായ രോഗംകൊണ്ട് എത്രമാത്രം സന്ദേശമയക്കുന്നതിനെ ബാധിക്കുന്നു, ഏതെല്ലാം രോഗങ്ങൾ മസ്തിഷ്കവ്യൂഹത്തെ ബാധിക്കുന്നു എന്നെല്ലാം അറിയാം.
3. കുടുങ്ങിക്കിടക്കുന്ന ഞരമ്പുകൾ ഉള്ള അവസ്ഥയിൽ എത്രമാത്രം സന്ദേശമയക്കുന്നതിനെ ബാധിക്കുന്നു. ഉദാ: കാർപ്പൽ ടണൽ സിൻഡ്രോം (carpel tunnel syndrome)

   വലത്തെ മീഡിയൻ ഞരമ്പിന്റെ പ്രവർത്തനം കാണിക്കുന്ന ഗ്രാഫ്. ഇത് എപ്രകാരമാണ് ചെയ്യുന്നത്?

ഞരമ്പിന്റെ മസ്തിഷ്കത്തിലേക്ക് ചോദനകൾ അയക്കുന്നതും അവിടെനിന്ന് പേശിപ്രവർത്തനം നടത്തുന്നതുമായ രണ്ടു പ്രവർത്തനവും ഇപ്രകാരം പരിശോധിക്കാം. അതിനുള്ള യന്ത്രത്തിൽനിന്ന് ഞരമ്പിന്റെ മുകളിലുള്ള തൊലിയിൽ ചെറിയ വൈദ്യുതി കൊടുക്കുന്നു. ഞരമ്പിന്റെ പേശി അതനുസരിച്ച് പ്രവർത്തിച്ച് ചുരുങ്ങുന്നു.

സ്പർശനം അറിയുവാൻ സാധാരണ വിരലുകളിൽ നിന്ന് ആലക്തികചോദനം കൊടുക്കുന്നു. പിന്നീട് കണംകൈയിൽ നിന്നോ കണങ്കാലിൽ നിന്നോ അത് പിടിച്ചെടുക്കാനാകുമോ അതിനെത്രമാത്രം സമയമെടുക്കും എന്നെല്ലാം കണക്കാക്കുന്നു. സമയം കൂടുതലാണെങ്കിൽ അത് ഞരമ്പിന്റെ രോഗമാണ്. ഈ ടെസ്റ്റുകൾ ചെയ്യുമ്പോൾ ആന്റികൊളിനെർജിക് മരുന്നുകൾ കഴിക്കരുത്. അത് ഫലത്തെ ബാധിക്കും.

ഇ ഇ ജി എ (ഇലക്ട്രോ എൻകഫലോഗ്രാം) (electro encephalogram) രോഗനിർണയത്തിൽ.

മസ്തിഷ്കത്തിലെ ചെറിയ ആലക്തിക വ്യതിയാനങ്ങളെ വളരെ വിപുലീകരിച്ച് യന്ത്രസഹായത്തോടെ രേഖപ്പെടുത്തുന്ന രീതിയാണ് ഇലക്ട്രോ എൻകഫലോഗ്രാഫി. അത് രേഖപ്പെടുത്തിയ കടലാസുക

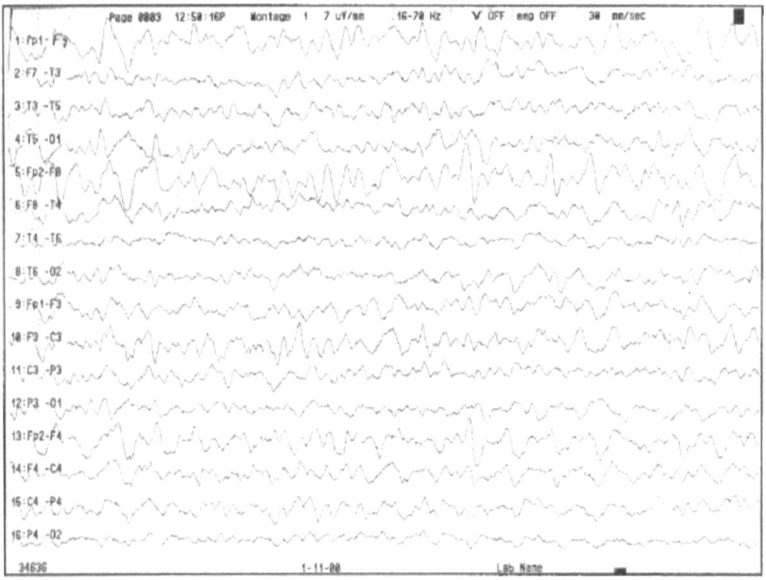

ഇ ഇ ജി എ ഗ്രാഫ്

ളാണ് ഇലക്ട്രോ എൻകഫലോഗ്രാം. അത് രേഖപ്പെടുത്തുന്ന യന്ത്രമാണ് ഇലക്ട്രോ എൻകഫലോഗ്രാഫ്. മസ്തിഷ്കത്തിലെ കോശങ്ങൾ പരസ്പരം സന്ദേശങ്ങൾ കൈമാറുമ്പോൾ ഉത്ഭവിക്കുന്ന ആലക്തിക വ്യതിയാനങ്ങളെ ഇലക്ട്രോഡുകളുടെ സഹായത്താൽ തലയിൽ നിന്നുമാണ് രേഖപ്പെടുത്തുന്നത്. അപ്രകാരം ഇരുപത്തഞ്ചോളം ഇലക്ട്രോഡുകൾ തലയിലെ മുടി ഷേവ് ചെയ്തോ അല്ലാതെയോ തയാറാക്കിയതിനുശേഷം വയ്ക്കുന്നു.

ഇരുന്നോ, കിടന്നോ ഇലക്ട്രോ എൻകഫലോഗ്രാം രേഖപ്പെടുത്താം. ഇത് കമ്പ്യൂട്ടറിലുമാക്കാം. കണ്ണുതുറന്നും അടച്ചും ഉറക്കത്തിലും, ശ്വാസം ദ്രുതഗതിയിലാക്കിയും, ഇടയ്ക്കിടെ മിന്നുന്ന ശക്തമായ വെളിച്ചത്തിലേക്കുനോക്കിയുമൊക്കെ ഇലക്ട്രോ എൻകഫലോഗ്രാം എടുക്കുന്നു. ഓരോ അവസ്ഥയിൽ ആലക്തിക വ്യതിയാനങ്ങളെപ്രകാരമെന്ന് മനസിലാക്കാൻ ഇത് അനിവാര്യമാണ്. ഓപ്പറേഷൻ ചെയ്യുമ്പോൾ മസ്തിഷ്കത്തിൽ നിന്ന് നേരിട്ടും ഇലക്ട്രോ എൻകഫലോഗ്രാം എടുക്കാം. എന്നാലിതിനെ

ഇലക്ട്രോ കോർട്ടിക്കോഗ്രാം എന്നു പറയുന്നു. ചിലപ്പോൾ മരുന്നുകൾ ഏതെങ്കിലും കഴിക്കുന്നത് നിർത്തേണ്ടി വരും. കാപ്പി തലേദിവസം കഴിക്കരുതെന്ന് പറയും. എട്ട് മണിക്കൂർ ഭക്ഷണം ഒഴിവാക്കണമെന്നും, ഉറക്കമൊഴിച്ച് വരണമെന്നും പറയാറുണ്ട്.

മസ്തിഷ്കത്തിലെ വൈദ്യുത തരംഗങ്ങളെ രേഖപ്പെടുത്തുന്ന ഇ ഇ ജി. അതിന്റെ ഗ്രാഫ്.

ഏതെല്ലാം രോഗനിർണയമാണ് ഇ ഇ ജി കൊണ്ട് ഉദ്ദേശിക്കുന്നത്? ഈ ചോദ്യങ്ങൾക്ക് ഉത്തരം കാണുവാനാണ് ഉപയോഗിക്കുന്നത്.

1. ശരീരത്തിലെ രാസമാറ്റം മസ്തിഷ്കത്തെ ബാധിക്കുന്നുണ്ടോ?
2. അൾഷീമേഴ്സ് തുടങ്ങിയ രോഗങ്ങളുണ്ടോ?
3. മസ്തിഷ്കപ്രവർത്തനം തകരാറിലായി വികൽപ്പം, വിഭ്രാന്തി വന്നിട്ടുണ്ടോ?
4. മസ്തിഷ്കാഘാതംകൊണ്ട് എന്താണ് സംഭവിച്ചത്?
5. മസ്തിഷ്കത്തിൽ പഴുപ്പ് ബാധിച്ചിട്ടുണ്ടോ?
6. മസ്തിഷ്കത്തിൽ മുഴ വന്നിട്ടുണ്ടോ?
7. ഉറക്കപ്രശ്നങ്ങളെ വിലയിരുത്താൻ.
8. ഇടയ്ക്ക് അബോധാവസ്ഥ വരുന്നുണ്ടോ?
9. മസ്തിഷ്ക ഓപ്പറേഷനിടയിൽ ആലക്തിക വ്യതിയാനങ്ങളെ വിലയിരുത്താൻ.
10. അഗാധബോധാവസ്ഥ വിലയിരുത്താൻ.
11. മസ്തിഷ്കം പ്രവർത്തിക്കുന്നില്ല എന്ന തെളിവോടെ മരണം സ്ഥിരീകരിക്കാൻ.

ഇത് നിയമപരമായ തെളിവിനുപയോഗിക്കാം. അപ്രകാരം മരിച്ച വ്യക്തിയുടെ അവയവമെടുത്ത് അവയവമാറ്റ ശസ്ത്രക്രിയക്കുപയോഗിക്കാം.

ഇ സി ജി എന്ന ഇലക്ട്രോ കാർഡിയോഗ്രാം (electrocardiogram) രോഗനിർണയത്തിൽ

ഹൃദയത്തിലെ ആലക്തിക വ്യതിയാനങ്ങളെ നെഞ്ചിൽ ഒട്ടിച്ചു വയ്ക്കുന്ന ഇലക്ട്രോഡുകളുപയോഗിച്ച് ഒരു ഉഷ്ണപ്രതികരണശേഷിയുള്ള ടേപ്പുപോലുള്ള കടലാസിൽ രേഖപ്പെടുത്തുന്ന പ്രക്രിയയാണ് ഇലക്ട്രോ കാർഡിയോഗ്രാഫി. അതിനുപയോഗിക്കുന്ന യന്ത്രമാണ് ഇലക്ട്രോ കാർഡിയോഗ്രാഫ്, രേഖപ്പെടുത്തുന്ന രേഖയാണ് ഇലക്ട്രോ കാർഡിയോഗ്രാം.

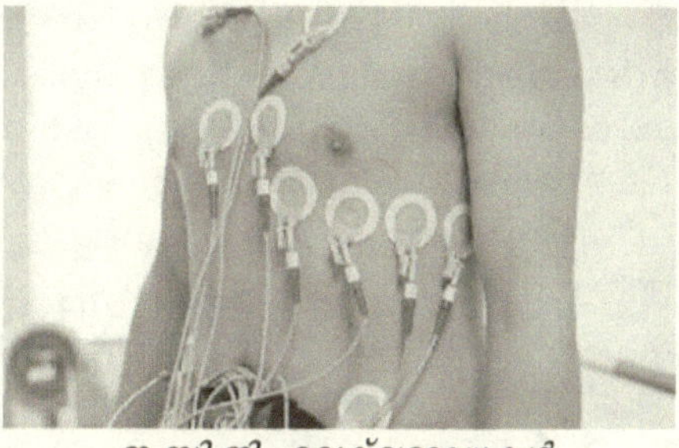
ഇ സി ജി എലക്ട്രോഡുകൾ നെഞ്ചിൽ വച്ചിരിക്കുന്നു.

പന്ത്രണ്ട് ലീഡുള്ള ഇ സി ജി ക്ക് ഇലക്ട്രോഡുകൾ

ശരീരത്തിൽ ഘടിപ്പിച്ചിരിക്കുന്നു. അതിന്റെ ഗ്രാഫ്.

നീങ്ങിക്കൊണ്ടിരിക്കുന്ന ട്രെഡ്മില്ലിൽ നടന്നും കൊണ്ട് തുടർച്ചയായി ഇലക്ട്രോ കാർഡിയോഗ്രാം നോക്കുന്നതിനെ സ്ട്രെസ്സ് ടെസ്റ്റ് എന്നു പറയുന്നു. ഹൃദയമിടിപ്പിലെ വ്യത്യാസങ്ങളെ ഇരുപത്തിനാലു മണിക്കൂറും ക്രമമായി നിരീക്ഷിക്കുന്നതിനെ ഹോൾട്ടർ മോണിറ്ററിങ് എന്നു പറയുന്നു.

എപ്രാകാരമാണിത് ചെയ്യുന്നത്?

കൈകാലുകൾ, നെഞ്ച് എന്നിവിടങ്ങളിൽ ഷേവ് ചെയ്ത് വാക്വം ഉപയോഗിച്ച് ഒട്ടിച്ച ഇലക്ട്രോഡുകൾ ഉറപ്പിക്കുന്നു. ഇലക്ട്രോഡുകളുടെ എണ്ണം വ്യത്യസ്തമായി ഉപയോഗിക്കാറുണ്ട്. ഇലക്ട്രോകാർഡിയോഗ്രാഫിന്റെ സ്റ്റൈലസ് നീങ്ങിക്കൊണ്ടിരിക്കുന്ന കടലാസിൽ ആലക്തിക വ്യതിയാനങ്ങളെ രേഖപ്പെടുത്തുന്നു. ഈ സമയത്ത് കിടക്കുകയോ ഇരിക്കുകയോ ആകാം. ചിലപ്പോൾ ശ്വാസം വലിച്ച് വിടൂ, പിടിക്കൂ എന്ന് നിർദേശം തരും. അതനുസരിച്ച് പേശികളനക്കാതെ കിടക്കണമെന്ന് പറയുന്നത് പേശീചലനം കൊണ്ട് ആലക്തിക വ്യതിയാനങ്ങൾ ഉണ്ടായി ഇലക്ട്രോ കാർഡിയോഗ്രാമിൽ മാറ്റമുണ്ടാകാതിരിക്കാനാണ്.

ഇലക്ട്രോ കാർഡിയോഗ്രാം നേരിട്ട് അളക്കുന്നത് ഹൃദയത്തകരാറുകൾ, മിടിപ്പിന്റെ ഗതിയും വേഗതയും, മരുന്നുകളുടെ ഫലം, ഹൃദയത്തിന്റെ വലുപ്പം, ആകൃതി, ഓരോ അറയുടെയും സ്ഥാനം എന്നിവയാണ്. ഇപ്രകാരം ഹൃദ്രോഗത്തെപ്പറ്റി പഠിക്കുവാൻ ഡോക്ടർക്ക് കഴിയുന്നു. നെഞ്ചുവേദന, നെഞ്ചിടിപ്പ് എന്നിവയുള്ളപ്പോഴാണ് സാധാരണ ഡോക്ടർമാർ ഇലക്ട്രോ കാർഡിയോഗ്രാം എടുക്കാൻ നിർദേശിക്കാറുള്ളത്. ഹൃദയനിരക്ക് 60 നും 100 നുമിടയ്ക്കാവുക, ഹൃദയതാളം തകരാറില്ലാതെയാവുക, എന്നിങ്ങനെയാണെങ്കിൽ ഇലക്ട്രോ കാർഡിയോഗ്രാമിൽ തകരാറില്ല എന്നുപറയാം.

ഇ സി ജി തകരാറു കാണിക്കാറുള്ള രോഗങ്ങൾ

ഹൃദയതാളത്തിലെ തകരാറുകൾ, ഹൃദയപേശി രോഗം, കൊറോണറി ധമനി രോഗം, ജന്മനായുള്ള ഹൃദ്രോഗം, അസാധാരണമായ സ്ഥലത്തുനിന്നും മിടിപ്പ് ആരംഭിക്കൽ, അമിതമായ രക്തസമ്മർദവും മറ്റു കാരണങ്ങളാലുമുണ്ടാകുന്ന ഹൃദയപേശികൾ കട്ടികൂടുകയും ഹൃദയം വികസിക്കലും, മിടിപ്പ് കൂടുതൽ, പേശികളിലെ ഇൻഫ്ളമേഷൻ, രക്തത്തിലെ ലവണവ്യത്യാസം കൊണ്ടുവരുന്ന ഹൃദയത്തകരാറുകൾ, ഹാർട്ട് അറ്റാക് വന്നതിനുശേഷവും, അതിനുമുമ്പുമുള്ള വ്യത്യാസങ്ങൾ, മിടിപ്പ് കുറയുന്ന അവസ്ഥ, മദ്യപാനംകൊണ്ടുള്ള ഹൃദ്രോഗം, ആട്രിയം എന്ന മുകളിലെ അറയിൽ കാണാവുന്ന മിക്സോമ എന്ന മുഴ, അവിടത്തെ ഭിത്തിയിലെ തുള, ഹൃദയത്തെ പൊതിയുന്ന പെരികാർഡിയത്തിനും ഹൃദയത്തിനും ഇടയിൽ ജലവും രക്തവും നിറഞ്ഞ് മിടിപ്പ് തടസപ്പെടുക, മഹാധമനി കുപ്പിക്കഴുത്തുപോലെ ചുരുങ്ങി രക്തസമ്മർദവും മറ്റു തകരാറുകളുമു

ണ്ടാവുക, കൊറോണറി (coronary) ധമനി രോഗം, കാർഡിയോ മയോപ്പതി (cardiomyopathy) എന്ന ഹൃദയപേശീരോഗം, മരുന്നു പാർശ്വഫലമായ ലൂപ്പസ് എരിഥിമറ്റോസ് (lupus erythematosus), ഗില്ലെൻ ബാരി സിൻഡ്രോം (Guillain-Barré syndrome), രക്തസമ്മർദംകൊണ്ട് വരുന്ന ഹൃദ്രോഗം, പാരാതൈറോയ്ഡ് ഗ്രന്ഥി തകരാറുകൊണ്ട് വരുന്ന ഹൃദ്രോഗം, മൈട്രൽ വാൽവ് തകരാറുകൾ, പെരികാർഡിയം രോഗങ്ങൾ, സിക് സൈനസ് സിൻഡ്രോം, ടെട്രോളജി ഓഫ് ഫാലോ എന്ന നാല് പ്രധാന ഹൃദയത്തിലെ ജന്മനാ തകരാറ്, വെൻട്രിക്കിൾ എന്ന കീഴറകളിലെ തകരാറ് തുടങ്ങിയ രോഗങ്ങൾ ആണവ.

എല്ലാ ഹൃദ്രോഗവും ഇലക്ട്രോ കാർഡിയോഗ്രാമിൽ കാണില്ല, മറിച്ച് ചില വ്യത്യാസങ്ങൾ കണ്ടതുകൊണ്ട് രോഗമാകണമെന്നുമില്ല. അതോടൊപ്പം എൻസൈം പരിശോധനകളും മറ്റുപരിശോധനകളും വേണ്ടിവരും.

8

ശരീരത്തിനകത്തുള്ള പരിശോധനകൾ, ചികിത്സകൾ

എന്താണ് എൻഡോസ്കോപ്പി (endoscopy)?

ശരീരദ്വാരങ്ങളിൽ ക്യാമറയും പ്രോബുകളും കുഴലിലൂടെ കടത്തി ചിത്രങ്ങളും ബയോപ്സിക്കുള്ള കോശജാലത്തെയുമെടുക്കുകയും രോഗമുള്ളയിടങ്ങളെ നേരിട്ട് കാണുകയും ഓപ്പറേഷനുകൾ ചെയ്യുകയും ചെയ്യുന്നതിനുള്ള മാർഗമാണ് എൻഡോസ്കോപ്പി. അത് ചെയ്യാനുപയോഗിക്കുന്ന ഉപകരണമാണ് എൻഡോസ്കോപ്.

ഇത് അവയവത്തിനകത്ത് ഇഷ്ടാനുസരണം മാറ്റി നോക്കുമ്പോൾ എല്ലാ സ്ഥലവും വ്യക്തമായി കാണാനും ചിത്രങ്ങളെടുക്കാനും.

എത്ര തരം സ്കോപ്പികളുണ്ട്?

സന്ധികൾക്കകത്ത് കാണാനുപയോഗിക്കുന്ന ആർത്രോസ്കോപ്പി, ശ്വാസകോശം കാണാനുള്ള ബ്രോങ്കോസ്കോപ്പി, വൻകുടൽ മുതൽ ചെറുകുടലിന്റെ തുടക്കംവരെ കാണാനാകുന്ന കൊളൊണോസ്കോപ്പി, അന്നനാളവും വയറും ചെറുകുടൽവരെ കാണാനാകുന്ന ഗാസ്ട്രോസ്കോപ്പി എന്നിവയാണവ.

യഥേഷ്ടം വളയ്ക്കാവുന്ന എൻഡോസ്കോപ് (endoscope)

ഡോക്ടർ അതിലൂടെ നോക്കുന്നു.

ഇത് അന്നനാളത്തിലൂടെ പ്രവേശിപ്പിക്കുന്നു.

ഉദരത്തിലെ എല്ലാവശവും കാണാനാകുന്നതാണ് ലാപ്പറോസ്കോപ്പി. ഇത് നേരിട്ട് തൊലിയിലൂടെ ഉദരത്തിൽ വളരെ ചെറിയ മുറിവുണ്ടാക്കിയാണ് ചെയ്യുന്നത്. ഇതുപയോഗിച്ചുള്ള ശസ്ത്രക്രിയകൾ രക്തവാർച്ചയുണ്ടാക്കാതെ പഴുപ്പുകൾ വളരെ കുറച്ച്, അടയാളങ്ങൾ കുറച്ച്, ആശുപത്രി താമസം കുറച്ച് രോഗികൾക്ക് വളരെ ആശ്വാസം നൽകുന്നു.

ലാപ്പറോസ്കോപിക് ഓപ്പറേഷനുകൾ (laparoscopic operations)

ഇത് ചികിത്സാരംഗത്ത് ഒരു വിപ്ലവംതന്നെ സൃഷ്ടിച്ചു. ഉദാഹരണ മായി സിസ്ടോസ്കോപ്പി, മൂത്രാശയത്തെ കാണാനും പരിശോധിക്കാനും ഓപ്പറേഷനുകൾ ചെയ്യാനും സാധ്യമാക്കുന്നു.

ലാപ്പറോസ്കോപിക് പിത്താശയ ഓപ്പറേഷൻ
എന്താണ് ഗാസ്ട്രോസ്കോപ്പി (gastroscopy)?

ആമാശയവും അന്നനാളവും പരിശോധിക്കാനുള്ള എൻഡോ സ്കോപിയാണ് ഗാസ്ട്രോസ്കോപ്പി. ഇതിനുള്ള ചെറിയ വളഞ്ഞ കുഴൽ വായിലൂടെ കടത്തുന്നു, (ചിത്രം മുകളിൽ).

അന്നനാളം തരിക്കാനുള്ള മരുന്ന് മാത്രം വായിൽ തരുന്നു. തലേ ദിവസം ഭക്ഷണം കഴിച്ചിരിക്കരുത്. പല്ലിൽ കടിച്ചുപിടിക്കുന്ന ഗാർഡി ലൂടെ ഗാസ്ട്രോസ്കോപ് താഴോട്ട് ഇറക്കുന്നു. തൊണ്ട തളർത്തിയിട്ടാൽ ഇറങ്ങുമ്പോൾ പ്രയാസം ഒട്ടും തോന്നുകയില്ല. സംശയമുള്ള കോശജാ ലമെടുക്കാൻ പ്രോബ് ഇറക്കുന്നു. ആമാശയ മ്യൂക്കസ് പാളിയുടെ ചെറിയ ഭാഗം ബയോ പ്സിക്കായി എടുക്കാം. വിശദമായി പരിശോധി ക്കുവാനാണിത്. അല്ലാവ സ്ഥയും, ഹയാറ്റസ് ഹെർണിയ എന്ന ഡയ ഫ്രത്തിനു താഴെ ആമാ ശയം ശ്വാസകോശത്തെ മുകളിലേക്ക് തള്ളിവരു ത്തുന്നതുകൊണ്ടുള്ള അമ്ലാധിക്യവും, എച്ച് പൈലോറി അണുബാധയുണ്ടോ എന്നും നോക്കാം. മുഴകളുണ്ടോ, ബാറ്റ് വ്യത്യാസങ്ങളുണ്ടോ എന്നിവയും നോക്കാം. ഇ തെല്ലാം ടി വി സ്ക്രീനിൽ കാണാനാകും. മുമ്പ് ഉപയോഗിച്ചിരുന്ന ബേരിയം കൊടുത്തുള്ള എക്സ്റെയ്ക്ക് പകരം ഗാസ്ട്രോസ്കോപാണ് ഇപ്പോൾ ഉപയോഗിക്കുന്നത്. ഇത് ചെറുകുടലിന്റെ അറ്റംവരെ പോകുന്ന തിനാൽ സിലിയാക്ക് രോഗം കണ്ടുപിടിക്കാനുമുതകും.

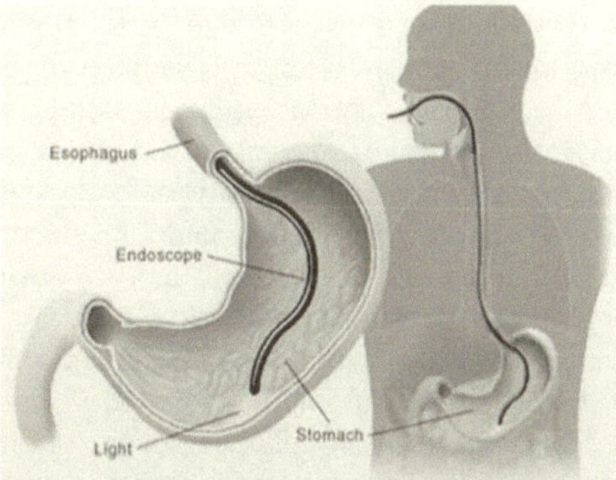

ഗാസ്ട്രോസ്കോപ്പി

എന്താണ് കൊളോണോസ്കോപ്പി (colonoscopy)?

വൻകുടലാണ് ഈ പരിശോധനകൊണ്ട് പ്രധാനമായും ലക്ഷ്യമി ടുന്നത്. കൊളൊണോസ്കോപ് ഗുദത്തിലൂടെ അകത്തേക്ക് പ്രവേശിപ്പി ക്കുന്നു. കൊളോണോസ്കോപ്പിലൂടെ വൻകുടലിലെ പോളിപ് (polyp)

കാണുന്നു. അപ്പോൾത്തന്നെ എളുപ്പത്തിൽ ഇതെടുത്ത് കളയാം, ബയോപ്സി നോക്കാം.

ഇത് മുകളിൽ ചെറുകടലിന്റെ തുടക്കംവരെ എത്തും. വിട്ടുമാറാത്ത വയറിളക്കം, മലത്തിൽക്കൂടി കറുത്ത നിറത്തിൽ രക്തം കലർന്നു പോകുക, രക്തക്കുറവ്, അൾസറേറ്റീവ് കൊളൈറ്റിസ്, ക്രോൺസ് രോഗം, കുടൽ അർബുദം എന്നീരോഗങ്ങൾ സംശയിക്കുമ്പോൾ ഈ പരിശോധന അനിവാര്യമാണ്. കൊളൊണോസ്കോപ്പി പ്രചാരത്തിലായതോടെ ബേരിയം, എനീമ, എക്സ്റെ ഇപ്പോൾ ചെയ്യാറില്ല. വെർചൽ കൊളൊണോ സ്കോപ്പിയിൽ ഗുദം, വൻകുടൽ എന്നിവയുടെ ത്രീ ഡൈമെൻഷനൽ ചിത്രം കാണാൻ കഴിയും.

ഫ്ളെക്സിബിൾ സിഗ്മോയ്ഡോസ്കോപ് (Flexible sigmoidoscope)

ഇതുപയോഗിച്ച് അന്നനാളത്തിന്റെ താഴെ ഭാഗങ്ങൾ വ്യക്തമായി കാണാം. ഈ പരിശോധനകളിൽ സംശയമുള്ള സ്ഥലത്തുനിന്ന് ബയോപ്സി എടുക്കും. ഇതിന് രണ്ടു ദിവസത്തെ ഒരുക്കമാവശ്യമുണ്ട്. ഇരുമ്പ് സത്തുള്ള രക്തമുണ്ടാകാനുള്ള ഗുളിക ആ സമയം കഴിക്കരുത്. 6 മുതൽ 8 ഗ്ലാസുവരെ വെള്ളം കുടിക്കണം. ശക്തിയുള്ള വിരേചന മരുന്നുകൾ തരും. രക്തസമ്മർദഗുളികകൾ, പ്രമേഹ മരുന്നുകൾ എന്നിവ കഴിക്കാം. ആ മരുന്നുകളുടെ വിവരങ്ങളെല്ലാം ഡോക്ടറോട് പറഞ്ഞിരിക്കണം. കഴിക്കുന്ന എല്ലാ മരുന്നുകളുടെ വിവരവും നിങ്ങളുടെ രോഗങ്ങളും ഡോക്ടർ ചോദിച്ചറിഞ്ഞിരിക്കും. പരിശോധന ഒരു മണിക്കൂറോളം നീണ്ടുനിൽക്കും. ചെറിയ മയക്കകുത്തിവെപ്പ് ചിലപ്പോൾ തരും. പ്രാണവായു രക്തത്തിൽ കുറയുന്നുണ്ടോ എന്നറിയാൻ ഒരു സെൻസർ വിരലിൽ ഘടിപ്പിച്ചിരിക്കും. പ്രാണവായു ശ്വസിക്കാൻ മാസ്കിലൂടെ തരും. പരിശോധനയും ചിത്രമെടുക്കലും ബയോപ്സിയുമെല്ലാം കഴിഞ്ഞാൽ കൊളൊണോസ്കോപ് സാവധാനം പുറത്തെടുക്കും. വേദന ഉണ്ടാവുകയില്ല. വളരെ ചുരുക്കമായി ചിലരിൽ പരിശോധന സമയത്ത് കുടൽ മുറിഞ്ഞാൽ രക്തവാർച്ച ഉണ്ടാകാം.

എന്താണ് സിസ്റ്റോസ്കോപ്പി (cystoscopy)?

മൂത്രാശയക്കല്ലുകളും മുഴകളും കാണാനും ചിലവ കരിച്ചുകളയാനും ഇതുപയോഗിക്കുന്നു. ഇത് രണ്ടു തരമുണ്ട്. വളയാത്ത പഴയ തരം, വളയുന്ന പുതിയ തരം. ഇതിൽ പഴയ തരത്തിന് മയക്കം വേണ്ടിവരും. ഇവയ്ക്ക് രണ്ടു ഭാഗങ്ങളുണ്ട്.

സിസ്റ്റോസ്കോപ്

ഇപ്പോഴുള്ളത് വെളിച്ചം തരുന്നതും ക്യാമറയുള്ളതുമാണ്. ഇതുപയോഗിച്ച് മൂത്രക്കുഴൽ, പ്രോസ്ട്രേറ്റ് ഗ്രന്ഥി, മൂത്രാശയപോളിപ്പുകൾ,

മുറിവ്, മുഴ, കല്ല് എന്നിവ, മൂത്രാശയത്തിന്റെ പ്രവർത്തനം, വിവിധഭാഗങ്ങളുടെ ഘടന എന്നിവ വിലയിരുത്തുന്നു.

എന്താണ് ബ്രോങ്കോസ്കോപ്പി (bronchoscopy)?

ബ്രോങ്കോസ്കോപ്പിലൂടെ കാണാവുന്ന ശ്വാസകോശഭാഗങ്ങൾ.

ട്രക്കിയ എന്ന ശ്വാസക്കുഴൽ ബ്രോങ്കോസ്കോപ്പിലൂടെ കാണുന്നു.

ചെറിയ മയക്കകുത്തിവയ്പ്, അല്ലെങ്കിൽ തരിപ്പിനുള്ള സ്പ്രേയായിരിക്കും ഇതിനുമുമ്പ് തരുക. സ്പ്രേ തന്നതിനുശേഷം ശ്വാസക്കുഴലിലൂടെ ബ്രോങ്കോസ്കോപ് അകത്തുകടത്തുന്നു. ഓരോ ഭാഗവും പരിശോധിച്ച് സംശയമുള്ള ഭാഗങ്ങൾ ബയോപ്സി എടുക്കുന്നു. ശ്വാസകോശ അർബുദം സംശയിക്കുന്നെങ്കിൽ ഈ പരിശോധന ചെയ്യണം. പുകവലിക്കാർ പ്രത്യേകം ശ്രദ്ധിക്കണം.

പഴുപ്പുള്ള ഭാഗങ്ങളിൽ നിന്ന് കഫം പരിശോധനയ്ക്കായെടുക്കുന്നു. പരിശോധന കഴിഞ്ഞാൽ ചിലപ്പോൾ തൊണ്ടയിൽ വേദന അനുഭവപ്പെടാം. അതുവേഗം ആശ്വാസമാകും. ഏതെങ്കിലും നാണയമോ മറ്റോ അബദ്ധത്തിൽ അകത്തു കടന്നെങ്കിൽ പെട്ടെന്ന് ബ്രോങ്കോസ്കോപ്പിയിലൂടെ തടസം നീക്കംചെയ്യാവുന്നതാണ്.

എന്താണ് ചെറുസൂചികൊണ്ട് കോശങ്ങൾ എടുത്തുള്ള പരിശോധന?

വേദനാരഹിതവും വളരെ ലളിതവുമാണിത്. എന്നാൽ വളരെ ഉപകാരപ്രദമായ പരിശോധനയാണിത്. കട്ടയായതോ (ഉദാ: കരൾ, വൃക്ക, തൈറോയ്ഡ്, സപ്ലീൻ) അല്ലെങ്കിൽ പൊള്ളയായ (ഉദാ: ആമാശയം, മൂത്രാശയം, ഗർഭപാത്രം, പിത്താശയം) അവയവങ്ങളിൽ നിന്ന് ചെറിയ കോശജാലമെടുത്ത് പരിശോധിച്ചാൽ വളരെ വിലപ്പെട്ട വിവരങ്ങൾ, അർബുദ ആരംഭം തുടങ്ങിയവ ലഭിക്കും. അതുപയോഗിച്ച് ചികിത്സകൾ നേരത്തെ തുടങ്ങാനാകും. ചികിത്സ ആരംഭിച്ചതിനുശേഷം അത് കോശജാലങ്ങളിൽ ഫലപ്രദമാകുന്നുവോ എന്നും അറിയാനാകും. ഉദാ: തൈറോയ്ഡിലും സ്തനത്തിലും ചെയ്ത ചികിത്സ ഫലപ്രദമാകുന്നുവോ എന്ന് അവിടെനിന്ന് കോശജാലമെടുത്ത് പരിശോധിച്ചാലറിയാം.

ഉമിനീർ ഗ്രന്ഥിയുടെ സൂചി ബയോപ്സി (neeedle biopsy) മൈക്രോസ്കോപിലൂടെ

അർബുദം കണ്ടുപിടിക്കുന്നതിന് രക്തപരിശോധനകളുടെയും മറ്റും കൂടെ ഇതും വളരെ പ്രയോജനകരമായ ഒന്നാണ്. എപ്രകാരമാണിത് ചെയ്യുന്നത്? വളരെ ചെറിയ ഈ സൂചികൊണ്ട് എടുക്കേണ്ട സ്ഥലത്ത് നിന്ന് സിറിഞ്ചിലേക്ക് കോശജാലവും ജൈവജലവും വലിച്ചെടുക്കുന്നു. ഇതുകൊണ്ട് രോഗാണുബാധയും വേദനയും വളരെ കുറയുന്നു. അൾട്രാ

സൗണ്ട് സ്കാൻ, മാമ്മോഗ്രാഫ്, സി ടി സ്കാൻ എന്നിവ ഉപയോഗിച്ച് സൂചിയുടെ ദിശ മനസിലാക്കി എത്തേണ്ടിടം കൃത്യമായറിയാൻ കഴിയും. സൂചി സ്ഥലം മാറ്റിക്കൊണ്ടിരിക്കേണ്ടിവന്നാൽ വേദനയുണ്ടാകും. മുഴ തൊലിയുടെ തൊട്ടടിയിലാണെങ്കിൽ തരിപ്പിക്കാനുള്ള കുത്തിവയ്പ് വേണ്ടിവരും. ഇത് ഏതാനും മിനിറ്റുകൾക്കുള്ളിൽ ചെയ്യാൻ കഴിയും. ജലമുള്ള ഒരു സിസ്റ്റ് ആണെങ്കിൽ സൂചികൊണ്ട് അതു മുഴുവനും വലിച്ചെടുത്താൽ ആ മുഴ അപ്രത്യക്ഷമാകും. വലിച്ചെടുത്ത വസ്തു പത്തോളജി ലാബിലേക്കയച്ച് ഫലം അനുസരിച്ച് ചികിത്സ തീരുമാനിക്കാം. രക്തം കട്ടിയാകാതിരിക്കാനുള്ള മരുന്നുകൾ കഴിക്കുന്നുവെങ്കിൽ അത് ഈ ചികിത്സയ്ക്കു മുമ്പ് കുറച്ചു ദിവസത്തേക്ക് നിർത്തേണ്ടിവരും.

എപ്രകാരമാണ് ലൈംഗികരോഗങ്ങളുടെ പരിശോധനകൾ?

അവ രക്തപരിശോധനയും ജനനേന്ദ്രിയത്തിൽ നിന്നെടുക്കുന്ന സ്വാബ് പരിശോധനയുമാണ്. രോഗാണുവിമുക്തമാക്കപ്പെട്ട സ്വാബിലെ പഞ്ഞി കൊണ്ട് ചലം പരിശോധനയ്ക്കായി എടുക്കുന്നു.

സ്വാബിന്റെ ചിത്രം നോക്കിയാലും.

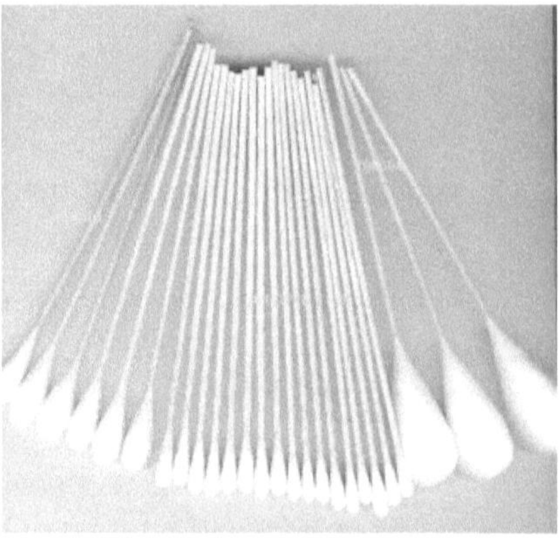

സ്വാബ്കൾ പലതരം

എന്താണ് ലൈംഗികരോഗങ്ങൾ?

വ്യക്തികൾക്കിടയിൽ ലൈംഗികബന്ധത്തിലൂടെ ഈ രോഗങ്ങൾ പകരുന്നു. ഇത് യോനീബന്ധത്തിലൂടെ മാത്രമല്ല, ഗുദം, വായ് എന്നിവയിലൂടെയും പകരുന്നു.

അവ ഏതെല്ലാമാണ്?

ഗുദത്തിലും ഗുഹ്യപ്രദേശത്തും കാണുന്ന അരിമ്പാറ പോലുള്ളവ, ക്ലമീഡിയ, ഗുഹ്യഹെർപിസ്, ഗൊണേറിയ, എയ്ഡ്സ്, ഹെപ്പറ്റൈറ്റിസ് ബി, ഹെപ്പറ്റൈറ്റിസ് സി, സിഫിലിസ്, ട്രൈക്കൊമൊണാസ്, ഗുഹ്യപ്രദേശത്തുകാണുന്ന പേൻ എന്നിവയാണവ.

ഇവ എപ്രകാരം കണ്ടുപിടിക്കാം?

ഇത് ഓരോ രോഗവുമനുസരിച്ചാണ്. ആദ്യംപറഞ്ഞ അരിമ്പാറ പോലുള്ളവയെയും പേനും നഗ്നനേത്രം കൊണ്ടുതന്നെ ഡോക്ടർക്ക് കണ്ടുപിടിക്കാനാകും. ഇതിന് വേറെ ഒരു ലാബ് പരിശോധന ആവശ്യ

മില്ല. ക്ലമീഡിയ, ഗൊണൊറിയ, ട്രൈക്കൊമൊണാസ് എന്നിവയ്ക്ക് സ്വാബ് പരിശോധനകൂടി വേണ്ടിവരും. പഞ്ഞിബഡ്സ് പോലുള്ള ഈ സ്വാബ് ഉപയോഗിച്ച് യോനി, ലിംഗം, വായ, ഗുദം എന്നിവടങ്ങളിൽ നിന്ന് ചലവും കഫവും കോശങ്ങളും തുടച്ചെടുത്ത് ലാബിൽ പരിശോധിക്കാം. അവിടെ സൂക്ഷ്മദർശിനിയിൽ നോക്കുന്നതുകൂടാതെ ലാബ് പരിശോധനയും ചെയ്യും. മേൽപ്പറഞ്ഞ രോഗങ്ങളെ മാത്രമല്ല ത്രഷ്, ബാക്ടീരിയകൾ എന്നീ ലൈംഗികമല്ലാത്ത രോഗാണുബാധയും ഇവയോടൊപ്പം കാണാവുന്നതാണ്. ക്ലമീഡിയ കണ്ടുപിടിക്കാൻ മൂത്രം സൂക്ഷ്മദർശിനിയിൽ നോക്കിയാലും മതി. എയ്ഡ്സ് ഉണ്ടാക്കുന്ന എച്ച് ഐ വി, ഹെപ്പറ്റൈറ്റിസ് ബിയും സിയും എന്നീ വൈറസുകളെ രക്തമെടുത്ത് പരീക്ഷണശാലയിൽ അപഗ്രഥിച്ച് കണ്ടുപിടിക്കാം.

എപ്രകാരമാണ് ഇത്തരം രോഗങ്ങൾ പകരുന്നത്?

ഇത്തരം രോഗം വരാനുള്ള സാധ്യതയുണ്ടെങ്കിൽ ഉടനെ പരിശോധിക്കണം. എന്നാൽ ഒരു അടിസ്ഥാനവുമില്ലാതെ വീണ്ടും വീണ്ടും പരിശോധിച്ചുകൊണ്ടിരിക്കുന്ന ഒരുവിഭാഗം രോഗികളുണ്ട്. അവരുടേത് മാനസികപ്രശ്നമാണ്. അതിന് മാനസികചികിത്സയാണ് ആവശ്യം. രോഗമുണ്ടെന്ന് ന്യായമായ സംശയം ഉണ്ടെങ്കിലും രോഗമുണ്ടെന്ന് തെളിഞ്ഞാലും ലൈംഗികബന്ധം തുടരുന്നത് രോഗം പകരാനിടയാക്കും. ഈ രോഗങ്ങൾ പ്രത്യേകമായി ചികിത്സിക്കുന്ന എസ് ടി ഡി (സെക്ഷ്വലി ട്രാൻസ്മിറ്റഡ് ഡിസീസ്) ക്ലിനിക്കിനെയാണ് ചികിത്സയ്ക്കും പരിശോധനയ്ക്കും സമീപിക്കേണ്ടത്.

എയ്ഡ്സ് സൗജന്യമായി കണ്ടുപിടിക്കാനും ചികിത്സിക്കാനും വിപുലമായ സർക്കാർ സംവിധാനമുണ്ട്. കൗൺസിലിങ്, മരുന്നുകൾ, എല്ലാം പൂർണമായി സൗജന്യമാണ്. അവിടെ കൊടുക്കുന്ന വിവരങ്ങൾ പൂർണമായും രഹസ്യമായി സൂക്ഷിക്കാനവർ ബാധ്യസ്ഥരാണ്. പരിശോധനയിൽ സ്ത്രീജനനേന്ദ്രിയങ്ങളിൽ സ്പെക്കുലം ഉപയോഗിച്ചും പുരുഷന്മാരിൽ വൃഷണവും പരിശോധിക്കും. കൂടാതെ സ്പാറ്റുല ഉപയോഗിച്ച് മൂത്രനാളിയിൽനിന്ന് സ്വാബ് എടുക്കുന്നതുപോലെ കോശങ്ങളും പരിശോധനയ്ക്കായെടുക്കും. ഗുദത്തിൽ പരിശോധന ആവശ്യമുണ്ടെങ്കിൽ പ്രോക്ടോസ്കോപ് ഉപയോഗിച്ചാണ് പരിശോധിക്കുന്നത്. ഇതോടൊപ്പം മൂത്രവും സ്ത്രീകളിൽനിന്നും പുരുഷന്മാരിൽനിന്നും ആവശ്യമെങ്കിൽ പരിശോധനയ്ക്കായി എടുക്കും. ലാബ് റിപ്പോർട്ട് കിട്ടിയതിനുശേഷമേ രോഗനിർണയത്തിലെത്താനാകൂ. ഇപ്പോൾ എയ്ഡ്സ് ടെസ്റ്റ് വളരെ വേഗത്തിൽ ചെയ്യാനുള്ള സംവിധാനമുണ്ട്. വേഗം മനസിലാകുന്ന രോഗങ്ങൾക്ക് വേഗംതന്നെ ചികിത്സ ആരംഭിക്കാൻ കഴിയും. സിഫിലിസ്, ട്രൈക്കൊമൊണാസ്, ക്ലമീഡിയ, ഗൊണേറിയ എന്നിവയ്ക്ക് ആന്റിബയോട്ടിക് കോഴ്സ് കൊടുത്താൽ വേഗം ശമിക്കുന്നതാണ്. ഹെപ്പറ്റൈറ്റിസുകൾ, ഹെർപ്പിസ്, എയ്ഡ്സ് എന്നീ ചികിത്സകൾ അത്ര ലളിതമല്ല.

ഇവയെക്കുറിച്ചുള്ള ലേഖനങ്ങൾ സൗജന്യമായി ആരോഗ്യകേന്ദ്രങ്ങളിൽ നിന്നും ലഭിക്കും. ഈ രോഗങ്ങൾ വ്യക്തിപ്രശ്നം മാത്രമല്ല പൊതുജനാരോഗ്യപ്രശ്നം കൂടിയാണ്. അതുകൊണ്ട് രോഗം പൂർണമായി മാറാതെ ലൈംഗികബന്ധത്തിലൂടെ അത് പരത്താതിരിക്കാൻ ശ്രദ്ധിക്കണം. അത് വ്യക്തിപരമായ പ്രശ്നം മാത്രമല്ല സാമൂഹ്യബാധ്യത കൂടിയാണ്.

എന്താണ് കേൾവി പരിശോധന?

കാഴ്ചശക്തിപോലെ കേൾവി പരിശോധിക്കുന്ന രീതിയാണ് കേൾവി പരിശോധന. പ്രായമനുസരിച്ച് വിവിധരീതിയിലത് പരിശോധിക്കാം. കേൾവിത്തകരാറുണ്ടെങ്കിൽ നമ്മുടെ ബുദ്ധിയും ഓർമയും വേണ്ടവിധം ഉപയോഗിക്കാൻ കഴിയുകയില്ല. ജീവിതഗുണം കുറയും. സാമൂഹ്യ ജീവിതത്തിലൊറ്റപ്പെടും, കുട്ടികളുടെ വിദ്യാഭ്യാസം തകരാറിലാകും തുടങ്ങി പല ഗുരുതരപ്രശ്നങ്ങളെയും അഭിമുഖീകരിക്കേണ്ടി വരും.

ചെവിയെ മൂന്നായി നമുക്ക് വിഭജിക്കാം. പുറം ചെവി-ഇതിൽ പുറത്ത് കാണുന്ന ചെവിയും തുടർന്നുള്ള കനാൽ ചെവി ഡ്രം വരെ എത്തുന്നു. ചെവി ഡ്രം വാദ്യങ്ങളുടെ, തുകൽഡ്രം പോലിരിക്കും. (ചിത്രം കാണുക.)

അവിടന്നങ്ങോട്ട് മധ്യ ചെവിയാണ്. അതിനകത്ത് വായുവാണ്. ശബ്ദവീചികൾ അക്കൗസ്റ്റിക് ഞരമ്പിലേക്ക് അയക്കാൻ പരസ്പരം ബന്ധപ്പെട്ടിട്ടുള്ള മാലിയസ്, ഇങ്കസ്, സ്ടേപ്സ് (malleus, incus, stapes) എന്നീ മൂന്നു മൃദുവായ അസ്ഥികളുണ്ട്. അവസാനമുള്ള സ്ടേപ്സാണ് ഉൾച്ചെവിയുമായി ബന്ധപ്പെടുന്നത്. മധ്യ ചെവിയിലെ വായു മൂക്കിലെ യൂസ്ടാക്കിയൻ (Eustachian) കുഴലുമായി ബന്ധപ്പെടുന്നു. അപ്രകാരം ചെവി, മധ്യ ചെവി, മൂക്ക് അതുമായി ബന്ധമുള്ള സൈനസുകൾ എല്ലാം പരസ്പരം ബന്ധപ്പെട്ടിരിക്കുന്നു.

ഉൾച്ചെവിക്ക് രണ്ട് ഭാഗങ്ങളുണ്ട്. (ചിത്രം നോക്കിയാലും) ഇതിൽ കൊക്ലിയർ ഭാഗം കേൾവിക്കുള്ളതും, വെസ്റ്റിബുലാർ (vestibular) ഭാഗം നമ്മെ നടക്കുമ്പോഴും ഓടുമ്പോഴുമൊക്കെ സമനില തെറ്റി വീഴാതെ നോക്കുന്നതുമാണ്. അവ പരസ്പരം തൊണ്ണൂറു ഡിഗ്രിയിലാണ്.

കൊക്ലിയക്ക് (cochlea) ഒച്ചിന്റെ ആകൃതിയാണ്. ഇതിനുള്ളിൽ ജൈവജലമുണ്ട്, ചുവരുകളിൽ പ്രത്യേക കഴിവുള്ള ഇന്ദ്രിയകോശങ്ങളുണ്ട്. ഇവ ശബ്ദവീചികളെ ആലക്തികതരംഗങ്ങളാക്കി മാറ്റുന്നു. അത് അക്കൗസ്റ്റിക് ഞരമ്പിലൂടെ മസ്തിഷ്ക സന്ദേശമായി മാറുന്നു. അങ്ങനെയാണ് നാം കേൾക്കുന്നത്. മസ്തിഷ്കത്തിൽ ശബ്ദങ്ങൾ അപഗ്രഥിക്കപ്പെടുന്നു. തരംഗദൈർഘ്യമനുസരിച്ച് ശബ്ദത്തിന്റെ പിച്ചിന് വ്യത്യാസമുണ്ടാകും. പലതും മനുഷ്യന് കേൾക്കാത്തതുണ്ടാകാം, മനുഷ്യരിൽ തന്നെ ചില തരംഗദൈർഘ്യം കേൾക്കാത്തവരുണ്ട്.

എന്താണ് ഓഡിയോമെട്രി?

ഏതെങ്കിലും തരത്തിലുള്ള കേൾവിത്തകരാറുണ്ടോ എന്ന് കേൾവി പരിശോധന എന്ന ഓഡിയോമെട്രിയിലൂടെ നിർണയിക്കാം. പുറംചെവി മധ്യചെവിവരെയുള്ള ശബ്ദസഞ്ചാരം തടസപ്പെടുന്നതിനെ ശബ്ദസഞ്ചാര, കൺഡക്ഷൻ (conduction) കേൾവിക്കുറവ് എന്നും, ഉൾച്ചെവി മുതൽ മസ്തിഷ്കംവരെയുള്ള വഴിയിൽ ശബ്ദസഞ്ചാരത്തിന് തടസമുണ്ടായാലത് ഞരമ്പ് കേൾവിക്കുറവ് എന്നും പറയുന്നു. ഏതെങ്കിലും ഭാഗത്തിനു കേടുണ്ടായാലത് താൽക്കാലികമോ സ്ഥിരമായോ ഉള്ള കേൾവിക്കുറവിന് കാരണമാകും. കുട്ടികളിൽ സാധാരണമായി മധ്യചെവിയിൽ ജൈവജലം വർധിച്ചാൽ കേൾവി കുറയും. ഞരമ്പ് കേടു വന്നിട്ട് കേൾവിക്കുറവുണ്ടായാലത് സ്ഥിരമായിരിക്കും. അത് ലഘുവോ, മധ്യമമോ, കഠിനമോ ആകാം. ചിലപ്പോൾ ശബ്ദസഞ്ചാരത്തിലും ഞരമ്പിലും തകരാറു വന്നിട്ട് കേൾവിക്കുറവുണ്ടാകാം. അതുപോലെ ഒരു ചെവിയിലും രണ്ടു ചെവിയിലും പ്രത്യേക തരംഗദൈർഘ്യത്തിനു മാത്രവും കേൾവിക്കുറവുണ്ടാകാം.

എപ്രകാരമാണ് ഓഡിയോമെട്രി (Audiometry) ചെയ്യുന്നത്?

പലതരത്തിലുള്ള ടെസ്റ്റുകളുണ്ട്. കുട്ടികളിൽ ചെറിയ ഒരു പ്രോബ്, മൈക്രോഫോണും ലൗഡ്സ്പീക്കറുമുള്ളത് ചെവിയുടെ ഉള്ളിൽ വയ്ക്കുന്നു. ഒരു ക്ലിക്ക് ശബ്ദം പുറപ്പെടുവിച്ച് ഇത് പരിശോധിക്കാം. ശരിക്ക് പ്രവർത്തിക്കുന്ന കൊക്ലിയ (cochlea) ആണെങ്കിൽ ശബ്ദം തിരിച്ച് അയക്കുകയും അത് മൈക്രോഫോൺ തൽസമയം പിടിച്ചെടുക്കുകയും ചെയ്യും. ഓട്ടോ അക്കൗസ്റ്റിക് എമിഷൻ സ്ക്രീൻ (autoaccoustic emission screen) എന്നാണ് ടെസ്റ്റിന്റെ പേര്. കൊക്ലിയക്കും അപ്പുറത്താണ് പ്രശ്നമെങ്കിൽ എ ബി ആർ എ ആഡിറ്ററി ബ്രെയിൻ റെസ്പോൺസ് ടെസ്റ്റ് ചെയ്യണം. ഇതിൽ അക്കൗസ്റ്റിക് ഞരമ്പിൽനിന്ന് സിഗ്നൽ അളന്ന് നോക്കേണ്ടതായി വരും.

ചെറിയ കുട്ടികളിലും വലിയ കുട്ടികളിലും പരിശോധിക്കുന്ന രീതി

ഇവിടെ വിഷ്വൽ എൻഫോഴ്സ്മെന്റ് ഓഡിയോമെട്രി (visual enforcement audiometry) യാണ് ഉപയോഗിക്കുന്നത്. മുറിയിലുള്ള സ്പീക്കറിലൂടെ വരുന്ന ശബ്ദംകേട്ട് തിരിഞ്ഞുനോക്കുന്ന കുട്ടി പെട്ടെന്ന് സ്ക്രീനിൽ തെളിയുന്ന പാവ കാണുന്നു. ഓരോ ശബ്ദം കേൾക്കുമ്പോഴും ഇതാവർത്തിക്കുന്നു. ഇപ്രകാരം പല തരംഗദൈർഘ്യത്തിലും ഉച്ചത്തിലും ടെസ്റ്റ് ചെയ്യാവുന്നതാണ്.

മുതിർന്നവരിൽ ഹെഡ്ഫോൺ ഉപയോഗിച്ചാണ് ടെസ്റ്റു ചെയ്യുന്നത്. ഇപ്രകാരം പല തരംഗദൈർഘ്യത്തിലും ഉച്ചത്തിലും ചെയ്യാവുന്നതാണ്.

ശബ്ദം കിട്ടുമ്പോൾ വിരലുയർത്താൻ പറയുന്നു. ഇതിന്റെ ഫലം ഒരു കമ്പ്യൂട്ടർ ഗ്രാഫിൽ രേഖപ്പെടുത്താവുന്നതാണ്. ഓരോ ചെവിയും പ്രത്യേകം പരിശോധിക്കുന്നു. ഇതാണ് ഓഡിയോഗ്രാം. ഇത് കേൾവിക്കുറവിന്റെ ചിത്രം തരുന്നു.

ഇതിന്റെ ഉപയോഗങ്ങൾ

1. ഓരോ ചെവിയിലേയും കേൾവിത്തകരാറും വാക്കുകൾ മനസിലാക്കാനുള്ള കഴിവും മനസിലാക്കാൻ.
2. ഏതു തരത്തിലുള്ള കേൾവിത്തകരാറാണെന്ന് മനസിലാക്കാനും ചികിത്സ നിശ്ചയിക്കാനും.
3. ചെറിയ കുട്ടികളിൽ പഠിക്കാനും സംസാരിക്കാനും ഭാഷ മനസിലാക്കാനുമുള്ള കഴിവ് വിലയിരുത്താനും.
4. ശബ്ദമലിനീകരണത്തിന് വശംവദരായവരുടെ കേൾവിത്തകരാർ എത്രത്തോളമുണ്ടെന്ന് വിലയിരുത്താൻ.
5. ജെൻടാമൈസിൻ തുടങ്ങിയ മരുന്നുകൾമൂലം എത്രത്തോളം കേൾവി നഷ്ടപ്പെട്ടുവെന്ന് വിലയിരുത്താൻ.

ഈ പരിശോധനകൾക്കു മുമ്പ് ചെവിയിലെ വാക്സ് കളഞ്ഞിരിക്കണം. നീർദോഷമുണ്ടെങ്കിലത് കേൾവിയെ ബാധിക്കുമെന്നതിനാൽ അതു മാറിയതിനു ശേഷമാണ് പരിശോധിക്കേണ്ടത്. ഇതിന്റെ ഫലമനുസരിച്ചാണ് സ്പീച്ച് തെറാപ്പി ശ്രവണസഹായി വെക്കൽ എന്നിവ ചെയ്യുന്നത്.

ചികിത്സകൾ ശരീരത്തിനകത്തു നടത്തുന്നത് എപ്രകാരമാണ്?

എന്താണ് കാർഡിയാക് കത്തീറ്ററൈസേഷൻ (cardiac catheterizaion)?

ഇത് ഹൃദയത്തെയും കൊറോണറി ധമനികളെയും കുറിച്ച് വിശദമായി പഠിക്കാനുള്ള പരിശോധനയാണ്. ഈ സമയം ചില ഓപ്പറേഷനും ചെയ്യാൻ പറ്റും.

എന്താണ് ഈ പരിശോധന?

ഒരു നേരിയ പൊള്ളയായ പ്ലാസ്റ്റിക് ട്യൂബിലൂടെ ഹൃദയത്തിന്റെ നാല് അറകളിലും പ്രധാന രക്തക്കുഴലുകളിലും പിന്നീട് കൊറോണറി ധമനികളിലും കടത്തി പ്രവർത്തനങ്ങൾ പഠിക്കുന്ന വിദഗ്ധപരിശോധനയാണിത്.

എപ്രകാരമാണിത് ചെയ്യുന്നത്?

കിടക്കുന്ന രോഗിയുടെ കൈയിൽക്കൂടിയോ കാലിലെ ഒടിയിൽ കൂടിയോ കത്തീറ്റർ പ്രവേശിപ്പിക്കുന്നു. അതിനു മുകളിലായി തരിപ്പിക്കാനുള്ള മരുന്ന് കുത്തിവച്ചിരിക്കും. അപ്പോൾ കത്തീറ്റർ (catheter) കട

ത്തുമ്പോൾ വേദന തോന്നുകയില്ല. കത്തീറ്റർ സാവധാനം ഹൃദയത്തിലേക്ക് പോകുന്നു. എക്സ്റെ നോക്കി അതിന്റെ പുരോഗതി വിലയിരുത്തുന്നു. കത്തീറ്റർ ഹൃദയ അറകളിലും കൊറോണറി ധമനികളിലും എത്തുന്നു. ഈ സമയം ചില ഹൃദയമിടിപ്പുകൾ വ്യത്യാസമുണ്ടായേക്കാം. ഇതു ചെയ്യുന്ന സമയം ഹൃദയമിടിപ്പുകൾ ഇ സി ജി മോണിറ്ററിൽ രേഖപ്പെടുത്തിക്കൊണ്ടിരിക്കും.

ഹൃദയകത്തീറ്റർ ഉപയോഗിച്ച് ചെയ്യുന്ന ഏറ്റവും പ്രധാന പരിശോധനയാണ് കൊറോണറി ആഞ്ജിയോഗ്രാഫി (coronary angiography) ഇതിന്റെ ഉപയോഗങ്ങൾ ഇവയാണ്.

1. കൊറോണറി ധമനികൾ അഥിരോമയും മറ്റും വന്ന് ചുരുങ്ങുമ്പോഴാണ് അഞ്ജൈനയും ഹാർട്ട് അറ്റാക്കും ഫെയ്ലിയറുമൊക്കെ ഉണ്ടാകുന്നത്. (ചിത്രം നോക്കിയാലും) കത്തീറ്ററിന്റെ അറ്റം പ്രധാന കൊറോണറി ധമനിയിൽ പ്രവേശിപ്പിച്ച് പ്രത്യേകതരം ചായം അതിലൂടെ കുത്തിവയ്ക്കുന്നു. എക്സ്റെയിൽ ഈ ധമനികൾ വ്യക്തമായി കാണാനാണിത്. എക്സ്റെ ഫിലിമുകൾ നീങ്ങുന്ന രീതിയിൽ കമ്പ്യൂട്ടറിൽ പകർത്തുന്നു. ഇതാണ് കൊറോണറി ആഞ്ജിയോഗ്രാം. ഇതുകൊണ്ട് ഹൃദയ അറകളിലെ രക്തസമ്മർദം, അറകളിൽത്തന്നെ വിവിധസ്ഥലങ്ങളിലെ രക്തസമ്മർദം എന്നിവ അറിയാം. വെൻട്രിക്കിളുകളുടെ ചുരുങ്ങൽ ശക്തി അളക്കാം. എക്സ്റെ വീഡിയോ ഇത് കാണിച്ചുതരും.
2. രക്തസാമ്പിളുകൾ വിവിധസ്ഥലങ്ങളിൽ നിന്നെടുത്ത് പ്രാണവായു എത്രയുണ്ടെന്ന് അറിയാം. ഇതോടൊപ്പം ചെയ്യാവുന്ന ഓപ്പറേഷനുകൾ.
3. കത്തീറ്റർ അറ്റത്ത് ചെറിയ ബലൂൺ ഘടിപ്പിച്ച് ഹൃദയവാൽവിനെ വാൽവുലോപ്ലാസ്റ്റി എന്ന ഓപ്പറേഷനിലൂടെ നേരെയാക്കാം.
4. ചുരുങ്ങിപ്പോയ കൊറോണറി ധമനിയിൽ ആഞ്ജിയോപ്ലാസ്റ്റി ചെയ്യാം. അപ്രകാരം ഹൃദയപേശിയിൽ സാധാരണ രക്തയോട്ടം പുനഃസ്ഥാപിക്കാം.
5. ഹൃദയപേശിയിലെവിടെയെങ്കിലും അരിഥമിയ (arrhythmia) എന്ന അസാധാരണ മിടിപ്പ് സൃഷ്ടിക്കുന്നു. അത് മറ്റുള്ള ഹൃദയഭാഗത്തേക്ക് വ്യാപിക്കുന്നു എങ്കിൽ അവിടം കൃത്യമായി കണ്ടുപിടിച്ചാൽ കത്തീറ്റർ അറ്റംകൊണ്ട് അബ്ളേഷൻ (ablation) എന്ന ആ ഭാഗം നശിപ്പിക്കൽ ചികിത്സ ചെയ്യാം.
6. കത്തീറ്റർ അറ്റത്ത് ഘടിപ്പിച്ച വളരെ ചെറിയ അൾട്രാസൗണ്ട് സ്കാനർ ഉപയോഗിച്ച് കൊറോണറി ധമനിയിലെ വിശദമായ ചിത്രങ്ങളെടുക്കാം. ഇത് നൂതനമായ സാങ്കേതികവിദ്യയാണ്.

കുട്ടികളിലെ കാർഡിയാക് കത്തീറ്ററൈസേഷൻ (cardiac catheterization)

ജന്മനായുള്ള ഹൃദയ തകരാറുകൾക്ക് ഈ പരിശോധന ആവശ്യ

മായി വരും. കുട്ടിയെ മയക്കിക്കിടത്തിയതിനുശേഷമേ ഇത് ചെയ്യാനാകൂ.

ഒരുക്കങ്ങൾ

വാർഫാറിൻ എന്ന രക്തം കട്ടയാകാതിരിക്കാനുള്ള മരുന്നു കഴിക്കുന്നുവെങ്കിൽ തൽക്കാലം അത് നിർത്തേണ്ടിവരും. പ്രമേഹത്തിനുള്ള മരുന്നുകളിൽ മാറ്റം വരുത്തേണ്ടിവന്നേക്കാം. ഗർഭിണികളിൽ പരിശോധന അൽപ്പം എക്സ്റേ ഉപയോഗിക്കേണ്ടതിനാൽ ശ്രദ്ധിച്ചു ചെയ്യണം. കുറച്ചു മണിക്കൂറുകൾ മുമ്പ് ഭക്ഷണം കഴിക്കരുത്. കത്തീറ്റർ കയറ്റുന്ന സ്ഥലം ഷേവ് ചെയ്തിരിക്കണം. സമ്മതപത്രം എഴുതി കൊടുത്തിരിക്കണം. ഈ പരിശോധന ഏകദേശം അരമണിക്കൂർകൊണ്ട് കഴിയും. എന്തെങ്കിലും ഓപ്പറേഷനും കൂടെ ചെയ്യുന്നെങ്കിൽ സമയം കൂടുതൽ വേണ്ടിവന്നേക്കാം. ഇത് കഴിഞ്ഞാൽ കുറച്ച് സമയം വിശ്രമം ആവശ്യമായി വന്നേക്കാം.

ചിലർക്ക് ഇത് ചെയ്യുമ്പോൾ അഞ്ജൈന (angina) പോലുള്ള വേദന ഉണ്ടാകാം. അത് തികച്ചും നിരുപദ്രവമാണ്. ചായം കുത്തിവയ്ക്കുമ്പോൾ ചൂട് വരുന്നതുപോലെ തോന്നാം. ചുരുക്കമായി ചിലർക്ക് ഇതിന് അലർജി ഉണ്ടാകാം. അലർജി ഉണ്ടോ എന്ന് മുമ്പ് ടെസ്റ്റ് ചെയ്തിരിക്കും. ഗൗരവമായ ഹാർട്ട് അറ്റാക്, സ്ട്രോക് എന്നിവ ചുരുക്കമായി ഉണ്ടാകാം. കത്തീറ്റർ കൊറോണറി ധമനിയെ കേടുവരുത്തിയേക്കാം. ഗൗരവമായ കുഴപ്പങ്ങൾ അത്തരം രോഗം മുമ്പെ ഉണ്ടായിരുന്നവരിലാണ് സാധാരണ കണ്ടുവരുന്നത്. ഇതെല്ലാം കണക്കിലെടുത്താണ് ഈ പരിശോധന ചെയ്യാൻ തീരുമാനമെടുക്കുന്നത്.

എന്താണ് സെറിബ്രൽ ആഞ്ജിയോഗ്രാഫി (cerebral angiography)

എക്സ്റേയിൽ കാണാവുന്ന പ്രത്യേക ചായത്തിന്റെയും അതു ഒപ്പിയെടുക്കാനുള്ള ക്യാമറയുടെയും സഹായത്തോടെ മസ്തിഷ്കത്തിലെ രക്തക്കുഴലുകളുടെ ചിത്രമെടുക്കുന്ന രീതിയാണ് സെറിബ്രൽ ആഞ്ജിയോഗ്രാഫി. ഈ ചായം സിരകളിൽ കുത്തിവയ്ക്കുന്നു. മസ്തിഷ്കത്തിലെ രക്തക്കുഴലുകളിലേക്ക് രക്തം ഒഴുകുന്നതോടെ ക്യാമറ ഉപയോഗിച്ച് ചിത്രങ്ങളെടുക്കാൻ കഴിയുന്നു. ചിലപ്പോൾ ഇതോടൊപ്പം ചികിത്സയും ചെയ്യാൻ കഴിയുന്നു.

സെറിബ്രൽ ആഞ്ജിയോഗ്രാഫി പ്രവർത്തിക്കുന്നത്, മസ്തിഷ്കത്തിലെ രക്തക്കുഴലുകൾകൊണ്ട് പൊതിഞ്ഞുനിൽക്കുന്ന ഭാഗങ്ങളെ ഡോക്ടർക്ക് വ്യക്തമാക്കുന്നതിലൂടെയാണ്. സാധാരണ എക്സ്റേ കൊണ്ട് അവ കാണാനാവുകയില്ലല്ലോ.

ചായം കുത്തിവച്ച് എടുക്കുന്ന സെറിബ്രൽ ആഞ്ജിയോഗ്രാഫി

യിൽ രക്തക്കുഴലുകൾ വ്യക്തമായും കൃത്യമായും കാണാം. ഫ്ളൂറോസ്കോപ്പി (fluroscopy) എന്ന സാങ്കേതികവിദ്യ ഉപയോഗിച്ച് ഓരോ നിമിഷവും ചലിച്ചും കൊണ്ടിരിക്കുന്ന ജീവിക്കുന്ന ചിത്രങ്ങളെ ടെലിവിഷൻ സ്ക്രീനിൽ കാണാനാകും. അപ്രകാരം മസ്തിഷ്കവും അതിനെ പൊതിഞ്ഞിരിക്കുന്ന ഭാഗങ്ങളെയും വിശദമായി പഠിക്കാം.

എന്തൊക്കെയാണ് സെറിബ്രൽ ആഞ്ജിയോഗ്രാഫിയുടെ ഉപയോഗങ്ങൾ?

1. രക്തക്കുഴലുകളിൽ അഥിരോമയോ മറ്റു കാരണങ്ങളാലോ ഉണ്ടാകാവുന്ന തടസങ്ങൾ പഠിക്കാം.
2. രക്തക്കുഴലുകളിൽ ബലൂൺപോലുള്ള അമിതവികാസരോഗമുണ്ടെങ്കിൽ മനസിലാക്കാം.
3. മുഴകളുണ്ടെങ്കിൽ അതിലെ രക്തയോട്ടം മനസിലാക്കാം. അവ അപകടകാരിയായ അർബുദമാണോ മറ്റുള്ള സ്ഥലങ്ങളിലേക്ക് വ്യാപിച്ചിട്ടുണ്ടോ, എപ്രകാരം ചികിത്സിക്കാം എന്നും മനസിലാക്കാം.
4. മസ്തിഷ്കത്തിലെ രക്തയോട്ടം പഠിക്കുന്നതിലൂടെ രോഗലക്ഷണങ്ങളുടെ കാരണങ്ങളിലേക്ക് വെളിച്ചം കിട്ടും.

എപ്രകാരമാണിത് ചെയ്യുന്നത്?

രോഗി കട്ടിലിൽ കിടക്കുന്നു. കുട്ടികളാണെങ്കിൽ അനസ്തീസിയ കൊടുക്കേണ്ടി വരും. മുതിർന്നവരിൽ മയക്കത്തിലുള്ള കുത്തിവയ്പ് മാത്രമേ ആവശ്യമുള്ളൂ. ഹൃദയത്തിന്റെ ഇ സി ജി, പൾസ് ഓക്സിമീറ്റർ (pulse oxymeter) എന്നിവ പരിശോധനയിലുടനീളം നോക്കിക്കൊണ്ടിരിക്കും. കത്തീറ്റർ എക്സ്റെയിലൂടെ കാണാനാകും. അതിനെ നിയന്ത്രിച്ച് മസ്തിഷ്കത്തിലെ രക്തക്കുഴലുകളിലേക്ക് എത്തിക്കുന്നു. അതോടെ ചായം കുത്തിവയ്ക്കുന്നു. അപ്പോൾ രക്തത്തിൽ ചായം കലർന്ന് എക്സ്റെയിലൂടെ മസ്തിഷ്കത്തിലെ രക്തക്കുഴലുകൾ വ്യക്തമായി കാണാം. വിവിധ നിലകളിൽ പല ചിത്രങ്ങളെടുക്കുന്നു. മസ്തിഷ്കത്തിന്റെ ചിത്രവും രക്തക്കുഴലുകളുടെ രൂപവുംകൂടി സെറിബ്രൽ ആഞ്ജിയോഗ്രാഫി കൃത്യമായി രോഗനിർണയത്തിന് സഹായിക്കുന്നു. ഇതിനുമുമ്പ് രക്തം കട്ടയാകാതിരിക്കാനുള്ള മരുന്ന് കഴിക്കുന്നുണ്ടെങ്കിലത് തൽക്കാലത്തേക്ക് നിർത്തേണ്ടിവരും. പ്രമേഹ മരുന്നിന്റെ കാര്യം ഡോക്ടർ പറഞ്ഞു തരും.

പരിശോധന കഴിഞ്ഞാൽ ശ്രദ്ധിക്കേണ്ട കാര്യങ്ങൾ

നെഞ്ചുവേദന, ശ്വാസതടസ്സം, കാഴ്ചത്തകരാറ്, സംസാരത്തകരാറ്, മുഖം കൈകാലുകളിലെ പേശി തളർച്ച, തരിപ്പ്, വേദന, നീര്, രക്തഓട്ടം ഇല്ലാത്തതുപോലെ തോന്നൽ, പനി എന്നിവ ഉണ്ടെങ്കിൽ ഡോക്ട

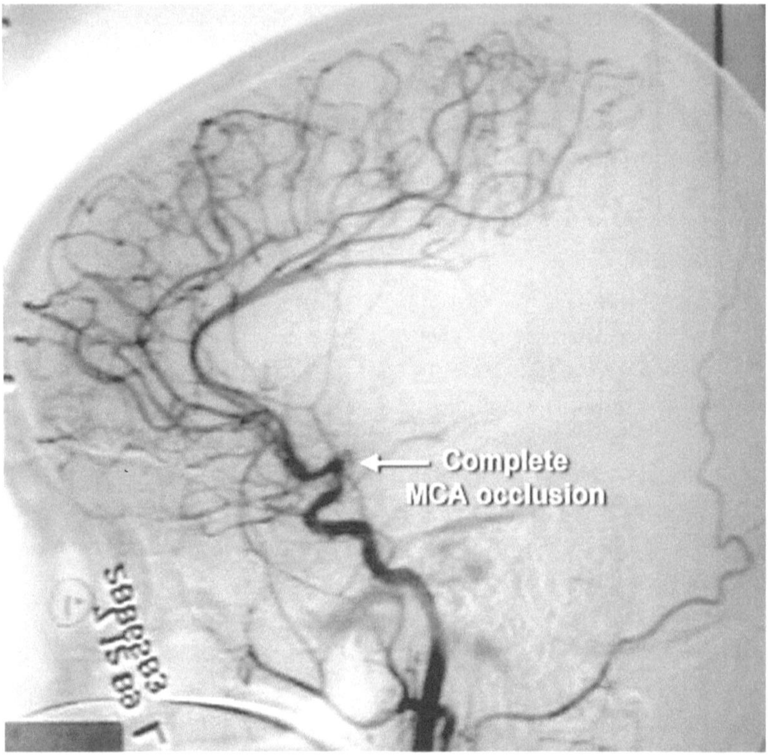

സെറിബ്രൽ ആഞ്ജിയോഗ്രാഫി ചിത്രം.

റോട് വേഗം വിവരം പറയണം. ഇതെല്ലാം വളരെ ചുരുക്കം പേരിലെ ഉണ്ടാവുകയുള്ളൂ. ചിലരിൽ തലവേദന ഉണ്ടാകാം. സംസാരശേഷി ഇല്ലായ്മയും കാഴ്ചമങ്ങലും കൈകാൽ തളർച്ചയും കുറച്ചുസമയത്തേക്ക് ചിലരിലുണ്ടാകാം. ഗർഭിണികളിൽ ഈ പരിശോധന എക്സ്റെ ആയതുകൊണ്ട് ശ്രദ്ധിച്ചേ ചെയ്യാറുള്ളൂ.

9

പ്രഥമചികിത്സകൾ

തക്കസമയത്ത് യഥോചിതമായി പ്രഥമചികിത്സ ചെയ്യുകയാണെങ്കിൽ വിലപ്പെട്ട ജീവൻ രക്ഷിക്കുവാൻ പരിശീലനം ലഭിച്ച ആർക്കും കഴിയും. അതാണ് പ്രഥമചികിത്സയുടെ ശക്തിയും സൗന്ദര്യവും.

അപകടം, പെട്ടെന്നുള്ള അസുഖം എന്നിവ ഉണ്ടാകുമ്പോൾ ഡോക്ടറും ആശുപത്രിയും ലഭിക്കുന്നതിനുമുമ്പുള്ള പ്രാഥമിക പരിചരണമാണ് പ്രഥമചികിത്സ.

പ്രഥമചികിത്സയുടെ ഉദ്ദേശ്യങ്ങൾ

1. ജീവൻ നിലനിർത്തുക.
2. രോഗവിമുക്തി വേഗമാക്കുക.
3. അവസ്ഥ മോശമാവാതെ നോക്കുക.

എന്താണ് പ്രഥമചികിത്സയുടെ തത്വങ്ങൾ

ബോധക്ഷയമോ, ശ്വാസതടസമോ, മുറിവോ, രോഗമോ ആണെങ്കിലത് വേഗം മനസിലാക്കുക. ഇതാണ് പ്രഥമചികിത്സകന്റെ രോഗനിർണയം. ഇത് ലളിതവും വേഗം കഴിയുന്നതുമായിരിക്കണം. ഇവിടെ കഴിയുന്നതുംവേഗം പ്രവർത്തിക്കലാണ് പ്രധാനം. ആലോചിച്ച് നോക്കി നിൽക്കലല്ല. ഉദാഹരണമായി ഹൃദയം പെട്ടെന്ന് നിൽക്കൽ, ശ്വാസം നിലയ്ക്കൽ എന്നിവയ്ക്ക് ഒരു നിമിഷവും വെറുതെ കളഞ്ഞുകൂടാ. വഴിയിലൊരാൾ അവശനായി കിടക്കുന്നു. അപ്പോൾ നിങ്ങളത് കാണുന്നു. ആ സന്ദർഭത്തിൽ, നിങ്ങൾ സ്വയം അദ്ദേഹത്തിന് പ്രഥമചികിത്സ ചെയ്യാൻ തീരുമാനിക്കുന്നു.

പ്രഥമചികിത്സകന്റെ പൊതു കടമകളേതൊക്കെയാണ്?

ആദ്യംതന്നെ പ്രഥമചികിത്സകൻ വേഗം പരിശോധിച്ച് എന്താണ് പ്രശ്നമെന്ന് മനസിലാക്കലാണ്.

നിങ്ങളാണ് ആ അപരിചിതന്റെ ബന്ധുവും രക്ഷകനും.

'രോഗനിർണയത്തിനുശേഷം ഉടൻതന്നെ അടുത്തഘട്ടം ആരംഭിക്കണം, അതായത് പ്രഥമചികിത്സ.

'മൂന്നാം ഘട്ടത്തിൽ രോഗിയെ കഴിയുന്നതുംവേഗം ജീവൻ രക്ഷാ ഉപാധികളോടെ ആശുപത്രിയിലെത്തിക്കുക എന്നതാണ്.

പ്രഥമചികിത്സയിലെ നിയമങ്ങൾ

അപകടസ്ഥലത്ത് വേഗം എത്തുക

എന്തൊക്കെയാണ് ചെയ്യേണ്ടത്?

1. ശാന്തമായി, വിദഗ്ധമായി പ്രവർത്തിക്കുക.
2. ശ്വാസമുണ്ടോ എന്ന് നോക്കുക.
3. രക്തവാർച്ച ഉണ്ടെങ്കിൽ അധികം രക്തം പോകുന്നുണ്ടോ?
4. രക്തസമ്മർദം കുറഞ്ഞ് ആൾ ഷോക്കിലാണോ?

ശ്വാസവും നാഡിമിടിപ്പും ഇല്ലെങ്കിൽ ഉടനെ സി പി ആർ എന്ന കൃത്രിമ ശ്വാസോച്ഛ്വാസം (Cardiopulmonary Resuscitation) ചെയ്യണം.

ഇത് വളരെ അടിയന്തരഘട്ടമാണ്. ഇതുചെയ്യാൻ എല്ലാവരും അറിഞ്ഞിരിക്കേണ്ടതാണ്. ഇതിൽ കൃത്രിമ ശ്വാസോച്ഛ്വാസവും പുറമെ ചെയ്യുന്ന ഹൃദയത്തിരുമ്മലും (Cardiac Massage) ഒരുമിച്ച് ചെയ്യുന്നു. ഇവിടെ ഹൃദയത്തിരുമ്മൽ എന്ന് പറയുമെങ്കിലും അത് രണ്ട് കൈപ്പത്തിയും ഒന്നിനൊന്ന് മുകളിൽവച്ച് ഇടവിട്ട് അമർത്തലാണ്. ഇത് ചെയ്തുകൊണ്ടിരിക്കുമ്പോൾ തന്നെ വൈദ്യസഹായത്തിന് ആരെങ്കിലും ഉറക്കെ വിളിച്ചുപറയുകയും വേണം. ശ്വാസം ഇല്ലാത്ത വ്യക്തിയുടെ ശരീരം വിളറിവെളുത്തിരിക്കും. മൂക്കിനടുത്ത് ഒരു വാച്ച് കാണിച്ചാൽ ശ്വാസമുണ്ടെങ്കിൽ നീരാവി തട്ടി അതുടനെ മങ്ങും. അധികസമയം നാഡിമിടിപ്പും ശ്വാസവും ഇല്ലെങ്കിൽ മസ്തിഷ്കം തകരാറിലായി രോഗി ശരിക്കും മരിക്കും.

ദേഹം പിടിച്ചു കുലുക്കിക്കൊണ്ട് 'സുഖമാണോ?' എന്ന് ചോദിച്ചുംകൊണ്ട് വായിലൂടെ കൃത്രിമശ്വാസോച്ഛ്വാസം ആരംഭിക്കണം. അടുത്തുള്ള ആളോട് വൈദ്യസഹായത്തിന് അഭ്യർഥിക്കണം. അപകടകരമായ സ്ഥലമാണെങ്കിൽ അവിടെനിന്നും മാറ്റണം. തീ, ഗ്യാസ് എന്നിവ ഉണ്ടോ എന്ന് നോക്കണം. അപ്രകാരമെങ്കിൽ ഉടനെ സുരക്ഷിതമായ സ്ഥലത്തേക്ക് മാറണം. അയാളെ കട്ടിയുള്ള ഒരു പ്രതലത്തിൽ കിടത്തണം. ചെവി അയാളുടെ മൂക്കിനടുത്തേക്ക് അടുപ്പിച്ച് വയ്ക്കുക. ശ്വാസമുണ്ടങ്കിൽ വലിക്കുന്ന ശബ്ദം കേൾക്കാം.

ഇല്ലെങ്കിൽ വായിലേക്ക് ഊതി കൃത്രിമശ്വാസോച്ഛ്വാസം ആരംഭിക്കണം. അത് കൈവെച്ച് ചുണ്ടോടുചുണ്ട് തൊടാതെയും ഫലപ്രദമായി

ചെയ്യാം. അതോടൊപ്പം ഒരു സഹായിക്ക് നെഞ്ചിൽ ഒരു കൈപ്പത്തിയിൽ മറ്റെ കൈപ്പത്തി അമർത്തി വളരെ ശക്തിയായി അമർത്തി ഹൃദയത്തിരുമ്മലും കൃത്രിമ ശ്വാസോച്ഛ്വാസവും ഒരുമിച്ച് ആരംഭിക്കാം. ഇതിൽ മൂന്ന് പ്രധാന തത്വങ്ങളുണ്ട്.

എ ബി സി അഥവാ സി എ ബി. നെഞ്ഞമർത്തലും, ശ്വാസതടസം നീക്കലും ഹൃദയ ശ്വാസകോശപുനരുജ്ജീവനവും.

ഇത് എപ്പോഴും, ഉറക്കത്തിൽപ്പോലും ഓർമയിലുണ്ടായിരിക്കണം. എയർവെ, ബ്രീത്തിങ്, സർക്കുലേഷൻ എന്ന ശ്വാസം തടസങ്ങൾ നീക്കി നേരെയാക്കൽ, ശ്വാസം സാധാരണ നിലയിലാക്കൽ, ഹൃദയം നാഡിമിടിപ്പ്, രക്തസമ്മർദം എന്നിവയാണ് ഇതിൽ ഉൾപ്പെട്ടിരിക്കുന്നത്. ബോധമില്ലാതെയും പ്രതികരണമില്ലാതെയും കിടക്കുന്നവർക്ക് ഈ മൂന്ന് കാര്യങ്ങളും വളരെ പ്രധാനമാണ്.

അമേരിക്കൻ ഹൃദയ സംഘടന ഇതിനെ സി എ ബി (chest compression, airway, breathing) എന്നാക്കിയിട്ടുണ്ട്. സി എന്നാൽ ചെസ്റ്റ് കംപ്രഷൻ. എ എന്നാൽ എയർവെ എന്ന ശ്വാസവഴി തടസമില്ലാതാക്കുക. ബി എന്നാൽ ബ്രീത്തിങ് എന്ന ശ്വാസംവരുത്തുന്ന പ്രഥമചികിത്സ ചെയ്യുക എന്നാണ്.

ഒരു കൈപ്പത്തിയിൽ മറ്റെ കൈപ്പത്തിവെച്ച് നെഞ്ചിന്റെ നടുവിൽ ശക്തിയായി ഇടവിട്ട് അമർത്തിക്കൊണ്ടിരിക്കണം. അമർത്താൻ ഒട്ടും മടി കാണിക്കരുത്. ഒരു ജീവൻ രക്ഷിക്കാനല്ലാതെ നിങ്ങൾക്ക് യാതൊന്നും നഷ്ടപ്പെടാനില്ല. ഒരാൾക്ക് ക്ഷീണമാകുമ്പോൾ സഹായിക്ക് ഏറ്റെടുക്കാം.

അപ്പോൾ അടുത്ത ആൾ നാഡിമിടിപ്പ് നോക്കിക്കൊണ്ടിരിക്കണം. ഒന്ന് രണ്ട് മൂന്ന് എന്ന് മനസിൽ എണ്ണി ശക്തിയായി അമർത്തുക. വാരിയെല്ലുകൾ പൊട്ടിയേക്കാം. ജീവൻ കിട്ടിയതിനുശേഷമത് നേരെയാക്കാവുതേയുള്ളൂ. എണ്ണുന്ന സമയം ചെറിയ ഇടവേളയാണ്.

മറ്റു രണ്ടക്ഷരങ്ങൾ സൂചിപ്പിക്കുന്നതിൽ വ്യത്യാസമൊന്നുമില്ല. അവർ അതിൽ ഒരു ഡി കൂടി ആവശ്യമെങ്കിൽ ചേർക്കാൻ പറയുന്നുണ്ട്. ഡി എന്നാൽ ഡിഫ്രില്ലേഷൻ (defrillation) എന്ന പുറമെനിന്നും ഹൃദയമിടിപ്പിനെ നേരെയാക്കുന്ന ചികിത്സയാണ്. നാഡിമിടിപ്പില്ലാതെ ബോധം നശിച്ച് കിടക്കുന്നവർക്ക് ഡിഫ്രില്ലേറ്റർ ഉപയോഗിച്ച് നെഞ്ചിൽ വൈദ്യുതാഘാതമേൽപ്പിക്കുന്ന ചികിത്സ ചെയ്താൽ ഉടനെ ഒരു ജീവൻ രക്ഷിക്കാൻ കഴിയും.

വിമാനത്താവളത്തിൽ ഡിഫ്രില്ലേറ്റർ സ്ഥാപിച്ചിരിക്കുന്നു.

എല്ലാ വിമാനത്താവളങ്ങളിലും ഡിഫ്രില്ലേറ്റർ (defrillator) ഉണ്ടായിരിക്കണമെന്ന് നിയമമുണ്ട്.

ജനങ്ങൾ കൂടിനിൽക്കുന്ന എല്ലായിടങ്ങളിലും ഇതാവശ്യമാണ്.

ശ്വാസതടസം ഏതെല്ലാം? അതിനെന്തുചെയ്യണം?

ശ്വാസകോശത്തിന് അതിന്റെ വഴിയിൽ എന്തെങ്കിലും തടസമുണ്ടായാലതിനെ ശ്വാസതടസം (Asphyxia) എന്ന് പറയുന്നു. ഏതാനും മിനിട്ടു

കൾക്കുള്ളിൽ ചികിത്സ കിട്ടിയില്ലെങ്കിൽ രോഗി വേഗംതന്നെ മരിച്ചു പോകുന്നു. രക്ഷപ്പെട്ടാൽത്തന്നെ മസ്തിഷ്കത്തിന് അപരിഹാര്യമായ ക്ഷതം സംഭവിച്ചിരിക്കും. പെട്ടെന്നുതന്നെ അതിന് പ്രഥമചികിത്സ ചെയ്താൽ ഒരു ജീവൻ രക്ഷിക്കാനാകും. മൂക്ക് മുതൽ ശ്വാസകോശം വരെ എവിടെ തടസം ഉണ്ടായാലും ഇതുണ്ടാകാം. ഉദാഹരണമായി ശ്വാസ ക്കുഴൽ ചുരുങ്ങൽ (ആസ്ത്മ), ഭക്ഷണം ശ്വാസക്കുഴലിലേക്ക് വഴി തെറ്റി പ്പോകൽ, മുങ്ങി മരിക്കുന്നവരിൽ വെള്ളം ശ്വാസക്കുഴൽ മുതൽ ശ്വാസ കോശം വരെ നിറഞ്ഞ് തടസമുണ്ടാവുക, പുക, കാറിലെ പുറത്തുവി ടുന്ന ഗ്യാസ്, കരിഗ്യാസ്, പാചകഗ്യാസ് എന്നിവ മരണ കാരണമാകാം.

മറ്റു തടസങ്ങൾ

കൃത്രിമപ്പല്ല്, നാവ് എന്നിവ, തിളച്ച വെള്ളം, ആസിഡ് എന്നിവ ഇറ ക്കിയതുകൊണ്ട് തടസമുണ്ടാകും.

കാർഡിയോപ്പൾമൊണറി റിസസിറ്റേഷൻ എന്ന കൃത്രിമശ്വാസോ ച്ഛ്വാസവും ഹൃദയപുനർജീവനവും.

സമ്മർദം

കഴുത്തിലേതെങ്കിലും ടവലോ മറ്റോകൊണ്ട് അബദ്ധത്തിൽ മുറു കുക. തൂങ്ങിമരണത്തിലേതുപോലെ ശ്വാസക്കുഴൽ അമർന്നുപോവുക. ബോധരഹിതനായ വ്യക്തി കമിഴ്ന്നു കിടക്കുമ്പോഴോ ചെറിയ കുഞ്ഞു ങ്ങളുടെ മൂക്കിൽ നനഞ്ഞ തുണി വീഴുമ്പോഴോ ശ്വാസതടസമുണ്ടാ കുന്നു.

ശ്വാസസംവിധാനത്തിൽ തകരാറുകളുണ്ടാകുമ്പോൾ

അപസ്മാരം, ടെറ്റനസ്, റാബിസ് എന്നീ രോഗങ്ങൾ, നെഞ്ചിലെ പേശികൾ, ഡയഫ്രം എന്നിവയിലെ ഞരമ്പുകൾക്ക് കേടുവരുമ്പോൾ ഗുരുതര തടസമുണ്ടാകാം.

മസ്തിഷ്കത്തിലെ ശ്വാസകേന്ദ്രത്തിനെ ബാധിക്കുന്നവ

മോർഫീൻ, ബാർബിചുറേറ്റ്സ് മരുന്നുകൾ, സ്ട്രോക്, ഇലക്ട്രിക് ഷോക്, നെഞ്ചിനു മുകളിൽ വലിയഭാരം വരുക, മണ്ണിടിച്ചിൽ, ഇത് ഖനി കളിലും ക്വാറികളിലും സംഭവിക്കാം. കെട്ടിടം പണിയിൽ ബീമുകൾ വീഴു മ്പോഴും സംഭവിക്കാം. വലിയ ജനക്കൂട്ടമുണ്ടാവുമ്പോൾ തിരക്കിൽപ്പെട്ട് ചവുട്ടിക്കൂട്ടപ്പെട്ട് സംഭവിക്കാം. വലിയ ഉയരത്തിൽ അന്തരീക്ഷ പ്രാണ വായു കുറയുമ്പോഴും ഇപ്രകാരം സംഭവിക്കാം.

ലക്ഷണങ്ങൾ

ശ്വാസദൈർഘ്യം ചെറുതും വേഗത്തിലും ആകുന്നു. വെയിനുകൾ

രക്തതടസംകൊണ്ട് ചീർക്കുന്നു. മുഖം, ചുണ്ടുകൾ, നഖങ്ങൾ, വിരലുകൾ എന്നിവ നീലനിറമാകുന്നു. നാഡിമിടിപ്പ് ദുർബലവും ദ്രുതഗതിയിലുമാകുന്നു. ചികിത്സ കിട്ടിയില്ലെങ്കിൽ ബോധം നശിക്കുന്നു. വായിലും മൂക്കിലും പതവരുന്നു. അപസ്മാര ഇളക്കം സംഭവിക്കാം. ശ്വാസം നിന്നാലും ഹൃദയം തുടർന്നും മിടിച്ചുകൊണ്ടിരിക്കും. ഈ സമയം കൃത്രിമശ്വാസോച്ഛ്വാസം കൊടുത്താൽ ജീവൻ രക്ഷിക്കാം.

ചികിത്സ

കാരണം വ്യക്തമെങ്കിലത് നീക്കം ചെയ്യണം. ശ്വാസക്കുഴലിന് സ്വാഭാവികമായൊരു വളവുണ്ട്. കിടക്കുന്ന രോഗിയുടെ തല പിന്നിലേക്ക് താടിയിൽ പിടിച്ച് വയ്ക്കുക. തല നെറ്റിയിൽ പിടിച്ച് അൽപ്പം പിന്നിലേക്ക് വയ്ക്കുക.

നാവ് എടുത്ത് ശ്വാസ വഴിയിൽ നിന്ന് ഫോഴ്സെപ്സ് കൊണ്ട് മാറ്റി വയ്ക്കുന്നത് നല്ലതാണ്. (ചിത്രം നോക്കിയാലും). അപ്പോൾ ശ്വാസക്കുഴൽ നേരെയാകും.

ഈ സ്ഥിതിയിൽ കൃത്രിമശ്വാസോച്ഛ്വാസം ചെയ്യാൻ എളുപ്പത്തിൽ പറ്റും. ഭാഗ്യമുണ്ടെങ്കിൽ ഇപ്രകാരം ചെയ്യുമ്പോൾത്തന്നെ ശ്വാസം കഴിക്കാൻ രോഗി ആരംഭിച്ചിരിക്കും. തൊലിയിൽ അൽപ്പം വേദനിക്കുന്ന ഒരു നുള്ളോ അടിയോ കൊടുക്കുന്നതും ശ്വാസം വേഗം വലിക്കാൻ സഹായിക്കും. വായിൽക്കൂടി ശ്വാസം ഊതുന്നതോടെ വിരൽകൊണ്ട് കഴുത്തിലെ കരോട്ടിഡ് നാഡിമിടിപ്പ് പരിശോധിക്കുകയുമാകാം. ശ്വാസം ശരിയാകുന്നതുവരെ കൃത്രിമശ്വാസോച്ഛ്വാസം തുടരണം. അതോടൊപ്പം നെഞ്ചിൽ കാർഡിയാക് മസ്സാജ് കൊടുക്കുകയും വേണം. മസ്തിഷ്കത്തിൽ രക്ത ഓട്ടം നിന്നുപോയാൽ അപരിഹാര്യമായ കേടു സംഭവിക്കും. അതുകൊണ്ട് കൃത്രിമശ്വാസോച്ഛ്വാസം ആവശ്യമുള്ള അത്രയും സമയം, കുറച്ചു കൂടുതലായാലും കൊടുത്തുകൊണ്ടിരിക്കണം.

മുറിവുകൾ

ശരീരത്തിന്റെ ഏതെങ്കിലും ഭാഗം ചതയുമ്പോഴോ, മുറിയുമ്പോഴോ, കീറുമ്പോഴോ മുറിവുകളുണ്ടാകുന്നു. മുൾവേലിയിൽനിന്ന് ഊർന്ന് കീറുകയാണെങ്കിലത് കീറലാകും. ചുറ്റിക, ഗദ പോലുള്ളവകൊണ്ട് അടിയേറ്റാൽ അത് ചതവോ രക്തം അടിയിൽ കട്ട പിടിച്ചുള്ള വലിയ ചതവോ ആകാം. കഠാരയോ അതുപോലെ നീളമുള്ള വസ്തുക്കൾ കുത്തിയിറക്കിയാലത് ആഴത്തിലുള്ള കുളം പോലുള്ള മുറിവാകും. കത്തി, ബ്ലെയ്ഡ്, വടിവാൾ എന്നിവകൊണ്ടുള്ള മുറിവുകൾ ആഴത്തിലാകും. പക്ഷേ, അഴുക്കുകൾ ഉണ്ടാകില്ല. അവ വൃത്തിയുള്ള മുറിവുകളാണ്. ചതവും വലിയ ചതവും വടി ചുറ്റിക, ലാത്തി, മഴുത്തായ എന്നിവ കൊണ്ടുള്ള അടിയേറ്റിട്ടായിരിക്കും സംഭവിച്ചിരിക്കുക. കീറിയ മുറിവുകൾ ഗ്ലാസിന്റെയോ പരുപരുത്ത പ്രതലത്തിൽ വീഴുമ്പോഴുണ്ടാവാം. മൃഗങ്ങളുടെ

നഖം കൊണ്ടുണ്ടാകാം. ഈ മുറിവുകളുടെ അരികുകൾ വളഞ്ഞു പുളഞ്ഞിരിക്കും. തുന്നാൻ പ്രയാസമേറും. പഴുപ്പ് വേഗം വരും, വൃത്തി ഉണ്ടായിരിക്കില്ല. എന്നാൽ രക്തം അധികം പോകില്ല. മുറിവുണ്ടാകുമ്പോഴത്തെ ആദ്യശ്രദ്ധ രക്തം പോകാതെ നോക്കലാണ്. പിന്നീടാണ് പഴുപ്പുണ്ടാകുന്നത്. ഇവ രണ്ടും കൂടാതെ ഏതെങ്കിലും സുപ്രധാന ഞരമ്പുകൾ, പേശികൾ എന്നിവ വിച്ഛേദിക്കപ്പെട്ടിട്ടുണ്ടാകാം.

സഹായിക്കാതെ പോകരുതേ!

റോഡപകടങ്ങളിലും മറ്റും ഒരുത്തരും ശ്രദ്ധിക്കാതെ ഹതഭാഗ്യരായ എത്രയോ പേർ ഈ 'ദൈവത്തിന്റെ സ്വന്തം നാട്ടിൽ' ജീവൻ വെടിയുന്നു. അതാലോചിക്കുമ്പോൾ ദൈവത്തിന്റെ നാടല്ല, ഇതൊരു ചെകുത്താന്റെ കൂടാണെന്നേ തോന്നുകയുള്ളൂ. പൊലീസും നിയമവും ഈ ജീവകാരുണ്യപ്രവൃത്തി ചെയ്തതുകൊണ്ട് ആരെയും ജയിലിലടക്കുകയോ ശിക്ഷിക്കുകയോ ചെയ്യില്ല. മിക്ക അപകടങ്ങളിലും മരണകാരണം അനിയന്ത്രിത രക്തനഷ്ടമാണ്. വലിയ രക്തസ്രാവമുണ്ടാകുമ്പോൾ മിക്കവാറും ഏതെങ്കിലും രക്തക്കുഴൽ ഛേദിക്കപ്പെട്ടിട്ടുണ്ടാകാം. അത് വലിയതാകണമെന്നില്ല. ഏതെങ്കിലും രക്തം കട്ടയാകാതിരിക്കാനുള്ള മരുന്നു കഴിക്കുന്നവരോ രക്തസ്രാവരോഗമുള്ളവരോ ചെറിയ മുറിവ് പറ്റിയാൽ പോലും വലിയ രക്തസ്രാവമുണ്ടായി മരിക്കാറുണ്ട്. ചിലപ്പോൾ രക്തസ്രാവം അകത്താകാം, പുറത്ത് ഒട്ടും കാണില്ല. തലയടിച്ച് താഴെ വീണ മോട്ടോർ സൈക്കിളുകാരന് പുറമെ ഒന്നും കാണില്ല. "ഹായ് എനിക്കൊന്നും പറ്റിയില്ല" എന്നു പറഞ്ഞ് എഴുന്നേറ്റ് യാത്ര തുടർന്നതിനു ശേഷം ഒന്നോ രണ്ടോ ദിവസം കഴിഞ്ഞ് മസ്തിഷ്കത്തിലെ രക്തസ്രാവം കൊണ്ട് മരിച്ച സംഭവങ്ങളുണ്ടായിട്ടുണ്ട്. അതുപോലെ ഉദരത്തിനകത്തെ രക്തസ്രാവവും അവയവങ്ങൾക്കുള്ളിലെ രക്തസ്രാവവും അറിയാൻ പ്രയാസമാണ്. ചെവിയിൽനിന്നോ മൂക്കിൽനിന്നോ, ചുമയ്ക്കുമ്പോഴോ, മൂത്രത്തിൽക്കൂടിയോ രക്തസ്രാവമുണ്ടോ എന്നു നോക്കാം.

എന്താണ് രക്തസ്രാവലക്ഷണങ്ങൾ?

1. രോഗി തലചുറ്റി താഴെ വീഴാം.
2. ദേഹം തണുത്ത് ചെറിയ വിയർപ്പ് കാണിക്കുന്നു.
3. നാഡിമിടിപ്പ് ദുർബലവും വേഗത്തിലുമാകുന്നു.
4. ശ്വാസം ആഴം കുറഞ്ഞതും വേഗത്തിലുമാകുന്നു. രോഗി വായുവിന് ദാഹിക്കുന്നു. ഇടയ്ക്ക് ദീർഘനിശ്വാസം വിടുന്നു.
5. വലിയ ദാഹവും നല്ലവണ്ണം വിയർക്കുകയും ചെയ്തേക്കാം.

ഈ ലക്ഷണങ്ങളെല്ലാം രക്തസ്രാവത്തിന്റെ ഗൗരവവും, വ്യക്തിയുടെ ആരോഗ്യം, പ്രായം, രോഗാവസ്ഥ എന്നിവയുമനുസരിച്ചിരിക്കും. എവിടെനിന്നാണീ രക്തസ്രാവമുണ്ടാകുന്നതെന്ന് അറിയലാണ് അടുത്ത സുപ്രധാന നടപടി. അത് ധമനിയിൽനിന്നോ പുറമെയുള്ള വെയിനിൽ നിന്നോ വളരെ ചെറിയ കാപ്പില്ലറികളിൽ നിന്നോ ആകാം. ധമനിയിൽ

നിന്നാണെങ്കിൽ ചുവന്ന രക്തം ഓരോ നാഡിമിടിപ്പിലും വലിയ അളവിൽ ചീറ്റി വരുന്നതുകാണാം. വെയിനിൽ നിന്നാണെങ്കിലത് കറുത്ത രക്തമായിരിക്കും. ഒഴുക്ക് ഹൃദയമിടിപ്പനുസരിച്ചായിരിക്കില്ല. കാപ്പില്ലറിയിൽ നിന്നാണെങ്കിൽ രക്തം ഊർന്നു പതുക്കെ മാത്രമേ വരികയുള്ളൂ. (ഹൃദയത്തിന്റെയും രക്തചംക്രമണത്തെയും ധമനി, വെയിൻ, കാപ്പില്ലറി എന്നിവ കാണിക്കുന്ന ചിത്രങ്ങൾ നോക്കി മനസിലാക്കിയാലും.) ധമനിയിൽനിന്നുള്ള വളരെ ശക്തിയേറിയ ഹൃദയമിടിപ്പിനോടനുസരിച്ചുള്ള രക്തസ്രാവമാണ് ഏറ്റവും അപകടകരം. അത് ധാരാളം രക്തം പോയി വേഗം മരണത്തിലേക്ക് നയിക്കും. അടുത്തത് വെയിനിൽ നിന്നുള്ള രക്തസ്രാവമാണ്. അതും അപകടകരം തന്നെ.

എന്താണ് രക്തസ്രാവത്തിന്റെ ചികിത്സ?

1. മുറിഞ്ഞ ഭാഗങ്ങൾ വൃത്തിയാക്കി ചേർത്തുവച്ച് അമർത്തി വൃത്തിയുള്ള ബാൻഡേജ് വച്ച് കെട്ടണം.
2. രോഗിക്ക് സുഖമായി ഇരിക്കാനോ കിടക്കാനോ അവസരമുണ്ടാക്കുക. മുറിവുള്ള ഭാഗം ഉയർത്തിവയ്ക്കുക. അത് രക്തവാർച്ച കുറയ്ക്കും. എല്ല് പൊട്ടിയിട്ടുണ്ടെങ്കിൽ പൊട്ടിയ ഭാഗങ്ങൾ പരസ്പരം അകന്നുപോയി ഉള്ളിൽ രക്തവാർച്ച ഉണ്ടാകാനിടയാക്കരുത്.
3. ധമനി സിരകളിൽ സമ്മർദം കൊടുക്കാനുള്ള ഭാഗങ്ങളറിയുമെങ്കിൽ അവിടെ രക്തസ്രാവം നിൽക്കാൻ 10-15 മിനിട്ട് അമർത്തിപ്പിടിക്കുക.
4. അഴുക്കില്ലാത്ത സ്ടെറൈൽ ബാൻഡേജുകൊണ്ട് അമർത്തി രക്തസ്രാവം നിൽക്കുന്നതുവരെ പിടിക്കുക.
5. രക്തസ്രാവം നിന്നാൽ ബാൻഡേജ് കെട്ടി കഴിയുന്നതും വേഗം ആശുപത്രിയിലെത്തിക്കുക.

രോഗാണുബാധയുണ്ടാകുന്നതിന്റെ കാരണങ്ങൾ

രോഗിയുടെ വസ്ത്രം, ചികിത്സകന്റെ കൈ, ബാൻഡേജ്, രോഗി വീണുകിടന്ന സ്ഥലത്തെ മണ്ണ്, വായു ഇതിൽ നിന്നെല്ലാം അണുബാധയുണ്ടാകാം. ഇതെല്ലാം ഒഴിവാക്കി വൃത്തിയോടെ വേണം മുറിവ് വച്ചുകെട്ടാൻ. അപ്രകാരം ചെയ്താൽ പഴുപ്പ് ഉണ്ടാവുകയില്ല. ആന്റിബയോട്ടിക്കുകളുടെ ആവശ്യമില്ലാതെ തന്നെ മുറിവുണങ്ങും.

എന്താണ് അപസ്മാരബാധ (ചുഴലിബാധ)യുടെ പ്രഥമചികിത്സ?

രോഗിയെ നിയന്ത്രണത്തിലാക്കുക. ശക്തി ഉപയോഗിച്ച് അപസ്മാരബാധ ഒട്ടും തടയേണ്ട. അത് നിരുപദ്രവമായി ഇളകി തീരട്ടെ. അടുത്തുള്ള ഏതെങ്കിലും സാധനം തട്ടി ശരീരം കേടുപറ്റാതെ നോക്കാം. വസ്ത്രങ്ങൾ ഇറുകിയത് അയഞ്ഞതാക്കാം. വായിൽനിന്നും വരുന്നത് തുടച്ച് കളയാം. ചെരിച്ച് കിടത്താം. വീണ്ടും ഇതാവർത്തിക്കുമോ എന്നു

നോക്കാം. രോഗിക്ക് ചുറ്റുപാട് കൃത്യമായി മനസിലാവുന്നതുവരെ അദ്ദേഹത്തിനടുത്ത് നിൽക്കുക. മരുന്നു മുടങ്ങിയോ എന്നു ചോദിച്ചറിയണം. വേഗം ഡോക്ടറെ കാണാൻ നിർദേശിക്കാം.

ചുഴലിബാധയുടെ പ്രഥമചികിത്സ

എപ്രകാരമൊരു ബോധരഹിത രോഗിക്ക് പ്രഥമചികിത്സ ചെയ്യാം?

അപസ്മാരബാധ കൂടാതെ പലതുകൊണ്ടും ബോധം നശിക്കാം.

1. ആദ്യമായി നല്ല ശുദ്ധവായുവുള്ള സ്ഥലത്ത് രോഗിയെ കിടത്തുക.
2. അപകടകരമായ ഗ്യാസോ മറ്റോ ഉണ്ടെങ്കിൽ അവിടെനിന്നും മാറ്റുക. വാതിലുകൾ തുറന്നിടുക.
3. കൃത്രിമപ്പല്ല് എടുത്തുമാറ്റുക. ആവശ്യമില്ലാത്തവരെ അകലെ നിർത്തുക.
4. കഴുത്തിലും നെഞ്ചിലും അരക്കെട്ടിലും വസ്ത്രങ്ങൾ അയവുള്ളതാക്കുക.
5. തണുപ്പുണ്ടെങ്കിൽ കമ്പിളികൊണ്ട് പുതപ്പിക്കുക.
6. ശ്വാസം നിൽക്കുകയോ തടസമുണ്ടെങ്കിലോ കൃത്രിമശ്വാസോച്ഛ്വാസം ചെയ്യുക.
7. ഭക്ഷണവും വെള്ളവും മുഴുവനായി ബോധംവരാതെ കൊടുക്കരുത്. അത് തൊണ്ടയിൽ കുടുങ്ങി ശ്വാസതടസമുണ്ടാക്കും.
8. വേഗം ആശുപത്രിയിലെത്തിക്കുക. അതുവരെ രോഗിയോടൊപ്പമുണ്ടാവുക.

പൊള്ളലിന് പ്രഥമചികിത്സകൻ എന്തു ചെയ്യണം?

തീ, തീജ്വാല, തിളച്ച വെള്ളം, നീരാവി, തിളച്ച എണ്ണ, ടാർ, അമ്ലങ്ങൾ, കോസ്റ്റിക് സോഡ, എന്നിവ കാരണങ്ങൾ. ബോംബ് പൊട്ടുമ്പോൾ വളരെ അകലെനിന്നാണെങ്കിൽപ്പോലും ശക്തമായ പൊള്ളലേൽക്കും.

ഒന്നാം ഡിഗ്രി പൊള്ളൽ.

തൊലി മാത്രം പൊള്ളിയിട്ടുള്ളൂ എങ്കിൽ അത് ഒന്നാം ഡിഗ്രിയിൽപെടുത്താം.

രണ്ടാം ഡിഗ്രി.

ഇതോടൊപ്പം പോളങ്ങളും ഉണ്ടാകും. അതുകുറച്ച് ആഴമുള്ള പൊള്ളലാണ്.

മൂന്നാം ഡിഗ്രി.

തൊലിക്കും അടിയിൽ കൂടുതൽ ആഴത്തിൽ പൊള്ളൽ ബാധിച്ചിരിക്കും. വടുക്കൾ ഉണ്ടാകും. പക്ഷേ, യഥാർഥത്തിൽ പൊള്ളലിന്റെ ഗൗരവം കണക്കാക്കുന്നത് അത് എത്രമാത്രം സ്ഥലത്ത് വ്യാപിച്ചിരിക്കുന്നു എന്നതിനെ ആശ്രയിച്ചാണ്. ഒരാളിൽത്തന്നെ വിവിധ സ്ഥലങ്ങളിൽ വിവിധ ആഴത്തിൽ പൊള്ളലുണ്ടാകാം. ഇതനുസരിച്ച് ഒമ്പതിന്റെ

നിയമം ഉപയോഗിച്ച് ഗൗരവം തീരുമാനിക്കാം. താഴെയുള്ള ചിത്രം നോക്കിയാലും.

ഒമ്പതിന്റെ നിയമം. ഇതനുസരിച്ച് പൊള്ളലിന്റെ വ്യാപ്തി തീരുമാനിക്കാം. കൂടാതെ ആഴവും മറ്റു കാര്യങ്ങളും പരിഗണിക്കും.

എന്തുകൊണ്ടാണ് പൊള്ളൽ അപകടകരമാകുന്നത്?

പെട്ടെന്ന് ജൈവജലം വറ്റി രക്തസമ്മർദവും മറ്റു ശാരീരികപ്രവർത്തനങ്ങളും കുറയുന്നു. കഠിനമായ വേദന ഉണ്ടാകുന്നു. ഇത് രണ്ടുംകൂടി രക്തസമ്മർദം വളരെ കുറയുന്ന ഷോക്ക് ഉണ്ടാക്കുന്നു. പിന്നീട് ദേഹത്തുള്ള കരിഞ്ഞ കോശങ്ങൾ രോഗാണുബാധയ്ക്ക് വളരെ നല്ല കളമൊരുക്കുന്നു. ഇതിനുശേഷമുള്ള വടുക്കെട്ടൽ ചലനശേഷി കുറയ്ക്കുന്നതു കൂടാതെ കാഴ്ചയ്ക്ക് അഭംഗി സൃഷ്ടിക്കുന്നു.

പ്രഥമചികിത്സകൻ എന്താണ് ചെയ്യേണ്ടത്?

രോഗിയെ സ്വസ്തമായും സമാധാനമായും കിടത്തുക, വൃത്തിയുള്ള തുണികൊണ്ട് മൂടി പുതപ്പിക്കുക. കരിഞ്ഞ വസ്തുക്കൾ പറ്റിപ്പിടിച്ചത് എടുത്തുകളയേണ്ട, അതാശുപത്രിയിൽ ചെയ്തോളും. പൊള്ളിയ ഭാഗം സ്ടെറൈൽ ബാൻഡേജ് തുണികൊണ്ട് കെട്ടുക. അധികം വ്യാപ്തിയുണ്ടെങ്കിൽ ഒരു വൃത്തിയുള്ള ടവൽകൊണ്ട് മൂടിയാലും മതി. കൈകാലുകൾ പൊള്ളിയിട്ടുണ്ടെങ്കിൽ ഉയർത്തിവയ്ക്കുക.

പൊള്ളൽ

മുഖം പൊള്ളിയിട്ടുണ്ടെങ്കിൽ ശ്വാസതടസമുണ്ടോ എന്നു പ്രത്യേകം ശ്രദ്ധിക്കണം. ഉണ്ടെങ്കിൽ കൃത്രിമശ്വാസോച്ഛ്വാസം നൽകണം. പൊള്ളലേറ്റ ഉടനെ ഐസ് വയ്ക്കുന്നത് നല്ലതാണ്. എന്നാൽ, ശരീരം മുഴുവനും അപ്രകാരം ഐസ് വയ്ക്കരുത്. പോളങ്ങൾ പൊട്ടിക്കരുത്. കൈകാലുകൾ ഉയർത്തിവച്ച് ഷോക്കിന് ചികിത്സ കൊടുക്കണം. മോതിരം, വളകൾ, ബെൽറ്റ്, ബൂട്സ് എന്നിവ മാറ്റണം. പിന്നീട് നീര് വരുമ്പോളത് മാറ്റാൻ ബുദ്ധിമുട്ടായി വരും.

ഉപ്പ് കലർന്ന സോഡ കുറേശ്ശെ കുടിക്കാൻ കൊടുക്കാം. അല്ലെങ്കിൽ കരിക്കിൻ വെള്ളം കൊടുക്കാം. പതിനഞ്ചു മിനിറ്റിൽ 2-5 ഔൺസുവരെ കൊടുക്കാം. ഓയിന്റ്മെന്റോ തൈലമോ പുരട്ടരുത്. വേഗം ആശുപത്രിയിലെത്തിക്കുക. അമ്ലവും ക്ഷാരവും കൊണ്ടുള്ള പൊള്ളലാണെങ്കിൽ അത് ധാരാളം വെള്ളംകൊണ്ട് ഉടനെ കഴുകുക. ഉള്ളിലെ ചൂട് കുറഞ്ഞ് കൂടുതൽ പൊള്ളലുണ്ടാവുന്നത് തടയാം.

ആ ഭാഗത്തെ വസ്ത്രം മുറിച്ചുകളയുക. അവിടെ കൈകൊണ്ട് തൊടരുത്.

വയറിളക്കരോഗത്തിന് പ്രഥമചികിത്സകന് വളരെ ചെയ്യാൻ കഴിയും.

കൂടുതൽ പ്രാവശ്യം ഇളകി പോകുകയും വലിയ ക്ഷീണമുണ്ടാവുകയും ചെയ്യും. ചിലപ്പോൾ അതിനോടൊപ്പം രക്തമുണ്ടാകും. ഛർദിയുമുണ്ടാകാം. ശരീരത്തിൽനിന്ന് അധികം ജലവും ലവണങ്ങളും പോകുന്നതുകൊണ്ടാണ് അപകടകരമാവുന്നത്. വയസായവരും കുട്ടികളും ഗർഭിണികളും മറ്റുതരത്തിൽ ദുർബലരായവരും പ്രത്യേകം ശ്രദ്ധിക്കണം. പ്രഥമ ചികിത്സകൻ ചെയ്യുന്നത് തന്നെയാണ് മിക്കവാറും വിദഗ്ധ ഡോക്ടറും ചെയ്യുക.

W H O നിർദേശിച്ച പാക്കറ്റുകൾ

വെള്ളത്തിൽ കലക്കി ഇഷ്ടംപോലെ കുടിക്കാൻ കൊടുക്കുക. അല്ലെങ്കിൽ 8 ടീസ്പൂൺ പഞ്ചസാരയും 3.5 ഗ്രാം ഉപ്പും ഒരു ലിറ്റർ തിളപ്പിച്ചാറിയ വെള്ളത്തിൽ കലക്കി ഇടയ്ക്കിടക്ക് കൊടുക്കുക. കരിക്കിൻ വെള്ളം, മോര് ഉപ്പ് ചേർത്തത് എന്നിവയും കൊടുക്കാം. രോഗി ആവശ്യത്തിന് മൂത്രമൊഴിക്കുകയും ക്ഷീണം മാറുകയും, നാവിലെ വരൾച്ച മാറുകയും ചെയ്യണം. അതുവരെ ഇത് ധാരാളമായി കുടിച്ചുകൊണ്ടിരിക്കണം.

വിദ്യുച്ഛക്തികൊണ്ടുള്ള അപകടങ്ങൾ

വിദ്യുച്ഛക്തി നല്ല ഒരു വേലക്കാരനാണ്. പക്ഷേ, അതിനെ നമ്മെ നിയന്ത്രിക്കാനനുവദിച്ചാലത് വലിയ പ്രശ്നമാകും. സ്വിച്ച്, ഫ്യൂസ്, ഉപകരണങ്ങൾ എന്നിവയിൽ നിന്നാണ് സാധാരണ ഷോക്ക് കിട്ടുന്നത്. നനഞ്ഞിരിക്കുമ്പോഴും നഗ്നപാദം തറയിൽ തട്ടുമ്പോഴും വൈദ്യുത സർക്യൂട്ട് പൂർത്തീകരിക്കപ്പെടുന്നു.

ഇലക്ട്രിക് ഷോക്കിൽനിന്നും രക്ഷിക്കേണ്ട വിധം

വിദ്യുച്ഛക്തി എപ്പോഴും ഏറ്റവും തടസം (resistance) കുറഞ്ഞ വഴിയിലൂടെയേ സഞ്ചരിക്കൂ. വിദ്യുച്ഛക്തി ഹൃദയത്തിൽക്കൂടി പോകാനിടയായാൽ വേഗം മരണം സംഭവിക്കാം. വിദ്യുച്ഛക്തിയുടെ വോൾട്ടേജാണ് പ്രധാനം. ആംപിയറിൽ അളക്കുന്ന വിദ്യുച്ഛക്തി പ്രവാഹമെന്ന കറണ്ടല്ല (current). ഇടിമിന്നലിൽ വോൾട്ടേജ് സാധാരണ ആയിരം ലക്ഷമാണ്. ഇടിമിന്നലിൽ പെട്ടാൽ പെട്ടെന്ന് ഹൃദയവും ശ്വാസവും നിലയ്ക്കുന്നതാണ് മരണകാരണമാകുന്നത്. ഇവിടെ പെട്ടെന്ന് പേശികൾ നിശ്ചലമാകുന്നു. പുറമെയും അകത്തും പൊള്ളലുമുണ്ടാകാം. ഇതും കൂടിയ വോൾട്ടേജിലാണ് അധികവും സംഭവിക്കുന്നത്.

ചികിത്സ

പ്രഥമചികിത്സകൻ രോഗിക്കൊപ്പം ഷോക്കേൽക്കാതെ നോക്കണം. വിദ്യുച്ഛക്തിയിൽനിന്ന് രക്ഷിക്കാൻ മരത്തിന്റെ വടി ഉപയോഗിക്കാം. കറണ്ടുള്ള വയർ മുറിക്കുവാൻ കത്രികയും കറിക്കത്തിയും ഉപയോഗിക്ക

രുത്. വിദ്യുച്ഛക്തി പ്രവഹിക്കാത്ത വസ്തുക്കൾ (ഇൻസുലേഷൻ ഉള്ളവ) ഉപയോഗിച്ച് ഷോക്കേറ്റയാളെ മാറ്റണം. ഉണങ്ങിയ കയർ, മരവടി എന്നിവ നല്ലതാണ്. രക്ഷപ്പെടുത്തിയശേഷം ഹൃദയമിടിപ്പ്, ശ്വാസോച്ഛ്വാസം എന്നിവ പുനരുജ്ജീവിപ്പിച്ച് പ്രഥമ ചികിത്സ ചെയ്യണം. പൊള്ളലിനും ഷോക്കിനും ചികിത്സ പതിവുപോലെ ചെയ്യണം. രോഗിയെ വേഗംതന്നെ ആശുപത്രിയിലേക്ക് മാറ്റണം.

ശരീരദ്വാരങ്ങളിൽ വസ്തുക്കൾ കടന്നാൽ എന്തു ചെയ്യണം?

1. തൊലിയിൽ ഗ്ലാസ്സ്, സൂചി, മുള്ള്, കമ്പി എന്നിവ കയറിയാൽ എളുപ്പത്തിലെടുക്കാവുന്നത് മാത്രം വളരെ വൃത്തിയിലെടുക്കുക.
2. വൃത്തിയുള്ള ബാൻഡേജുകൊണ്ട് കെട്ടി വേഗം ആശുപത്രിയിലെത്തിക്കുക.

കണ്ണിലാണെങ്കിൽ

പ്രാണി, പൊടി, കരി, ലേത്തിൽനിന്നും തെറിക്കുന്ന ലോഹപ്പൊടി, മരച്ചീള് എന്നിവ കണ്ണിൽ വരാം. ഇവ ഉരഞ്ഞും രോഗാണുബാധ കൊണ്ടും കണ്ണ് ചുവപ്പിക്കും, വേദനയുമുണ്ടാകും. ചിലപ്പോൾ ചീളുകൾ കോർണിയയിൽ തറച്ചിരിക്കും. തറച്ചുകയറുന്ന ചീളുകൾ കാഴ്ചയും കണ്ണും നശിപ്പിക്കും.

ചികിത്സ

ഒരിക്കലും കണ്ണ് തിരുമ്മരുത്. സാധാരണയായി അനിയന്ത്രിതമായി ചെയ്തുപോകുന്ന പ്രവൃത്തിയാണ്. അതുകൊണ്ട് വളരെ സൂക്ഷിക്കണം. അനുസരിക്കാത്തവരുടെയും കുട്ടികളുടെയും കൈ പിന്നിൽ കെട്ടുന്നത് നല്ലതാണ്. കണ്ണിൽ പ്രകാശംവരാതെ രോഗിയെ ഇരുത്തുക. താഴത്തെ കൺപോള താഴോട്ടാക്കി നനഞ്ഞ പഞ്ഞികൊണ്ട് സാവധാനം തുടച്ചെടുക്കാം. വൃത്തിയുള്ള ടവലിന്റെ അറ്റംകൊണ്ടും ഇപ്രകാരം എടുക്കാം. വേദന തുടരുകയും കരട് കാണാതിരിക്കുകയുമാണെങ്കിലത് മുകളിലെ കൺപോളയ്ക്കടിയിലാകും. രോഗി കൈയിലുള്ള വെള്ളത്തിലേക്ക് കണ്ണുതുറന്നാൽ ചിലപ്പോഴത് വിട്ടുപോരും. അല്ലെങ്കിൽ മുകളിലെ കൺപോള മുന്നോട്ട് വലിക്കുക. അതോടൊപ്പം താഴത്തെ കൺപോള മുകളിലേക്കും. ആ നീക്കത്തിൽ താഴത്തെ കൺപീലി ഉള്ളിലായ വസ്തുവിനെ ബ്രഷ്കൊണ്ടെന്നപോലെ തുടച്ച് പുറന്തള്ളും. ഇത് രണ്ടു മൂന്നു പ്രാവശ്യം ആവർത്തിക്കാം. അപ്രകാരം കിട്ടിയില്ലെങ്കിൽ വൃത്തിയുള്ള പഞ്ഞിവച്ച് വേഗം ആശുപത്രിയിലെത്തിക്കുക. തുളഞ്ഞുകയറിയ രക്തംവരുന്ന വസ്തുവുണ്ടെങ്കിൽ ഒന്നും ചെയ്യരുത്. വേഗം ഒരു പാഡ് വച്ച് ഡോക്ടറുടെ അടുത്തേക്ക് പറഞ്ഞയക്കുക. ക്ഷാരവും അമ്ലവും ജ്യൂസുകളും കണ്ണിൽ വീണാൽ വെള്ളത്തിൽ കണ്ണുതുറന്ന് നല്ലവണ്ണം പലപ്രാവശ്യം കണ്ണ് കഴുകുക. പാഡ്വച്ച് വേഗം ആശുപത്രിയിലെത്തിക്കുക.

ചെവിയിൽ

പ്രാണി ചെവിയിൽ പെട്ടിട്ടുണ്ടെങ്കിൽ ഗ്ലിസറിൻ ഒറ്റിച്ചാൽ മതി. അല്ലെങ്കിൽ വെളിച്ചെണ്ണയോ കടുകെണ്ണയോ ഇളം ചൂടുള്ള വെള്ളമോ ഒറ്റിച്ചാൽ മതി. പ്രാണി ചത്തുമലച്ച് പുറത്തേക്ക് വരും. അപ്പോൾ പതുക്കെ എടുക്കാം. കിട്ടിയില്ലെങ്കിൽ ഉടനെ ഡോക്ടറെ കാണുക.

ഒരു കാരണവശാലും ഡോക്ടർമാരല്ലാത്തവർ ചെവിയിലോ മൂക്കിലോ സൂചിയോ ചെവിത്തോണ്ടിയോ പിന്നോ ഒന്നും കടത്തരുത്. അത് അക്രമമാണ്, ചികിത്സയല്ല.

മൂക്കിൽ

ഇത് ഡോക്ടർതന്നെ എടുക്കുന്നതാണുചിതം. അതിനുള്ള പരിശ്രമം അപകടത്തിലേക്ക് നയിക്കും. വായിൽക്കൂടി ശ്വസിക്കാൻ പ്രോത്സാഹിപ്പിക്കുക. കുട്ടിയാണെങ്കിൽ കൈ പിന്നിൽ കെട്ടി ഡോക്ടറുടെ അടുത്തേക്ക് കൊണ്ടുപോവുക.

തൊണ്ടയിൽ

വലിയ മാംസക്കഷണമോ ഉരുളയോ തൊണ്ടയിൽ കുടുങ്ങിയേക്കാം. കാണുന്നുണ്ടെങ്കിൽ കൈകൊണ്ട് എടുക്കാം. കുട്ടിയാണെങ്കിൽ തല കീഴാക്കി പുറത്ത് തട്ടിയാൽ മതി. മീൻ മുള്ള് തറച്ച് ഇരിക്കയാണെങ്കിൽ ആശുപത്രിയിൽത്തന്നെ പോകണം. പ്രായമായ ഒരു വ്യക്തി മദ്യം കഴിച്ചതിനുശേഷം വലിയ ഒരു ഇറച്ചിക്കഷണം വിഴുങ്ങി തൊണ്ടയിൽ തടഞ്ഞ് ശ്വാസംകിട്ടാതെ വന്നാലുടനെ അരയിൽ ചുറ്റിപ്പിടിച്ച് മറ്റേ കൈകൊണ്ട് (Heimlich maneuver ഹീംലിച്ച് മനോവർ) വയറിന്റെ മുകൾവശത്ത് ശക്തിയായി അടിയിലേക്കും മുകളിലേക്കും അമർത്തുക. ഇത് പല പ്രാവശ്യം ആവർത്തിക്കുക. രോഗിയും ചികിത്സകനും ഒട്ടും പരിഭ്രമിക്കരുത്. തടഞ്ഞത് പുറത്തേക്കുവരും. പ്രായമായവരിലും കുട്ടികളിലുമാണിത് കൂടുതൽ കാണുന്നത്. ചെറിയ അബോധാവസ്ഥയിലും മദ്യം കഴിച്ചതിനുശേഷവും സാധ്യത കൂടുതലാണ്. (ചിത്രങ്ങൾ നോക്കിയാലും. ഇതെല്ലാവരും പരിശീലിച്ച് പഠിച്ചിരിക്കണം).

ഹീംലിച്ച് മനോവർ (Heimlich maneuver)

വയറ്റിൽ

നാണയം, ബട്ടൺ, പിൻ എന്നിവ വിഴുങ്ങാറുണ്ട്. അധികവും മാനസികപ്രശ്നമുള്ള കുട്ടികളാണിത് ചെയ്യുന്നത്. സാധാരണ അത് മലത്തിൽക്കൂടി പൊയ്ക്കൊള്ളും. വയറുവേദന ഉണ്ടെങ്കിൽ സ്കാനിങ് ചെയ്യേണ്ടിവരും. ഡോക്ടറുടെ അടുത്ത് കൊണ്ടുപോകണം.

നായകടി, പാമ്പുകടി, വിഷബാധ എന്നിവയുടെ പ്രഥമചികിത്സയെന്താണ്?

നായ പൗരാണികമായിത്തന്നെ മനുഷ്യന്റെ ഉറ്റ സുഹൃത്താണ്. അവൻ നമ്മെ വഴികാട്ടിയായും കുറ്റാന്വേഷകനായും രക്ഷകനായും സേവിക്കുന്നു. മനുഷ്യനുമായി ഇത്രമാത്രം അടുത്തു പെരുമാറുന്നതിനാൽ നായ മനുഷ്യനെ കടിക്കുവാൻ സാധ്യത വളരെ കൂടുതലാണ്.

റാബീസ് കൂടാതെ മറ്റു രോഗാണുക്കളും നായയുടെ കടിയിൽ ഉണ്ടാകാം. കടിച്ച നായയെ ഉടനെ കൊല്ലരുത്. അതിന് റാബീസ് ഉണ്ടോ എന്ന് പത്ത് ദിവസം നിരീക്ഷിക്കുക. റാബീസ് ഇല്ലെങ്കിലും ചില നായ്ക്കൾ വൈറസ് വാഹകരാണെങ്കിൽ (virus carrier) അത് പ്രശ്നമാകും. അപ്പോഴും കുത്തിവയ്പ് എടുക്കണം. മുറിവായിൽ നിന്ന് നായയുടെ തുപ്പൽ സോപ്പുപയോഗിച്ച് കഴിയുന്നത്ര കഴുകിക്കളയണം. മുറിവ് സാധാരണ രോഗാണുവുള്ള മുറിവായി കണക്കാക്കി പരിചരിക്കയും ചികിത്സിക്കയും വേണം. വൃത്തിയുള്ള പാഡ് മുറിവിൽ വയ്ക്കുക. കഴിയുന്നത്ര വേഗം ആസ്പത്രിയിലെത്തിക്കണം.

പാമ്പുകടി

പാമ്പുകളിലെ 2500 ഇനത്തിൽ 200 ഇനം മാത്രമേ വിഷമുള്ളതായുള്ളൂ. വിഷമുള്ളതിൽത്തന്നെ ചിലത് മാത്രമേ മരണത്തിലേക്ക് നയിക്കുകയുള്ളൂ. പല മരണങ്ങളും കേവലം ഭയംകൊണ്ടാണ് സംഭവിക്കുന്നത്. കടിയേറ്റാൽ ആദ്യം അനാവശ്യഭയമകറ്റണം. മുറിവിൽനിന്നും വിഷം മുകളിലേക്ക് കയറാതെ നോക്കണം. പ്രഥമചികിത്സ ചെയ്യണം.

പ്രഥമചികിത്സ

രോഗി സമാധാനമായി താഴെ കിടക്കട്ടെ. ധൈര്യം കൊടുക്കുക. നടത്തരുത്. കൈയിലോ കാലിലോ ആണ് കടിച്ചതെങ്കിൽ അത് രക്തത്തിലേക്ക് പടരാതിരിക്കാൻ മുറിവിന് മുകളിൽ മുറുക്കമുള്ള ബാൻഡേജ് കെട്ടുക. അത് വളരെ ഇറുക്കിക്കെട്ടാൻ പാടില്ല. ഇറുക്കിക്കെട്ടുന്നതിലൂടെ രക്ത ഓട്ടം നിലച്ച് ആ അവയവം മുറിച്ച് കളയാനിടയാക്കാനും പാടില്ല. മുറിവായ് നല്ലവണ്ണം സോപ്പ് ഉപയോഗിച്ച് കഴുകി വിഷം കഴിയുന്നത്ര ഒഴുക്കിക്കളയണം. വൃത്തിയുള്ള പാഡ് ഉപയോഗിച്ച് അവിടം കെട്ടാം. ആംബുലൻസും സ്ട്രെച്ചറും ആവശ്യമാണ്. രോഗിയെ ഒട്ടും നടത്തരുത്. നടന്നാൽ വർധിക്കുന്ന രക്തചംക്രമണംകൊണ്ട് വിഷം ദേഹം മുഴുവൻ പടരും. അതുകൊണ്ട് രോഗിയെ ആംബുലൻസിൽ വേഗം ആശുപത്രിയിലേക്ക് എത്തിക്കണം. ശ്വാസം തടസമുണ്ടെങ്കിൽ കൃത്രിമശ്വാസോച്ഛ്വാസം കൊടുക്കണം.

വിഷബാധയുടെ പ്രഥമചികിത്സ എന്താണ്?

ആരോഗ്യം തകരാറിലാകുന്നതും മരണകാരണമാകുന്നതും ആയ

ഏതും വിഷപദാർഥങ്ങളാണ്. അവ അബദ്ധത്തിലോ, കുറ്റകൃത്യം മൂല മോ, ആത്മഹത്യാശ്രമം മൂലമോ അകത്തുചെല്ലാം.

അവ ശരീരത്തിലെത്താവുന്ന വഴികൾ.

വായിൽക്കൂടി, ശ്വാസംവഴി, കുത്തിവയ്പ്, ചർമത്തിൽക്കൂടി.

ചികിത്സ

കഴിയുംവേഗം ആശുപത്രിയിലേക്ക് എത്തിക്കലാണ് പ്രഥമചികിത്സ കൻ ചെയ്യേണ്ടത്. പാക്കറ്റുകൾ, ഒഴിഞ്ഞ കുപ്പികൾ, ഛർദിച്ചതിന്റെ ബാക്കി, കഫം, മൂത്രം എന്നിവ സൂക്ഷിച്ചുവയ്ക്കുന്നത് ചികിത്സയ്ക്കും കാരണം നിയമപരമായി മനസിലാക്കാനും പ്രയോജനകരമാകും. ബോധംനശിച്ചതോ കുറഞ്ഞതോ ആയ വ്യക്തിക്ക് ഛർദി ഉണ്ടാക്കരുത്. തലയിണയില്ലാതെ തല ഒരുവശത്തേക്ക് ചെരിച്ച് കിടത്തണം. ആ കിടപ്പിൽ ഛർദിക്കുന്നെങ്കിലത് ശ്വാസകോശത്തിൽ പോയി അപകടമു ണ്ടാക്കില്ല. ഈ കിടപ്പിൽ ആവശ്യമെങ്കിൽ കൃത്രിമശ്വാസോച്ഛ്വാസം വേണ മെങ്കിൽ ചെയ്യാൻ എളുപ്പവുമാണ്. ശ്വാസത്തിന് ബുദ്ധിമുട്ടുണ്ടെങ്കിൽ ഡോക്ടർ എത്തുന്നതുവരെ അത് ചെയ്യണം. അമ്ല ക്ഷാര വിഷങ്ങളല്ല അകത്തു ചെന്നിരിക്കുന്നത് എന്നും, ബോധത്തിന് തകരാറില്ല എന്നുമാണെങ്കിൽ ഛർദിയുണ്ടാക്കി വിഷം പുറത്തുകളയാൻ ശ്രമിക്കാം. അതിന് തൊണ്ടയിൽ ഇക്കിളിപ്പെടുത്തി, രണ്ട് ടേബിൾസ്പൂൺ ഉപ്പ് ഏതാനും ഔൺസ് വെള്ളത്തിൽ കൊടുത്തോ ഛർദിയുണ്ടാക്കാം. അമ്ല ക്ഷാര വിഷങ്ങൾ അകത്ത് ചെന്നിട്ടുണ്ടെങ്കിൽ ചുണ്ടിലും വായിലും പൊള്ളിയ ലക്ഷണങ്ങൾ കാണാം.

ചില വിഷങ്ങൾ ധാരാളം വെള്ളം കൊടുത്ത് നേർപ്പിക്കാം.

അത് വലിച്ചെടുക്കൽ സാവധാനത്തിലാക്കും. ഛർദിച്ചു നഷ്ടപ്പെട്ട ജലം പാനീയ ചികിത്സകൊണ്ട് തിരിച്ചുകൊടുക്കാം. ചില വിഷങ്ങൾക്ക് പാൽ, മുട്ടയടിച്ച വെള്ളം, കഞ്ഞിവെള്ളം എന്നിവ നല്ലതാണ്. ചില വിഷ ങ്ങൾക്ക് പ്രത്യേക മറുമരുന്നുകളുണ്ട്. അവ ലഭ്യമാകുക വഴി, പ്രഥമ ചികിത്സ എന്നിവ താഴെ കൊടുത്ത പട്ടികയിൽ നോക്കിയാലും.

വിഷങ്ങൾ	**ഉത്ഭവസ്ഥാനം, പ്രഥമചികിത്സ**
ആഴ്സെനിക്	എലിവിഷം, ചണ്ടി നശിപ്പിക്കുന്ന രാസ വസ്തു ഛർദിയുണ്ടാക്കി മേൽപ്പറഞ്ഞ പാനീയങ്ങൾ കൊടുക്കാം.
ആസ്പിരിൻ	ആസ്പിരിൻ ഗുളികകൾ ഛർദിയുണ്ടാക്കി സോഡാബൈകാർബ ണേറ്റോ കാപ്പിയോ ചായയോ കൊടു ക്കാം.
കാർബൺ മോണോക്സൈഡ്	സ്റ്റൗ, ഗ്യാസ് സ്റ്റൗ, കാറിലെ പുറത്തു

	പോകുന്ന പുക കൃത്രിമശ്വാസോച്ഛ്വാസം, പ്രാണവായു എന്നിവ കൊടുക്കുക.
ഉറക്കഗുളികകൾ	മരുന്നുഷാപ്പ്, കുറിപ്പടി ഇല്ലാതെയും ഛർദി ഉണ്ടാക്കുക. അതിന് മാഗ്സൾഫ് കൊടുക്കാം. (2 സ്പൂൺ കുറച്ച് വെള്ളത്തിൽ). അതിനുശേഷം ചൂടുള്ള കാപ്പി കൊടുക്കാം. ഉറക്കരുത്.
രസം എന്ന ലോഹം	കൊളോമെൽ, രക്തസമ്മർദം, പനി എന്നിവ നോക്കുന്ന ഉപകരണങ്ങൾ എന്നിവയിൽ നിന്ന് മുട്ടയുടെ വെള്ള വെള്ളത്തിലടിച്ച് കൊടുക്കാം. പിന്നെ പാൽ. അതിനുശേഷം ഛർദിപ്പിക്കുക.
ഈയം	പെയിന്റ്, പെൻസിൽ ഛർദിപ്പിക്കുക. പിന്നെ മാഗ്സൾഫ് വെള്ളത്തിൽ കലക്കി കൊടുക്കുക.
കറുപ്പ്, മോർഫിയ	ആശുപത്രിയിൽനിന്നും കളവായി ഇതിനടിമപ്പെട്ടവർ കൊണ്ടുവരുന്നു, ചില പഴയതരം മിക്സ്ചറുകൾ (ഇപ്പോൾ ഉപയോഗിക്കാറില്ല) ഏതാനും തരി പൊട്ടാസിയം പെർമാഗ്നേറ്റ് വെള്ളത്തിൽ കലർത്തി കുടിക്കാനായി കൊടുക്കുക. അതിനുശേഷം ചൂടുള്ള കാപ്പി കൊടുക്കാം. ഉറക്കരുത്.
പെട്രോൾ, പാരഫിൻ, മണ്ണെണ്ണ	വീട്, ഗാരേജ്, എന്നിവിടം. ചിലർ ഇതിനും അടിമപ്പെടാറുണ്ട്. ഛർദിപ്പിക്കുക. ധാരാളം ഇളനീർ കൊടുക്കുക. പാരഫിൻ മണ്ണെണ്ണയ്ക്ക് നല്ല മറുമരുന്നാണ്.
ഫോസ്ഫറസ്	എലിവിഷം, തീപ്പെട്ടി മരുന്ന്. ഛർദിപ്പിക്കുക. ധാരാളം ഇളനീർ കൊടുക്കുക. അല്ലെങ്കിൽ വെള്ളം. എണ്ണ ഒരിക്കലും കൊടുക്കരുത് അത് ഫോസ്ഫറസ് അലിയിച്ച് വേഗം ശരീരത്തിലേക്ക് വലിച്ചെടുപ്പിക്കുന്നു.
പ്രസിക് അമ്ലം	ഫോട്ടോഗ്രാഫി ഇലക്ട്രോപ്ലേറ്റിങ്, കയ്പ്പുള്ള ആൽമണ്ടിന്റെ എണ്ണ, മുള

	ങ്കൂമ്പ്. അടിയന്തരശ്രദ്ധ വേണം, ഉടനെ പ്രവർത്തിക്കുക, ഛർദിപ്പിക്കുക. കൃത്രിമശ്വാസോച്ഛ്വാസം, പ്രാണവായു എന്നിവ കൊടുക്കുക.
സ്ട്രിക്നിൻ	ചില കീടസംഹാരികൾ. പേശി കോച്ചിപ്പിടുത്തം ആരംഭിച്ചിട്ടില്ലെങ്കിൽ ഛർദിപ്പിക്കുക. ശ്വാസം നിൽക്കുകയോ, തടസം ആരംഭിക്കുകയോ എങ്കിൽ കൃത്രിമശ്വാസോച്ഛ്വാസം കൊടുക്കുക, ഉടനെ ആശുപത്രിയിലെത്തിക്കുക.
ഫോളിഡോൾ	കീടനാശിനി, പാറ്റസംഹാരി. ഛർദിപ്പിക്കുക. ആവശ്യമെങ്കിൽ കൃത്രിമശ്വാസോച്ഛ്വാസം കൊടുക്കുക. ഇളനീരോ വെള്ളമോ ധാരാളം കൊടുക്കുക.

എല്ല് ഒടിഞ്ഞാൽ എന്താണ് ചെയ്യേണ്ടത്?

എല്ലുപൊട്ടൽ എല്ലിൽ ചിന്നലായോ ഭാഗികമായി മാത്രം പൊട്ടലോ ആകാം. ഭാഗികമായി പൊട്ടൽ കുട്ടികളിലാണ് അധികവും ഉണ്ടാകുന്നത്.

പൂർണമായ എല്ലുപൊട്ടൽ മൂന്നു തരത്തിലാകാം.

ലഘുവായതിൽ രണ്ടറ്റവും തൊലിക്കുള്ളിലായിരിക്കും.

യൗഗികം

ഇതിൽ പൊട്ടിയഭാഗം തൊലിതുളച്ച് പുറത്തേക്ക് വരുന്നു. അതോടെ വലിയ രോഗാണുബാധയും രക്തനഷ്ടവുമൊക്കെ ഉണ്ടാകുന്നു.

സങ്കീർണം

ഇത് ഏറ്റവും അപകടകരമാണ്. എല്ല് പൊട്ടലിനൊപ്പം പ്രധാന അവയവങ്ങളും മുറിയുന്നു. അതോടൊപ്പം എല്ലിന്റെ ഒരു ഭാഗം തൊലി പൊട്ടി പുറത്തേക്ക് വരാം.

എല്ലു പൊട്ടലിന്റെ ലക്ഷണങ്ങൾ

ആ ഭാഗത്ത് വേദന ഉണ്ടാകും. തൊട്ടാലത് കൂടും. നീരുവന്ന് വീർത്തിരിക്കും. എല്ലിന് സ്ഥാനഭ്രംശം സംഭവിച്ചിരിക്കാം. സാധാരണ ചലനശേഷി നശിച്ചിരിക്കും. ആ ഭാഗത്തെ ആകൃതി മാറും. എങ്കിൽ കൈക്കോ കാലിനോ നീളം കുറയും. തൊലിയുടെ അടിയിലുള്ള പൊട്ടലാണെങ്കിൽ അതുകൊണ്ടുള്ള ക്രമരഹിതമായ കുഴിഞ്ഞതും ഉയർന്നതുമായ അടയാളം കാണാം. തൊട്ടുനോക്കിയാലത് വ്യക്തമാകും. സാധാ

രണ്ണ ഇല്ലാത്ത ചലനങ്ങൾ കാണാറുമുണ്ട്. ഒരു ഭാഗം മറ്റേതുമായി ഉരസി ഇളകാനിടയായാൽ കരകരശബ്ദം കേൾക്കാനും തൊട്ടാലറിയാനും കഴിയും. രോഗിതന്നെ ഇപ്രകാരം എല്ലുപൊട്ടിയ ശബ്ദം കേട്ടതായി പറയാറുണ്ട്. ഇതൊരിക്കലും പരീക്ഷിച്ചു നോക്കരുത്. അത് അടുത്തുള്ള രക്തക്കുഴലോ ഞരമ്പോ പൊട്ടാനിടയാക്കും. പൊട്ടാത്ത കൈകാലുമായി താരതമ്യം ചെയ്തുനോക്കുന്നത് നല്ലതാണ്.

പ്രഥമചികിത്സയുടെ ലക്ഷ്യം

പ്രഥമചികിത്സകന്റെ ലക്ഷ്യം കൂടുതൽ അപകടം ഉണ്ടാകാതെ, വേദന കഴിയുന്നത്ര കുറച്ച്, രോഗിക്ക് സുഖം കൊടുക്കലും കഴിയുന്നതും വേഗം ഡോക്ടറുടെ അടുത്തെത്തിക്കലുമാണ്. ആഘാതം ഉണ്ടായ സ്ഥലത്താണ് പൊട്ടൽ കാണാറുള്ളത്. അതോടൊപ്പം കഠിനമായ രക്തസ്രാവമുണ്ടെങ്കിൽ അതാണ് ആദ്യം ശ്രദ്ധിക്കേണ്ടത്. ഇപ്രകാരം പ്രഥമ ചികിത്സയിൽ പ്രാമുഖ്യം തീരുമാനിക്കണം.

ജീവനുള്ള അപകടമാണ് പ്രഥമചികിത്സകന്റെ പ്രഥമപരിഗണന. രോഗിയെ അനാവശ്യമായി നീക്കി വേദന ഉണ്ടാക്കരുത്.

വേദന രക്തസ്രാവം എന്നിവകൊണ്ട് ഷോക്ക് ഉണ്ടായിട്ടുണ്ടെങ്കിൽ ഉടനെ അതിനുള്ള പ്രഥമചികിത്സ ചെയ്യണം. എല്ലുപൊട്ടി പുറത്തേക്ക് വന്നിട്ടുണ്ടെങ്കിൽ അത് കഴുകുകയോ മരുന്നുകൾ വയ്ക്കുകയോ ചെയ്യരുത്. പൊട്ടിയ ഭാഗം ഇളക്കരുത്. എല്ലുകൾ സ്വന്തം അഭിപ്രായപ്രകാരം നേരെയാക്കിവയ്ക്കാൻ ശ്രമിക്കരുത്. പ്രഥമചികിത്സകന് വൈദ്യശാസ്ത്രം അറിയില്ലല്ലോ. അത് ഡോക്ടർതന്നെ ചെയ്യട്ടെ. പൊട്ടിയ ഭാഗത്തിന് താങ്ങുമാത്രം കൊടുത്ത് ഇളകാതെവയ്ക്കുക. അത് വീണ്ടും പരിക്ക് വരാതെനോക്കും, രക്തവാർച്ച വർധിക്കാതെ നോക്കും. പൊട്ടിയ ഭാഗത്തിന്റെ മുകളിലും താഴെയുമായി താങ്ങുകളെ ബലപ്പെടുത്തുംവിധം ആ ഭാഗം ഇളകാതെയും വേദന കുറച്ചും ബാൻഡേജ് ചുറ്റിവയ്ക്കുക.

എല്ലു പൊട്ടലുകൾ.

ബാൻഡേജിന്റെ ഉപയോഗം

പൊട്ടാത്ത ശരീരഭാഗം എപ്പോഴും താങ്ങായി ഉപയോഗിക്കാം. കൈ പൊട്ടിയാൽ ശരീരവും ചേർത്ത് ബാൻഡേജ് ചെയ്യാം. തൂങ്ങിക്കിടക്കുന്ന സ്ലിങ് ഇടാം. എല്ലുപൊട്ടിയ ഇടത്തിൽ ബാൻഡേജ് വേണ്ട. ബാൻഡേജ് ആവശ്യത്തിന് ഉറപ്പുണ്ടായിരിക്കണം.

കൂടുതൽ മുറുക്കത്തിൽ കെട്ടി രക്ത ഓട്ടം തടസപ്പെടുത്തുന്നത് വളരെ അപകടകരമാണ്.

ബാൻഡേജുകൾ

കണംകാൽ, കാൽമുട്ട്, ചുമൽ, കൈമുട്ട് എന്നിവിടങ്ങളിൽ പാഡ് വച്ചതിനു ശേഷമാണ് ബാൻഡേജ് ചെയ്യേണ്ടത്. അത് സുഖകരമായിരി

ക്കും. കെട്ടുന്നത് വേദനയില്ലാത്ത ഭാഗത്ത് വച്ചായിരിക്കണം.

താങ്ങു (splints) കളുടെ ഉപയോഗം എന്താണ്?

ഇവ ഉപയോഗിക്കാനറിയുന്നവർ മാത്രമേ അതും ബാൻഡേജും ചെയ്യാൻ പാടുള്ളൂ. മരത്തിന്റെയോ പ്ലാസ്റ്റിക്കിന്റെയോ വടികളാണ് താങ്ങു കളായി ഉപയോഗിക്കുന്നത്. അതിന് ആവശ്യത്തിന് നീളവും വീതിയു മുണ്ടായിരിക്കണം എന്നുമാത്രം.

സ്പ്ലിന്റുകൾ.

പൊട്ടിയ ഭാഗത്തിന് മുകളിലുള്ളതും താഴെയുള്ളതുമായ സന്ധി കളുടെ ചലനം ഇല്ലാതാക്കേണ്ടത്ര നീളം വേണം. ഈ താങ്ങുകളിൽ ആവശ്യത്തിന് പാഡും പഞ്ഞിയും വച്ച് സുഖകരമാക്കണം. ഇവ വസ്ത്ര ത്തിനു മീതെ കെട്ടുന്നതിന് വിരോധമില്ല. പെട്ടെന്ന് ഒരു പറ്റിയ താങ്ങ് കിട്ടിയില്ലെങ്കിൽ ഊന്നുവടിയോ വർത്തമാനപത്രം മടക്കിയോ ഉപയോ ഗിക്കാം.

നട്ടെല്ല് പൊട്ടിയിട്ടുണ്ടെങ്കിൽ രോഗി ഒട്ടും എഴുന്നേൽക്കാൻ ശ്രമി ക്കരുത്. അത് കൂടുതൽ കശേരുക്കളുടെയും സ്പൈനൽ കോർഡി ന്റെയും സ്ഥാനം തെറ്റാനും കേടുവരാനും സാധ്യത കൂട്ടും. മദ്യം കഴിച്ചവർ ഈ നിർദേശം വകവയ്ക്കാതെ എഴുന്നേറ്റ് കഴുത്തിളക്കി പ്രശ്നം ഗുരുതരമാക്കാറുണ്ട്. ഉടനെതന്നെ രോഗിയെ ഡോക്ടർ കാണണം.

ഉഷ്ണത്തളർച്ചയും സൂര്യാഘാതവും. ലക്ഷണങ്ങളും ചികി ത്സയും

കഠിനമായ വെയിലേറ്റ് ആദ്യം തളർച്ച ഉണ്ടാകുന്നു. അത് ചികി ത്സിച്ചില്ലെങ്കിലുടനെ സൂര്യാഘാതമുണ്ടാകാനും മരണം സംഭവിക്കാനും ഇടയുണ്ട്. അതുകൊണ്ട് ഇതൊരു അത്യാഹിതമായി കണക്കാക്കി ചികി ത്സിക്കണം.

40 ഡിഗ്രി സെൽഷ്യസിൽ മീതെയുള്ള ചൂടിൽ വേണ്ടത്ര സംരക്ഷ ണവും ജലപാനവുമില്ലാതെ പണിയെടുക്കുന്ന പാവങ്ങളാണ് സാധാരണ ഇപ്രകാരം മരിച്ച് വീഴാറുള്ളത്. ഈർപ്പമുള്ള അന്തരീക്ഷമാണ് കൂടുതൽ അപകടകരം. ശരീരത്തിലെ ജലവും ലവണങ്ങളും നഷ്ടമാകുന്നതാണ് പ്രശ്നമാകുന്നത്.

എളുപ്പം ഇതിന് വശംവദരാകുന്നവർ.

കുട്ടികൾ, വൃദ്ധർ, അത്‌ലറ്റുകൾ, ഹൃദ്രോഗം, വൃക്കരോഗം, പ്രമേഹം എന്നിവയുള്ളവർ ഇവരിൽ അപകടസാധ്യത കൂടുതലാണ്.

ഉഷ്ണത്തളർച്ചയുടെ ലക്ഷണങ്ങൾ

തലവേദന, ഓക്കാനം, ഛർദി, വയറ്റിൽ പിടിച്ചുവലിക്കുന്ന വേദന. മുഖം വിളർത്ത് നാഡിമിടിപ്പ് ദ്രുതഗതിയിലാകുന്നു. ഉടനെ ചികിത്സ ലഭി ച്ചില്ലെങ്കിൽ അപകടകരമാണ്. ബോധം നശിക്കുന്നു. പനി ഉണ്ടാകാം. ഷോക്കിന്റെ ലക്ഷണങ്ങൾ ആരംഭിക്കുന്നു. ഉടനെ തണുപ്പുള്ള സ്ഥല

ത്തേക്ക് മാറ്റി ധാരാളം ഉപ്പിട്ട ($\frac{1}{4}$ ടീസ്പൂൺ ഉപ്പ് ഒരു ഗ്ലാസ് വെള്ളത്തിൽ) വെള്ളം കുടിക്കാൻ കൊടുക്കുക. വേഗം ബോധം നഷ്ടപ്പെടുന്നു. ചിലപ്പോഴത് ഒരു തലവേദനയ്ക്കു ശേഷമാകാം. നാഡിമിടിപ്പ് വേഗത്തിലാകുന്നു. മുഖം തുടുക്കുന്നു. ചർമം വരണ്ട് പനി 107 ഡിഗ്രി ഫാരൻഹീറ്റ് വരെയാകുന്നു. ഇതുടനെ 102 ൽ താഴെയാക്കണം അല്ലെങ്കിൽ മരണം ഉടനെയുണ്ടാകാം.

ചികിത്സ

ഉടനെ പനി സാധാരണ നിലവാരത്തിലേക്ക് കൊണ്ടുവരിക. ഏറ്റവും തണുപ്പുള്ള സ്ഥലത്ത് രോഗിയെ കിടത്തുക. വസ്ത്രങ്ങളഴിച്ച് മാറ്റി ഐസുള്ള തണുത്ത ജലം തളിക്കുക. തണുത്ത ഷീറ്റുകൊണ്ട് മൂടി ഫാനിടുക. അപ്പോൾ പനി കുറയുന്നത് കാണാം. 102 ൽ താഴെ പനി വന്നാൽ പിന്നെ നനയാത്ത തുണികൊണ്ട് പുതപ്പിച്ചാൽ മതിയാകും. സ്നിഗ്ധഘട്ടം കഴിഞ്ഞാൽ ഉഷ്ണത്തളർച്ചയ്ക്കുള്ള ചികിത്സ തുടരുക. ഈ ചികിത്സകൾ വളരെ പ്രധാനമാണ്. പ്രഥമചികിത്സ ചെയ്യാതെ ആശുപത്രിയിലെത്തിക്കാൻ മാത്രം ശ്രമിച്ചാൽ മരണത്തെ അഭിമുഖീകരിക്കേണ്ടി വരും.

പ്രഥമചികിത്സകളുടെ പൊതു തത്വങ്ങൾ

പ്രഥമചികിത്സ ആശുപത്രിയോ ഡോക്ടറോ എത്തുന്നതുവരെ മാത്രമാണ്.

1. ശരിയായ ചികിത്സയെ സഹായിക്കുകയും സ്ന്ദിഗ്ധഘട്ടത്തിൽ ജീവൻ രക്ഷകനും രോഗം ഗുരുതരമാക്കാതെ നോക്കലും ചിലപ്പോൾ നിയമത്തെ സഹായിക്കലുമാണ് പ്രഥമചികിത്സകനിൽ അർപ്പിതമായ കടമ.
2. തെളിയിക്കപ്പെടാത്ത കേട്ടുകേൾവി മാത്രമുള്ള ചികിത്സ രോഗിയിൽ അടിച്ചേൽപ്പിക്കരുത്.
3. വെള്ളം ആവശ്യമുള്ളപ്പോൾ ഇളനീരുണ്ടെങ്കിൽ അതാണ് ഉത്തമം. അല്ലെങ്കിൽ മോരിൽ ഉപ്പിട്ടത് കൊടുക്കാം.
4. ആവശ്യമില്ലാതെ അഭിപ്രായംമാത്രം പറഞ്ഞു നിൽക്കുന്നവരെ സൗമ്യമായി അകറ്റിനിർത്തണം.
5. മടികൂടാതെ പെട്ടെന്ന് പ്രവർത്തിക്കണം.
6. കൃത്രിമശ്വാസോച്ഛ്വാസം, കാർഡിയാക് മസ്സാജ് എന്നിവ ഇടയ്ക്ക് സ്വയം ഒരു സുഹൃത്തിൽ പരിശീലിക്കണം.
7. പ്രഥമചികിത്സകകോഴ്സ് പരിശീലിച്ച് സർട്ടിഫിക്കറ്റ് നേടുന്നത് ഉത്തരവാദിത്വമുള്ള ഒരു പൗരന്റെ മനുഷ്യസ്നേഹപരമായ കടമയാണ്.
8. ആവശ്യമുള്ള എല്ലാ കാര്യവും ചെയ്തിരിക്കണം. അമിതാവേശത്തിൽ കൂടുതലായി ഒന്നും ചെയ്യരുത്
9. വിഷപദാർഥങ്ങളുടെ ലേബലിൽ കമ്പനി എഴുതിയത് വായിക്കണം.

10. സംശയങ്ങൾ പരിചയമുള്ള ഡോക്ടറോട് ഫോണിലൂടെ ചോദിക്കണം.

പ്രഥമചികിത്സ ആധുനികവൈദ്യശാസ്ത്രത്തെ അടിസ്ഥാനമാക്കിയുള്ളതാണ്. ശാസ്ത്രീയത അസന്ദിഗ്ധമായി തെളിയിക്കപ്പെടാത്ത സമാന്തര അനുരൂപ ചികിത്സകൾ പ്രഥമചികിത്സയിൽ ഉപയോഗിക്കാറില്ല.

10

അനസ്തീസിയ

എന്താണ് അനസ്തീസിയ? (Anaesthesia)

ചോദനകളില്ലാത്ത അവസ്ഥയെ അനസ്തീസിയ എന്ന് വിളിക്കാം. പല്ലെടുക്കുമ്പോഴും കണ്ണ് വേദനയ്ക്ക് മരുന്നൊഴിക്കേണ്ടി വരുമ്പോഴും അനസ്തീസിയ എന്താണെന്ന് മനസിലാക്കാതെ വയ്യ. ഇത് വേദന കുറയ്ക്കുന്നു. പലതരത്തിലും ഇത് ചെയ്യാം. ബോധം തീരെ നശിപ്പിക്കണമെന്നില്ല. അനസ്തീസിയ ശരീരത്തിന്റെ പല ഭാഗത്തേക്കും കൊടുക്കാം. ഇവിടെ മരുന്ന് ആ പ്രത്യേക ഞരമ്പിനെ വേദനാസന്ദേശം അയക്കുന്നതിൽനിന്നും തടയുകയാണ് ചെയ്യുന്നത്. അതിന്റെ പ്രവർത്തനം കുറയുന്നതോടെ വേദനയടക്കം എല്ലാ ചോദനകളും പഴയതുപോലെ തിരിച്ചു വരുന്നതും കാണാം.

അനസ്തീസിയ എത്ര തരമുണ്ട്?

ലോക്കൽ, റീജ്യണൽ, ജനറൽ, കംബൈൻഡ് എന്നിവയാണവ. അതായത് പ്രാദേശികം, കുറച്ചുകൂടി വലിയ സ്ഥലം, രോഗിയെ മുഴുവൻ മയക്കൽ, പിന്നെ ഈ മൂന്നു തരങ്ങളും ആവശ്യാനുസരണം ഒരുമിച്ച് കൊടുക്കുന്ന രീതി എന്നിവയാണവ. ചെറിയ സ്ഥലത്ത് കുറച്ചുനേരത്തേക്കുള്ള ആവശ്യത്തിന് ലോക്കൽ എന്ന ആ സ്ഥലത്ത് മാത്രം പ്രവർത്തിക്കുന്ന തരിപ്പിക്കൽ മതി. തുള്ളിമരുന്ന്, സ്പ്രേ, ലേപനം, കുത്തിവയ്പ് എന്നീ മാർഗങ്ങളാണ് ഇതിന് ഉപയോഗിക്കുന്നത്. കുറച്ചുകൂടി വലിയ ഓപ്പറേഷന് അധികസ്ഥലം തരിപ്പിക്കുന്ന അനസ്തീസിയ കൊടുക്കേണ്ടിവരും.

വലിയ ഞരമ്പുകൂട്ടങ്ങളിൽ മരുന്നു കുത്തിവയ്ക്കേണ്ടിവരും. ഇതിനെ ബ്ലോക്ക് (Block) എന്നു പറയുന്നു. ഇത് പ്രധാനമായി

സ്പൈനൽ, എപ്പിഡ്യൂറൽ (Spinal, Epidural) എന്നീ രണ്ടുതരമുണ്ട്. സിസേറിയൻ, ബ്ലാഡർ ഓപ്പറേഷൻ (Bladder operation) എന്നിവയ്ക്ക് ഇവ മതിയാകും. ഇവിടെ ബോധം നഷ്ടപ്പെടുന്നില്ല. ജനറൽ അനസ്തീസിയയിൽ നിയന്ത്രിത അബോധാവസ്ഥയാണുണ്ടാവുന്നത്. അപ്പോൾ ഒന്നും അനുഭവപ്പെടുന്നില്ല. ഞരമ്പിൽ കുത്തിവയ്ച്ചോ, ഗ്യാസ് ശ്വസിക്കാൻ തന്നോ മരുന്ന് മസ്തിഷ്കത്തിലേക്ക് എത്തി പ്രവർത്തിക്കുന്നു. അപ്പോൾ വേദന ഒട്ടും അനുഭവപ്പെടുന്നില്ല. നീണ്ട സമയത്തേക്ക് ഫലം ഉണ്ടായിരിക്കും. രോഗം മൂലമുള്ള അബോധാവസ്ഥയും അനസ്തീസിയയും വ്യത്യസ്തമാണ്. ഇവ രണ്ടും സാധാരണ ഉറക്കത്തിൽനിന്നും വ്യത്യസ്തമാണ്. ശരീരത്തിലെ മരുന്നോ ഗ്യാസോ കുറയുന്നതോടെ ബോധം തിരിച്ചുവരുന്നു.

അനസ്തീസിയകൾ ചേർക്കൽ

ഓപ്പറേഷനുശേഷം വേദന കുറയാൻ ജനറലിനൊപ്പം റീജ്യണൽ (Regional anaesthesia) കൊടുക്കുന്നു. റീജ്യണൽ കൊടുക്കുന്നതോടൊപ്പം മയക്കത്തിനൽപ്പം മരുന്ന് കുത്തിവയ്ക്കുന്നു. അത് സമാധാനവും വേദനക്കുറവും തരുന്നു.

മയക്കം

ഒരു ഉറക്കംപോലുള്ള അവസ്ഥയാണിത് സൃഷ്ടിക്കുക. എൻഡോസ്കോപ്പി പോലുള്ളവയ്ക്ക് ഇതുമതിയാകും. ഇതിന് അനസ്തറ്റിസ്റ്റ് (Anaesthetist) ആവശ്യമില്ല. അനസ്തറ്റിസ്റ്റ് ഡോക്ടർമാർ അനസ്തീസിയയിൽ വൈദഗ്ധ്യം നേടിയവരാണ്. രോഗികൾക്ക് ബോധമില്ലാത്ത അപകടകരമായ അവസ്ഥയിൽ രോഗിയുടെ താൽപ്പര്യാർഥം തീരുമാനമെടുക്കുകയും, അടിയന്തരചികിത്സ ചെയ്യുകയും ചെയ്യുന്നവരാണിവർ. ഓപ്പറേഷൻ സമയത്ത് ജീവൻ നിലനിർത്തുക, അനസ്തീസിയ കൊടുക്കുക, രോഗിയുമായി ഇത് ചർച്ചചെയ്യുക, വേദനാനിവാരണത്തെപ്പറ്റി രോഗിയോട് പറയുക, രക്തം കൊടുക്കേണ്ടി വരുമ്പോഴത് ചെയ്യുക, അത്യാസന്ന വിഭാഗത്തിൽ പ്രവർത്തിക്കുക എന്നിവ അനസ്തറ്റിസ്റ്റിന്റെ ഉത്തരവാദിത്വങ്ങളാണ്. അനസ്തറ്റിസ്റ്റ് ഓപ്പറേഷൻ തിയേറ്ററിലെ സർജൻ, സ്റ്റാഫ്, മെഡിക്കൽ വിദ്യാർഥികൾ, അനസ്തറ്റിസ്റ്റ് അസിസ്റ്റന്റ് എന്നിവരുമായി യോജിച്ചു പ്രവർത്തിക്കുന്നു.

ഓപ്പറേഷനുമുമ്പ്

മദ്യം, പുകവലി കുറേദിവസം മുമ്പെ നിർത്തിയിരിക്കണം. തടി കൂടുതലുണ്ടെങ്കിൽ കുറച്ചിരിക്കണം. പല്ലുകൾ ഇളകിയതോ വച്ചതോ ഉണ്ടെങ്കിൽ അവ മാറ്റേണ്ടതായി വരും. ചിലപ്പോൾ ദന്തഡോക്ടറെ കാണേണ്ടി വരും. പ്രമേഹം, രക്തസമ്മർദം, ആസ്ത്മ, ബ്രോങ്കൈറ്റിസ്, തൈറോയ്ഡ്

രോഗം, ഹൃദ്രോഗം എന്നിവ ഉണ്ടെങ്കിൽ അവ നിയന്ത്രിതമാക്കണം. ഈ കാര്യങ്ങളെല്ലാം ഓപ്പറേഷനുമുമ്പ് അനസ്തറ്റിസ്റ്റ് പരിഗണിക്കും.

അനസ്തീസിയ കൊടുക്കാൻ തീരുമാനിക്കുന്നതിനു മുമ്പുള്ള പരിശോധന:

ഡോക്ടർ കുറച്ച് കാര്യങ്ങൾ ചോദിക്കും.

പൊതുവെയുള്ള ആരോഗ്യം എങ്ങനെ?

മുമ്പ് ഏതെങ്കിലും ഗൗരവമായ രോഗമുണ്ടായിരുന്നോ?

മുമ്പ് അനസ്തീസിയകൊണ്ട് എന്തെങ്കിലും പ്രശ്നമുണ്ടായിരുന്നോ?

കുടുംബത്തിലപ്രകാരം ആർക്കെങ്കിലും പ്രശ്നമുണ്ടായിരുന്നോ? നെഞ്ചുവേദനയുണ്ടോ?

ശ്വാസം കിട്ടാതെ വരാറുണ്ടോ?

നെഞ്ചെരിച്ചിൽ ഉണ്ടോ?

കിടക്കുമ്പോഴെന്തെങ്കിലും വേദന ഉണ്ടാവാറുണ്ടോ?

മരുന്നുകൾ കഴിക്കുന്നവ ഏതെല്ലാം?

മരുന്നുകൾക്ക് അലർജിയുണ്ടോ?

ഇളകിയ പല്ല്, പല്ലിലെ ക്രൗ, ബ്റിഡ്ജ് എന്നിവ ഉണ്ടോ?

പുകവലിക്കുമോ?

മദ്യപിക്കുമോ?

മയക്കുമരുന്നുകളേതെങ്കിലും ഉപയോഗിക്കാറുണ്ടോ?

അനസ്തീസിയക്ക് മുമ്പുള്ള പരിശോധന:

ഇ സി ജി, എക്സ്റെ എന്നിവ നോക്കേണ്ടിവരും. മരുന്നുകൾ കഴിക്കുന്നതിന്റെ വിശദമായ വിവരം കൊടുക്കണം.

ഓപ്പറേഷൻ ദിവസം

തലേദിവസം ഒന്നും കഴിക്കരുത്. അപകടത്തെത്തുടർന്ന് അടിയന്തരമായി ഓപ്പറേഷൻ ചെയ്യേണ്ടിവന്നാൽ വയറിലുള്ള ഭക്ഷ്യവസ്തുക്കൾ കുഴൽ വഴി വലിച്ചെടുക്കേണ്ടി വരും. അനസ്തീസിയക്കിടെ അവ മുകളിലേക്ക് വന്നാൽ ശ്വാസകോശത്തിലെത്തി വളരെ ഗൗരവമായ പ്രശ്നം ഉണ്ടാകാനിടയുണ്ട്. രക്തം നേർപ്പിക്കുന്ന മരുന്നുകൾ (വാർഫാറിൻ, ആസ്പിരിൻ, ക്ലോപ്പിഡോഗ്രെൽ) ലിത്തിയം, എന്നിവ കുറച്ചു ദിവസം മുമ്പേ നിർത്തേണ്ടിവരും. അല്ലാത്തവ തലേദിവസവും. അതിനെപ്പറ്റി അനസ്തറ്റിസ്റ്റ് പറഞ്ഞുതരും. പെട്ടെന്ന് ആ ദിവസം അസുഖം വരികയാണെങ്കിലത് പറയണം. ഓപ്പറേഷൻ നീട്ടിവയ്ക്കണോ എന്ന് അപ്പോൾ തീരുമാനിക്കും.

അനസ്തറ്റിസ്റ്റ് പരിശോധനയിൽ നെഞ്ചും ഹൃദയവും താടിയെല്ല് ചലനം, വായ എന്നിവ അദ്ദേഹം പരിശോധിക്കും. കാര്യങ്ങളെല്ലാം പറഞ്ഞുതരും. എല്ലാ വിവരങ്ങളും അറിഞ്ഞതിനുശേഷമുള്ള സമ്മതത്തിനു ശേഷമേ ഓപ്പറേഷൻ ചെയ്യുകയുള്ളൂ.

അനസ്തീസിയക്കുമുമ്പ്

പ്രി മെഡിക്കേഷൻ എന്ന മരുന്നുതരും. അത് ഉൽക്കണ്ഠ അകറ്റാനും, വേദന കുറയ്ക്കാനും, ഓപ്പറേഷനുശേഷമുള്ള അസുഖം കുറയ്ക്കാനും ഉപകരിക്കുന്നു. അത് ഗുളികയായോ, കുത്തിവയ്പ്പായോ, സപ്പോസിറ്ററിയായോ തരും.

രക്തം കുത്തിവയ്ക്കൽ

പലപ്പോഴും ഓപ്പറേഷൻ സമയം ധാരാളം രക്തംപോകും. അത് കൂടുതലാണെങ്കിൽ രക്തം കുത്തിവയ്ക്കേണ്ടി വരും. രക്തം വേണ്ട എന്നഭിപ്രായമുള്ളവർ അത് മുൻകൂട്ടി പറയേണ്ടി വരും.

എന്തുകൊണ്ടാണ് ഓപ്പറേഷൻ നീട്ടിവയ്ക്കേണ്ടി വരുന്നത്?

ചില ആരോഗ്യപ്രശ്നങ്ങൾ ഇടയ്ക്ക് ഉയർന്നുവന്നാൽ ഓപ്പറേഷൻ നീട്ടാറുണ്ട്.

തയാറെടുപ്പുകൾ

ആവശ്യമുള്ള ഭാഗങ്ങൾ ഷേവ് ചെയ്യലും ശരീരമാസകലം വൃത്തിയാക്കലും ഇതിൽപ്പെടും. അതിനുശേഷം രോഗാണുമുക്തമാക്കിയ ഗൗൺ ധരിക്കാൻ തരും. നെഞ്ചിൽ ഹൃദയമിടിപ്പ് അളക്കാനുള്ള പാഡ്, വിരലുകളിൽ പൾസ് ഓക്സിമീറ്റർ (pulse oxymeter) എന്നിവ വയ്ക്കും. ഇത് നാഡിമിടിപ്പും രക്തത്തിലെ പ്രാണവായുവും അളന്നുകൊണ്ടിരിക്കും. എല്ലാത്തരം ആഭരണങ്ങളും ശരീരം തുളച്ചതും അല്ലാത്തതും അഴിച്ചു മാറ്റണം.

പലപ്പോഴും സ്ട്രെച്ചറിലാണ് രോഗിയെ തിയേറ്ററിലേക്ക് കൊണ്ടുപോകാറുള്ളത്. കൂടെ ഒരു ബന്ധുവോ സ്റ്റാഫോ തിയേറ്റർവരെ അനുഗമിക്കാറുണ്ട്.

ഓപ്പറേഷൻ തിയേറ്ററിന് മൂന്ന് ഭാഗങ്ങളുണ്ട്. കാത്തിരിക്കുന്ന മുറി, തിയേറ്റർ, പിന്നെ ഓപ്പറേഷനുശേഷം പരിചരിക്കുന്ന മുറി.

ഇവ നല്ല തണുപ്പായിരിക്കുമെന്നതിനാൽ പലപ്പോഴും കമ്പിളി ആവശ്യമായി വന്നേക്കാം. ഓപ്പറേഷൻ തിയേറ്ററിൽ എല്ലാവരും ഒരേപോലെ വസ്ത്രം ധരിക്കുന്നതിനാൽ കാണുമ്പോൾ ഒരുപോലിരിക്കും. എന്നാൽ സർജനെയും അനസ്തറ്റിസ്റ്റിനെയും മുമ്പ് കണ്ടിട്ടുള്ളതിനാൽ മനസിലാകും. ട്രോളി ചെറുതായതിനാൽ അതിൽ കയറാൻ സ്റ്റാഫ് നിങ്ങളെ സഹായിക്കും. കൈയിൽ ഒരു തിരിച്ചറിയൽ കാർഡോ വളയോ കെട്ടും. നേരിട്ട് അനെസ്തീസിയ റൂമിലേക്കോ തിയേറ്ററിലേക്കോ കൊണ്ടുപോയേക്കാം. കണ്ണട, കേൾവി സഹായി, കൃത്രിമപ്പല്ല് എന്നിവ ഊരണം. അതോടെ ബി പി അപ്പാരറ്റസ്, ഇ സി ജി, പൾസ് ഓക്സിമീറ്റർ എന്നിവ ഘടിപ്പിക്കും. സിരയിൽ കാനുല, മരുന്നുകൾ കയറ്റാൻവേണ്ടി ഘടിപ്പിക്കും. അതിൽക്കൂടി ആവശ്യമുള്ള പോഷകവും രക്തവുമൊക്കെ കയറ്റാൻ പറ്റും.

ലോക്കൽ റീജ്യണൽ അനസ്തീസിയകൾ.

ലോക്കൽ അനസ്തീസിയ ഓപ്പറേഷൻ ചെയ്യുന്ന സ്ഥലത്തെ ഞരമ്പിനെ തൽക്കാലത്തേക്ക് പ്രവർത്തനരഹിതമാക്കാനാണ്. ഏതെങ്കിലും മൂർച്ചയുള്ള വസ്തു അകത്തു പ്രവേശിപ്പിക്കാനും ഇതുപയോഗിക്കും.

റീജ്യണൽ അനസ്തീസിയയിൽ സ്പൈനലും എപ്പിഡ്യൂറൽ അനസ്തീസിയയുമുണ്ട്. എപ്പിഡ്യൂറൽ ആണ് ഏറ്റവും കൂടുതൽ ഉപയോഗിക്കുന്ന റീജ്യണൽ അനസ്തീസിയ. സ്പൈനൽ പ്രവർത്തിക്കാൻ ഏതാനും മിനിട്ടുകൾ മാത്രം മതി. രണ്ടു മണിക്കൂർ പ്രവർത്തിക്കും. എപ്പിഡ്യൂറൽ പ്രവർത്തിക്കാൻ അര മണിക്കൂർ വേണം അതിന് കൂടുതൽ സമയം കൂട്ടിക്കിട്ടണമെന്നുണ്ടെങ്കിൽ അൽപ്പം മരുന്ന് വീണ്ടും ട്യൂബിലൂടെ കൊടുക്കാനുമാകും.

സ്പൈനൽ അനസ്തീസിയ

അപ്രകാരം ഇടയ്ക്ക് കൊടുക്കുന്ന രീതി സ്പൈനലിൽ പറ്റില്ല. വേറെയും ബ്ലോക്ക് കൊടുക്കുന്ന റീജ്യണൽ അനസ്തീസിയകളുണ്ട്. കുത്തിവയ്പ്പിന്റെ വേദന ഈ രണ്ടുതരം അനസ്തീസിയകൾക്കും ആരംഭത്തിലുണ്ട്. പിന്നെയൊരു ചെറിയ ചൂട് അനുഭവപ്പെടും. ശരിക്കും തരിച്ചു കഴിഞ്ഞാൽ ആ ഭാഗം നമ്മുടേതല്ല എന്നുതോന്നും. അതിനുശേഷമാണ് ട്രോളിയിൽ തിയേറ്ററിലേക്ക് കൊണ്ടുപോവുക. സ്ടെറൈൽ തുണി കൊണ്ട് ശരീരം മുഴുവൻ മൂടും.

അനസ്തറ്റിസ്റ്റ് അടുത്തുണ്ടാകും. അദ്ദേഹം രോഗിയോട് സംസാരിക്കും. പല ഉപകരണങ്ങളുടെയും, രക്തസമ്മർദം, ഹൃദയം എന്നിവയുടെ പ്രവർത്തനം നിയന്ത്രിക്കുന്നവയുടെയും ശബ്ദം കേൾക്കാം. ഓപ്പറേഷനും അനസ്തീസിയയും കഴിഞ്ഞതിനുശേഷം മൂത്രം പോകാൻ പ്രയാസമുണ്ടാകാം. അതിനൊരു ട്യൂബ് മൂത്രാശയത്തിലിട്ടിരിക്കും. മൂത്രം നിറയുന്നത് അപ്പോൾ അറിയില്ല. സ്പൈനൽ, റീജ്യണൽ അനസ്തീസിയകൾക്കാണീ പ്രശ്നം കൂടുതലുണ്ടാകുക. വേദനകളറിഞ്ഞു തുടങ്ങാൻ 18 മണിക്കൂർവരെ എടുത്തേക്കാം.

ആധുനിക ഓപ്പറേഷൻ തിയേറ്റർ.

ജനറൽ അനസ്തീസിയ

സാധാരണ പ്രിമെഡിക്കേഷനു ശേഷമാണ് ജനറൽ അനസ്തീസിയ കൊടുക്കുന്നത്. ജനറൽ അനസ്തീസിയക്ക് അതു കൊടുക്കുന്ന മുറി ഉണ്ടാകാം, അല്ലെങ്കിൽ തിയേറ്ററിൽ വച്ചുതന്നെ കൊടുക്കാറുമുണ്ട്.

ജനറൽ അനസ്തീസിയ

ഇത് ആരംഭിക്കുന്നതിന് ഇൻഡക്ഷൻ (Induction) എന്നു പറയുന്നു. പ്രിമെഡ് (Premed=Premedication) എന്ന തുടക്കമരുന്ന് കിട്ടി മയങ്ങി

യെങ്കിൽ ഇൻഡക്ഷൻ അറിയില്ല. ഇൻഡക്ഷൻ രണ്ടു തരത്തിലാകാം.

1. കാനുലയിൽക്കൂടി മരുന്നു കുത്തിവച്ചുള്ള മാർഗം,

2. ഗ്യാസും പ്രാണവായുവുംകൂടി മുഖംമൂടിപോലുള്ള മാസ്കിലൂടെ തന്നിട്ടുള്ള മാർഗം.

ഇത് തന്നാൽ മിനിട്ടിനുള്ളിൽ അബോധാവസ്ഥയിലാകും. ആകെ ഒരു പൊങ്ങിക്കിടക്കുന്ന അവസ്ഥയായിരിക്കും. അതിനുശേഷം ഈ അവസ്ഥ തുടരാൻ മരുന്നുകളും ഗ്യാസും തന്നുകൊണ്ടിരിക്കും. ഈ അവസ്ഥയിൽ ഹൃദയവും ശ്വാസവും അനസ്തറ്റിസ്റ്റിന്റെ നിരീക്ഷണത്തിലായിരിക്കും. ആവശ്യത്തിനുള്ള പോഷകങ്ങൾ സിരകൾ വഴി ഒഴുകി വന്നുകൊണ്ടിരിക്കും. അതോടൊപ്പം വേദനാനിവാരിണിയും പേശി തളരാനുള്ള മരുന്നും ആന്റിബയോട്ടിക്കും ആവശ്യമുള്ള മറ്റു മരുന്നുകളും അതാതു സമയത്തെ നിലയനുസരിച്ച് കൊടുക്കുന്നു. ശ്വാസം ശരിക്ക് പോകുന്നു എന്നുറപ്പ് വരുത്താൻ തല അൽപ്പം പിന്നിലേക്ക് വയ്ക്കുന്നു. അതോടെ ശ്വാസക്കുഴൽ വളവുതീർന്ന് നേരെയാകുന്നതിനാൽ ശ്വാസഗതി എളുപ്പമാകുന്നു (പ്രഥമചികിത്സയിലെ പടം നോക്കിയാലും). അതിനകത്ത് ഒരു കുഴൽവച്ച് ശ്വാസഗതി കൂടുതൽ എളുപ്പമാക്കുന്നു. ഓപ്പറേഷൻ കഴിയുന്നതോടെ അനസ്തീസിയ കൊടുക്കുന്നത് നിർത്തുന്നു. പേശി തളരാനുള്ള മരുന്നിന് മറുമരുന്ന് തരുന്നു. അതിനുശേഷമാണ് ഓപ്പറേഷനു ശേഷമുള്ള റിക്കവറി മുറിയിലേക്ക് മാറ്റുന്നത്. അവിടെ രക്തസമ്മർദവും നാഡിമിടിപ്പും പ്രാണവായു നിലയും നോക്കിക്കൊണ്ടിരിക്കും. വേദനനിവാരിണി ബോധം തെളിയുന്നതിനുമുമ്പേ തിരിക്കും. പ്രാണവായു ചെറിയ മാസ്കിലൂടെ തരും. പ്രാണവായു അപ്രകാരം തരേണ്ട ആവശ്യകത ഇല്ലാതാവുമ്പോൾ അത് നിർത്തും. മുഴുവൻ ബോധം വരുന്നതോടെ കൃത്രിമപ്പല്ല്, കണ്ണട, കേൾവിസഹായി എന്നിവ തരും. തണുപ്പ് ഉണ്ടെങ്കിൽ കമ്പിളി പുതയ്ക്കാൻ തരും.

ചിലപ്പോൾ ഇന്റൻസീവ് കെയർ യൂണിറ്റിൽ (Intensive Care Unit, ICU) (ഇന്റൻസീവ് കെയറിനെപ്പറ്റിയുള്ള ഭാഗം വായിച്ചാലും) കുറച്ച് ദിവസം കിടക്കേണ്ടിവരും. രക്തസമ്മർദം നാഡിമിടിപ്പ്, പ്രാണവായു തുടങ്ങിയവ സാധാരണ നിലയിലായിക്കഴിഞ്ഞാൽ വീണ്ടും വാർഡിലേക്കു തന്നെ കൊണ്ടുവരും. ചെറിയ ഓപ്പറേഷനാണെങ്കിൽ വേഗവും അല്ലെങ്കിൽ ദിവസങ്ങൾക്കു ശേഷവും സാധാരണപോലെ ഇരുന്ന് ഭക്ഷണംകഴിക്കാൻ കഴിയും.

വേദനാസംഹാരിയുടെ ഉപയോഗം ഓപ്പറേഷൻ, അനസ്തീസിയ എന്നിവ അനുസരിച്ചായിരിക്കും. ചിലർക്ക് വിറയൽ തലചുറ്റൽ, കാഴ്ചമങ്ങൽ, മയക്കം, തൊണ്ടവേദന, തലവേദന, ശ്വാസതടസം എന്നിവ ഉണ്ടായേക്കാം. ലോക്കൽ, റീജ്യണൽ അനസ്തീസിയകൊണ്ട് ഈ വക ലക്ഷണങ്ങൾ ഒന്നും ഉണ്ടാവുകയില്ല. വേദനസംഹാരി മാത്രം ആവശ്യത്തിന് മതിയാകും.

ഓപ്പറേഷൻ നടക്കുന്നു.

ഓപ്പറേഷനുശേഷം സൂക്ഷിക്കേണ്ട കാര്യങ്ങൾ.

ചിലപ്പോൾ എഴുന്നേൽക്കുമ്പോൾ രക്തസമ്മർദം താഴ്ന്ന് തല ചുറ്റലുണ്ടാകാം. ലോക്കൽ, റീജ്യണൽ അനസ്തീസിയ കഴിഞ്ഞാൽ കാലുകൾക്ക് തളർച്ച 12 മണിക്കൂർ നേരത്തേക്ക് കൂടുതലുണ്ടാകാം. ചിലർക്ക് കൂടുതൽ വേദനാസംഹാരി ആവശ്യമായേക്കാം. ഉൽക്കണ്ഠ വേദനകൂട്ടുന്നു. ചിലപ്പോൾ പുതിയ വേദനകൾ ഏതെങ്കിലും പുതിയ തകരാറിന്റെ ലക്ഷണമാകാം.

നല്ലപോലെ വേദന കുറയുന്നത് അനന്തരഫലങ്ങൾ കുറയ്ക്കും.

ആഴത്തിൽ ശ്വാസം വലിച്ച് വിടാൻ കഴിയുക, പ്രയാസം കൂടാതെ ചുമയ്ക്കാനാകുക എങ്കിൽ നെഞ്ചിൽ കഫക്കെട്ടും രോഗാണുബാധയും വരില്ല. പ്രായം കൂടിയവരിലും കുട്ടികളിലും പ്രമേഹരോഗികളിലും പ്രത്യേകശ്രദ്ധ വേണം. വേഗം നല്ലപോലെ നടക്കാൻ കഴിയുമെങ്കിൽ രക്തം കട്ടപിടിക്കൽ ഉണ്ടാകില്ല (deep vein thrombosis) എന്ന ഗുരുത രാവസ്ഥ, അകത്തുള്ള സിരകളിലെ രക്തം കട്ട പിടിക്കലും, അത് രക്ത ചംക്രമണത്തോടൊപ്പം സുപ്രധാന അവയവങ്ങളിലെത്തി മാരകമാ കുന്നതിനുള്ള സാധ്യത, അങ്ങനെ സംശയിക്കുന്നുവെങ്കിൽ കാലിലിടാൻ ഇറുക്കമുള്ള സോക്സ് തരും. അതിനുള്ള മരുന്നുകളുമുണ്ടാകും.

വേദനകുറയ്ക്കാനുള്ള മാർഗങ്ങൾ

ഗുളിക, കുടിക്കാനും കുത്തിവയ്ക്കാനുമുള്ളവ, സപ്പോസിറ്ററിയായി ഗുദത്തിൽ വയ്ക്കുന്നവ എന്നിവയാണ്. പേശിയിലുള്ള കുത്തിവയ്പ്പ് 20 മിനിറ്റുകൊണ്ട് പ്രവർത്തിക്കും. രോഗി നിയന്ത്രിക്കുന്ന വേദനാസംഹാരി എന്നത് ഞരമ്പിൽ ഘടിപ്പിച്ച കാനുലയിൽക്കൂടി രോഗി ഒരു ബട്ടൺ അമർ ത്തുന്നതോടെ ആവശ്യത്തിന് രക്തത്തിൽ കലർന്ന് പെട്ടെന്ന് ആശ്വാസ മുണ്ടാകുന്നു. ഇതുപോലെ ലോക്കൽ, റീജ്യണൽ അനസ്തീസിയ ഉപ യോഗിച്ച് എപ്പിഡ്യൂറലിൽക്കൂടി രോഗിക്ക് സ്വയം എടുക്കാവുന്നതുമുണ്ട്.

വേദന കുറയാൻ ഏതുതരം മരുന്നുകളാണ് ഉപയോഗിക്കുന്നത്?

മോർഫീൻ, ഡൈമോർഫീൻ, പെത്തിഡീൻ, കൊഡീൻ (morphine, dimorphine, pethidine, codeine) എന്നീ ശക്തിയേറിയ മരുന്നുകൾ വേണ്ടി വന്നേക്കാം. ഇവ മേൽപ്പറഞ്ഞ മാർഗങ്ങളിൽക്കൂടി നൽകപ്പെടുന്നു. ഈ മരുന്നുകളുടെ പാർശ്വഫലങ്ങൾ ഛർദി, ഓക്കാനം, മലബന്ധം, രക്ത സമ്മർദം കുറയുക എന്നിവയാണ്. പിന്നെയുള്ള മരുന്നുകൾ ഐബു പ്രൊഫൻ, ഡൈക്ലൊഫെനാക്, പാരാസെറ്റമോൾ (ibuprophen, diclofenac, paracetamol) എന്നിവയാണ്. ആസ്ത്മ, വൃക്കരോഗം, ആമാശയപ്പുണ്ണ് എന്നിവയുള്ളവരിൽ ഈ മരുന്നുകൾ പ്രത്യേകം ശ്രദ്ധിക്കണം.

ഓപ്പറേഷനുശേഷം കൂടുതൽ ക്ഷീണം തോന്നുന്നതിന്റെ കാരണ ങ്ങൾ.

ഓപ്പറേഷനെപ്പറ്റിയുള്ള ഉൽക്കണ്ഠ, ഓപ്പറേഷനുമുമ്പ് സർജനും അനസ്തറ്റിസ്റ്റുമായി സംസാരിച്ച് അതിന് നിവാരണം നേടിയിരിക്കണം.

ഉറക്കം ഓപ്പറേഷന് മുമ്പും പിന്നീടും കുറയൽ, വേദനയും പ്രയാസങ്ങളും ഓപ്പറേഷന് മുമ്പും പിന്നീടും ഉണ്ടാവുക. രക്തം നഷ്ടപ്പെടൽ, ഓപ്പറേഷൻ വേണ്ടിവന്ന രോഗത്തിന്റെ പ്രത്യേകത, ഓപ്പറേഷന് മുമ്പും പിന്നീടും ഭക്ഷണം ശരിക്ക് കഴിക്കായ്ക, ഓപ്പറേഷന് മുമ്പുള്ള ആരോഗ്യം മോശമാവുക എന്നിവയാണവ.

11

അവയവമാറ്റം

വൃക്ക പരാജയം, മയക്കുമരുന്ന്

അവയവമാറ്റം ഇന്ന് വളരെ സാധാരണമാണ്. ഭാവിയിലത് കൂടുതലാകും, വളരെ സുരക്ഷിതവും. സ്വന്തം ശരീരത്തിൽനിന്നുതന്നെ വേറൊരു ഭാഗത്തേക്കും തരുന്ന ആളിൽ നിന്ന് സ്വീകരിക്കുന്ന ആളിലേക്കും അവയവം മാറ്റിവയ്ക്കുന്നു. ഭാവിയിൽ അവയവങ്ങൾ സൃഷ്ടിക്കാൻ കഴിവുള്ള അതേ അവയവത്തിലുള്ള സ്ടെം കോശങ്ങളുപയോഗിച്ചാണ് അവയവമാറ്റങ്ങൾ ഉണ്ടാകാൻ പോകുന്നത്. സങ്കീർണശസ്ത്രക്രിയയും പിന്നീടുള്ള ധാരാളം മരുന്നുകളും വേണ്ടിവരില്ല.

സ്വന്തം ശരീരത്തിൽ അവയവമാറ്റം ചെയ്യുന്നതിനെ ഓട്ടോഗ്രാഫ്ട് (Autograft) എന്നു പറയുന്നു. മറ്റു ശരീരത്തിൽ നിന്നാണെങ്കിലത് അല്ലോഗ്രാഫ്ട് (Allograft) എന്നുപറയുന്നു. ഇത് മരിച്ചതിനുശേഷമോ ജീവിച്ചിരിക്കുമ്പോഴോ ആകാം.

സാധാരണ മാറ്റിവയ്ക്കുന്നവ, ഹൃദയം (മരിച്ചവരിൽ നിന്നുമാത്രം), വൃക്ക (ആരോഗ്യമുള്ളവരിൽനിന്ന് ഒരെണ്ണം എടുക്കാം, ഒരു പ്രശ്നവുമില്ല), കണ്ണ് (മരിച്ചവരിൽ നിന്ന്), കരൾ, പാൻക്രിയാസ്, കുടൽ, തൈമസ്, (Pancreas, Thymus) കോശജാലങ്ങൾ (ജീവിക്കുന്നവരിൽ നിന്ന് - ഭാഗങ്ങൾ മതി) അസ്ഥി, പേശിയുടെ അറ്റത്തുള്ള ടെൻഡണുകൾ (ഇത് രണ്ടുംകൂടി മസ്കുലോസ്കെലിട്ടൽ ഗ്രാഫ്ട് (Musculoskeletal Graft) എന്നു പറയാം.) കോർണിയ എന്ന നേത്രപടലം (മരിച്ചവരിൽ നിന്ന്), ത്വക്, ഹൃദയവാൽവുകൾ (കൃത്രിമം) സിരകൾ എന്നിവ. കോർണിയയും മസ്കുലോസ്കെലിട്ടൽ ഗ്രാഫ്ടും ആണ് ഏറ്റവും അധികം അവയവമാറ്റം ചെയ്യപ്പെടുന്നവ. മറ്റുള്ളവയെക്കാൾ പത്തിരട്ടിയിലധികമാണത്. മരണശേഷമുള്ള കൊർണിയദാനം വലിയ മഹത്തായ സേവനമാണ്.

അതിലും വളരെവലുതാണ് ജീവിച്ചിരിക്കുമ്പോൾ ചെയ്യുന്ന ചില അവയവദാനങ്ങൾ.

അവയവം വച്ചുപിടിപ്പിക്കുന്നതിന് കൊണ്ടുപോകുന്നു.

ഉദാ: വൃക്ക. മരിച്ചവരിൽനിന്ന് അവയവം എടുക്കുമ്പോൾ കടുത്ത ധാർമിക നിയമ ചട്ടങ്ങൾ പാലിക്കേണ്ടതുണ്ട്. കൊടുക്കുന്ന വ്യക്തിക്ക് മസ്തിഷ്കമരണം സംഭവിച്ചിരിക്കണം. ഇ ഇ ജി പ്രവർത്തനമില്ലാതെ നേർവര കാണിക്കണം. ഹൃദയം നിന്ന് 24 മണിക്കൂറിനകം അവ ഉപയോഗിച്ചിരിക്കണം. ഇവിടെയാണ് സമയത്തിന്റെ യഥാർഥവില മനസിലാകുന്നത്. എന്നാൽ കോർണിയ ഒഴിച്ചുള്ള മറ്റു കോശജാലങ്ങൾ അതി 'ശൈത്യബാങ്കുകളിൽ' അഞ്ചു കൊല്ലംവരെ സൂക്ഷിക്കാം.

ഇവിടെ എപ്പോഴാണ് മരണം സംഭവിച്ചത് എന്ന തലനാരിഴയ്ക്ക് കീറിയെടുത്തിട്ടുള്ള സത്യം അറിയണം. അതുപോലെയാണ് മരണത്തിന്റെ നിർവചനവും. ഇതെല്ലാം കൃത്യമായിരിക്കണം. ഇവയെ സംബന്ധിച്ച നിയമങ്ങളും നൂലാമാലകളും മാധ്യമങ്ങളിൽ ധാരാളം ചർച്ചയ്ക്ക് വഴിമരുന്നിടാറുണ്ട്. അവയവക്കയറ്റുമതി ഒരു വലിയ അധാർമിക കമ്പോളമാണ്. അതുപോലെ ഒന്നാണ് അവയവമാറ്റ ടൂറിസം. മസ്തിഷ്കം അവയവമാറ്റം ചെയ്യില്ല. അവയവമാറ്റം സംബന്ധിച്ച നിയമങ്ങൾ വളരെ കർശനമാണ്.

അവയവമാറ്റ ശസ്ത്രക്രിയകളുടെ നാഴികക്കല്ലുകൾ ഇവയാണ്.

1. ആദ്യത്തെ കൊർണിയമാറ്റ ശസ്ത്രക്രിയ ചെയ്തത് 1857 ൽ ചെക് റിപ്പബ്ലിക്കിലെ എഡ്വേഡ് സിം ആണ്.
2. 1854 ൽ ജോസഫ് മുറെ വൃക്കമാറ്റ ശസ്ത്രക്രിയ ആദ്യമായി അമേരിക്കയിലെ ബോസ്റ്റണിൽ ചെയ്തു.
3. ആദ്യത്തെ പാൻക്രിയാസ് മാറ്റം 1966 ൽ അമേരിക്കയിൽത്തന്നെയാണ്.
4. 1967 ൽ ക്രിസ്ത്യൻ ബർനാർഡ് ആണ് തെക്കെ ആഫ്രിക്കയിൽ ആദ്യമായി ഹൃദയമാറ്റ ശസ്ത്രക്രിയ ചെയ്തത്.

അവയവമാറ്റ വൈദ്യശാസ്ത്രം വളരെ സങ്കീർണമായ ശാസ്ത്ര ശാഖയാണ്. സ്വീകരിക്കപ്പെട്ട ശരീരത്തിലെ പ്രതിരോധവിഭാഗം അതിനെ പുറന്തള്ളിക്കളയാൻ ശ്രമിക്കുന്നതാണ് ഏറ്റവും വലിയ പ്രശ്നം. ചിലപ്പോൾ ആ അവയവം പെട്ടെന്ന് ഓപ്പറേഷൻ ചെയ്ത് എടുത്തുമാറ്റേണ്ടിവരും. ഇതിന് മുൻകൂട്ടി സീറോടൈപ്പിങ് നടത്തി സ്വീകർത്താവിനെയും ദാതാവിനെയും ജോടിയാക്കേണ്ടതുണ്ട്, അതോടൊപ്പം പ്രതിരോധത്തെ വരുതിയിലാക്കാനുള്ള മരുന്നുകളും വേണം. അവ ജീവിതകാലം മുഴുവൻ കഴിക്കേണ്ടിയും വരും.

വൃക്ക പരാജയം (കിഡ്നി ഫെയ്‌ലിയർ, Kidney Failure)

രക്തം അരിക്കുന്നതിനുപുറമെ ശരീരത്തിലെ ലവണങ്ങൾ സമീകൃതമായി നിലനിർത്താനും രക്തസമ്മർദം ശരിയായി നിർത്താനും ശോണരക്താണുക്കൾ ഉൽപ്പാദിപ്പിക്കാനും വൃക്കകൾ വേണം. മാത്രമല്ല, അമ്ലക്ഷാര നില നിലനിർത്താനും ലവണം, ജലം, സോഡിയം, പൊട്ടാസിയം എന്നിവ

ശരിയായ അളവിൽ നിലനിർത്താനും വൃക്കകൾ ആവശ്യമാണ്. കുറഞ്ഞ ശമ്പളക്കാരായ നിശ്ശബ്ദരായ കാവൽക്കാരാണ് നമ്മുടെ വൃക്കകൾ. 'ഞങ്ങളില്ലാത്തപ്പോഴെ ഞങ്ങളുടെ വില അറിയൂ. 'വൃക്കകൾ പറയും, വളരെ നിശ്ശബ്ദമായി.. അത് വളരെ ശരിയുമാണ്. വൃക്കകൾ പരാജയപ്പെടുമ്പോൾ അത് ഏറ്റവും ചെലവേറിയ ചികിത്സയായി മാറുന്നു. നട്ടെ

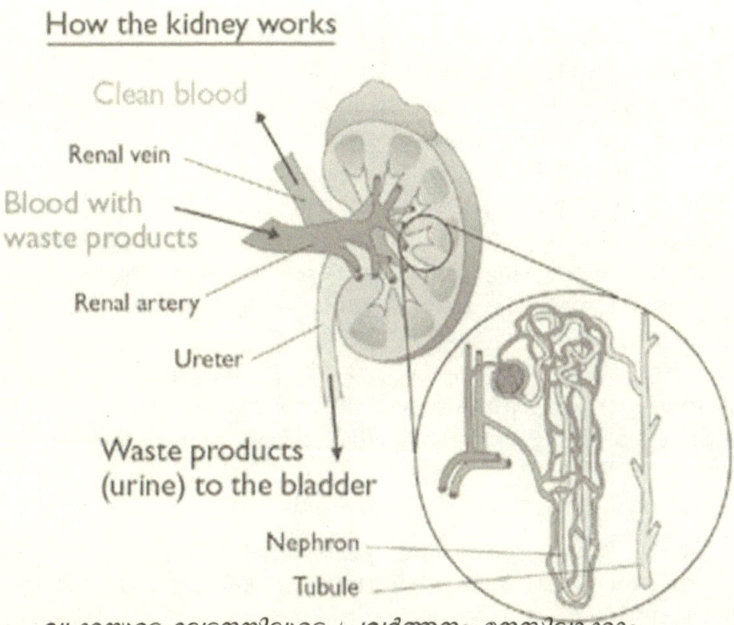

വൃക്കയുടെ ഘടനയിലൂടെ പ്രവർത്തനം മനസ്സിലാക്കാം

ല്ലിന്റെ ഇരു വശത്തുമായി ഉദരത്തിന്റെ ഏറ്റവും അടിയിലായി ഇവ സ്ഥിതിചെയ്യുന്നു. (അടിയിൽ കൊടുത്തിരിക്കുന്ന ചിത്രം നോക്കി വൃക്കയുടെ പ്രവർത്തനം മനസിലാക്കിയാലും.) ലക്ഷണങ്ങൾ തുടങ്ങുമ്പോൾ മാത്രമാണ് ഇപ്രകാരം രണ്ടവയവം ഉണ്ടെന്ന് രോഗികൾ ഓർക്കുക. ഇവയ്ക്ക് നേരിട്ട് രക്തം അയോർട്ട എന്ന മഹാധമനിയിൽ നിന്നാണ് ലഭിക്കുന്നത്. അശുദ്ധരക്തം തിരിച്ച് റീനൽ സിരകളിലൂടെ വീന കവ (Venae Cava) എന്ന മഹാസിരയിലൂടെ ഹൃദയത്തിന്റെ വലതു വശത്ത് എത്തുന്നു. ശരീരത്തിലെ ചയാപചയത്തിലെ വിസർജ്യവസ്തുക്കളായ യൂറിയ, യൂറിക് ആസിഡ് എന്നിവ അരിച്ച് മൂത്രത്തിലൂടെ കളയുന്നു. ഇവ രക്തത്തിൽ അളക്കാൻ കഴിയും. രക്തം വൃക്കയിലൂടെ ഒഴുകുമ്പോൾ എത്രമാത്രം വെള്ളവും വിസർജ്യങ്ങളും പുറത്ത് കളയുന്നു എന്നു തീരുമാനിക്കുന്നു.

വെള്ളം കുറച്ചു കുടിക്കുക, പനി, വ്യായാമം, ജോലി എന്നീ അവ

സരങ്ങളിൽ വൃക്കകൾ വെള്ളം പിടിച്ചുവച്ച് കുറച്ചുമാത്രം പുറത്ത് കളയുന്നു. ഇത്തരം അവസരങ്ങളിൽ മൂത്രം ശരിയായി പോകുന്നുണ്ടോ എന്ന് ഡോക്ടർമാർ ചോദിക്കുന്നത് അതുകൊണ്ടാണ്. അത് ശരിയാണെങ്കിൽ രോഗം കുറവും വൃക്കകൾ നന്നായി പ്രവർത്തിക്കുന്നുമുണ്ട് എന്നർഥം. വൃക്കകൾ ചെയ്യുന്ന മറ്റൊരു സുപ്രധാന പണി എരിത്രോപോയിറ്റിൻ (erythropoietin) എന്ന രക്തോൽപ്പാദക ഹോർമോൺ ഉൽപ്പാദിപ്പിക്കുകയാണ്.

ഇതിന് വെറും ഒരു അടിച്ചുവാരൽ പണി മാത്രമല്ല എന്നർഥം. ഒരു സുപ്രധാന ഗ്ലാൻഡിനെപ്പോലെ പ്രവർത്തിച്ച് എല്ലിനകത്ത് ശോണരക്താണുക്കളെ ഉൽപ്പാദിപ്പിക്കാൻ പ്രചോദിപ്പിക്കുന്നു. വൃക്കകളിലെ പ്രത്യേക കോശങ്ങൾ രക്തത്തിലെ പ്രാണവായു നിലവാരം മനസിലാക്കി കൂടുതൽ ശോണരക്താണുക്കളെ ഉൽപ്പാദിപ്പിക്കുന്നു. ഇത് കൂടുതൽ എരിത്രോപോയിറ്റിൻ ഉൽപ്പാദിപ്പിച്ചും കൊണ്ടാണ്. രക്തം അരിച്ചതിനുശേഷം മൂത്രം ശേഖരിക്കപ്പെട്ട് യൂറിട്ടറിൽ (ureter) കൂടി മൂത്രാശയത്തിൽ ശേഖരിക്കപ്പെട്ട് സന്ദർഭം വരുമ്പോൾ പുറത്തേക്ക് ഒഴിക്കുന്നു. ആരംഭം ഇച്ഛാപ്രവൃത്തിയാണെങ്കിലും പിന്നീട് അനിച്ഛാപ്രവൃത്തിയായി പൂർത്തിയാക്കപ്പെടുന്നു.

എന്തുകൊണ്ടാണ് വൃക്കപരാജയം (kidney failure) സംഭവിക്കുന്നത്? ഇത് പെട്ടെന്നോ സാവധാനത്തിലോ സംഭവിക്കാം. പെട്ടെന്നുള്ള കാരണങ്ങളാകാം. ഇവയെ ശരീരശാസ്ത്രപരമായി തരംതിരിക്കാം.

പ്രി-റീനൽ കാരണങ്ങൾ (വൃക്കയ്ക്ക് മുമ്പ്)

രക്തം നഷ്ടപ്പെട്ട് അതിന്റെ അളവ് വളരെ കുറയുക.

നിർജലനീകരണം, ഛർദി, വയറിളക്കം, പനി എന്നിവകൊണ്ട് ഇതുണ്ടാകുന്നു. മൂത്രം ധാരാളം പോകുന്ന മരുന്നുകൾ കഴിക്കുന്നതുമൂലം. വെള്ളം കുടിക്കുന്നത് കുറയുക.

വൃക്കയിലേക്കും തിരിച്ചുമുള്ള രക്തഓട്ടം തകരാറിലാകുന്നതുമൂലം.

വൃക്കരോഗത്തിന് കാരണമാകാവുന്ന മരുന്നുകൾ.

എൻ എസ് എ ഐ ഡി വിഭാഗത്തിൽപ്പെട്ട വേദനാസംഹാരികൾ. ഇവ പലതും വൃക്കയോട് ദയ കാട്ടുന്നവയല്ല.

ഉദാ: ഐബുപ്രോഫൻ, നപ്രോക്സെൻ, ജെൻടാമൈസീൻ, സ്ട്രെപ്ടാമൈസീൻ, ടോബ്രാമൈസീൻ, ലിത്തിയം, അയോഡിൻ അടങ്ങിയ മരുന്നുകൾ (ഉദാ: സ്കാനിങ്ങിന് കുത്തിവയ്ക്കുന്നവ).

വൃക്കയുടെ അകത്തുള്ള കാരണങ്ങൾ

രോഗാണുബാധകൊണ്ടുള്ള പഴുപ്പ്.

ഇത് സാധാരണ വൃക്കമുതൽ അറ്റം വരെയുള്ള മൂത്രം പോകുന്ന വഴിയിലെ പഴുപ്പിലേക്ക് കയറുന്നതുകൊണ്ട് സംഭവിക്കുന്നതായിരിക്കും.

ഈ വഴിയിലെ തടസങ്ങൾ, അതായത് വൃക്കക്കല്ലുകൾ, മൂത്രക്കുഴലിൽ തടസം, വലുതായ പ്രോസ്ട്രേറ്റ് എന്നിവ. റാബ്ഡോമയോലൈസിസ് ആഘാതംകൊണ്ടോ മറ്റുകാരണങ്ങൾകൊണ്ടോ നശിച്ച പേശിയിലെ അവശിഷ്ടങ്ങൾ വൃക്കയിൽ അമിതഭാരവും തുടർന്ന് പരാജയവും സംഭവിക്കുന്നു.

ഉരുട്ടൽ മുതലായ പൊലീസ് മർദനങ്ങൾകൊണ്ട് ഇപ്രകാരം സംഭവിക്കാം. പൊള്ളലും ഒരുകാരണമാണ്. ഉയർന്ന കൊളസ്ട്രോൾ മറ്റൊരു കാരണമാണ്. മൾട്ടിപ്പിൾ മൈലോമ (Multiple Myeloma) എന്ന രോഗംകൊണ്ട് വൃക്ക തകരാറിലാകും. സിസ്റ്റമിക് ലുപ്പസ് എരിഥെമെറ്റോസിസ്, വെഗെനേഴ്സ് ഗ്രാനുലൊമറ്റോസിസ്, ഗുഡ് പാസ്ച്ചർ സിൻഡ്രോം എന്നീ രോഗങ്ങൾകൊണ്ട് വരുന്ന പെട്ടെന്നുള്ള ഗ്ലോമൊറുലോ നെഫ്രൈറ്റിസ് (Glomerulo nephritis) വൃക്കയെ നശിപ്പിക്കാം.

വൃക്കയ്ക്കുശേഷമുള്ള ഭാഗങ്ങളിലെ രോഗങ്ങൾ കൊണ്ടുള്ള കാരണങ്ങൾ

മൂത്രാശയത്തിലെയും തുടർന്ന് താഴോട്ടുള്ള ഭാഗങ്ങളിൽ തടസമുണ്ടായാൽ ഒരണക്കെട്ടു കെട്ടി സ്ഥിരമായി മൂത്രം തടഞ്ഞുനിൽക്കുന്ന അവസ്ഥ സംജാതമാകും.

സമ്മർദം അധികമാകുമ്പോൾ വൃക്കയിലെ സൂക്ഷ്മമായ ഗ്ലോമുറെലെസ് അടങ്ങിയ നെഫ്രോ തകരാറിലാകും. അപ്രകാരം പ്രോസ്ട്രേറ്റ് വലുതാകുമ്പോഴും അതിലെ അർബുദംകൊണ്ടും തടസങ്ങളുണ്ടാകും.

വയറിലെ മുഴകൾകൊണ്ടും വൃക്കയിലെ കല്ലുകൾകൊണ്ടും ഇതുണ്ടാകാം. നീണ്ടുനിൽക്കുന്ന വൃക്കത്തകരാറിന്റെ കാരണങ്ങൾ : **പ്രമേഹം, രക്തസമ്മർദം, ഇവ രണ്ടുംകൂടി വരിക,** അതോടൊപ്പം പ്രോസ്ട്രേറ്റ് വലുതാവുകയോ, ക്രോണിക് ഗ്ലോമുറലോനെഫ്രൈറ്റിസ്, പോളിസ്റ്റിക് വൃക്കരോഗം, റിഫ്ളക്സ് വൃക്കരോഗം, വൃക്കക്കല്ല് എന്നിവ.

മയക്കുവസ്തുക്ക(മരുന്നു)ളോടുള്ള വിധേയത്വം

Good habits result from resisting temptation-Ancient Proverb

ഇവ മരുന്നുകളായി ഡോക്ടർമാർ എഴുതിക്കൊടുക്കുന്നവയല്ല. അതുകൊണ്ട് മയക്കുവസ്തുക്കൾ എന്ന സംജ്ഞയാണ് ശരി. മയക്കുമരുന്ന് എന്നു വിവക്ഷിക്കുന്നത് ശരിയല്ല. ഇവയോട് ശാരീരികമായും മാനസികമായും അടിമപ്പെടുകയും അതുമൂലം അവർണനീയമായ നിരവധി രോഗങ്ങളും പ്രശ്നങ്ങളും നിയന്ത്രണാതീതമായി അതുമൂലം ഉത്ഭവിക്കുന്ന ഗുരുതര അവസ്ഥയാണ്. ഇവ പ്രധാനമായും മദ്യം, പുകയില, കഞ്ചാവ്, കൊക്കെയ്ൻ, ഹെറോയ്ൻ എന്നിവയാണ്. ഇവ രക്തത്തിൽനിന്നും രക്തവും മസ്തിഷ്കവും തമ്മിലുള്ള വിഭജനമതിൽ കടന്ന് മസ്തിഷ്കത്തിലേക്ക് പ്രവേശിക്കുന്നതിനാലാണ് ഇപ്രകാരം പ്രവർത്തിക്കാനവസരം കിട്ടുന്നത്.

ഇത് ഉപയോഗിക്കുന്നത് പ്രധാനമായും ഉല്ലാസത്തിനും സന്തോഷത്തിനും വേണ്ടിയാണല്ലോ. വിഷാദവും മാനസികപ്രശ്നവും വ്യക്തിത്വപ്രശ്നവുമുള്ളവരിൽ വേഗത്തിൽ ഇവയുടെ വിധേയത്വം അപകടകരമാം വിധം വേഗത്തിൽ അടിയുറയ്ക്കും. തുടർന്ന് ശാരീരികമായും മാനസികമായും അവരതിന് വിധേയരാകും. തുടർന്ന് മാനസികമായും ശാരീരികമായും സാമ്പത്തികമായും സാമൂഹ്യമായും വ്യക്തിപരമായും വിദ്യാഭ്യാസപരമായും ഔദ്യോഗികമായുമെല്ലാം തകർന്ന് അതിദയനീയാവസ്ഥയിലാകും.

പുകയിലയും മറ്റു നിക്കോട്ടീൻ ഉൽപ്പന്നങ്ങളും ശരീരമാകെ നശിപ്പിക്കുന്നതെങ്ങനെയെന്നു കണ്ടാലും.

അടിമത്തം ഉറയ്ക്കുന്ന സമയത്തിനകം തന്നെ ഈ ഗുരുതരപ്രശ്നം മനസിലാക്കി ഉടനടി പരിഹാരം കാണേണ്ടതാണ്. ഒരു ജീവൻ അപ്രകാരം രക്ഷിക്കാനാകും. പല ചെറുപ്പക്കാരും പുകവലിയിൽ തുടങ്ങി മറ്റു അപകടമേഖലയിലേക്ക് പോവുകയാണ് പതിവ്. മസ്തിഷ്കത്തിലെ പ്രതിഫല ആനന്ദകേന്ദ്രങ്ങളും (Pleasure Centres) അവയെ ഓർമയിലാക്കുന്ന കേന്ദ്രങ്ങളുമെല്ലാം ചേർന്ന് സങ്കീർണമായ പ്രവർത്തനത്തിലൂടെയാണ് വിധേയത്വം ഉത്ഭവിക്കുന്നത്.

മയക്കുവസ്തുക്കളുടെ അപകടങ്ങളെക്കുറിച്ചൊരു താരതമ്യം

മരുന്നുകൾ മാത്രമല്ല, ചൂതാട്ടം, അമിതഭക്ഷണം, ലൈംഗികബന്ധം, അശ്ലീലസാഹിത്യം ചിത്രം തുടങ്ങിയവ, കമ്പ്യൂട്ടർ, ഇന്റർനെറ്റ്, ജോലി, വ്യായാമം, വ്യക്തിപൂജ, ആത്മീയത ഭക്തി, ദേഹത്തിൽ ആഘാതം ഉണ്ടാക്കുക, ഷോപ്പിങ് എന്നിവയും വിധേയത്വങ്ങളിൽപ്പെടും.

മദ്യം, മയക്കുവസ്തു എന്നിവയുടെ ഉപയോഗം എന്നിവയ്ക്കുള്ള ചികിത്സ അടിസ്ഥാനപരമായി സാദൃശ്യമുള്ളതാണ്.

12

അന്ധവിശ്വാസംമൂലം അവമതി കൽപ്പിക്കപ്പെട്ട രോഗങ്ങൾ

I love my past. I love my present. I'm not ashamed of what I've had, and I'm not sad because I have it no longer-*Colette.*

സാമൂഹ്യ അവമതി (Social stigma) സമൂഹത്തിന്റെ കടുത്ത നിരാകരണമാണ്. സമൂഹത്തിലെ പ്രബലഭൂരിപക്ഷം എതിരാകുകയും നിഷേധിക്കുകയും ചെയ്യുന്നു. അതുകൊണ്ട് സ്വാഭാവികസ്വത്വം ബലികഴിക്കപ്പെടുന്നു. അത് ആധുനികതയ്ക്കും മാനുഷികതയ്ക്കും എതിരാണ്. ഇതിൽ ഏറ്റവും പ്രബലമായത് മാനസികരോഗമെന്ന രോഗനിർണയമാണ്.

ശാരീരിക അംഗവൈകല്യം, കറുത്തവർഗം, ചില മതവിശ്വാസം എന്നിവയും ഇതിൽപ്പെടുന്നു. പട്ടികയിൽ കുഷ്ഠരോഗം, എയ്ഡ്സ്, ലൈംഗികരോഗങ്ങൾ, ചില ത്വക്‌രോഗങ്ങൾ, അമിതഭാരം, മയക്കുമരുന്നുപയോഗം, മദ്യപാനം, നിയമാനുസൃതമല്ലാത്ത വിവാഹബന്ധം, ലൈംഗികന്യൂനപക്ഷം, ചില ദേശീയതകൾ എന്നിവയും പെടും. പലപ്പോഴും അംഗഭംഗം വന്നവർക്ക് ബഹുമാനവും അംഗീകാരവും കിട്ടണമെങ്കിൽ അവർ യുദ്ധത്തിൽ മുറിവുപ്പറ്റി അംഗഭംഗം വന്നവരായിരിക്കണം. ഇപ്രകാരം അംഗീകാരം കിട്ടിയാൽപ്പോലും സാമൂഹ്യജീവിതത്തിൽ അവർ വല്ലാതെ പാർശ്വവൽക്കരിക്കപ്പെടുന്നു. വ്യക്തിഗത സന്തോഷം അവർക്ക് സമൂഹം പാടെ നിഷേധിക്കുന്നു. കുഷ്ഠരോഗം, എയ്ഡ്സ്, ലൈംഗികരോഗങ്ങൾ, ചില ത്വക്‌രോഗങ്ങൾ, അമിതഭാരം, മയക്കുമരുന്നുപയോഗം, മദ്യപാനം, മാനസികരോഗം, എന്നിവ ചികിത്സാരംഗത്തുപോലും അവഗണിക്കപ്പെടുന്നു.

മനോരോഗം

മറ്റു രോഗികൾക്ക് കിട്ടുന്നതിന്റെ പകുതിപോലും പരിഗണന

ഇവർക്ക് കിട്ടുകയില്ല. സമൂഹം ഇവരെ സംരക്ഷിക്കാൻ മടികാട്ടുന്നു. സർക്കാരും സന്നദ്ധസംഘടനകളും ധാരാളം പ്രവർത്തിച്ചിട്ടും കാര്യമായ മനോഭാവവ്യതിയാനം സംഭവിച്ചിട്ടില്ല. ഈ ഹതഭാഗ്യർക്ക് അവരുടെ ജീവിതം കരുപ്പിടുപ്പിക്കാൻ കഴിയുന്നില്ല. കഴിവുകളുണ്ടായിട്ടും അവർ അംഗീകരിക്കപ്പെടുന്നില്ല. തൊഴിൽ, കിടപ്പാടം, വിവാഹം ഇവയിലെല്ലാം പിന്തള്ളപ്പെടുന്നു. ആ കുടുംബത്തിൽനിന്നുപോലും വിവാഹം പ്രശ്ന മാകും. ചികിത്സയിൽ സഹായിക്കേണ്ടവർ സഹായിക്കില്ല. ശരിയായ ഡോക്ടറെ (സൈക്യാട്രിസ്റ്റ്) കാണിക്കില്ല. ചികിത്സതന്നെ അർധമന സോടും അപക്വവുമാകുന്നു. രോഗനിർണയം ഉൾക്കൊള്ളില്ല. ആവശ്യ ത്തിനും സമയത്തും മരുന്നുകഴിക്കില്ല. കൗൺസലിങ്ങും സൈക്കോതെ റാപ്പിയും സ്വീകരിക്കപ്പെടുന്നില്ല. ഈ നിസ്സഹകരണമെല്ലാം രോഗം അനി യന്ത്രിതമായൊരു വിഷമവൃത്തത്തിലേക്ക് നയിക്കുന്നു. വേണ്ടത്ര വിദ്യാ ഭ്യാസവും പരിശീലനവുമൊക്കെ ഉണ്ടായിട്ടും മറ്റു വിഭാഗങ്ങൾ കൈകാര്യം ചെയ്യുന്ന ആരോഗ്യപ്രവർത്തകർ മാനസികരോഗത്തെ ചിറ്റ മ്മദൃഷ്ടിയോടെയാണ് കാണുന്നത്. ഇത് തികച്ചും ലജ്ജാകരവും പരി താപകരവുമാണ്. മറ്റുചികിത്സാവിഭാഗം തലവന്മാർ ഈ അയിത്തക്കാരെ ഏറ്റവും മോശംസ്ഥലത്ത് ഒതുക്കുന്നു. മനോരോഗികൾക്ക് അതുമതി എന്നാകും തീരുമാനം. വളരെ പരിതാപകരമായ സൗകര്യങ്ങളുള്ള ഈ സ്ഥലങ്ങളിൽ ശരിയായ അറ്റകുറ്റപ്പണികൾ നടത്തുകയില്ല. മാനസിക രോഗം സൈക്യാട്രിസ്റ്റ് രോഗികൾ എന്നിവരെപ്പറ്റി ദ്വയാർഥവും ഫലി തവും കലർന്ന കമന്റുകളും ഒന്നും ഇവരുടെഭാഗത്തുനിന്നും കുറവല്ല. ഈ രോഗികൾക്ക് ശാരീരികരോഗമുണ്ടായാലും അത് പരിശോധിക്കാന വർക്ക് മടിയാണ്. അത് സൈക്യാട്രിസ്റ്റിനെത്തന്നെ ഏൽപ്പിക്കും.

എന്നാൽ സൈക്യാട്രിസ്റ്റുകളും മറ്റ് മാനസികാരോഗ്യപ്രവർത്തകരും മാതൃക കാണിക്കുന്നുണ്ടോ? അവർ അപാരമായ അപഖ്യാതിയെ അൽപ്പ മെങ്കിലും കുറയ്ക്കാൻ ശ്രമിക്കുന്നുണ്ടോ? ഒരു സ്വയം പരിശോധന നട ത്തേണ്ട സന്ദർഭമാണിത്.

മനോരോഗികൾ എന്നും മനോരോഗികളുടെ ലക്ഷണം എന്നും പറ യുമ്പോൾ രോഗമുള്ള വ്യക്തി എന്ന നിലപാടായിരിക്കണം സ്വീകരിക്കേ ണ്ടത്. ലക്ഷണങ്ങൾ കൂടെയുള്ളതുകൊണ്ട് അവയെ പരിപാലിക്കുമ്പോ ഴുണ്ടാകേണ്ട സഹിഷ്ണുത എവിടെയൊക്കെയോ ചോർന്നുപോകുന്നു. പലപ്പോഴും 'ശാരീരികരോഗങ്ങൾ.. ആ അതു തോന്നലായിരിക്കാം' എന്നു പറഞ്ഞു അവഗണിക്കപ്പെടുന്നു. മനോരോഗത്തെപ്പറ്റി ബിരുദതലത്തി ലുള്ള പരിശീലനവും പഠനവും പൊതുവെ അവഗണിക്കപ്പെടുന്നു. അതു മൂലം അടിസ്ഥാനഡോക്ടർ മനോരോഗത്തെപ്പറ്റി നിഷ്കളങ്കനാകുന്നു. അവർക്കുണ്ടാകാവുന്ന ശാരീരികരോഗം പരിശോധിക്കാൻ മടിക്കുന്ന ഡോക്ടർമാരുണ്ട്. മറ്റു രോഗങ്ങളെപ്പോലെ ഇതും ഒരു രോഗമാണ് എന്ന അവബോധം സമൂഹത്തിലും വിദഗ്ധരിലും കുറവാണ്. ഈരംഗത്ത് പ്രവർത്തിക്കുന്ന ഒരോരുത്തരും സദാ ജാഗരൂകരായാൽ മാത്രമേ വലിയ

അന്ധവിശ്വാസമാകുന്ന ഈ ട്രോയ് പർവതത്തെ ഇളക്കി മാറ്റാനാകൂ (ചൈനീസ് നാടോടിക്കഥ, പർവതങ്ങളെ ഇളക്കി മാറ്റിയ വൃദ്ധൻ, മാവോസൂക്തങ്ങളിൽ ഈ കഥ ഉദ്ധരിച്ചിട്ടുണ്ട്).

മനോരോഗിയാക്കി എന്ന ആരോപണം

സാധാരണ രോഗിയെ ചികിത്സിക്കുന്ന സൈക്യാട്രിസ്റ്റും അതിന് ബുദ്ധിമുട്ടിയ ബന്ധുക്കളും സുഹൃത്തുക്കളും ഈ പഴികേൾക്കേണ്ടി വരാറുണ്ട്. ഉദാ: ഭാര്യ/ഭർത്താവ് ചികിത്സിക്കപ്പെടുമ്പോൾ അവരുടെ കുടുംബക്കാർ രോഗിയുടെ മിഥ്യാധാരണ മൂലമുള്ള വാക്കുകളും സമൂഹത്തിൽ നിലനിൽക്കുന്ന ഈ രോഗത്തെ സംബന്ധിച്ച ധാരണകളും അനുസരിച്ച് അവനെ/അവളെ എല്ലാവരും ചേർന്ന് മനോരോഗിയാക്കി എന്ന് ആരോപിക്കാറുണ്ട്. ഇത്തരം ധാരണകൾ മാധ്യമങ്ങളും പൊതുജനങ്ങളും പ്രചരിപ്പിക്കുകയും ചെയ്യുന്നു. കോടതികളും മനുഷ്യർതന്നെയാണ്. മനുഷ്യർക്കുള്ള എല്ലാ പ്രശ്നങ്ങളും അവിടെയുമുണ്ട്. സൈക്യാട്രിസ്റ്റ് കൊടുക്കുന്ന വിദഗ്ധ സാക്ഷിമൊഴി പലപ്പോഴും ഈ മനോഭാവമനുസരിച്ച് നിരാകരിക്കപ്പെടാറുണ്ട്. ഇവിടെ രോഗനിർണയം വിദഗ്ധ നിഗമനത്തെ ആശ്രയിച്ചാണ്, ലബോറട്ടറി പരിശോധനയുടെ അടിസ്ഥാനത്തിലല്ല എന്നൊരു ന്യൂനതയുണ്ട്. അധികംവൈകാതെ അത്തരം ലബോറട്ടറി പരിശോധനയുടെ അടിസ്ഥാനത്തിൽ മനോരോഗത്തെ നിർണയിക്കാവുന്ന അവസ്ഥ സംജാതമാവുമെന്ന് നമുക്കാശിക്കാം.

സംശയങ്ങൾ

1. മനോരോഗി വിവാഹിതനാകാമോ?

വളരെ സാധാരണ ഉയർത്തപ്പെടുന്ന ചോദ്യമാണിത്. ഇത് കൂടുതൽ വ്യഗ്രതയോടെ ചോദിക്കപ്പെടുന്നത് പെൺകുട്ടികളുടെ മാതാപിതാക്കളുമാണ്. എപ്രകാരമെങ്കിലും ആ ഭാരം ഒന്ന് ഇറക്കിവയ്ക്കാൻ അവർ തത്രപ്പെടുന്നു. ചിലപ്പോൾ രോഗംവരുന്നത് ലൈംഗിക അസംതൃപ്തി കൊണ്ടാണ് എന്ന അബദ്ധധാരണയാകാം ഇതിനുപിന്നിൽ.

പലപ്പോഴും ഒരു ക്ഷണപത്രികയുമായി ഗൗരവതരമായ രോഗമുള്ള യുവതീയുവാക്കളെ ചികിത്സിക്കുന്ന സൈക്യാട്രിസ്റ്റിനെ ക്ഷണിക്കാനും അതോടൊപ്പം വിവാഹിതരാകാമോ എന്നൊരു ചോദ്യം ഉന്നയിക്കാനും വരും. മാതാപിതാക്കൾക്ക് 'കുട്ടി ഒന്ന് പട്ടുസാരിയുടുത്ത് വാദ്യഘോഷങ്ങളോടൊത്ത് മണ്ഡപത്തിൽ വരന് കഴുത്ത് കാണിച്ചുകൊടുക്കണം. ആ ചരട് ഒന്ന് കഴുത്തിലണിഞ്ഞുകിട്ടിയാൽ തങ്ങളും കുട്ടിയും രക്ഷപ്പെടും. അതിനുപറ്റിയ മരുന്നെന്താണ് ഡോക്ടർ?' ഇതാണ് ചോദ്യം. ചോദ്യം പൊതുവാണെങ്കിലും ഉത്തരം വ്യക്തിപരമാണ്. ഓരോ കേസിലും രോഗത്തിന്റെ ഗൗരവവും സ്വഭാവവുമനുസരിച്ച് വിവാഹത്തിന്റെയും കുടുംബജീവിതത്തിന്റെയും ഉത്തരവാദിത്വം ഏറ്റെടുക്കാനുള്ള കഴിവാണ് നാം പരിഗണിച്ച് തിട്ടപ്പെടുത്തി നിഗമനങ്ങളിലെത്തേണ്ടത്.

രോഗവിമുക്തിനേടി ചെറിയ ഡോസിൽ മാത്രം കഴിക്കുന്നുള്ളൂ എങ്കിൽ വിവാഹിതനാകാം. ഈ തീരുമാനം വ്യക്തിപരമാണ്. ഓരോ വ്യക്തിക്കും എല്ലാ സാഹചര്യവും കണക്കിലെടുത്ത് പ്രത്യേകമായി തീരുമാനമെടുക്കേണ്ടിവരും. ഗർഭാവസ്ഥ, ജോലി, സ്വന്തമായി കുടുംബം നടത്താനുള്ള കഴിവ്, ഗർഭകാലം മരുന്നുകഴിക്കേണ്ട കാര്യം, മാതൃത്വപിതൃത്വ ഉത്തരവാദിത്വങ്ങൾ എന്നിവ പരിഗണിക്കപ്പെടണം.

2. വിദേശത്ത് ജോലിക്ക് പോകാമോ?

മനോരോഗി ഗൾഫിൽ ജോലിക്ക് പോകാമോ? എന്ന ചോദ്യത്തിനുള്ള ഉത്തരം ഇവിടെയും ഓരോ വ്യക്തിയുടെയും രോഗവും അതിന്റെ സ്വഭാവവും അവിടത്തെ സാഹചര്യവും, രോഗിക്ക് അതനുസരിച്ച് ഒത്തുപോകാനുള്ള കഴിവ് എന്നിവയനുസരിച്ചാണ് നാം തീരുമാനത്തിലെത്തേണ്ടത്. പൊതുവെ പറഞ്ഞാൽ ഉറക്കം ഒഴിക്കേണ്ടിവരുന്ന നൈറ്റ് ഡ്യൂട്ടി, മദ്യം കഴിച്ചുപോയേക്കാവുന്ന ബാറിലെ ജോലികൾ എന്നിവ ഒഴിവാക്കണം.

പുതിയ അന്തരീക്ഷം, സാഹചര്യം എന്നിവ എപ്രകാരം രോഗിക്ക് ഇണങ്ങും എന്ന് വിലയിരുത്തണം. എന്തെങ്കിലും പ്രാരംഭ പ്രശ്നങ്ങൾ ഉത്ഭവിച്ചാൽ കൈകാര്യം ചെയ്യാനുള്ളവർ അവിടെ ഉണ്ടാകണം. അവർ ഉടനെ ഡോക്ടറെ കാണിക്കണം. കുടുംബത്തെ വിവരം അറിയിക്കണം.

3. വാഹനം ഓടിക്കാമോ?

അതനുസരിച്ചുള്ള മരുന്നുകൾ മാത്രമേ കഴിക്കാൻ പാടുള്ളൂ. ഡോക്ടറുമായി ചർച്ച ചെയ്യണം.

4. അപസ്മാരത്തോടൊപ്പമുള്ള മാനസികരോഗം വന്നാൽ

ഇവ പരസ്പരം ബന്ധമുള്ള രോഗങ്ങളാണ്. രണ്ടും ശരിയായി ചികിത്സിക്കപ്പെടണം.

5. എത്രകാലം മരുന്നു കഴിക്കണം

വിഷാദ ഉന്മാദ രോഗങ്ങൾ ഒറ്റയ്ക്കാണെങ്കിൽ ലക്ഷണം മാറിയതിനുശേഷം ആറുമാസവും ബൈപ്പോളാറിന് ലക്ഷണങ്ങൾ മാറിയതിനുശേഷം മൂന്നു വർഷവും മരുന്നുകൊടുക്കണം. സ്കിസോഫ്രീനിയ തുടക്കത്തിലാണെങ്കിൽ ഒരു വർഷം മരുന്നുകഴിച്ചാൽ മതി. ഈ രോഗം പഴക്കമായാൽ പ്രമേഹ രക്തസമ്മർദ രോഗികളിലെപ്പോലെ ആജീവനാന്തം മരുന്നുകഴിക്കേണ്ടിവരും. മദ്യപാനാസക്തിക്ക് കാഠിന്യമനുസരിച്ച് ആറുമാസം മുതൽ മൂന്നു വർഷംവരെ മരുന്നു കൊടുക്കേണ്ടിവരും.

6. പുകവലി ചികിത്സയോടൊപ്പം മദ്യപാനം ഉണ്ടായാൽ?

മരുന്നിന്റെയും ചികിത്സയുടെയും ഫലം വെള്ളത്തിലാവും. മരുന്നു

കൾ മസ്തിഷ്കത്തിലാണ് പ്രവർത്തിക്കുന്നത്. അത് ശരിയാവുകയില്ല. രോഗം വർധിക്കും. ചികിത്സ താളംതെറ്റും.

7. ഈ ചികിത്സയോടൊപ്പം രക്തസമ്മർദം, പ്രമേഹം, സന്ധി രോഗങ്ങൾ, ഗർഭനിരോധന മരുന്ന്, ഹൃദ്രോഗമരുന്ന്, രക്തം കട്ട യാകാതിരിക്കാനുള്ള മരുന്ന്, ആന്റിബയോട്ടിക്കുകൾ എന്നിവ ഉപയോഗിക്കാമോ?

മരുന്നുകൾക്ക് പ്രതിപ്രവർത്തനമുണ്ട്. അവ സങ്കീർണമാണ്. അവ യുടെ ചയാപചയം, പ്രവർത്തനം, വിസർജനം എന്നിവ പരിഗണിച്ച് ഡോക്ടർ അഭിപ്രായം പറയുന്നത് സ്വീകരിക്കണം.

മറ്റ് അന്ധവിശ്വാസങ്ങൾ

ഉദാഹരണമായി, ഇ എൻ ടി വിഭാഗത്തിലെ ചില രോഗികളുടെ ധാരണകൾ നോക്കാം.

Faith must have adequate evidence, else it is mere superstition- Alexander Hodge.

കാതിൽ ത്രികോണാകൃതിയിൽ ഒരു തുളയുണ്ടാക്കിയാൽ വരി വീക്കം എന്ന ഹെർണിയ മാറും എന്നാണ് വിശ്വാസം. ഇത് ഒരു വായു കോപമാണ്. ആ വായു രക്ഷപ്പെടാനായി തുള പ്രയോജനപ്പെടും എന്നാണ് ധാരണ. വളരെ വ്യാപകമായ ഒരു ധാരണയും സ്വഭാവവും ഇതാണ്. തൊണ്ട ശബ്ദമുണ്ടാക്കി കാർപ്പിച്ചാൽ തൊണ്ടയിൽ നിന്നുള്ള ചുമയുടെ കാരണം ഇല്ലാതാകും എന്നാണ്. വാസ്തവത്തിൽ ഇപ്രകാരം ചെയ്താൽ ചുമ കൂടുകയേചെയ്യൂ. തൊണ്ടയിൽ കാർപ്പിക്കുമ്പോൾ അവിടെ പോറൽ വീഴുന്നുണ്ട്. അത് വീണ്ടും കിരുകിരുപ്പ് ഉണ്ടാക്കുന്നു. ഇത് ഒരു വിഷമചക്രം സൃഷ്ടിക്കുന്നു. പല വിട്ടുമാറാത്ത ചുമയുടെയും കാരണം ഇപ്രകാരമുള്ള സ്വഭാവംമൂലമാണ്. ചിലരുടെ ആസ്ത്മ മാറാതെ നിൽക്കുന്നതിന്റെ കാരണവും ഇതാണ്. മാത്രമല്ല, പൊതുജനാരോഗ്യ ത്തിന് ഈ സ്വഭാവം വളരെ അപകടകരവുമാണ്. എല്ലാ ശ്വാസകോശ രോഗങ്ങളും ഇപ്രകാരം വ്യാപകമായി പകരാനിടയാകുന്നു.

തൊണ്ടയിൽ കിരുകിരുപ്പ് തോന്നിയാൽ അൽപ്പം ഇളം ചൂടുള്ള വെള്ളം കുടിച്ചാൽ മാത്രം മതി. വേറെയൊന്നും ചെയ്യേണ്ട. കുറച്ച് ദിവസം കഴിഞ്ഞ് മാറിയില്ലെങ്കിൽ ഡോക്ടറെ കാണുക. അതുപോലെ വൃത്തി ഹീനമായ ഒരു സ്വഭാവം ഒരു മൂക്കടച്ച് വലിയ ശബ്ദത്തോടെ മറ്റെ മൂക്ക് ചീറ്റിപ്പിഴിഞ്ഞ് റോഡിലുംമറ്റും ഇടുക എന്നതാണ്. ആ സമയത്ത് സമ്മർദം കൂടുന്നതിനാൽ ചെവിയിലേക്ക് പഴുപ്പ് വരാം. പിന്നീട് രോഗാ ണുക്കൾ ശ്വാസകോശത്തിലേക്കും മറ്റും പകരും.

മൂക്കിലെ മൂക്കിള വലിച്ച് അകത്തേക്ക് എടുക്കുന്നതും, മൂക്കിലും ചെവിയിലും വിരലോ മറ്റു വസ്തുക്കളും കടത്തുന്നതും അനാരോഗ്യ

കരമാണ്. പ്രകൃതി ഓരോ ദ്വാരങ്ങളും സ്വാഭാവികമായി സംരക്ഷിക്കുന്നുണ്ട്. അതിൽ പുറമെനിന്ന് എന്തു പ്രവേശിപ്പിച്ചാലും അത് രോഗാണുബാധയുണ്ടാക്കും. ചെവിക്കുള്ളിൽ വാക്സ് വന്നുനിറഞ്ഞ് കട്ടിയായി കേൾവി കുറയാം. അതിന് വാക്സ് മൃദുവാക്കുന്ന തുള്ളിമരുന്ന് ചെവിയിൽ ഓരോ തുള്ളി ഒരാഴ്ച ഇറ്റിച്ചാൽ മതി. പിന്നീട് ഇ എൻ ടി സർജനെക്കൊണ്ട് ആവശ്യമെങ്കിൽ അത് എടുത്ത് കളയാം.

കരളിന് കേടുണ്ടെങ്കിൽ ആടിന്റെ കരൾ, കാലിന് വേദനയുണ്ടെങ്കിൽ ആടിന്റെ കാൽ സൂപ്പ് എന്നിങ്ങനെ ചികിത്സകളുണ്ട്. ആടിന്റെ കഷ്ടകാലം എന്നല്ലാതെ ഇതിൽ പ്രത്യേകിച്ച് തെളിയിക്കപ്പെട്ട രോഗനിവാരണ ഔഷധങ്ങളൊന്നുമില്ല. വയറിളക്കരോഗങ്ങളെ സംബന്ധിച്ച് മുൻകാലങ്ങളിൽ നാട്ടുവൈദ്യന്മാർ പ്രചരിപ്പിച്ചിരുന്ന അത്യന്തം അപകടകരമായ അന്ധവിശ്വാസമാണ് 'വയറിന് ആവശ്യമില്ലാത്തതാണ് പോകുന്നത്. അതുപോകട്ടെ. വായിൽക്കൂടി ഒന്നും കൊടുത്തുപോകരുത്.' ഇതുവളരെ അശാസ്ത്രീയമാണെന്ന് പ്രത്യേകം പറയേണ്ടതില്ലല്ലോ. ഇത് നടപ്പിലാക്കിയാൽ ശിശുമരണനിരക്ക് കൂടാൻ മാത്രമേ സഹായിക്കൂ. വയറിളക്കരോഗങ്ങളുടെ പ്രധാന ചികിത്സ ആവശ്യത്തിന് വെള്ളവും ലവണവും കൊടുക്കുകയാണ്.

എണ്ണ തേച്ചു കുളി

ഇത് മലയാളികൾക്ക് പ്രത്യേകിച്ചും പത്ഥ്യമാണ്. കേരളീയ ആയുർവേദം ഇത് വളരെ പ്രോത്സാഹിപ്പിക്കുന്നുമുണ്ട്. ഈ അന്ധവിശ്വാസം മുതലെടുത്ത് ധാരാളം എണ്ണകൾ വിപണനം ചെയ്യപ്പെടുന്നുണ്ട്. ശരീരത്തിലേക്ക് വലിച്ചെടുക്കാത്ത എണ്ണയും തൈലങ്ങളും രോഗം സുഖപ്പെടുത്തും എന്നാണ് അവകാശവാദം. ഇവിടെ placebo effect മാനസിക ഫലമാണ് രോഗികൾക്കുണ്ടാകുന്നത് (പ്ലാസിബൊഫലത്തെക്കുറിച്ച് പ്രത്യേകം എഴുതിയത് വായിച്ചാലും). വിശ്വാസം അവരെ സുഖപ്പെടുത്തുന്നു എന്നുപറയാം. വിശ്വാസമില്ലാത്തവർക്ക് ഒരു ഫലവും സിദ്ധിക്കില്ല എന്നർഥം.

ശരീരശാസ്ത്രപരമായ ഒരു തെറ്റിദ്ധാരണ വൃക്കയെ സംബന്ധിച്ചാണ്. വൃക്കയുടെ ആകൃതി ഏകദേശം കശുവണ്ടി പോലെയാണല്ലൊ. വൃഷണവും അതുപോലെയാണ്. ഇവ പലപ്പോഴും ശരീരശാസ്ത്രം അറിയാത്തവർക്ക് പരസ്പരം തെറ്റാറുണ്ട്. ഇതുപോലെ അന്ധവിശ്വാസങ്ങളും എല്ലാ മെഡിക്കൽ വിഭാഗങ്ങളിലും ധാരാളമുണ്ട്. അതിലെ ചില സുപ്രധാന മാതൃകകൾ പ്രസ്താവിക്കുക മാത്രമേ ഇവിടെ സാധ്യമാവുകയുള്ളൂ.

എന്താണ് മാനസികലക്ഷണങ്ങൾ? എന്താണ് ശാരീരികരോഗലക്ഷണങ്ങൾ?

A curious part of the human psyche is that the moment that a person presumed to be in danger is discovered to be safe, everyone's anxiety turns into anger-Monica Fairview

ആദ്യമായി വൈകാരികലക്ഷണങ്ങൾ, ബുദ്ധിപരമായ ലക്ഷണങ്ങൾ, മാനസികമെന്നും ശാരീരികമെന്നും പറയാവുന്ന ലക്ഷണങ്ങൾ, ഗുരുതര മാനസിക ലക്ഷണങ്ങൾ എന്നിവ ഏതൊക്കെയാണെന്ന് നോക്കാം. വൈകാരിക മനോഭാവം (Moodiness), പ്രകോപനപരം (Irritability or short temper), പ്രക്ഷോഭകരം (Agitation, inability to relax) പരവശത (Feeling overwhelmed) ഏകാന്തത, വിഷാദം, സന്തോഷമില്ലായ്മ എന്നിവ വൈകാരിക ലക്ഷണങ്ങളാണ്.

ബുദ്ധിപരമായ ലക്ഷണങ്ങൾ ഓർമയിലെ തകരാറുകൾ, ശ്രദ്ധകേന്ദ്രീകരിക്കാൻ കഴിയാതിരിക്കുക, തീരുമാനങ്ങൾ തെറ്റുക, ദോഷം മാത്രം കാണുക, ഉൽക്കണ്ഠയോ അതിവേഗം പോകുന്ന ചിന്തകളോ, നിരന്തരമായ ഉൽക്കണ്ഠ എന്നിവയാണ്.

കഴപ്പ്, വേദന, വയറിളക്കം, മലബന്ധം, ഓക്കാനം, തലചുറ്റൽ, നെഞ്ചുവേദന നെഞ്ഞിടിപ്പ്, ലൈംഗിക താൽപ്പര്യക്കുറവ് എന്നിവ പ്രത്യക്ഷത്തിൽ ശാരീരികമെന്നു തോന്നുന്ന ലക്ഷണങ്ങളാണ്. എന്നാൽ അതിന് ശാരീരിക പരിശോധനയിലും ലാബ് ടെസ്റ്റിലും തെളിവില്ലാതിരിക്കയും മറ്റു മാനസികരോഗ ലക്ഷണങ്ങൾ ഉണ്ടാവുകയുമാണെങ്കിൽ അവ മാനസിക കാരണങ്ങൾ കൊണ്ടാകാം. ഗുരുതര മാനസിക ലക്ഷണങ്ങൾ മിഥ്യാചോദനകൾ (അവയിൽ മിഥ്യാശ്രവണങ്ങൾ, മിഥ്യാദർശനങ്ങൾ, മിഥ്യാസ്പർശനങ്ങൾ തുടങ്ങിയവ) മിഥ്യാധാരണകൾ എന്നിവയും അവയെക്കുറിച്ച് ഉൾക്കാഴ്ചയില്ലാതിരിക്കലുമാണ്. ആദ്യഘട്ടത്തിൽ ഉൾക്കാഴ്ച ഭാഗികമായി ഉണ്ടാകും, പിന്നീടത് മുഴുവനായി പോകും. ഇതിലെ പ്രധാന തകരാറ് ചിന്തയിലെ തകരാറുകളാണ്. ചിന്തയിലെ രൂപം, ഘടന, ഉള്ളടക്കം, ഒഴുക്ക് എല്ലാം ഓരോതരത്തിൽ തകരാറാകും. ഉറക്കത്തിൽ പെടുന്നതിന് മുമ്പും എഴുന്നേൽക്കുമ്പോഴും ഒരു രോഗവുമില്ലാത്തവർക്കും മിഥ്യാശ്രവണമുണ്ടാകാം. ഭാവനയും ഈ അനുഭവങ്ങളുമായും തിരിച്ചറിയണം. കഠിനമായ ഉറക്കമൊഴിക്കൽ ഈ ലക്ഷണങ്ങളുണ്ടാക്കാം.

പല ശാരീരികരോഗങ്ങളിലും അവസ്ഥയിലും ഇവയുണ്ടാകാം. അത് കാരണ സഹിത സൈക്കോസിസ് അഥവാ സെക്കണ്ടറി സൈക്കോസിസ് എന്നുപറയാം. ശക്തമായ പനി, മറ്റു ആഘാതങ്ങൾ, വിഷബാധ എന്നിവ മൂലം ഉണ്ടാകാവുന്ന സി, അൾഷിമേഴ്സ്, ലെവി ബോഡി തുടങ്ങിയ മേധാക്ഷയങ്ങൾ, പാർക്കിൻസോണിസം, സ്ട്രോക്, മസ്തിഷ്ക ട്യൂമർ, മൾട്ടിപ്പിൾ സ്ക്ലിറോസിസ്, അപസ്മാരം, അർബുദവും അതിനുപയോഗിക്കുന്ന മരുന്നുകളും, വൈറസ് മസ്തിഷ്കരോഗം, എയ്ഡ്സ്, മലേറിയ, സിഫിലിസ്, തൈറോയ്ഡ് അഡ്രിനൽ രോഗങ്ങൾ, പാരാതൈറോയ്ഡ് രോഗങ്ങൾ, പ്രസവാനന്തര **സന്നിബാധ**, പോർഫൈറിയ, ബി 12 പോരായ്മ, ലവണങ്ങളുടെ തകരാറുകൾ, കരൾ വൃക്ക രോഗങ്ങൾ, ഓട്ടോ

ഇമ്യൂൺ രോഗങ്ങളായ ലുപ്പസ്, സാർക്കോയ്ഡോസിസ്, ഹഷിമോട്ടോ രോഗം, കുറിപ്പില്ലാതെ വാങ്ങിക്കഴിക്കുന്ന കിക്ക് കിട്ടാനുള്ള അനധികൃത വസ്തുക്കൾ. അനിയന്ത്രിത ഉറക്കരോഗം, ഫ്ളു തൊണ്ണുവീക്കം, മദ്യപാനം, അംഫിട്ടമിൻ, കഞ്ചാവ്, കൊക്കെയിൻ, കീറ്റമിൻ, മെസ്കാലിൻ, കറുപ്പ്, ഹിറോയ്ൻ, സ്പോർട്സ് താരങ്ങൾ ഉപയോഗിക്കാറുള്ള സ്റ്റിറോയ്ഡ്കൾ എന്നിവയും സൈക്കോസിസ് എന്നു തോന്നിക്കാവുന്ന ലക്ഷണങ്ങളുണ്ടാക്കാം. ഇവ തിരിച്ചറിയാൻ ശാരീരിക പരിശോധനയ്ക്കും രോഗചരിത്രം അറിഞ്ഞതിനുശേഷം ആവശ്യമുള്ള ലാബ് റേഡിയോളജിക്കൽ പരിശോധനകൾ (ഇവയെ പ്രതിപാദിക്കുന്ന ഭാഗം വായിച്ചാലും) നടത്തിയാൽ രോഗനിർണയം എളുപ്പമാകും. മാനസികരോഗം തീരുമാനിക്കുന്നത് ശാരീരികരോഗം ഇല്ല എന്ന് തെളിഞ്ഞതുകൊണ്ടു മാത്രമല്ല, മാനസികമായ കാരണങ്ങളും ലക്ഷണങ്ങളും ഉള്ളതുകൊണ്ടും കൂടിയാണ്.

13

ഹാർട്ട് അറ്റാക് എന്ന മയോകാർഡിയൽ ഇൻഫാർഷൻ (Myocardial Infarcion)

As for me, except for an occasional heart attack, I feel as young as I ever did.

-Robert Benchley.

'എം ഐ' എന്ന ചുരുക്കപ്പേരിലറിയപ്പെടുന്ന പെട്ടെന്നുവരുന്ന ഈ രോഗം ഹൃദയത്തിനുതന്നെ രക്തം നൽകുന്ന കൊറോണറി ധമനികളിൽ രക്തം കട്ടപിടിച്ച് ഹൃദയപേശിയിലേക്കുള്ള രക്ത ഒഴുക്ക് നിന്നുപോകുന്നതുകൊണ്ട് സംഭവിക്കുന്നതാണ്. പെട്ടെന്നുള്ള ശക്തമായ നെഞ്ചുവേദന വന്നാലുടനെ ഇൻഫാർഷൻ സംശയിക്കുന്നുവെങ്കിൽ, ഒട്ടും പരിഭ്രമിക്കാതെ ആംബുലൻസ് വിളിച്ച് സൗകര്യമുള്ള ആശുപത്രിയിൽ പോകണം.

തടസമുണ്ടാക്കുന്ന രക്തക്കട്ട അലിയിച്ച് കളയുന്ന ചികിത്സ അടിയന്തരമായി അവിടെചെയ്യും. അത് കഴിയുന്നത്രവേഗം ചെയ്യുന്നതോടെ ഹൃദയപേശിക്കുള്ള അപായം വളരെകുറയും. അതോടൊപ്പം വേദന കുറയ്ക്കാനും മറ്റു തുടർരോഗങ്ങൾ തടയാനുമുള്ള ചികിത്സവേണം. കൊറോണറി അപായസാധ്യത (Coronary Risk) കുറയ്ക്കാൻ അതിനുള്ള എല്ലാ കാരണങ്ങളും പരിഗണിച്ച് അവ ഒഴിവാക്കണം.

എന്താണ് എം ഐ എന്ന ഹാർട്ട് അറ്റാക്?

ഹൃദയപേശിയുടെ ഭാഗങ്ങളിൽ പെട്ടെന്ന് രക്ത ഒഴുക്ക് നിൽക്കുകയാണിവിടെ സംഭവിക്കുന്നത്. പെട്ടെന്ന് ചികിത്സ കിട്ടിയില്ലെങ്കിൽ ഹൃദയപേശി തകരാറിലാകുന്നു. എം ഐ എ ചുരുക്കപ്പേരിലും കൊറോണറി ത്രോംബോസിസ് എന്ന രോഗശാസ്ത്രപ്പേരിലും ഇത് വളരെ ജനകീയമായി അറിയപ്പെടുന്നു. ഇതിന്റെ മഹാദുരന്തനാടകീയതയാണിതിനു കാരണം. ജീവിതം ആടിത്തിമർക്കുമ്പോൾ പെട്ടെന്ന് നായകൻ മുന്നറി

യിപ്പൊന്നുമില്ലാതെ നിഷ്ക്രമിക്കുന്നു.

കുടുംബനാഥനും മകനും സഹോദരനും ഭർത്താവും പെട്ടെന്ന് ഇല്ലാതാവുന്നു. എം ഐ അക്യൂട്ട് കൊറോണറി സിൻഡ്രോം എന്ന രോഗ ക്കൂട്ടത്തിലെ ഒരു ഭാഗമാണ് എന്ന് മനസിലാക്കണം. ഇൻഫാർഷൻ എന്നാൽ കോശജാലങ്ങളുടെ മരണം എന്നാണ് ഡോക്ടർമാർ അർഥമാ ക്കുന്നത്. തിരുമേനി കാലം ചെയ്തു, സ്വാമിജി സമാധിയായി, മഹാരാ ജാവ് തീപ്പെട്ടു, ആന ചെരിഞ്ഞു, പട്ടി ചത്തു എന്നെല്ലാം നാം ഒരേ മര ണത്തിന് വ്യത്യസ്ത ഭാഷ ചമയ്ക്കുന്നതുപോലെ.

ഹൃദയപേശികളുടെ പ്രവർത്തനം ആലക്തികവീചികളിലൂടെ രേഖ പ്പെടുത്തുന്ന ഇ സി ജി നോക്കി പ്രധാനമായി രണ്ടുതരം എം ഐ ഉണ്ടെന്ന് പറയാം. എസ് ടി തരംഗം ഉയർന്നുകാണുന്നതും, പിന്നെ അപ്ര കാരമില്ലാത്തതും. ചികിത്സ ഹൃദ്രോഗവിദഗ്ധൻ തീരുമാനിക്കുന്നത് ഏതു തരം എം ഐ എന്നതിനനുസരിച്ചായിരിക്കും. മാത്രമല്ല, മറ്റുരോഗങ്ങ ളായ പ്രമേഹം, രക്തസമ്മർദം, രക്തത്തകരാറുകൾ, കൊളസ്ട്രോൾ എന്നിവയും പ്രായം, എത്രാമത്തെ പ്രാവശ്യമാണ് രോഗം വരുന്നത് തുട ങ്ങിയവയും പരിഗണിച്ചിരിക്കും. ഹൃദയത്തെയും കൊറോണറി ധമനിക ളെയും പറ്റി അൽപ്പം മനസിലാക്കുന്നത് നല്ലതാണ്.

(ചിത്രം നോക്കിയാലും. കൊറോണറി ധമനികൾ കാണുക.) ഹൃദയ പേശിയും ഒരു പേശി തന്നെയാണ്. ഓരോ ജീവജാലവും അവയുടെ ഭാഗങ്ങളും അവയുടെ പ്രവർത്തനത്തിനനുസരിച്ച് ഘടന പേറുന്നവയാണ്. അതനുസരിച്ച് ഭ്രൂണാവസ്ഥ മുതൽ മരണം വരെ ഒരു മുടക്കവും വരാതെ പ്രവർത്തിക്കുന്ന ഹൃദയപേശിക്കും ഘടനയിൽ പ്രത്യേകതകളുണ്ടാവ ണ്ടെ? ഹൃദയപേശിയിലേക്ക് രക്തം എത്തിക്കുന്നത് കൊറോണറി ധമ നികളാണ്. മഹാധമനിയുടെ ശാഖകളാണ് കൊറോണറി ധമനികൾ. പ്രധാന കൊറോണറി ധമനി പിന്നീട് ചെറിയ ശാഖകളാകുന്നു. ഇവ ഹൃദയപേശിയുടെ എല്ലാ ഭാഗത്തേക്കും രക്തം എത്തിക്കുന്നു. വലിയ ഭാഗം തടസമായാൽ കൂടുതൽ ഭാഗത്തേക്കുള്ള രക്ത ഒഴുക്ക് തടസപ്പെ ടുന്നു, ചെറിയ ശാഖയാണെങ്കിൽ ചെറിയ ഭാഗത്തുമാത്രവും. രോഗം ഭേദമാവുന്നവരിൽ ആ 'മരിച്ച' ഭാഗത്ത് മുറിവുണങ്ങുമ്പോഴുണ്ടാകുന്നത് പോലെ കോശജാലം പകരം ഉണ്ടാകുന്നു. ഇ സി ജിയിൽ എസ് ടി തരംഗം ഉയർന്നതരം രോഗികളിൽ ആ ഭാഗത്തുള്ള ഹൃദയപേശിയിലേ ക്കുള്ള രക്തധമനി പൂർണമായും തടസപ്പെട്ടിരിക്കും. അല്ലാത്തവരിൽ ഭാഗികമായേ തടസപ്പെട്ടിരിക്കൂ.

എന്താണ് കൊറോണറി ധമനിയിൽ തടസമുണ്ടാക്കുന്നത്?

ഏറ്റവും പ്രധാന കാരണം കൊറോണറി ധമനിയിലെ രക്തം കട്ട പിടിക്കുന്നതുതന്നെ. അത് ശാഖകളിലും പ്രധാനസ്ഥലങ്ങളിലുമാകാം. കട്ട പിടിക്കൽ ആരോഗ്യമുള്ള ധമനികളിൽ സംഭവിക്കുകയില്ല. ധമനി ച്ചുവരുകളിൽ അഥിരോമ ഉണ്ടായാൽ അത് സംഭവിക്കാം. ഈ അഥി രോമ എന്ന വില്ലൻ കൊഴുപ്പുകൊണ്ടുള്ള പാളിയാണ്. അത് ധമനിയുടെ

ചുവരിൽ പറ്റിപ്പിടിച്ചിരിക്കും. ഇത് ഏതാണ്ട് പഴയ പൈപ്പിലെ തുരുമ്പ് പോലെയാണ്. കുറേക്കൊല്ലം കഴിയുമ്പോൾ നമുക്ക് പഴയ പൈപ്പുകൾ മാറ്റേണ്ടിവരാറുണ്ട്. ഈ പാളിക്ക് പുറമെ ഒരു കവചവും ഉള്ളിൽ മൃദുവായ കൊഴുപ്പുമാണ്. ആദ്യമായി ആ കവചത്തിൽ വിള്ളൽ വീഴുന്നു. അതാണ് പ്ലാക് പൊട്ടൽ, ഇതോടെ ഉള്ളിലെ മൃദുവായ കൊഴുപ്പ് രക്തത്തിലേക്ക് വരുന്നു. തുടർന്നാണ് രക്തം കട്ടപിടിക്കുന്നത്. ഈ രക്തക്കട്ട കളയാൻ മരുന്നും ആഞ്ജിയോപ്ലാസ്റ്റി എന്ന ചികിത്സയുമുണ്ട്. ഇവ വേഗം ചെയ്താൽ ഹൃദയപേശിക്കുള്ള തകരാറ് വളരെ കുറയും.

മറ്റു കാരണങ്ങൾ

മറ്റുള്ള ശരീരഭാഗത്തുനിന്നും ഉള്ള രക്തക്കട്ട രക്തഒഴുക്കിലൂടെ വന്ന് കൊറോണറി ധമനിയിൽ കുടുങ്ങി അടയാൻ സാധ്യതയുണ്ട്. കൊക്കൈൻ എന്ന മയക്കുമരുന്ന് ഉപയോഗിക്കുന്നവരിൽ കൊറോണറി ധമനി പെട്ടെന്ന് ചുരുങ്ങി പ്രശ്നമുണ്ടാകാൻ സാധ്യതയുണ്ട്. ഹൃദയ ശസ്ത്രക്രിയ, കൊറോണറി ധമനിയിലെ രോഗക്കത്തൽ (inflamation) എന്നിവയും ചുരുക്കമായി ഇൻഫാർഷനു കാരണമായേക്കാം.

ഏതൊക്കെയാണ് ഇതിനുള്ള സാധ്യതയുണ്ടാക്കുന്നത്?

ഇന്ത്യക്കാരിൽ ഹൃദയാഘാത സാധ്യത മറ്റുരാജ്യങ്ങളെ അപേക്ഷിച്ച് വളരെ കൂടുതലാണ്. 45-50 വയസിനുശേഷമാണ് സാധ്യത കൂടുതൽ. പ്രായം കൂടുന്തോറുമത് വർധിക്കുന്നു. സ്ത്രീകളിൽ സാധ്യത കുറവാണെങ്കിലും മാസമുറ നിന്നുകഴിഞ്ഞാൽ ഒരുപോലെയാണ്.

ഈസ്ട്രജൻ എന്ന സ്ത്രീ ഹോർമോണിന്റെ സംരക്ഷണം ഇല്ലാതാകുന്നതുകൊണ്ടാണ് അപ്രകാരം സംഭവിക്കുന്നത്. അഞ്ജൈന (Angina) എന്ന കൊറോണറി ധമനിയിൽ രക്ത ഓട്ടം കുറവായവരിൽ സാധ്യത കൂടുതലാണ്. നിശ്ശബ്ദമായി കൊറോണറി ധമനിയിൽ അഥിരോമയുമായി നടക്കുന്നവരിലാണ് പെട്ടെന്ന് ഇൻഫാർഷൻ ഉണ്ടാവുന്നത്.

സാധ്യതാകാരണങ്ങൾ

1. പുകവലി ഏതുവിധേനയും നിർത്തേണ്ടതാണ്.
2. ഉയർന്ന രക്തസമ്മർദം - അത് നിയന്ത്രണവിധേയമാക്കണം.
3. അമിതഭാരം - ഇത് കുറയ്ക്കുന്നതിലൂടെ ഹൃദയത്തിലേക്കുള്ള ഭാരവും കുറയുന്നു.
4. ഉയർന്ന കൊളസ്ട്രോൾ കുറയ്ക്കണം.
5. വ്യായാമമില്ലായ്മ - അപകടമാണ്. ദിവസം അരമണിക്കൂർ നേരമെങ്കിലും വ്യായാമം ചെയ്യണം.
6. ഭക്ഷണം - ആരോഗ്യപ്രദമായ സമീകൃതാഹാരം കഴിക്കണം.
7. പ്രമേഹം ഉള്ളവർ രക്തത്തിലെ പഞ്ചസാര നിയന്ത്രിക്കുന്നതോ

ടൊപ്പം രക്തസമ്മർദവും കൊളസ്ട്രോളും കൂടുതൽ കർശനമായി നിയന്ത്രിക്കണം.

8. കുടുംബചരിത്രം - 55 നു താഴെ അച്ഛനോ സഹോദരനോ, ഹൃദ്രോഗമുണ്ടെങ്കിലും 65 നു താഴെ അമ്മയ്ക്ക് ഹൃദ്രോഗമുണ്ടെങ്കിലും സൂക്ഷിക്കണം. ഇവിടെ രോഗസാധ്യതയുണ്ട്, അതുകൊണ്ട് മറ്റു സാധ്യതകൾ കുറയ്ക്കുക.
9. ഇന്ത്യക്കാരിൽ വർഗപരമായി സാധ്യതയുണ്ട്. മാനസികസംഘർഷം ടൈപ്പ് എ വ്യക്തിത്വം (വളരെ മത്സരിച്ച് ഒട്ടും വിട്ടുവീഴ്ചയില്ലാതെ ജീവിതായോധനത്തിലെ പടികൾ ഓരോന്നായി ചവുട്ടി മുന്നോട്ട് കയറി പോകുന്നവർ) എന്നിവയും കാരണമാണ്.

എന്താണ് ലക്ഷണങ്ങൾ?

രോഗം പലതരത്തിലും അവതരിക്കാം. ഏറ്റവും പ്രധാനമായി കാണപ്പെടുന്നത്, കടുത്ത നെഞ്ചുവേദനയായിട്ടാണ്, വലിയ ഏതോഭാരം നെഞ്ചിൽ കയറ്റിവെച്ചതുപോലെ എന്ന് രോഗി പറയും. വേദന താടി വരെയും, ഇടത് അല്ലെങ്കിൽ രണ്ട് കയ്യിലേക്കും പടരുന്നു. ശ്വാസതടസം ഉണ്ടാകാം. അഞ്ജൈനയുടെ ഒരു കടുത്ത നീണ്ടുനിൽക്കുന്ന രൂപം. അഞ്ജൈന ഏതാനും മിനിട്ടുനേരത്തേക്ക് മാത്രമാണെങ്കിൽ എം ഐ എന്ന ഇൻഫാർഷൻ 15 മിനിട്ടിൽ കൂടുതൽ നേരത്തേക്ക് ചിലപ്പോൾ മണിക്കൂറുകളോളം നീണ്ടുനിൽക്കും. ആ വ്യത്യാസം മനസിലാക്കണം. അതോടൊപ്പം വിയർപ്പ്, തലചുറ്റൽ, വളരെ ഗുരുതര അസുഖമാണെന്നും മരിക്കാൻ പോവുകയാണെന്നും വരെ തോന്നാം.

ചിലർക്ക് പ്രത്യേകിച്ച്, പ്രമേഹത്താൽ വേദന ഞരമ്പുകൾ ദ്രവിച്ചതുമൂലം വേദന അധികം തോന്നുകയില്ല. ചിലർ വയറിലെ ദഹനക്കേടാണെന്നാണ് പറയുക. ചുരുക്കത്തിൽ ഉദരത്തിലും നെഞ്ചിലും ഉണ്ടാകാവുന്ന പല പെട്ടെന്നുള്ള വേദനയുള്ള രോഗങ്ങളുമായി തെറ്റിദ്ധരിക്കപ്പെടാം. ചിലരിൽ ഒരു ലക്ഷണവും കാണില്ല. ഇടയ്ക്കുള്ള ഇ സി ജി പരിശോധനയിൽ മാത്രമാണ് അന്ന് ഒരു ഇൻഫാർഷൻ സംഭവിച്ചിരുന്നു എന്നു മനസിലാകുന്നത്. വലിയ ഇൻഫാർഷൻ ഉണ്ടായാൽ ചില ഹതഭാഗ്യർ പെട്ടെന്ന് മരിക്കാറുണ്ട്. അക്ഷരാർഥത്തിൽ ഹൃദയം തകർന്നുള്ള മരണം. ഈ തരത്തിലുള്ള രോഗാവതരണം കാരണം സംശയം തോന്നുവർക്കെല്ലാം ഇ സി ജി പരിശോധനയും രക്ത എൻസൈം, ട്രോപ്പോണിൻ പരിശോധനയും നടത്തണം.

അഞ്ജൈന/ഇൻഫാർഷൻ ഉണ്ടെന്ന് സംശയം തോന്നിയാൽ എന്താണ് ചെയ്യേണ്ടത്?

ഉടനെ ഒരു ആസ്പിരിൻ കഴിക്കുക. അപ്പോൾത്തന്നെ ആംബുലൻസ് വിളിച്ച് സൗകര്യമുള്ള ആസ്പത്രിയിൽ പോവുക. ഇപ്പോൾ പ്രാണ

വായുവും മറ്റു സൗകര്യങ്ങളുമുള്ള ആംബുലൻസ് ആവശ്യമനുസരിച്ച് ലഭ്യമാണ്. കാൾ സെന്ററുകളിലോ, ആസ്പത്രിയിലോ വിളിച്ചാൽ മതി.

പല സമാനരോഗങ്ങളിൽനിന്നും എപ്രകാരം ഇൻഫാർഷൻ തിരിച്ചറിയാം?

ഇതുമായി സംശയിക്കാവുന്ന രോഗങ്ങൾ.

വയറിലെ അസുഖം, പിത്താശയരോഗം, നെഞ്ചിലെ പേശികളെ ബാധിക്കുന്ന വേദനകളും വൈറസ് രോഗങ്ങളും, മാനസികമായി സമ്മർദമുള്ളവരിൽ ഹൈപ്പോകോൺഡ്രിയാസിസ്, ഉൽക്കണ്ഠ എന്നിവയാണ്.

രോഗമുണ്ടോ എന്ന് ഉറപ്പിക്കാനുള്ള പരിശോധനകൾ.

ഇ സി ജി (ഇതിനെപ്പറ്റി പ്രതിപാദിച്ച ലേഖനം വായിച്ചാലും) ഇൻഫാർഷൻ ഉണ്ടെങ്കിൽ അതിൽ വ്യക്തമായ വ്യതാസങ്ങൾ കാണും. ക്യു തരംഗം തകരാറിലാകും, എസ് ടി തരംഗം ഉയർന്നിരിക്കും. ചിലരിൽ രോഗമുണ്ടായിട്ടും ഇ സി ജിയിൽ വ്യത്യാസം കണ്ടെന്നുവരില്ല.

രക്തപരിശോധന

ഹൃദയപേശിയിലുള്ള ട്രോപ്പോണിൻ ഇൻഫാർഷൻ ഉണ്ടാകുന്നതോടെ രക്തത്തിലേക്ക് വരുന്നു. ഇൻഫാർഷൻ സംഭവിച്ച് 3-12 മണിക്കൂർ കഴിഞ്ഞാൽ രക്തത്തിലെ ഇതിന്റെ അളവ് ഉയർന്നിരിക്കും. 24-48 മണിക്കൂർ കഴിഞ്ഞാൽ ഏറ്റവും കൂടും. 5-14 ദിവസം കഴിഞ്ഞാൽ സാധാരണനില കൈവരിക്കും. അതുകൊണ്ട് ഹൃദയപേശിയുടെ ആഘാതം എത്രത്തോളമെന്ന് ഇ സി ജിയും ട്രോപ്പോണിൻ പരിശോധനയുംകൊണ്ട് തീരുമാനിക്കാം. ഹൃദയപേശിയിൽനിന്നും ആഘാതത്തിനുശേഷം രക്തത്തിലേക്ക് വരുന്ന ക്രിയാറ്റിൻ കൈനേസ് എൻസൈം നോക്കിയാലും ഹൃദയപേശിയുടെ ആഘാതത്തിന്റ അളവറിയാം. ഹൃദയമിടിപ്പ് കുറച്ച് ദിവസത്തേക്ക് ഹൃദയതീവ്രപരിചരണ വിഭാഗത്തിൽ നിരീക്ഷിക്കേണ്ടതായി വരും.

വേറെയും രക്തപരിശോധനകൾ വേണ്ടിവരും. ഹാർട്ട് ഫെയിലിയർ തുടങ്ങിയ വരാഴികകൾ ഉത്ഭവിക്കരുതല്ലോ. ഇവിടെ അൾട്രാസൗണ്ട് സ്കാൻ (ഇതിനെപ്പറ്റി പ്രതിപാദിച്ച ഭാഗം വായിച്ചാലും) അല്ലെങ്കിൽ മയോകാർഡിയൽ പെർഫ്യൂഷൻ സ്കാൻ (സ്കിന്റ്റിഗ്രാഫി) എന്നിവയും ഡോക്ടർ ചെയ്തേക്കാം. (ഇതിനെപ്പറ്റി പ്രതിപാദിച്ച ഭാഗം വായിച്ചാലും) കൊറോണറി ധമനികളിൽ അഥിരോമയുടെ വ്യാപ്തി എത്രത്തോളമെന്നറിയാൻ ആശുപത്രിയിൽനിന്നും പോരുന്നതിനുമുമ്പ് പരിശോധനകൾ ചെയ്യും. ഉദാ: വ്യായാമം ചെയ്തുകൊണ്ടുള്ള ട്രെഡ്മിൽ ഇ സി ജി, കൊറോണറി ആഞ്ജിയോഗ്രാഫി എന്നിവ. (ഇതിനെപ്പറ്റി പ്രതിപാദിച്ച ഭാഗം വായിച്ചാലും) ഇവിടെ പ്രത്യേക ചായം കുത്തിവച്ചെടുക്കുന്ന എക്സ്റെകൊണ്ട് കൊറോണറി ധമനിയുടെ ഘടന, അഥിരോമയുടെ വ്യാപ്തി എന്നിവയറിയാം.

ഹൃദയ ഇൻഫാർഷൻ ചികിത്സ എപ്രകാരമാണ്?

നേരത്തെ പറഞ്ഞതുപോലെ എസ് ടി തരംഗം ഉയർന്ന STEM ഇൻഫാർഷന്റെയും അപ്രകാരമല്ലാത്ത NSTEM MI യുടെയും ചികിത്സ വ്യത്യസ്തമാണ്. ആസ്പിരിൻ എന്ന ലളിതമായ മരുന്നാണ് ആദ്യ ചികിത്സ. അത് രക്തത്തിലെ പ്ലേയ്റ്റ്ലെറ്റുകളുടെ അഥിരോമയുമായി പറ്റിച്ചേരാനും തുടർന്ന് രക്തക്കട്ട ഉണ്ടാവാനുമുള്ള സാധ്യത കുറയ്ക്കുന്നു. ഇതോടൊപ്പംതരുന്ന ക്ലോപ്പിഡോഗ്രെൽ വ്യത്യസ്തമായ വഴിയിലൂടെ പ്ലേയ്റ്റ്ലെറ്റുകളുടെ അഥിരോമയുമായി പറ്റിച്ചേരാനുള്ള സാധ്യത വീണ്ടും കുറയ്ക്കുന്നു. ഇതുപോലെതന്നെ ഹിപ്പാരിൻ കുത്തിവയ്പ്പും വീണ്ടും രക്തം കൊറോണറി ധമനിയിൽ കട്ടപിടിക്കാതിരിക്കാൻവേണ്ടി ചെയ്യുന്നു. ശക്തമായ വേദനയുള്ളതിനാൽ ശക്തമായ വേദനാസംഹാരിയും ഇതോടൊപ്പം വേണ്ടിവരും.

കൊറോണറി ധമനിയിലെ തടസം നീക്കാനുള്ള ചികിത്സ

കുറച്ചു മണിക്കൂറുകൾക്കുള്ളിൽ തടസം നീക്കിയാൽ ഹൃദയപേശി നശിച്ചുപോവുകയില്ല. അപ്രകാരം ഹൃദയത്തെ രക്ഷിച്ചെടുക്കാം. അതുകൊണ്ടാണ് ഈ ചികിത്സയ്ക്ക് അടിയന്തരപ്രാധാന്യം കൊടുക്കുന്നത്. എത്രയുംവേഗം തടസം നീക്കുന്നുവോ അത്രയും നന്ന്.

അടിയന്തര ആഞ്ജിയോപ്ലാസ്റ്റി

ലക്ഷണം തുടങ്ങി ഏതാനും മണിക്കൂറുകൾക്കകം ചെയ്യലാണ് ഏറ്റവും അഭിലഷണീയം. എക്സ്റെയിലൂടെ കാണാവുന്ന കത്തീറ്റർ കാലിലെ ഒടിയിലെ വെയിനിലൂടെ കടത്തുന്നു. അതിനെ ആവശ്യാനുസരണം ചലിപ്പിച്ച് കൊറോണറി ധമനിയിലേക്കെത്തിക്കുന്നു. അതിനറ്റത്ത് ഒരു ബലൂൺ ഉണ്ടായിരിക്കും. അതിനെ വികസിപ്പിക്കുന്നതിലൂടെ ധമനി അടഞ്ഞഭാഗം വിടരുന്നു.

അവിടെ വികസിച്ചഭാഗത്ത് ഒരു സ്റ്റെൻട് ഘടിപ്പിക്കുന്നു. അത് ധമനി വീണ്ടും അടയാതെ തുറന്നിരിക്കാനും രക്ത ഓട്ടം സാധാരണ നിലയിലാകാനും സഹായിക്കുന്നു. ഇതിനുപകരമായി സ്ട്രെപ്ടോകൈനേസ് എന്ന മരുന്നുകുത്തിവച്ചും ചികിത്സിക്കാറുണ്ട്. ആംബുലൻസിൽ വച്ചും ഈ ചികിത്സ ചെയ്യാവുന്നതാണ്. ഇൻഫാർഷൻ വീണ്ടും ആവർത്തിക്കുകയാണെങ്കിൽ വീണ്ടുമത് ചെയ്യുവാൻ പറ്റില്ല. കാരണം, ഈ ആന്റിജനെതിരെ (antigen) ശരീരം ആന്റിബോഡി സൃഷ്ടിച്ച് പിന്നീടുള്ള കുത്തിവയ്പ് ഉപയോഗശൂന്യമാക്കും. ഈ ചികിത്സകളുടെ പ്രത്യേകത എത്ര വേഗമാണിത് ചെയ്യുന്നതെന്നതനുസരിച്ചായിരിക്കും ഫലം.

ബീറ്റബ്ലോക്കർ (beta blocker)

ഇത് അഡ്രിനലിൻ പോലുള്ള ഹോർമോണുകളെ പ്രവർത്തിക്കു

ന്നതിൽനിന്നും ബ്ലോക് ചെയ്യുന്നു, തടയുന്നു. അഡ്രിനലിൻ (adrenaline) സന്നിഗ്ധഘട്ടങ്ങളിൽ പ്രവർത്തിച്ച് ഹൃദയത്തിന്റെ മിടിപ്പ് വർധിപ്പിക്കുന്ന ശരീരത്തിലെ ഹോർമോണാണ്. ഇതിന്റെ പ്രവർത്തനം ഇൻഫാർഷൻ രോഗികളിൽ അപകടകരമാണ്. അതുകൊണ്ട് ഈ മരുന്ന് ഹൃദയത്തെ സംരക്ഷിക്കുന്നു എന്നുപറയാം. മാത്രമല്ല, കേടുവന്ന കൊറോണറി ഹൃദയപേശിയിൽനിന്നും തെറ്റായ ഹൃദയതാളങ്ങൾ ഉത്ഭവിക്കാതിരിക്കാനും വീണ്ടുമൊരു ഇൻഫാർഷൻ ഉണ്ടാകാതെ കാക്കുവാനും ഇത് വളരെപ്രയോജനപ്പെടുന്നു.

ഇൻസുലിൻ (insulin)

ഇൻഫാർഷനുശേഷം ഹൃദയപേശിക്ക് ക്ഷതമുണ്ടാവുന്നതിനാൽ പ്രമേഹ അതിർത്തിയിൽ നിൽക്കുന്നവരിൽ രക്തത്തിലെ പഞ്ചസാര വർധിക്കുന്നുവെങ്കിലും മുമ്പെ പ്രമേഹരോഗിയാണെങ്കിലും ഇൻസുലിൻ കുത്തിവയ്പ് എടുക്കേണ്ടിവരും. അതുപോലെ പ്രാണവായു ആവശ്യത്തിന് കൊടുക്കേണ്ടിവരും.

ഇൻഫാർഷനുശേഷമുള്ള ചികിത്സ.

1. ആസ്പിരിൻ.
   ഇത് പ്ലെയ്റ്റ്ലെറ്റുകൾ പറ്റിപ്പിടിച്ച് രക്തം കട്ടയാകാതെ സൂക്ഷിക്കുന്നു
2. ബീറ്റബ്ലോക്കർ.
   മിടിപ്പ് കൂടാതെയും അപായമിടിപ്പുകളുണ്ടാവാതെയും സൂക്ഷിക്കുന്നു.
3. എയ്സ് ഇൻഹിബിറ്റർ.
   ഹൃദയപേശിയെ സംരക്ഷിക്കുന്നു.

സ്റ്റാറ്റിൻ (statin)

കൊളസ്ട്രോൾ കുറയ്ക്കാൻ സഹായിച്ച് അഥിരോമ ഉണ്ടാവാതെ നോക്കുന്നു. ആസ്പിരിനോടൊപ്പം ക്ലോപ്പിഡോഗ്രൽ (clopidogrel) എന്ന പ്ലെയ്റ്റലെറ്റിൽ പ്രവർത്തിക്കുന്ന മരുന്നും ആവശ്യമാണ്. അതോടൊപ്പം പുകവലി തുടങ്ങിയ അപായസാധ്യതകളും ഇല്ലാതാക്കണം. ഹാർട്ട് ഫെയ്‌ലിയർ ഉണ്ടെങ്കിൽ അതിനുള്ള മരുന്നുകളും ഇതോടൊപ്പം വേണ്ടിവരും.

ഇൻഫാർഷൻ എത്ര ഗൗരവമുള്ളതാണ്?

അത് എത്രമാത്രം ഹൃദയപേശി ഇൻഫാർഷൻമൂലം കേടുവന്നു എന്നതനുസരിച്ചിരിക്കും. വലിയ ഇൻഫാർഷൻ ആണ് പ്രശ്നം സൃഷ്ടിക്കുന്നത്. വേഗം ഫലപ്രദചികിത്സ ലഭിക്കുന്നതാണ് കാര്യം. ഇൻഫാർഷനുശേഷം മൂന്നു പ്രധാന പ്രശ്നങ്ങളാണ് ചിലപ്പോൾ ഉത്ഭവിക്കാൻ സാധ്യത.

ഹാർട്ട് ഫെയ്ലിയർ

ഇത് ഹൃദയപേശി കൂടുതൽ കേടുവന്നാൽ സംഭവിക്കുന്നതാണ്.

അസാധാരണ താളങ്ങൾ

ഇവ ഉണ്ടാകുന്നത് ആദ്യത്തെ ചില മണിക്കൂറുകളിലാണ്. വെൻട്രിക്കുലാർ ഫിബ്രിലേഷൻ (Ventricular Fibrillation) എന്ന തരം താളക്രമക്കേട് വളരെ അപകടകരമാണ്. ഇതിന് ഡിഫിബ്രിലേറ്റർ (defribillator) ഉപയോഗിക്കേണ്ടി വരും.

ഡിഫ്രിലേറ്റർ

മറ്റു താളക്കേടുകൾക്ക് മരുന്നുകൾ മതി. വീണ്ടുമുള്ള ഹൃദയ ആഘാത സാധ്യത അഥിരോമമൂലം കൊറോണറി ധമനി വളരെ കേടുവരുമ്പോഴാണ്. അത്തരം രോഗികൾക്ക് കൊറോണറി ബൈപാസ് സർജറി (Coronary Byepass Surgery) പരിഗണിക്കേണ്ടി വരും.

ഇൻഫാർഷൻ ഉണ്ടായ ആദ്യദിവസം, വളരെ ശ്രദ്ധിക്കേണ്ട ദിവസം.

ആദ്യദിവസം തന്നെയാണ് നിർണായകം. രണ്ടാഴ്ച സുഖമായി കടന്നുപോയെങ്കിൽ പിന്നെ പൂർണ രോഗവിമുക്തി മിക്കവാറും ഉണ്ടാകും.

രോഗം മാറിയതിനുശേഷം.

വിശ്രമം എന്ന വാക്ക് ഉപദേശമായി വീണുകിട്ടുമ്പോൾ അത് അക്ഷരാർഥത്തിലും അമിതാർഥത്തിലുമെടുത്ത് ജോലി രാജിവച്ച്, ഒന്നിലുമേർപ്പെടാതെ ജീവിതം കഴിഞ്ഞു, ഇനി ഒരു ജീവച്ഛവം എന്നുകരുതി ഉൽക്കണ്ഠാകുലരായി കാലംപോക്കുന്നവരുണ്ട്. ഭൂരിഭാഗം പേരിലും അത്തരം ദോഷചിന്തയ്ക്ക് ഒരടിസ്ഥാനവുമില്ല. ഡോക്ടറോട് ശാരീരികാധ്വാനം എത്രമാത്രം എന്ന് കൃത്യമായി ചോദിച്ച് മനസിലാക്കണം. ഭൂരിഭാഗംപേർക്കും പതിവായ വ്യയാമം ചെയ്യണമെന്ന ഉപദേശമായിരിക്കും കൊടുക്കുക. അവർക്ക് ഒരു പ്രയാസവുമില്ലാതെ സാധാരണ ജീവിതം നയിക്കാം.

എന്താണ് അക്യൂട്ട് കൊറോണറി സിൻഡ്രോം? (Acute Coronary Syndrome)

ഡോക്ടർമാർ ഈ പേര് കൊണ്ടുദ്ദേശിക്കുന്നത് ഹൃദയപേശിയിലേക്കുള്ള രക്ത ഓട്ടം പെട്ടെന്ന് കുറഞ്ഞുപോകുന്ന ഒരു കൂട്ടം രോഗങ്ങൾ എന്നാണ്.

രക്തസമ്മർദം

രക്തസമ്മർദം കൂടിയവരിൽ കൊറോണറി ഇൻഫാർഷനും മസ്തിഷ്കത്തിലെ സ്ട്രോക്കും വരാനുള്ള സാധ്യത കൂടുതലാണ്. അതുകൊണ്ട് അതോടൊപ്പം മറ്റു ജീവിതശൈലി രോഗസാധ്യതകൾ കുറയ്ക്കണം. കൂടെ പ്രമേഹവുമുണ്ടെങ്കിൽ രക്തസമ്മർദവും പ്രമേഹവും നല്ലവണ്ണം

കുറയ്ക്കണം. അവ പരസ്പരം രോഗങ്ങളെ വർധിപ്പിക്കുന്നതുകൊണ്ടാണ് പ്രത്യേകശ്രദ്ധ ആവശ്യമാകുന്നത്.

എന്താണ് രക്തസമ്മർദം?

ധമനികളിലൂടെ രക്തം ദൂരെ എത്തിക്കുവാൻ സമ്മർദം ആവശ്യമാണ്. അത് ആവശ്യത്തിലും അധികമാവുന്നതാണ് പ്രശ്നം. അതായത് നാം രക്തസമ്മർദമുണ്ട് എന്നുപറയുമ്പോൾ അർഥമാക്കുന്നത് കൂടുതലായ രക്തസമ്മർദത്തിന്റെ അനർഥത്തെ പറ്റിയാണ്. അതുപോലെയാണ് ഷുഗറും കൊളസ്ട്രോളും. ഇവയെല്ലാം ആവശ്യത്തിലധികമായി പ്രശ്നമുണ്ടാക്കുമ്പോഴാണ് നാം അവയുണ്ട് എന്നു പറയുന്നത്. രക്ത സമ്മർദമാപിനിയിലെ രസം 124 മില്ലീമീറ്റർ ഉയർത്താനുള്ള രക്തസമ്മർദമാണ് സാധാരണ സിസ്റ്റോളിക് (ബോഡി മാസ്സ് ഇൻഡക്സ് (systolic) രക്തസമ്മർദം. ഇത് ഹൃദയം രക്തത്തെ തള്ളുമ്പോൾ പരിശോധിക്കുന്ന ധമനിയിലെ രക്തസമ്മർദമാണ്. ഹൃദയം അപ്രകാരം തള്ളാതെ വലതുവശം പ്രവർത്തിക്കുമ്പോൾ രക്തത്തള്ളലില്ലാത്ത ധമനിയിലെ രക്തസമ്മർദമാണ്. അതാണ് ഡയാസ്റ്റോളിക് (diastolic) പ്രഷർ. അത് സാധാരണ 80 ആണ്.

എന്താണ് ഉയർന്ന പ്രഷർ?

ഇതിന് ലളിതമായ ഉത്തരമില്ലെങ്കിലും പ്രഷർ വർധിക്കുന്തോറും അസുഖസാധ്യത കൂടുന്നു. ഇത് വ്യക്തികൾ തമ്മിൽ വ്യത്യസ്തമാണ്. പ്രഷർ മാത്രമേയുള്ളൂവെങ്കിൽ 140/80 വരെ സാധാരണമാണ്. പ്രമേഹവും കൂടെയുണ്ടെങ്കിൽ 135/85 സാധാരണമായി എടുക്കണം. മൂന്നുതരത്തിൽ ബ്ലഡ് പ്രഷർ കാണപ്പെടുന്നുണ്ട്. സിസ്റ്റോളിക് ബ്ലഡ് പ്രഷർ ഉദാ: 170/70 ഉം ഡയാസ്റ്റോളിക് ബ്ലഡ് പ്രഷർ ഉദാ: 120/104 ഉം രണ്ടുംകൂടിയത് ഉദാ: 170/110 നു താഴെ. ഒരു പ്രാവശ്യംമാത്രം പ്രഷർ നോക്കി രക്തസമ്മർദമുണ്ടെന്ന് വിധിയെഴുതാനാവില്ല. ദിവസത്തിലെ സമയമനുസരിച്ച് പ്രഷർ മാറിക്കൊണ്ടിരിക്കും. ഉൽക്കണ്ഠയുള്ളപ്പോഴും വ്യായാമം ചെയ്യുമ്പോഴും അത് കൂടിയിരിക്കും. അതുകൊണ്ട് പലപ്രാവശ്യം, ഒരു മാസം ഇടവിട്ട് മൂന്നു പ്രാവശ്യമെങ്കിലും വിശ്രമാവസ്ഥയിൽ എടുത്ത് ശരാശരി കണക്കാക്കി കൂടുതൽ കാണുകയാണെങ്കിലത് പ്രഷർ കൂടുതലാണെന്ന് എടുക്കാം. അപ്രകാരമാണെങ്കിൽ പിന്നെ നിരീക്ഷണമാണ് അടുത്ത നടപടി. ഈ സമയം ഇടയ്ക്കിടെ പ്രഷർ നോക്കുകയും ജീവിതശൈലി മാറ്റണമെങ്കിലതു ചർച്ച ചെയ്യുകയുമാകാം. പ്രഷർ തുടർന്നും കൂടി നിൽക്കുകയാണെങ്കിൽ ചികിത്സ ആരംഭിക്കണം. പലപ്പോഴും ക്ലിനിക്കിൽ പ്രഷർ നോക്കുമ്പോൾ കൂടുകയും സാധാരണ ജോലി, വീട് എന്നിവടങ്ങളിൽ കുറഞ്ഞ് കാണുകയും ചെയ്യാറുണ്ട്. അതിനെ കോട്ട് ഹൈപ്പർടെൻഷൻ (ആസ്പത്രി കിടക്ക കാണുമ്പോഴുണ്ടാകുന്ന ബ്ലഡ് പ്രഷർ) എന്നുപറയുന്നു. അത്തരക്കാരുടെ രക്തസമ്മർദം വീട്ടിൽവച്ച് ശാന്തമായി,

സമാധാനമായി എടുക്കണം.

എന്തുകൊണ്ടാണ് രക്തസമ്മർദം കൂടുന്നത്?

സാധാരണ നാം കാണുന്ന രക്തസമ്മർദം എസ്സൻഷ്യൽ ഹൈപ്പർ ടെൻഷൻ (essential hypertension) എന്നറിയപ്പെടുന്നു. അതായത് ആവശ്യമുള്ള പ്രഷർ എന്നർഥം. വൃക്ക, മസ്തിഷ്കം, കരൾ തുടങ്ങിയ സുപ്രധാന അവയവങ്ങളിലേക്ക് രക്തം ആവശ്യത്തിനെത്തിക്കുവാൻ ആ ശാരീരികാവസ്ഥയിൽ അത്രയും രക്തസമ്മർദം ആവശ്യമാണ്. രക്തസമ്മർദം കൂടുന്നതനുസരിച്ച് ഹൃദയത്തിന് അതിനുംമീതെ തള്ളൽശക്തി കൊടുക്കാൻ പ്രയാസമേറും. തോട്ടം നനയ്ക്കുന്ന പൈപ്പ് അമർന്ന് ചുരുങ്ങിയാൽ മോട്ടോർ ആദ്യം ശബ്ദംകൂടി കഷ്ടപ്പെട്ട് പ്രവർത്തിച്ച്, പിന്നീട് കേടുവരികയോ, നിന്നുപോവുകയോ ചെയ്യാറില്ലേ, ഏതാണ്ടതുപോലെയാണിതും. വൃക്ക മുതലായ അവയവങ്ങൾക്കും രക്തസമ്മർദംമൂലം പ്രയാസമനുഭവപ്പെടും. ധമനികളിലെ ചുരുങ്ങൽ ഹൃദയത്തിന് സമ്മർദം കൂട്ടുന്നു. എന്തുകൊണ്ടാണിതു സംഭവിക്കുന്നത് എന്നതിനെപ്പറ്റി ഗവേഷണങ്ങൾ പുരോഗമിക്കുകയാണ്. പല കാരണങ്ങളുമുണ്ട്.

ഡയബെറ്റിക് നെഫ്രോപ്പതി (Diabetic Nephropathy)

പ്രമേഹമുള്ളവരിൽ വൃക്കരോഗംമൂലം രക്തസമ്മർദം കൂടാം. ഇത് ടൈപ്പ് ഒന്ന് പ്രമേഹത്തിലാണ് കൂടുതൽ.

കാരണങ്ങൾക്ക് വ്യക്തതയുള്ളപ്പോൾ അതിനെ സെക്കന്ററി രക്തസമ്മർദം എന്നു വിളിക്കാം. ഉദാ: ചില വൃക്കരോഗങ്ങൾ, ഹോർമോൺ തകരാറുകൾ തുടങ്ങിയവകൊണ്ട് ഉണ്ടാകുന്നവ. പ്രമേഹമുള്ളവരിൽ രക്തസമ്മർദം കൂടുതലായി കാണപ്പെടുന്നു. 65 കഴിഞ്ഞവരിൽ പകുതി പേരിലും മധ്യവയസ്കരിൽ നാലിലൊന്നു പേരിലും രക്തസമ്മർദമുണ്ട്. ടൈപ്പ് രണ്ട് പ്രമേഹമുള്ളവരിൽ 80 ശതമാനംപേർക്കും ടൈപ്പ് ഒന്ന് പ്രമേഹമുള്ളവരിൽ മുപ്പത് ശതമാനംപേർക്കും രക്തസമ്മർദമുണ്ട്.

രക്തസമ്മർദം കൂടുതൽവരാൻ സാധ്യത

ആഫ്രിക്ക, ഇന്ത്യൻ ഉപഭൂഖണ്ഡം എന്നിവിടങ്ങളിലുള്ള വർഗക്കാർ, രക്തസമ്മർദകുടുംബചരിത്രമുള്ളവർ, അമിതഭാരം, അമിതഭക്ഷണം, കൂടുതൽ ഉപ്പ് കഴിക്കൽ, പഴങ്ങളും പച്ചക്കറികളും കുറവ് കഴിക്കൽ, വ്യായാമം കുറവ്, അമിതമദ്യപാനം എന്നീ ജിവിതശൈലിത്തകരാറുകളുള്ളവർ.

രക്തസമ്മർദത്തിന് പരിശോധനകൾ ഏതെല്ലാം?

വൃക്കരോഗലക്ഷണമുണ്ടോ എന്നറിയാൻ മൂത്രപരിശോധന ആവശ്യമാണ്. അതിൽ പ്രോട്ടീൻ, രക്താണുക്കൾ എന്നിവയുണ്ടോ എന്നും,

രക്തപരിശോധനയിൽ യൂറിയ, ക്രിയറ്റിനിൻ എന്നിവയും പരിശോധിക്കണം.

കൂടാതെ കൊളസ്ട്രോൾ പരിശോധന, ഇ സി ജി എടുക്കൽ എന്നിവയാണ്. ഹൃദയം, വൃക്ക, കൊളസ്ട്രോൾ എന്നിവയിൽ രക്തസമ്മർദം പ്രശ്നമുണ്ടാക്കിയിട്ടുണ്ടോ എന്നറിയേണ്ടത് ചികിത്സയ്ക്ക് സുപ്രധാനമാണ്. രക്തസമ്മർദം ഹാർട്ട്അറ്റാക്കും സ്ട്രോക്കും ഉണ്ടാക്കാനുള്ള സാധ്യത വർധിപ്പിക്കുന്നു.

ഹൃദ്രോഗസാധ്യത കൂട്ടുന്ന ഘടകങ്ങൾ

പുകവലി, വ്യായാമക്കുറവ്, അമിതഭാരം, അനാരോഗ്യകരമായ ഭക്ഷണം, മദ്യപാനം, പ്രമേഹം, കൊളസ്ട്രോൾ ട്രൈഗ്ലിസറൈഡ് കൂടുക, വൃക്ക പ്രവർത്തനം തകരാറിലാകൽ, ഹൃദ്രോഗത്തിന്റ കുടുംബചരിത്രം, പുരുഷനാവുക, മാസമുറ കഴിഞ്ഞ സ്ത്രീ, പ്രായക്കൂടുതൽ, ഇന്ത്യൻ ഉപഭൂഖണ്ഡത്തിലെ വർഗക്കാരനാവുക എന്നിവയാണ്. ഇതിൽ ജീവിതശൈലികളെല്ലാം മാറ്റാം അസുഖങ്ങൾ ആശ്വാസമാക്കാം, പ്രായവും പാരമ്പര്യവുമൊഴിച്ച് എല്ലാം നമുക്ക് മാറ്റാവുന്നതാണ്. രക്തസമ്മർദവും പ്രമേഹവും കൂടിവരുന്നത് പ്രത്യേക അപകടസാധ്യതയാണ്. കണ്ണിലെ റെറ്റിനോപ്പതി, വൃക്കയിലെ നെഫ്രോപ്പതി എന്നിവ ഉദാഹരണങ്ങളാണ്.

എന്താണ് രക്തസമ്മർദം കുറയ്ക്കുന്നതുകൊണ്ടുള്ള പ്രയോജനങ്ങൾ?

ഇവ കൊണ്ടുണ്ടാവുന്ന രോഗങ്ങൾ കുറയ്ക്കാം. അതായത് ഹൃദ്രോഗം, സ്ട്രോക്ക്, എന്നിവ മൂന്നിലൊന്നുകുറയ്ക്കാം. രക്തത്തിലെ പഞ്ചസാര കുറയ്ക്കുന്നതിനേക്കാൾ രക്തസമ്മർദം കുറയ്ക്കുന്നതിനാണ് പ്രയോജനം കൂടുതൽ. ഇതിന് ജീവിതശൈലിമാറ്റവും മരുന്നുകളുമാണാവശ്യം.

അതിനെന്താണ് ചെയ്യേണ്ടത്?

തടി കൂടുതലുണ്ടെങ്കിൽ കുറയ്ക്കുക. ഓരോ കിലോ ഭാരം കുറയുന്തോറും 2.5/1.5 രക്തസമ്മർദം കുറയും. പതിവായ വ്യായാമം വേണം. ആഴ്ചയിൽ അഞ്ചാറു ദിവസം അരമണിക്കൂറെങ്കിലും വ്യായാമം വേണം. വേഗനടത്തം, നീന്തൽ, സൈക്കിൾ, നൃത്തം തുടങ്ങി ഇഷ്ടപ്പെട്ട ഏതുമാവാം. ഇത് രക്തസമ്മർദം കുറയ്ക്കും. ഉപ്പ് കുറഞ്ഞ ഭക്ഷണമാണ് കഴിക്കേണ്ടത്. ഇലകളും മസാലയും ഉപ്പിനു പകരമാക്കാം. ഉപ്പ് കൂടുതലുള്ള ഉപ്പിലിട്ടത്, പപ്പടം എന്നിവ ഒഴിവാക്കാം. സമീകൃതാഹാരം കൊളസ്ട്രോൾ കുറയ്ക്കും, തടി കുറയ്ക്കും, വിറ്റാമിൻ, ഫൈബർ, ലവണങ്ങൾ, മറ്റു പോഷണങ്ങൾ എന്നിവ പല രോഗങ്ങളും ഒഴിവാക്കും. മദ്യപാനം അമിതമായാൽ രക്തസമ്മർദം കൂടും.

മരുന്ന്

രക്തസമ്മർദവും പ്രമേഹവും ഒന്നിച്ചാവുമ്പോൾ 135/85 എന്ന നിലവാരത്തിൽ രക്തസമ്മർദം നിർത്താനാവശ്യമായ മരുന്നുകൾ കഴിക്കണം. മരുന്നുകൾ തെരഞ്ഞെടുക്കുന്നത് പാർശ്വഫലം, പ്രായം, മറ്റുരോഗങ്ങൾ, എന്നിവ പരിഗണിച്ചായിരിക്കണം. ചികിത്സിക്കുന്നവരിൽ അമ്പതു ശതമാനം പേരിൽ മാത്രമേ തൃപ്തികരമായി രക്തസമ്മർദം കുറയുന്നുള്ളൂ. അതുകൊണ്ട് പലപ്പോഴും പകുതിപേരിൽ രണ്ട് മരുന്നുകളും മൂന്നിലൊന്നുപേരിൽ മൂന്നു മരുന്നുകളും വേണ്ടിവരാറുണ്ട്. പലരും ചോദിക്കാറുണ്ട് 'ഡോക്ടറെ എത്രകാലം മരുന്നുകഴിക്കണം?' ഒരു ഡോക്ടറുടെ പകുതി തമാശയായുള്ള മറുപടി ഇതായിരുന്നു. 'മരിക്കുന്നതിന്റെ തലേ ദിവസംവരെ.' പക്ഷേ, ചില സന്ദർഭത്തിന് നിർദേശിച്ചതാണെങ്കിൽ ആവശ്യംകഴിഞ്ഞാൽ നിർത്താം. തടി കുറയുകയും പുകവലി നിർത്തുകയുമൊക്കെ ചെയ്ത് രക്തസമ്മർദം കുറയുകയാണെങ്കിൽ മരുന്ന് കുറയ്ക്കാനാകും. രക്തസമ്മർദവും പ്രമേഹവുമുണ്ടെങ്കിൽ പുകവലി ഉടനെ നിർത്തണം. അത് അപകടസാധ്യത വളരെ വർധിപ്പിക്കുന്നു.

നെഞ്ചുവേദനയുടെ കാരണങ്ങൾ

1. ആഘാതം – ഭാരം പൊക്കുകയോ വലിക്കുകയോ മറ്റു ബുദ്ധിമുട്ടേറിയ പ്രവൃത്തികൾ ചെയ്യുകയോ ചെയ്യുമ്പോൾ നെഞ്ചിലെ പേശികൾ, വാരിയെല്ല് എന്നിവയ്ക്ക് ക്ഷതമേറ്റാൽ.
2. നെഞ്ചിലേക്ക് നേരിട്ടുള്ള അടി – ഇത് പേശിയെയോ വാരിയെല്ലിനെയോ ആഘാതമേൽപ്പിക്കാം.
3. ഉൽക്കണ്ഠയും ടെൻഷനും ഇപ്രകാരം വേദനയുണ്ടാക്കാം. അത് ഇടതുഭാഗത്താണ് സാധാരണ കാണപ്പെടുന്നത്.
4. സ്പൈനൽ കോർഡിൽനിന്നും നെഞ്ചിലേക്കുവരുന്ന ഞരമ്പുകൾക്ക് സ്പൈനൽ അസ്ഥികളിലെ ഡിസ്ക് രോഗം, ആർത്രൈറ്റിസ്, ഹെർണിയ എന്നിവമൂലം സമ്മർദംകൊണ്ട് വേദനവരും.
5. വാരിയെല്ല്, അതിനോടടുത്ത ഭാഗം കശേരുകാസ്ഥി എന്നിവയിൽ പഴുപ്പുകൊണ്ട് (Tietz's syndrome) വേദന വരും.
6. അവിടെയുള്ള ഞരമ്പുകളെ ബാധിക്കുന്ന ഹെർപ്പിസ്കൊണ്ട് വേദന വരും.
7. അന്നനാളത്തിലെ ആമാശയം, ഈസോഫാഗസ്, പിത്താശയം എന്നിവിടങ്ങളിൽ നിന്നുള്ള രോഗംകൊണ്ട് നെഞ്ചുവേദന വരും. ആമാശയത്തിൽനിന്ന് തികട്ടിവരുന്ന അമ്ലം ഈസോഫാഗസിൽ (oesophagus-അന്നനാളം) വരുമ്പോൾ ഹൃദയത്തിലെ വേദനപോലെ തോന്നും.
8. ശ്വാസകോശത്തിനെ പൊതിഞ്ഞുനിൽക്കുന്ന രണ്ടുപാളികൾ രോഗാവസ്ഥയിൽ പരസ്പരം ഉരഞ്ഞുണ്ടാകുന്ന വേദന. ഇത് ശ്വാസം പൂർണമായി വലിക്കുമ്പോൾ കൂടും. ചെറിയ ശ്വാസം വലിക്കുമ്പോൾ

കുറയും. ശ്വാസകോശത്തിലേക്ക് വായു മുഴുവനായി കയറുമ്പോ ഴാണ് വേദന പിടുത്തംപോലെ വരുന്നത്.

9. ശ്വാസകോശത്തിലെ ബ്രോങ്കിയൽ ശാഖോപശാഖകളിലും ഉള്ളിലും പഴുപ്പും ന്യൂമോണിയയും വരുമ്പോൾ നല്ല വേദനവരും. നെഞ്ചുവേദന കൊറോണറി ധമനികൾ കാരണമാണെങ്കിൽ.

അതായത് രക്ത ഓട്ടം കുറഞ്ഞത് കൊണ്ടാണെങ്കിൽ അത് ധമനി കളുടെ താൽക്കാലിക ചുരുങ്ങൽകൊണ്ടോ, രക്തക്കട്ടയോ മറ്റു അഥി

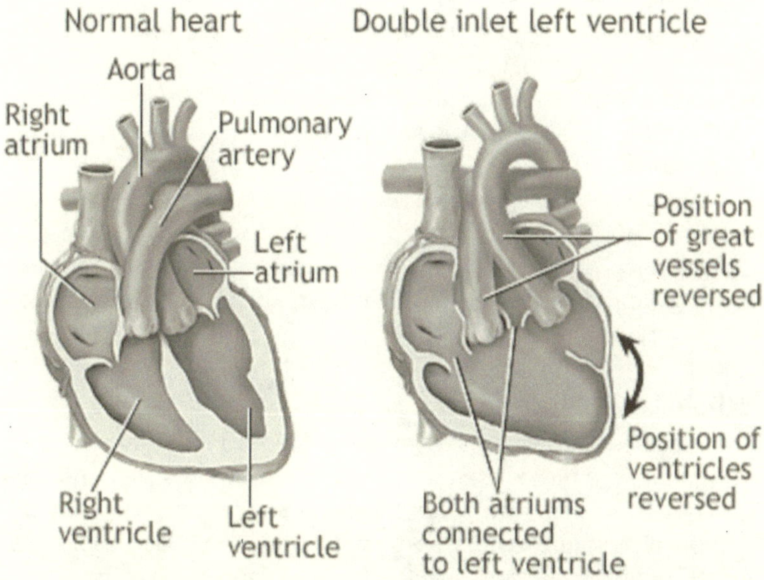

സാധാരണ ഹൃദയം *ജന്മനാ തകരാറുള്ള ഹൃദയം*

രോമയോ രക്തസഞ്ചാരത്തെ തടയുന്നതുകൊണ്ടോ സംഭവിക്കാം.

അത് താൽക്കാലികമായി വരുമ്പോൾ അഞ്ജൈന പെക്ടോറിസ് (angina pectoris) എന്നു പറയുന്നു. ഈ വക കാരണങ്ങൾകൊണ്ട് വേദന വരുകയാണെങ്കിൽ തീർച്ചയായും ഡോക്ടറെ കാണണം. ഹൃദയ കാരണമല്ല എന്ന് ഉറപ്പുവരുത്തണം.

ശ്വാസം കിട്ടായ്ക എപ്രകാരമുണ്ടാകുന്നു?

1. ഹാർട്ട് ഫെയ്‌ലിയർ പെട്ടെന്നുണ്ടാകുന്നതും പഴയതും.
2. ശ്വാസകോശത്തിലെ രോഗങ്ങൾ.
3. ആസ്ത്മ, പഴയ പുകവലിക്കാർക്കുണ്ടാകുന്ന എംഫിസീമ.
4. ശ്വാസം കിട്ടാതെ വരലും വലിവും കൂടി വരുന്നത്.
5. ബ്രോങ്കിയൽ ആസ്ത്മ, കാർഡിയാക് ആസ്ത്മ എന്നിവയി ലാണ്.
6. കിടക്കുമ്പോൾ കൂടുതൽ ശ്വാസം കിട്ടായ്ക. അത്തരം രോഗി

കൾ ഉറങ്ങാതെ എഴുന്നേറ്റിരിക്കും. ഇവർക്ക് ഹാർട്ട് ഫെയ്‌ലിയറോ, എം ഫിസീമ (emphesema) പോലുള്ള പഴകിയ ശ്വാസകോശരോഗമോ ഉണ്ടാകും.

ഇടയ്ക്ക് വരുന്ന രാത്രിയിലെ ശ്വാസം കിട്ടായ്മ (PAROXYSMAL NOCTURNAL DYSPNEA) സുഖമായി കിടക്കുന്ന രോഗി പെട്ടെന്ന് എഴുന്നേറ്റ് ശ്വാസം കിട്ടുന്നില്ല എന്നുപറയുന്നു. കുറച്ചു മണിക്കൂറുകൾ കഴിഞ്ഞ് വീണ്ടും അദ്ദേഹത്തിന് കിടന്നുറങ്ങാൻ കഴിയുന്നു. ഇത് മിക്ക വാറും ഹാർട്ട് ഫെയ്‌ലിയർ കൊണ്ടാകാം.

പെട്ടെന്ന് ശ്വാസകോശത്തിൽ നീരുവന്നു നിറയുന്നതെന്തുകൊണ്ട്?

ഹൃദയത്തിലെ ഇടത് വെൻട്രിക്കിളിൽ ശക്തികുറയുന്നതുകൊണ്ടോ, മൈട്രൽ വാൽവ് രോഗം (ഹൃദയത്തിന്റെ ചിത്രം നോക്കിയാലും) കൊണ്ടോ പെട്ടെന്ന് ശ്വാസം കിട്ടായ്കയും ചുമയും അതോടൊപ്പം രക്തം കലർന്ന പത തുപ്പലും ഉണ്ടാകാം. ഇതൊരു ഹാർട്ട് അറ്റാക്കിന്റെ ആദ്യ ലക്ഷണമാകാം.

മറ്റു ശരീരഭാഗത്തുനിന്നും രക്തം, കൊഴുപ്പ്, വായു എന്നിവവന്ന് ശ്വാസകോശത്തിൽ തടഞ്ഞ് ശ്വാസതടസം ഉണ്ടാകുന്നതെപ്പോൾ?

ഇതൊരു അതീവ ഗുരുതര അവസ്ഥയാണ്. ഓപ്പറേഷനുശേഷം, പ്രസവത്തിനുശേഷം, ചിലപ്പോൾ പഴകിയ ഹാർട്ട് ഫെയ്‌ലിയർ കാര ണവും ആകാം.

എന്താണ് നെഞ്ചിടിപ്പ്?

സാധാരണ ഹൃദയം മിടിക്കുന്നത് നാം അറിയാറില്ല. എന്നാൽ അസു ഖകരമായി ഹൃദയം മിടിക്കുന്നതും, വലിയ ഭാരത്തോടെ ഇടിക്കുന്നതും രോഗികൾ പറയും. അവർ ഹൃദയമിടിപ്പ് ഒരു രോഗമാക്കുകയാണ്. ഹൃദയം നിൽക്കുന്നു, ചാടുന്നു, വേഗത കൂടുന്നു എന്നെല്ലാം അവർ വിവ രിക്കും. (ജഗതിയുടെ ഒരു സിനിമയിൽ വയറിനകത്ത് ഓടുന്ന കുതിര യുള്ള ഒരു കഥാപാത്രമുണ്ട്) ഇത് സാധാരണ മാനസിക കാരണങ്ങൾ കൊണ്ടായിരിക്കും. സംശയ നിവൃത്തിക്ക് ഹൃദ്രോഗവിദഗ്ധനെ കാണാം.

എന്തുകൊണ്ടാണ് തലചുറ്റി വീഴുന്നത്?

മസ്തിഷ്കത്തിൽ ആവശ്യത്തിന് രക്തോട്ടം ഇല്ലാതിരിക്കയോ മാന സിക കാരണങ്ങൾകൊണ്ടോ ഇതുണ്ടാകാം. ഹൃദയത്തിലും അനുബന്ധ ധമനികളിലോ അവയവങ്ങളിലോ രോഗമുണ്ടെങ്കിൽ ഇപ്രകാരമുണ്ടാകാം. രക്തക്കുറവ് ഇതിനോടൊപ്പമുണ്ടെങ്കിൽ തലചുറ്റൽ വേഗംവരും.

14

പ്രമേഹം

ടൈപ്പ് രണ്ട് പ്രമേഹം എന്നാലെന്താണ്?

ഈ രോഗം പ്രധാനമായും 40 വയസ് കഴിഞ്ഞവരിലാണ് കണ്ടുവരുന്നത്. ചികിത്സാർഥം ആദ്യമായി ചെയ്യേണ്ടത് ഭക്ഷണം, വ്യായാമം, തടി കുറയ്ക്കൽ എന്നിവ ചെയ്തതിനുശേഷം വീണ്ടും രക്തപഞ്ചസാര നോക്കി എത്രമാത്രം കുറയുന്നുണ്ട് എന്നുനോക്കണം. അല്ലെങ്കിൽ അതിനുള്ള ഗുളികകൾ ആരംഭിക്കണം. ചിലർക്ക് ഇൻസുലിൽ കുത്തിവയ്പ്പ് ആവശ്യമായിവരും. അതോടൊപ്പം കൊളസ്ട്രോൾ, രക്തസമ്മർദം എന്നിവ ഉണ്ടെങ്കിൽ അവ കുറയ്ക്കാനുള്ള ചികിത്സയും ശക്തമായി ചെയ്യേണ്ടതാണ്. പ്രമേഹം മൂലമുള്ള തകരാറുകൾ ഇല്ലാതിരിക്കാൻ ഇവ സഹായിക്കും.

പ്രമേഹം എന്നാൽ രക്തത്തിലെ പഞ്ചസാര കൂടിക്കാണുക എന്നാണർഥം. പ്രധാനമായും രണ്ടുതരം പ്രമേഹമുണ്ട്. ടൈപ്പ് ഒന്നും രണ്ടും.

മനുഷ്യന് ആവശ്യമുള്ള ഇൻസുലിൻ എപ്രകാരം ഉൽപ്പാദിപ്പിക്കപ്പെടുന്നു എന്ന് ഈ ചിത്രത്തിൽ നോക്കി മനസിലാക്കിയാലും.

നാം ഭക്ഷണം കഴിക്കുമ്പോൾ ദഹനപ്രക്രിയയോടൊപ്പം അവ ഗ്ലൂക്കോസായി മാറ്റപ്പെടുന്നു. അവ രക്തത്തിൽ കലരുന്നു. അവ വളരെ കൂടാതെയും കുറയാതെയും നിലനിൽക്കേണ്ടതുണ്ട്. ഗ്ലൂക്കോസ് ഉയരുന്നതോടൊപ്പം അതിനെ ഉപയോഗയുക്തമാക്കുന്ന ഇൻസുലിൻ എന്ന ഹോർമോൺ കൂടുന്നു. ഗ്ലൂക്കോസിലെ ഒരുഭാഗം ഊർജമായും ബാക്കി ശേഖരിക്കപ്പെട്ട ഊർജം ഗ്ലൈക്കോജനും കൊഴുപ്പുമായി മാറുന്നു. അവ കരളിലും മറ്റു കോശങ്ങളിലും നിക്ഷേപിക്കപ്പെടുന്നു.

ഭക്ഷണത്തിനിടയിൽ ഗ്ലൂക്കോസ് കുറയുന്നതോടൊപ്പം ഇൻസുലിൻ കുറയുന്നു. അപ്പോൾ ആ ശേഖരിക്കപ്പെട്ട ഊർജമായ ഗ്ലൈക്കോജനും

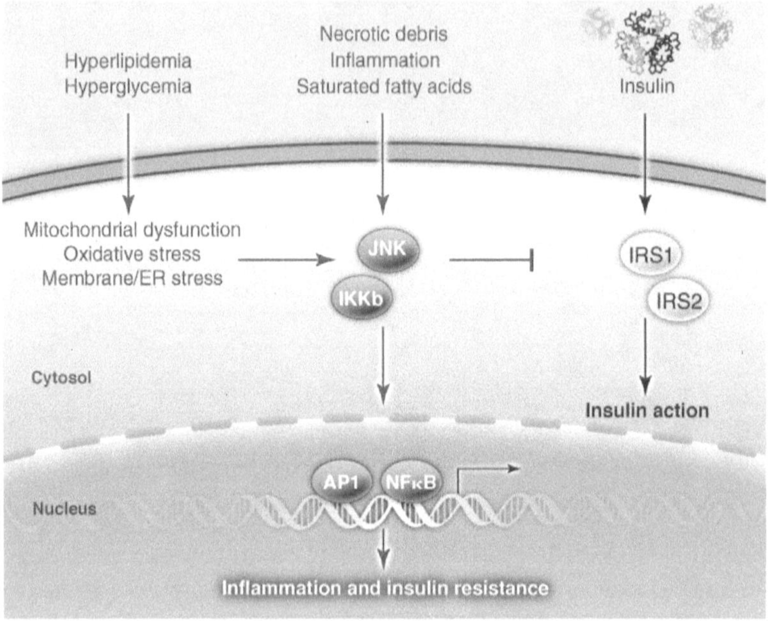

ഇൻസുലിൻ പ്രതിരോധം

കൊഴുപ്പും തിരിച്ച് ഗ്ലൂക്കോസായി മാറുന്നു. അത് രക്തത്തിൽ എല്ലാ അവയവങ്ങൾക്കും കോശങ്ങൾക്കും ഉപയോഗിക്കാൻ പാകത്തിൽ ലഭ്യമാണ്.

ഈ രോഗം ഉടലെടുക്കുവാൻ ആഴ്ചകളും മാസങ്ങളും വേണ്ടി വരും. ടൈപ്പ് രണ്ട് പ്രമേഹരോഗികളിൽ ടൈപ്പ് ഒന്ന് പ്രമേഹക്കാരേക്കാൾ ശരീരത്തിൽ ഇൻസുലിൻ കൂടുതലുണ്ട്. എന്നാലും പ്രമേഹം ഉണ്ടാകുന്നത് അതുപോരാതെ വരുന്നതുകൊണ്ടും കോശങ്ങൾക്ക് അവ ഉപയോഗിക്കാൻ കഴിയാത്തതുമൂലവുമാണ്. അതാണ് ഇൻസുലിൻ റെസിസ്റ്റൻസ് അഥവാ ഇൻസുലിൻ പ്രതിരോധം.

സാധാരണ ഇൻസുലിൻ പ്രവർത്തനം കോശത്തിൽ നടക്കാത്ത അവസ്ഥയാണിത്. അപ്രകാരം ഗ്ലൂക്കോസ്, അമിനോഅമ്ലങ്ങൾ, കൊഴുപ്പ് അമ്ലങ്ങൾ എന്നിവയെ ഉപയോഗിക്കുവാൻ കോശത്തിന് കഴിയുന്നില്ല. അവ കോശത്തിൽനിന്നും പുറത്തേക്ക് പോകുന്നു. ഇൻസുലിന് വിപരീതമായി പ്രവർത്തിക്കുന്ന ഗ്ലൂക്കഗോണുമായുള്ള അനുപാതം തകരാറിലാകുന്നു. തുടർന്ന് ഗ്ലൂക്കോസ് നിലവാരം അനാരോഗ്യകരമാംവിധം ഉയരുന്നു. പേശികോശവും കൊഴുപ്പ് കോശവും ഗ്ലൂക്കോസ് ഉപയോഗിക്കുവാൻ ഇൻസുലിൻ ആവശ്യമാണ്. അതും ഗ്ലൂക്കോസ് ഉയരുവാനിടയാക്കുന്നു. ഇവിടെ കരൾ ഗ്ലൂക്കോസ് നിലവാരത്തെ നിയന്ത്രിക്കുവാൻ ശ്രമിക്കുന്നു. പക്ഷേ, ഇൻസുലിൻ പ്രതിരോധമുള്ള അവസ്ഥയിൽ കരളിന് ശരിക്ക് പ്രവർത്തിക്കാൻ കഴിയുന്നില്ല. ഇവിടെ കടലിൽ ചുറ്റും വെള്ള

മുള്ളപ്പോൾ ദാഹജലം കിട്ടാതലയുന്ന നാവികരെപ്പോലെയാണ് കോശങ്ങൾ.

സാധാരണയുള്ള ഇൻസുലിൻ ഇപ്രകാരം പോരാതെ വരുന്നു. അതായത്, രക്തത്തിലെ ഗ്ലൂക്കോസ് താഴ്ത്തുവാൻ ആവശ്യത്തിന് ഇൻസുലിൻ ഇല്ല. ഈ രണ്ടു പ്രശ്നങ്ങളും ഒരുമിച്ചുവരാം. ടൈപ്പ് രണ്ട് പ്രമേഹം ഒന്നിനേക്കാൾ വളരെ കൂടുതലായി കാണപ്പെടുന്നു.

ടൈപ്പ് ഒന്ന് പ്രമേഹം എന്നാൽ എന്താണ്?

ഈ പ്രമേഹത്തിൽ പാൻക്രിയാസിലെ ബീറ്റാസെല്ലുകൾ (ചിത്രം നോക്കിയാലും) ഇൻസുലിൻ ഉൽപ്പാദിപ്പിക്കുന്നില്ല. ആ കഴിവ് നശിച്ചുപോയി. അതുകൊണ്ട് ലക്ഷണങ്ങൾ വേഗം ദിവസങ്ങൾക്കും ആഴ്ചകൾക്കുമുള്ളിൽ സംഭവിക്കുന്നു. കുട്ടികളിലും യുവാക്കളിലും കാണുന്നതിനാൽ ഇതിനെ യുവപ്രമേഹം എന്നും ഇൻസുലിൻ ആവശ്യമുള്ളതിനാൽ ഇൻസുലിൻ ബന്ധിത പ്രമേഹമെന്നും വിളിക്കുന്നു. ഇതിന് ഇൻസുലിൻ കുത്തിവയ്പും ഭക്ഷണരീതിയുമാണ് ചികിത്സ.

ഇൻസുലിൻ പമ്പ് ഉപയോഗിച്ച് സ്വയം കുത്തിവയ്ക്കുന്ന യന്ത്രം. ഇൻസുലിൻ വളരെ ആവശ്യമുള്ള കടുത്ത പ്രമേഹരോഗികൾക്ക് ഇതാവശ്യമായി വരും.

ആർക്കാണ് ടൈപ്പ് രണ്ട് പ്രമേഹം വരുന്നത്?

ഇത് മുതിർന്നവരിൽ കാണുന്ന ഇൻസുലിൻ കുത്തിവയ്പ് ആവശ്യമില്ലാത്ത പ്രമേഹമാണ്. സാധാരണ രോഗംവരുന്ന പ്രായം 40 ന് മുകളിലാകും. 5-20 ശതമാനം പേരിൽ ഇത് കാണാറുണ്ട്. ഭക്ഷണരീതിയിലെ മാറ്റം കാരണം അടുത്തകാലത്തായി കൂടുതൽ ചെറുപ്പക്കാരിൽ ഈ രോഗം വരുന്നുണ്ട്. ഇത് കുടുംബങ്ങളിൽ കാണപ്പെടുന്നു. കുറേയേറെപ്പേരിൽ ഈ രോഗം കണ്ടുപിടിക്കപ്പെടാതെ പോകുന്നു.

ഇതിനുള്ള സാധ്യതകൾ എപ്രകാരമാണ്?

ഏതെങ്കിലും രക്തബന്ധുക്കൾക്ക് രോഗമുണ്ടെങ്കിൽ, അമിതഭാരമുണ്ടെങ്കിൽ സാധ്യതയുണ്ട്. അരക്കെട്ടിന് വണ്ണം സ്ത്രീക്ക് 80 സെമീ പുരുഷന് 94 സെമീയിൽ കൂടുതലുമായാൽ, ഗർഭിണിയായപ്പോൾ രക്തത്തിലെ പഞ്ചസാര കൂടിയിട്ടുണ്ടെങ്കിൽ എന്നിവയാണ്.

എന്താണ് ലക്ഷണങ്ങൾ?

പലരിലും ഈ ലക്ഷണങ്ങൾ മനസിലാകാതെപോകുന്നു. വളരെ സാവധാനത്തിൽ പ്രകടമാവുന്നതിനാൽ ശ്രദ്ധിക്കപ്പെടുന്നില്ല.

ആ നാലു ലക്ഷണങ്ങൾ.

കൂടുതൽ സമയം ദാഹംതോന്നുക, ധാരാളം മൂത്രംപോകുക,

ക്ഷീണം, തടികുറവ് എന്നിവയാണവ. മൂത്രത്തിലേക്ക് അരിച്ചെടുക്കപ്പെടുന്ന ഗ്ലൂക്കോസ് കുറെ വെള്ളവും ഓസ്മോസിസ് (osmosis) മൂലം പുറത്തേക്ക് മൂത്രത്തിലൂടെ പോകുന്നു. ഇതുകാരണമാണ് ദാഹവും ക്ഷീണവും തടിക്കുറവും ഉണ്ടാകുന്നത്. ചിലരിൽ രോഗാണുബാധ, കാഴ്ച മങ്ങൽ എന്നിവകാണാം. എന്നാൽ, ചിലരിൽ ഗ്ലൂക്കോസ് വളരെ കൂടിയിട്ടും ഒന്നും സംഭവിക്കാത്ത മട്ടിൽ കഴിയുന്നവരുമുണ്ട്. പക്ഷേ, ഗ്ലൂക്കോസ് കൂടിയാൽ അത് കുറയ്ക്കുകയാണുചിതം.

പ്രമേഹം കണ്ടുപിടിക്കുന്നതിന്

ഇതിന് ഒരിക്കലും മൂത്രംമാത്രം പരിശോധിച്ചാൽ പോരാ. കാരണം ചിലരുടെ വൃക്ക രക്തഗ്ലൂക്കോസ് മുഴുവനും അരിച്ച് തിരിച്ചെടുക്കുന്നില്ല. അപ്പോൾ മൂത്രത്തിലേക്ക് അനധികൃതമായി ആ ഗ്ലൂക്കോസ് കടത്തി വിട്ടുകൊണ്ടിരിക്കും. അപ്രകാരം മൂത്രത്തിൽ പ്രത്യക്ഷപ്പെടുന്ന ഗ്ലൂക്കോസ് പ്രമേഹരോഗലക്ഷണമല്ല തന്നെ. മാത്രമല്ല, വൃക്ക ഈ പകൽ വെളിച്ചത്തിൽ ചെയ്യുന്ന തെറ്റിന് ജാമ്യം ലഭിക്കുകയും ചെയ്യും. കാരണം, റിനൽ ഗ്ലൈക്കോസൂറിയ എന്ന വകുപ്പ് പ്രകാരം തികച്ചും ശരീരശാസ്ത്രപരമായി മാത്രമാണ് താൻ ചെയ്തത് എന്നു വൃക്കയ്ക്കു വാദിക്കാം.

അതുകൊണ്ട് നാം രോഗനിർണയത്തിന് രക്തത്തിലെ ഗ്ലൂക്കോസ് തന്നെ പരിശോധിച്ചിരിക്കണം. ഭക്ഷണം കഴിക്കാതെ ഏഴുമണിക്കു മുമ്പും ഭക്ഷണം കഴിച്ച് ഒരു മണിക്കൂറിനുശേഷവും ഇത് നോക്കാറുണ്ട്. പിന്നെ രോഗനിർണയത്തിന് ഗ്ലൂക്കോസ് ടോളറൻസ് (Glucose Tolerance) തുടങ്ങിയ ടെസ്റ്റും ചെയ്യാറുണ്ട്. ഇവിടെ ശരീരം ഗ്ലൂക്കോസിനെ എപ്രകാരമാണ് കൈകാര്യം ചെയ്യുന്നതെന്ന് വിലയിരുത്തുന്നു. പലപ്പോഴും മറ്റു രോഗങ്ങൾക്ക് പരിശോധന നടത്തുമ്പോഴാണ് ഈ രോഗമുണ്ടെന്ന് മനസിലാകുന്നത്.

എന്താണ് ഈ രോഗത്തിലെ അപകടങ്ങൾ?

അവ പൊതുവെ അടുത്ത കാലത്തുണ്ടാകാവുന്നതും ദീർഘകാലത്തേക്ക് ഉണ്ടാകാവുന്നതുമാണ്. പ്രധാനമായും നിർജലിനീകരണം (വയറിളക്കരോഗത്തെപ്പറ്റിയുള്ള ലേഖനം വായിച്ചാലും), ക്ഷീണം എന്നിവയുണ്ടാകാം. ഇത് വളരെ അപകടകരമാകാം.

ദീർഘകാലത്തേക്ക് ഉണ്ടാകാവുന്നത്.

അഥിരോമ (ഇതിനെപ്പറ്റി കൊറോണറി ആഞ്ജിയോഗ്രാഫി എന്ന ലേഖനത്തിൽ വിവരിച്ചിട്ടുണ്ട്? ചിത്രസഹിതം വായിച്ചാലും).

വൃക്ക തകരാർ

ചിലർക്ക് വൃക്ക ഫെയ്ലിയർ (kidney failure, വൃക്ക പരാജയം) ഉണ്ടാകും. കണ്ണിലെ റെറ്റിനയിലെ ചെറുധമനികളുടെ തകരാറുമൂലം

കാഴ്ചത്തകരാറുമുണ്ടാകും. ഞരമ്പുകൾ കേടുവരും. കാലിൽ ഞരമ്പ് തകരാറും, രക്തധമനികളിൽ രക്തഓട്ടം കുറയുന്നതുമൂലവും വിരലുകളും പാദവും കാലും നഷ്ടപ്പെടാനിടയാകും. ലൈംഗികശേഷിക്കുറവ്, ഇതും ഞരമ്പിന്റെ തകരാറുമൂലം സംഭവിക്കുന്നതാണ്. ഇതിലെല്ലാം വ്യക്തിപരവ്യത്യാസങ്ങൾ ധാരാളമുണ്ട്. ഭാഗ്യവാന്മാരായ ചിലർക്ക് ഒരു പ്രശ്നവുമുണ്ടാകാറില്ല. എന്തായാലും ഗ്ലൂക്കോസ് ഉയരാതെ സൂക്ഷിച്ചാൽ ഇവ കുറയുമെന്നുറപ്പാണ്. അതുപോലെ രക്തസമ്മർദം കൂടെയുണ്ടെങ്കിൽ അതുകൊണ്ടുള്ള അപകടങ്ങളും വളരെക്കൂടും.

ചികിത്സാക്കാലത്തുള്ള അപകടങ്ങൾ

ഗ്ലൂക്കോസ് കുറയുക (ഹൈപ്പോഗ്ലൈസീമിയ- hypoglycaemia) എന്ന അപകടം അത് തലച്ചോറിനെയും വൃക്ക മുതലായ സുപ്രധാന അവയവങ്ങളെയും പട്ടിണിക്കിട്ട് ദ്രോഹിക്കലാണ്. പ്രമേഹചികിത്സയിൽ അതുകൊണ്ട് പരമപ്രധാനം ഗ്ലൂക്കോസ് കുറയുന്ന ഹൈപ്പോഗ്ലൈസീമിയ വരാതെ നോക്കലാണ്. ചില മരുന്നുകൾക്കും ഇതിനുള്ള സാധ്യതയുണ്ട്. അതുകൊണ്ട് ഡോസ് അതനുസരിച്ച് ക്രമീകരിക്കണം. മരുന്ന് കൂടുതലാവുക, ഭക്ഷണം കുറയൽ, വയറിളക്കം തുടങ്ങിയ രോഗങ്ങൾ, വ്യായാമക്കൂടുതൽ എന്നിവ ഇതിനു കാരണങ്ങളാണ്. ഇതിന്റെ ലക്ഷണങ്ങൾ: വിറയൽ, വിയർപ്പ്, കാഴ്ചമങ്ങൽ, ചുണ്ടിൽ കിടുകിടിപ്പ്, വിളർച്ച, ദേഷ്യംവരിക, ആശയക്കുഴപ്പം എന്നിവയാണ്. ഉടനെ മധുരമുള്ള പാനീയം കുടിക്കലാണ് തക്കചികിത്സ. പിന്നെ അന്നജമുള്ള ഭക്ഷണം കഴിക്കാം.

ഭക്ഷണംകൊണ്ട് മാത്രം ചികിത്സിക്കുന്ന രോഗികളിൽ ഹൈപ്പോഗ്ലൈസീമിയ വരാറില്ല എന്നോർത്താലും. ചില ഹൈപ്പോഗ്ലൈസീമിയക്കാർ പെട്ടെന്ന് പ്രകോപിതരായി ബഹളമുണ്ടാക്കി പൊലീസ് കസ്റ്റഡിയിൽപ്പോലും എത്തിപ്പെടാറുണ്ട്. ഇപ്രകാരം ഒരു മെഡിക്കൽ കാരണമുണ്ടെന്നും പ്രതി പ്രമേഹരോഗിയും ഹൈപ്പോഗ്ലൈസിമിയ സാധ്യതയുമുണ്ടെങ്കിൽ വേഗംതന്നെ ഒരു മധുരവും ചൂടുമുള്ള ചായ കൊടുത്താൽ പരിഹരിക്കാവുന്ന പ്രശ്നമായി അവസാനിപ്പിക്കാൻ സാധ്യതയുണ്ടെന്നും പൊലീസുകാർ ഓർത്തിരിക്കുന്നത് നല്ലതാണ്.

ചികിത്സയുടെ ലക്ഷ്യങ്ങൾ

പ്രമേഹം മാറുകില്ലെങ്കിലും പ്രത്യാഘാതങ്ങൾ ഒന്നുമില്ലാതെ സാധാരണജീവിതം മിക്കവരിലും സാധ്യമാണ്. രക്തത്തിലെ ഗ്ലൂക്കോസ് സാധാരണ നിലയിലായാൽ ലക്ഷണങ്ങൾ പോയി വളരെ സുഖംകിട്ടും. പക്ഷേ, ഗ്ലൂക്കോസ് കൂടിയാൽ വീണ്ടും ആ ലക്ഷണങ്ങൾ ആവർത്തിക്കാം. ഗ്ലൂക്കോസ് സാധാരണയിൽ നിലനിർത്തുന്നവരിൽ ഹൃദയം, കണ്ണ്, വൃക്ക, പാദം എന്നിവയിൽ പ്രശ്നങ്ങളൊന്നുമുണ്ടാവുകയില്ല. അതുകൊണ്ട് കഴിയുന്നത്ര ഹൈപ്പോഗ്ലൈസീമിയ വരാതെ ഗ്ലൂക്കോസ് സാധാരണ നിലയിൽ നിർത്തണം. മറ്റ് അപകടസാധ്യതകളെ കുറയ്ക്കണം. കൊള

സ്ട്രോൾ, പുകവലി, അമിതവണ്ണം തുടങ്ങിയവയാണവ. പ്രത്യാഘാത ലക്ഷണങ്ങൾ കഴിയുംവേഗം കണ്ടുപിടിച്ച് പരിഹാരം തേടുക.

പ്രമേഹചികിത്സയുടെ ലക്ഷ്യങ്ങൾ ഏതൊക്കെയാണ്?

ലക്ഷ്യം ഒന്ന്

ഗ്ലൂക്കോസ് നിലവാരം നിലനിർത്തൽ.

ഇതിന് മൂന്നുമാസത്തെ കോശജാലത്തിലെ ഗ്ലൂക്കോസ് നില മനസിലാക്കാവുന്ന എച്ച് എ1 സി എ രക്തപരിശോധന രണ്ട് മുതൽ ആറ് മാസത്തിനിടയിൽ ചെയ്താൽ മതി. ശോണരക്താണുക്കളുടെ ഒരു ഭാഗത്തിലെ ഗ്ലൂക്കോസ് ആണ് ഇതിൽ അളക്കുന്നത്.

ഇത് ശോണരക്താണു ഗ്ലൂക്കോസിന്റെ മൂന്നുമാസത്തെ ശരാശരി മൂല്യം തരുന്നു. ഇത് കോശങ്ങളിലെ ഗ്ലൂക്കോസ് നിലവാരത്തിന് സമാനമാണ്. കോശങ്ങളിലെ ഗ്ലൂക്കോസ് നിലവാരമറിയലാണ് സുപ്രധാനം.

മൂന്നു മാസത്തിലൊരിക്കൽ ചെയ്തുകൊണ്ടിരിക്കേണ്ട പരിശോധനയാണ്. സാധാരണ ഇതിന്റെ മൂല്യം 6.5 മുതൽ 7.5 വരെയാണ്. ഇത് കൂടിയോ കുറഞ്ഞോ കണ്ടാൽ അതനുസരിച്ച് മരുന്ന് വ്യത്യാസം വരുത്തേണ്ടതാണ്. ചിലർക്ക് ആഴ്ചയിലൊരിക്കലോ പതിവായോ രക്ത ഗ്ലൂക്കോസ് പരിശോധിക്കാൻ ഡോക്ടർ നിർദേശിച്ചിട്ടുണ്ടെങ്കിൽ അപ്രകാരം ചെയ്യേണ്ടതാണ്.

ലക്ഷ്യം രണ്ട്

ജീവിതശൈലിമാറ്റം, തടികുറയ്ക്കൽ, വ്യായാമം എന്നിവ.

ഇതൊരു ജീവിതശൈലിരോഗമായതിനാൽ ജീവിതശൈലിമാറ്റങ്ങൾ ചികിത്സയിൽ അനിവാര്യമാണ്. ഇവ മരുന്നു കഴിക്കുന്നവരും അല്ലാത്തവരുമായ എല്ലാ ടൈപ്പ് രണ്ട് പ്രമേഹക്കാരിലും അത്യാവശ്യമാണ്.

ഗ്ലൂക്കോസും എച്ച് എ1 സി എയും ശരിയായി നിലനിർത്താൻ.

സമീകൃതവും ആരോഗ്യകരവുമായ ഭക്ഷണം കഴിക്കണം. ഇതിന് ഒരു ഡയറ്റീഷ്യന്റെ ഉപദേശം നല്ലതാണ്. എല്ലാ ഭക്ഷണവും പ്രമേഹക്കാർക്ക് കഴിക്കാം. അല്ലാത്ത ധാരണകൾ മിഥ്യാധാരണകളാണ്. ഡോക്ടറോട് ചോദിച്ച് ഓരോ രോഗിയും നിലനിർത്തേണ്ട ശരീരഭാരം അറിയണം. പിന്നെ അത് നിലനിർത്തിക്കൊണ്ട് പോകണം. പൊതുവെ കൊഴുപ്പ്, മധുരം, ഉപ്പ് കുറഞ്ഞ ധാരാളംനാരുള്ള പഴങ്ങളും പച്ചക്കറികളുമുള്ള ഭക്ഷണമാണ് ആവശ്യം. തടി കുറവാണെങ്കിലത് കുറച്ച് നിലവാരത്തിൽ നിർത്തണം. പലർക്കും മാതൃകാപരമായി തടി കുറയ്ക്കാനാകുകയില്ല. ദിവസേന ആഴ്ചയിലാറു ദിവസം വ്യായാമം, ദ്രുതനടത്തം, സൈക്കിൾ, നീന്തൽ എന്നിവ അരമണിക്കൂറെങ്കിലും ദിവസേന വേണം. ഇവ പ്രമേഹം മാത്രമല്ല, ഹൃദ്രോഗവും സ്ട്രോക്കും തടയും.

മരുന്നുകൾ

പലപ്പോഴും ഒന്നിൽക്കൂടുതൽ വേണ്ടിവന്നേക്കാം. ഗ്ലൂക്കോസ് കുറയ്ക്കുന്നവ, വലിച്ചെടുക്കുന്നത് കുറയ്ക്കുന്നവ, കോശങ്ങളെ ഗ്ലൂക്കോസ് കൂടുതൽ ഉപയോഗിക്കാൻ സഹായിക്കുന്നവ, ഇൻസുലിൻ കൂടുതൽ ഉൽപ്പാദിപ്പിക്കുന്നവ, അവ പാൻക്രിയാസിലെ സെല്ലിൽനിന്നും പുറത്തേക്കു കൊണ്ടുവരുന്നവ, ഇൻസുലിൻ എതിർ ഹോർമോണായ ഗ്ലൂക്കഗോണിനെ എതിർക്കുന്നവ തുടങ്ങിയവയാണ് ഇവ. ഗുളികകൊണ്ട് എച്ച് എ1 സിയും ഗ്ലൂക്കോസും നിയന്ത്രണവിധേയമല്ലെങ്കിൽ ഗുളികയോടൊപ്പം ഇൻസുലിൻ കുത്തിവയ്പ് വേണ്ടിവരും. ഇൻസുലിൻ വായിൽക്കൂടി കഴിച്ചാലത് വായിലെ അമ്ലം നശിപ്പിച്ച് കളയും. അതുകൊണ്ട് കുത്തിവയ്പ് അനിവാര്യമാകുന്നു. രക്തസമ്മർദം ശരിയായി സൂക്ഷിക്കുക. ഇത് ഗ്ലൂക്കോസ് സാധാരണയാക്കുന്നതിനേക്കാൾ മെച്ചമായി ഹൃദ്രോഗവും സ്ട്രോക്കും തടയാൻ പ്രയോജനപ്രദമാണ്.

പുകവലിക്കാർ

ഏതുവിധേനയും പുകവലി ഉടനെ നിർത്തുക. അതിനുള്ള ക്ലിനിക്കുകളുടെ സേവനം ഉപയോഗപ്പെടുത്തണം. നിക്കോട്ടിൻ പകര ചികിത്സ, വാരണിക്ലിൻ(Varenicline), കൗൺസലിങ് എല്ലാം ഉപയോഗിക്കാം. കൊളസ്ട്രോൾ കൂടുതലുണ്ടെങ്കിലത് കുറയ്ക്കണം. ഇത് ഹൃദ്രോഗം, രക്തക്കുഴൽ രോഗം, സ്ട്രോക്ക് എന്നിവ തടയും.

ചികിത്സാലക്ഷ്യം മൂന്ന്

പ്രത്യാഘാതങ്ങൾ വേഗം കണ്ടുപിടിച്ച് ചികിത്സിക്കൽ.

പ്രമേഹചികിത്സയിൽ ഡയബറ്റോളജിസ്റ്റ്/ഫിസിഷ്യൻ/ജനറൽ പ്രാക്ടീഷണർ, ഡയറ്റീഷ്യൻ, കണ്ണുഡോക്ടർ, ന്യൂറോളജിസ്റ്റ് എന്നിവർക്ക് സുപ്രധാന സേവനംചെയ്യാൻ കഴിയും.

പതിവായി ചെയ്യേണ്ട കാര്യങ്ങൾ

ഗ്ലൂക്കോസ് പരിശോധന, രക്തസമ്മർദം, കൊളസ്ട്രോൾ, എച്ച് എ1 സി എന്നിവനോക്കൽ. ഭക്ഷണം ജീവിതശൈലി ഉപദേശം, കണ്ണുപരിശോധന, റെറ്റിന പരിശോധന, കണ്ണിലെ പ്രഷറായ ഗ്ലൗക്കോമ ഉണ്ടോ എന്നുനോക്കൽ എന്നിവ ആവശ്യമാണ്. മൂത്രപരിശോധനയിൽ വൃക്കയ്ക്ക് തകരാറുകളുണ്ടോ എന്നറിയാൻ മൈക്രോആൽബുമിൻ കൂടുതലുണ്ടോ എന്നുനോക്കൽ, അതിനുള്ള മറ്റു പരിശോധനകൾ, കാൽ പരിശോധന, (ഒരു കാൽക്കണ്ണാടികൊണ്ട് രോഗികൾക്കുതന്നെ ദിവസേന കാൽ പരിശോധിക്കാം) എന്നിവയാണ്. നീര്, തയമ്പ്, വ്രണങ്ങൾ എന്നിവ ഡോക്ടറുടെ സത്വരശ്രദ്ധയിൽ കൊണ്ടുവരണം. എല്ലാദിവസവും കുളി കഴിഞ്ഞ് കാൽ തുടച്ച് വൃത്തിയാക്കി നനവില്ലാതെ സസ്യ എണ്ണ പുര

ട്ടണം. കാലുകളെയും വൃക്കകളെയും ഹൃദയത്തെയും കണ്ണുകളെയും സ്നേഹിക്കുക, ശ്രദ്ധിക്കുക. ഞരമ്പുകളുടെ പരിശോധനയും പ്രധാനമാണ്. (ഇതിനെപ്പറ്റി ഒന്നാം ഭാഗത്തിലുള്ളത് വായിച്ചാലും) പ്രമേഹം ഞരമ്പുകളെ ബാധിക്കുന്നതുകൊണ്ട് അത് പ്രത്യേക പരിഗണന അർഹിക്കുന്നു. രോഗപ്രതിരോധശക്തി കുറവാകുന്നതിനാൽ പ്രമേഹക്കാർ ന്യൂമോക്കോക്കസ് വാക്സിൻ എടുക്കുന്നതും നല്ലതാണ്.

15

പത്ത് സാധാരണ രോഗങ്ങൾ

മാറാരോഗങ്ങൾ

ഇവ ജിവിതത്തിലൊരിക്കലെങ്കിലും ഉണ്ടാവാനുള്ള സാധ്യത വളരെ കൂടുതലാണ്.

രക്തസമ്മർദം.

ഇതിൽ 5-10 ശതമാനം വരെ മാത്രമേ കാരണം കണ്ടുപിടിക്കാവുന്നതായുള്ളൂ. ശേഷിക്കുന്ന 90-95 ശതമാനം പ്രൈമറി അഥവാ എസ്സൻഷ്യൽ ഹൈപ്പർടെൻഷൻ വിഭാഗത്തിൽപ്പെടുന്നു (ഇതിനെപ്പറ്റിയുള്ള ലേഖനം വായിച്ചാലും).

(i) മഞ്ഞപ്പിത്തം

പല വിഭാഗങ്ങളുണ്ട്. ഇതിലേറ്റവും പ്രധാനം എ യും ബി യുമാണ്. ഇവ രക്തത്തിൽക്കൂടിയോ ഭക്ഷണത്തിൽക്കൂടിയോ പകരാം. ഇതിൽ ബി വൈറസ് ബാധ മഹോദരവും പിന്നീട് അർബുദവും ഉണ്ടാക്കാം.

പ്രമേഹം (ഇതിനെ പറ്റിയുള്ള ലേഖനം വായിച്ചാലും)

(ii) ദഹനപ്രശ്നങ്ങൾ

അതിലേറ്റവും പ്രധാനം മലബന്ധമാണ്. കട്ടിയുള്ള മലം പോകാൻ വേദനയും പ്രയാസവുമുണ്ടാകും. ആവശ്യത്തിന് വെള്ളം, പഴം, പച്ചക്കറികൾ, നാരുള്ള ഭക്ഷണം എന്നിവകൊണ്ടും പതിവായി പോകുന്ന സമയം ക്രമീകരിക്കലുംകൊണ്ട് മിക്ക മലബന്ധവും ശരിയാകാറുണ്ട്.

(iii) വയറിളക്കം

ഇത് പ്രധാനമായും വൈറൽ രോഗങ്ങൾ കൊണ്ടാണ് സംഭവിക്കുന്നത്. ഇത് സാധാരണയായി ചികിത്സയൊന്നും ചെയ്യാതെ മാറാറുണ്ട്.

പക്ഷേ നിർജലിനീകരണത്തെ ചികിത്സിക്കണം. വെള്ളവും ലവണങ്ങളുമാണതിനു പ്രതിവിധി.

(iv) ഇറിറ്റബിൾ ബവൽ സിൻഡ്രോം

ഇവിടെ വൻകുടലിന് പ്രവർത്തനശേഷി ഇല്ലാതാവുന്നു. വേദന, വയറുവീർക്കൽ, ഇടയ്ക്കിടെ വയറിളക്കം, മലബന്ധം എന്നിവ ഉണ്ടാകും. ഇതിന്റെ കാരണംമുഴുവൻ വ്യക്തമല്ല.

(v) വയറിലെ വ്രണം

എച്ച് പൈലോറി (H Pylori) എന്ന രോഗാണുബാധയുണ്ടാകാം. അത് വിശപ്പ് കുറയ്ക്കുന്നു. അതിന് ആന്റിബയോട്ടിക് കഴിക്കേണ്ടിവരും. ചികിത്സിച്ചില്ലെങ്കിൽ അർബുദം വരാം.

(vi) സന്ധിരോഗവും വാതവും

ഏകദേശം നൂറിൽപ്പരം വാതരോഗങ്ങളുണ്ട്. ഏറ്റവും പ്രധാനം ഓസ്റ്റിയോ ആർത്രൈറ്റിസ് (ഇതിനെപ്പറ്റിയുള്ള ലേഖനം വായിച്ചാലും) ആണ്. മറ്റു പ്രധാനമായവ റുമറ്റോയ്ഡ്, സൊറിയാടിക്, ഓട്ടോ ഇമ്യൂൺ (Autoimmune) എന്നീ സന്ധിരോഗങ്ങളാണ്.

(vii) തലവേദന

തലയെയും കഴുത്തിനെയും ബാധിക്കുന്ന പലരോഗങ്ങളും മാനസിക സമ്മർദവും തലവേദനയും ഉണ്ടാക്കാം. മസ്തിഷ്കം വേദന അറിയിക്കുന്ന കേന്ദ്രമാണെങ്കിലും അതിന് സ്വന്തംവേദന അറിയുകയില്ല. അതിനുചുറ്റുമുള്ള ഭാഗങ്ങൾ ആ കർമം നിർവഹിക്കുന്നു. മസ്തിഷ്കത്തെ പൊതിയുന്ന മെനിൻജസ്, രക്തക്കുഴലുകൾ, ഞരമ്പുകൾ, എന്നിവയും തലയ്ക്ക് പുറത്തുള്ള പേശികൾ, ഞരമ്പുകൾ, ധമനികൾ സിരകൾ, ത്വക്കിനടിയിലുള്ള കോശങ്ങൾ, കണ്ണ്, ചെവി, സൈനസും മ്യൂക്കസ് പാളികളും എല്ലാംതന്നെ വേദന ഉണ്ടാക്കുവാൻ കഴിവുള്ളവയാണ്.

(viii) ഹൃദ്രോഗങ്ങൾ

ഹൃദ്രോഗങ്ങൾ എന്ന പൊതുപേരിൽ ധാരാളം രോഗങ്ങളുണ്ട്. കൊറോണറി ധമനികളെ ബാധിക്കുന്ന രോഗങ്ങൾ ഹൃദയത്തിന്റെ രക്തയോട്ടത്തെ നേരിട്ട് ബാധിക്കുന്നു. ഹൃദയപേശി രോഗങ്ങൾ ഹൃദയകോശങ്ങളെ നേരിട്ട് ബാധിക്കുന്ന രോഗങ്ങളാണ്. ഇതുകൊണ്ട് മിടിപ്പ് വർധിച്ച് പെട്ടെന്ന് മരിക്കാം. ഹൃദയത്തിലേക്ക് പോകുന്നതും വരുന്നതുമായ ധമനികൾക്കും സിരകൾക്കും വരുന്ന രോഗങ്ങൾകൊണ്ടും ഹൃദയം അടങ്ങുന്ന വിഭാഗത്തിന് രോഗമുണ്ടാകാം (ഇതിനെപ്പറ്റിയുള്ള ലേഖനം വായിച്ചാലും).

(IX) അലർജികൾ

രോഗപ്രതിരോധ വിഭാഗത്തിന്റെ അധികരിച്ച സംവേദനമാണിതിന്റെ കാരണം. സാധാരണ നിരുപദ്രവകരമായ വസ്തുക്കൾ ഇതുണ്ടാകുന്ന രോഗിക്ക് ഉപദ്രവകരമാകുന്നു. ഇവയെ അലർജൻസ് എന്നുപറയുന്നു. മാസ്റ്റ് (mast) കോശങ്ങളും ബേസോഫില്ലുകളും IgE എന്ന ആന്റിബോഡി ഉൽപ്പാദിപ്പിക്കുന്നു. ശരീരത്തിന്റെ പ്രതിരോധംതന്നെ ശരീരത്തിന് വിനയാകുന്നു. ഇതുമൂലം എക്സീമ, ഹെ പനി, ആസ്ത്മ, ഭക്ഷണ അലർജി, കടൽ, തേനീച്ച എന്നിവയുടെ കുത്തുകൊണ്ടുള്ള അധികലക്ഷണം എന്നിവയുണ്ടാകുന്നു. ലഘുവായ ഹെ പനികൊണ്ട്, കണ്ണിലെ ചുവപ്പ്, ചൊറിച്ചിൽ, മൂക്കിൽ വെള്ളംവരൽ എന്നിവ മാത്രമേ ഉണ്ടാവുകയുള്ളൂ.

ആസ്ത്മ ഉണ്ടാകുന്നതിന് അലർജി (allergy) സുപ്രധാന പങ്ക് വഹിക്കുന്നുണ്ട്. ചിലരിൽ കഠിനമായ അലർജികൊണ്ട് അനാഫിലാക്സിസ് (anaphylaxis) എന്ന അതിഗുരുതര പ്രതികരണംവന്ന് മരണം പോലും സംഭവിക്കാറുണ്ട്. ചില ഭക്ഷണങ്ങൾ നാം ഇഷ്ടപ്പെടാത്തത് അലർജികൊണ്ടാണ്. അത് കഴിക്കുമ്പോൾ വയറിളക്കമോ മറ്റു പ്രശ്നങ്ങളോ ഉണ്ടാകാറുണ്ട്. അലർജിക്കുള്ള ചികിത്സ അലർജിയുള്ള വസ്തു ഒഴിവാക്കലും ആന്റിഹിസ്റ്റമീൻ (antihistamine) മരുന്നുകൾ ഉപയോഗിക്കലുമാണ്. സ്റ്റിറോയ്ഡുകൾ (steroids) അടിയന്തരഘട്ടങ്ങളിൽ വളരെ ഫലപ്രദമാണ്. അലർജി മാറ്റിയെടുക്കാൻ ഇമ്യൂണോതെറാപ്പിയിൽ അലർജനുകളെ പടിപടിയായി സംവേദനത (desensitize) കുറച്ചുകൊണ്ടുവരുന്ന ചികിത്സയുണ്ട്.

(x) ഫ്ളു/നീർദോഷം

റിനോവൈറസ്, കൊറോണാ വൈറസ് എന്നിവമൂലമാണ് ഈ രോഗങ്ങൾ ഉണ്ടാകുന്നത്. സാധാരണ ലക്ഷണങ്ങൾ ചുമ, തൊണ്ടവേദന, മൂക്കൊലിപ്പ് എന്നിവയാണ്.

പല്ലിലെ പെരിയോഡോണ്ടൽ (periodontal) രോഗം.

മോണ, അതിനടിയിലുള്ള അസ്ഥി, അതിനുചുറ്റുമുള്ള ഭാഗം എന്നിവ രോഗാണുക്കളുടെ ആക്രമണത്തിന് എളുപ്പം ഇരയാകുന്നു. ഇതിനെ ദന്തകേരീസ് (caries) എന്നുപറയുന്നു. പിന്നീട് അവിടെ തുള (cavity) ഉണ്ടാകുന്നു. ഏറ്റവും സാധാരണമായ രോഗമാണിത്. ഇത് ചെറുതാണെങ്കിൽ അടയ്ക്കാൻ ചികിത്സയുണ്ട്.

പത്ത് മാറാത്ത രോഗങ്ങൾ

പല രോഗങ്ങൾക്കും ചികിത്സയില്ല എന്ന യാഥാർഥ്യത്തിന് നേരെ കണ്ണടച്ചിട്ട് കാര്യമില്ല. എന്നാൽ, ഏത് രോഗത്തിനും ആശ്വാസംകൊടുക്കാൻ പറ്റും. പത്ത് ചികിത്സയില്ലാത്ത രോഗങ്ങൾ. അവ ഏതൊക്കെയെന്ന് നോക്കാം. (പ്രമേഹത്തെപ്പറ്റി അന്യത്ര)

(i). ഇബോള

എന്ന വൈറസ് രോഗത്തിന്റെ ലക്ഷണങ്ങൾ ശക്തിയായ പനിയും തടിച്ചു പൊങ്ങലും രക്തം പോക്കുമാണ്. ഇത് വന്നാൽ 50-90% പേർക്കും മരണം ഉറപ്പാണ്. ഗെറില്ല, ചിമ്പൻസി എന്നിവയോടൊപ്പം മനുഷ്യരിലും ഇത് പകരുന്നു.

(ii). ഇബോള വൈറസ്

മധ്യ ആഫ്രിക്കൻ രാജ്യമായ കോംഗോയിലെ ഇബോള എന്നസ്ഥല ത്താണ് ആദ്യമായി ഈ രോഗം ഉണ്ടായത്.

(iii). പോളിയോ

പോളിയോ ബാധിക്കുന്ന ശരീരഭാഗങ്ങൾ

പോളിയോ എന്ന ചുരുക്കപ്പേരിലറിയപ്പെടുന്ന പോളിയോമൈലൈറ്റിസ് (Poliomyelitis) കുട്ടിക്കാലത്തുതന്നെ വന്ന് ജീവിതം തകർക്കുന്നതിനാൽ ഇൻഫന്റൈൽ പാരലിസിസ് (infantile paralysis) എന്നും അറിയപ്പെടുന്നു. ഇത് മസ്തിഷ്കവ്യൂഹത്തെ ബാധിക്കുന്ന വൈറസ് രോഗമാണ്. പനി, തലവേദന, ഓക്കാനം, ക്ഷീണം, പേശിവേദന എന്നിങ്ങനെ ആരംഭിച്ച് കൈകാലുകൾ, തൊണ്ട, നെഞ്ച് എന്നിടങ്ങളിൽ സ്ഥിരമായ പേശി പ്രവർത്തനം ഇല്ലാതാകുന്നു. 50 ശതമാനത്തിൽ കൂടുതൽ അഞ്ചു വയസിൽ താഴെയാണ് രോഗബാധ ഉണ്ടാകുന്നത്. വൈറസ് ബാധിക്കുന്ന ഒരു ശതമാനത്തിൽ താഴെവരുന്നവർക്ക് മാത്രമേ പാരലിസിസ് വരാറുള്ളൂ. 5-10 ശതമാനം പേരിൽ തളർച്ചയല്ലാത്ത മറ്റു ലക്ഷണങ്ങൾ മാത്രമേ ഉണ്ടാവുകയുള്ളൂ. 90 ശതമാനം പേരിലും പുറമേക്ക് രോഗത്തിന്റെ യാതൊരു ലക്ഷണവും ഉണ്ടാവുകയില്ല. 1952 ലാണ് ജൊനാസ് സാൽക് ഇതിന് കുത്തിവയ്ക്കാവുന്ന വാക്സിൻ കണ്ടുപിടിച്ചത്. 1955 ലാണ് ആൽബർട്ട് സാബിൻ വായിൽക്കൂടി കൊടുക്കാവുന്ന ദുർബലമാക്കപ്പെട്ട വൈറസ് കൊണ്ടുള്ള വാക്സിൻ കണ്ടുപിടിച്ചത്. ഇത് പോളിയോക്കെതിരെയുള്ള പോരാട്ടത്തിൽ ഒരു വിപ്ലവംതന്നെ സൃഷ്ടിച്ചു. 1962 ലാണ് വ്യാപകമായി പോളിയോക്കെതിരെ വാക്സിൻ ഉപയോഗിച്ചുതുടങ്ങിയത്.

റോട്ടറി ഇന്റർനാഷണൽ ലോകമെങ്ങും ഇതടക്കം ആറ് പലതരം വാക്സിനുകൾ സൗജന്യമായി കൊടുത്തുവരുന്നുണ്ട്. ആഫ്രിക്ക, ചില ഏഷ്യൻ രാജ്യങ്ങൾ എന്നിവയൊഴിച്ച് ലോകമെങ്ങും ഈ രോഗം നിർമാർജനം ചെയ്യപ്പെട്ടുകഴിഞ്ഞു. ഇന്ത്യയിലെ യു പിയിൽ ഇന്നും പോളിയോ പൂർണമായി നിർമാർജനം ചെയ്യപ്പെട്ടിട്ടില്ല. ഇപ്പോൾ പ്രവർത്തനനിരതമായ പോളിയോ നിർമാർജനയജ്ഞം അടുത്തുതന്നെ ഭൂമുഖത്തുനിന്നും പോളിയോയെ തൂത്തുമാറ്റുമെന്ന് പ്രതീക്ഷിക്കാം.

(iv). ലൂപ്പസ് എരിഥിമറ്റോസിസ് (lupus erythematosus)

ഈ രോഗം എല്ലാ അവയവങ്ങളെയും ബാധിക്കുന്നതിനാൽ സിസ്റ്റമിക് ലൂപ്പസ് എരിഥിമറ്റോസിസ് എന്നും ചുരുക്കമായി ലൂപ്പസ് എന്നു മാത്രവും വിളിക്കുന്നു. പ്രതിരോധ വിഭാഗത്തിലെ തകരാറുകൊണ്ടു ജന്മനാ ഉണ്ടാകുന്ന ഈ രോഗം ഒരു ഓട്ടോ ഇമ്യൂൺ രോഗമാണ്. മൂന്നു തരം ഉപവിഭാഗങ്ങളുണ്ട്. ഡിസ്കോയ്ഡ് (discoid), സിസ്റ്റമിക് (systemic), മരുന്നുകളുടെ ഫലമായി ഉണ്ടാകുന്നവ എന്നതാണ് ആ മൂന്നു ഉപവിഭാഗങ്ങൾ. ഇതിൽ ഡിസ്കോയ്ഡ് ത്വക്കിനെമാത്രം ബാധിക്കുന്നു. മുഖത്തും കഴുത്തിലും തലയിലും ചുവന്ന തവിട്ടുനിറത്തിലുള്ള ഡിസ്ക് പോലുള്ള പാടുകൾ ഉണ്ടാകുന്നു. ഇതിൽ ഏകദേശം 10% പേരിൽ എല്ലാ അവയവങ്ങളെയും ബാധിക്കുന്ന സിസ്റ്റമിക് രോഗമായി മാറാനിടയുണ്ട്. സിസ്റ്റമിക് ലൂപ്പസ് എരിഥിമറ്റോസിസ് ആണ് ഏറ്റവും സാധാരണയായി കാണുന്നതരം രോഗം. ശരീരത്തിലെ ഏതു ഭാഗത്തെയും ബാധിക്കാവുന്ന ഈ രോഗം ത്വക്, വൃക്ക, സന്ധികൾ, ഹൃദയം, അന്നനാളം, മസ്തിഷ്കം തുടങ്ങി ഏതുശരീരഭാഗവും ഈ രോഗത്തിന്റെ ആക്രമണത്തിൽ നിന്നും മുക്തമല്ല. പക്ഷേ, ഭൂരിപക്ഷം പേരിലും ചില അവയവങ്ങൾ മാത്രമേ രോഗഗ്രസ്തമാവുന്നുള്ളൂ. തൊലിയിൽ തിണർപ്പുകണ്ടാൽ അത് ഏതാണ്ട് ഡിസ്കോയ്ഡ് ആണെന്ന് ഉറപ്പിക്കാം. പൊതുവെ ഓരോരുത്തരിലും ലക്ഷണങ്ങൾ വ്യത്യസ്തമായിരിക്കും. ഇടയ്ക്ക് രോഗം ഒന്ന് മാറിനിന്ന് ആശ്വാസമുണ്ടാക്കും. പിന്നീട് വീണ്ടുംവരും. അപ്രകാരം രണ്ട് ഘട്ടങ്ങളുണ്ട്.

(v). ഇൻഫ്ളുവൻസാ (influenza, flu)

ഫ്ളു എന്ന പേരിൽ ലോകമെങ്ങും അറിയപ്പെടുകയും പരക്കുകയും ചെയ്യുന്ന സുപ്രധാന വൈറസ് രോഗമാണിത്. ഇത് ശ്വാസനാളത്തിന്റെ മുകളിലും താഴെയും ബാധിക്കുന്നു. ശക്തമായ പനി, വിറയൽ, ക്ഷീണം, ദേഹംവേദന, തലയിലും വയറിലും അസുഖം എന്നിവയുമുണ്ടാകാം. ഓർത്തോമിക് സോ കൂട്ടത്തിൽപ്പെട്ട എ, ബി, സി എന്നീ വൈറസുകൾ ഇവയിലുണ്ട്.

ഇവ മൂന്നും ഏകദേശം ഒരേ ലക്ഷണങ്ങളാണ് ഉണ്ടാക്കുന്നത്. പക്ഷേ, ഇവ മൂന്നിന്റെയും പ്രോട്ടീനുകളിലെ ആന്റിജനുകൾ തീരെ വ്യത്യസ്തമാണ്. അതുകൊണ്ട് ഒരുതരം വൈറസ്ബാധ വന്നാൽ മറ്റു തരത്തിന്റെ പ്രതിരോധം ലഭിക്കുന്നില്ല. ഇതിൽ എ ആണ് വലിയ സാംക്രമികസ്വഭാവമുള്ള രോഗം പൊട്ടിപ്പടർത്തുന്നത്. ബി യാകട്ടെ ചെറിയ സ്ഥലത്ത് മാത്രമുള്ള രോഗം പടർത്തുന്നു. സി പ്രായേണ ദുർബലമാണ്. ഈ വൈറസുകളിൽ വേഗം വർഗവർധന നടക്കുന്നതിനാൽ ജൈവ ശാസ്ത്രപരമായ പരിണാമം അതായത് ജീൻ മ്യൂട്ടേഷൻ എളുപ്പത്തിൽ സംഭവിക്കുന്നുണ്ട്.

ഈ പ്രതിഭാസത്തെ വെർട്ടിക്കൽ ആന്റിജെനിക് ഡ്രിഫ്റ്റ് (ertical

antigenic drift) എന്നുപറയുന്നു. അതുകൊണ്ട് ഭൂഖണ്ഡാന്തര രോഗപ്പകർച്ച സംഭവിക്കുമ്പോൾ ഓരോ രോഗപ്പകർച്ച ഉണ്ടാകുമ്പോഴും മനുഷ്യശരീരത്തിന് അതിനെതിരെ പ്രതിരോധ ആന്റിബോഡി ഉൽപ്പാദിപ്പിക്കുവാൻ കഴിയാതെപോകുന്നു. അതുകൊണ്ട് ഇടയ്ക്കിടെ ഫ്ളു രോഗം പൊട്ടിപ്പടരൽ ലോകമെങ്ങും ആവർത്തിച്ചുകൊണ്ടിരിക്കുന്നു. ഭൂഖണ്ഡാന്തര രോഗം പടരുന്നതനുസരിച്ച് ജീൻ മ്യൂട്ടേഷൻ (gene mutation) സംഭവിക്കുന്നുണ്ട്. മനുഷ്യന്റെ രോഗപ്രതിരോധശക്തിയോടേറ്റുമുട്ടുമ്പോൾ സംഭവിക്കുന്ന വൈറസുകളുടെ ജൈവശാസ്ത്രപരമായ പരിണാമം ആണത്. മാത്രമല്ല, ഇടയ്ക്ക് അടുത്തുള്ള ഫ്ളു വൈറസുകളിൽനിന്ന് ജീനോം (genome) ഘടകം സ്വീകരിച്ചും അവ കൂടുതൽ ശക്തിസംഭരിച്ച് മനുഷ്യനെ ആക്രമിക്കാൻ കഴിവുനേടുന്നു. ഇതിനെ ഹൊറിസോണ്ടൽ ആന്റിജനിക് ഡ്രിഫ്ട് (horizontal antigenic drift) എന്നുപറയുന്നു. ജീവജാതികളിൽ മിടുക്കുള്ളവൻ മേൽക്കൈനേടി അതിജീവനം കൈവരിക്കും എന്ന പരിണാമതത്വമാണിവിടെ പ്രാവർത്തികമാകുന്നത്.

ക്രൂട്സ്ഫെൽഡ്റ്റ്-ജേക്കബ് രോഗം (Creutzfeldt-Jakob disease).

(ഡിമെൻഷ്യ-മേധാക്ഷയം- ഇതിനെപ്പറ്റിയുള്ള ഭാഗം വായിച്ചാലും)

അൾഷിമേഴ്സ് രോഗം, പിക്സ് രോഗം എന്നിവയ്ക്കൊപ്പം ഈ രോഗവും സുപ്രധാന മേധാക്ഷയരോഗമാണ്. ഈ രോഗം അത്ര സാധാരണമല്ല. മസ്തിഷ്കകോശങ്ങൾ നാശോന്മുഖമാവുന്ന പത്ത് ലക്ഷത്തിലൊരാൾക്ക് 40 നും 70 നും ഇടയ്ക്ക് ഉണ്ടാവുന്നു. സ്ത്രീപുരുഷന്മാരിൽ തുല്യമായി കാണുന്ന ഈ രോഗം ആരംഭത്തിൽ മാനസികലക്ഷണങ്ങളാണ് കാണിക്കുക. അതിനുശേഷം മേധാക്ഷയം വ്യക്തമാകുന്നു. 1920 ൽ ഈരോഗത്തെപ്പറ്റി പഠിച്ച രണ്ട് ന്യൂറോളജിസ്റ്റുകളുടെ പേരാണ് ഈ രോഗത്തിനിട്ടിരിക്കുന്നത്.

(vi). പ്രമേഹം(ഈ രോഗത്തെപ്പറ്റിയുള്ളഭാഗം വായിച്ചാലും)

ശരീരത്തിൽ കാർബോഹൈഡ്രേറ്റുകളുടെ ചയാപചയത്തിനു സംഭവിക്കുന്ന തകരാറുകൊണ്ട് ഇൻസുലിൻ ഉൽപ്പാദിപ്പിക്കാനും കാർബോഹൈഡ്രേറ്റുകൾക്ക് ഇൻസുലിനുമായി പ്രവർത്തിക്കാനും കഴിയുന്നില്ല. അതുകൊണ്ട് ശരിയായ ഗ്ലൂക്കോസ് (കാർബോഹൈഡ്രേറ്റ് ഉൽപ്പന്നം) നിലവാരം രക്തത്തിലും കോശങ്ങളിലും നിലനിർത്താനാകുന്നില്ല. ചിത്രം നോക്കി ടൈപ്പ് രണ്ട് പ്രമേഹത്തിന്റെ ഉത്ഭവം മനസിലാക്കിയാലും.

(vii). എയ്ഡ്സ്

മനുഷ്യരിൽ രോഗംപരത്തുന്ന ഹ്യൂമൻ ഇമ്മ്യൂണോ ഡെഫിഷ്യൻസി വൈറസാണ് (എച്ച് ഐ വി) എയ്ഡ്സ് (അക്വൈർഡ് ഇമ്മ്യൂണോ ഡെഫിഷ്യൻസി സിൻഡ്രോം) (acquired immuno deficiency syndrome) എന്ന രോഗമുണ്ടാക്കുന്നത്. എച്ച് ഐ വി പ്രതിരോധസംവിധാനമാകെ

തകർക്കുന്നു. അത് സാവധാനത്തിലും സുനിശ്ചിതമായുമുള്ള ആക്രമണമാണ്. അത് ചികിത്സിക്കാൻ പ്രയാസമുള്ള രോഗാണുബാധയും അർബുദങ്ങളുമുണ്ടാക്കുന്നു. അവസരവാദികളായ രോഗാണുക്കളും അർബുദങ്ങളും രോഗിയുടെ അന്ത്യംകുറിക്കുന്നു. ഈ രോഗം ആരംഭിച്ച ആഫ്രിക്കയിൽ 1980 കളിൽ ഇതൊരു പകർച്ചവ്യാധിയെപ്പോലെ നാശംവിതച്ചിരുന്നു. നഗരവൽക്കരണം, ലൈംഗിക അശ്രദ്ധ, കുത്തിവയ്ക്കുന്ന മയക്കുമരുന്നുകൾ എന്നിവ രോഗം വ്യാപകമാക്കുന്നു. 1981 ന് ശേഷം രണ്ടു കോടിയിൽപ്പരം മരണങ്ങൾ എയ്ഡ്സ് കൊണ്ടുണ്ടായിട്ടുണ്ട്. അരക്കോടിയോളം പേർക്ക് വർഷംതോറും പുതുതായി ഈ രോഗം ബാധിക്കുന്നുണ്ട്. ഓരോ കൊല്ലവും മുപ്പതുലക്ഷംപേർ ഇതുമൂലം മരിക്കുന്നുണ്ട്. വ്യപകമായ ബോധവൽക്കരണംകൊണ്ട് രോഗം വളരെ ഫലപ്രദമായി തടയാൻ കഴിഞ്ഞിട്ടുണ്ട്. ഇന്ത്യയിലും അതിന്റെ ഫലങ്ങൾ കണ്ടുതുടങ്ങിയിട്ടുണ്ട്.

(viii). ശ്വാസംമുട്ട് (കാസം, ആസ്ത്മ)

ശ്വാസകോശത്തെ ബാധിക്കുന്ന, നീണ്ടുനിൽക്കുന്ന ഒരു സുപ്രധാന രോഗമാണിത്. വായുപോകും വഴിയിലുള്ള കോശങ്ങൾ കൂടുതൽ പ്രവർത്തനനിരതമാവുകയും (inflamation) അതിനുശേഷം ആ വഴികൾ ചുരുങ്ങുകയും ചെയ്യുന്നു. അത് ശ്വാസംകിട്ടായ്മ, വലിവ്, ചുമ, നെഞ്ചിൽ പിടുത്തം എന്നിവയുണ്ടാക്കുന്നു. ഇത് ചിലപ്പോൾ മാരകമായേക്കാം. പൊടിയിലെ മൈറ്റുകളെന്നറിയപ്പെടുന്ന കീടങ്ങൾ, മൃഗങ്ങളുടെ രോമം തുടങ്ങിയവ, വായു മലിനീകരണം, സിഗരറ്റ് പുക, ചില മരുന്നുകൾ, കാലാവസ്ഥാ വ്യതിയാനങ്ങൾ, മാനസികസമ്മർദം, വ്യായാമക്കൂടുതൽ എന്നിവ ആസ്ത്മയ്ക്ക് കാരണമായേക്കാം. വസ്തുക്കൾ കൊണ്ടുള്ള അലർജിയാണ് പ്രശ്നമുണ്ടാക്കുന്നത്. മുതിർന്നവരിൽ അലർജിയുണ്ടാക്കുന്ന വസ്തുക്കൾ, വൈറസ് ബാധ, ആസ്പിരിൻ, വ്യായാമം എന്നിവയും ഇതുണ്ടാക്കാം. മൂക്കിലുള്ള പോളിപ്പ് സൈനസൈറ്റിസ് എന്നിവയും ആസ്ത്മ ഉണ്ടാക്കാം.

(ix). അർബുദം

(ഈ പേരിലറിയപ്പെടുന്ന ക്യാൻസറിനെപ്പറ്റി വിശദമായി പ്രതിപാദിച്ച ഭാഗം വായിച്ചാലും.)

സാധാരണ കോശങ്ങൾ മ്യൂട്ടേഷൻ സംഭവിച്ച് അർബുദകോശങ്ങളാകുന്നു.

നീർദോഷം ലക്ഷണങ്ങളുണ്ടാക്കുന്ന ഭാഗങ്ങളുടെ ചിത്രം.

x. നീർദോഷം

കൊമ കോൾഡ്, മൂക്കടപ്പ്, ചീരാപ്പ് എന്നെല്ലാം അറിയപ്പെടുന്ന ഈ

രോഗം സർവസാധാരണമാണ്. ഇത് ചികിത്സിച്ചാൽ ഏഴുദിവസം കൊണ്ടും ചികിത്സിച്ചില്ലെങ്കിൽ ഒരാഴ്ചകൊണ്ടും മാറുമെന്ന് ഒരു പഴഞ്ചൊല്ലുണ്ട്. ഇത് ശ്വാസനാളത്തിന്റെ മുകൾഭാഗത്തെ ബാധിക്കുന്ന രോഗമാണ്. രോഗപ്രതിരോധം കുറവും രോഗബാധ ശക്തവുമാണെങ്കിൽ താഴോട്ടുപടർന്ന് ഗൗരവമാകാം. തുടർന്ന് കണ്ണുകൾ, ചെവികൾ എന്നിവയിലേക്ക് രോഗാണുബാധ വരാം. ഇതുണ്ടാക്കുന്ന വൈറസുകൾ ഏതാണ്ട് 100 തരമാണ്. അതിൽ പാരാ ഇൻഫ്ളുവൻസ, ഫ്ളു, റെസ്പിറേറ്ററി സിൻസിറ്റിയൽ വൈറസ്, റിയോവൈറസ് എന്നിവയാണ് പ്രധാനം.

എന്നാൽ, റൈനോവൈറസാണ് ഏറ്റവുംകൂടുതലായി കാണപ്പെടുന്നത്. നമ്മുടെ ധാരണ തണുപ്പ് തട്ടുമ്പോഴുണ്ടാകുന്ന രോഗമാണ് കോൾഡ് എന്നാണ്. അതാണ് ആ പേര് വരാൻ കാരണം. പക്ഷേ, വൈറസ് ബാധയുള്ളവരുമായുള്ള സാമീപ്യമാണ് രോഗം ബാധിക്കുന്നതിന് ഇടയാക്കുന്നതെന്ന് ശാസ്ത്രീയമായി തെളിയിക്കപ്പെട്ടിട്ടുണ്ട്. ഇത് ബാധിച്ച് 1-4 ദിവസം കഴിഞ്ഞ് മാത്രമേ ലക്ഷണങ്ങൾ ആരംഭിക്കുകയുള്ളൂ. തുടർന്ന് ലക്ഷണങ്ങൾ ആരംഭിക്കുന്നതിനുമുമ്പ് തന്നെ രോഗി മറ്റുള്ളവരിലേക്ക് രോഗം പരത്തിക്കൊണ്ടിരിക്കും. അതുകൊണ്ടാണ് നീർദോഷമുള്ളവർ വീട്ടിലിരുന്നു വിശ്രമിക്കണമെന്ന് പറയുന്നതിന്റെ അടിസ്ഥാനം. തുമ്മുമ്പോൾ ടവൽ ഉപയോഗിക്കുക, മൂക്ക് ചീറ്റാതിരിക്കുക തുടങ്ങിയ സാമാന്യമര്യാദകൾ എല്ലാവരും പാലിച്ചിരിക്കണം. പ്രായമായവരിലും പ്രതിരോധശക്തി കുറഞ്ഞവരിലും കോൾഡ് ഗുരുതരമായ ന്യൂമോണിയ തുടങ്ങിയ രോഗങ്ങൾക്ക് വഴിവയ്ക്കാം.

16

വയോജനരോഗങ്ങൾ

To me, old age is always 15 years older than I am

-Bernard M Baruch.

അറുപത്തഞ്ചു കഴിഞ്ഞവരെയാണ് പ്രായമായവർ എന്ന നിർവചനത്തിൽപ്പെടുത്തുന്നത്. അവരുടെ ആരോഗ്യം, രോഗപ്രതിരോധം, ചികിത്സ, വൈകല്യങ്ങൾ നേരെയാക്കൽ എന്നിവ പ്രതിപാദിക്കുന്ന ചികിത്സാവിഭാഗമാണ് ജീറിയാട്രിക്സ് (Geriatrics). ഈ സ്പെഷലിസ്റ്റിനെ ജീറിയാട്രീഷ്യൻ (Geriatrician) എന്നുപറയുന്നു. ഈ വിഷയങ്ങൾ കൈകാര്യം ചെയ്യുന്ന ശാസ്ത്രത്തെ ജറോൺടോളജി (Gerontology), അതായത് പ്രായമാകുന്നത് പഠിക്കുന്ന ശാസ്ത്രം എന്നറിയപ്പെടുന്നു. ഇതിൽ മെഡിക്കൽ വിഭാഗവും സർജിക്കൽ വിഭാഗവുമുണ്ട്.

എന്താണ് മുതിർന്നവരിൽനിന്നും ജീറിയാട്രിക്സ് വ്യത്യസ്തമാകുന്നത്? പ്രായമാകുന്നതോടെ എല്ലാ അവയവങ്ങൾക്കും പ്രായമാകുന്നു. അത് എല്ലാ ശരീരപ്രവർത്തനങ്ങളെയും ബാധിക്കുന്നു. ഈ സമയത്ത് പഴയ രോഗങ്ങൾ തലപൊക്കാം, അവയവദൗർബല്യം പുതിയ രോഗങ്ങൾ സൃഷ്ടിക്കാം. അവയവങ്ങളുടെ കരുതൽക്കഴിവാണ് രക്ഷക്കെത്തുന്നത്. പുകവലിക്കാർ അവരുടെ ശ്വാസകോശ കരുതൽക്കഴിവിനെ ബലികഴിച്ചു കൊണ്ടിരിക്കുന്നു. സാധാരണ പ്രായത്തിന്റെ മാറ്റങ്ങളെയും രോഗങ്ങളെയും ജീറിയാട്രിക് ഡോക്ടർ തിരിച്ചറിയുന്നു. പ്രായം മൂലമുള്ള വൃക്കയുടെ കഴിവുകുറവ് രോഗമല്ല. എന്നാൽ, വൃക്കയുടെ പ്രവർത്തനരാഹിത്യമായ റീനൽ ഫെയ്‌ലിയർ, മൂത്രം നിയന്ത്രണാതീതമായി പോകുന്ന ഇൻകോണ്ടിനെൻസ് (incontinence) എന്നിവ രോഗങ്ങളാണ്. ശരിയായി ചികിത്സിക്കേണ്ടിവരും.

വർധിക്കുന്ന സങ്കീർണത

ചെറിയ കാര്യങ്ങൾ വലിയ പ്രശ്നമുണ്ടാക്കാം. വയറിളക്കത്തോടൊപ്പം ചെറിയ ജലനഷ്ടം നിർജലിനീകരണമാകാം. ചെറിയ പനി ഓർമക്കുറവുണ്ടാക്കി തപ്പിത്തടഞ്ഞുവീണ് തുടയെല്ല് പൊട്ടാം. അതായിരിക്കാം അവസാനത്തെ രോഗവും. മരുന്നുകളുടെകാര്യം പ്രത്യേകശ്രദ്ധ ആവശ്യമാണ്. പല ഡോക്ടർമാരെക്കണ്ടും ചികിത്സ ഏകോപനമില്ലാതെയും കുറിപ്പടിയില്ലാതെയും മരുന്നുകൾ കഴിക്കുന്നുണ്ടാകാം. ഓർമയില്ലാതെ അത് ആവർത്തിച്ച് ഡോസ് കൂടാം, മുടങ്ങാം. ഇവയിൽ മരുന്നുകൾ തമ്മിലുള്ള പ്രതിപ്രവർത്തനം വളരെ പ്രാധാന്യമർഹിക്കുന്നു.

കൂടാതെ പാർശ്വഫലങ്ങളും കരൾ, വൃക്ക എന്നിവ ഭാഗികമായി പ്രവർത്തിക്കാത്തതിന്റെ പ്രശ്നവും കൂടെ കണക്കിലെടുക്കണം. രോഗലക്ഷണങ്ങൾക്ക് കൃത്യത കുറയും. പലപ്പോഴും സന്നി (Delirium), ന്യൂമോണിയ എന്നിവ ഗുരുതരമായാലും തിരിച്ചറിയാൻ പ്രയാസമാകാം. അവർക്ക് ലക്ഷണങ്ങൾ വിശദീകരിക്കാൻ പ്രയാസമാകാം. സന്നി വരുന്നത് മലബന്ധംപോലുള്ള ചെറിയകാര്യംകൊണ്ടോ ഹാർട്ട് അറ്റാക് പോലുള്ള ഗുരുതരരോഗംകൊണ്ടോ ആകാം. അവയുടെ ലക്ഷണം മൃദുവാകാമെന്നതുകൊണ്ട് വളരെ ശ്രദ്ധിക്കേണ്ടതുണ്ട്.

യേശു ജനിച്ചപ്പോഴുണ്ടായതുപോലെ വയോജനങ്ങളുടെ കൂടെ നിഴൽപോലെ പിന്തുടർന്നുവരുന്ന ഏഴ് നക്ഷത്രങ്ങളുണ്ട്. അവ ഇവയാണ്. നടക്കാൻ ബുദ്ധിമുട്ട്, വീഴ്ച സാധ്യത, മൂത്ര നിയന്ത്രണമില്ലായ്മ, മേധാക്ഷയം, മരുന്നുകളുടെ പ്രതിപ്രവർത്തനം, കാഴ്ചക്കുറവ്, കേൾവിക്കുറവ് (immobility, instability, incontinence , impaired intellect/memory, Impaired vision, Impaired hearing) എന്നിവയാണ് അവ. ഇതോടൊപ്പം വിഷാദരോഗവും, സംസാരിക്കാനും നടക്കാനുമുള്ള ബുദ്ധിമുട്ട് എന്നിവ പ്രശ്നങ്ങൾ സങ്കീർണമാക്കുന്നു.

വയോജനങ്ങളുടെ ശരീരശാസ്ത്രവും മനശ്ശാസ്ത്രവും വ്യത്യസ്തമാണ്. അതനുസരിച്ചുവേണം അവരുടെ എല്ലാക്കാര്യവും തീരുമാനിക്കുവാൻ. മരുന്നുകൾ വലിച്ചെടുക്കുന്നത് ചയാപചയം നടത്തുന്നത്, പാർശ്വഫലം ഇവയെല്ലാം വ്യത്യസ്തമാണ്. ശരീരത്തിലെ കൊഴുപ്പുകൂടി പേശികൾ കുറയുന്നു. ശരീരത്തിൽ ജലാംശം കുറയുന്നു. വൃക്ക മരുന്നിനെ പുറന്തള്ളുന്നത് പതുക്കെയാകുന്നു. കരൾ ചയാപചയം നടത്തുന്നത് പതുക്കെയാകുന്നു. ഇവരിൽ മൂന്നിലൊന്നുപേർ മരുന്നുകൾ ശരിക്ക് കഴിക്കുന്നവരല്ല.

പ്രായോഗികപ്രശ്നങ്ങൾ

ജീവിതഗുണം കുറയാതെ സന്തോഷപ്രദമായി സമയം ചെലവഴിക്കാൻ കഴിയണം. സ്വന്തം കാര്യങ്ങൾ ചെയ്യാൻ കഴിയണം. തീരെ തടികുറഞ്ഞവരിൽ പേശി ക്ഷീണം പ്രശ്നമുണ്ടാക്കും. അവർക്ക് ഏതെങ്കിലും ഓപ്പറേഷൻ കഴിഞ്ഞാൽ രോഗവിമുക്തിക്ക് കാലം കൂടുതലെടുക്കും.

അവർ വേഗം ക്ഷീണിക്കും. കാര്യമായി തടി കുറഞ്ഞാൽ രോഗവിമുക്തിക്ക് സമയം വളരെ കൂടുതലെടുക്കും. എല്ലാ മെഡിക്കൽ വിഭാഗങ്ങൾക്കും ജീറിയാട്രിക്സിൽ ഉപവിഭാഗങ്ങളുണ്ട്. അവരെ പരിചരിക്കുമ്പോഴും ചികിത്സിക്കുമ്പോഴും പലപ്പോഴും മേധാക്ഷയം വരുമ്പോൾ സ്വത്ത് കൈകാര്യം ചെയ്യൽ, സംരക്ഷണ ചുമതല ഏറ്റെടുക്കൽ തുടങ്ങിയ നിയമപ്രശ്നങ്ങൾ ഉണ്ടാകാനിടയുണ്ട്.

ബലഹീനതാ മാനം (FI - Frailty index)

ഇത് 2001 ൽ മിറ്റിനിറ്റ്സ്കി തുടങ്ങിയവർ പഠനങ്ങൾക്കുശേഷം തിട്ടപ്പെടുത്തിയവയാണ്. ഇതനുസരിച്ച് വയസല്ല പ്രായം, മറിച്ച് നമ്മുടെ ബലഹീനതകളാണ്. 32 ബലഹീനതകൾ വിദഗ്ധർ തിട്ടപ്പെടുത്തിയിട്ടുണ്ട്. അവ ഭക്ഷണം കഴിക്കുവാനുള്ള ബുദ്ധിമുട്ട്, വസ്ത്രം ധരിക്കാനുള്ള ബുദ്ധിമുട്ട്, നടക്കുവാനുള്ള ബുദ്ധിമുട്ട്, ഫോൺ ചെയ്യാനുള്ള ബുദ്ധിമുട്ട്, കിടക്കാനും എഴുന്നേൽക്കാനുമുള്ള ബുദ്ധിമുട്ട്, കുളിക്കാൻ, കക്കൂസിൽ പോകാൻ, പുറത്തുപോകാൻ, കടകളിൽ പോകാൻ, ഭക്ഷണം പാകംചെയ്യാൻ, ചെറിയ വീട്ടുജോലികൾ ചെയ്യാൻ, മരുന്നു കഴിക്കാൻ, പണം കൈകാര്യം ചെയ്യാൻ എന്നിവയിലുള്ള ബുദ്ധിമുട്ട്, സന്ധിരോഗങ്ങൾ, പാർക്കിൻസൺ രോഗം, ഗ്ലൂക്കോമ, പ്രമേഹം, വയറിലെ അസുഖം, ഹാർട്ട് അറ്റാക് ചരിത്രം, രക്തസമ്മർദം, സ്ട്രോക് ചരിത്രം, ഇൻഫ്ളുവൻസ, തുടയെല്ല് ഒടിയൽ, മറ്റു അസ്ഥി ഒടിയലുകൾ, കാഴ്ചത്തകരാറ്, സ്വയം ആരോഗ്യത്തെക്കുറിച്ചുള്ള കാഴ്ചപ്പാട്, മൂത്രസഞ്ചിയിലും കുടലിലുമുള്ള തകരാറുകൾ, മേധാക്ഷയം, കേൾവിത്തകരാറ്, കേൾവിതെറാപ്പി എടുക്കേണ്ടിവരിക, പല്ല് തകരാറ്, പാദത്തകരാറ് എന്നിവയാണവ. ഇവ ഏകദേശം പ്രായമായതിന്റെയും ആയുസിന്റെയും മാനകമായി എടുക്കാം. കലണ്ടർ വയസിനേക്കാളും ഇവ കൂടുതൽ പ്രാധാന്യമർഹിക്കുന്നു. പ്രായമാകുന്നതിന്റെ ശാരീരികശാസ്ത്രപരമായ മാറ്റങ്ങളുടെ കണ്ണാടിയാണ് ഇവയെന്ന് പറയാം.

മരണത്തിലേക്കുള്ള സമയം, മരണനിരക്ക്, മരണസാധ്യത എന്നിവ പ്രായം, ഫ്രെയ്ലിറ്റി ഇൻഡക്സ് (FI), പാരമ്പര്യം എന്നിവയെ വളരെ ആശ്രയിച്ചിരിക്കുന്നതായി തെളിഞ്ഞിട്ടുണ്ട്. അതുപോലെ ഈ മൂന്നു കാര്യങ്ങളും FI യും തമ്മിലും അടുത്ത ബന്ധമുണ്ട്. ശസ്ത്രക്രിയക്കുശേഷം രോഗവിമുക്തിയും ആശുപത്രിയിൽനിന്ന് വിടുതലാവുന്നതും ഇവയും തമ്മിൽ നേരിട്ടുബന്ധമുണ്ട്. അതുകൊണ്ട് പ്രായത്തേക്കാൾ എക FI ബലഹീനതാമാനമാണ് കൂടുതൽ ശക്തമായ മാനകം എന്ന് തെളിഞ്ഞിട്ടുണ്ട്.

ആയുർദൈർഘ്യം

If you ask what is the single most important key to longevity, I would have to say it is avoiding worry, stress and tension. And if you didn't ask me, I'd still have to say it-George Burns.

ലോകത്തിന്റെ ആയുർദൈർഘ്യം 67.2 ആണ്, ഇന്ത്യയുടേത് ശരാശരി 69.89 ഉം. പുരുഷൻ 67.46 ഉം സ്ത്രീ 72.61 ഉം ആണ്. ചില രാജ്യങ്ങളിൽ സ്ത്രീകളിൽ ആ വ്യത്യാസം പ്രകടമല്ല. സിംബാബ്‌വെ, ലൈസോതൊ, സ്വാസിലാൻട്, അഫ്ഗാനിസ്ഥാൻ എന്നിവിടങ്ങളിൽ സ്ത്രീകളുടെ ആയുർദൈർഘ്യം കുറവാണെന്ന് കാണാം. ആയുർദൈർഘ്യം ഏറ്റവും കുറവായ രാജ്യങ്ങൾ, സ്വാസിലാൻട്, അംഗോള, ബോട്സ്വാന, ലെസോതൊ, സിംബാബ്‌വെ, തെക്കെ ആഫ്രിക്ക, നമീബിയ, സാംബിയ, മലാവി, മധ്യ ആഫ്രിക്ക, മൊസാംബിക്, ഗിനി ബിസ്സാവു എന്നിവയാണ്. അവിടങ്ങളിലെ വളരെയുയർന്ന എച്ച് ഐ വി അണുബാധയാണതിന് കാരണം. അതുപോലെ ഉയർന്ന ശിശുമരണനിരക്കും ഒരു കാരണമാണ്. ഏറ്റവുമുയർന്ന ആയുർദൈർഘ്യം യൂറോപ്പിലെ മൊണാക്കൊ എന്ന കൊച്ചു രാജ്യത്തിലാണ്. പുരുഷന് 85.77 ഉം സ്ത്രീക്ക് 93.84 ഉം ആണത്. തുടർന്ന് മക്കാവൊ, സാൻ മരിനൊ, അൻഡോറ, ജപ്പാൻ, സിംഗപ്പൂർ, ഹോങ്കോങ്, ആസ്ത്രേലിയ, കനഡ, ഫ്രാൻസ്, സ്വീഡൻ, സ്വിറ്റ്സർലാന്റ് എന്നിവയുമാണ്. ഇന്ത്യയുടെ സ്ഥാനം 115 ആണ്, ഇറാക്കിന് തൊട്ടുതാഴെ.

17

ഓസ്റ്റിയോ ആർത്രൈറ്റിസ് (Osteoarthritis)

ഏറ്റവും കൂടുതൽ കാണപ്പെടുന്നതും വേഗം മോശമാകുന്നതും ഏറ്റവും പ്രയാസമുണ്ടാക്കുന്നതുമായ സന്ധിരോഗമാണ് ഓസ്റ്റിയോ ആർത്രൈറ്റിസ്. ഇത് സുപ്രധാനസന്ധികളായ കാൽമുട്ട്, ഇടുപ്പ്, കൈ, കഴുത്ത്, നടുവ് എന്നിവയെ ബാധിക്കുന്നു. ഒരു സന്ധിയിൽ മാത്രമോ പല സന്ധികളിലോ കാണപ്പെടുന്ന ഈ രോഗം ചലനശേഷി വളരെ കുറയ്ക്കുന്നു. 85 ശതമാനം കാൽമുട്ട്, ഇടുപ്പ് മാറ്റ ശസ്ത്രക്രിയകളുടെ കാരണം ഈ രോഗമാണ്.

എല്ലുരോഗങ്ങളിൽ ഇത് മാത്രമാണ് ഇവിടെ പ്രതിപാദിക്കുന്നത്. വളരെ സാമൂഹ്യസാമ്പത്തിക മാനസികമാനങ്ങളുള്ള രോഗമാണിത്. നീണ്ടുനിൽക്കുന്ന രോഗമായതിനാൽ ഗവേഷണങ്ങൾക്ക് പ്രയാസങ്ങളുണ്ട്. സന്ധികളിൽ കാണപ്പെടുന്ന എല്ലിനേക്കാൾ മൃദുവായ കാർട്ടിലേജ് കേടുപറ്റുന്നതോടെ അവിടം പുതിയ എല്ല് ഉണ്ടാക്കാൻ ശരീരം ശ്രമിക്കുന്നു. കൂടാതെ എല്ലിനടിവശവും സൈനോവിയം (synovium) എന്ന ഭാഗത്തും കട്ടികൂടി വ്യത്യാസങ്ങൾ വരുന്നു. സാധാരണ ഏതെങ്കിലും ആഘാതത്തെത്തുടർന്ന് ശരീരം നടത്തുന്ന അറ്റകുറ്റപ്പണിശ്രമമാണ് ഈ രോഗത്തിലേക്ക് നയിക്കുന്നത്.

തുടർന്നുള്ള കേടുകൾ കോശങ്ങളിൽ സംഭവിച്ച് ഓസ്റ്റിയോ ആർത്രൈറ്റിസ് ഉണ്ടാക്കുന്നു. പ്രായം കൂടുന്തോറും രോഗസാധ്യത വർധിക്കുന്നു. 30 വയസിനുശേഷം 6 ശതമാനം പേരിലും 65 കഴിഞ്ഞാലതിലിരട്ടിയും രോഗസാധ്യതയുണ്ട്. സ്ത്രീകളിൽ കൂടുതലായി കാണാറുണ്ട്. രോഗം വരാനുള്ള സാധ്യതകൾ കുടുംബചരിത്രം, സന്ധിയിൽ ആഘാതം, പഴുപ്പ്, ജന്മനാരോഗങ്ങളായ പെർത്തെസ് രോഗം, ഇടുപ്പിലെ സ്ഥാനചലനം, കൂടാതെ ഫീമർ എന്ന അസ്ഥിക്കു മുകളിലുള്ള ഭാഗ

ത്തിന് സ്ഥാനചലനം, അമിതഭാരം, ജോലിമൂലമുള്ള ആഘാതങ്ങൾ, അത്‌ലറ്റുകൾക്ക് പറ്റുന്ന ആഘാതങ്ങൾ എന്നിവയാണ്.

ലക്ഷണങ്ങൾ

വ്യായാമംകൊണ്ട് കൂടുകയും വിശ്രമംകൊണ്ട് കുറയുകയും ചെയ്യുന്നു, കുറേക്കഴിയുമ്പോൾ വിശ്രമിക്കുമ്പോഴും രാത്രിയും വേദന ഉണ്ടാകുന്നു. ചിലപ്പോൾ ഇടുപ്പെല്ലിലെ വേദന ഒടി ഭാഗത്തും തുടയുടെ പുറം ഭാഗത്തും അനുഭവപ്പെടാം. പുരുഷന്മാരിൽ വൃഷണവേദനയായി അനുഭവപ്പെടാറുണ്ട്. രാവിലെ സന്ധിക്ക് ബലംപിടുത്തമുണ്ടാകാം. സന്ധിപ്രവർത്തനം കുറയുന്നു.

പരിശോധനയിൽ കാണുന്നത് എന്തെല്ലാം?

സന്ധിയിലെ ചലനം കുറവായിരിക്കും, അറ്റത്തേക്ക് ചലിപ്പിക്കുമ്പോൾ വേദന, നീര്, തൊടുമ്പോൾ ചൂട്, സൈനോവിയം കട്ടികൂടിയതായും പുതിയ എല്ലുവന്ന് ഉരുണ്ട് നോഡ് (node) പോലെ നിൽക്കുന്നതും എക്സ്റെയിൽ കാണാം. (ചിത്രം നോക്കിയാലും)

അത് ഓരോ സന്ധിയിലും ഓരോ തരത്തിലാണ്. സന്ധിക്ക് ചുറ്റും അമർത്തുമ്പോൾ വേദന, കിരുകിരു ശബ്ദം, ഈരോഗത്തിന് പനി ഉണ്ടാവുകയില്ല, പേശികൾക്ക് വേദന മെലിച്ചിൽ എന്നിവ കാണാം.

പരിശോധനകൾ

എക്സ്റെ പ്രധാനമാണ്. അതുകൂടാതെ എം ആർ ഐ. രക്തത്തിൽ പഞ്ചസാര, ക്രിയാറ്റിനിൻ, ലിവർ ഫങ്ഷൻ ടെസ്റ്റ്, രോഗാണുബാധ കൊണ്ടുള്ളതാണോ, ഗൗട്ട് എന്ന രോഗമാണോ എന്നറിയാൻ സന്ധിയിൽ സൂചി കടത്തി ജലമെടുത്ത് പരിശോധിക്കൽ എന്നിവയാണ്. കൂടാതെ അമിതഭാരമുണ്ടോ എന്നറിയാൻ ബി എം ഐ എന്ന ശരീരഭാരവും ഉയരവും തമ്മിലുള്ള അനുപാതമാനം നോക്കണം.

രോഗം തിരിച്ചറിയൽ

കാൽമുട്ടിലും ഇടുപ്പിലുമാണെങ്കിൽ ബഴ്സൈറ്റിസു (bursitis) മായി തെറ്റിദ്ധരിക്കപ്പെടാം. ഇടുപ്പിലാണെങ്കിൽ കാൽമുട്ടിലെയോ നട്ടെല്ലിലെയോ വേദന അവിടേക്കുവരാം. പൊതുവെ ഗൗട്ട്, സോറിയാസിസ് (Gout, Psoriasis) എന്ന മാറാത്ത ത്വക് രോഗത്തോടൊപ്പം കാണുന്ന സന്ധിരോഗം, സെപ്ടിക് സന്ധിരോഗം, വൈറൽ സന്ധിരോഗം, വയറിളക്കം മുതലായ രോഗങ്ങളോടൊപ്പം ഉണ്ടാകാവുന്ന പ്രതികരണ സന്ധിരോഗം, റെയ്ടേഴ്സ് (Reiters) സന്ധിരോഗം, സീറോനെഗറ്റീവ് (Sero negative) സന്ധിരോഗം, ആൻകൊലൈസിങ് സ്പോഡിലൈറ്റിസ്, സാർകോയ്ഡോസിസ്, ഇൻഫെക്ടീവ് എൻഡോകാർഡൈറ്റിസ് (Ancolysing spondylitis, Sarcoidosis, Infective endocarditis) എന്നിവയുണ്ടോ എന്ന് അതാതു പരിശോധനനടത്തി തിരിച്ചറിയണം.

ചികിത്സ

നീണ്ടുനിൽക്കുന്ന ചലനത്തെ ഗൗരവമായി ബാധിക്കുന്ന, വേദന യുള്ള രോഗമായതിനാൽ, ജോലി, ജീവിതഗുണം, സാമൂഹ്യജീവിതം, മാനസികാവസ്ഥ എന്നിവ ഗൗരവമായി പരിഗണിക്കപ്പെടണം. ചികിത്സി ക്കുന്ന ഡോക്ടർ ഈ കാര്യങ്ങൾ രോഗിയുമായി ചർച്ചചെയ്യും.

എന്താണ് രോഗത്തെപ്പറ്റിയുള്ള ധാരണകൾ?

പ്രതീക്ഷകൾ?

വിശ്വാസങ്ങൾ?

അറിവുകൾ?

ആരാണ് രോഗിയെ സംരക്ഷിക്കുന്നത്?

ഏതെങ്കിലും സംഘടനയുണ്ടോ?

അവരുടെ ധാരണകൾ?

പ്രതീക്ഷകൾ? വിശ്വാസങ്ങൾ?

അറിവുകൾ?

എന്താണ് രോഗിയുടെ മാനസികാവസ്ഥ? സമ്മർദങ്ങൾ? ഇവയെല്ലാം അറിയണം. നീണ്ടുനിൽക്കുന്നതായതിനാൽ വിഷാദരോഗവും ഉൽക്ക ണ്ഠയും ഉണ്ടാകാനിടയുണ്ട്. അതിനുള്ള പരിശോധന ആവശ്യമാണ്.

ജീവിതത്തിൽ ഈ രോഗം എന്താണ് സമ്മാനിച്ചത്?

സാധാരണ പ്രവർത്തനം, കുടുംബ ഉത്തരവാദിത്വം, ജോലി, ഹോബി, ഉറക്കം, പ്രതീക്ഷകൾ?

വീട്ടിലും ജോലിസ്ഥലത്തും ഒത്തുപോവാൻ പ്രയാസങ്ങളുണ്ടോ? വേദന എപ്രകാരം കൈകാര്യം ചെയ്യും?

രോഗി എന്താണ് സ്വീകരിച്ചുപോന്നത്?

മരുന്ന്, പാർശ്വഫലം?

കഴിക്കുന്ന സമയങ്ങൾ?

മാറ്റാവുന്ന വേദനകളുണ്ടോ? ഉദാ: പെരി ആർട്ടിക്കുലർ വേദന, ബഴ്സൈറ്റിസ്, ഗാംഗ്ലിയോൺ എന്നിവ?

ഏതെങ്കിലും നീണ്ടുനിൽക്കുന്ന വേദന ആരംഭിച്ചോ?

കൂടെവരുന്ന രോഗങ്ങൾ ചികിത്സയെയും ഓപ്പറേഷൻ വേണ്ടിവന്നാ ലതിനെയും ബാധിക്കുമോ?

രോഗി നടക്കുമ്പോൾ താഴെ വീഴാൻ സാധ്യതയുണ്ടോ?

ഈ കാര്യങ്ങളെല്ലാം രോഗിയുമായി ചർച്ചചെയ്ത് തീരുമാനമെടു ക്കണം. ആധുനിക തെളിവുബന്ധിത ചികിത്സയെപ്പറ്റി ചികിത്സകരും രോഗിയും ബോധവൽകൃതരാകണം. ഇടയ്ക്കിടെ ചർച്ചകളും പുനഃപരി ശോധനകളും ആവശ്യമാണ്. ഇതെല്ലാം ഒരു തുടർപ്രക്രിയയാണ്.

ചികിത്സയുടെ അടിസ്ഥാനം

ഓസ്ടിയോ ആർത്രൈറ്റിസ് രോഗികൾക്കെല്ലാം ഈ അടിസ്ഥാന ചികിത്സ ലഭിച്ചിരിക്കണം. രോഗത്തെയും ചികിത്സയെയും സംബന്ധിച്ച ഉപദേശവും ലഘുലേഖകളും രോഗിയും കുടുംബവും നന്നായി ഉപയോഗിക്കണം. വ്യായാമത്തിന്റെ പ്രാധാന്യം നന്നായി മനസിലാക്കിയിരിക്കണം.

പ്രായം, മറ്റുരോഗങ്ങൾ, വേദന, വൈകല്യം ഇവ വ്യായാമത്തെ മാറ്റുകമാത്രമാണ് ചെയ്യുന്നത്, അവയ്ക്കിതില്ലാതാക്കാൻ കഴിയുന്നില്ല. പേശിയുടെ ശക്തികൂട്ടൽ, ഭാരം കുറയ്ക്കൽ, പേശിശേഷി കൂട്ടൽ എന്നിവ സഹനശക്തി കൂട്ടും. ഫിസിയോതെറാപ്പിയും വളരെ പ്രയോജനപ്രദമാണ്. അമിതഭാരമുള്ളവരിൽ ഭാരം കുറയ്ക്കൽ ഒരു പ്രധാന ചികിത്സയാണ്.

ആദ്യഘട്ട മരുന്നുകൾ

പാരാസെറ്റമോൾ ആവശ്യത്തിനോ പതിവായോ ഉപയോഗിക്കാം. മീതെ പുരട്ടുന്ന എൻ എസ് എയ്ഡ് വേദനാസംഹാരികൾ നല്ലതാണ്. ഇത് മാത്രമായോ പാരാസെറ്റമോളിനോട് ചേർത്തോ ഉപയോഗിക്കാം. നമ്മുടെ നാട്ടിൽ ഇവയെല്ലാം അമിതമായി ഉപയോഗിക്കപ്പെടുന്നുണ്ട്. അതൊന്നും ശരിയല്ല. അവ പലപ്പോഴും അനാവശ്യവും പാർശ്വഫലങ്ങൾ ക്ഷണിച്ചു വരുത്തുന്നവയുമാണ്.

മറ്റു ചികിത്സകൾ

എൻ എസ് എ ഐ ഡി (NSAID) വേദനാസംഹാരികൾ.

സൈക്ലോ ഓക്സ്ജനേസ് 2 ഇൻഹിബിറ്റേഴ്സ് (Cyclo oxygenase 2 inhibitors).

ഇതിന്റെ പേരുകളുടെ അവസാനം ക്സിബ് (xib) എന്നുണ്ടാവും. ഈ മരുന്നുകൾ വയറിലെ അമ്ലം കുറയ്ക്കുന്ന മരുന്നുകൾക്കൊപ്പമാണ് കഴിക്കേണ്ടത്. പാരാസെറ്റമോളിനൊപ്പം കഴിക്കാം. ഏറ്റവും കുറഞ്ഞ അളവിൽ ഏറ്റവും കുറഞ്ഞകാലം കഴിക്കാം. പ്രായമായവരിൽ പ്രത്യേകിച്ച് പാർശ്വഫലങ്ങൾ പരിഗണിക്കണം. രക്തം കട്ടയാകാതിരിക്കാൻ ആസ്പിരിൻ കഴിച്ചുകൊണ്ടിരിക്കുന്നുവെങ്കിൽ, അതും വേദനാസംഹാരിയാണല്ലോ, മറ്റുമരുന്നുകൾ അതനുസരിച്ച് മാറ്റംവരുത്താം. ഓപ്പിയോയ്ഡ് (opiod) മരുന്നുകൾ പാരാസെറ്റമോളും എൻ എസ് എ ഐ ഡിയും ഫലിക്കുന്നില്ലെങ്കിൽ പരിഗണിക്കാം. ശക്തമായ വേദനയുണ്ടാവുകയും മറ്റുള്ളവ ഫലിക്കാതെ വരുകയും ചെയ്താൽ സന്ധിക്കുള്ളിൽ കോർട്ടിസോൺ (cortisone) കുത്തിവയ്പ് നടത്താറുണ്ട്. കാൽമുട്ടിലും കൈയിലുമുള്ള വേദനയ്ക്ക് കാപ്സൈസിൻ ലേപനം ഫലപ്രദമാകാറുണ്ട്. സിലികോക്സിബ് (celecoxib) എന്ന മരുന്ന് രക്തക്കുഴൽ ഹൃദയരോഗങ്ങളുള്ളവർ ഒട്ടും കഴിക്കരുത്. അവിടങ്ങളിൽ രക്തം കട്ടപിടിക്കാനിടയുണ്ട്.

മരുന്നില്ലാത്ത മറ്റു ചികിത്സകൾ

ചൂടുപിടിപ്പിക്കൽ പ്രയോജനപ്പെടാറുണ്ട്. അതിന് ഇൻഫ്രാറെഡ് തുടങ്ങിയ പല മാർഗങ്ങളുണ്ട്. ഊന്നുവടി ആ ഭാഗത്തെ സന്ധിയെ സഹായിക്കും. നീ കാപ്പ് (knee cap) മുതലായ താങ്ങുകൾ പ്രയോജനം ചെയ്യും. സമ്മർദം അതിജീവിക്കുന്ന പാദരക്ഷകൾ നല്ലതാണ്. തൊലിയിൽക്കൂടി നൽകുന്ന വൈദ്യുതചികിത്സ വേദന കുറയ്ക്കാറുണ്ട്. മാനിപ്പുലേഷൻ സ്ട്രെച്ചിങ് (Manipulation stretching) എന്നിവകൊണ്ട് ഇടുപ്പിലെ വേദന കുറയാറുണ്ട്.

ഓപ്പറേഷൻ

ആർത്രോസ്കോപ്പ് (Arthroscope) ഉപയോഗിച്ച് ഉള്ളിൽ പിടുത്തമുണ്ടെങ്കിൽ അത് നേരെയാക്കാറുണ്ട്. ചലനശേഷി തിരിച്ചു കിട്ടും. അത്യാവശ്യത്തിനു മാത്രമാണിത് ചെയ്യുന്നത്.

ജോയന്റ് ആർത്രോപ്ലാസ്റ്റി (Joint Arthroplasty)

ഇത് വേദന, ബലംപിടുത്തം എന്നിവ ഉണ്ടാവുകയും മരുന്നുകൾകൊണ്ട് ഫലമില്ലാതിരിക്കുകയും ചെയ്യുമ്പോൾ ആലോചിക്കാം.

സന്ധിമാറ്റിവയ്ക്കൽ

ഇത് ചെയ്താൽ 95 ശതമാനംപേരിലും 15 കൊല്ലത്തോളം നിൽക്കാറുണ്ട്. ഇടുപ്പിലും കാൽമുട്ടിലുമാണ് സാധാരണ ചെയ്യുന്നത്.

ഗ്ലൂക്കോസമിൻ

ഇൻസുലിൻപോലെ ശരീരത്തിൽ സാധാരണ ഉണ്ടാവുന്നതാണിത്. ഇതുകഴിച്ചാൽ കാർട്ടിലേജ് നശിക്കൽ കുറയുകയും പുതിയവ ഉണ്ടാവുകയും ചെയ്തേക്കാം. ഇത് വാർഫാറിൻ (warfarin) എന്ന മരുന്നിനെ ഉത്തേജിപ്പിക്കാം. ഇത് ദിവസേന 1500 എം ജി കഴിക്കുന്നത് ഗുണകരമെന്ന് പറയുന്നുവെങ്കിലും മതിയായ പരീക്ഷണത്തെളിവില്ല.

കോൺഡ്രോയ്റ്റിൻ (chondroitin)

ഇതിനും തെളിവുകൾ കുറവാണ്. അതുപോലെയാണ് സന്ധിക്കുള്ളിൽ കൊടുക്കുന്ന ഹ്യാലുറോണിക് ആസിഡിന്റെ (hyaluronic acid) കാര്യവും.

ഭാവിയിലെന്ത് സംഭവിക്കും?

കാൽമുട്ടിലെ രോഗമാണേറ്റവും കഷ്ടമാകാൻ സാധ്യതയുള്ളത്. സാധാരണ പത്തുകൊല്ലംകൊണ്ടാണ് അവസ്ഥയിൽ മോശമാകൽ സംഭ

വിക്കുക. കാൽമുട്ടുകളിൽ ഭാരോദ്വഹനം വരുന്നതുകൊണ്ടാണിത്. കൈസന്ധിയിലുള്ളതാണ് ഏറ്റവും നല്ല ഫലമുണ്ടാകുന്നത്. ഇതിൽ ന്യൂനപക്ഷത്തിന് മാത്രമേ വളരെ മോശമാകാൻ സാധ്യതയുള്ളൂ. ഈയിടെ നടത്തിയ പഠനം വ്യക്തമാക്കുന്നത് എക്സ്റെ പ്രകാരമുള്ള കാൽമുട്ടിലെ ഓസ്ടിയോ ആർത്രൈറ്റിസ് മോശമാകലിനെ സംബന്ധിച്ചിടത്തോളം, സ്പോർട്സ്, പേശിബലം, ആഘാതങ്ങൾ എന്നിവ രോഗത്തിന്റെ മുന്നോട്ടുള്ള ഗതിയെ ബാധിക്കുന്നില്ല എന്നാണ്.

എപ്രകാരം ഓസ്ടിയോ ആർത്രൈറ്റിസ് തടയാം?

1. അമിതഭാരം കുറയ്ക്കുക. ഇത് പ്രത്യേകിച്ചും കാൽമുട്ടിലെ രോഗത്തിന് ഗുണംചെയ്യും. ആവശ്യമുള്ളിടത്തോളം വ്യായാമം കൂട്ടുക എന്നതാണ് പൊതുതത്വം.
2. ആഘാതങ്ങൾ ഒഴിവാക്കുക.
3. രോഗത്തെപ്പറ്റി മനസിലാക്കുക.
4. ലക്ഷണങ്ങൾ കുറയ്ക്കുകയും വൈകല്യങ്ങൾ ഒഴിവാക്കുകയും ചെയ്യുക എന്നിവയാണതിനുള്ള മാർഗങ്ങൾ.

18

ഓർമക്കുറവും ഡിമെൻഷ്യയും

There is an ecstasy that marks the summit of life, and beyond which life cannot rise. And such is the paradox of living, this ecstasy comes when one is most alive, and it comes as a complete forgetfulness that one is alive

-Jack London.

പലർക്കും പ്രായമാകുന്നതോടെ ഓർമകുറയുന്നതായി അനുഭവപ്പെടാറുണ്ട്. ഇത് തികച്ചും സാധാരണവും ഡിമെൻഷ്യയെന്ന രോഗവുമല്ല. ഡിപ്രഷനിലും തൈറോയ്ഡ് ഗ്രന്ഥിയുടെ പ്രവർത്തനം കുറയുമ്പോഴും ഓർമ കുറയാറുണ്ട്. ഡിപ്രഷനിൽ കൂടുതലും ഓർമ കുറയുന്നു എന്നതോന്നൽ മാത്രമാണ് പ്രധാനമായും കാണുന്നത്. നാം കാണുന്ന ഏറ്റവും ഗൗരവതരമായ ഓർമപ്രശ്നം ഡിമെൻഷ്യയാണ്. ഇത് മാനസികമായ മറ്റു കഴിവുകളെ തളർത്തുന്നു, കൂടാതെ അതോടൊപ്പം ഗൗരവതരമായ ലക്ഷണങ്ങൾ സൃഷ്ടിക്കുന്നു. ശരീരത്തെയും തലച്ചോറിനെ നേരിട്ടും ബാധിക്കുന്ന രോഗങ്ങളാണ് ഇവയുണ്ടാക്കുന്നത്.

ഏറ്റവും പ്രധാന ഡിമെൻഷ്യരോഗങ്ങൾ

1. അൾഷിമെഴ്സ് ഡിമെൻഷ്യ
2. വാസ്കുലാർ ഡിമെൻഷ്യ
3. ഡിമെൻഷ്യ വിത്ത് ലെവി ബോഡീസ് (Alzheimers dementia, Vascular dementia, Dementia with Lewy bodies) എന്നിവയാണ്. ഇവയുടെ ലക്ഷണങ്ങൾ വർഷങ്ങൾകൊണ്ടാണ് വികസിച്ചുവരുന്നത്.

ഏറ്റവുംനല്ല ചികിത്സ രോഗികൾക്ക് അവരെ നോക്കുന്നവർ നൽകുന്ന സഹായമാണ്. മരുന്നുകൾ പ്രത്യേകിച്ച് ആദ്യഘട്ടങ്ങളിൽ മാത്രം വളരെ സഹായിക്കും.

എന്താണ് ഓർമക്കുറവ്? എന്താണതിന്റെ കാരണങ്ങൾ?

പലരും ഇടയ്ക്കിടെ പലതും മറക്കാറുണ്ട്. നമ്മൾ അത്ര ശ്രദ്ധിക്കാത്ത കാര്യങ്ങളാണ് നാം എളുപ്പം മറക്കാറുള്ളത്. നമുക്ക് പ്രധാനപ്പെട്ട കാര്യങ്ങളാണ് നാം എളുപ്പത്തിലോർക്കുന്നത്. ഉദാ: പിറന്നാൾ. ചിലർക്ക് മറ്റുള്ളവരേക്കാൾ നല്ല ഓർമയുണ്ട്, മറ്റു ചിലർക്ക് ഓർമ കുറവായും കാണപ്പെടുന്നു.

എന്നാൽ ചില കാര്യങ്ങൾ ഓർമയെ കുറയ്ക്കും.

1. ശ്രദ്ധക്കുറവ് – ഇത് സാധാരണ ഓർമയെ കുറയ്ക്കുന്ന ഘടകമാണ്.
2. ബോറടി, ഉദാ: നീണ്ട വിരസമായ പ്രസംഗം, ഡിപ്രഷൻ, ഉൽക്കണ്ഠ എന്നിവയും കാരണങ്ങളാണ്.
3. ഡിപ്രഷൻ – ഡിപ്രഷനുള്ളപ്പോൾ ചിന്താധാരയുടെ ഒഴുക്ക് കുറയും. അപ്രകാരം അത് ഓർമകുറയ്ക്കാം.
4. ചില മരുന്നുകൾ – മയക്കമുണ്ടാക്കുന്ന മരുന്നുകൾ, വേദനാസംഹാരികൾ, പാർക്കിൻസോണിസത്തിന്റെ മരുന്നുകൾ, സ്റ്റിറോയ്ഡുകൾ, മരുന്നുകളുടെ പ്രതിപ്രവർത്തനം എന്നിവ കാരണങ്ങളാണ്.
5. പ്രായംകൂടുന്തോറും ഓർമിക്കാൻ പ്രയാസമായിരിക്കും. അറുപതു വയസിനു ശേഷമാണിത് പ്രകടമായിക്കാണുന്നത്. ഇതിനെ ഡിമെൻഷ്യ എന്നുപറയാൻ കഴിയുകയില്ലല്ലോ. പുതിയ കാര്യങ്ങൾ ഹൃദിസ്ഥമാക്കാനുള്ള കഴിവ് കുറയുന്നു. എന്നാൽ, ബുദ്ധിപരമായ കഴിവുകൾ ഉപയോഗിക്കുന്നവരുടെ ഓർമ കുറയാതെ നിൽക്കുന്നതായി കാണാറുണ്ട്.
6. ശാരീരികരോഗങ്ങൾ കൊണ്ടുള്ള ഓർമക്കുറവ് – പല ശാരീരിക രോഗങ്ങളും ശ്രദ്ധയും ഓർമയും കുറയ്ക്കാറുണ്ട്. നെഞ്ചിലും മൂത്രാശയത്തിലുമുള്ള അണുബാധ ഓർമക്കുറവും പിശകുകളും ഉണ്ടാക്കും. ഇതുകൂടുതൽ കാണുന്നത് പ്രായമായവരിലാണ്. തൈറോയ്ഡ് പ്രവർത്തനം കുറയുമ്പോൾ ഓർമയടക്കം എല്ലാ ശാരീരികപ്രവർത്തനങ്ങളും സാവധാനത്തിലാകുന്നു. ഏറ്റവും ഗൗരവതരമായ ഓർമരോഗമാണ് ഡിമെൻഷ്യ എന്ന മേധാക്ഷയം.

എന്താണ് ഡിമെൻഷ്യ?

തലച്ചോറിൽ സാവധാനത്തിൽ മാനസികകഴിവുകൾ കുറയുന്നു. മനസിലാക്കൽ, തീരുമാനിക്കാനുള്ള കഴിവ്, ചിന്ത, ഭാഷ എല്ലാം അധോഗതി പ്രാപിക്കുന്നു. അതോടെ വ്യക്തിത്വവ്യത്യാസങ്ങൾ, സാമൂഹിക പെരുമാറ്റങ്ങളിൽ മാറ്റം എന്നിവ ദൃശ്യമാകും. അസുഖം കൂടുതൽ വർധിക്കുന്നതോടെ ദൈനംദിനകാര്യങ്ങൾ ചെയ്യാൻപോലും കഴിയാതാകും.

എന്താണ് ഡിമെൻഷ്യയുടെ കാരണങ്ങൾ?

തലച്ചോറിലെ ഓർമഭാഗങ്ങളിൽ ചില രോഗങ്ങൾ ബാധിച്ച് ബുദ്ധിപരമായ പ്രവർത്തനങ്ങളെയും ഓർമശക്തിയെയും തകരാറിലാക്കുന്നു.

അത്തരം രോഗങ്ങൾ അൾഷിമേഴ്സ് രോഗം, വാസ്കുലാർ ഡിമെൻഷ്യ, ഡിമെൻഷ്യ വിത്ത് ലെവി ബോഡീസ് എന്നിവയാണ്. എല്ലാം സാമ്യ മായ ലക്ഷണങ്ങൾ ഉണ്ടാക്കുന്നു. പക്ഷേ, ചില വ്യത്യാസങ്ങളുണ്ട്.

അൾഷിമേഴ്സ് രോഗം

ഏറ്റവും പ്രധാന ഡിമെൻഷ്യരോഗമാണിത്. ഈ രോഗികളുടെ തല ച്ചോർ ചുരുങ്ങുന്നു. മസ്തിഷ്ക കോശങ്ങൾ ചുരുങ്ങിച്ചുരുങ്ങി വരുന്നു. അസിറ്റിൽകൊളീൻ എന്ന ഓർമയുടെ ന്യൂറോട്രാൻസ്മിറ്റർ കുറഞ്ഞു വരുന്നു. സന്ദേശങ്ങൾ അയക്കുന്ന ഇതിന്റെ അഭാവംമൂലം പ്രവർത്തനം താറുമാറാകുന്നു. തലച്ചോർ മുഴുവനും അൾഷിമേഴ്സ് പ്ലളാക്കുകൾ കൊണ്ടുനിറയുന്നു. ശുദ്ധജല തടാകത്തിൽ പായൽ വന്നുനിറഞ്ഞ് ഉപ യോഗശൂന്യമാകുന്നതുപോലെയാണത്. എപ്രകാരമാണ് ഇതെല്ലാം സംഭ വിക്കുന്നത് എന്നറിഞ്ഞുകൂടെങ്കിലും തലച്ചോർ ചുരുങ്ങിച്ചുരുങ്ങി രോഗി വളരെ അവശനാകുന്നു.

വാസ്കുലാർ ഡിമെൻഷ്യ

പേര് സൂചിപ്പിക്കുന്നതുപോലെ രക്ത ഓട്ടം കുറയുന്നതുകൊണ്ടാണ് ഈ ഡിമെൻഷ്യ ഉണ്ടാകുന്നത്. ഇതിൽത്തന്നെ ഏറ്റവും കൂടുതൽ മൾട്ടി ഇൻഫാർക്ട് ഡിമെൻഷ്യ (Multi infarct dementia)യാണ്. മസ്തിഷ്ക ഭാഗങ്ങളിൽ ധാരാളം ചെറിയ സ്ട്രോക്കുകൾ, രക്ത ഓട്ട തടസങ്ങൾ വരുന്നതോടെ ഓർമ തകരാറിലാകുന്നു. ഓരോ ടെലഫോൺ ലൈനു കൾ തകരാറിലാകുന്നത് പോലെയാണിത്. പിന്നെ അവ കേടുപാട് ചെയ്യ പ്പെടുന്നില്ല. പുതിയ ഇടങ്ങ ളിൽ ഇതുപോലെ തകരാറു കളുണ്ടാകുന്നു. പക്ഷാഘാതം മുതലായ രോഗങ്ങളിലും ഇപ്രകാരം ഉണ്ടാകാം. രക്ത ക്കുഴലുകളുടെ രോഗങ്ങ ളായ രക്തസമ്മർദം, പുകവലി, കൊളസ്ട്രോൾ, പ്രമേഹം തുടങ്ങിയ ഹൃദയസംബന്ധി യായ പ്രശ്നങ്ങളിൽ ഈ രോഗവും കൂടുതലാണ്. ഇതേകാരണംകൊണ്ട് അൾഷിമേഴ്സ് രോഗവും വർധിക്കാം.

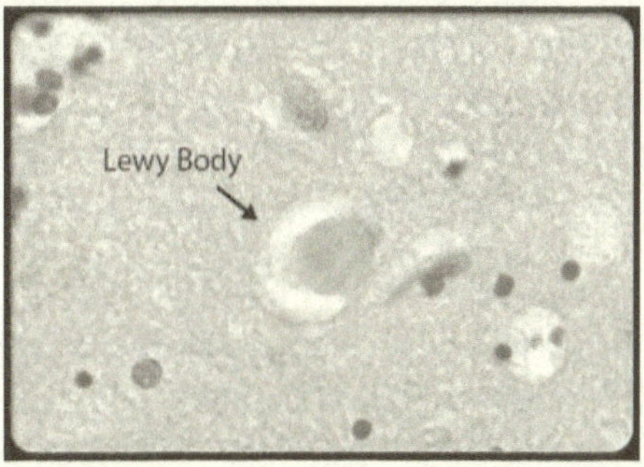

ഡിമെൻഷ്യ വിത്ത് ലെവി ബോഡീസ്

ഡിമെൻഷ്യരോഗങ്ങളിൽ 15 ശതമാനവും ഈ തരത്തിൽപ്പെട്ടവ യാണ്.

അൾഷിമേഴ്സ് പ്ലാക് പോലെ ഈ രോഗികളുടെ ന്യൂറോണുകളിൽ ലെവിബോഡി എന്ന അസാധാരണ പ്രോട്ടീൻ അടിഞ്ഞുകൂടുന്നു. ഇത് ചിത്രത്തിൽ കാണാം.

എന്തുകൊണ്ട് ഇപ്രകാരം സംഭവിക്കുന്നു എന്ന് ശാസ്ത്രീയമായി ഇതുവരെ തെളിയിക്കപ്പെട്ടിട്ടില്ല. ഈ ലെവി ബോഡി സാധാരണ ന്യൂറോ പ്രവർത്തനത്തെ തടസപ്പെടുത്തുന്നു. തലച്ചോർ ഒരു കോളിഫ്ളവർ ആകൃതിയാണ്. അതിന്റെ തണ്ട് ഭാഗത്ത് ഇവ അടിഞ്ഞുകൂടിയാൽ പാർക്കിൻസോണിസത്തിന്റെ ലക്ഷണങ്ങൾകൂടി ഉണ്ടാകും. ചലനങ്ങൾ നിയന്ത്രിക്കുന്ന ഭാഗമാണിത്. രോഗിക്ക് നടക്കാനും നിൽക്കാനും തിരിയാനുമൊക്കെ പ്രയാസമായിരിക്കും.

മിശ്രിത ഡിമെൻഷ്യ

മേൽപ്പറഞ്ഞവയിൽ ഏതെങ്കിലും രണ്ടെണ്ണം ഒരുമിച്ചു വരുന്നതാണ് ഇത്. അൾഷിമേഴ്സും വാസ്കുലാറും, അല്ലെങ്കിൽ അൾഷിമേഴ്സും ലെവിബോഡിയും ഒരുമിച്ച് കാണപ്പെടുന്നു. ഇവിടെ പ്രധാനപ്പെട്ട കാരണത്തെ ചികിത്സിക്കുന്നു. ഡിമെൻഷ്യ ഉണ്ടാകുന്നത് മദ്യപാനം കൊണ്ടോ, സിഫിലിസ്, വിറ്റാമിൻ പോരായ്മ എന്നിവകൊണ്ടാണെങ്കിൽ അതിനും ചികിത്സിക്കണം.

ആർക്കൊക്കെയാണ് ഈ രോഗങ്ങൾ വരുന്നത്?

65 വയസ്സ് കഴിഞ്ഞ 5 ശതമാനം പേരിൽ ഈ രോഗമുണ്ട്. 85 കഴിഞ്ഞവരിൽ 20 ശതമാനംപേരിൽ ഈ രോഗമുണ്ട്. അടുത്ത മുപ്പതു വർഷം കൊണ്ട് ഈ രോഗങ്ങൾ ഉള്ളവർ 1.2 കോടിയിൽനിന്നും 2.4 കോടിയാവാൻ സാധ്യതയുണ്ട്. മനുഷ്യർ കൂടുതൽകാലം ജീവിച്ചിരിക്കുന്നതിനാലാണ് ഭാവി അപ്രകാരമാകാൻ സാധ്യതവരുന്നത്. ചില രോഗങ്ങൾ രോഗം വരുത്താനുള്ള സാധ്യത വർധിപ്പിക്കുന്നു. ഉദാഹരണമായി:

1. ഡൗൺസ് സിൻഡ്രോം (Downs syndrome)- പഠന വൈകല്യം എന്നിവയുള്ളവരിൽ. ഇതിൽ ഡൗസ് ഉള്ളവരിൽ രോഗസാധ്യത കൂടുതലാണ്.
2. പാർക്കിൻസോണിസം (Parkinsonism)
3. ഹൃദ്രോഗകാരണങ്ങളായ രക്തസമ്മർദം, പുകവലി, കൊളസ്ട്രോൾ, വ്യായാമമില്ലായ്മ എന്നിവ.
4. പഴകിയ സ്കിസോഫ്രീനിയ, ഡിപ്രഷൻ എന്നീ മാനസിക കാരണങ്ങൾ.
5. ബുദ്ധിക്കുറവ്
6. സാമൂഹ്യബന്ധങ്ങളുടെ കുറവ്.

ചില കുടുംബങ്ങളിൽ ഡിമെൻഷ്യ കൂടുതലായി കാണാറുണ്ട്. ജീനുകൾ ഇതിനുകാരണമായി പറയാം.

എന്തൊക്കെയാണ് ലക്ഷണങ്ങൾ?

ഓരോന്നിനും പ്രത്യേക ലക്ഷണങ്ങൾ കൂടാതെ ഡിമെൻഷ്യകളുടെ

പൊതുലക്ഷണങ്ങൾ ഉണ്ട്. അവ ഇവയാണ്.

മാനസിക കഴിവുകൾ കുറയുന്നു. ഏറ്റവും പുതിയകാര്യങ്ങൾ ഏറ്റവുമാദ്യം മറക്കുന്നു. അതായത് ഒരു കടയിൽപ്പോയി എന്തു വാങ്ങാനാണ് വന്നതെന്ന് മറന്നുനിൽക്കുന്നു. സാധനങ്ങൾ തെറ്റിവയ്ക്കുന്നു. പക്ഷേ, പഴയ കാര്യങ്ങൾ മറക്കുന്നില്ല. പക്ഷേ, കാലം ചെല്ലുമ്പോൾ അതുംമറക്കുന്നു. അടുത്തകാലത്തെ ഓർമക്കുറവ് കടുത്തതായാൽ ചെറുപ്പമായതുപോലെ ഭാവിക്കുകയും പെരുമാറുകയും ചെയ്യും. **അദ്ദേഹത്തിന്റെ അടുത്തകാലത്തെ എല്ലാം മാഞ്ഞുപോയതുകൊണ്ടാണത്.** അതുപോലെ എല്ലാവർക്കുമറിയാവുന്ന മുഖ്യമന്ത്രി ആരാണ് തുടങ്ങിയ ചോദ്യങ്ങൾ തെറ്റായി മറുപടിപറയുന്നു. പേരുകൾ അറിയുന്നില്ല. എപ്പോഴും ഓരോ ചോദ്യങ്ങൾ ചോദിച്ചുകൊണ്ടിരിക്കും. കേൾക്കുന്നത് മനസിലാകാതെ വരിക, അതുപോലെ വായിക്കുന്നതു മനസിലാകാതെ വരിക, ശ്രദ്ധകൊടുക്കാൻ കഴിയാതെവരിക. അപ്പോൾ അടങ്ങിയിരിക്കാനാകാതെ അസ്വസ്ഥനാകും. പുതിയ ആൾക്കാരും ചുറ്റുപാടും അവരെ ആശയക്കുഴപ്പത്തിലാക്കും. എന്നാൽ, പഴയ ചുറ്റുപാടിലും പഴയ രീതിയിലും അവർ നന്നായിരിക്കും. ചെറിയ തോതിലുള്ള ഡിമെൻഷ്യക്കാരിൽ ചിലർ അപ്രകാരം അവരുടെ പഴയകാര്യങ്ങളുമായി വേഗം ഒത്തുപോകും. പലരും സമയംതെറ്റി രാവിലെയോ വൈകിട്ടോ എന്നറിയാതെ പല്ലുതേക്കാനും കുളിക്കാനുമൊക്കെ പുറപ്പെടും. ബുദ്ധികൂടുതലുള്ളവരിലും ഡിമെൻഷ്യ വരുന്നതോടെ പുതിയ കാര്യങ്ങൾ മനസിലാക്കാൻ ബുദ്ധിമുട്ടും. ചിന്തിച്ച് പ്രശ്നം പരിഹരിക്കാൻ പ്രയാസമാകും. തീരുമാനമെടുക്കാൻ കഷ്ടപ്പെടും.

മനഃസ്ഥിതി, പെരുമാറ്റം, വ്യക്തിത്വം

പെട്ടെന്ന് ദേഷ്യംവരിക, ആലോചനയിലാണ്ടുപോവുക, എന്നിവ ആദ്യം സുഹൃത്തുക്കളും കുടുംബാംഗങ്ങളുമാണ് ശ്രദ്ധിക്കുക. തങ്ങൾ തളർന്നുപോവുകയും വിഷാദരോഗത്തിനടിമയാകുകയുമാണെന്ന് അവർ ധരിച്ചേക്കാം. പക്ഷേ, കൂടെയുള്ളവർക്ക് കാര്യം മനസിലാകും. പ്രശ്നം ഗുരുതരമാണെന്ന് വേഗംതന്നെ മനസിലാകും. പിന്നീട് ലജ്ജ പോകാം. സ്വഭാവത്തിനതീതമായ കാര്യങ്ങൾ ചെയ്തേക്കാം. ഇത് കുടുംബാംഗങ്ങൾക്കും സുഹൃത്തുക്കൾക്കും വലിയ പ്രയാസം സൃഷ്ടിക്കുന്നു. ചിലപ്പോൾ വളരെ കോപാകുലരായി വലിയ പ്രശ്നം സൃഷ്ടിച്ചേക്കാം. സംശയം, ഭയം, മിഥ്യാധാരണകൾ, മിഥ്യാദർശനങ്ങൾ (സ്കിസോഫ്രീനിയ എന്നഭാഗം വായിച്ചാലും) ഉണ്ടാകാം. ലെവി ബോഡി ഡിമെൻഷ്യയുള്ളവരിൽ മിഥ്യാദർശനം ഒരു പ്രത്യേകതയാണ്. ഇതെല്ലാംകൊണ്ട് ആരുമായും പെരുമാറാൻ കഴിയാത്തതിനാൽ അന്തർമുഖനാകുന്നു. ഉറക്കം കുറയുന്നു. അടങ്ങിയിരിക്കാതെ അങ്ങോട്ടുമിങ്ങോട്ടും നടക്കുക, വഴിതെറ്റിപ്പോകുക എന്നിവയുണ്ടാകാം.

ദൈനംദിനകാര്യങ്ങൾ

കുറേക്കഴിയുമ്പോൾ സ്വന്തംകാര്യം നോക്കാനും കുളിക്കാനുമൊക്കെ പ്രയാസമാകും. കൈകഴുകാനും വസ്ത്രംമാറാനും കഴിയില്ല. മരുന്നുകഴിക്കാൻ മറക്കൽ ഗുരുതരമായ പ്രശ്നം സൃഷ്ടിക്കും. പാചകം, സാധനങ്ങൾ വാങ്ങൽ, ഭക്ഷണംകഴിക്കൽ എന്നിവ പ്രശ്നമാകും. അതുമൂലം തടികുറയും. മരുന്നുകൾ മുടങ്ങുന്നതുകൊണ്ട് രോഗങ്ങൾ പെട്ടെന്ന് വർധിക്കാം. വണ്ടിയോടിക്കൽ വലിയ പ്രശ്നമാകും. ഡിമെൻഷ്യയുള്ളവർ വാഹനം ഓടിക്കുന്നത് അപകടമാണ്.

എപ്രകാരമാണ് രോഗം വർധിക്കുന്നത്?

വ്യക്തികൾ തമ്മിൽ രോഗംകൂടുന്നതിൽ വ്യത്യാസമുണ്ട്. അത് ഏതുതരം ഡിമെൻഷ്യ എന്നതനുസരിച്ചുമായിരിക്കും. സാധാരണയായി, സാവധാനം പല വർഷങ്ങൾകൊണ്ടാണ് ലക്ഷണങ്ങൾ വികസിച്ചു പൂർണരൂപം പ്രാപിക്കുന്നത്. ആദ്യമൊക്കെ ചെറിയ സഹായം മാത്രമേ ആവശ്യമുള്ളൂ.

രോഗം വർധിക്കുന്നതോടെ സംസാരംപോയി ശാരീരിക ലക്ഷണങ്ങൾ കണ്ടുതുടങ്ങുന്നു. നടക്കാൻ വയ്യാതാകുന്നു, രോഗാണുബാധ വരുന്നു, കൂടാതെ മൂത്രനിയന്ത്രണവും പോകും. സാധാരണ നെഞ്ചിലെ രോഗാണുബാധമൂലമായിരിക്കും, ഡിമെൻഷ്യകൊണ്ടല്ല രോഗി മരിക്കുന്നത്. ചിലർ ഡിമെൻഷ്യ ബാധിച്ച് കുറേനാൾ ജീവിക്കുമെങ്കിലും 60 -69 നിമിടയ്ക്ക് രോഗംവന്നാൽ ശരാശരി ഏഴു കൊല്ലത്തോടെ രോഗം മൂർച്ഛിച്ച് ശാരീരികരോഗങ്ങൾക്ക് കീഴ്പ്പെടാറാണ് പതിവ്.

രോഗനിർണ്ണയം

രോഗം വികസിതമാവാൻ വർഷങ്ങളെടുക്കുന്നതുകൊണ്ട് ആദ്യം അത് തിരിച്ചറിയാൻ പ്രയാസമാകും. ചിലരിൽ പ്രത്യേകിച്ചും രോഗനിർണയം പ്രയാസമാകും. അവർക്കത് മൂടിവയ്ക്കാൻ കഴിഞ്ഞേക്കുമെന്നതുകൊണ്ടാണത്. മറ്റുരോഗങ്ങളായി ഡോക്ടർ തെറ്റിദ്ധരിക്കുന്നു. പിന്നെ കുടുംബം കുറേയൊക്കെ അദ്ദേഹത്തെ സഹായിച്ച് നിർത്തും. അദ്ദേഹത്തിന്റെ രോഗത്തെപ്പറ്റി പരാതിപറയുന്നത് രോഗിയായിരിക്കില്ല, കുടുംബാംഗങ്ങളായിരിക്കും. അവരദ്ദേഹത്തിന്റെ ഓർമയെപ്പറ്റിയും പെരുമാറ്റത്തെപ്പറ്റിയും പരാതിപറയും. വയസുകാലത്ത് പല അതിക്രമങ്ങളും നടത്തുന്നവരിൽ ഡിമെൻഷ്യ രോഗികളുണ്ടാകാം. ചില 'പീഡനമ്മാവന്മാർ' ഈ രോഗികളായിരിക്കാം.

കൂടുതൽ ബുദ്ധി ഉപയോഗിക്കേണ്ടിവരുന്ന ജോലി ചെയ്യുന്നവരിൽ പ്രശ്നം ആദ്യമേതന്നെ പുറത്തുവരാതിരിക്കില്ല. അവർതന്നെ സഹായവും ചികിത്സയും ആവശ്യപ്പെടും.

ഡോക്ടറെ കാണൽ

ഓർമയിൽ ശരിക്കും പ്രശ്നമുണ്ടെന്ന് തോന്നിയാൽ ആദ്യംതന്നെ ഡോക്ടറെ കാണണം. ഓർമ, മാനസികപരിശോധനകൾ എന്നിവ ചെയ്യണം. രക്തപരിശോധന, വിറ്റാമിൻ കുറവുണ്ടോ എന്ന പരിശോധന, തൈറോയ്ഡ് ഹോർമോൺ കുറവുണ്ടോ എന്നുനോക്കാനുള്ള പരിശോധന, മൂത്രപരിശോധന, എക്സ്റെ, സ്കാനിങ് എന്നിവ വേണ്ടിവന്നേക്കാം. മരുന്നുകൾ കഴിക്കുന്നതിന്റെ പ്രതി പ്രവർത്തനമാണോ, മദ്യപാനമുണ്ടോ എന്നും ഡോക്ടർ വിലയിരുത്തും. പിന്നീട് സ്പെഷലിസ്റ്റ് പരിശോധന ഒരു ന്യൂറോളജിസ്റ്റോ സൈക്യാട്രിസ്റ്റോ ചെയ്യുന്നു. ചിലപ്പോൾ എം ആർ ഐ സ്കാൻ വേണ്ടിവരും. രക്തപരിശോധനകൊണ്ടും, സി എസ് എഫ് എന്ന സുഷുമ്നയ്ക്കകത്തുള്ള ജലമെടുത്ത് പരിശോധിക്കുന്നതുകൊണ്ടും അൾഷിമേഴ്സ് രോഗം നേരത്തെ മനസിലാക്കാനുള്ള വിദ്യ ഇപ്പോൾ വികസിച്ചിട്ടുണ്ട്.

മരുന്നുകൾ

മരുന്നുകൾകൊണ്ട് രോഗം മാറുകയില്ല. പക്ഷേ, ചിന്തയിലും ബുദ്ധിപരമായ കാര്യങ്ങളിലും മനോനില ശരിയാക്കാനും പെരുമാറ്റം നന്നാക്കാനും ഇവ കുറേയൊക്കെ സഹായിക്കും.

അസിറ്റിൽകോളിനെസ്റ്ററെയ്സ് ഇൻഹിബിറ്റേഴ്സ് (Acetylcholinesterase inhibitors)

ഈ വിഭാഗത്തിൽപ്പെട്ട മരുന്നുകളായ ഡോണെപ്പസിൽ, റിവാസ്റ്റിഗ്മിൻ, ഗാലൻടമിൻ (donopezil, rivastigmine, galantamin) എന്നിവ ആദ്യഘട്ടങ്ങളിൽ പ്രയോജനകരമാണ്. ന്യൂറോണുകളിലെ അസിറ്റിൽകൊളീൻ (Acetylcholine) എന്ന ന്യൂറോട്രാൻസ്മിറ്റർ (neurotransmitter) ഈ മരുന്നുകൾ കൂട്ടുന്നു. ഇത് ഡിമെൻഷ്യരോഗികളുടെ ന്യൂറോണുകളിൽ കുറവാണ്. ഡിമെൻഷ്യയുള്ളവരിൽ കുറവായ ഇത് വർധിക്കുമ്പോൾ ഓർമയും വർധിക്കുമെന്നു വിശ്വസിക്കുന്നു. അൾഷിമെഴ്സ് രോഗികളിൽ പകുതിപ്പേർക്ക് ഇതുകൊണ്ട് പ്രയോജനമുണ്ടാകും. ഈ മരുന്നുകൾ ഗുരുതരമല്ലാത്ത എല്ലാ ഡിമെൻഷ്യരോഗികൾക്കും കൊടുക്കാം. ശ്രദ്ധിക്കേണ്ട കാര്യങ്ങൾ രോഗിക്ക് ഇവകൊണ്ട് പ്രയോജനമുണ്ടോ എന്നും സ്പെഷലിസ്റ്റ് ഇത് പതിവായി വിലയിരുത്തുന്നുണ്ടോ എന്നുമാണ്.

പാർശ്വഫലങ്ങൾ

അസുഖംതോന്നൽ, പേശിവലിവ്, ക്ഷീണം, തലവേദന, വയറിളക്കം എന്നിവയാണ്. കുറച്ചുനാൾ കഴിഞ്ഞാൽ ഇവ അപ്രത്യക്ഷമായേക്കാം.

രോഗത്തിന്റെകൂടെ പാർക്കിൻസോണിസമുണ്ടെങ്കിൽ റിവാസ്റ്റിഗ്മിൻ എന്ന മരുന്നു ഫലപ്രദമാണ്. കൂടെ അസിറ്റിൽകോളിനെസ്റ്ററെയ്സ് മരുന്നും കൊടുക്കുന്നത് ലെവി ബോഡി ഡിമെൻഷ്യയുള്ള ഇത്തരം രോഗികൾക്ക് ഗുണംചെയ്യും.

മെമാൻടിൻ (Memantine)

ഇത് അൾഷിമേഴ്സ് രോഗത്തിന് ഉപയോഗിക്കപ്പെടുന്നു. ന്യൂറോണുകളിലെ ഗ്ലൂട്ടാമേറ്റ് (Glutamate) എന്ന നശീകരണവസ്തുവിനെതിരെ പ്രവർത്തിക്കുന്നതാണിത്. ഇതും രോഗശമനമുണ്ടാക്കുന്നില്ല. ചിലരിൽ ഇത് രോഗത്തിന്റെ വളർച്ചയെ തടയുമെന്ന് തെളിഞ്ഞിട്ടുണ്ട്. കടുത്ത അൾഷിമേഴ്സ് രോഗത്തിനും അസിറ്റിൽ കോളിനെസ്റ്ററെയ്സ് (acetyl cholinesterase) പാർശ്വപ്രവർത്തനംമൂലം ഉപയോഗിക്കാനാകാത്തവർക്കും ഇത് ഉപയോഗിക്കാം.

മറ്റു മരുന്നുകൾ

ഡിപ്രഷനുള്ള മരുന്നുകൾ ആവശ്യമുള്ളപ്പോൾ ഉപയോഗിക്കാം. ഹൃദ്രോഗസാധ്യതമൂലം വാസ്കുലാർ ഡിമെൻഷ്യയുള്ളവരിൽ ആസ്പിരിൻ നല്ലതാണ്. അതുപോലെ ഉറക്കഗുളികകൾ, ബഹളം, മിഥ്യാധാരണ, മിഥ്യാശ്രവണം എന്നിവയുള്ളവർക്ക് ആന്റിസൈക്കോട്ടിക് മരുന്നുകൾ ഫലപ്രദമാണ്. മാത്രമല്ല, വേദനകൾക്കുള്ള എൻ എസ് എ ഐ ഡി എസ് വിഭാഗമരുന്നുകൾ, വിറ്റാമിൻ ഇ, ഈസ്ട്രജൻ, കൊളസ്ട്രോൾ കുറയ്ക്കുന്ന സ്റ്റാറ്റിനുകൾ എന്നിവയും നല്ലതാണ്. ശരിയായദിശയിൽ നടക്കുന്ന ഗവേഷണം പുതിയ നല്ല മരുന്നുകൾ പ്രദാനംചെയ്യുമെന്ന് പ്രതീക്ഷിക്കാം.

ചികിത്സയുടെ പ്രധാനവശം പരതന്ത്രനായ രോഗിയെ കഴിയും വിധം സഹായിക്കുക എന്നതാണ്.

ആദ്യംതന്നെ രോഗി എത്രത്തോളം പരവശനാണ്, പ്രായോഗികമായി എന്തെല്ലാം അദ്ദേഹത്തിന് ചെയ്യാൻ പറ്റും എന്നെല്ലാം പഠിക്കുകയാണ് വേണ്ടത്. സ്വയം കാര്യങ്ങൾ ചെയ്യാനാകുമോ, സുരക്ഷ ഉറപ്പു വരുത്താനാകുമോ എന്നെല്ലാം ചിന്തിക്കണം. ഓരോ വ്യക്തിയുടെയും കഴിവുകൾ വിലയിരുത്തി സ്വതന്ത്രമായി ജീവിക്കാൻ ആ വ്യക്തിയെ പ്രാപ്തനാക്കണം, കഴിയുന്നിടത്തോളംകാലം. കഴിയുന്നിടത്തോളം ആശുപത്രിയിലാക്കാതെ സമൂഹത്തിൽത്തന്നെ എല്ലാ ചികിത്സയും സഹായവും ഉറപ്പുവരുത്തണം.

രോഗിക്കുള്ള സുപ്രധാന സഹായങ്ങൾ.

1. നഴ്സിങ് ശുശ്രൂഷയെപ്പറ്റി നഴ്സുമാർ പറഞ്ഞുകൊടുക്കുന്നു.
2. ഓക്കുപ്പേഷണൽ തെറാപ്പിസ്റ്റുകൾ (occupational therapist) വീട്ടിലെ നടക്കാനുള്ള റയിൽ, തടയുന്ന സാധനങ്ങളൊഴിവാക്കൽ

എന്നിവ പറഞ്ഞുമനസിലാക്കി കൊടുക്കുന്നു.

3. ഫിസിയോതെറാപ്പിസ്റ്റുകൾ വ്യായാമം പഠിപ്പിച്ചുകൊടുക്കുന്നു.
4. ഇടയ്ക്ക് സൈക്യാട്രിസ്റ്റിന്റെ വിലയിരുത്തൽ.
5. സാമൂഹ്യപ്രവർത്തകർ നടത്തുന്ന പകൽ പരിചരണകേന്ദ്രങ്ങളിലെ സേവനം ഉപയോഗിക്കൽ.
6. സാമൂഹ്യസേവകർ നടത്തുന്ന സേവനങ്ങൾ ഉപയോഗപ്പെടുത്തൽ.
7. ഓർമ വർധിപ്പിക്കുവാനുതകുന്ന ഡയറി ഉപയോഗം പ്രോത്സാഹിപ്പിക്കണം. ദൈനംദിന പരിപാടിയെഴുതൽ നല്ലതാണ്.
8. ആവശ്യമില്ലാത്തത് കളയൽ, ഓരോന്നും അതാതിന്റെ സ്ഥാനത്ത് വയ്ക്കൽ.
9. യാഥാർഥ്യബോധമുണ്ടാക്കൽ; സമയം, സ്ഥലം എന്നിവ ഓർമ ഉണർത്തൽ.
10. ബുദ്ധിയുണർത്തുന്ന ഭാഷാപരിശീലനം, കളികൾ.
11. പതിവായ വ്യായാമം.
12. പഴയ കാര്യങ്ങൾ അയവിറക്കൽ, ഓർമയെ പുതുക്കൽ.
13. കൊഗ്നിറ്റീവ് ബിഹേവിയർ തെറാപ്പി ഡിമെൻഷ്യയിൽ ചിലപ്പോൾ പ്രയോജനം ചെയ്യാറുണ്ട്. ബിഹേവിയർ തെറാപ്പിയും നല്ലതാണ്.
14. ഗാനങ്ങൾ, സുഗന്ധം, വെളിച്ചം, ഉഴിച്ചിൽ എന്നിവയും ചെയ്യാം. വാഹനമോടിക്കൽ ഡിമെൻഷ്യയിൽ വളരെ സൂക്ഷിച്ച് എടുക്കേണ്ട തീരുമാനമാണ്. ആവശ്യമെങ്കിൽ ഓരോ വർഷം മാത്രം നീണ്ടു നിൽക്കുന്ന ലൈസൻസ് കൊടുക്കാവുന്നതാണ്.

ഡിമെൻഷ്യ തടയാമോ?

എന്നുചോദിച്ചാൽ പുകവലി, മദ്യപാനം, രക്തസമ്മർദം, പ്രമേഹം എന്നിവ നിയന്ത്രിച്ചാൽ അവകൊണ്ടുള്ള ഡിമെൻഷ്യ ഒഴിവാക്കാം. ബുദ്ധി ഉപയോഗിക്കുന്ന വായന, പഠനം പുതിയ ഹോബികൾ, ഭാഷാപഠനം എന്നിവയും ഡിമെൻഷ്യ കുറയ്ക്കും. രക്തസമ്മർദ മരുന്നുകളായ എയ്സ് ഇൻഹിബിറ്റേഴ്സ്, എ ആർ ബി വിഭാഗ മരുന്നുകൾ ഡിമെൻഷ്യയെ കുറയ്ക്കുമെന്ന് തെളിഞ്ഞിട്ടുണ്ട്.

19

എന്താണ് അർബുദം?

ക്യാൻസർ എന്ന ഭയപ്പെടുത്തുന്ന വാക്കിന് മലയാളത്തിൽ അർബുദം എന്നുപറയുന്നു. ഇത് ശരീരത്തിന്റെ പല ഭാഗങ്ങളിലും രക്തത്തിലും മസ്തിഷ്കത്തിലുമൊക്കെ വരാം. അതായത്, അർബുദം എന്ന വാക്കുകൊണ്ട് ഉദ്ദേശിക്കുന്നത് പൊതുസ്വഭാവമുള്ള ഒരുകൂട്ടം രോഗങ്ങളെയാണ്. ഇവിടെ ജൈവശാസ്ത്രപരമായി പ്രയോജനരഹിതമായി, ലക്ഷ്യരഹിതമായി, ഉദ്ദേശ്യരഹിതമായി, നിയന്ത്രണരഹിതമായി കോശ

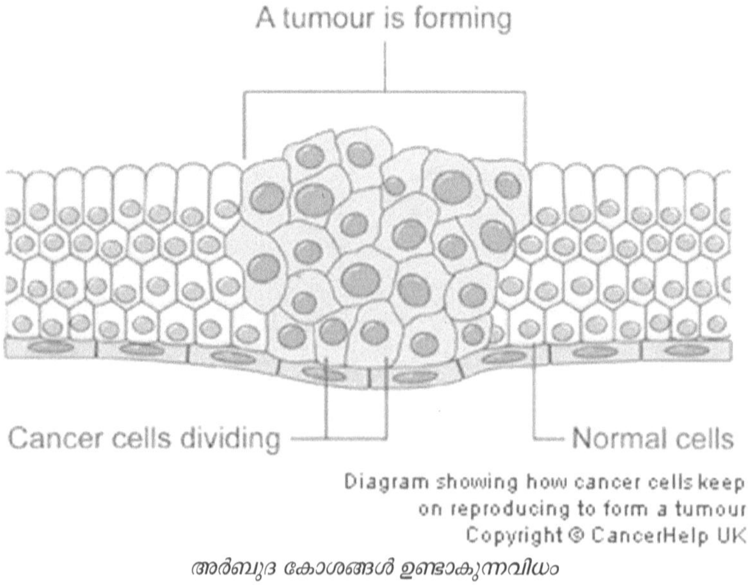

അർബുദ കോശങ്ങൾ ഉണ്ടാകുന്നവിധം

ങ്ങൾ വർഗവർധന നടത്തുന്നു. അതുകൊണ്ട് ദൂരവ്യാപകമായി ശരീരമാകെയും രോഗമുള്ള സ്ഥലത്തും പ്രശ്നങ്ങൾ സൃഷ്ടിക്കപ്പെടുന്നു. രോഗബാധയുള്ള കോശങ്ങൾ അടുത്തുള്ളവയെയും രക്തത്തിലൂടെയും, ലിംഫ് ചംക്രമണംവഴിയും (രക്തചംക്രമണം പോലെയുള്ളത്, കോശങ്ങൾക്കിടയിലുള്ള ദ്രവവും, പ്രോട്ടീനും രക്തത്തിലെത്തിക്കുന്നു, കുടലിൽനിന്ന് കൊഴുപ്പ് രക്തത്തിലെത്തിക്കുന്നു) വിദൂരശരീരഭാഗങ്ങളിലെത്തി അവിടത്തെ കോശങ്ങളെയും അവയവങ്ങളെയും ആക്രമിച്ച് നശിപ്പിക്കുന്നു. ഇപ്രകാരം വിദൂരസ്ഥലങ്ങളിൽ വ്യാപിക്കുന്നതിനെ മെറ്റാസ്റ്റാസിസ് (metastasis) എന്നുപറയുന്നു. കാൻക്രം (cancrum) എന്ന വാക്കിന്റെ അർഥം ഞണ്ട് എന്നാണ്. ഞണ്ട് അതിന്റെ എട്ടുകാലുകൊണ്ടും ആക്രമിക്കുകയും നീങ്ങുകയും ചെയ്യുന്നതുപോലെ ഈ രോഗവും പടരുന്നു. അതുകൊണ്ട് നാം ഇതിനെ വളരെ സൂക്ഷിക്കണം. സാധാരണ കോശങ്ങൾ മ്യൂട്ടേഷൻ മുഖേനയാണ് രോഗഗ്രസ്തമായി ആകൃതിയും പ്രകൃതിയും മാറി അർബുദകോശമാകുന്നത് (മുകളിലുള്ള ചിത്രം നോക്കിയാലും).

അർബുദം എപ്രകാരം കണ്ടുപിടിക്കാം?

അർബുദം നേരത്തെകണ്ടുപിടിച്ച് ചികിത്സിക്കുന്നതും വൈകിമാത്രം കണ്ടുപിടിക്കുന്നതും തമ്മിൽ കടലുകളുടെ വ്യത്യാസമുണ്ട്. നേരത്തെ മനസിലാക്കി ശരിയായ ചികിത്സചെയ്താൽ രോഗം മാറ്റിയെടുക്കാം. താഴെക്കാണുന്ന ലക്ഷണങ്ങൾ കണ്ടാലുടനെ ഡോക്ടറെക്കണ്ട് ആവശ്യമായ പരിശോധനകൾ നടത്തുക.

1. ചുമ, ശ്വാസം കിട്ടായ്ക, ശബ്ദം പരുഷമാവുകയാണെങ്കിൽ.
2. ശരീരത്തിലെവിടെയും മുഴ കാണുകയാണെങ്കിൽ.
3. ദഹനനാളിയിൽ അർബുദമുണ്ടായാൽ മലത്തിൽ രക്തം ഉണ്ടാകാം, അത് അന്നനാളത്തിന്റെ മുകളിൽ നിന്നാണെങ്കിൽ ആ രക്തം കറുത്തിരിക്കും. അപ്പോൾ കറുത്തനിറത്തിൽ മലംപോകാം (ഇരുമ്പ് ഗുളിക കഴിച്ചാലും ഇപ്രകാരം കറുത്ത നിറത്തിൽ മലം പോകാം. അത് തിരിച്ചറിയണം). താഴെ നിന്നാണെങ്കിൽ രക്തത്തിന്റെ ചുവപ്പ് നിലനിർത്തും. കാരണമില്ലാതെ വയറിളക്കവും മലബന്ധവും വരിക, മലംപോയിട്ടും അത് മുഴുവനും പോയില്ല എന്നതോന്നൽ. ഉദരത്തിലും മലദ്വാരത്തിലും വേദന.
4. മൂത്രത്തിലൂടെ മാസമുറയ്ക്കിടയിൽ രക്തംപോക്ക്, വിട്ടുമാറാത്ത ചുമ
5. കറുത്ത അരിമ്പാറ ആകൃതി മാറുമ്പോൾ, അതിന്റെ അരികുകൾ മാറുമ്പോൾ, നിറം മാറിവരുമ്പോൾ, രണ്ടുനിറം വരുമ്പോൾ, 7 മില്ലിമീറ്ററിനേക്കാൾ വലുതാവുമ്പോൾ, അതിൽ ചൊറിച്ചിൽ, പൊറ്റകെട്ടുക, രക്തംവരിക എന്നീ ലക്ഷണങ്ങളുണ്ടെങ്കിൽ അത് മാലിഗ്നന്റ് മെലനോമ (malignant melanoma) എന്ന ത്വക് അർബുദ

മാകാം.

ഈവക ലക്ഷണങ്ങളോടൊപ്പം കഴിഞ്ഞ രണ്ടുമാസത്തിനുള്ളിൽ പ്രത്യേകിച്ച് പറയാനില്ലാത്ത കാരണംകൊണ്ട് വിശപ്പ് കുറയുക, ക്ഷീണിക്കുക, തടി കുറയുക, വിളർത്ത് വരിക, പരിശോധനയിൽ രക്തം കുറയുക, എന്നിവയുണ്ടെങ്കിൽ അതെല്ലാം സംശയം ജനിപ്പിക്കുന്നതും ഗൗരവമായ പരിശോധന അർഹിക്കുന്നതുമാണ്.

അർബുദം മെറ്റാസ്റ്റാസിസ് മുഖേന മറ്റിടങ്ങളിലേക്ക് വ്യാപിക്കുമ്പോൾ അതനുസരിച്ച് ലക്ഷണങ്ങളും ഉണ്ടാകുന്നു. ആദ്യമായി പരിശോധിക്കുമ്പോൾ പലപ്പോഴും രോഗം ആരംഭിച്ചതിന്റെ ലക്ഷണം ഉണ്ടാവില്ല, മെറ്റാസ്റ്റാസിസ് മുഖേനയുള്ള ലക്ഷണങ്ങൾ മാത്രമായിരിക്കും ആദ്യംകാണുക. (താഴെയുള്ള ചിത്രം നോക്കുക) അതനുസരിച്ച് മസ്തിഷ്കത്തിൽ മെറ്റാസ്റ്റാസിസ് മുഖേന തലവേദനയും അപസ്മാരവും തലചുറ്റലും ഉണ്ടാകാം.

മസ്തിഷ്കത്തിലെ മെറ്റാസ്റ്റാസിസ്. ഓരോ മെറ്റാസ്റ്റാസിസിനു ചുറ്റും നീരുള്ളത് ശ്രദ്ധിക്കുക.

ശ്വാസകോശത്തിലാണെങ്കിൽ, ചുമ രക്തത്തോടൊപ്പമോ അല്ലാതെയോ, ലിംഫ് ഗ്ലാൻഡിലാണെങ്കിൽ കഴല, കരളിലാണെങ്കിൽ കരൾ വീക്കം, മഞ്ഞപ്പിത്തം, എല്ലുകളിലാണെങ്കിൽ കാരണമില്ലാതെ ഒടിയൽ, നട്ടെല്ലിലാണെങ്കിൽ അതിലൂടെ പോകുന്ന സുഷുമ്ന അമർന്ന് കൈകാലുകൾ തളരൽ എന്നിവയുണ്ടാകാം.

അർബുദം വിവിധതരങ്ങൾ

ഉത്ഭവിക്കുന്ന കോശങ്ങളുടെ സ്വഭാവമനുസരിച്ചാണ് അർബുദം തരംതിരിക്കുന്നത്. എപ്പിത്തീലിയൽ (ഉപരിതല) കോശങ്ങളിൽ നിന്നുത്ഭവിക്കുന്നവ കാർസിനോമ (carcinoma) എന്നറിയപ്പെടുന്നു. ഉദാ: സ്തനം, പ്രോസ്ട്രേറ്റ്, ശ്വാസകോശം, പാൻക്രിയാസ്, കോള (വൻകുടൽ) എന്നിവയിൽനിന്ന്. അസ്ഥി, ഉപാസ്ഥി, കൊഴുപ്പ്, ഞരമ്പ് എന്നീ ബന്ധം സ്ഥാപിക്കുന്ന കോശങ്ങളിൽ (connective tissue, അവ മധ്യനിര (mesenchymal) ബാല്യകാലകോശങ്ങളിൽനിന്നും വളർന്നുവന്നതാണ്) നിന്നുത്ഭവിക്കുന്നവയെ സാർക്കോമ (sarcoma) എന്നും, രക്തം ഉൽപ്പാദിപ്പിക്കുന്ന കോശങ്ങളിൽ നിന്നുത്ഭവിക്കുന്നവയെ ലിംഫോമ, ലുക്കീമിയ (lymphoma, lukaemia) എന്നീ കൂട്ടത്തിലുള്ള രോഗങ്ങളായും, വൃഷണം, അണ്ഡാശയം എന്നിവയിലുള്ള വിത്ത് കോശങ്ങളിൽ നിന്നുത്ഭവിക്കുന്നവയെ യഥാക്രമം സെമിനോമ, ഡിസ്ജെർമിനോമ (seminoma, dysgerminoma) എന്നും, ഇതിനുംമുമ്പുള്ള ഭ്രൂണകോശങ്ങളിൽ നിന്നുത്ഭവിക്കുന്നവയെ ബ്ലാസ്റ്റോമ (ഇവ വളരെവേഗത്തിൽ വളരുന്നു, blastoma) എന്നുംപറയുന്നു. അപ്രകാരം ഒരേ അവയവത്തിലുള്ള രണ്ടുതരം കോശങ്ങളിൽ നിന്നുത്ഭവിക്കുന്ന അർബുദങ്ങളെ വിവിധ പേരുകളിൽ അറിയപ്പെടുന്നു. ഉദാ: കരളിലെ എപ്പിത്തീലിയൽ കോശങ്ങളിൽ നിന്നുത്ഭവി

ക്കുന്നു.

ഹിപ്പറ്റോകാർസിനോമ (hepatocarcinoma) ആദി കരൾ കോശത്തിൽ നിന്നുത്ഭവിക്കുന്നവയെ ഹിപ്പറ്റോബ്ലാസ്റ്റോമ എന്നും അറിയപ്പെടുന്നു. ഇതിന്റെ വളർച്ച, പടരുന്നരീതി അനന്തരഫലം എന്നിവ വ്യത്യസ്തമാണ്. കൊഴുപ്പിൽ നിന്നുത്ഭവിക്കുന്നവയെ ലൈപ്പോസാർക്കോമ (liposarcoma) എന്നുപറയുന്നു. സ്തനത്തിലെ പാൽക്കുഴലിൽ നിന്ന് ഉത്ഭവിക്കുന്നവയെ ഡക്റ്റൽ കാർസിനോമ (ductal carcinoma) എന്നുപറയുന്നു.

എല്ലാ മുഴകളും അർബുദമല്ല. അപ്രകാരം കുഴപ്പമില്ലാത്തവയ്ക്ക് ദയയുള്ള മുഴ എന്നർഥം വരുന്നു

ബിനൈൻ ട്യൂമർ (Benign tumor) എന്നുവിളിക്കുന്നു. അവയെ ഉത്ഭവിക്കുന്ന കോശത്തിന്റെ പേരിനൊപ്പം ഓമ എന്നു ചേർത്ത് പറയുന്നു. ഉദാ: പേശിയിൽനിന്നും ഉത്ഭവിക്കുന്നതിനെ മയോമ (myoma) എന്നു പറയുന്നു.

കാരണങ്ങൾ

ഗവേഷണങ്ങൾ കാണിക്കുന്നത്, പ്രധാന കാരണങ്ങൾ ജന്മനായുള്ള സാധ്യതകളും അതിന്മേലുള്ള ചുറ്റുപാടുകളുടെ പ്രകടമായ സ്വാധീനവുമാണ്. പ്രാഥമികമായി അർബുദം ഒരു ചുറ്റുപാടുകളുടെ രോഗമാണ്. അവ പുകയില (പുകവലി, മുറുക്ക് എന്നിവ), മദ്യപാനം, അമിതഭാരം, വ്യായാമമില്ലായ്മ, രോഗാണുബാധ, അണുവികിരണം, പരിസരമലിനീകരണം എന്നിവയാണ്. ഇപ്പറഞ്ഞ കാരണങ്ങൾ ജീനുകളിലെ അപാകതകളെ പെരുപ്പിക്കുന്നു. കോശവിഭജനമെന്ന സങ്കീർണ പ്രക്രിയയെ ഓങ്കോജൻ (oncogen) എന്ന അർബുദം ഉണ്ടാക്കുന്ന ജീനും ട്യൂമർസപ്രസ്സർ ജീൻ (tumour suppressor gene) എന്ന അതിനുവിപരീതം നിൽക്കുന്ന ജീനും സ്വാധീനിക്കുന്നു. അതിലാരു ജയിക്കും? ചുറ്റുപാടുകൾ നല്ലതാണെങ്കിൽ ട്യൂമർ സപ്രസ്സർ ജീൻ ജയിച്ച് അർബുദം വരില്ല. 5-10 ശതമാനം അർബുദം മുഴുവനായും ജന്മനാ ഉണ്ടാകുന്നതാണ്. അതായത് 90-95 ശതമാനം ചുറ്റുപാടുകളുടെ സൃഷ്ടിയാണെന്നർഥം.

പുകവലിയും അർബുദവും സമാന്തരമായി പോകുന്നത് മുകളിലെ ചിത്രം നോക്കി മനസിലാക്കിയാലും.

ഡി എൻ എയുടെ വ്യതിയാനവും (DNA mutation) അർബുദകോശത്തിന്റെ വളർച്ചയും കോശം മറ്റിടങ്ങളിലേക്ക് വ്യാപിക്കുന്നതും ബന്ധപ്പെട്ടിരിക്കുന്നു. അപ്രകാരം ഡി എൻ എ വ്യതിയാനം വരുത്തുന്നവയെ അർബുദം ഉണ്ടാക്കുന്ന കാർസിനോജൻ (carcinogen) എന്നുവിളിക്കുന്നു. അതുകൊണ്ട് 90 ശതമാനം ശ്വാസകോശ അർബുദം ഉണ്ടാക്കുന്ന പുകവലി തികഞ്ഞ കാർസിനോജൻ തന്നെ. പുകവലി പലതരത്തിലുള്ള അർബുദം ഉണ്ടാക്കാം. ശ്വാസകോശം, തൊണ്ട, മസ്തിഷ്കം, മൂത്രാശയം, വൃക്ക, അന്നനാളം, യകൃത്ത് എന്നിവിടങ്ങളിൽ ഇപ്രകാരം അർബുദം

ഉണ്ടാകാം. മദ്യവും ഇതുപോലെ കാർസിനോജൻ ആണെന്നുള്ളത് പലരും ഓർക്കാറില്ല. പുരുഷന്മാരിൽ 10 ശതമാനവും സ്ത്രീകളിൽ 3 ശതമാനവും അർബുദം ഉണ്ടാക്കുന്നത് മദ്യമാണ്. പുകയിലയുടെ പുകയിൽ നൈട്രോസമീൻ, പോളിസൈക്ലിക് ആരോമാറ്റിക് ഹൈഡ്രോകാർബണുകൾ അടക്കം 50 തരം കാർസിനോജൻ അടങ്ങിയിട്ടുണ്ട്. അവികസിത രാജ്യങ്ങളിൽ മൂന്നിലൊന്നും ലോകമെങ്ങും അഞ്ചിലൊന്നും അർബുദത്തിന് കാരണം പുകവലിതന്നെ.

പുകവലി കൂടുന്നതിനും കുറയുന്നതിനുമനുസരിച്ച് സമാന്തരമായി അർബുദവും കൂടുകയും കുറയുകയും ചെയ്തുകാണുന്നുണ്ട്. ജോലി സാഹചര്യമനുസരിച്ചുള്ള അർബുദം 2-20 ശതമാനം ആണ്. അസ്ബറ്റോസ്, ബെൻസീൻ എന്നിവയുമായി ബന്ധപ്പെട്ട് ഇപ്രകാരം അർബുദം ഉണ്ടാകുന്നു.

ഭക്ഷണവും വ്യായാമവും

ഭക്ഷണക്കൂടുതലും വ്യായാമക്കുറവും 30-35 ശതമാനം അർബുദം ഉണ്ടാക്കുന്നതായി തെളിഞ്ഞിട്ടുണ്ട്. അമിതഭാരം ഉണ്ടാക്കുന്നതുകൂടാതെ രോഗപ്രതിരോധം കുറയ്ക്കുക, എൻഡോക്രീൻ തകരാറുണ്ടാക്കുക എന്നിവയും സംഭവിക്കാം. ചുവന്ന മാംസം — കൂടുതലും പച്ചക്കറികൾ, പഴങ്ങൾ, ധാന്യങ്ങൾ കുറവുമായ ഭക്ഷണം അർബുദവുമായി ബന്ധമുള്ളതായി തെളിഞ്ഞിട്ടുണ്ട്. കൂടുതൽ ഉപ്പുള്ള ഭക്ഷണം ആമാശയ അർബുദവുമായും ആൽഫാടോക്സിൻ ബി1 കരൾ അർബുദവുമായും വെറ്റില മുറുക്ക് വായിലെ അർബുദവുമായും ബന്ധമുണ്ട്. കൂടുതൽ ഉപ്പുകഴിക്കുന്ന ജപ്പാൻകാരിൽ വയറിലെ അർബുദം കൂടുതലാണ്. വൻകുടൽ അർബുദം അമേരിക്കയിൽ കൂടുതലാണ്. പുറത്തുനിന്ന് കുടിയേറിയവരിൽ ഈ വ്യത്യാസം ഒരു തലമുറ കഴിഞ്ഞുവരുന്നതായി കാണാം. അതുകൊണ്ട് ഈ കാരണം ശരിയാണെന്ന് തെളിയുന്നു.

രോഗാണുബാധ

ഇത് ആഫ്രിക്കയിൽ 25 ശതമാനവും വികസിതരാജ്യങ്ങളിൽ 10 ശതമാനവുമാണ്. പ്രധാനമായും വൈറസാണ് കാരണം. പരാന്നജീവികളും ബാക്ടീരിയകളുംകൂടി കാരണമായേക്കാം. അത്തരം വൈറസുകളെ ഓങ്കോവൈറസ് (oncovirus) എന്നുപറയാം. അവ ഗർഭാശയമുഖ അർബുദമുണ്ടാക്കുന്ന ഹ്യൂമൻ പാപ്പില്ലോമ വൈറസ്, (human papilloma virus) ലിംഫോപ്രോലിഫറേറ്റീവ് (lymphoproliferative) രോഗവും മൂക്കിലെ അർബുദവുമുണ്ടാക്കുന്ന എപ്സ്റ്റൈൻ ബാർ വൈറസ്, (Epstein barr virus) കപോസി സാർക്കോമ (Kaposi sarcoma) ഉണ്ടാക്കുന്ന വൈറസ്, കരൾ അർബുദമുണ്ടാക്കുന്ന ഹെപ്പറ്റൈറ്റിസ് (hepatitis) ബിയും സിയും വൈറസുകൾ, ഹ്യൂമൻ ടി സെൽ ലുക്കീമിയ വൈറസ്, (human t cell lukaemia virus) വയറിലെ അർബുദം ഉണ്ടാക്കുന്ന ഹെലി

ബാക്ടർ പൈലോറി (helibactor pylori) എന്ന ബാക്ടീരിയ, മൂത്രാശയ അർബുദമുണ്ടാക്കുന്ന ഷൈസ്റ്റസോമ ഹീമറ്റോബിയം (schistosoma haemat-obium) എന്ന പരാജീവി, കരൾ പരാന്നജീവിയായ കരൾ ഫ്ളൂക്ക് എന്നിവയാണ്.

അണുവികരണം

10 ശതമാനം അർബുദം അണുവികരണംമൂലം സംഭവിക്കുന്നതായി പറയാം. ഇതിൽ അൾട്രാവയലറ്റ് റേഡിയേഷനും, റാഡോ ഗ്യാസ് എന്നിവയും അർബുദം ഉണ്ടാക്കാം. അണുവികരണംകൊണ്ടുള്ള ലുക്കീമിയ10-15 മുതൽ 40 വയസുവരെ ഉണ്ടാകാം. കണ്ണിലുണ്ടാകുന്ന റെറ്റിനോബ്ലാസ്റ്റോമയും (retinoblastoma) ഇതിൽപ്പെടും. കൗമാരകാലംവരെ ഇതിന് ഇരട്ടി സാധ്യതയുണ്ട്. ന്യൂക്ലിയർ പവർപ്ലാന്റിനടുത്ത് താമസിക്കുന്നതും (ഉദാ: കൂടംകുളം) കുടുംബത്തിലാരെങ്കിലും പുകവലിക്കുന്നതും (passive smoking) ഒരുപോലെ അപകടകരമാണ്.

ട്യൂമർ സപ്രസ്സർ ജീൻ

ഈ ജീനുകൾക്ക് റേഡിയേഷൻമൂലം കേടുസംഭവിക്കുന്നുണ്ട്. ഈ ജീൻ തോറ്റാൽ നമുക്ക് അർബുദംവരും.

അർബുദം തടയുന്നതെങ്ങനെ?

നമ്മുടെ പാരമ്പര്യസിദ്ധമായിക്കിട്ടിയ ജീനുകളുമായി നമുക്ക് ജീവിക്കേണ്ടി വരും. എന്നാൽ പുകവലിക്കാതിരിക്കാം, മദ്യപാനം നിർത്താം, അമിതഭാരം കുറയ്ക്കാം, വ്യായാമംചെയ്യാം. അപ്രകാരം ജീവിതശൈലി മാറ്റാം. റേഡിയേഷൻ ഒഴിവാക്കാം. എന്തെങ്കിലും സംശയം തോന്നുന്നുവെങ്കിൽ ഉടനെ വൈദ്യസഹായം തേടാം.

ഏതെല്ലാമാണ് ഏറ്റവും പ്രധാനമായ അർബുദങ്ങൾ?

സ്തനാർബുദം, പ്രോസ്ട്രേറ്റ്, ശ്വാസകോശം, ആമാശയം, കുടൽ, വായ, മൂത്രാശയം, ഗർഭാശയം തുടങ്ങിയവയിലെ അർബുദങ്ങൾ, ലുക്കീമിയ എന്നിവയാണവ.

രോഗനിർണ്ണയം

അർബുദത്തിന്റെ പ്രാരംഭ ലക്ഷണങ്ങൾ കാണുമ്പോൾത്തന്നെ ഡോക്ടറെ കണ്ട് പരിശോധനകൾ ചെയ്യേണ്ടത് വളരെ പ്രാധാന്യമർഹിക്കുന്നു. മുകളിൽ കൊടുത്തിരിക്കുന്ന എക്സ്റെ കാണിക്കുന്നത് നാണയ നിഴലാണ് (coin shadow). അതാണ് ശ്വാസകോശ അർബുദത്തിന്റെ ലക്ഷണം. അർബുദം ബാധിച്ചതായി സംശയിക്കുന്ന കോശങ്ങൾ ബയോപ്സി, (ഫൈൻ നീഡിൽ ആസ്പിറേഷൻ എന്നഭാഗം വായിച്ചാ

ലും.) അതായത് ഒരു ചെറിയഭാഗം മുറിച്ചെടുത്ത് പരിശോധന, ആ കോശങ്ങൾ പത്തോളജിസ്റ്റ് എന്ന വിദഗ്ധഡോക്ടർ മൈക്രോസ്കോപ്പിലൂടെ നോക്കുമ്പോൾ രോഗംവ്യക്തമാകും. രക്തപരിശോധന, സ്കാനിങ് തുടങ്ങിയ പല പരിശോധനകളും വേണ്ടിവരും. അന്നനാളത്തിലെ അർബുദം സംശയിക്കുന്നുവെങ്കിൽ മലത്തിൽ രൂപഭേദംവന്ന രക്തം (occult blood) ഉണ്ടോ എന്നുനോക്കാം. കൂടാതെ അർബുദത്തിന്റെ അടയാളം കാണിക്കുന്ന (tumour markers) പല പരിശോധനകളും ഉണ്ട്. ഉദാ: പ്രോസ്ട്രേറ്റ് അർബുദമുണ്ടോ എന്നു സംശയിക്കുമ്പോൾ ആസിഡ് ഫോസ്ഫറ്റേസ് പ്രോസ്ട്രേറ്റ് ഫ്രാക്ഷൻ, (acid phosphatase prostrate fraction) പി എസ് എ, എന്നിവയും മറ്റു അർബുദങ്ങൾക്ക് ബീറ്റ എച്ച് സി ജി, എ എഫ് പി, സി ഇ എ, സി എ 125, സി എ 19-9, വി എം എ, വയറിലെ അർബുദത്തിന് ഗാസ്ട്രിൻ (gastrin) എന്നിവയും, രക്തത്തിലെ അർബുദത്തിന് രക്തപരിശോധനയും എല്ലിനുള്ളിലെ മാരോ എടുത്തുള്ള പരിശോധനയും ആവശ്യമായിവരും.

ചികിത്സ

പ്രധാനമായും കീമോതെറാപ്പി, ഓപ്പറേഷൻ, റേഡിയോതെറാപ്പി എന്നിവയാണ്.

ചികിത്സയുടെ ഫലം

ഏതുതരം അർബുദമാണെങ്കിലും ചികിത്സ, രോഗിയുടെ പ്രായം, മറ്റുരോഗങ്ങൾ എന്നിവയെല്ലാം ആശ്രയിച്ചിരിക്കും.

പ്രതിരോധം

ഭക്ഷണം കൂടാതെ ചില മരുന്നുകൊണ്ട് അർബുദം തടയാമെന്നത് വളരെ ആകർഷകമാണ്. ആസ്പിരിൻ ഹൃദ്രോഗം തടയുന്നതുപോലെ അർബുദവും കുറയ്ക്കുന്നതായി തെളിവുണ്ട്. ടമോക്സിഫെൻ, റാലോക്സിഫീൻ (tamoxiphen, raloxiphene) എന്നിവ സ്തനാർബുദം 50 ശതമാനം കുറയ്ക്കും. ഫിനാസ്റ്ററൈഡ് (fenasteride) പ്രോസ്ട്രേറ്റ് അർബുദവും പതുക്കെ വളരുന്ന അർബുദങ്ങളും കുറയ്ക്കുന്നു. റോഫിക്കോക്സിബും, സെലിക്കോക്സിബും (rofecoxib, celecoxib) കുടലിലെ പോളിപ് കുറച്ച് അവിടത്തെ അർബുദസാധ്യത കുറയ്ക്കുന്നു. വിറ്റാമിനുകളായ ഡിയെ പറ്റിയുള്ള പഠനം അത് കുറച്ചൊക്കെ ഫലപ്രദമാണെന്നാണ്.

വാക്സിനുകൾ

നേരത്തെ സൂചിപ്പിച്ച വൈറസുകൾക്കെതിരെയുള്ള വാക്സിൻ ആ വൈറസുകളെ തടയുന്നതിലൂടെ അർബുദം ഫലപ്രദമായി തടയാനാകും.

ഉദാ : ഹ്യൂമൻ പാപ്പില്ലോമ വൈറസ് വാക്സിൻ.

ഗർഭാശയമുഖ അർബുദത്തെയും, ഹെപ്പറ്റൈറ്റിസ് ബി വാക്സിൻ കരൾ അർബുദത്തെയും അപ്രകാരം തടയുന്നു.

സാന്ത്വന ചികിത്സ

(അതിനെപ്പറ്റിയുള്ള ഭാഗം വായിച്ചാലും) വളരെയധികം ആവശ്യമായി വരുന്ന വിഭാഗമാണ് അർബുദചികിത്സ. അത് രോഗിയുടെ ഭൗതിക വൈകാരിക, ആത്മീയ ആവശ്യങ്ങളെ തൃപ്തിപ്പെടുത്തുന്നു. പൂർണമായ സമാശ്വാസം ലക്ഷ്യമിടുന്നു. മരുന്നുകൾ മറ്റു ചികിത്സ എന്നിവ തുടരുന്നതോടൊപ്പം തന്നെ വേദന, ശ്വാസതടസം, ക്ഷീണം, ഓക്കാനം എന്നിവയ്ക്ക് ഈ ചികിത്സ ആവശ്യമാണ്. രോഗം മറ്റു സ്ഥലങ്ങളിൽ വ്യാപിച്ചതിനുശേഷം മാത്രമാണ് കണ്ടുപിടിച്ചതെങ്കിൽ പ്രധാന ചികിത്സ ഇതു തന്നെയാണ്. അർബുദം മാറിയതിനുശേഷം കാൽ മുറിച്ചുകളയേണ്ടി വന്നവർക്ക് റിഹാബിലിറ്റേഷൻ കൊടുക്കേണ്ടിവരും. അതുപോലെ കീമോതെറാപ്പി, റേഡിയേഷൻ എന്നിവകൊണ്ട് ബുദ്ധി, ഓർമ എന്നിവയിൽ പ്രശ്നമുള്ളവർക്ക് ആ വൈകല്യം മനസിലാക്കി പരിശീലനവും പിന്തുണയും കൊടുക്കേണ്ടിവരും. അർബുദരോഗികളിൽ വിഷാദരോഗം വളരെ കൂടുതലായി കണ്ടുവരുന്നു. അതിനുള്ള ശരിയായ മരുന്നുചികിത്സ, സൈക്കോതെറാപ്പി എന്നിവയിലൂടെ അവർക്ക് സന്തോഷവും സമാശ്വാസവും പകരാനാകും.

പുകവലിക്കും അമിതഭാരത്തിനും എതിരായും മുലയൂട്ടലിനു വേണ്ടിയും ബോധവൽക്കരണം വ്യാപകമായതോടെ സ്തനാർബുദവും പ്രോസ്ട്രേറ്റ് അർബുദവും ശ്വാസകോശ അർബുദവും ഓരോ വർഷവും 2.3 ശതമാനം വീതം കുറഞ്ഞുവരുന്നുണ്ട്.

അർബുദം സംബന്ധിച്ച അന്ധവിശ്വാസങ്ങൾ

- ഇത് പകരുമെന്ന് ധരിച്ച് യാതൊരു ആശ്രയവുമില്ലാത്ത സാധുരോഗികളെ ബന്ധുക്കൾ ഉപേക്ഷിച്ച് പോകാറുണ്ട്. ഇതിന് യാതൊരു തെളിവുമില്ല.
- അതുപോലെ അർബുദം എന്ന രോഗനിർണയം പരലോകത്തേക്കുള്ള വിസയല്ല. നേരത്തെ മനസിലാക്കിയാൽ പല അർബുദവും പരിപൂർണമായി ഭേദമാകാറുണ്ട്.

20

മരുന്നുകളുടെ പ്രവർത്തനം

ഇത് ഓരോ വ്യക്തികളിലും ഓരോ തരത്തിലായിരിക്കാം. അതിനുള്ള കാരണങ്ങൾ ജീൻ ഘടന, പ്രായം, ശരീരവലുപ്പം, ഒപ്പം കഴിക്കുന്ന മറ്റു മരുന്നുകൾ, ഭക്ഷണം, മദ്യം, രോഗങ്ങൾ, ശരീരത്തിലത് എത്ര സമയം നിൽക്കുന്നു, കരൾ, വൃക്ക എന്നിവയുടെ പ്രവർത്തനം, മരുന്നിനോടുള്ള വിധേയത്വം (മയക്കുമരുന്ന്, മദ്യം എന്നിവ ഉപയോഗിക്കുന്നവരിൽ) മരുന്നിനെ ശരീരം പ്രതിരോധിക്കൽ എന്നിവയനുസരിച്ചാകാം.

നല്ല ശരീരഭാരമുള്ള വ്യക്തിക്ക് കൂടുതൽഡോസ് മരുന്ന് തൂക്കം കുറവുള്ള വ്യക്തിയേക്കാൾ ആവശ്യമായിവരും. മാത്രമല്ല ആ വ്യക്തി എപ്രകാരം മരുന്ന് വലിച്ചെടുക്കുന്നു, എപ്രകാരം അത് ചയാപചയം നടത്തുന്നു, ശരീരത്തിൽനിന്നും പുറത്തുകളയുന്നു എന്നെല്ലാം ആശ്രയിച്ചിരിക്കും.

പലകാര്യങ്ങളും മരുന്നിന്റെ പ്രവർത്തനത്തെ ബാധിക്കുന്നതിനാൽ ഡോക്ടർമാർ ഓരോ വ്യക്തിക്കും ഡോസ് കൃത്യമായി ശ്രദ്ധയോടെ തീരുമാനിക്കുന്നു. ഈ തീരുമാനം പലതരം മരുന്ന് കഴിക്കുന്നുണ്ടെങ്കിൽ സങ്കീർണമാകുന്നു. കാരണം മരുന്നുകൾ തമ്മിൽ തമ്മിൽ, മരുന്നും രോഗങ്ങളും തമ്മിൽ പ്രതിപ്രവർത്തനം നടക്കുന്നതുകൊണ്ടുതന്നെ.

പല മരുന്നുകളും 70 കിലോഗ്രാം മനുഷ്യനുവേണ്ടി ജനിച്ചവയായിരിക്കും. ഇന്ത്യക്കാരുടെ ശരാശരി ഭാരം അത്രയില്ല. ഡോസ് കണക്കാക്കുമ്പോൾ അത് ശ്രദ്ധിക്കണം. പലപ്പോഴും പ്രത്യേക വ്യക്തിക്ക് അത് ശരിയാകണമെന്നുമില്ല. കോളർസൈസ് നോക്കി ഷർട്ട് വാങ്ങിയാൽ എല്ലാവർക്കും ചേരാത്തതുപോലെ. കുഞ്ഞുങ്ങൾക്കും വയോജനങ്ങൾക്കും മരുന്നിന്റെ ഫലം പ്രതീക്ഷയ്ക്കപ്പുറമാകാം. അവരുടെ കരളും വൃക്കയും ശരിക്ക് പ്രവർത്തിക്കണമെന്നില്ലല്ലോ. അപ്പോൾ മരുന്ന് അകത്തു ചെന്ന് കരൾ പ്രവർത്തനരൂപത്തിലോ അല്ലാതെയോ ആക്കപ്പെട്ട മരുന്ന് വൃക്ക

ആവശ്യത്തിന് പുറന്തള്ളി കളഞ്ഞിട്ടുണ്ടാവില്ല. അത് ശരീരത്തിൽ അടിഞ്ഞുകൂടുന്നു.

കരളിന്റെ പ്രവർത്തനം

വയോജനങ്ങൾക്ക് ഈ പ്രശ്നം കൂടുതൽ ഗുരുതരമാകാം. ഉദാഹരണമായി ലിത്തിയം എന്ന മരുന്നുകഴിക്കുന്നവർ പ്രത്യേക ശ്രദ്ധ എടുക്കണം. പ്രായമായവർക്ക് ധാരാളം രോഗമുള്ളതുകൊണ്ടും ധാരാളം മരുന്നു കഴിക്കുന്നതുകൊണ്ടും അവ തമ്മിൽ തമ്മിൽ പ്രവർത്തിച്ച് പ്രശ്നമുണ്ടാകാം. കൂടാതെ ഓരോ മരുന്നുകൾക്കുമുള്ള നിർദേശങ്ങൾ വ്യത്യസ്തമായിരിക്കും. അവയും ഡോസും മറന്ന് തെറ്റിപ്പോകാം.

1. ഈ ചക്രം മരുന്നിന്റെ ഫലം നിയന്ത്രിക്കുന്ന എല്ലാം കാണിക്കുന്നു. നോക്കിയാലും.

മരുന്നിന്റെ ശരീരത്തിലേക്ക് വലിച്ചെടുക്കൽ ആ മരുന്നിന്റെ പ്രവർത്തനത്തിനുള്ള അളവിനെ ബാധിക്കുന്നു. എത്രമാത്രം മരുന്ന് ലക്ഷ്യസ്ഥാനത്ത് എത്തുന്നുവെന്നത് സുപ്രധാനമാണ്. മരുന്ന് എപ്രകാരം ഉണ്ടാക്കിയിരിക്കുന്നു, അതിന്റെ ഭൗതിക രാസഘടനയെന്താണ്, കഴിക്കുന്ന വ്യക്തിയുടെ ശരീരശാസ്ത്ര പ്രവർത്തനം അതിനെ എപ്രകാരം കൈകാര്യം ചെയ്യുന്നു എന്നുമനുസരിച്ചായിരിക്കും വലിച്ചെടുക്കൽ നടക്കുന്നത്. ശരീരശാസ്ത്ര പ്രവർത്തനം, എത്ര സമയംകൊണ്ട് വായിൽക്കൂടി കഴിക്കുന്ന മരുന്നാണെങ്കിലത് കുടലിലേക്കെത്താൻ സമയമെടുക്കും, വയറ്റിലെ അമ്ലമാനമെത്ര, കുടലിന്റെ ഗതിവേഗമെത്ര (Motility) എന്നിവയുമനുസരിച്ചായിരിക്കും. നമുക്ക് ഉപയോഗിക്കാൻ കിട്ടുന്ന ഗുളിക, കാപ്സൂൾ, സപ്പോസിറ്ററി (ഗുദത്തിൽ വയ്ക്കുന്നത്), തൊലിയിൽ വയ്ക്കുന്നത്, കുത്തിവയ്പ് എന്നിവയിൽ മരുന്നിനൊപ്പം ചില വാഹകങ്ങളും ഉണ്ടായിരിക്കും. അവ മരുന്ന് അതേരൂപത്തിൽ നിൽക്കുവാനും നിലനിർത്താനുമുള്ളതാണ്. എളുപ്പം വലിച്ചെടുക്കാൻ, പെട്ടെന്ന് വലിച്ചെടുക്കാൻ എല്ലാം അതിന്റെ നിർമാതാക്കൾ ശ്രദ്ധിച്ചിട്ടുണ്ടാകും. രക്തത്തിൽ മരുന്ന് എത്രമാത്രം ആവശ്യമുണ്ടെന്ന് കണക്കിനാണ് ഇപ്രകാരം ചെയ്യുന്നത്. മരുന്നിന്റെ വിതരണം എന്നുപറയുന്നത് അത് ശരീരത്തിലെ കോശജാലങ്ങൾ, കൊഴുപ്പ്, പേശികൾ, മസ്തിഷ്കം എന്നിവയിൽ ഏതേതു അനുപാതത്തിൽ എത്തുന്നു എന്നവിഷയമാണ്. ഉദാ: മാനസിക രോഗങ്ങൾക്കുള്ള മരുന്നുകൾ മസ്തിഷ്കത്തിൽ എത്രമാത്രം ചെല്ലുന്നു എന്നത് സുപ്രധാനമാണ്. രക്തത്തിലെത്തിക്കഴിഞ്ഞാൽ അതുവേഗം എല്ലായിടത്തും എത്തുന്നു. അവ പ്രധാനമായും രണ്ടുതരത്തിൽ വ്യാപിക്കുന്നു, വെള്ളത്തിലൂടെയും കൊഴുപ്പിലൂടെയും. രക്തസമ്മർദത്തിനുള്ള ആറ്റിനോളോൾ ശരീരജലത്തിൽ അലിയുന്നമരുന്നാണ്. അത് രക്തത്തിലെ (ഇതിനെപ്പറ്റിയുള്ള ഭാഗം വായിച്ചാലും) കോശങ്ങൾക്ക് ചുറ്റും (ഇടസ്ഥലം), രക്തത്തിലും അലിഞ്ഞുചേരുന്നു. കൊഴുപ്പിൽ അലിയുന്നവയാകട്ടെ ഉദാ: അനസ്തീസിയ ഗ്യാസായ ഹാലോത്തെയിൻ (halothane)

മസ്തിഷ്കത്തിലും കൊഴുപ്പിലും കേന്ദ്രീകരിക്കപ്പെടുന്നു. പല മാനസികരോഗ മരുന്നുകളും അപ്രകാരമാണ്. ചില മരുന്നുകൾ ചെറിയ സ്ഥലങ്ങളിൽ മാത്രം കേന്ദ്രീകരിക്കപ്പെടുന്നു. ഉദാ: അയഡീൻ പ്രധാനമായും തൈറോയ്ഡിലാണ് കേന്ദ്രീകരിക്കപ്പെടുക. കോശങ്ങൾക്ക് അയഡിനോട് പ്രത്യേക ആകർഷണമുള്ളതുകൊണ്ടാണത് സംഭവിക്കുന്നത്.

ശരീരശാസ്ത്രപരമായ അതിർത്തിയാണ് രക്ത മസ്തിഷ്ക അതിർത്തി. ഉദാഹരണമായി രക്തവും മസ്തിഷ്കവും തമ്മിൽ അപ്രകാരം അതിർത്തിവരമ്പുണ്ട്. ചില മരുന്നുകൾമാത്രം ഈ അതിർത്തി കടന്ന് മസ്തിഷ്കത്തിലെത്തുന്നു. മസ്തിഷ്കത്തെ സംരക്ഷിക്കാനുള്ള പ്രകൃതിയുടെ സംവിധാനമാണിത്. ഉദാ: തയോപെന്റാൽ (അനസ്തീസിയ മരുന്ന്) വളരെ കൊഴുപ്പിലലിയുന്നത് വേഗം മസ്തിഷ്കത്തിലെത്തുന്നു. കൊഴുപ്പിലലിയുന്നവ വെള്ളത്തിലലിയുന്നവയേക്കാൾ വേഗം കോശത്തിലെത്തുന്നു. പിന്നെ ഇതുകൂടാതെ ശരീരത്തിൽ ഇവയെ വഹിച്ചുകൊണ്ടുപോകുന്ന സംവിധാനങ്ങളുണ്ട്. രക്തത്തിലെ പ്രോട്ടീനുമായി കലരുന്ന ചില മരുന്നുകൾ രക്തത്തിൽനിന്നും വളരെ സാവധാനത്തിലെ പോവുകയുള്ളൂ. ചില മരുന്നുകൾ ഭാഗികമായോ പൂർണമായോ പ്രോട്ടീനുമായി യോജിക്കും. അപ്രകാരം അതിന്റെ ശക്തിക്ഷയിക്കും. എന്നാൽ മരുന്നിന്റെ സാന്ദ്രത കുറയുന്നതോടെ പ്രോട്ടീൻ ഇവയെ കുറെശ്ശെയായി പുറത്തുവിടും. അപ്രകാരം രക്തത്തിലെ പ്രോട്ടീനുകൾ ഒരു ഇടശേഖരണകേന്ദ്രമായി പ്രവർത്തിക്കുന്നു. അതുപോലെ ചില കോശജാലങ്ങളും ഇപ്രകാരം ഇടയ്ക്കിടെ പ്രോട്ടീനിലുള്ള മരുന്ന് വിട്ടുകൊടുത്തുകൊണ്ട് മരുന്നിന്റെ പ്രവർത്തനം നീട്ടിക്കൊണ്ടുപോകുന്നു. കൊഴുപ്പിൽ ശേഖരിക്കപ്പെടുന്ന മരുന്നുകൾ, മരുന്നുകഴിക്കൽ കഴിഞ്ഞ് ദിവസങ്ങളോളം ഇതുപോലുള്ള പ്രവർത്തനം ഉണ്ടാകും. മരുന്നുകളുടെ വിതരണം വ്യക്തികൾ തമ്മിൽ വ്യത്യസ്തമായിരിക്കും. തടിയുള്ളവരിൽ കൊഴുപ്പ് കൂടുതലായതിനാൽ മരുന്നുകൾ പ്രത്യേകിച്ച് കൊഴുപ്പിൽ ശേഖരിക്കപ്പെടുന്നവ, കൂടുതലായി റിസെർവ് ചെയ്യപ്പെടുന്നു. വയോജനങ്ങൾക്ക് തടി കുറഞ്ഞാലും കൊഴുപ്പ് കൂടുതലായതിനാലും കരൾ, വൃക്ക എന്നിവ പ്രവർത്തനം കുറവായതിനാൽ കൂടുതൽ മരുന്ന് ശേഖരിക്കപ്പെടുന്നു. അതുകൊണ്ട് ഇത്തരക്കാർക്ക് ചെറിയ ഡോസ് മാത്രമേ കൊടുക്കാൻ പാടുള്ളൂ.

മരുന്നിന്റെ ചയാപചയം

അത് പ്രധാനമായി കരളിൽ നടക്കുന്ന പ്രക്രിയയാണ്. കരൾ ചെയ്യുന്നത് 'വിദേശവസ്തു'വിനെ നശിപ്പിക്കലാണ്. അത് രാസപരമായി ശരീരത്തിലെ കെമിക്കൽ ഫാക്ടറിയായ കരൾതന്നെ ചെയ്യുന്നതാണ് ഏറ്റവും അനുയോജ്യം. രണ്ടുതരം ചയാപചയമാണ് നടക്കുന്നത്.

അതിലാദ്യത്തേതിൽ ഓക്സിഡേഷൻ, റിഡക്ഷൻ, ഹൈഡ്രോളിസിസ്, ഹൈഡ്രേഷൻ, (oxidation, reduction, hydrolysis, hydration)

എന്നിവ.

രണ്ടാംഘട്ടത്തിൽ ട്രാൻസ്ഫറേയ്സ് (transferase) എന്ന എൻസൈം (enzyme) ഉപയോഗിച്ചുള്ള കോജുഗേഷനും (conjugation) ആണവ. മിക്ക മരുന്നുകളും അപ്രകാരം നിരായുധീകരിക്കപ്പെടുന്നു.

എന്നാൽ ചിലവ അതിനുശേഷം പ്രവർത്തിക്കാത്ത അവസ്ഥയിൽ നിന്ന് പ്രവർത്തനശേഷിയുള്ള മരുന്നുമാകാം. ചിലവയാകട്ടെ അപ്രതീക്ഷിതമായി വിഷവസ്തുക്കളായി മാറുന്നു. ഈ പ്രവർത്തനം ചെയ്യുന്ന എൻസൈമുകൾ പി 450 എ കൂട്ടത്തിൽപ്പെടുന്നു. ചില സമയത്ത് ഈ എൻസൈമുകൾക്ക് ഇവയെ കൈകാര്യം ചെയ്യാനാകാതെവരും. ജനന സമയത്ത് ഇവ വികസിച്ചിട്ടുണ്ടാവില്ല. വയോജനങ്ങൾക്ക് ഈ എൻസൈമുകളുടെ പ്രവർത്തനം കുറവായിരിക്കും. അതുകൊണ്ട് ഈ രണ്ട് വിഭാഗങ്ങൾക്കും ചെറിയഡോസ് മരുന്നുമാത്രമേ ആവശ്യമുള്ളൂ. ശരീരം എല്ലാ മരുന്നുകളെയും അവസാനം പുറന്തള്ളും. അത് രാസമാറ്റത്തിനുശേഷമോ അല്ലാതെയോ ആകാം. വെള്ളത്തിലലിയുന്നവയെല്ലാം വൃക്കയിലൂടെ പുറത്തുപോകുന്നു. ചിലത് പിത്തനീരിലൂടെ വയറിലെത്തി മലത്തിലൂടെ പോകുന്നു. മൂത്രത്തിലൂടെ പോകണമെങ്കിലത് വെള്ളത്തിലലിയുന്നതും പ്രോട്ടീനുമായി സംയോജിക്കാത്തതുമായിരിക്കണം. ചില മരുന്നുകൾ മൂത്രത്തിലെ അമ്ലവും ക്ഷാരവും അനുസരിച്ച് പുറത്തു പോകുന്നതിൽ വ്യത്യാസം കാണിക്കാറുണ്ട്. അപ്പോൾ ബൈകാർബണേറ്റ് കൊടുത്ത് ക്ഷാരമാക്കാനും അമോണിയം ക്ലോറൈഡുകൊടുത്ത് അമ്ലത കൂട്ടാനും കഴിയും. വൃക്കയുടെ പ്രവർത്തനം അനുസരിച്ചും മരുന്നു പുറത്തുപോകുന്നത് വ്യത്യാസപ്പെടും. രക്തസമ്മർദ്ദം, പ്രമേഹം എന്നിവ ഉണ്ടാവുക, പ്രായം എന്നിവ വൃക്കയുടെ ശക്തി ക്ഷയിപ്പിക്കുന്നു. അപ്രകാരം ചെറിയ ഡോസ് മരുന്നുപോലും രക്തത്തിൽ അധികമായി പാർശ്വഫലം ഉണ്ടാക്കുന്നു. അതുകൊണ്ട് വൃക്കയുടെ പ്രവർത്തനം നോക്കിവേണം ഡോസ് തീരുമാനിക്കാൻ. അതിന് ക്രിയാറ്റിനിൻ (creatinine) തുടങ്ങിയ പരിശോധനകൾ മതിയാകും. പിത്തനീരിലൂടെ പുറന്തള്ളപ്പെടുന്ന മരുന്ന് വീണ്ടും വയറിലൂടെയും കുടലിലൂടെയും വലിച്ചെടുക്കപ്പെടാം. ചില മരുന്നുകൾ തുപ്പൽ, വിയർപ്പ്, മുലപ്പാൽ, ശ്വാസം എന്നിവയിലൂടെ പുറന്തള്ളപ്പെടാം.

കാപ്സൂളുകളിൽ ദ്രവരൂപത്തിലുള്ള മരുന്നുകൾ വേഗം വലിച്ചെടുക്കപ്പെടുന്നു. കമ്പനികളുടെ വ്യത്യാസമനുസരിച്ച് ഒരേമരുന്ന് ശരീരത്തിനുള്ളിൽ വ്യത്യസ്തമായ രക്തനിലവാരം കാണിച്ചേക്കാം. മരുന്നുകളുടെ രക്തനിലവാരം സംശയമുള്ളപ്പോൾ നോക്കണം. ഉദാ: ലിത്തിയം, അപസ്മാരമരുന്നുകൾ അപ്രകാരം നോക്കാറുണ്ട്.

എന്ററിക് കോട്ടിങ് (Enteric coating)

ഇത് വയറിനെ മരുന്നിൽനിന്നും സംരക്ഷിക്കാൻവേണ്ടി ചെയ്യുന്നതാണ്. വയറിൽവെച്ച് പുറത്തുവരാതെ മരുന്ന് കുടലിൽവെച്ച് കാപ്സൂളിൽനിന്നും പുറത്തുവരുന്നു. പലപ്പോഴും ഇത് വിജയിക്കാറില്ല. പ്രത്യേ

കിച്ച് വയോജനങ്ങളിലിത് ഒന്നും സംഭവിക്കാതെ, ഡോക്ടറും രോഗിയും അറിയാതെ മലത്തിലൂടെ പുറത്തുപോകുന്നു.

വലിച്ചെടുക്കൽ നീട്ടാനുള്ള മാർഗങ്ങൾ.

ചില മരുന്നുകൾ, കാപ്സൂളുകൾ നിശ്ചിതസമയത്ത് വയറിലോ കുടലിലോവെച്ച് പുറത്തുവരുന്ന രീതിയിലാണ്. എക്സ്ടെൻഡഡ് റിലീസ്, കൺട്രോൾഡ് റിലീസ് (extended release, controlled release) എന്നിവയാണവ. ഭക്ഷണം, മറ്റുമരുന്നുകൾ, ദഹനത്തകരാറുകൾ എന്നിവ വലിച്ചെടുക്കുന്നതിനെ സ്വാധീനിക്കാം. വയറിളക്കം മരുന്നുവലിച്ചെടുക്കുന്നത് കുറയ്ക്കും. ഓപ്പറേഷൻ മുഖേന കുടലിന്റെ ഒരുഭാഗം പോയിട്ടുണ്ടെങ്കിലും കുറയും. തണുപ്പുള്ള സ്ഥലങ്ങളിൽ സൂക്ഷിക്കേണ്ടവ അപ്രകാരം ചെയ്തില്ലെങ്കിൽ മരുന്നിന്റെ പ്രവർത്തനം കുറയും.

ഈ വിവരങ്ങൾ പൊതുവെയുള്ള കാര്യങ്ങൾ മാത്രമാണ്. ഇതിനപ്പുറം ഓരോ മരുന്നിനെപ്പറ്റിയും അതാതിന്റെ ഡോസ്, ഫലം പാർശ്വഫലം എന്നിവയെപ്പറ്റിയുമെല്ലാം ഡോക്ടറോട് ചോദിച്ചാലും. കൂടാതെ മരുന്നുകളോടൊപ്പമുള്ള രേഖയിലും (ഇത് നിയമപ്രകാരമുള്ള നിബന്ധനയാണ്) ഇന്റർനെറ്റിലും ലഭ്യമാണ്.

ആന്റിബയോട്ടിക്കുകളുടെ ദുരുപയോഗം

ജൈവവും അജൈവവുമായ രാസപദാർഥങ്ങൾ ആന്റിബയോട്ടിക്കുകളിലുണ്ട്. ആന്റിബയോട്ടിക്കുകളിൽ ബാക്ടീരിയകളെ നേരിട്ടു കൊല്ലുന്ന ബാക്ടീരിയോസിഡലും മനുഷ്യന്റെ പ്രതിരോധസംവിധാനം കൊണ്ട് കൊല്ലാൻ അവസരമൊരുക്കുന്ന ബാക്ടീരിയോസ്റ്റാറ്റിക് എന്ന തരവുമുണ്ട്. 1928 ൽ അലക്സാണ്ടർ ഫ്ളെമിങ് പെൻസിലിൻ കണ്ടുപിടിച്ചതോടെ അതൊരു അത്ഭുതസിദ്ധാന്തമായി ശാസ്ത്രലോകവും അത്ഭുതമരുന്നായി ജനങ്ങളും അംഗീകരിക്കാൻ തുടങ്ങി.

എന്നാൽ അത്ഭുതം അധികകാലം നീണ്ടുനിന്നില്ല. സൂക്ഷ്മജീവികൾക്കെതിരെ മനുഷ്യൻ യുദ്ധം പ്രഖ്യാപിച്ച സ്ഥിതിക്ക് അവരും വെറുതെയിരുന്നില്ല. ആന്റിബയോട്ടിക്കുകളെ അതിജീവിക്കാനുള്ള പരിണാമപരമായകഴിവ് അവർ നേടിയെടുത്തു. മാത്രമല്ല, ആ കഴിവ് അടുത്ത തലമുറയിലേക്ക് കൈമാറ്റപ്പെടുകയും ചെയ്തുകൊണ്ടിരിക്കുന്നു. 1950–1960 കാലഘട്ടത്തിൽത്തന്നെ ആന്റിബയോട്ടിക്കുകളെ പ്രവർത്തനരഹിതമാക്കാൻ കഴിവുള്ള ബാക്ടീരിയകൾ വളർന്നുപെരുകാൻ തുടങ്ങി. അതാണ് പ്രകൃതിയുടെ വികൃതി. അതായത് പരിണാമത്തിന്റെ വികൃതി. ആന്റിബയോട്ടിക്കുകളുടെ ദുരുപയോഗവും തുടർന്ന് അവ ഉപയോഗശൂന്യമാവുന്നതും ഗുരുതര പ്രത്യാഘാതങ്ങൾ സൃഷ്ടിച്ചുതുടങ്ങി. മനുഷ്യരിൽ മാത്രമല്ല മൃഗങ്ങളിലും കൃഷിക്കും ആന്റിബയോട്ടിക്കുകൾ വ്യാപകമായി ഉപയോഗിക്കപ്പെടുന്നുണ്ട്. സാധാരണ ഡോക്ടർമാർ രോഗികളുടെ ആവശ്യത്തിനും പ്രേരണയ്ക്കും വഴങ്ങി അവ അനാവശ്യമായി എഴുതിക്കൊടുക്കാറുണ്ട്. ഇത് സാധാരണ മൂന്നാം ലോകരാ

ജ്യങ്ങളിൽ ശാസ്ത്രീയമായ ആരോഗ്യ സംരക്ഷണനിയമവും സംവിധാനവുമില്ലാത്തതിനാൽ വളരെ വ്യാപകമാണ്. ഈയിടെ കേരളത്തിൽ അനിയന്ത്രിത ആന്റിബയോട്ടിക്കുകളുടെ ഉപയോഗത്തിനെതിരെ ഉത്തരവ് ഇറക്കിയിട്ടുണ്ട്. വൈറസ് രോഗത്തിന് ആന്റിബയോട്ടിക്കുകൾ കൊടുക്കുക, ആന്റിബയോട്ടിക്കുകൾ ശരിക്കും ആവശ്യത്തിനു കൊടുക്കേണ്ടിവരുമ്പോൾ മുഴുവൻ ഡോസ് കൊടുക്കാതിരിക്കുക, രോഗലക്ഷണം മാറിയാൽ നിർദേശിച്ചതുപോലെ കഴിക്കാതെ രോഗി സ്വയം മരുന്നുനിർത്തുക, പ്രിസ്ക്രിപ്ഷൻ ഇല്ലാതെ മരുന്ന് ലഭ്യമാകുക, മൃഗങ്ങളിൽ രോഗാണുക്കൾ പ്രതിരോധം നേടിയശേഷം ആ മൃഗങ്ങളുടെ മാംസം ശരിക്ക് പാകം ചെയ്യാതെ മനുഷ്യൻ കഴിക്കുക എന്നിവ സംഭവിക്കാനിടയായാൽ ആ രോഗാണുക്കൾ മനുഷ്യരിൽ പ്രതിരോധംനേടിയ രോഗാണുക്കളുടെ വാഹകരായും അവയെ പരത്തുന്നവയായും ആകും. അതുപോലെ കൃഷിയിടങ്ങളിൽ ചെറിയഡോസ് മരുന്നു സ്പ്രെ ചെയ്യുന്നതുമൂലവും രോഗാണുക്കൾ പ്രതിരോധംനേടും. മാത്രമല്ല, പഴങ്ങളിൽ സ്പ്രെ ചെയ്യുന്നതുകൊണ്ടും ഇതേ ഫലം ഉണ്ടാകുന്നു.

ചികിത്സാരംഗത്ത് രോഗം അതിവേഗം മാറണമെന്ന രോഗിയുടെ ആഗ്രഹം, രോഗിതന്നെ വിട്ടുപോയേക്കുമോ എന്ന ഡോക്ടറുടെ ഭയം, ആന്റിബയോട്ടിക്കുകളുടെ ശരിയായ ഉപയോഗത്തെപ്പറ്റിയും രോഗാണു പ്രതിരോധത്തെപ്പറ്റിയും തുടർന്നുള്ള പൊതുജനാരോഗ്യ പ്രശ്നത്തെപ്പറ്റിയും ഡോക്ടർക്കുള്ള അജ്ഞതയും പ്രതിബദ്ധതയില്ലായ്മയും, യോഗ്യതയില്ലാത്തവർ മരുന്നുകൾ എഴുതിവാങ്ങുകയും, മരുന്നുഷാപ്പുകളിൽ ഒരു നിയന്ത്രണവുമില്ലാതെ അവ വിതരണംചെയ്യുകയും എന്നിവ രോഗാണു പ്രതിരോധം ഉണ്ടാകുന്നതിന്റെ മറ്റു സുപ്രധാന കാരണങ്ങളാണ്.

രോഗാണുപ്രതിരോധം ഉണ്ടാകുന്നതോടെ രോഗാണുക്കളുടെ ജീനുകളിൽ പരിണാമപരമായ വ്യതിയാനങ്ങളുണ്ടാകുന്നു. പുതിയ ആന്റിബയോട്ടിക് യുഗത്തിൽ ജീവിക്കാനാവശ്യമായ കഴിവുകൾ അവ അപ്രകാരം നേടിയെടുക്കുന്നു. അത് രണ്ടുതരത്തിൽ സംഭവിക്കാം.

1. ലംബമായി താഴോട്ട് അടുത്തതലമുറയിലേക്ക് പകരുന്നു.
2. രണ്ടാമതായി സമാന്തരദിശയിൽ അടുത്തുള്ള ബാക്ടീരിയയിൽ നിന്ന് ജീനുകൾ പരസ്പരം കൈമാറുന്നതിലൂടെ പകരുന്നു.

ഇന്ന് പുതിയ ആന്റിബയോട്ടിക്കായ വാൻകോമൈസിനുപോലും പ്രതിരോധംനേടിയ രോഗാണുക്കളുണ്ട് എന്നതാണ് സത്യം. ഗവേഷണങ്ങളിലൂടെ പുതിയ ആന്റിബയോട്ടിക്കുകളുടെ നിരതന്നെ വന്നുകൊണ്ടിരിക്കുന്നുണ്ട്. നമുക്ക് കാത്തിരുന്നുകാണാം. ആരാണ് ജയിക്കുക? രോഗാണുവോ മനുഷ്യനോ?

21

ആരോഗ്യകരമായ ഭക്ഷണരീതി, വ്യായാമം

മസ്തിഷ്കത്തിനും ശരീരത്തിനും ധാരാളം വെള്ളം ആവശ്യമാണ്. ചുരുങ്ങിയത് 8 ഗ്ലാസ് തിളപ്പിച്ചാറിയ വെള്ളമെങ്കിലും കുടിച്ചിരിക്കണം. രാവിലെ എഴുന്നേറ്റ ഉടനെ രണ്ടോ മൂന്നോ ഗ്ലാസ് വെള്ളം കുടിക്കുന്നത് വളരെനല്ലതാണ്. അതിനുശേഷം 30 മിനിട്ടെങ്കിലും വ്യായാമം, അത് നടത്തമോ, സൈക്ലിങ്ങോ നീന്തലോ ട്രെഡ് മില്ലോ പറ്റിയ ഏതുമാകാം. ഓരോ പ്രാവശ്യം മൂത്രമൊഴിച്ചതിനുശേഷം ഓരോ ഗ്ലാസ് വെള്ളം കുടിക്കണം. ഭക്ഷണത്തോടൊപ്പം വെള്ളം കുടിക്കരുത്. ഭക്ഷണം കട്ടിയായി കഴിക്കുന്നതാണ് ദഹനത്തിന് നല്ലത്. ഭക്ഷണത്തിന് അര മണിക്കൂർ മുമ്പും രണ്ടര മണിക്കൂർ ശേഷവും വെള്ളംകുടിക്കാം. പാനീയങ്ങളിൽ കഫീനില്ലാത്ത ചായയും കലർപ്പുകളില്ലാത്ത രുചിയും മണവും ചേർത്തുള്ളവയും കുഴപ്പമില്ല.

കലോറി കുറയ്ക്കൽ

മൃഗങ്ങളിലും മനുഷ്യരിലും നടത്തിയ വ്യാപക പരീക്ഷണങ്ങൾ തെളിയിച്ചത് ഇത് മസ്തിഷ്കത്തിന്റെയും ശരീരത്തിന്റെയും ആരോഗ്യത്തിനും ദീർഘായുസിനും പ്രയോജനകരവുമാണെന്നാണ്. തൂക്കം കുറയുന്നതിനോടൊപ്പം ഹൃദ്രോഗം കുറയുന്നു, അർബുദം കുറയുന്നു, സ്ട്രോക്കു സാധ്യതകൾ കുറയുന്നു, മാത്രമല്ല, മസ്തിഷ്കത്തിന് സഹായകരമായ വളർച്ചാവസ്തുക്കൾ മസ്തിഷ്കത്തിൽ ഉൽപ്പാദിപ്പിക്കപ്പെടുകയും ചെയ്യുന്നു. അതിനെ calorie restriction with optimal nutrition, (CRON) എന്നാണ് പറയപ്പെടുന്നത്. കലോറികുറച്ച് ആവശ്യത്തിനുള്ള പോഷക മടങ്ങിയ ഭക്ഷണം.

മത്സ്യം, മത്സ്യ എണ്ണ എന്നിവയിലടങ്ങിയ ഒമേഗ-3 ഫാറ്റി അമ്ലങ്ങൾ

കൊണ്ടാണ് തലച്ചോറിലെ നല്ല ഒരു ശതമാനം നിർമിക്കപ്പെട്ടിരിക്കുന്നത്. അവയുടെ കോശഭിത്തികളിലൂടെ നല്ലൊരു ശതമാനം കോശപ്രവർത്തനം ഒമേഗ-3 ഫാറ്റി അമ്ലങ്ങൾകൊണ്ടാണ് നടത്തപ്പെടുന്നത്. മസ്തിഷ്ക്കത്തിലെ കോശങ്ങളിലും ഒമേഗ-3 ഫാറ്റി അമ്ലങ്ങൾ ഉണ്ട്. കണ്ണിലെ നേത്രപടലം, മസ്തിഷ്കത്തിലെ കോശങ്ങൾ ബന്ധപ്പെടുന്ന സ്ഥലങ്ങൾ എന്നിവിടങ്ങളിലും ഒമേഗ-3 ഫാറ്റി അമ്ലങ്ങളുണ്ട്. ഇത് വൈകാരികനില നേരെയാക്കാനും സഹായിക്കുന്നു.

ധാരാളം ആന്റി ഓക്സിഡന്റുകൾ കഴിക്കണം

അവ ഫ്രീ റാഡിക്കലിൽനിന്നും കോശങ്ങളെ രക്ഷിക്കുന്നു. ഈ ഫ്രീ റാഡിക്കലുകൾ ഭക്ഷണം ദഹിക്കുമ്പോഴും, പുകയില, പുക, റേഡിയേഷൻ എന്നിവ ഉണ്ടാകുമ്പോഴും ഉൽപ്പാദിപ്പിക്കപ്പെടുന്നു. ഇത് കോശങ്ങളെ നശിപ്പിക്കുന്നു. മാത്രമല്ല അർബുദം, ഹൃദ്രോഗം എന്നിവ ഉണ്ടാക്കുകയും ചെയ്യുന്നു. ആന്റി ഓക്സിഡന്റുകൾ അടങ്ങിയ ഭക്ഷണങ്ങൾ ബീറ്റ കരോട്ടീൻ (കാരറ്റ്), ലുട്ടീൻ, ലൈക്കോപീൻ, സിലീനിയം, വിറ്റാമിനുകൾ-എ, സി, ഇ എന്നിവയാണ്. ഇവയെല്ലാം പഴങ്ങൾ, ചീര, ബെറി, ചെറി പഴങ്ങൾ, ഓറഞ്ച്, ചുവന്ന മുന്തിരി, പച്ചക്കറികൾ, അണ്ടിപ്പരിപ്പ്, ധാന്യം, മത്സ്യം, കോഴിയിറച്ചി എന്നിവയിൽ സുലഭമാണ്. പുകവലി, മദ്യപാനം എന്നിവ ഒഴിവാക്കണം.

പ്രോട്ടീൻ, കൊഴുപ്പ്, അന്നജം എന്നിവ സമീകൃതമായിരിക്കണം. ഭക്ഷണത്തോടൊപ്പം പ്രോട്ടീനുണ്ടെങ്കിൽ അന്നജത്തിന്റെയും പഞ്ചസാരയുടെയും വലിച്ചെടുക്കൽ കുറയും, അത് പ്രമേഹ സാധ്യതകുറയ്ക്കും.

പ്രോട്ടീനുള്ളവ, കൊഴുപ്പില്ലാത്ത ഇറച്ചി, മുട്ട, അണ്ടിപ്പരിപ്പ്, കപ്പലണ്ടി എന്നിവയും; അന്നജം തെരഞ്ഞെടുക്കുമ്പോഴത് കൂടുതൽ നാരുള്ളവ നോക്കിയായിരിക്കണം. ഉദാ: ഓട്സ്, റാഗി. ഭക്ഷണത്തിന്റെ ആകെ അനുപാതം പ്രോട്ടീൻ : കൊഴുപ്പ് : അന്നജം = 30:30:40 എന്ന പ്രകാരത്തിലായിരിക്കണം.

മഴവിൽ ഭക്ഷണം

അമേരിക്കൻ കാൻസർ സൊസൈറ്റി നിർദേശിക്കുന്ന ഭക്ഷണത്തിൽ 8 മുതൽ 9 പ്രാവശ്യംവരെ ഇലക്കറികളും പഴവും കഴിക്കാനാണ്.

വയലെറ്റ് മുതൽ ചുവപ്പ് നിറംവരെയുള്ള എല്ലാത്തരം പഴങ്ങളും സ്ട്രോബെറി, റാസ്പ്ബെറി, ചെറി, തക്കാളി, നേന്ത്രപ്പഴം, പീച്ച്, നീലബെറി, പ്ലം, ഓറഞ്ച് എന്നീ പഴങ്ങളും വേപ്പില, മുരിങ്ങയില, കടുകില, ചേമ്പില, മത്തൻ - കുമ്പള ഇലകൾ, സ്പിനാച്ച്, ലെട്യൂസ്, ചീര എന്നീ പച്ചക്കറികളുംപെടുന്നു. മഴവിൽ ഭക്ഷണമെന്നാണതിന്റെ പേര്.

കൊഴുപ്പുകുറഞ്ഞ പ്രോട്ടീനുകൾ അടങ്ങിയവ ഏതൊക്കെയാണ്?

സാൽമ, ട്യൂണ എന്നീ വർഗത്തിൽപ്പെട്ട മത്സ്യങ്ങൾ, കോഴിയിറച്ചി, കോഴിമുട്ട, സോയാബീൻ പ്രോട്ടീൻ, ബീൻസ്, വിത്തുകൾ, അണ്ടിപ്പരി

പ്പുകൾ എന്നിവയാണ്.

സസ്യാഹാരവും പോഷകാഹാരക്കുറവും.

ഇന്ത്യയിൽ വേദകാലഘട്ടത്തിൽ പശുവിന്റെയും കുതിരയുടെയും മാംസം ധാരാളം ഉപയോഗിച്ചതിന്റെ തെളിവ് *ഋഗ്വേദ*ത്തിൽ കാണാം. എന്നാൽ പിന്നീട് ഇന്ത്യക്കാർ പ്രത്യേകിച്ച് ഹിന്ദുക്കൾ സസ്യാഹാരികളായി. സസ്യാഹാരികളിൽ വിറ്റാമിൻ ബി6, ബി12, ഫോളിക് ആസിഡ് എന്നിവയുടെ കുറവിനൊപ്പം ഹൈപ്പർഹോമോസിസ്റ്റിനീമിയ (Hyper-homocysteinimia ഹോമോസിസ്റ്റീൻ കൂടുതലാകുന്ന അവസ്ഥ) ഉണ്ടാകുന്നതിനാൽ ഹൃദ്രോഗംവരാനുള്ള സാധ്യത വർധിപ്പിക്കുന്നതായി പഠനങ്ങളിൽ വ്യക്തമായിട്ടുണ്ട്. സസ്യാഹാരികളിൽ പ്രോട്ടീൻ കുറയുന്നതിനാൽ ലോകത്തിലേറ്റവും പ്രോട്ടീൻ പോഷകാഹാരക്കുറവുള്ളവരുടെ രാജ്യം ഇന്ന് ഇന്ത്യയാണ്. സസ്യാഹാരത്തിൽ പ്രോട്ടീൻ ലഭ്യത വില കൂടിയ അണ്ടിപ്പരിപ്പ്, പയറുവർഗങ്ങൾ എന്നിവയിൽ മാത്രമാണ്. സാധുക്കളായ സാധാരണക്കാർക്ക് അവ അപ്രാപ്യവുമാണ്. അതുകൊണ്ടും വിലകുറഞ്ഞ പശുയിറച്ചി പലയിടത്തും നിരോധിക്കപ്പെട്ടതുകൊണ്ടും ഈ പ്രശ്നം ഗുരുതരമായിട്ടുണ്ടാകാം. അതുകൊണ്ട് പാർശ്വവൽകൃത സമൂഹങ്ങളിലാണ് പോഷകാഹാരക്കുറവിന്റെ ഭീമമായ പങ്കും ഉണ്ടാവുന്നത്.

എന്തുകൊണ്ട് നമ്മുടെ സ്പോർട്സ് താരങ്ങൾ പിന്നിലാകുന്നു?

എന്ന് നാം ചിന്തിക്കുമ്പോൾ മറ്റുള്ള കാരണങ്ങളോടൊപ്പം നമ്മുടെ മാംസാഹാരം സംബന്ധിച്ച അന്ധവിശ്വാസങ്ങളും പരിഗണിക്കപ്പെടണം. ചൈനയെപ്പോലുള്ള ഒരു രാജ്യത്തിന്റെ ഒളിമ്പിക് മെഡൽനില 385 ആണെങ്കിൽ ഏകദേശം അതുപോലെ വലിയ രാജ്യമായ ഇന്ത്യയുടേത് വെറും 20 ആണ്!

എല്ലുകളുടെ ആരോഗ്യത്തിന് അത്യന്താപേക്ഷിതമായ കാത്സ്യം സസ്യാഹാരികളിൽ കുറവാണ്.

കാത്സ്യം ഭക്ഷണത്തിൽ കുറയുന്നതിന്റെ കാരണങ്ങൾ ഏതൊക്കെയാണ്?

ചീര, മുതിര എന്നിവ കൂടുതൽകഴിക്കുന്നത്, വിറ്റാമിൻ-ഡി ഇല്ലായ്മ, പ്രോട്ടീൻ കൂടുതലാവുക, ഉപ്പ് കൂടുതലാവുക, മദ്യം കൂടുതൽ കഴിക്കുക, പുകവലി, ഫോസ്ഫറസുള്ള പാനീയം (കോള) കൂടുതൽ കഴിക്കുക, കൊഴുപ്പ് കൂടുതൽ കഴിക്കുക എന്നിവയാണ്.

അവശ്യവസ്തുക്കളുടെ കുറവ്.

ധാന്യങ്ങൾ കൂടുതൽ കഴിക്കുന്നതുമൂലം ശരീരത്തിൽ കൂടുതൽ ചെമ്പ് കൂടുകയും തുത്തനാകം കുറയുകയും ചെയ്യുന്നു. ഈ രണ്ട് ലോഹങ്ങളും ശരീരത്തിൽ നേർവിപരീതമായാണ് പ്രവർത്തിക്കുന്നത്. മാംസത്തിലാണ് ഏറ്റവും കൂടുതൽ തുത്തനാകമുള്ളത്. അവിടെയും സസ്യാഹാരി നിസ്സഹായനാണ്. തുത്തനാകം പ്രത്യേകിച്ച് പ്രായമായവരിൽ ആവശ്യമാണ്. രക്തമുണ്ടാകാൻ തുത്തനാകവും ആവശ്യമാണ്.

സസ്യാഹാരിയുടെ വയറ്റിൽ സ്വാഭാവികമായി അമ്ലം കുറവാണ്. അതുകൊണ്ട് ഇനി അൽപ്പം മാംസം കഴിച്ചേക്കാമെന്നുവെച്ചാലും അതെളുപ്പം ദഹിക്കില്ല. അപ്പോഴദ്ദേഹം വീണ്ടും പാപംചെയ്യേണ്ട എന്നുതീരുമാനിച്ച് ഇഡ്ഡലി, വട, സാമ്പാറിലേക്കുതന്നെ തിരിച്ചുപോകും. സസ്യാഹാരിയുടെ രോമം പരിശോധിച്ചാൽ ഭാരമുള്ള ലോഹങ്ങൾ കൂടുതലായിക്കാണാം. അതും ആരോഗ്യത്തിന് നന്നല്ല.

വിറ്റാമിൻ കുറവുകൾ

സസ്യാഹാരികളിൽ ബി-12ന്റെ കുറവ് വ്യക്തമാണെന്ന് ധാരാളം പഠനങ്ങൾ തെളിയിച്ചിട്ടുള്ളതാണ്. ആറുമാസം സസ്യാഹാരം തുടർച്ചയായി കഴിച്ചാൽ ഇതുണ്ടാകും. വിറ്റാമിൻ-എയുടെ കുറവും വിറ്റാമിൻ-ഡി, വിറ്റാമിൻ-കെ എന്നിവയുടെ കുറവും ഉണ്ടാകാം. എന്നാൽ അവ കൂടുതൽ കൊഴുപ്പുകഴിച്ച് ശരിയാക്കാം. വിറ്റാമിൻ ബി 12 കുറയുന്നതോടെ ഹോമോസിസ്റ്റീൻ കൂടുകയും രക്തക്കുഴലുകളുടെയുള്ളിൽ കൊളെസ്ട്രോൾ പ്ലാക്കുകൾ അടിഞ്ഞുകൂടി ഹൃദ്രോഗവും സ്ട്രോക്കും വരാൻ സാധ്യതയേറുന്നു. അതുകൊണ്ട് ഞരമ്പുകളിലെ തകരാറുമൂലം തരിപ്പ്, ചൂട് വരുന്നതുപോലെ തോന്നൽ, തളർച്ച, ഓർമക്കുറവ്, വിഷാദരോഗം എന്നിവയുണ്ടാകാം. ഗർഭിണികളിൽ ശിശുവിന് ജന്മനാ തകരാറുണ്ടാകാം. മാംസം കഴിക്കുന്നവർക്ക് 60 ശതമാനം കിട്ടുമ്പോൾ സസ്യാഹാരിക്ക് വിറ്റാമിൻ-ഡി 10 ശതമാനം മാത്രമേ കിട്ടുന്നുള്ളൂ. വിറ്റാമിൻ-കെ യുടെ കുറവും ഉണ്ടാകാം. അതുപോലെ അയഡിൻ കുറവ് തൈറോയ്ഡ് പ്രശ്നമുണ്ടാക്കാം. അതുപോലെ ഇരുമ്പ്, ഒമേഗ ഫാറ്റി ആസിഡ്, പ്രോട്ടീൻ എന്നിവയും കുറവാകാം.

ശരിയായ വ്യായാമം

Exercise alone provides psychological and physical benefits. However, if you also adopt a strategy that engages your mind while you exercise, you can get a whole host of psychological benefits fairly quickly-James Rippe, M D

ശരിയായ ആരോഗ്യം നിലനിർത്താൻ ശരിയായ വ്യായാമം ആവശ്യമാണ്. മാത്രമല്ല, ഇത് ദീർഘായുസിനും ജീവിതകാലം മുഴുവൻ പ്രവർത്തനനിരതരാകാനും അത്യാവശ്യമാണ്. അത് മെറ്റബോളിക് സിൻഡ്രോം (metabolic syndrome) എന്ന അമിതഭാരത്തിന്റെ പരിണിതഫലങ്ങളിൽനിന്ന് കരകയറ്റുന്നു. തന്മൂലം പ്രമേഹം, രക്തസമ്മർദം, കൊളസ്ട്രോൾ, അർബുദങ്ങൾ, സന്ധിവേദന, ഹൃദ്രോഗം, വിഷാദരോഗം, ഉൽക്കണ്ഠ എന്നിവ കുറയുന്നു. നല്ല ഉറക്കം, നല്ല വിശപ്പ് എന്നിവ ഉണ്ടാകുന്നു. പ്രായമായവരിൽ അടിതെറ്റി വീഴ്ച കുറയുന്നു, പരാശ്രയമില്ലാതെ കാര്യങ്ങൾ ചെയ്യാൻ കഴിയുന്നു. എല്ലാ അവയവങ്ങളുടെയും കാര്യക്ഷ

മത കൂടുന്നു, ഹൃദയം, കരൾ, വൃക്ക എന്നിവ നന്നായിപ്രവർത്തിക്കുന്നു. സ്പോർട്സ്മാന്മാരിൽ നല്ല പ്രകടനം ഉണ്ടാകുന്നു. പ്രായം, ആരോഗ്യം, രോഗം എന്നിവ കണക്കാക്കിവേണം വ്യായാമം ചെയ്യാൻ.

ഏതൊക്കെയാണ് നല്ല വ്യായാമങ്ങൾ?

സഹനവ്യായാമങ്ങൾ

ഇത് ഊർജംകൂട്ടി രക്തചംക്രമണം പ്രാഥമികമായി നന്നാക്കുന്നു. ഒരു മുതിർന്നവ്യക്തിക്ക് 30 മിനിട്ട് വേഗനടത്തം (പൊലീസ് കവാത്ത് പോലെ) ആഴ്ചയിൽ അഞ്ചുദിവസം മതി. അതായത് ആഴ്ചയിൽ 150 മിനിട്ട്. പിന്നെ നൃത്തം, നീന്തൽ, സൈക്കിൾ സവാരി എന്നിവയും ഇതിനു പകരം മതിയാകും. അതിനുമുമ്പ് ഓടാത്തയാൾ പെട്ടെന്ന് അമ്പതാം വയസിൽ ഏതാനും കിലോമീറ്റർ അമിതതാൽപ്പര്യംകാണിച്ച് ഓടിക്കളയരുത്. അത് പ്രശ്നമുണ്ടാക്കും. സന്ധികളും എല്ലുകളും പേശികളും പെട്ടെന്നുള്ള അമിതാവേശത്തിന് മെരുങ്ങുകയില്ല.

പ്രമേഹമുള്ളവർ നടക്കുമ്പോൾ പ്രത്യേകിച്ച് പാദങ്ങൾ കേടുവരുത്താത്ത നല്ല പാദരക്ഷകൾ ഉപയോഗിച്ച് നടക്കണം. പാദത്തിന്റെ ഉപ്പൂറ്റി ആദ്യം ചവുട്ടി തല നേരെയുയർത്തിപ്പിടിച്ച്, വിരലുകൾ ബലമായി ചുരുട്ടിപിടിക്കാതെ തളർത്തിയിട്ട് നടക്കണം. പത്തുമിനിട്ടു കൂടുമ്പോൾ വേഗത കൂട്ടാം. കിതപ്പ് തോന്നുമ്പോൾ വേണമെങ്കിൽ വേഗതകുറയ്ക്കാം. നടക്കുമ്പോൾ സുഹൃത്തുക്കളുമൊരുമിച്ച് നടക്കുന്നത് സാമൂഹ്യവൽക്കരണത്തിന് നല്ലതാണ്. പ്രഭാതസവാരിയാണ് നല്ലത്. അപകടമില്ലാത്ത നല്ല വഴികൾ തെരഞ്ഞെടുക്കണം. എപ്പോഴും ഒരേവഴിയിൽ പോകുന്നതാണ് നല്ലത്. പോക്കറ്റിൽ സെൽഫോൺ കരുതണം. നടത്തത്തിന്റെയും ഓട്ടത്തിന്റെയും ഇടയ്ക്കുള്ള ജോഗിങ് യുവാക്കൾക്കും കുട്ടികൾക്കും നല്ലതാണ്. അറുപതുകഴിഞ്ഞവർ ഇത് ആരംഭിക്കരുത്.

പേശികളെ വളർത്തുന്ന വ്യായാമങ്ങൾ

സഹനവ്യായാമത്തിനു വിപരീതമായി ഇത് നിങ്ങളുടെ പേശികളെ വളർത്തുന്നതിനാൽ ഇത് യുവതീയുവാക്കൾക്കുള്ളതാണ്. ജിംനേഷ്യത്തിൽ അധികവും ഇത്തരം വ്യായാമമാണ് ലഭിക്കുന്നത്.

കമ്പ്യൂട്ടർ ഉപയോഗിച്ച് ചെയ്യുന്ന വ്യായാമങ്ങൾ

ഈ തരം കമ്പ്യൂട്ടറുകൾ നമ്മുടെ പ്രായം, ഉയരം, ഭാരം എന്നിവയും ബി എം ഐയും കണക്കാക്കി ഭാരം കുറയ്ക്കാനുള്ള വ്യായാമം തരുന്നു. അപ്രകാരം ഒരു ലക്ഷ്യംവെച്ച് ഭാരം കുറയുന്നുണ്ടോ എന്ന് നോക്കുന്നു. ഒരുമിച്ച് വ്യായാമം ചെയ്യാനും അത് പ്രോത്സാഹിപ്പിക്കാനും വ്യായാമത്തിനോടൊപ്പമുള്ള സംഗീതവുംകൊടുത്ത് രസകരമായി ചെയ്യാനുമുള്ള സംവിധാനങ്ങൾ നിലവിലുണ്ട്. മുതിർന്നവർക്ക് ബാലൻസിങ്

വ്യായാമം, യുവാക്കൾക്കും കുട്ടികൾക്കും പ്രത്യേകമായ കളികൾ എന്നിവയെല്ലാം അടങ്ങിയ രസകരമായപലതും അതിന്റെ സോഫ്ട്വെയറിലുണ്ട്. ഇത് ടി വി മോണിറ്ററിൽ ഘടിപ്പിച്ച് അതിനുമുമ്പിൽ നിന്നാണ് ചെയ്യേണ്ടത്.

ശരീരം നീർത്തുകയും വളയ്ക്കുകയും ചെയ്യുന്നവ (Stretching exercises)

ഇത് ആർക്കുംചെയ്യാമെങ്കിലും പ്രായമായവരിൽ ഡോക്ടറുടെ ഉപദേശത്തിനുശേഷം ചെയ്യുകയാണുചിതം.

ബാലൻസ് പരിശീലനം.

ഇത് പ്രാഥമികമായും പ്രായമായവർക്കുള്ളതാണ്. അടിതെറ്റി വീഴൽ കുറയ്ക്കാനാണിത്. ബാലൻസ് പരിശീലിച്ചാൽ പ്രായമായവരുടെ താഴെ വീണുള്ള തുടയെല്ലുപൊട്ടൽ കുറയും. ആർക്കു വേണമെങ്കിലും ഇതു ചെയ്യാം. നടത്തത്തോടൊപ്പം പ്രായമായവർ പ്രത്യേകിച്ച് ബാലൻസിങ് പരിശീലനവും ചെയ്യണം.

കുട്ടികളുടെ വ്യായാമം

ജിംനാസ്റ്റിക്സും, നീർത്തുകയും വളയ്ക്കുകയും കൂടുതലായി കുട്ടികൾ ചെയ്യണം. വ്യായാമങ്ങൾ അവർക്ക് ആഹ്ലാദം പകരുന്നതായിരിക്കണം. മുതിർന്നവരേക്കാൾ കൂടുതൽസമയം വ്യായാമം കുട്ടികൾക്കാവശ്യമുണ്ട്. ദിവസേന ഒരു മണിക്കൂറെങ്കിലും അവർ കളികളിലും വ്യായാമത്തിലും ഏർപ്പെടണം.

1. അത് കുട്ടികൾക്ക് സമ്മർദം കുറയ്ക്കും.
2. ആത്മവിശ്വാസം കൂട്ടും.
3. പഠിപ്പിനെ സഹായിക്കും.
4. തൂക്കം ശരിയായി നിലനിർത്തും.
5. അസ്ഥികളും സന്ധികളും പേശികളും ഉറച്ചതായി വളരും.
6. രാത്രി നല്ല ഉറക്കമുണ്ടാകും.

ഇപ്പോൾ പൊതുവെ സംഭവിച്ചുകൊണ്ടിരിക്കുന്നത് കുട്ടികൾ ടെലിവിഷനുമുന്നിൽ, ന്യൂഡിൽസും മധുരപലഹാരങ്ങളും കഴിച്ച്, സമയം ധാരാളം ചെലവഴിക്കുന്നു. ആ ഇരുപ്പിൽ ആരോഗ്യം നശിപ്പിക്കുകയാണ്. വ്യായാമം ചെയ്യാതെ പെട്ടെന്ന് തടിവയ്ക്കുന്നു, കുട്ടികളോടൊപ്പം വ്യായാമം ചെയ്യുന്നത് നല്ലതാണ്. അതവരുമായുള്ള ബന്ധം നന്നാക്കും. മത്സരക്കളികൾ അവരിഷ്ടപ്പെടും. നടത്തം, സൈക്കിൾ സവാരി, ഡാൻസ്, നീന്തൽ എന്നിവ നല്ലതാണ്.

22

മലിനീകരണവും ആരോഗ്യവും

മാലിന്യകേരളം അഭിശപ്തകേരളമാണ്. ദൈവത്തിന്റെ സ്വന്തം നാടല്ല. പ്രകൃതിദത്തമായ ചുറ്റുപാടിൽ അരക്ഷിതത്വവും, തകരാറും നാശവുമുണ്ടാക്കിയാൽ അത് മനുഷ്യനടക്കമുള്ള ജൈവപരിസ്ഥിതി സമൂഹവും നാശത്തെ അഭിമുഖീകരിക്കേണ്ടി വരും. ഇതിന് കാരണഭൂതൻ മനുഷ്യൻ മാത്രമാണ്. ശാസ്ത്രനേട്ടത്തെ ഹ്രസ്വദൃഷ്ടിയോടെ സമീപിച്ച്, രാസവസ്തുക്കൾ, ശബ്ദം, ചൂട് എന്നിവകൊണ്ട് പ്രകൃതിയെ ദ്രോഹിച്ചാൽ പ്രകൃതിക്ക് തിരിച്ച് മനുഷ്യനടക്കമുള്ള ജീവികളുടെ ആവാസവ്യവസ്ഥയെ അധികകാലം സംരക്ഷിക്കാനാകില്ല.

2007 ൽ ലോകത്ത് ഏറ്റവും മലിനീകരണംനടന്ന പ്രദേശങ്ങളെക്കുറിച്ച് ബ്ലേക്ക്സ്മിത്ത് സ്ഥാപനം പട്ടിക തയാറാക്കിയതിൽ ഏറ്റവും മുകളിലുള്ള ഏഴുരാജ്യങ്ങൾ അസർബൈജാൻ, ചൈന, ഇന്ത്യ, പെറു, റഷ്യ, ഉക്രൈൻ, സാംബിയ എന്നിവയാണ്. അതായത് ഏറ്റവും മലിനീകരണമുള്ള രാജ്യങ്ങളിൽ ഇന്ത്യയുടെസ്ഥാനം മൂന്നാമതാണ്.

വായുമലിനീകരണം

ഇവ കാർബൺ മോണോക്സൈഡ്, സൾഫർ ഡയോക്സൈഡ്, ക്ലോറോഫ്ളൂറോ കാർബൺ, നൈട്രജൻ ഓക്സൈഡ്സ് എന്നീ വ്യവസായ വിസർജ്യങ്ങൾ അന്തരീക്ഷ സംരക്ഷണക്കുടയിൽ വിള്ളൽ വീഴ്ത്തുന്നു. ഇത് അമിതപ്രകാശം സൃഷ്ടിക്കുന്നു. വസ്തുക്കൾ അലക്ഷ്യമായി വലിച്ചെറിയൽ ഖരമാലിന്യം കുന്നുകൂട്ടുന്നു. റോഡിലെ ശബ്ദം, എയർഹോൺ, ശബ്ദംകൂടിയ ഹോണുകൾ, വിമാനത്തിന്റെ ശബ്ദം, വ്യവസായശാലകളിലെ ശബ്ദം എന്നിവ കേൾവിശക്തി നശിപ്പിക്കുന്നു, മാനസികസമ്മർദം കൂട്ടുന്നു, ശ്രദ്ധകേന്ദ്രീകരിക്കാൻ കഴിയാ

താകുന്നു.

ഹൈഡ്രോകാർബണുകൾ, ലോഹങ്ങൾ, കീടനാശിനി, ക്ലോറിനുള്ള ഹൈഡ്രോകാർബണുകൾ എന്നിവകൊണ്ട് മണ്ണ് മലിനീകരണം സംഭവിക്കുന്നു. ആ സ്ഥലം കൃഷിക്ക് അനുയോജ്യമല്ലാതാകുന്നു. ന്യൂക്ലിയർ വസ്തുക്കൾ നിക്ഷേപിക്കപ്പെട്ടാൽ അല്ലെങ്കിൽ റേഡിയേഷൻ ഉണ്ടായാൽ ഈ മലിനീകരണം ധാരാളം തലമുറകൾക്ക് കുഴപ്പമുണ്ടാക്കിക്കൊണ്ടിരിക്കും. അമിതചൂട് ഉണ്ടാക്കുന്ന ഖനനംകൊണ്ട് വളരെ ഗുരുതരമായ മലിനീകരണം സംഭവിച്ചുകൊണ്ടിരിക്കയാണ്.

ജലമലിനീകരണം

പെട്ടെന്ന് ആരോഗ്യത്തെ ബാധിക്കുന്ന മലിനീകരണം. പാഴ്വെള്ളം, വിസർജ്യജലം, വളങ്ങളടങ്ങിയ വെള്ളം എന്നിവ ഗുരുതരരോഗങ്ങളാണ് ഉണ്ടാക്കുന്നത്. തിളപ്പിച്ചാറിയ ജലം ഉപയോഗിക്കാത്തതിനാൽ അമീബ തുടങ്ങിയ പ്രോട്ടോസോവൻ രോഗങ്ങൾ, റോട്ടോവൈറസ് തുടങ്ങിയ വൈറസ് രോഗങ്ങൾ, ടൈഫോയ്ഡ്, മഞ്ഞപ്പിത്തം, കൃമിബാധ, ബോട്ടുലിസം, കോളറ, ഇ കോളി, വയറിളക്കരോഗങ്ങൾ, എലിപ്പനി, പോളിയോ തുടങ്ങി നിരവധി രോഗങ്ങൾക്ക് കാരണമാകും.

കേരളത്തിലെ മാലിന്യപ്രശ്നം

ഈ ഗൗരവമായ പ്രശ്നത്തിന് ഒരു നയവുമില്ല എന്നതാണ് ഏറ്റവും വലിയ പ്രശ്നം. മുനിസിപ്പാലിറ്റികളും പഞ്ചായത്തുകളും അവരുടെ കടമകൾ കയ്യൊഴിഞ്ഞ് പ്രശ്നത്തെ രാഷ്ട്രീയവൽക്കരിക്കാനും മുകളിലേക്ക് ഏൽപ്പിക്കാനുമാണ് ശ്രമിച്ചുകൊണ്ടിരിക്കുന്നത്.

ഖരമാലിന്യങ്ങൾ റോഡരുകിൽ നിസ്സംഗമായി കൂട്ടിയിട്ട് നാം ഇവിടെ മാലിന്യങ്ങൾ ഇടുന്നത് ശിക്ഷാർഹമാണെന്ന് എഴുതിവെച്ച് ആശ്വസിക്കുന്നു. എലികൾക്ക് ഇവിടെ അമേരിക്കയേക്കാൾ സുഭിക്ഷമാണ്. ഇത് മൂലം ഇപ്പോൾ എലിപ്പനിയാണ് പടരുന്നത്. അടുത്തഭാവിയിൽ പ്ലേഗും പടർന്നുകൂടായ്കയില്ല.

വികസിതരാജ്യങ്ങൾ മാലിന്യത്തെ ഉത്ഭവസ്ഥാനത്ത് നിന്ന് ഫലപ്രദമായി തരംതിരിച്ച് ശേഖരിക്കുകയും അവയെ പുനഃരുൽപ്പാദനം ചെയ്ത് കംപോസ്റ്റ്, കടലാസ് തുടങ്ങിയവ ഉണ്ടാക്കി ലാഭകരമായി മാലിന്യപ്രശ്നം കൈകാര്യംചെയ്യുന്നുണ്ട്. ഉദാഹരണമായി ഇംഗ്ലണ്ടിലെ ഖരമാലിന്യ സംസ്കരണസംവിധാനം നോക്കാം.

അവിടെ ഓരോ വിടിനും മുമ്പിലുള്ള പ്ലാസ്റ്റിക് ബിനുകൾ നോക്കുക. പച്ച ബിന്നിൽ തോട്ടത്തിലെ ഇലകളുംമറ്റും ഇടുന്നു, കറുത്തതിൽ അടുക്കളയിലെ ഭക്ഷണബാക്കി ഇടുന്നു. നീലയിൽ കടലാസും ബോർഡുകളും തവിട്ടു ബിന്നിൽ പ്ലാസ്റ്റിക് വസ്തുക്കളും ശേഖരിക്കുന്നു.

ഇവയെല്ലാം ആഴ്ചയിലൊരിക്കൽ മുൻസിപ്പാലിറ്റി വാഹനംവന്ന് പ്രത്യേകമായുള്ള വണ്ടികളിൽ ശേഖരിക്കുന്നു.

മാലിന്യം ഭൂമി നികത്തുവാൻ ഉപയോഗിക്കുന്നു.

പ്രത്യേക മാലിന്യശേഖരങ്ങളെ നീക്കംചെയ്യാനുള്ള സംവിധാനം. അതിന് പ്രത്യേകം പണംകൊടുക്കണം. അവിടെ ഈ പ്രശ്നത്തെച്ചൊല്ലി ഒരു തർക്കവും സമരവുമില്ല.

ഭക്ഷ്യ വിഷബാധ

അടുത്തകാലത്ത് കേരളത്തിലെ ഹോട്ടലുകളിലും റസ്റ്റോറന്റുകളിലും പരിശോധന നടത്തിയപ്പോൾ പല ഞെട്ടിപ്പിക്കുന്ന യാഥാർഥ്യങ്ങളും നമുക്ക് കാണാൻകഴിഞ്ഞു.

എന്നാലിത് വളരെ സാധാരണയായി കണ്ടുവരുന്ന ആരോഗ്യ പ്രശ്നമാണ്. ചിലപ്പോൾ അത് മാരകവുമായേക്കാം. (ഷവർമ) പൊതുജനാരോഗ്യ സംരക്ഷണം തകരാറിലായാൽ അത് വ്യക്തികളെയും കുടുംബങ്ങളെയും അപകടപ്പെടുത്തുമെന്നതിന് നല്ല ഉദാഹരണം കൂടിയാണിത്.

സാധാരണ ഓക്കാനം, ഛർദി, വയറുവേദന, വയറിളക്കം എന്നിവ കേടുവന്ന ഭക്ഷണംകഴിച്ച് 36 മണിക്കൂറിനകം ആരംഭിക്കുന്നു. അതിലുള്ള രോഗാണുവിന്റെ സ്വഭാവമനുസരിച്ച് പനി, രക്തമുള്ള മലം, ശരീരത്തിൽ നിർജലീകരണം എന്നിവ ഉണ്ടാകാം.

നിർജലീകരണത്തിന്റെ ഗൗരവം കൂടുമ്പോഴാണ് മരണം സംഭവിക്കുന്നത്. കേടുവന്ന ഭക്ഷണം ഒരുസംഘം ഒരുമിച്ച് കഴിക്കുകയാണെങ്കിൽ വിഷബാധ ലക്ഷണങ്ങൾ എല്ലാവർക്കുമുണ്ടാകുന്നു. അപ്രകാരം അതുവലിയ പൊതുജനാരോഗ്യ പ്രശ്നമാകുന്നു.

ഇത് സമൂഹത്തിൽ ഇരുപതുശതമാനം പേരെയെങ്കിലും ബാധിക്കുന്നുവെന്നാണ് കണക്കാക്കപ്പെടുന്നത്.

നോറോവൈറസ്, സാൽമൊണല്ല എന്നിവയാണ് ഏറ്റവും പ്രധാന ഭക്ഷ്യവിഷാണുക്കൾ. ഇതിൽ ബാക്ടീരിയയായ സാൽമൊണല്ല ആണ് ഏറ്റവുമധികം മരണം വിതയ്ക്കുന്നത്. അതുകഴിഞ്ഞാൽ ടോക്സോപ്ലാസ്മയും ലിസ്ടീരിയയുമാണ് അപകടകാരികൾ. 2011 ൽ ജർമനിയിൽ ഇ കോളി സ്റ്റെക് (e coli stec) എന്ന മാരകരോഗാണു പടർന്നുപിടിക്കുകയുണ്ടായി.

വയറിളക്കരോഗങ്ങൾ പ്രത്യേകിച്ച് ലോകമെങ്ങും മരണം വിതയ്ക്കുന്നതിൽ മുമ്പിലാണ്. കേരളം മറ്റു സംസ്ഥാനങ്ങളെ അപേക്ഷിച്ച് ഈ കാര്യത്തിൽ ഭേദമാണ്. പക്ഷേ, അന്യസംസ്ഥാന തൊഴിലാളികളുടെ വർധിച്ചുള്ള വരവ്, ഭക്തിടൂറിസം (ഉദാ: ശബരിമല) എന്നിവമൂലം രോഗാണുബാധ ഇവിടെയും കൂടുതൽ ഉണ്ടാവാനുള്ള സാധ്യതയുണ്ട്.

എന്താണ് ഇവയുടെ കാരണങ്ങൾ?

ഇരുനൂറ്റി അമ്പതോളം രോഗങ്ങൾ ഭക്ഷണത്തിലൂടെ പകരുന്നതായി തെളിഞ്ഞിട്ടുണ്ട്. ഇതിൽ 68 ശതമാനത്തോളം അതിനുമുമ്പ് അറിയാത്ത രോഗാണുവിൽ നിന്നായിരിക്കും. പല ഭക്ഷ്യ രോഗാണുബാധയും

റിപ്പോർട്ടു ചെയ്യപ്പെടുന്നില്ല എന്നതാണ് സത്യം. ലഘുവായ ലക്ഷണങ്ങൾ ഗൗരവമായി എടുക്കുന്നില്ല എന്നതാണ് അതിനുള്ള ഒരു കാരണം.

ഭക്ഷ്യവിഷബാധ രണ്ടുതരത്തിലാകാം.

1. വൈറസ്, ബാക്ടീരിയ, പാരസൈറ്റുകൾ എന്നീ രോഗാണുക്കൾ മൂലം.
2. വിഷമുള്ള കൂൺ, ടോക്സിക് സാധനങ്ങളുള്ള പഴം, പച്ചക്കറികൾ, കീടനാശിനി എന്നിവമൂലം.

ഭക്ഷണം കേടുവരുന്നത് പരിസരത്തിൽനിന്നും അത് കൈകാര്യം ചെയ്യുന്നവരിൽ നിന്നുമാകാം. കൈകൾ കഴുകാതിരിക്കുക, കക്കൂസിൽ പോയതിനുശേഷം കൈ കഴുകാതെ ഭക്ഷണം തയാറാക്കുക, തെറ്റായി പാക്കുചെയ്യുക, ഫ്രിഡ്ജിൽ വിദ്യുച്ഛക്തി പോകുന്ന അവസരങ്ങളിൽ ആവശ്യത്തിന് തണുപ്പ് ഇല്ലാത്തതിനാൽ രോഗാണുബാധ വരിക എന്നിവ കാരണങ്ങളാകാം.

ഭക്ഷ്യവിഷബാധയുടെ ലക്ഷണങ്ങൾ

ഏതുതരം വിഷബാധയാണോ, അതിന്റെ അളവ് എത്രത്തോളമുണ്ട്, രോഗിയുടെ പ്രതിരോധം എത്രത്തോളമുണ്ട് എന്നതിനെയെല്ലാം ആശ്രയിച്ചായിരിക്കും ലക്ഷണങ്ങൾ. ചിലപ്പോൾ ഭക്ഷണംകഴിച്ച് വെറും അരമണിക്കൂറിനകം ലക്ഷണം ആരംഭിക്കും. അല്ലെങ്കിലത് മുപ്പത്താറു മണിക്കൂർ കഴിഞ്ഞുമാത്രമേ ആരംഭിക്കുകയുള്ളൂ. ദിവസങ്ങളും ആഴ്ചകളും കഴിയുമ്പോൾ ലക്ഷണങ്ങൾ വർധിക്കാം. ഏതൊക്കെയാണ് ലക്ഷണങ്ങൾ?

1. ഓക്കാനം
2. ഛർദി
3. വയറിളക്കം
4. വയറ്റിൽ വേദന
5. പനി

എന്നിവയാണവ. ഗൗരവമല്ലാത്തവ രണ്ടുദിവസത്തിനകം മാറും. മിക്ക ഭക്ഷ്യ വിഷബാധയുടെയും കാരണം വൈറസുകളാണ്. ഇത് ലബോറട്ടറിയിൽ കാണാൻ പ്രയാസവുമായിരിക്കും.

നോറോവൈറസ്

ഇതുമൂലം ലഘുവായ അസുഖം മാത്രമേ ഉണ്ടാവുകയുള്ളൂ. ഓക്കാനം, ഛർദി, വയറിളക്കം, വയറുവേദന, തലവേദന, ചെറിയ പനി എന്നിവയാണ് ലക്ഷണങ്ങൾ. സാധാരണ മൂന്നുദിവസംകൊണ്ട് മാറും. മുതിർന്നവരിലെ ഭക്ഷ്യവിഷബാധ ഇതുകൊണ്ടാവാം. മലത്തിലൂടെ, അത് കലർന്ന ജലത്തിലൂടെയെല്ലാം പകരുന്നു. കക്കയിറച്ചി, പച്ചക്കറികൾ എന്നിവയ്ക്ക് നോറോവൈറസ് അണുബാധ സംഭവിക്കാം. അണുബാധയുള്ള വ്യക്തികളിൽനിന്ന് മറ്റു വ്യക്തികളിലേക്കും പകരാം. മനുഷ്യർ

തിങ്ങിപ്പാർക്കുന്ന ക്യാമ്പുകൾ, നഴ്സിങ് ഹോം, സ്കൂൾ, ഹോസ്റ്റൽ എന്നിവിടങ്ങളിൽ ഇത് പടരാം. ഈ കൂട്ടത്തിൽ പരസ്പരബന്ധമുള്ള പല വൈറസുകളുമുണ്ട്.

റോട്ടാവൈറസ്

ഇത് കുറച്ചുകൂടി ശക്തിയായ രോഗം ഉണ്ടാക്കുന്നു. ഛർദിയോടൊപ്പം വെള്ളംപോലെയുള്ള വയറിളക്കം, പനി എന്നിവ ഗുരുതരാവസ്ഥയിലേക്ക് നയിക്കുന്നു. കുഞ്ഞുങ്ങൾക്കും ചെറിയ കുട്ടികൾക്കും വരുന്നത് ഈ തരം വയറിളക്കമാണ്. വ്യക്തികളിൽനിന്ന് വ്യക്തികളിലേക്കു പകരുന്ന ഇത് ശുചിത്വശീലം കുറയുമ്പോൾ പടരുന്ന രോഗമായും കാണപ്പെടുന്നു. മലത്തിലൂടെയാണ് രോഗാണുപകരുന്നത്. കൂടെ കളിക്കുന്ന കുട്ടികളിലൂടെ രോഗംപകരും.

ഹെപ്പറ്റൈറ്റിസ് എ

ഇതും ഗൗരവമുള്ള രോഗമാകാം. പനിയോടെ ആരംഭിച്ച്, വിശപ്പ് കുറവ്, വയറുവേദന, ക്ഷീണം എന്നീ ലക്ഷണങ്ങളിൽ തുടങ്ങി പിന്നെ മഞ്ഞപ്പിത്തം കണ്ടുതുടങ്ങുന്നു.

കണ്ണിൽ മഞ്ഞനിറം കാണുന്നു. മൂത്രം നിറംമാറി മഞ്ഞയാകുന്നു. ലക്ഷണങ്ങൾ രണ്ടുമാസംകൊണ്ട് കുറയുന്നു. ചിലപ്പോൾ ആറു മാസം വരെ നീണ്ടുനിൽക്കാം. ഇതും മലത്തിലൂടെ വ്യക്തികളിൽ നിന്ന് വ്യക്തികളിലേക്ക് പകരുന്നു. പൈപ്പുകളിലൂടെ കക്കൂസ് മാലിന്യം പൊട്ടി വൈറസ് കലർന്ന അശുദ്ധജലം വരുമ്പോൾ ആ ജലം ഉപയോഗിക്കുന്നവർക്കെല്ലാം ഈ രോഗംകിട്ടും.

ബാക്ടീരിയകൾ

ബാക്ടീരിയ കുടലിനെ ആക്രമിച്ച് അവിടെ പഴുപ്പ് (inflammation) ഉണ്ടാക്കുമ്പോൾ പോഷകങ്ങളും ജലവും വലിച്ചെടുക്കുവാൻ കഴിയാതെ വരികയും അതെല്ലാം വയറിളക്കത്തിലൂടെ പുറത്തേക്ക് പോവുകയും ചെയ്യുന്നു. ഇതുതന്നെ വൈറസ് തുടങ്ങിയ സൂക്ഷ്മാണുക്കളുടെ ആക്രമണത്തിലും സംഭവിക്കുന്നത്. ചില ബാക്ടീരിയകൾ വിഷങ്ങൾ (toxins) വിസർജിക്കുന്നു. അത് അന്നനാളത്തെയാകെ തകരാറിലാക്കുന്നു. ഈ വിഷങ്ങൾ കൂടുതലായി അകത്തുചെന്നാൽ ഓക്കാനം, ഛർദി, വൃക്കപരാജയം, മരണംപോലും സംഭവിക്കാം.

തുറന്ന പാത്രത്തിലെ തണുത്തു കേടുവന്ന രോഗാണുക്കളുള്ള ഭക്ഷണം പലപ്പോഴും ഓവനിലോ ചട്ടിയിലോവെച്ച് ചൂടാക്കി വിളമ്പുമ്പോൾ കരുതുന്നത് അതുവളരെ സുരക്ഷിതവും ആരോഗ്യകരവുമായ ഭക്ഷണമാണെന്നാണ്.

കഴിക്കുന്നവർക്കും കൊടുക്കുന്നവർക്കും സംശയമൊന്നും തോന്നു

കയില്ല, ചുടോടെയാണല്ലൊ കഴിക്കുന്നത്. ശരിക്കും ഭക്ഷണം പാകം ചെയ്തതിനുശേഷം ചൂടുവിടാതെ കാസറോളിലോ, തണുപ്പിച്ച ഭക്ഷണം തണുപ്പ് വിടാതെ ഫ്രിഡ്ജിലോ സൂക്ഷിച്ചിരിക്കണം. അതായത്, തുടർച്ച യായി ചൂടും തണുപ്പും (cold chain & hot chain ഇതിന് ഫ്രിഡ്ജ്, ഫ്രീ സർ, കാസറോൾ എന്നിവ ഉപയോഗിക്കണം.) വിടാതിരിക്കണം എന്നർഥം.

പല ഹോട്ടലുകളും വഴിയാത്രക്കാരെ പഴകിയത് പിന്നീട് ചൂടാക്കി ക്കൊടുത്ത് സൽക്കരിക്കുന്നു. യാത്രക്കാരൻ ഇതൊന്നും സംശയിക്കു ന്നതേയില്ല. ഭംഗിയായി ഉപചാരത്തോടെ വിളമ്പിയ ഷവർമ സന്തോഷ ത്തോടെ സ്വാദോടെ കഴിക്കുന്നു. എന്നാൽ, വളരെ അപകടം പിടിച്ച സൂഷ് മാണുക്കളുടെ വിഷങ്ങൾ (toxins) അതിൽ ചൂടാക്കുന്നതോടെ പെട്ടെന്ന് വലിച്ചെടുക്കാൻ പാകത്തിൽ സൂഷ്മാണു കോശത്തിൽനിന്നും പുറ ത്തേക്കുവരുന്നു എന്നകാര്യം ആരും അറിയാതെ പോകുന്നു. ആ ഭക്ഷണം അതോടെ ഒരു രോഗാണു ടോക്സീൻ സൂപ്പായിട്ടുണ്ടാവും.

അതേസമയം ഈ ടോക്സീൻ നശിപ്പിക്കപ്പെടുന്നുമില്ല. അത്തരം ഭക്ഷണം കഴിക്കുന്നതോടെതന്നെ ലക്ഷണങ്ങൾ ഉടനെ ആരംഭിക്കുന്നു. അവ വളരെ ഗൗരവതരമായിരിക്കുകയും ചെയ്യും. പല വഴിയാത്രക്കാ രുടെ വയറിളക്കങ്ങളും ചിലപ്പോൾ മരണംപോലും ഇപ്രകാരമാണ് ഉത്ഭ വിക്കുന്നത്.

ഏതൊക്കെയാണ് രോഗകാരകരായ രോഗാണുക്കൾ?

ടൈഫോയ്ഡ് പരത്തുന്ന സാൽമൊണല്ല രോഗാണുകുടുംബ ത്തിലുള്ളവ രോഗാണുക്കൾ വളരെ സാധാരണമായി ഭക്ഷ്യവിഷബാധ ഉണ്ടാക്കുന്നു. 60 - 80 ശതമാനത്തിലും കാരണം ഈ രോഗാണുവാണ്. ഇവ സാൽമൊണല്ല ടൈഫിമൂറിയവും സാൽമൊണല്ല എന്ററൈറ്റി ഡിസുമാണ്. ഇവ കൂടാതെ കേരളത്തിലെ ഭക്ഷ്യവിഷബാധയുടെ കാര ണക്കാർ സാൽമൊണല്ലയെ കൂടാതെ സ്റ്റഫിലോകോക്കസ്, ഷിഗല്ല, ക്ലോസ്ട്രീഡിയം ബോട്ടുലിനി, ബാസിലസ് സീരിയസ് എന്നിവയാണ്. ക്ലോസ്ട്രീഡിയം ബോട്ടുലിനി വളരെ ഗുരുതരമായ ബോട്ടുലിസം (botu-lism) എന്നതരം ഭക്ഷ്യവിഷബാധ ഉണ്ടാക്കുന്നു. ഭക്ഷണം 6-8 മണി ക്കൂർ ശരിയായ ഊഷ്മാവിൽ അടച്ചുസൂക്ഷിക്കാതെ വയ്ക്കുമ്പോഴാണ് രോഗാണു അതിൽക്കടന്ന് വർധിക്കുന്നത്. മനുഷ്യനുള്ള ഭക്ഷണം അവയ്ക്കും വളരെ പഥ്യമാകുന്നു. ഏതാനും മണിക്കൂറുകൾക്കുള്ളിൽ അവ കോടിക്കണക്കിന് പെരുകി വിഷം വിസർജിക്കുന്നു. വളരെ ഭംഗി യായി സ്വാദോടെ വെച്ചിരിക്കുന്ന ഭക്ഷണത്തിൽ ഇവ ധാരാളമായി ഉണ്ടാ കാം. പൊതുവെ മത്സ്യമാംസ ഭക്ഷണത്തിലാണ് ഭക്ഷ്യവിഷബാധ കൂടു തൽകാണുന്നത്. ഉരുളക്കിഴങ്ങ്, സ്റ്റാർച്ച് അടങ്ങിയ മറ്റു ഭക്ഷണങ്ങൾ എന്നിവയും ഇക്കാര്യത്തിൽ ഒട്ടും താഴെയല്ല.

സാൽമൊണല്ല ഗുരുതരമായ രോഗം ഉണ്ടാക്കില്ല. ലക്ഷണം:

ഓക്കാനം, ഛർദി, വയറുവേദനയോടെയുള്ള വയറിളക്കം, തലവേദന എന്നിവയാണ്. കോർട്ടിസോൺ, അമ്ലാധിക്യ മരുന്ന്, കാൻസർ ചികിത്സ, എയ്ഡ്സ് എന്നിവയുണ്ടെങ്കിൽ രോഗം പെട്ടെന്ന് വഷളാകാം. മത്സ്യ മാംസ ഭക്ഷണത്തിലാണ് സാൽമൊണല്ലബാധ കൂടുതലായി കാണുന്നത്.

കാംബിലോ ബാക്ടർ (campylobacter)

ഇത് ലഘുവായ പനിയും, വെള്ളംപോലുള്ള വയറിളക്കവും തല വേദനയും പേശീവേദനയും ഉണ്ടാക്കുന്നു. ലോകമാസകലം നോക്കു മ്പോൾ ഏറ്റവും കൂടുതൽ ഭക്ഷ്യവിഷബാധ ഉണ്ടാക്കുന്നത് ഇതാണ്. ഇത് കോഴിയിറച്ചി, പാൽ, മൃഗങ്ങളുടെ വിസർജ്യം എന്നിവയിലൂടെ പകരുന്നു.

സ്റ്റഫിലോകോക്കസ് ആറിയസ് (staphylococcus aureus)

ഇത് വളരെ ഗുരുതരമായ ഭക്ഷ്യവിഷബാധ ഉണ്ടാക്കാം. വേഗം തന്നെ വരുന്ന ഓക്കാനം, തല ചുറ്റൽ, വയറുവേദന എന്നിവയാണ് ലക്ഷ ണങ്ങൾ. ഇവ ക്രീമുള്ള കേക്ക്, സാലഡ്, ഉരുളക്കിഴങ്ങ്, മക്കറോണി, മുട്ട, ട്യൂണ സാലഡ് എന്നിവ കഴിക്കുന്നതിലൂടെ വരാം. പിക്നിക് അവ സരങ്ങളിൽ ഭക്ഷണം ശരിയായി സൂക്ഷിച്ചില്ലെങ്കിൽ ഇത്തരം ഭക്ഷ്യവിഷ ബാധ ഉണ്ടാകാം.

ബാസിലസ് സീരിയസ് (bacillus cereus)

ഇതുമൂലം ലഘുവായ രോഗമാണ് ഉണ്ടാവുന്നത്. പെട്ടെന്നുള്ള ഛർദി, ചിലപ്പോൾ വയറിളക്കം, വയറുവേദന എന്നിവയുണ്ടാകാം. ചോറ്, ഫ്രൈഡ് റൈസ്, ഉരുളക്കിഴങ്ങ്, പാസ്ത എന്നിവയിലൂടെയാണ് ഇത് വരുന്നത്.

എഷ്കരീഷ്യ കോളൈ (escherichia coli)

ഇത് ശക്തമായ രോഗമുണ്ടാക്കാം. ചിലപ്പോൾ ഗുരുതരമാകാം. വെള്ളംപോലുള്ള വയറിളക്കം പിന്നീട് രക്തം കലർന്നതാകാം. ഈ രോഗാണു കുടുംബത്തിൽ പലതരക്കാരുണ്ട്. ഏറ്റവും കുഴപ്പക്കാരായ 3-5 ശതമാനം വരുന്ന വൃക്ക തകരാറും മരണവും ഉണ്ടാക്കാം. പാകംതെറ്റിയ ഹാംബർഗർ, വട, കട്‌ലെറ്റ്, സമോസ, കേടുവന്നപാൽ, അശുദ്ധജലം എന്നിവയിലൂടെ പകരുന്നു. കേടായ ഭക്ഷണത്തിലൂടെ ഇത് പകർച്ചവ്യാധിപോലെയും വരാറുണ്ട്.

ഷിഗല്ല (shigella) ഉണ്ടാക്കുന്ന 'യാത്രക്കാരുടെ വയറിളക്കം'

കഫവും രക്തവും കലർന്ന വയറിളക്കം; എപ്പോഴും പോകണമെന്ന് തോന്നുക എന്നിവയാണ് ലക്ഷണങ്ങൾ. മനുഷ്യവിസർജ്യം കലർന്ന വെള്ളത്തിലൂടെ പകരുന്നു.

ലിസ്റ്റീരിയ മോണോസൈറ്റോജീൻസ് (lysteria monocytogenes)

ഇതുശക്തമായ രോഗമുണ്ടാക്കാം. ഓക്കാനവും ഛർദിയുമാണ് പ്രധാന ലക്ഷണങ്ങൾ. രോഗാണു മസ്തിഷ്കത്തെ ബാധിക്കുമ്പോൾ മെനിൻജൈറ്റിസ് വരുന്നു. ശരിയായി പാകംചെയ്യാത്ത മാംസം, പഴങ്ങൾ, പച്ചക്കറികൾ, ചീസ്, പാൽ എന്നിവയിലൂടെ പകരുന്നു. ഗർഭിണികളും കുഞ്ഞുങ്ങളും പ്രത്യേകം ഇതിന്റെ ബാധയെ സൂക്ഷിക്കണം.

ക്ലോസ്ട്രീഡിയം ബോട്ടുലിനം (clostridium botulinum)

മസ്തിഷ്കത്തെ ബാധിക്കുന്ന കടുത്ത രോഗമുണ്ടാക്കുന്നു. കാഴ്ച മങ്ങൽ ആദ്യ ലക്ഷണമായിരിക്കും. പിന്നെ ശ്വാസത്തകരാറ്, കൈകാൽ അനക്കാൻ പ്രയാസം എന്നിവ ഉണ്ടാകുന്നു. കുഞ്ഞുങ്ങൾക്കും ചെറിയ കുട്ടികൾക്കും വേഗംവരാം. ടിന്നിലടച്ച ഭക്ഷണം, തേൻ, സോസേജ്, കടൽ മത്സ്യം എന്നിവയിലൂടെ വരാം.

വിബ്രിയോ കോളറേ (vibrio cholerae)

ലഘുവായോ ശക്തമായോ രോഗമുണ്ടാകാം. വയറുവേദനയോടൊപ്പമുള്ള വയറിളക്കം, തലവേദന, ഓക്കാനം, ഛർദി, പനി എന്നിവയാണ് ലക്ഷണങ്ങൾ. ഉഷ്ണസമയത്താണ് അധികവും കണ്ടുവരുന്നത്. പാകം ചെയ്യാത്ത കടൽമത്സ്യം പ്രത്യേകിച്ച് സൂക്ഷിക്കണം.

വിബ്രിയോ പാരാഹീമോലിറ്റിക്കസ് (vibrio parahaemolyticus)

ശക്തമായോ അതിശക്തമായോ ഉള്ള രോഗമുണ്ടാകാം. കടുത്ത വയറുവേദന, ഛർദി, പനി എന്നിവയാണ് ലക്ഷണങ്ങൾ. കോർട്ടിസോൺ, അമ്ലാധിക്യ മരുന്ന്, കാൻസർ ചികിത്സ, എയ്ഡ്സ് എന്നിവയുണ്ടെങ്കിൽ ഇതിന്റെ ആക്രമണം അതിശക്തമാകാം. മരണംപോലും സംഭവിക്കാം. കല്ലുമ്മക്കായ്, പാകംചെയ്യാത്ത മീൻ എന്നിവ ഈ രോഗം പരത്തുന്നു.

പരാന്നജീവികൾ

കുടലിലുള്ള പരാന്നജീവികൾ ലഘുവായ രോഗംമാത്രമേ വരുത്തുകയുള്ളൂ. വെള്ളത്തിലൂടെയാണിവ പകരുന്നത്.

ഗിയാർഡിയ (giardia)

ലഘുവായ രോഗമുണ്ടാക്കുന്നു. രണ്ടാഴ്ചയോളം നീണ്ടുനിൽക്കാം. വെള്ളത്തിലൂടെ പകരുന്നു. പനിയുണ്ടാകാം. ഇത് മനുഷ്യരിലൂടെയും പകരാം. വിസർജ്യം കലർന്ന ജലത്തിലൂടെയാണിത് പകരുന്നത്.

ക്രിപ്ടോസ്പോരീഡിയം (cryptosporidium)

ശക്തമായരോഗം ഉണ്ടാകുന്നു. ധാരാളം ജലനഷ്ടം ഉണ്ടാകുന്നു. രണ്ടു മുതൽ നാലു ദിവസംവരെ നീണ്ടുനിൽക്കാം. പ്രതിരോധശക്തി കുറയുന്ന കോർട്ടിസോൺ, അമ്ലാധിക്യ മരുന്ന്, കാൻസർ ചികിത്സ, എയ്ഡ്സ് എന്നിവയുണ്ടെങ്കിൽ ഇത് നീണ്ടുനിൽക്കാം, അശുദ്ധമായ ജലത്തിലൂടെ പകരുന്നു. തലവേദന, കാഴ്ചക്കുറവ്, കണ്ണുവേദന എന്നിവ ഉണ്ടാകാം. പാകംചെയ്യാത്ത മാംസം, അശുദ്ധജലം, പൂച്ചക്കാഷ്ടം എന്നിവയിലൂടെയും പകരുന്നു. പ്രതിരോധശക്തി കുറഞ്ഞവർക്കും ഗർഭിണികൾക്കും ഇതിന്റെ ആക്രമണം വലിയ പ്രശ്നമുണ്ടാക്കാം.

എത്രയോ മനോജ്ഞം, എത്രയോ സ്വാദിഷ്ടം. പക്ഷേ, ചതിക്കുഴി എവിടെയാണെന്ന് മനസിലാവുകയില്ല.

ഷവർമ

ചാങ് പാൻ ന്യൂഡിൽസ്

പിസ്സ കിച്ചൻ പെസ്റ്റോ പെന്നെ

ഷെവീസ് ക്രാബ് ഷ്രിംഫ് ക്വയ്സാഡില്ല

കൊഞ്ച്

ബർഗർ

ബ്രഡ്

പിസ്സ

പുറമെ ഫ്രെഷ് ഫ്രൂട്ട്, അകത്ത് എന്തായിരിക്കാം?

ഭക്ഷ്യവിഷബാധയുണ്ടാക്കുന്ന സാൽമൊണല്ല

കൈയും ഭക്ഷ്യവസ്തുക്കളുമൊഴുകുന്ന വെള്ളത്തിൽ കഴുകിയാലും. മുന്തിരിയുടെ പുറത്തുള്ള കീടനാശിനി ഇപ്രകാരം കഴുകുന്നതുകൊണ്ട് കളയാം എന്ന ഗുണംകൂടിയുണ്ട്.

നാം വളർത്തുജീവികളിൽക്കൂടി സാൽമൊണല്ല പകരാം.

നാം അപകടകരമായ ഭക്ഷണം കഴിച്ചാൽ വേഗം തന്നെയോ പതിനെട്ട് മണിക്കൂറിന് ശേഷമോ കടുത്ത വയറുവേദനയും ഛർദിയും പനിയും വയറിളക്കവും ആരംഭിക്കുന്നു.

കൂണുകൾ തുടങ്ങിയ വിഷവസ്തുക്കൾ

കാട്ടുപ്രദേശങ്ങളിൽ കാണുന്ന കൂണുകൾ ഒഴിവാക്കണം. അവ അപകടകാരികളാകാം.

കൂൺ വിഷം

ഇത് ലഘുവാകാം. അതിഗുരുതരവുമാകാം. പലപ്പോഴും ഓക്കാനം, ഛർദി, വയറിളക്കം എന്നിവയുണ്ടാകാം. ചിലപ്പോൾ മസ്തിഷ്കത്തെ ബാധിക്കാം. അപ്പോൾ വിയർപ്പ്, മിഥ്യാചോദനകൾ (ശബ്ദം കേൾക്കുന്നുവെന്ന തോന്നൽ), ബോധം നഷ്ടപ്പെടുക എന്നിവ സംഭവിക്കാം.

സിഗ്വാട്ടുറ (ciguatera) വിഷബാധ.

കടലിലെ ഒരുതരം വിഷമുള്ള പൂപ്പൽ (Gambierdiscus toxicus) മത്സ്യംകഴിക്കുന്നു. അത് കഴിക്കുന്ന മനുഷ്യന് ഭക്ഷ്യവിഷബാധ ഉണ്ടാകാം. ഇതിന്റെ ലക്ഷണം ശക്തമോ അതിശക്തമോ ആകാം. മുഖത്തും ചുണ്ടിലും കൈയിലും കാലിലും വേദനയും തളർച്ചയുമുണ്ടാകാം. ഓക്കാനം ഛർദി എന്നിവയുമുണ്ടാകാം. തലചുറ്റൽ, നെഞ്ഞിടിപ്പ് എന്നിവയും കാണും. ഉഷ്ണമേഖലയിലെ വലിയ മത്സ്യങ്ങളിലാണിത് കാണുന്നത്. പ്രത്യേക ചികിത്സയില്ല. ലക്ഷണങ്ങൾ മാറുന്നതുവരെ രോഗിയെ നിരീക്ഷണത്തിൽ നിറുത്തുക എന്നതാണ് വേണ്ടത്.

സ്കാംബ്രോയ്ഡ് (ഇതിലെ രോഗാണു Vibrio Cholerae ആണ്)

ചീഞ്ഞ ഭക്ഷണസാധനങ്ങൾ കഴിക്കുമ്പോൾ ഇതുണ്ടാകുന്നു. ഇതിന്റെ ലക്ഷണങ്ങൾ ഏതാണ്ട് സിഗ്വാട്ടുറ വിഷബാധപോലെയാണ്. അവ കൂടാതെ തൊലിയിൽ തടിപ്പും ചൊറിച്ചിലും ഉണ്ടാകാം. ശക്തമായ ലക്ഷണം ഉണ്ടാകുമ്പോൾ കാഴ്ചത്തകരാറോ ശ്വാസതടസമോ, നാവ് വീങ്ങലോ ഉണ്ടാകാം. സാധാരണ നാല് മുതൽ ആറു മണിക്കൂർവരെ ലക്ഷണം നീണ്ടുനിൽക്കാം. രണ്ടു ദിവസത്തിൽ കൂടുതൽ നീണ്ടു നിൽക്കാറില്ല. ട്യൂണ, മാഹി എന്നീ മത്സ്യങ്ങളിൽ കൂടിയാണിത് വരുന്നത്.

കീടനാശിനികൾ

കഴുകാത്ത പഴങ്ങൾ പച്ചക്കറികൾ എന്നിവയിലൂടെ ഇതുവരാം. ലക്ഷണങ്ങൾ തളർച്ച, കാഴ്ച മങ്ങൽ, തലവേദന, വയറിളക്കം, വായിലൂടെ തുപ്പൽ കൂടുതലായി വരുക, കൈകാൽ വിറയൽ എന്നിവയാണ്. അട്രോപീൻ തുടങ്ങിയ മരുന്നുകൾ ഫലപ്രദമാണ്.

എപ്പോഴാണ് ഡോക്ടറെ കാണേണ്ടത്?

അതിന്റെ സന്ദർഭങ്ങൾ ഇവയാണ്.

1. ഓക്കാനം, ഛർദി, വയറിളക്കം എന്നിവ രണ്ടു ദിവസത്തേക്കാൾ കൂടുതലാകുക.
2. അസുഖമുള്ളത് മൂന്നു വയസിൽ താഴെയുള്ള കുട്ടിയോ അറുപത്തഞ്ചിൽ കൂടുതലുള്ള വൃദ്ധനോ ആകുക.
3. വയറ്റിലെ അസുഖത്തോടൊപ്പം പനിയുണ്ടാകുക.
4. വിദേശ, അന്യസംസ്ഥാന യാത്രയ്ക്കു ശേഷമാണെങ്കിൽ.
5. മറ്റു കുടുംബാംഗങ്ങളോ സുഹൃത്തുക്കളോ ഇതേ ഭക്ഷണംകഴിച്ച് ഇതേ ലക്ഷണം വന്നിട്ടുണ്ടെങ്കിൽ.
6. ജലം കഴിക്കാൻ പറ്റുന്നില്ലെങ്കിൽ.
7. ധാരാളം വെള്ളം കുടിച്ചിട്ടും രണ്ടു ദിവസത്തിനകം ഭേദമാകുന്നില്ലെങ്കിൽ.

8. രോഗപ്രതിരോധം കുറയുന്ന കോർട്ടിസോൺ, അമ്ലാധിക്യ മരുന്ന്, കാൻസർ ചികിത്സ, എയ്ഡ്സ്, വൃക്കരോഗം എന്നിവയുണ്ടെങ്കിൽ.
9. ഛർദിമൂലം മരുന്നു കഴിക്കാനാകുന്നില്ലെങ്കിൽ.
10. മസ്തിഷ്ക ഞരമ്പു സംബന്ധമായ ലക്ഷണങ്ങളായ പേശീ തളർച്ച, കാഴ്ചത്തകരാറ്, വിഴുങ്ങാൻ പ്രയാസം എന്നിവയുണ്ടെങ്കിൽ.
11. രോഗി ഗർഭിണി ആണെങ്കിൽ.

പെട്ടെന്ന് ചികിത്സ തേടേണ്ടത് എപ്പോഴാണ്?

1. രോഗി പെട്ടെന്ന് തല ചുറ്റിവീഴുക, കാഴ്ചത്തകരാറുണ്ടാവുക.
2. 101 ഡിഗ്രി (38.3ര)യേക്കാൾ കൂടുതൽ പനി വയറ്റിൽ വേദനയോടൊപ്പം ഉണ്ടാകുന്നുവെങ്കിൽ.
3. വയറ്റിലെ ശക്തിയായ വേദന 10–15 മിനിട്ടിനകം മാറുന്നില്ലെങ്കിൽ.
4. രോഗിയുടെ വയർ വീർത്തുവരുന്നുവെങ്കിൽ.
5. കണ്ണിലും മൂത്രത്തിലും മഞ്ഞനിറം വരുന്നുവെങ്കിൽ.
6. രോഗി രക്തം ഛർദിക്കുന്നുവെങ്കിൽ, രക്താതിസാരം, മലത്തിലൂടെ രക്തം പോകുന്നുവെങ്കിൽ.
7. മൂത്രംനിൽക്കുക, കുറയുക, കറുത്ത നിറത്തിലാകുക.
8. ശ്വാസം സാവധാനത്തിലും ദ്രുതഗതിയിലുമാകുക, സംസാരവും, വിഴുങ്ങലും തടസപ്പെടുക, കൈകാൽ തളർച്ച എന്നിവ കാണുക.
9. സന്ധികൾ വിങ്ങുക, തൊലിയിൽ തടിച്ചു പൊങ്ങൽ കാണുക.
10. രോഗിയെ നോക്കുന്ന ആൾക്ക് അസുഖം ഗൗരവമാണെന്ന് തോന്നുക.

ഭക്ഷ്യവിഷബാധ എപ്രകാരം കണ്ടുപിടിക്കാം?

രോഗി ആശുപത്രിയിലോ ക്ലിനിക്കിലോ എത്തുന്നതോടെ പൂർണമായ പരിശോധന നടത്തപ്പെടുന്നു. രക്തസമ്മർദം, നാഡിമിടിപ്പ്, ശ്വാസനിരക്ക്, പനി എന്നിവ പരിശോധിക്കുന്നു. കൂടാതെ രോഗിയെ ശാരീരികമായി പരിശോധിക്കുന്നു. പുറമെ കാണുന്ന എല്ലാ ലക്ഷണങ്ങളും നോക്കുന്നു. ശരീരത്തിലെ ജലാംശം എത്രമാത്രം പോയിട്ടുണ്ടെന്ന് കണക്കാക്കുന്നു. ഉദരം പ്രത്യേകിച്ച് പരിശോധിക്കുന്നു. ഗൗരവം എത്രത്തോളമുണ്ടെന്ന് വിലയിരുത്തുന്നു.

രക്തംപ്പോക്കുണ്ടെങ്കിൽ ഗുദപരിശോധന നടത്തേണ്ടതായി വരും. രക്തം വരുന്നത് അവിടെയുള്ള മുറിവുകളിൽ നിന്നല്ല എന്ന് ഉറപ്പ് വരുത്തേണ്ടതായിട്ടുണ്ട്. മലവും കഫവുമെല്ലാം പരിശോധിക്കും. മൂത്രപരിശോധന, വൃക്കയുടെ പ്രവർത്തനം ശരിയാണോ എന്ന് നോക്കാനുള്ള പരിശോധനകൾ, രോഗത്തിന്റെ ഗൗരവം തീരുമാനിക്കാൻ രക്ത പരിശോധന, മറ്റു രോഗങ്ങൾ ഇല്ല എന്നുറപ്പുവരുത്തുവാൻ എക്സ്റെ, സി ടി സ്കാൻ എന്നിവയും ചെയ്യുന്നു.

ചികിത്സകൾ ഏതൊക്കെയാണ്?

1. ഇരുപത്തിനാലു മണിക്കൂറിനകം കുറയുകയും ചെറിയ വയറിളക്കം മാത്രമേ ഉള്ളൂവെങ്കിലും വീട്ടിൽവെച്ച് ചികിത്സിച്ചാൽ മതി.
2. ഓക്കാനവും ഛർദിയുമുണ്ടെങ്കിൽ കട്ടിയാഹാരം കഴിക്കരുത്. ധാരാളം വെള്ളം കുടിക്കണം.
3. ഇടയ്ക്കിടെ ശുദ്ധജലം കുടിക്കലാണ് നിർജലീകരണം തടയാനുള്ള ഏറ്റവും നല്ല നടപടി.
4. മദ്യം, കാപ്പി, മധുര പാനീയം എന്നിവയും മറ്റു ഡോക്ടർമാർ നിർദേശിക്കാത്തവയും കഴിക്കരുത്.
5. സർക്കാരാശുപത്രിയിൽ ലഭിക്കുന്ന ഒ ആർ എസ് ലായനി വെള്ളത്തിൽ കലക്കിക്കുടിക്കാം. ഇതാണ് ജീവജലം. ഇതുമൂലം എത്രയോ മരണങ്ങൾ തടയാൻ കഴിഞ്ഞിട്ടുണ്ട്. ഇതിനെപ്പറ്റി ധാരാളം ഗവേഷണങ്ങൾ നടന്നിട്ടുണ്ട്. ഒ ആർ എസ് ലായനി കിട്ടിയില്ലെങ്കിൽ പഞ്ചസാരയും ഉപ്പും ശുദ്ധജലത്തിൽ കലക്കിക്കുടിച്ചാലും മതി. ഒ ആർ എസ് ലായനിയിൽ ഉപ്പ് 12.6 ശതമാനവും, ഗ്ലൂക്കോസ് 65.8 ശതമാനവും, പൊട്ടാസിയം 7.3 ശതമാനവും, സോഡിയം സിട്രേറ്റ് 14.3 ശതമാനവും അടങ്ങിയിരിക്കുന്നു. കരിക്കിൻ വെള്ളം വളരെ നല്ലതാണ്.
6. നിർജലീകരണം ശരിക്കും മാറിക്കഴിഞ്ഞാൽ സാവധാനം കട്ടിയാഹാരം കൊടുത്ത് തുടങ്ങാം. ഓക്കാനവും ഛർദിയും മാറിക്കഴിഞ്ഞാൽ എളുപ്പം ദഹിക്കാവുന്ന ഭക്ഷണമാണ് ആദ്യം കൊടുക്കേണ്ടത്. അരി ഗോതമ്പ്, കഞ്ഞി, കറിവെച്ച മത്സ്യം എന്നിവ കൊടുക്കാം.
7. സംശയമുണ്ടെങ്കിൽ ഡോക്ടറോട് ചോദിക്കണം.

മരുന്നുകളെക്കൊണ്ടുള്ള ചികിത്സ ഏതൊക്കെയാണ്?

ചികിത്സയുടെ പ്രാഥമിക ലക്ഷ്യം നഷ്ടപ്പെട്ട ലവണങ്ങളും ജലവും വളരെവേഗം ഫലപ്രദമായി തിരിച്ചു ശരീരത്തിൽ ലഭ്യമാക്കുക എന്നതാണ്. വായിൽക്കൂടി കൊടുക്കാൻ കഴിയാതെ വരിക, ഛർദിയും വയറിലെ അസുഖവും ഉണ്ടാവുക. ജലനഷ്ടം കൂടുതലാകുക എന്നീ അവസരങ്ങളിൽ സിരകളിൽക്കൂടി കൊടുക്കേണ്ടി വരും. ചിലപ്പോൾ വായിൽക്കൂടിയും സിരകളിൽക്കൂടിയും കൊടുക്കാറുണ്ട്. കുട്ടികൾ, ഗർഭിണികൾ, വൃദ്ധർ എന്നിവരെ പ്രത്യേകം ശ്രദ്ധിക്കണം. ഗൗരവമാണെങ്കിൽ ആശുപത്രിയിൽ പ്രവേശിപ്പിക്കണം.

പ്രാഥമികമായ പാനീയ ചികിത്സയ്ക്കു പുറമെ, ഏതൊക്കെ മരുന്നുകളാണ് ഡോക്ടർ കൊടുക്കുന്നത്?

1. ഛർദി, വയറിളക്ക മരുന്നുകൾ.
2. പനിക്കുള്ള മരുന്നുകൾ.
3. ആന്റിബയോട്ടിക്കുകൾ വളരെ ചുരുക്കമായേ ഉപയോഗിക്കാറുള്ളൂ. ചിലപ്പോൾ അവ കുഴപ്പം വരുത്തിവയ്ക്കാനാണിട. ഷിഗെല്ല എന്ന രോഗാണുവിന്റെ ആക്രമണമായ യാത്രക്കാരിലെ വയറിളക്കത്തിന്റെ

രോഗകാലത്തിന്റെ ദീർഘം കുറയ്ക്കുവാൻ ആന്റിബയോട്ടിക്കുകൾക്ക് കഴിയും എന്നുമാത്രം.

4. കൂൺ, കീടനാശിനി എന്നിവയുടെ വിഷബാധ വളരെ ശ്രദ്ധാപൂർവം ചികിത്സിക്കണം. പ്രത്യേക മറുമരുന്നുകൾകൊണ്ട് ചികിത്സിക്കേണ്ടിവരും. ജീവൻ രക്ഷാചികിത്സയും സിരകളിലൂടെ ഗ്ലൂക്കോസ് പാനീയവും മറ്റു മരുന്നുകളും വേണം.
5. തുടർ ചികിത്സ.
   ആശുപത്രിയിൽനിന്നും പോന്നതിനുശേഷം ഡോക്ടറുടെ ഉപദേശപ്രകാരം മരുന്നുകൾ കൃത്യമായി തുടരേണ്ടതും പ്രശ്നങ്ങൾ വല്ലതും തലപൊക്കുകയാണെങ്കിൽ ഉടനെ ഡോക്ടറോട് വിവരം പറയേണ്ടതുമാണ്. ശുദ്ധജലം വേണ്ടുവോളം കുടിക്കണം. രണ്ടോ മൂന്നോ ദിവസം ലീവ് എടുക്കേണ്ടതായി വരും.

ഭക്ഷ്യവിഷബാധയുടെ ഭാവി

മിക്കതും കുഴപ്പമില്ലാതെ മാറിപ്പോകാറുണ്ട്. ഓന്നോ രണ്ടോ ദിവസംകൊണ്ട് ഭൂരിഭാഗവും മാറും. ഓക്കാനവും വയറിളക്കവും ചിലപ്പോൾ കുറച്ച് ദിവസംകൂടി നീണ്ടുനിൽക്കാം.

23

എന്താണ് ഉറക്കം?

> If you can't sleep, then get up and do something instead of lying there and worrying. It's the worry that gets you, not the loss of sleep.
>
> -Dale Carnegie

ഉറക്കത്തെ പല കോണുകളിലൂടെ വീക്ഷിച്ച് നിരവധി നിർവചനങ്ങളുണ്ട്. അത് കാണിക്കുന്നത് ഉറക്കത്തെ സംബന്ധിച്ച അറിവ് ഇന്നും അപൂർണമാണെന്നാണ്. ഉറക്കം ഇച്ഛാപ്രവൃത്തികളുടെ സ്വാഭാവികമായി മാറ്റിവെച്ചുകൊണ്ടുള്ള, ഭാഗികമായോ പൂർണമായോ ബോധാവസ്ഥയില്ലാത്ത വിശ്രമാവസ്ഥയാണ്. ശരീരശാസ്ത്രപരമായി അത് സങ്കീർണമായ പുനരുജ്ജീവനമാണ്. അപ്പോൾ അവശ്യമായ കേടുപാടുകൾ തീർക്കൽ നടക്കുന്നു. ഇരുട്ടിൽ മനുഷ്യനടക്കമുള്ള ജീവികൾ ജീവിതത്തിന്റെ മൂന്നിലൊന്നോളം സമയം ചെയ്യുന്ന ഈ സുപ്രധാന പ്രവൃത്തിയുടെ ഉദ്ദേശ്യത്തെപ്പറ്റി ശാസ്ത്രജ്ഞർ ഇന്നും ഇരുട്ടിലാണ്. ഉറക്കത്തിൽ ഓർമകൾ, അനുഭവങ്ങൾ ഇവയെല്ലാം ചികഞ്ഞ് ഉറപ്പിക്കുന്നു. കമ്പ്യൂട്ടർ ബൂട്ടിങ് പോലെയാണിത്. ഉറക്കം ശരീരശാസ്ത്രപരമായ ആവശ്യമാണെന്ന കാര്യത്തിൽ ഒരു തർക്കവുമില്ല. ഉറക്കപ്രശ്നമുള്ളവർക്ക് ഉറക്കത്തിന്റെ കേടുപാടുതീർക്കൽ സേവനം ലഭ്യമല്ല. അവർക്ക് അതുകൊണ്ട് ശാരീരികവും മാനസികവും വൈകാരികവുമായ പ്രയാസങ്ങളുണ്ടാകും. ഉറക്കം ശരീരത്തിലുള്ള സർക്കേഡിയൻ താള (circadian rhythm) ത്തിനനുസരിച്ചാണ് സംഭവിക്കുന്നത്. ഈ താളമാകട്ടെ ശരീര-മാനസിക പ്രത്യേകതകൾക്കനുസരിച്ച് അഹോരാത്രം സംഭവിക്കുന്നതാണ്. മസ്തിഷ്കകേന്ദ്രങ്ങൾ പ്രകാശം, ശീതോഷ്ണം, ഹോർമോണുകൾ, മറ്റു മസ്തിഷ്ക ചോദനകൾ എന്നിവയനുസരിച്ച് ഈ താളം നിയന്ത്രി

ക്കപ്പെടുന്നു. ഇപ്രകാരം ശരീരത്തിലെ ഈ ഘടികാരം ജാഗ്രതാവസ്ഥ യെയും ഉറക്കത്തെയും നിയന്ത്രിക്കുന്നു. ഇതിൽ വ്യത്യാസം വരുമ്പോ ഴാണ് രാത്രി ഉറക്കം വരാത്തതും പകൽ ഉറക്കം വരുന്നതും. ഉദാ : നീണ്ട ജെറ്റ് യാത്രയ്ക്കുശേഷം. ഇത് ശരിയാകാൻ ചുരുങ്ങിയത് മൂന്നു ദിവസ മെങ്കിലും വേണ്ടിവരാറുണ്ട്. ഡി ഇ സി2 എന്ന ജീൻ ഉറക്കത്തെ നിയ ന്ത്രിക്കുന്നതായി തെളിഞ്ഞിട്ടുണ്ട്. ചിലരിൽ ആറു മണിക്കൂർ നേരത്തെ ഉറക്കം മാത്രമേ ആവശ്യമുള്ളതായി കാണുന്നുള്ളൂ. ആ പ്രതിഭാസ ത്തിന്റെ കാരണമാണ് ഈ ജീനിലൂടെ അന്വേഷിക്കുന്നത്.

ഉറക്കത്തിന്റെ ഘട്ടങ്ങളേതൊക്കെയാണ്?

ഉറക്കത്തിൽ അനിയന്ത്രിതമായി സംഭവിക്കുന്ന കണ്ണിന്റെ ചലന മനുസരിച്ച് രണ്ട് വ്യക്തമായ ഘട്ടങ്ങളുണ്ട്.

1. REM ഉറക്കം. വേഗം കണ്ണ് ഇടത്തോട്ടും വലത്തോട്ടും ചലി ക്കുന്ന ഘട്ടം. ഇതിൽ ഇ ഇ ജിയിൽ (ഇതിനെപ്പറ്റി പറയുന്ന ഭാഗം വായി ച്ചാലും.) തരംഗനിരക്ക് കൂടുന്നു, അതേസമയം വോൾട്ടേജ് കുറവായി രിക്കും. ഇത് ജാഗ്രതാവസ്ഥയ്ക്ക് സമാനമാണ്. കണ്ണിന്റെ പേശിയൊ ഴിച്ച് വേറെ പേശികളൊന്നും പ്രവർത്തിക്കുന്നില്ല. ഈ സമയത്താണ് പലപ്പോഴും സ്വപ്നം കാണുന്നത്. ഉറക്കത്തിലെ ആകെ 20-25 ശതമാനം ഈ ഘട്ടമായിരിക്കും. ചെറിയ കുഞ്ഞുങ്ങളിലിത് 40 ശതമാനം ആയിരി ക്കും. ഇത് അത്യാവശ്യ ഉറക്കമെന്നും റോമ്പൻകിഫാലിക് (Rhombencephalic) (പരിണാമപരമായി പൗരാണികം) ഉറക്കം, സ്വപ്ന ഉറക്കം എന്നും അറിയപ്പെടുന്നുണ്ട്.

2. അപ്രകാരമല്ലാത്ത ഘട്ടം. NREM ഉറക്കം. ഇത് വീണ്ടും നാലായി തരംതിരിച്ചിരിക്കുന്നു. അമേരിക്കൻ അക്കാദമി ഓഫ് സ്ലീപ് മെഡിസിൻ ഇതിനെ മൂന്നായാണ് തിരിച്ചിരിക്കുന്നത്. N1 ഉറക്കം: ജാഗ്രതാവസ്ഥയിൽ നിന്നും ഉറക്കത്തിലേക്ക് വഴുതിക്കൊണ്ടിരിക്കുന്ന ലഘുവായ അവസ്ഥ. ഇത് പലർക്കും താൻ ഉറക്കത്തിലേക്ക് പ്രവേശിക്കുന്നുവെന്ന് മനസിലാ കാത്ത അത്രയും ലഘുവായ ആദ്യാവസ്ഥയാണ്. N2 ഉറക്കം: ഇതൊരു ശരിയായ ഉറക്ക അവസ്ഥതന്നെയാണ്. ആകെ ഉറക്കത്തിന്റെ 40-50 ശത മാനം വരെ ഇതായിരിക്കും. N3 ഉറക്കം: അഗാധ ഉറക്കമാണ്. ഇതിനെ ഡെൽട്ട ഉറക്കം, സാവധാന തരംഗ ഉറക്കം എന്നുംകൂടി പറയാം. ഇത് മുതിർന്നവരിൽ ആകെ ഉറക്കത്തിന്റെ 20 ശതമാനം വരും.

ഉറക്കത്തിന് ഒരു ചാക്രികസ്വഭാവമുണ്ട്. അത് 90-120 മിനിറ്റ് നീണ്ടതും ഒരു രാത്രി അത്തരം 4-5 ചക്രങ്ങളുള്ളതുമാണ്. ആദ്യത്തെ പകുതിയിൽ ജാഗ്രതാവസ്ഥയിൽ നിന്ന് N1 N ഉറക്കത്തിലേക്ക് അവിടെ നിന്ന് യഥാക്രമം N2 ഉറക്കം, N3 ഉറക്കം ഇങ്ങനെപോകുന്നു. പിന്നീട് N2 ഉറക്കം, N3 ഉറക്കം എന്നിവ ആവർത്തിക്കപ്പെടുന്നു. N2 ഉറക്കവും REM ഉറക്കവും മാത്രം ഉറക്കത്തിന്റെ രണ്ടാംഘട്ടത്തിൽ ആവർത്തിച്ച് വരുന്നു. ഈ ഉറക്കങ്ങളുടെ ഏതെങ്കിലും ഭാഗങ്ങളോ മുഴുവനായോ നഷ്ട പ്പെടുമ്പോൾ ഓരോതരം ഉറക്കത്തകരാറുകളുണ്ടാകുന്നു. ചെറുപ്പത്തിൽ പഠിച്ചെടുത്ത ഉറക്കസ്വഭാവങ്ങൾ മുതിരുമ്പോഴും ആവർത്തിക്കാറുണ്ട്.

തെറ്റായ രീതികൾ

1. ഓരോ ദിവസവും ഓരോ നേരം ഉറങ്ങാൻ പോവുക.
2. പകലുറക്കം (ഇത് കുറച്ച് പ്രായമായവർക്ക് ആകാം.)
3. ഉറങ്ങാനുള്ള ശരിയായ അന്തരീക്ഷമില്ലായ്മ.
4. എഴുന്നേറ്റിരിക്കുമ്പോൾ കൂടുതൽ സമയം കിടക്കയിൽ ചെലവഴിക്കൽ. ഉറക്കം വരുമ്പോൾ മാത്രമേ കിടക്ക ഉപയോഗിക്കാവൂ.
5. രാത്രി പകൽ ഡ്യൂട്ടികൾ ഇടവിട്ട് വരൽ.
6. ആവശ്യത്തിന് വ്യായാമമില്ലായ്മ.
7. കിടക്കയിൽ ടി വി, കംപ്യൂട്ടർ, സ്മാർട്ട് ഫോൺ എന്നിവ ഉപയോഗിക്കൽ.

തെറ്റായ സ്വഭാവങ്ങൾ

മദ്യപാനം, മയക്കുമരുന്ന്, പുകവലി, കാപ്പികുടി കൂടുതലാവുക, ഉറക്കഗുളികകൾക്ക് അടിമയാവുക, ചില നീർദോഷ മരുന്നുകൾ, ഡോക്ടർ നിർദേശിക്കാത്ത മറ്റു ചില അനാവശ്യ മരുന്നുകൾ.

ചില രോഗങ്ങൾ

മാനസികം

ഉൽക്കണ്ഠ, ബൈപ്പോളാർ ഡിസോഡർ, ഡിപ്രഷൻ എന്ന വിഷാദ രോഗം, മദ്യപാനം, മാനസികസമ്മർദം (ഇവയെപ്പറ്റിയുള്ള ഭാഗങ്ങൾ വായിച്ചാലും.)

ശാരീരികം

കരൾരോഗം, ഹൃദ്രോഗം, വൃക്കരോഗം, അമ്ലാധിക്യം, പിത്താശയ രോഗം, തൈറോയ്ഡ് രോഗങ്ങൾ, ഓസ്റ്റിയോ ആർത്രൈറ്റിസ് (ഇവയെപ്പറ്റിയുള്ള ഭാഗങ്ങൾ വായിച്ചാലും.)

ഒരാൾക്ക് എത്രമാത്രം ഉറക്കം ആവശ്യമുണ്ട്?

ഇത് വലിയൊരു ചോദ്യമാണ്. ഉത്തരം ലളിതം. ഇതുവരെ അത് കൃത്യമായി കണക്കാക്കാനുള്ള സംവിധാനം വികസിച്ചിട്ടില്ല. ചിലർക്ക് എട്ടു മണിക്കൂർ മതി. ചിലർക്കത് ധാരാളം. സ്ത്രീകൾ പൊതുവെ കൂടുതലുറങ്ങുന്നവരാണ്. ഉറക്കഗവേഷണകേന്ദ്രം പറയുന്നത് 7-9 മണിക്കൂർ ഏകദേശം മുതിർന്നവർക്ക് മതിയെന്നാണ്. ഏതായാലും അത് ഉറങ്ങുന്ന ആളുടെ അഭിപ്രായത്തിനു വിടുന്നതാണ് കൂടുതൽ ശരി. നവജാതശിശു 16-18മണിക്കൂർ, 1-5 വയസ്സ് 10-12മണിക്കൂർ, 6-19 വയസ്സ് 9മണിക്കൂർ, ഗർഭിണികൾ 8+2 -3 മണിക്കൂർ എന്നിങ്ങനെ കണക്കാക്കാം.

പ്രായമാകുമ്പോൾ ഉറക്കത്തിന്റെ ആവശ്യകത കുറയുമോ?

കുറയാറുണ്ട്. N3 ഉറക്കം അവർക്ക് കുറച്ചുമതി. പക്ഷേ, ലഘുവായ N1 ഉറക്കം കൂടുതൽവേണം. കേടുപാടു തീർക്കുന്ന N3 ഉറക്കം കുറവാണ് എന്നർഥം. പക്ഷേ, മുതിർന്ന പൗരന്മാർക്ക് ഇപ്രകാരം ഉറക്കത്തിന്റെ ആവശ്യകത കുറവാണെന്നതിന് ശാസ്ത്രത്തിന്റെ തെളിവില്ല.

മരുന്നില്ലാതെയും ഉറങ്ങാം

ഉറക്കക്കുറവ് പരിഹരിക്കാൻ പല മാർഗങ്ങളുണ്ട്. അവ പെരുമാറ്റങ്ങളും സ്വഭാവങ്ങളും മാറ്റലാണ്. അവയാണാദ്യം ചെയ്യേണ്ടത്. അതായത് ജീവിതശൈലി മാറ്റണം. ആദ്യമായി ഉറക്കത്തിന്റെ ഏതാനും ആഴ്ചയുടെ ഡയറിയെഴുതി വയ്ക്കുക. ഉറക്കസ്വഭാവത്തെ വിലയിരുത്തലാണ് ആദ്യ പടി. ഉറക്കസ്വഭാവങ്ങൾ മാറ്റുന്നതിലൂടെ തന്നെ പല ഉറക്കപ്രശ്നങ്ങളും പരിഹൃതമാകും.

അവ ഇവയാണ്. പതിവുള്ള സമയം ഉറങ്ങുകയും എഴുന്നേൽക്കുകയും ചെയ്യുക. സുഖമുള്ള മെത്ത, സുഖമുള്ള മുറി, സുഖമുള്ള ശീതോഷ്ണം എന്നിവ അഭിലഷണീയമാണ്. പതിവായ വ്യായാമം കഴിയുന്നതും രാവിലെ വേണം. ഉറക്കമുറി ജോലിമുറിയാക്കരുത്. കാപ്പി, മദ്യം, പുകവലി, മുറുക്കൽ, രാത്രി അമിതാഹാരം എന്നിവ ഒഴിവാക്കുക. ഉറങ്ങുന്നതിനു മുമ്പ് ടി വി കാണുന്നത് പലർക്കും ഉറക്കം കുറയ്ക്കും. റിലാക്സേഷൻ, ശ്വാസ വ്യായാമങ്ങൾ, യോഗ എന്നിവ ഗുണംചെയ്യും. അനാവശ്യമായി പകലുറങ്ങരുത്. കിടക്കുന്നതിനു മുമ്പ് ചൂടുള്ള പാൽ കുടിക്കുന്നത് നല്ലതാണ്. പാലിലെ ട്രിപ്ടോഫാൻ ഉറക്കത്തിന് ഗുണം ചെയ്യും. മെലടോണിൻ ഔപചാരികമായൊരു മരുന്നല്ല, എന്നാൽ നല്ല മരുന്നാണ് താനും. പിനിയൽ ഗ്ലാൻഡ് സാധാരണയായി ഉൽപ്പാദിപ്പിക്കുന്ന ഹോർമോണാണ് ഇത്. ഇൻസുലിനെപ്പോലെ സ്വാഭാവികമായി ശരീരത്തിലുണ്ടാകുന്നതാകയാൽ പാർശ്വഫലമില്ല എന്ന മെച്ചവുമുണ്ട്. ഇത് സ്വാഭാവിക ശരീര ഘടികാരം നിയന്ത്രിച്ച് സാധാരണ ഉറക്കമുണ്ടാക്കുന്നു. ഇരുട്ടിൽ ഈ ഹോർമോൺ കൂടുതൽ ഉണ്ടാകുന്നു. പക്ഷേ, മെലടോണിൻ ശ്രദ്ധ കുറയ്ക്കുന്നു, ശരീരതാപം കുറയ്ക്കുന്നു എന്ന ദോഷമുണ്ട്. ജെറ്റ് യാത്ര കഴിഞ്ഞുള്ള ഉറക്കക്കുറവിനും 'രാത്രി എനിക്ക് നൈറ്റായിരുന്നു അതുകൊണ്ട് ഉറക്കം വരുന്നില്ല' എന്നു പരാതിപ്പെടുന്നവർക്കും ഇത് വളരെ നല്ലതാണ്. മറ്റുള്ള ഉറക്കക്കുറവുകൾക്കും ഇത് പ്രയോജനകരമാണ്. മെലടോണിൻ ഡോസ് പലപ്പോഴും വ്യക്തിപരമാണ്. ഗർഭിണികളിൽ ഇതിന്റെ പഠനം വളരെ വിരളമാണ്. ഇത് കൊടുക്കുമ്പോൾ പ്രൊലാക്ടിൻ കൂടുന്നതിനാൽ ഗർഭം ധരിക്കുകയില്ല. പക്ഷേ, സുരക്ഷിതത്വം കരുതി ഗർഭത്തിലും കുഞ്ഞിന് പാലുകൊടുക്കുമ്പോഴും മെലടോണിൻ കൊടുക്കാതിരിക്കുന്നതാണ് നല്ലത്. അതുപോലെ കുട്ടികളിലും മെലടോണിൻ കൊടുക്കാതിരിക്കുന്നതാണ് നല്ലത്. ഹോർമോണായ മെലടോണിൻ,

ഫ്ളുവോക്സെറ്റീൻ, സെർട്രലീൻ, പരോക്സെറ്റീൻ, മാവൊ മരുന്നുകളായ ട്രാനിൽ സിപ്രൊമീൻ, ഫെനെൽസീൻ എന്നിവയുമായി പ്രതിപ്രവർത്തിക്കുന്നതിനാൽ അവ ഉപയോഗിക്കുമ്പോൾ സൂക്ഷിക്കുകയും വേണം. തളർച്ച, ചൊറിച്ചിൽ, ഹൃദയമിടിപ്പിലെ തകരാർ, തലവേദന എന്നിവയുണ്ടാകാം. അധിക രോഗപ്രതിരോധജന്യരോഗങ്ങളുള്ളവർ, ഉദാ: സിസ്റ്റമിക് ലുപ്പസ് എരിഥെമറ്റോസിസ്, റുമറ്റോയ്ഡ് ആർത്രൈറ്റിസ് എന്നീ രോഗങ്ങളുള്ളവർ ഈ മരുന്ന് കഴിക്കരുത്.

ഉറങ്ങാതെ ഇരുന്നാൽ എന്താണ് സംഭവിക്കുക?

കുറെ ഉറക്കം നഷ്ടപ്പെട്ടതിനുശേഷം പിന്നീട് കിടന്ന് അഞ്ചു മിനിട്ടിനുള്ളിൽ ഉറക്കം വരികയാണെങ്കിൽ ഉറക്കം ആവശ്യത്തിന് കിട്ടിയിരുന്നില്ല എന്നുപറയാം. അവർക്ക് ക്ഷീണം, ശ്രദ്ധിക്കാനുള്ള കഴിവ് കുറവ്, ജോലിയിൽ കഴിവ് കുറവ്, മദ്യത്തിന് കൂടുതൽ പ്രവർത്തനം, എന്നിവ ഉണ്ടാകാം. 70 തരത്തിലുള്ള ഉറക്കത്തകരാറുകളുണ്ട്. അതിലേറ്റവും പ്രധാനം ഇൻസോമ്നിയ, ഉറക്കത്തിലെ ശ്വാസം നിൽക്കൽ, കാലുകളിലെ ചലനരോഗം, നാർക്കോലെപ്സി തുടങ്ങിയവയാണ്.

ഇൻസോമ്നിയ

ഇതിൽ ഉറക്കത്തിന്റെ ഗുണം കുറവായിരിക്കും. ഉറക്കത്തിൽ പെടുന്നില്ല, അത് തുടർന്ന് പോകുന്നില്ല. 30-50 ശതമാനം പേരിൽ ഈ പ്രശ്നമുണ്ട്. 10 ശതമാനം പേരിലിത് പഴകിയതായി നിലനിൽക്കുന്നു.

ഉറക്കത്തിലെ ശ്വാസം നിൽക്കൽ

ഉറക്കത്തിൽ ഇടയ്ക്ക് ശ്വാസം നിൽക്കുന്നു. ഇതിന്റെ ഉത്ഭവം മസ്തിഷ്കത്തിൽ നിന്നാകാം. ശ്വാസവഴിയിലെ തടസംകൊണ്ടാകാം. പലപ്പോഴും പ്രശ്നം രണ്ടുംകൂടിയതാകാം.

കാലുകളിലെ ചലനരോഗം

ഇത് രാത്രിയുണ്ടാകുന്ന കാലിലെ മയോക്ലോണസാകാം. അസുഖകരമായ കാൽ ചലിപ്പിക്കേണ്ടിവരുന്ന അവസ്ഥയാണിത്. പിടിച്ചുവലി, ഉരുണ്ടുകയറുന്നതുപോലെ തോന്നൽ, സൂചി കുത്തുന്നതുപോലെ തോന്നൽ എന്നിവയാണവ. അതുമൂലം ഉറങ്ങുന്നില്ല.

നാർക്കോലെപ്സി

പകൽ കൂടുതലുറക്കം വരുന്നു. പേശികൾ ശക്തികുറഞ്ഞ് താളുപോലെയാകുന്നു. മിഥ്യാശ്രവണം, മിഥ്യാദർശനം എന്നിവയുണ്ടാകാം. കൈകാൽ ചലിപ്പിക്കാൻ കഴിയായ്ക, അപസ്മാരത്തിനുശേഷം അറിയാതെ പെരുമാറുന്നതുപോലെ പെരുമാറുക എന്നിവയാണ്. ഈ രോഗം

പലതരത്തിലുണ്ട്. ഇവ കൂടാതെ ഇടയ്ക്കുവരുന്ന കാൽ ചലനരോഗം, കൂടുതലുള്ള ഉറക്കം, സ്വപ്നാടനം, ഭയപ്പെടുത്തുന്ന സ്വപ്നങ്ങൾ കാണൽ എന്നിവയും സാധാരണ കാണാറുണ്ട്.

ഉറക്ക ക്ലിനിക്കുകൾ

ഇവ രാത്രി രോഗിയുടെ ഉറക്കത്തിലെ എല്ലാ ശാരീരിക മാനസിക കാര്യങ്ങളും രേഖപ്പെടുത്തി രോഗനിർണയം ചെയ്ത് ചികിത്സിക്കാനുതകുന്ന മാർഗമാണ്. പൾമണോളജിസ്റ്റ് എന്നറിയപ്പെടുന്ന ശ്വാസകോശ സ്പെഷലിസ്റ്റുകളാണ് രോഗിയെ ഇപ്രകാരം പരിശോധിക്കാറുള്ളത്.

24

ഫിസിയോതെറാപ്പി

സജീവ് തണുപ്പുള്ള രാത്രിയിൽ ബസിന്റെ സൈഡ് സീറ്റിൽ ഇരുന്നുറങ്ങി. രാവിലെ നോക്കിയപ്പോൾ മുഖത്ത് ആ വശം നീര് വന്നിരിക്കുന്നു. എതിർവശം കോടിയിരിക്കുന്നു. ന്യൂറോളജിസ്റ്റ് നോക്കിയതിനുശേഷം പറഞ്ഞു 'ഇത് ഫേഷ്യൽ പാൽസിയാ ഫിസിയോ ചെയ്യണം' എന്നുപദേശിക്കുന്നു.

എന്താണ് ഫിസിയോതെറാപ്പി? ഫിസിയോതെറാപ്പി എന്ന ആരോഗ്യസേവനശാസ്ത്രം രോഗം, ആഘാതം എന്നിവ മൂലമുള്ള വൈകല്യം ഒഴിവാക്കാനും, ഏറ്റവും മികച്ച പ്രവർത്തനക്ഷമത വികസിപ്പിക്കാനും അത് തുടർന്നും ജീവിതകാലം മുഴുവൻ നിലനിർത്താനും, നഷ്ടപ്പെട്ടത് കഴിയുന്നത്ര നികത്താനും സാധാരണ ശരീരപ്രവർത്തനം വീണ്ടെടുക്കാനും, ലക്ഷ്യമിട്ടിട്ടുള്ളതാണ്. ഫിസിയോതെറാപ്പി എന്ന ചികിത്സ ശരീരശാസ്ത്രം. ശരീരത്തിന്റെ പ്രവർത്തനം, പേശീചലനം, രോഗശാസ്ത്രം, സംഭവിച്ച ആഘാതം, ലഭിച്ച രോഗവിമുക്തി എന്നിവയ്ക്കനുസരിച്ചാണ് ഫിസിയോതെറാപ്പി ആസൂത്രണം ചെയ്യുന്നത്. സാധാരണ മറ്റു വിഭാഗങ്ങളെപ്പോലെ രോഗചരിത്രവും ശരീരപരിശോധനയും ഇവിടെ ആവശ്യമാണ്. അതുപോലെ ലബോറട്ടറി പരിശോധന, സ്കാനിങ് എന്നിവയും ഉപയോഗിക്കുന്നു. ഇതിൽ ഹൃദയശ്വാസകോശ, വയോജന, ന്യൂറോളജി, അസ്ഥിരോഗ, ശിശുരോഗ ഉപവിഭാഗങ്ങളുണ്ട്. പ്രാഥമികമായി ചലനശേഷി വീണ്ടെടുക്കലാണിവിടെ ലക്ഷ്യം.

അതിനായി ലഭ്യമായ പേശിശക്തി കൃത്യമായി കണക്കാക്കുന്നു. അതാത് സന്ധി അനുവദിക്കുന്ന ചലനം പൂർണമായി ലഭിക്കാനുള്ള വ്യായാമംകൊടുക്കുക. ഇരിക്കുമ്പോഴും നിൽക്കുമ്പോഴും വീഴാതെ സന്തുലിതാവസ്ഥ നിലനിർത്തുക. പേശികളെ ശക്തി വർധിപ്പിക്കാനും ഭാരം താങ്ങാനും പരസ്പരം പ്രവർത്തിക്കാനും കഴിവുറ്റതാക്കുക എന്നിവ

യാണ് ലക്ഷ്യം. മുകളിലും അടിയിലും ചൂടേൽപ്പിക്കുക, തണുപ്പ്, ധാര, ജലചികിത്സ, വൈദ്യുതി ചികിത്സ, തിരുമ്മൽ എന്നിവ വേദന നിവാരണത്തിന് ഉപയോഗിക്കുന്നു. ചക്രക്കസേര ഏതുതരത്തിൽ വേണം, അതിനുള്ള നിർദേശങ്ങൾ കൊടുക്കുക, സഹായമില്ലാതെ നടക്കാനുള്ള പരിശീലനം, പേശി കോച്ചിവലിക്കൽ ഇല്ലാതാക്കാനുള്ള വ്യായാമം എന്നിവയും ഇതിലുൾപ്പെടുന്നു.

അപ്രകാരം ഫിസിയോതെറാപ്പി ശരീരഭാഗങ്ങൾ രോഗം ആഘാതം എന്നിവകൊണ്ട് കേടുപറ്റിയ ഭാഗങ്ങളെ ഉപയോഗിക്കാൻ പ്രാപ്തമാക്കുന്നു. ഉദാഹരണമായി ആർത്രൈറ്റിസ് ബാധിച്ച് ചലനശേഷി നഷ്ടപ്പെട്ട ഭാഗങ്ങളെ സാധാരണനിലയിലാക്കുവാൻ ശ്രമിക്കുന്നു. അതോടൊപ്പം ചുറ്റുമുള്ള പേശികൾക്ക് വ്യായാമം കിട്ടുന്നതുമൂലം ക്ഷയിച്ച് ദുർബലമാകാതിരിക്കാൻ സഹായിക്കുന്നു. ഫിസിയോതെറാപ്പിസ്റ്റുകൾ ആശുപത്രിയോടനുബന്ധിച്ചും ഇല്ലാതെയും പ്രവർത്തിക്കാറുണ്ട്. പൗരാണികകാലത്ത് ആയുർവേദം ഉഴിച്ചിൽ, തിരുമ്മൽ എന്നിവമൂലം ചെയ്തിരുന്നത് ഫിസിയോതെറാപ്പി തന്നെയാണെന്ന് കാണാം.

അതുപോലെ ഹിപ്പോക്രാറ്റിസ്, ഗാലൻ എന്നീ പാശ്ചാത്യ ചികിത്സകരും ഇതുപോലെ പഴയ ഫിസിയോതെറാപ്പി ചെയ്തിരുന്നു. അന്ന് ഇന്നത്തെ ശാസ്ത്രീയത ഉണ്ടായിരുന്നില്ല എന്നതാണ് വ്യത്യാസം. സ്വകാര്യസാമൂഹ്യരംഗങ്ങളിൽ രോഗചികിത്സ വ്യാപകമായതോടെ ഫിസിയോതെറാപ്പി ചികിത്സ കൂടുതൽ ജനകീയമായിട്ടുണ്ട്. വയോജനപരിചരണം അതിന്റെ ഏറ്റവും ഉദാത്തമായ ഉദാഹരണമാണ്. ആരോഗ്യകരമായ ജീവിതത്തിന് പൂർണമായ പരിചരണം എന്ന ആശയം ഇപ്രകാരം നടപ്പിലാവുന്നു.

1894 ൽ നാലു നഴ്സുമാർ ചേർന്ന് ഫിസിയോതെറാപ്പിക്ക് വേണ്ടി ഒരു സംഘടന രൂപംകൊടുത്തു. 1913 ൽ ന്യൂസിലാന്റിലും 1914 ൽ ഒറിഗോണിലും (യു എസ്) ഫിസിയോതെറാപ്പി വിഭാഗങ്ങൾ ഉടലെടുത്തു. 1800 മുതൽ വ്യാപകമായ പോളിയോ, അതിനുശേഷമുണ്ടായ യുദ്ധങ്ങൾ എന്നിവ ഫിസിയോതെറാപ്പി എന്ന ആവശ്യത്തിന്റെ അമ്മയായി. അങ്ങനെ ഫിസിയോതെറാപ്പി പ്രചുരപ്രചാരമായി. മാർഗരറ്റ് സാഡേഴ്സൻ, മേരി മക്മില്ലൻ എന്നിവരാണ് ഇതിന് മുൻകൈയെടുത്തത്. പിന്നീട് വിലപ്പെട്ട പല ഗവേഷണപഠനങ്ങൾ 1921 ൽ പ്രസിദ്ധീകരിക്കപ്പെട്ടു. 1924 ൽ ജോർജിയ വാം സ്പ്രിങ്സ് ഫൗണ്ടേഷൻ പോളിയോക്ക് ഫിസിയോതെറാപ്പി പ്രോത്സാഹിപ്പിച്ചു. രണ്ടാം ലോകമഹായുദ്ധത്തോടെ കൂടുതൽ ചികിത്സകളും യുദ്ധത്തിൽ മുറിവുപറ്റിയവരെ ചികിത്സിക്കലും വ്യാപകമായി.

ഇവിടെ എടുത്തുപറയേണ്ടത് പോളിയോ ഫിസിയോതെറാപ്പിയിൽ എലിസബത്ത് കെന്നിയുടെ സേവനമാണ്. ആദ്യം വ്യായാമം, തിരുമ്മൽ എന്നീ ലളിതമായ ചികിത്സകൾ മാത്രമായിരുന്നു. പിന്നീട് സങ്കീർണതകൾ കൈവരിച്ചതോടെ ഈ ചികിത്സാശാഖ വളർന്നു പുഷ്പിക്കുകയും

കൂടുതൽ കൂടുതൽ ശാസ്ത്രീയവും ഫലപ്രദമാവുകയും ചെയ്തുപോരുന്നു. ഡോക്ടർമാർ ഈ വിഷയത്തിൽ സ്പെഷലൈസ് ചെയ്തുതുടങ്ങിയത് 1974 മുതലാണ്. ആദ്യം അസ്ഥിരോഗത്തിന്റെ ഒരു ഉപവിഭാഗമായി ആരംഭിച്ചു. അതേവർഷം അന്താരാഷ്ട്ര ഓർത്തോപീഡിക് മാനിപുലേറ്റീവ് തെറാപ്പി (manipulative therapy) യുടെ രൂപീകരണത്തോടെ ഒരു സുപ്രധാന മെഡിക്കൽ വിഭാഗത്തിന്റെ പിറവിയും ഔപചാരികമായി ആരംഭിക്കുകയായിരുന്നു.

25

ഐ സി യു ക്രിട്ടിക്കൽ കെയർ ആശ്വാസ ചികിത്സ

ജീവനു ഭീഷണിയുള്ള അപകടവും അസുഖവുമുള്ളപ്പോൾ പ്രത്യേക പരിശീലനമുള്ള പല വിഭാഗങ്ങളിലുമുള്ള വിദഗ്ധർ ഒരുമിച്ച് ആസന്നനിലയിലുള്ള രോഗിയെ എല്ലാസമയവും നിരീക്ഷിക്കുകയും ചികിത്സിക്കുകയും വേണ്ടിവരും. അതിനുള്ള കേന്ദ്രമാണ് ഇന്റൻസീവ് കെയർ സെന്റർ അഥവാ ക്രിട്ടിക്കൽ കെയർ സെന്റർ.

ഇന്റൻസീവ് കെയർ യൂണിറ്റ്

വെന്റിലേറ്റർ അതിൽ ഉപയോഗിക്കുന്ന ഒരു ശ്വാസോച്ഛ്വാസയന്ത്രമാണ്. മസ്തിഷ്കം മുതൽ പേശിവരെയുള്ള ഭാഗങ്ങളുടെ പ്രവർത്തനമില്ലായ്മകൊണ്ട് ശ്വസിക്കാൻ കഴിയാത്തവരെ ഈ യന്ത്രം ഘടിപ്പിച്ച് ജീവൻ നിലനിർത്തി ചികിത്സിക്കേണ്ടിവരും. കംപ്യൂട്ടർ നിയന്ത്രണം ഉപയോഗിച്ച് എത്രകാലംവരെയും ഇത് പ്രവർത്തിപ്പിക്കാം. അല്ലാതെ കൈകൊണ്ട് ബാഗ് വാൽവ് മാസ്ക് ഉപയോഗിച്ചും പ്രവർത്തിപ്പിക്കാം.

വെന്റിലേറ്റർ ഉപയോഗിക്കുമ്പോൾ അതോടനുബന്ധിച്ചുള്ള ന്യൂമോണിയ വരാൻ സാധ്യതയുണ്ട്. ക്രിറ്റിക്കൽ കെയർ സെന്ററിൽ പ്രവേശിപ്പിക്കേണ്ടിവരുന്നത് ഓപ്പറേഷനുശേഷം, അപകടം, വലിയ രോഗാണുബാധ, കടുത്ത ശ്വാസതടസം എന്നീ അതീവഗുരുതര അവസ്ഥയിലാണ്. വെന്റിലേറ്റർ കൂടാതെ മോണീറ്ററുകൾ, സിരകളിൽ ബന്ധിപ്പിക്കുന്ന പോഷകവും മരുന്നും രക്തവുമൊക്കെ കൊടുക്കുന്ന കുഴലുകൾ, വായിലൂടെ ഭക്ഷണം കൊടുക്കുന്ന കുഴലുകൾ, മൂത്രം പോകാനുള്ള കത്തീറ്ററുകൾ, പ്രാണവായു സംവിധാനം തുടങ്ങിയ നിരവധി യന്ത്രങ്ങളുടെ പരിപൂർണനിയന്ത്രണത്തിലാകും രോഗി. ഇവ പ്രത്യക്ഷത്തിൽ ജീവൻ

നിലനിർത്തുമെങ്കിലും പലപ്പോഴും വലിയ രോഗാണുബാധയ്ക്കും സാധ്യതയേറുന്നു.

ഇതിൽക്കിടക്കുന്ന ഹതഭാഗ്യരുടെ മരണസാധ്യത വളരെ കൂടുതലാണ്. അതുകൊണ്ട് അത്യാസന്നർ ചെയ്യേണ്ടിവരുന്ന തീരുമാനങ്ങൾ ഈ ഘട്ടത്തിൽ എടുക്കുന്നത് നന്നായിരിക്കും. രക്തസമ്മർദത്തിന്റെ വ്യതിയാനം, ശ്വാസകോശ പ്രതിസന്ധി, ഹൃദയമിടിപ്പിലെ തകരാറുകൾ, വിവിധ അവയവത്തകരാറുകൾ എന്നിവ ഈ കേന്ദ്രത്തിൽ വിദഗ്ധമായി ചികിത്സിക്കപ്പെടുന്നു.

ഓപ്പറേഷനുശേഷം ഏതാനും മണിക്കൂറോ ദിവസങ്ങളോ ക്രിറ്റിക്കൽ കെയർ സെന്റർ ചികിത്സ വേണ്ടിവന്നേക്കാം. അതിനുശേഷം തൃപ്തികരമെങ്കിൽ കുറച്ചുകൂടി സങ്കീർണത കുറഞ്ഞ ക്രിറ്റിക്കൽ കെയർ വാർഡിലേക്ക് മാറ്റുന്നു. വലിയ ധാരാളം കിടക്കകളുള്ള ക്രിറ്റിക്കൽ കെയർ സെന്ററുകളിൽ ചെറിയവയെ അപേക്ഷിച്ച് മരണനിരക്ക് കുറവാണെന്ന് പഠനങ്ങൾ വ്യക്തമാക്കുന്നു. 87-150 കിടക്കകളുള്ള സ്ഥലത്ത് 21.2 ശതമാനവും 401-617 കിടക്കകളുള്ള സ്ഥലത്ത് 14.5 ശതമാനവും ആണ് മരണനിരക്ക്. വളരെ പണച്ചെലവും വിദഗ്ധസേവനവും ആവശ്യമുള്ള രംഗമാണിത്. വികസിതരാജ്യങ്ങളിൽ മെഡിവാക് ഹെലികോപ്റ്റർ (medivac helicopter) ഉപയോഗിച്ച് രോഗിയെ അപകടസ്ഥാനത്തുനിന്ന് ആശുപത്രിയിലേക്ക് പെട്ടെന്ന് മാറ്റുന്നു.

സാധാരണ ഈ കേന്ദ്രങ്ങളിൽ ചികിത്സിക്കപ്പെടുന്ന രോഗങ്ങൾ ഹാർട്ട് അറ്റാക്, വിഷബാധ, ന്യൂമോണിയ, ഓപ്പറേഷനുശേഷമുള്ള തകരാറുകൾ, മാസംതികയാതെ പ്രസവിച്ച കുട്ടി, സ്ട്രോക് എന്നിവയും റോഡപകടം, വെടിയുണ്ടയോ കുത്തോ ഏറ്റത്, വീഴ്ച, പൊള്ളൽ, വ്യവസായ അപകടം എന്നിവയാണ്.

അടിയന്തര ചികിത്സയും ക്രിറ്റിക്കൽ കെയർ സെന്റർ ചികിത്സയും തമ്മിലുള്ള വ്യത്യാസമെന്താണ്?

ക്രിറ്റിക്കൽ കെയർ സെന്റർ എപ്പോഴും ജീവനു ഭീഷണിയുള്ളപ്പോൾ മാത്രമുള്ള ചികിത്സയാണ്. അടിയന്തര ചികിത്സയാകട്ടെ ചെറുതും വലുതുമാകാം. ചെറിയ വീഴ്ച, എല്ലുപൊട്ടൽ എന്നിവ വലിയ പ്രശ്നമല്ല. എന്നാൽ ഹാർട്ട് അറ്റാക്, കത്തി, വെടിയുണ്ട എന്നിവയാലുള്ള മുറിവ്, മരുന്ന് കൂടുതൽ അകത്തുചെല്ലൽ എന്നിവ ഗുരുതരമാകാം. അവ നീണ്ടുനിന്നാൽ ഐ സി യു വിൽത്തന്നെ ചേർക്കേണ്ടിവരും.

ആരാണ് ഇന്റൻസീവിസ്റ്റ്?

അനസ്തീസിയ പരിശീലനത്തിനുശേഷം ഈ വിഭാഗത്തിൽ പരിശീലനം ലഭിച്ചവരാണ് സാധാരണ ഇന്റൻസീവിസ്റ്റ്.

ഇവിടെ കുടുംബഡോക്ടറുടെ സേവനം എപ്രകാരമാണ്?

കുടുംബഡോക്ടർക്ക് രോഗിയുടെ പൂർണചരിത്രം അറിയും. അദ്ദേഹം അത് ചികിത്സിക്കുന്ന സംഘവുമായി പങ്കുവയ്ക്കുന്നു. അവരുടെ വൈകാരികപ്രശ്നങ്ങളും സംശയങ്ങളും ദുരീകരിക്കുന്നു. രോഗിയുടെ സാഹചര്യങ്ങൾ, വിശ്വാസങ്ങൾ, മനോഭാവങ്ങൾ, ചികിത്സയിലുള്ള അഭിപ്രായങ്ങൾ കുടുംബ ഡോക്ടർക്കാണ് ഏറ്റവും നന്നായി അറിയുക. അതുകൊണ്ട് ചികിത്സാവിഭാഗവുമായി നല്ല ബന്ധം വയ്ക്കാവുന്ന വ്യക്തിയാണ് കുടുംബഡോക്ടർ.

ടെലിമെഡിസിൻ എന്നാലെന്താണ്?

ഇലക്ട്രോണിക് ആശയവിനിമയത്തിലൂടെ രോഗിയും ഡോക്ടറും തമ്മിലോ, ഡോക്ടറും ഡോക്ടറും തമ്മിലോ, ഡോക്ടറും പരിചരിക്കുന്നവരും തമ്മിലോ, ഡോക്ടറും വിവരസാങ്കേതിക സംവിധാനവും തമ്മിലോ ചർച്ചചെയ്ത് തീരുമാനിക്കുന്നതിനെയാണ് ടെലിമെഡിസിൻ എന്നു പറയുന്നത്. അത് ആശുപത്രിയും ഡോക്ടറും ചെയ്യുന്ന സേവനത്തെ പരിപോഷിപ്പിക്കാൻ മാത്രമുള്ളതാണ്. പകരംവയ്ക്കാനുള്ളതല്ല.

പ്രായോഗികമായി,

1. ഡോക്ടർക്ക് വിദൂരമായ സ്ഥലത്തുനിന്ന് ചികിത്സയ്ക്ക് മുമ്പും 24 മണിക്കൂറും 365 ദിവസവും കാര്യങ്ങൾ നിരീക്ഷിച്ചുകൊണ്ടിരിക്കാം.
2. ദേശീയവും അന്തർദേശീയവുമായ വിദഗ്ധ ഡോക്ടർമാർക്ക് രോഗിയുടെ വിവരമറിഞ്ഞ് നിർദേശംതരാൻ കഴിയും.
3. പൊതുജനാരോഗ്യ അടിയന്തരഘട്ടങ്ങളിലും, പ്രകൃതി ദുരന്തങ്ങളിലും ഡോക്ടർമാരുടെ സേവനം വിദൂരസ്ഥലങ്ങളിൽ നിന്ന് ലഭിക്കും.
4. ഇത് ടെലിഫോൺ വിളിക്കുന്നതുപോലെ എളുപ്പമാണ്.
5. സങ്കീർണമായ എക്സ്റെ, സ്കാനിങ്, ലബോറട്ടറി ഫലങ്ങൾ എന്നിവ അപ്പോൾത്തന്നെ കൊടുക്കുന്നു.
6. വിദൂരമായി രോഗിയുടെ പൾസ്, ഹൃദയപ്രവർത്തനം, താപനില തുടങ്ങിയവയെല്ലാം ഡോക്ടർക്ക് കാണാനും തീരുമാനമെടുക്കാനും കഴിയും.
7. രോഗിയുടെ വെന്റിലേറ്റർ യന്ത്രങ്ങൾ തുടങ്ങിയവയുടെ പ്രവർത്തനം വിദൂരമായി കാണാൻ കഴിയും.
8. രോഗിയും ചികിത്സകരും തമ്മിൽ ആഡിയോ വീഡിയോ ആശയവിനിമയം സാധ്യമാകും.
9. കിടക്കയിലെ ക്യാമറകൊണ്ട് വിദൂരമായി രോഗിയെ പരിശോധിക്കാം.
10. ഇവമൂലം വിദൂരത്തായ വിദഗ്ധർക്ക് നിരീക്ഷിച്ച് ചികിത്സയിലെ പിഴവുകൾ വരാതെ ഉയർന്നനിലവാരത്തിൽ ചികിത്സിക്കാം.
11. ഇവ ഡോക്ടർമാരുടെയും മറ്റു ആശുപത്രി ജോലിക്കാരുടെയും സേവനം ഉയർന്നനിലവാരത്തിലെത്തിക്കുന്നു.

ആശ്വാസചികിത്സ

When we honestly ask ourselves which person in our lives mean the most to us, we often find that it is those who, instead of giving advice, solutions, or cures, have chosen rather to share our pain and touch our wounds with a warm and tender hand. The friend who can be silent with us in a moment of despair or confusion, who can stay with us in an hour of grief and bereavement, who can tolerate not knowing, not curing, not healing and face with us the reality of our powerlessness, that is a friend who cares. -Henri Nouwen, Out of Solitude

19-ാം നൂറ്റാണ്ടോടെ ഇംഗ്ലണ്ടിൽ അവർ ലണ്ടിലും ലണ്ടനിലും ഹോസ്പീസ് പ്രസ്ഥാനം ആരംഭിച്ചിരുന്നു. എന്നാൽ ഇന്നത്തെ ആധുനിക ഹോസ്പീസ് പ്രസ്ഥാനം 1967 ൽ ഡെയിം സിസെലി സൗണ്ടേഴ്സാണ് ആരംഭിച്ചത്. സാധാരണ ഒരു ധാരണയുണ്ട്, ഈ ചികിത്സ ജീവിതാന്ത്യത്തിലേക്ക് മാത്രമാണെന്ന്. അത് ഒട്ടും ശരിയല്ല. ഇത് മാറാത്ത രോഗങ്ങൾക്ക് മാത്രമല്ല, തികച്ചും മാറുന്നരോഗങ്ങൾക്കും, നീണ്ടുനിൽക്കുന്നരോഗങ്ങൾക്കും വളരെ പ്രയോജനകരവും ആശ്വാസകരവുമാണ്. Palliare എന്ന ലത്തീൻ വാക്കിൽനിന്നാണ് Palliative medicine ഉത്ഭവിക്കുന്നത്. പാലിയേർ എന്നാൽ, ആശ്വാസം എന്നാണർഥം.

1. ആഗോളതലത്തിൽ ഈ പ്രസ്ഥാനത്തിന് ചെവിക്കൊള്ളുന്നവരും പ്രവർത്തിക്കുന്നവരും ധാരാളമുണ്ടെങ്കിലും 40 പ്രധാന രാജ്യങ്ങളിൽ 29 എണ്ണത്തിനും ഔപചാരികമായ ഒരു പാലിയേറ്റീവ് പദ്ധതിയോ പരിപാടിയോ ഇല്ലതന്നെ. ഏഴു രാജ്യങ്ങളിൽ മാത്രമാണ് ഇതിനൊരു ദേശീയ നയമുള്ളത്. ആസ്ട്രേലിയ, മെക്സികൊ, ന്യൂസിലാന്റ്, പോളണ്ട്, സ്വിറ്റ്സർലന്റ്, ടർക്കി, യു കെ എന്നിവിടങ്ങളിൽ ദേശീയനയങ്ങളുണ്ട്. ആസ്ട്രിയ, കാനഡ, അയർലണ്ട്, ഇറ്റലി എന്നിവ നയംരൂപീകരിച്ച് വരുന്നു. കേരളമാകട്ടെ വളരെ മുമ്പുതന്നെ സമൂഹാധിഷ്ടിത കേന്ദ്രങ്ങൾ സംഘടിപ്പിച്ച് സ്തുത്യർഹമാംവിധം പ്രവർത്തിച്ചുവരുന്നു. ഇവിടെ അവർക്ക് മാനസിക, സാമൂഹ്യ, ആത്മീയ സേവനങ്ങൾ ലഭ്യമാകുന്നു. എല്ലാ വിഭാഗങ്ങളെയും ഒരു സേവനക്കുടക്കീഴിൽ ഒരുമിപ്പിക്കുക എന്നതാണ് ഇവിടെ പ്രായോഗികമാകുന്ന തത്വശാസ്ത്രം. ഡോക്ടർമാർ, ഫാർമസിസ്റ്റുകൾ, നഴ്സുമാർ, സാമൂഹ്യസേവകർ, സന്നദ്ധസേവകർ എന്നിവർ ചെയ്യുന്ന സേവനം വാക്കുകൾക്കതീതമാണ്. വേദനകൊണ്ട് കഷ്ടപ്പെടുന്നവരുടെ ആശ്വാസത്തിന് അവർ പ്രതിജ്ഞാബദ്ധരും സ്വയം അർപ്പിതരുമാണ്. സമാശ്വാസത്തിന് വളരെയകലെ നിൽക്കുന്ന അവശരെ ആശ്വാസത്തിന്റെ തണലിലേക്ക് ഇവർ കൈപിടിച്ച് കൊണ്ടുപോകുന്നു. ഭൗതികവും വൈകാരികവും ആത്മീയവുമായ ആ കരുത്തിൽ അവർ

ആശ്വാസം കണ്ടെത്തുന്നു. വേദനാസംഹാരികൾക്ക് അതിന്റേതായ ഉപയോഗമുണ്ട്. പലപ്പോഴും അത് കീമോതെറാപ്പിയുടെ ഓക്കാനം, ഛർദി എന്നിവ കുറയ്ക്കുക, കഠിനമായ വേദനയ്ക്ക് മോർഫീൻ പോലുള്ളവ കൊടുക്കുക, പനി, വേദന എന്നിവയ്ക്ക് പാരാസെറ്റാമോൾ കൊടുക്കുക എന്നിങ്ങനെയായിരിക്കും. പൊതുവെ ഡോക്ടർമാരുടെ മനോഭാവം രോഗം മാറണം എന്നതാണ്. അതുകൊണ്ട് മാറാനുള്ള ചികിത്സ എന്നതാണ് ചിന്തയുടെ ഊന്നൽ.

മോർഫീൻ പോലുള്ളവ കൊടുത്താലത് രോഗിയെ അതിന് അടിമപ്പെടുത്തുമോ, പാർശ്വഫലങ്ങളുണ്ടാക്കുമോ എന്നതായിരിക്കും ഡോക്ടറുടെ വേവലാതി. ആ വ്യാകുലതയ്ക്ക് അടിസ്ഥാനമില്ലെന്ന് ഓരോ കേസും ആഴത്തിൽ പഠിക്കുമ്പോൾ വ്യക്തമാകും. കഴിഞ്ഞ രണ്ട് ദശാബ്ദങ്ങളായുള്ള അറിവും പരിചയവും ഈ മനോഭാവത്തിൽ മാറ്റം വരാനിടയാക്കിയിട്ടുണ്ട്. കഷ്ടപ്പെടുന്ന രോഗിയുടെ ശേഷിക്കുന്ന ജീവിതത്തിലെ ആശ്വാസവും ജീവിതഗുണവുമാണ് പ്രധാനം. അമേരിക്കയിൽ 100 കിടക്കയിൽ കൂടുതലുള്ള ആസ്പത്രികളിൽ 55 ശതമാനവും പാലിയേറ്റീവ് ചികിത്സയുള്ളവയാണ്. ഇപ്പോഴത്തെ ഒരു ശുഭകരമായ പ്രവണത ശരിയായ ഒരു ചികിത്സാസംഘം ഉരുത്തിരിഞ്ഞുവന്നു എന്നതാണ്.

ഇന്ന് വൈദ്യശാസ്ത്രത്തിന് തൃപ്തികരമായ ഉത്തരമില്ലാത്ത അർബുദത്തിന് മാത്രമല്ല, പഴകിയ മോശമാകുന്ന ശ്വാസകോശരോഗങ്ങൾ, വൃക്കരോഗങ്ങൾ, പഴകിയ ഹൃദ്രോഗം, എയ്ഡ്സ്, മോശമാകുന്ന ന്യൂറോരോഗങ്ങൾ തുടങ്ങി പല രോഗങ്ങൾക്കും സാന്ത്വന പരിചരണം പുതിയ സൂര്യോദയം പ്രദാനം ചെയ്തുകൊണ്ടിരിക്കുന്നു. അതുപോലെ കുട്ടികളുടെ ഗുരുതര രോഗങ്ങൾക്ക് സാന്ത്വനപരിചരണം വളരെയധികം പ്രയോജനകരമായി കാണുന്നുണ്ട്. ഇത് വളരെവേഗം വളരുന്ന ഒരു ഉപവിഭാഗമാണ്. സാന്ത്വനപരിചരണം പ്രധാനമായി ചെയ്യുന്ന സേവനങ്ങൾ ഇവയാണ്.

1 വേദന, ശ്വാസതടസം, ഓക്കാനം എന്നിവയെ ആശ്വസിപ്പിക്കുക.
2. ജീവിതത്തെയും മരണത്തെയുംകുറിച്ച് ഒരു ഗുണാത്മകചിന്ത വളർത്തിയെടുക്കുക.
3. മരണത്തെ വേഗമാക്കാനോ നീട്ടിവയ്ക്കാനോ ശ്രമിക്കുന്നില്ല.
4. മാനസിക ആത്മീയ ആവശ്യങ്ങൾ ഏകീകരിച്ച് രോഗിക്ക് ആശ്വാസം കൊടുക്കുക.
5. എല്ലാരംഗത്തും രോഗിയെ മനസിലാക്കി പിന്തുണയ്ക്കുക. കുടുംബത്തെ പിന്തുണയ്ക്കുക.
6. രോഗിയുടെ കുടുംബത്തിനുതകുന്ന ആവശ്യങ്ങൾ മനസിലാക്കി പിന്തുണ കൊടുക്കുക.
7. അതിനുപറ്റിയ സംഘമായി പ്രവർത്തിക്കുക.
8. അത് ജീവിതഗുണനിലവാരം ഉയർത്തുന്നതായിരിക്കണം.

9. അത് അസുഖത്തിന്റെ ആരംഭത്തിൽത്തന്നെ പ്രവർത്തിക്കുന്നതും മറ്റു ചികിത്സകളെ ഏകോപിപ്പിക്കുന്നതും ജീവൻ ഭംഗിയായി നില നിർത്തുന്നതും കീമൊ റേഡിയേഷൻ ചികിത്സകളുമായി ഒത്തു പോകുന്നതുമായിരിക്കണം.

26

മരണം

പോസ്റ്റ്മോർട്ടം (Postmortem)

ഓട്ടോപ്സി എന്നപേരിലും അറിയപ്പെടുന്നു. ഇത് വൈദഗ്ധ്യമേറിയ ഒരു ശവശരീരപരിശോധനയാണ്. ഫോറൻസിക് ഡോക്ടറോ, പത്തോളജിസ്റ്റ് ഡോക്ടറോ ആയിരിക്കും ഇതുചെയ്യുക. മരണകാരണം ഏതെല്ലാമാണ് എന്നു തീരുമാനിക്കാൻ ഇത് വളരെ സഹായിക്കുന്നു. അത് അപകടമാണോ, ആത്മഹത്യയാണോ, കൊലപാതകമാണോ, സ്വാഭാവികമായിവരുന്ന രോഗംമൂലമാണോ, ഇതിലൊന്നും പെടാത്തതാണോ എന്ന് പോസ്റ്റുമോർട്ടത്തിലൂടെ മനസിലാക്കാൻ കഴിയും. മരണത്തിനുമുമ്പ് നടന്ന പ്രാണരക്ഷാർഥമുള്ള പോരാട്ടത്തെളിവുകൾ, മുറിവുകൾ, ലൈംഗികാക്രമണത്തെളിവുകൾ എന്നിവ സുപ്രധാനമാകും. വിഷം കഴിച്ചതാണെങ്കിൽ വയറിലെ സാധനങ്ങൾ, രക്തത്തിലെ രാസവ്യത്യാസങ്ങൾ, കരൾ, ആമാശയം, കുടൽ തുടങ്ങിയ മറ്റവയവങ്ങളിലെ വ്യത്യാസങ്ങൾ എന്നിവ സുപ്രധാന തെളിവുകളാകും. വിഷപദാർഥങ്ങൾ മരണശേഷം നശിപ്പിക്കപ്പെടുന്നില്ല. ആ മൃതശരീരം നിശ്ശബ്ദവേദനയോടെ പ്രതിക്കെതിരെയുള്ള തെളിവുകളെല്ലാം ശരിക്കും സൂക്ഷിച്ച് വെച്ചിരിക്കും. അത് വെളിച്ചത്ത് കൊണ്ടുവരേണ്ടത് ജീവിച്ചിരിക്കുന്നവരുടെ ധാർമിക ബാധ്യതയാണ്. പോസ്റ്റുമോർട്ടം അപ്രകാരം ശരിയായ രോഗം കണ്ടുപിടിക്കുന്നതിനോ, മെഡിക്കൽ ഗവേഷണത്തിനോ, നിയമത്തിന് തെളിവ് ലഭിക്കുവാനോ വേണ്ടിയാണ് ചെയ്യുന്നത്. പുറമെയുള്ള പരിശോധനകൊണ്ടുമാത്രം ആവശ്യത്തിനുള്ള തെളിവുകൾ ലഭിച്ചേക്കാം. പൂർണമായ പരിശോധന കൂടാതെ അവയവങ്ങളുടെ രാസപരിശോധനയുംകൂടി മറ്റുകേസുകൾക്ക് വേണ്ടിവന്നേക്കാം. പകൽ വെളിച്ചത്തിൽ പരിശോധിക്കണമെന്ന് നിബന്ധനയുള്ളതുകൊണ്ട് വൈകിട്ട് അഞ്ചുമണിക്ക് മരിച്ചാലും പിറ്റേദിവസം രാവിലെ മാത്രമേ പോസ്റ്റുമോർട്ടം

ചെയ്യാനാകൂ. സൂര്യപ്രകാശത്തിൽ നിറങ്ങൾ തെറ്റാതെ അറിയാൻ വേണ്ടിയാണിത്.

വൈദ്യശാസ്ത്രത്തിലെ കാണാപ്പുറങ്ങൾ വെളിച്ചത്തുകൊണ്ടുവരാനും തുടർച്ചയായ ശാസ്ത്രീയ മുന്നേറ്റത്തിനും ഓട്ടോപ്സികൾ കൂടിയേ തീരൂ. അപ്രകാരം ഹൃദയാഘാതം വന്നു മരിച്ചവരിൽ 25 ശതമാനം രോഗനിർണയത്തകരാറു സംഭവിച്ചതായി മനസിലായി. അതിൽ നിന്നുള്ള നിഗമനങ്ങൾ മനസിലായതിനുശേഷം അത്തരം രോഗനിർണയ തകരാറുകൾ വളരെക്കുറഞ്ഞു. അതുപോലെ 171 മെഡിക്കൽ ഓട്ടോപ്സി നടത്തിയതിൽ 21 പേരിൽ അർബുദവും 12 പേരിൽ സ്ട്രോക്കും, 10 പേരിൽ ശ്വാസകോശത്തിൽ എംബോളസും (രക്തത്തിൽ വായു കുമിളയോ, രക്തക്കട്ടയോ, കൊഴുപ്പ് കട്ടയോ)9 പേർക്ക് ഹൃദയത്തിനുള്ളിൽ രോഗാണുബാധയും ഉള്ളതായി കണ്ടെത്തി. ജീവിച്ചിരിക്കുമ്പോഴത് മനസിലായിരുന്നില്ല.

ശവശരീരം സംബന്ധിച്ച അന്ധവിശ്വാസങ്ങൾ

ഭാരതീയസംസ്കൃതിയും ദർശനവുമനുസരിച്ചുള്ള പുനർജന്മ വിശ്വാസത്തിൽ ദേഹി അനശ്വരവും ദേഹം നശ്വരവുമാണ്. 'ത്വങ്മാംസരുധിര സ്നായുമലമൂത്രപൂരിത'മായ ശരീരം നിന്ദ്യമാണെന്ന് ആദിശങ്കരൻ പറയുന്നുണ്ട്. ആ ശരീരം ത്യജിച്ച് ദേഹി നിരന്തരമായി ഓരോ ജന്മത്തിലും പുതിയ ശരീരങ്ങളെ സ്വീകരിച്ചുകൊണ്ടിരിക്കുന്നു, പരബ്രഹ്മത്തിൽ ലയിക്കുംവരെ ദേഹി അനശ്വരമാകുന്നു. ഈ വിശ്വാസമാണ് ശവശരീരത്തിനോട് ഹിന്ദുക്കൾക്ക് അശുദ്ധം തോന്നുന്നതിന്റെ അടിസ്ഥാനം. പുല എന്ന ആചാരം, ക്ഷേത്രസമീപത്തുകൂടെ ശവം കൊണ്ടുപോകുന്നതിലെ കടുത്ത വിലക്ക്, ശ്മശാനങ്ങൾക്കെതിരെയുള്ള സമീപവാസികളുടെ അറപ്പും വെറുപ്പും അതുകൊണ്ടുള്ള സമരങ്ങൾ എന്നിവ ഈ അന്ധവിശ്വാസം മൂലമാണ്. ആയുർവേദം ഒരു ശാസ്ത്രമാകാതെ ശ്ലോകങ്ങളിൽ തളച്ചിടപ്പെടേണ്ടിവന്നതും ശവശരീരം കീറിമുറിച്ച് പരിശോധിച്ച് ശരീരഘടനയും പ്രവർത്തനവും പഠിക്കാൻ വൈദ്യവിദ്യാർഥികൾക്ക് അവസരം നിഷേധിക്കപ്പെട്ടതുകൊണ്ടാണ്. ശരീരം തൊട്ട് പരിശോധിക്കേണ്ടിവരുന്നതുകൊണ്ടാണ് കീഴ്ജാതി ഡോക്ടർമാർക്ക് പണ്ട് സർക്കാർ സർവീസിൽ ജോലി നിഷേധിക്കപ്പെട്ടിരുന്നത്. അതുകൊണ്ടാണ് ഡോക്ടർ പൽപ്പുവിന് ഉന്നതബിരുദമുണ്ടായിരുന്നിട്ടുകൂടി സ്വന്തം നാടായ തിരുവിതാംകൂർ വിട്ട് മൈസൂരിൽ ജോലി സ്വീകരിക്കേണ്ടി വന്നത്.

ഹാ വിജിഗീഷു മൃത്യുവിന്നാമോ ജീവിതത്തിൻ കൊടിപ്പടം താഴ്ത്താൻ ! -വൈലോപ്പിള്ളി.

There is no cure for birth and death save to enjoy the interval-George Santayana.

മൃത്യുവിന്റെ നേട്ടം എപ്പോഴും താൽക്കാലികം മാത്രമാണ്. അതിന് മനുഷ്യരാശി പരമോന്നതമായി ഉയർത്തിയ വിജയക്കൊടിക്കൂറ താഴ്ത്തുവാൻ തീർത്തും അശക്തമാണ്.

അതെ മൃത്യു ഒരു ക്ഷണിക്കപ്പെടാത്ത അതിഥിയാണ്. മനുഷ്യമഹത്വം പരമോന്നതമാണെന്ന് ഉറക്കെ വിളംബരം ചെയ്തുകൊണ്ടാണ് ഓരോ ജന്മവും തിരശ്ശീലയ്ക്കു പിന്നിൽ മറയുന്നത്. ജനനവും മരണവും ആർക്കും കൃത്യമായി പ്രവചിക്കുക വയ്യല്ലോ. ആദിമമനുഷ്യൻ ചിന്തിക്കാനാരംഭിച്ചത് അതുവരെ തന്നോടൊപ്പം സന്തോഷത്തിലും ദുഃഖത്തിലും തോളോടുതോൾ ചേർന്നുനിന്ന വ്യക്തി പെട്ടെന്ന് നിശ്ചേഷ്ടനായി കിടക്കുന്നതു കാണുന്നതോടെ ആയിരിക്കണം. എല്ലാ മതങ്ങളും തത്വശാസ്ത്രങ്ങളും മരണം എന്ന പ്രഹേളികയ്ക്ക് ഉത്തരം കാണാൻ ശ്രമിച്ചു. മിക്ക മതങ്ങളും പുനർജന്മവും ആത്മാവും അവതരിപ്പിച്ച് മനുഷ്യനെ ആശ്വസിപ്പിക്കുന്നു. ജൈവശാസ്ത്രപരമായി മരണം എന്നത് സ്ഥിരമായുള്ള ജൈവപ്രവർത്തനങ്ങളുടെ അവസാനമാണ്. അപ്പോൾ ഇ ഇ ജി നേർവരയാകുന്നു. രോഗം ഗുരുതരമായി മരണം ഏതാണ്ടുറപ്പാണ് എന്ന ഘട്ടത്തിൽ, നിങ്ങൾക്ക് മാരകരോഗമാണ് എന്ന അശുഭവാർത്ത പറയുന്നതെങ്ങനെ?

ഇവിടെ രോഗനിർണയത്തോടൊപ്പം തന്നെ വിധിയും നിർണയിക്കപ്പെടുന്നു. മുൻകാലങ്ങളിൽ രോഗിയോട് ഇതെല്ലാം രഹസ്യമാക്കി വയ്ക്കുകയാണ് പതിവ്. എന്നാലിന്ന് കഴിയുന്നത്ര വിവരം അവർക്ക് പകരണമെന്നതാണ് പൊതുസമന്വയവും നയവും. തീർച്ചയായും മാനസികാഘാതവും സത്യവും തമ്മിലാണിവിടെ സംഘർഷമുണ്ടാവുക. ജനാധിപത്യത്തിന്റെയും വ്യക്തിസ്വാതന്ത്ര്യത്തിന്റെയുമായ ഈ ആധുനികയുഗത്തിൽ രോഗീപരിചരണത്തിന് രോഗിയുടെ അറിഞ്ഞുള്ള അനുവാദം അനിവാര്യമാണ്. അതേസമയം വ്യക്തിയെന്ന നിലയിൽ ആ അശുഭവാർത്ത അദ്ദേഹത്തിന് മാനസികസംഘർഷം ഉണ്ടാക്കുമോ എന്ന യാഥാർഥ്യവും പരിഗണിക്കണം. 120 പേരിൽ നടത്തിയ പഠനം വ്യക്തമാക്കിയത് 83 ശതമാനം പേരും അതറിയണമെന്നും മറിച്ച് 55 ശതമാനം ബന്ധുക്കൾക്കും തോന്നിയത് അത് പറയേണ്ട എന്നുമാണ്. ഇപ്പോൾ പല ആശുപത്രികളും പരിശോധനകൾക്ക് മുമ്പ് രോഗികളോട് ഇത്തരം ഫലങ്ങൾ അറിയിക്കണമോ എന്നു മുൻകൂട്ടി ചോദിച്ച് വയ്ക്കാറുണ്ട്.

ശരിയായ സമീപനം അദ്ദേഹം എത്രത്തോളം കാര്യങ്ങൾ ഊഹിച്ചിരിക്കുന്നു എന്നറിയലാണ്. പിന്നെ എന്താണറിയാനാഗ്രഹം എന്നു മനസിലാക്കി സത്യം പറയലാണ്. അതേസമയം അതറിയാനാഗ്രഹിക്കാത്ത 17 ശതമാനത്തിലദ്ദേഹം പെടുന്നുണ്ടോ എന്നും അറിയണം. രോഗിയുടെ സ്വാതന്ത്ര്യമെന്നാൽ രോഗത്തെപ്പറ്റി അറിയാനുള്ള അവകാശവും ആ സത്യം പകർന്നുകിട്ടാനുള്ള അവകാശവുമാണ്.

രോഗിയോട് അപ്രകാരം ഒരാൾ പറഞ്ഞാൽ അത് എപ്രകാരമെടുക്കു

മെന്നു ഡോക്ടർ സ്വയം സങ്കൽപ്പിച്ചുനോക്കണം. അത് കൂടുതൽ അനുകമ്പയോടെ വിവരം പകരുവാനും രോഗിയെ നേരിടുന്നതിനേക്കാൾ പ്രതിരൂപമായി അരികിലിരിക്കാനും കഴിയും. അശുഭവാർത്ത പറയാൻ സ്വാഭാവികമായും അതിന്റേതായ സമയമെടുക്കും. അതു കേൾക്കുമ്പോൾ പ്രയാസം, അത്ഭുതം, ഞെട്ടൽ, അവിശ്വസനീയത എന്നിവയെ അഭിമുഖീകരിക്കാൻ തയാറാവുകയും വേണം. കാര്യം വെളിപ്പെടുത്തിക്കഴിഞ്ഞാൽ അദ്ദേഹത്തെ നിസ്സഹായനാകാൻ വിടരുത്. തുടർന്നു ബന്ധപ്പെടാൻ അവസരം ഒരുക്കിയിരിക്കണം. സാധാരണ വിവരങ്ങൾ അറിഞ്ഞാൽ ബുദ്ധിപൂർവം ചിന്തിക്കാനും സംശയിക്കാനുമുള്ള കഴിവ് നഷ്ടപ്പെടാറില്ല. സമാനസന്ദർഭത്തിൽ സ്വന്തം വികാരങ്ങൾ വിലയിരുത്തിനോക്കണം. അശുഭവാർത്ത പറയാൻ ചാഞ്ചല്യമുണ്ടെങ്കിൽ പറ്റിയ അനുകമ്പയുള്ള സഹപ്രവർത്തകനെയും കൂടെക്കൂട്ടുക.

മാനസിക പിന്തുണ

അശുഭവാർത്തയുടെ അശനിപാതം വീഴുന്നതോടെ സാധാരണ രോഗികൾ അഞ്ചു ഘട്ടങ്ങളിലൂടെ കടന്നുപോകുന്നു.

നിഷേധം.

“ഓ അത് ശരിയായിരിക്കില്ല..” അതാവും ആദ്യപ്രതികരണം.

ദേഷ്യം.

ഇത് ചികിത്സകനോടാകാം. ‘എന്തുകൊണ്ടിത് എനിക്ക്’ എന്നു ചിന്തിക്കുന്നു. പ്രതികരണം മനസിനകത്തോ പുറത്തോ ആകാം.

വിലപേശൽ.

‘‘എനിക്കെന്റെ പേരക്കുട്ടി ജനിക്കുന്നത് കാണണം.” എന്നാകും അടുത്ത പ്രതികരണം.

വിഷാദം.

‘ദൈവമേ എന്നെ എന്റെ കുടുംബത്തിൽനിന്നും അകറ്റരുതെ” എന്ന പ്രാർഥനയാകും അടുത്തത്.

അംഗീകരിക്കൽ

ഈ സമയത്ത് അദമ്യമായി മരണത്തെ സ്വാഗതം ചെയ്യുന്നു. ആസന്ന മരണനായ രോഗിക്ക് വികാരം പ്രകടിപ്പിക്കാനുള്ള അവസരം സ്വാഗതം ചെയ്യേണ്ടതാണ്. വിഷാദം തോന്നുന്ന ഡിപ്രഷനുള്ള അവസരത്തിൽ അതിനുള്ള മരുന്ന് കൊടുക്കണോ എന്നു ചിന്തിക്കണം. വിശപ്പ് കുറവ്, അനാവശ്യ കുറ്റബോധം, സന്തോഷം കാണാൻ കഴിയായ്ക, ആത്മവിശ്വാസമില്ലായ്മ എന്നിവ ചികിത്സിക്കപ്പെടണം. രോഗനിർണയ സമയത്ത് 50 ശതമാനം പേരിലും ഉൽക്കണ്ഠയോ ഡിപ്രഷനോ ഉള്ളതായും അവരുടെ ജീവിതഗുണം കുറയുന്നതായും തെളിഞ്ഞിട്ടുണ്ട്. തുടർന്നുള്ള ഒരു കൊല്ലത്തിനുള്ളിൽ 10 ശതമാനം പേർക്ക് വിദഗ്ധന്റെ

സേവനം ആവശ്യമാകുന്നത്ര പ്രശ്നമുള്ളതായും തെളിഞ്ഞിട്ടുണ്ട്.

ഇവിടെ എല്ലാ ആരോഗ്യസാമൂഹ്യപ്രവർത്തകർക്കും മാനസിക ആവശ്യങ്ങൾ മനസിലാക്കി ഫലപ്രദമായ വിവരം നൽകാനും ആശയ വിനിമയം നടത്താനും പൊതു മാനസികപിന്തുണ കൊടുക്കാനും കഴിയും. കൂടുതൽ പരിശീലനം ലഭിച്ചവർക്ക് മാനസികപ്രശ്നങ്ങൾ ടെസ്റ്റുകൾ മുഖേന കണ്ടുപിടിക്കാനും പ്രശ്നപരിഹാരാർഥമുള്ള കൗൺസിലിങ്ങും കൂടുതൽ പ്രത്യേകപരിശീലനം ലഭിച്ചവർക്ക് ഡിപ്രഷനും ഉൽക്കണ്ഠക്കുമുള്ള തെറാപ്പിയും കൊടുക്കുവാനും കഴിയും. പ്രത്യേകപരിശീലനം ലഭിച്ച മാനസികാരോഗ്യപ്രവർത്തകർക്ക് തെറാപ്പിയും കൊഗ്നിറ്റീവ് ബിഹേവിയർ തെറാപ്പിയും കൊടുക്കാൻ കഴിയും.

സമൂഹത്തിന്റെ പിന്തുണ

സമൂഹത്തിന്റെ പിന്തുണ തീർച്ചയായും പരിഗണിക്കപ്പെടണം. ബന്ധുക്കളും സുഹൃത്തുക്കളുമില്ലാത്തവർ സമൂഹപിന്തുണയ്ക്കായി ദാഹിക്കുന്നു. അവർക്കത് കൊടുക്കണം. വ്യക്തിപര ശരീരശുചീകരണം അവശരായ അവർക്ക് അത്യന്താപേക്ഷിതമാണ്. സർക്കാർ സാമ്പത്തികസഹായങ്ങൾ പോലുള്ളവ സംഘടിപ്പിച്ചു കൊടുക്കണം. വിശ്രമവും സ്നേഹപരിചരണത്തിനുമാണവർ ദാഹിക്കുന്നത്.

ആത്മീയപിന്തുണ

ഇത് വിധിവിശ്വാസം, ജീവിതലക്ഷ്യം, നമ്മെക്കാൾ വലിയ ഒരു ശക്തിയുണ്ടോ എന്നെല്ലാമുള്ള തത്വചിന്താപരമായ വിഷയങ്ങളിലേക്ക് വലിച്ചിഴയ്ക്കപ്പെടേണ്ടതില്ല. ഇവിടെ ആസന്നമരണനായ വ്യക്തിയുടെ സുഖവും സന്തോഷവും മാത്രമാണ് മുന്നിലുള്ളത്. അതെ അതുമാത്രം. സംഘടിതമതങ്ങൾക്ക് അതിനുള്ള സ്ഥിരം സംവിധാനങ്ങളുണ്ട്. പക്ഷേ, വ്യക്തിയുടെ ആവശ്യമനുസരിച്ച് ഏത് വിശ്വാസവും ഏതൊരു വ്യക്തിയും അംഗീകരിക്കണം. എല്ലാ സേവനപ്രവർത്തകർക്കും ഇതേപ്പറ്റി ബോധമുണ്ടായിരിക്കണം. ഇത് സമയമനുസരിച്ച് മാറിക്കൊണ്ടിരിക്കാം എന്നുമോർക്കണം.

സേവകർക്കുള്ള പിന്തുണ

സേവകരെയും രോഗിയുടെ കുടുംബത്തെയും പിന്തുണയ്ക്കേണ്ടതും ആവശ്യമാണ്. ഇവരാണ് പരിചരണത്തിലെ സുപ്രധാന കണ്ണികൾ. അവർക്കതിനുള്ള കഴിവും ശക്തിയും ആവശ്യമാണ്.

സംഘടിതശക്തി

സംഘടിതശക്തി വളരെ സുപ്രധാനമാണ്. ഒരു വ്യക്തി എത്രമാത്രം കഴിവ് പ്രയോഗിക്കാമെങ്കിലും സംഘടിതസേവനത്തിന് ഒരിക്കലും പക

രക്കാരനാവുകയില്ല.

ഇംഗ്ലണ്ടിലാണ് ഹോസ്പീസ് പ്രസ്ഥാനവും സാന്ത്വനപരിചരണവും ആദ്യമായി ആരംഭിച്ചത്. കേരളത്തിൽ തൃശൂരും കോഴിക്കോടും സാന്ത്വന പരിചരണം സംഘടിതമായി സ്തുത്യർഹമാംവിധം പ്രവർത്തിച്ചുപോരുന്നുണ്ട്. മാത്രമല്ല, കേരളത്തിൽ എല്ലായിടത്തും വ്യാപകമായി ഈ ദിശയിലുള്ള പ്രവർത്തനമുണ്ട്.

കുഴിവെട്ടി മൂടുക വേദനകൾ, കുതികൊൾക ശക്തിയിലേക്ക് നമ്മൾ-ഇടശ്ശേരി

"To pity distress is but human; to relieve it is Godlike"-Horace Mann.

വേർപാടിന്റെ വേദനകളിൽ നിന്നും ശക്തിയിലേക്ക് കുതിക്കാനാണ് ഇവിടെ കവി നമ്മെ ആഹ്വാനം ചെയ്യുന്നത്. അപ്രകാരം വേദനകളെ കുഴിവെട്ടി മൂടാനും ശക്തിയിലേക്ക് കുതികൊള്ളാനും എത്രപേർ പ്രാപ്തരാകും? വേദനകളെ ശക്തിയാക്കി മാറ്റാനുള്ള കഴിവ് എത്ര പേരിലുണ്ട്.

എന്താണ് വേർപാട്? അതിന്റെ വേദന എന്താണ്?

മനോവേദന ഉത്ഭവിക്കുന്നത് എപ്രകാരമെന്ന് മനസിലാക്കിയാൽ മാത്രമേ ആ വേദന എന്താണെന്നും അതിന് എന്തെങ്കിലും ആശ്വാസം പകരാനും കഴിയൂ. അത് ആർക്കുമെപ്പോഴും സംഭവിക്കാം എന്ന പരമ സത്യം ഉൾക്കൊള്ളലാണ് സുപ്രധാനം. ദുഃഖത്തിന് മാനസികം മാത്രമല്ല ശാരീരികമാനങ്ങളുമുണ്ട്. അവ മനസിലാക്കണം, ഉൾക്കൊള്ളണം. ദേഷ്യം, ദുഃഖം, ആശയക്കുഴപ്പം, ക്ഷീണം എന്നിവയാണവ. അത് പലരിലും പലതരത്തിലാകും. കുട്ടികൾ മരണത്തെ വ്യത്യസ്തമായാണ് കാണുന്നത്. അതുകൊണ്ട് അവരുടെ അനുഭവവും വ്യത്യസ്തമായിരിക്കും.

നഷ്ടങ്ങൾ പല നിലവാരത്തിലും തലത്തിലുമായിരിക്കും. സർവസ്വമായ ഒരു കുഞ്ഞിനെ നഷ്ടപ്പെടുക, മാതാപിതാക്കളെ നഷ്ടപ്പെടുക, ഭാര്യയെയോ ഭർത്താവിനെയോ നഷ്ടപ്പെടുക, സ്നേഹിതനെ നഷ്ടപ്പെടുക, വളർത്തുമൃഗത്തെ നഷ്ടപ്പെടുക, സ്നേഹിച്ച ആളെ നഷ്ടപ്പെടുക എന്നിവയെടുക്കുക. ഇതിലെല്ലാം ദുഃഖം വ്യത്യസ്തമാണെങ്കിലും അതിന്റെ ആഴവും വ്യാപ്തിയും ഒട്ടും കുറവായിരിക്കണമെന്നില്ല. ചെറിയ വലിയ കാര്യങ്ങൾ, ഒരു നോക്ക്, ഒരു വാക്ക് ഒരു സാന്ത്വനം അതാണവർ ആഗ്രഹിക്കുന്നത്. അതവർ തീർച്ചയായും അർഹിക്കുന്നു. അവ പ്രത്യക്ഷത്തിൽ നിസ്സാരമെങ്കിലും നമുക്ക് അവസരത്തിനൊത്ത് നിർലോഭം കൊടുത്താൽ ഒരു വലിയ ഡിപ്രഷൻ ഒഴിവാക്കാം. കുട്ടികളോട് കാര്യം ലളിതമായി പറഞ്ഞു മനസിലാക്കുക. അവർക്ക് പലതും അറിയാനുണ്ടാകും.

മരണത്തിൽ നിന്ന് ചില മാനസിക ഉൾക്കാഴ്ചകൾ ലഭിക്കാനുണ്ട്. മനുഷ്യൻ ചിന്തിക്കാൻ ആരംഭിച്ചതുതന്നെ മരണം മുന്നിൽ കണ്ടതിനു ശേഷമായിരുന്നല്ലോ.

ചിരിക്കുമ്പോൾ കൂടെ ചിരിക്കുന്നതിനേക്കാൾ കരയുമ്പോൾ കൂടെ കരയാൻ ആളുണ്ടാവുകയാണ് കൂടുതൽ നല്ലത്. അല്ലേ?

27

സമാന്തര ചികിത്സാരീതികൾ

സമാന്തരചികിത്സകൾ സാധാരണ ആധുനികചികിത്സയുടെ ഭാഗമാകുന്നില്ല. അതിനു പകരമായി ഉപയോഗിക്കുന്നു. എന്നാൽ, അനുരൂപ ചികിത്സകളാകട്ടെ സാധാരണചികിത്സയ്ക്കൊപ്പം ഉപയോഗിക്കുന്നു. ഉദാ: അക്യുപങ്ചർ, ഔഷധസസ്യങ്ങളുപയോഗിച്ചുള്ള ചികിത്സ എന്നിവ.

ഇവയുടെയെല്ലാം പ്രണേതാക്കൾ ഉന്നയിക്കുന്ന അവകാശവാദങ്ങൾക്ക് ഗവേഷണഫലത്തിന്റെ പിൻബലമില്ല. പല ചികിത്സകളുടെയും ഫലപ്രാപ്തിയെപ്പറ്റിയുള്ള പഠനങ്ങൾ നടക്കുന്നതേയുള്ളൂ. ലോകത്താകെ നോക്കുകയാണെങ്കിൽ ഇത്തരം ചികിത്സയ്കൾ ഏകദേശം 2000-ത്തോളം വരും. അവ സംസ്കാരം, വിശ്വാസം, മതം, സാമ്പത്തിക സാഹചര്യം എന്നിവയുമായി അഭേദ്യമായി ബന്ധപ്പെട്ടുകിടക്കുന്നു. ചില സന്ദർഭങ്ങളിൽ അനുരൂപ ചികിത്സ ഒരു ആധുനിക ഡോക്ടർ രോഗിക്കത് മെച്ചമെന്ന് പൂർണവിശ്വാസത്തിലെടുത്ത് ശുപാർശ ചെയ്യാറുണ്ട്. ഉദാഹരണമായി ഓപ്പറേഷൻ ചെയ്യാനാകാത്ത അവസാനഘട്ട അർബുദത്തിന് റേഡിയേഷനും കീമൊതെറാപ്പിയുമൊന്നും പരീക്ഷിക്കാതെ ഏതെങ്കിലും ആശ്വാസമാകാവുന്ന അനുരൂപ ചികിത്സ ശുപാർശ ചെയ്തേക്കാം.

പ്രധാന ചികിത്സാരീതികൾ

(i) അക്യുപങ്ചർ

ചൈനീസ് സംസ്കാരവുമായി അഭേദ്യമായി ബന്ധപ്പെട്ടു കിടക്കുന്ന ഈ ചികിത്സാരീതിക്ക് ഏകദേശം 2500 വർഷത്തോളം പഴക്കമുണ്ട്. മിങ് ചക്രവർത്തിയുടെ കാലം മുതൽ പ്രയോഗത്തിലുണ്ട്. 200 ബി സിയിലെ *നീച്ചിങ്* ആണ് പ്രാമാണിക ഗ്രന്ഥം, *അഷ്ടാംഗഹൃദയം* പോലെ. ഷാങ്

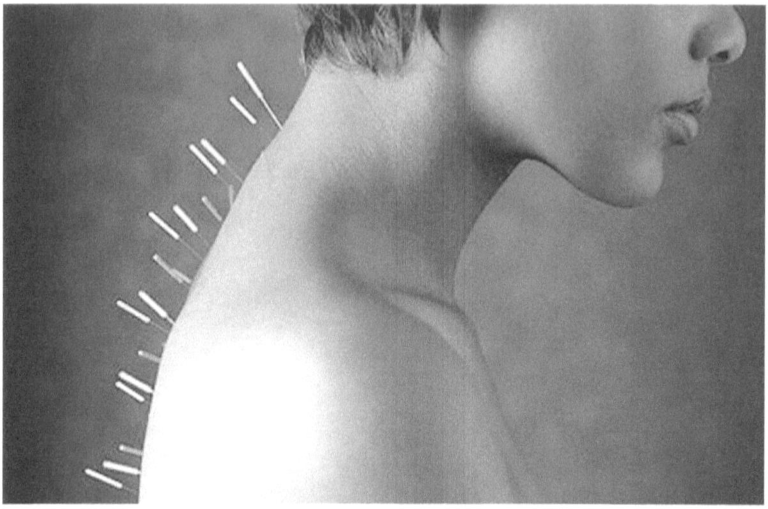

അക്യുപങ്ചർ ചികിത്സ

ചക്രവർത്തിമാരുടെ (1600–1100 ബി സി) കാലത്ത് മോക്സിബസ്റ്റ്യൻ (Moxibustion) രീതിയും പ്രചാരത്തിലുണ്ടായിരുന്നു. ജപ്പാനിലും കൊറിയയിലും ചെയ്യുന്ന ചികിത്സകൾ കുറച്ച് വ്യത്യസ്തമാണ്. Acupuncture എന്ന വാക്കിൽ acu എന്നാൽ അറ്റത്തുള്ള അതായത് കൈകാലുകൾ. puncture എന്നാൽ സൂചി കയറ്റുക എന്നാണർഥം. പുരാതനകാലത്ത് നേരിയ മൂർച്ചയുള്ള മുളച്ചീളുകളാണ് ഉപയോഗിച്ചിരുന്നത്. അക്യുപങ്ചറിലെ രാഷ്ട്രീയം രസകരമാണ്. റിച്ചാർഡ് നിക്സൺ ചൈന സന്ദർശിച്ചതോടെ അക്യുപങ്ചർ അമേരിക്കയിൽ വളരെ പ്രചാരം സിദ്ധിച്ചു. സാംസ്കാരികവിപ്ലവകാലത്ത് വിഭവശേഷിക്കുറവും മരുന്നുകളുടെ ദൗർലഭ്യവും പരിഗണിച്ച് മാവൊ അക്യുപങ്ചർ പ്രോത്സാഹിപ്പിച്ചു. ശരീരത്തിലാകമാനം 'ചി' എന്ന ശക്തി ഒഴുകിക്കൊണ്ടിരിക്കുന്നു.

അവയ്ക്ക് പ്രവാഹപാതകളുണ്ട്. അതിലെ തടസങ്ങൾ രോഗമുണ്ടാക്കുന്നു. യിങ്ങും യാങ്ങും സ്ത്രീപുരുഷന്മാരാണ്. പഞ്ചഭൂതങ്ങളുണ്ട്. രോഗകാരണം 'താവൊ' അനുസരിച്ച് ജീവിക്കാത്തതുകൊണ്ടാണ്. ഊർജപ്രവാഹപാതയിലാണ് അക്യുപങ്ചർ സൂചികൾ കുത്തുന്നത്. അത് വിദ്യുച്ഛക്തി ഉപയോഗിച്ച് പ്രചോദിപ്പിക്കയും വിരലുകൊണ്ട് തിരിക്കുകയുമൊക്കെ പതിവുണ്ട്. സാധാരണ 20 മിനിട്ടു നേരമായിരിക്കും ചികിത്സ. അവ കോഴ്സ് പോലെ നിശ്ചിതദിവസം ആവർത്തിച്ചു ചെയ്യാറുണ്ട്. ഇവിടെ പ്രത്യായനം (Hypnosis) ചികിത്സയിൽ സംഭവിക്കുന്നുണ്ട് എന്ന കാര്യം തള്ളിക്കളയാനാവില്ല. അതുകൊണ്ട് വേദനകൾ, ഓക്കാനം, ഛർദി, തലവേദന എന്നിവയ്ക്ക് ആശ്വാസം ഉണ്ടാകാറുണ്ട്.

(ii) അലക്സാണ്ടർ ടെക്നിക് (Alexander Technique)

അലക്സാണ്ടർ എന്നുപേരായ പ്രാസംഗികനും നടനുമാണ് ഇത് കണ്ടുപിടിച്ചത്. അദ്ദേഹത്തിന് ഒരിക്കൽ തന്റെ ആകർഷകമായ ശബ്ദം നഷ്ടപ്പെടുകയുണ്ടായി. അതിന് ശാരീരികമായ കാരണങ്ങൾ ഒന്നും കണ്ടുപിടിക്കാനായില്ല. പല കോണുകളിലുംവെച്ച് തന്റെ ചലനങ്ങൾ നിരീക്ഷിച്ച അലക്സാണ്ടർ താൻ അനാവശ്യമായി ശരീരം സങ്കോചിപ്പിക്കുന്നതായി മനസിലാക്കി. അത് ദേഹഭാവത്തെയും ശ്വാസത്തെയും ശ്വാസപ്രവർത്തനത്തെയും ബാധിക്കുന്നതായി നിരീക്ഷിച്ചു. അത് ശരിയാക്കുന്ന ഒരു സങ്കേതം സ്വയം വികസിപ്പിച്ച് പരിശീലിച്ചതോടെ പ്രശ്നം പരിഹൃതമായി. ഇടയ്ക്ക് അലോസരപ്പെടുത്തിയിരുന്ന ശബ്ദനഷ്ടം പഴയ കഥയായി. ഒപ്പം ഒരു പുതിയ ചികിത്സാപദ്ധതി ഉദയംചെയ്തു. അദ്ദേഹം മറ്റു പൊതു ആരോഗ്യരംഗത്തേക്കും ഈ ചികിത്സാപദ്ധതി വ്യാപിപ്പിച്ചു. ആജീവനാന്തം ഇതിനെ പ്രചരിപ്പിച്ച് ധാരാളംപേരെ പരിശീലിപ്പിക്കുകയും ചെയ്തു. ആവിയാകുന്ന സുഗന്ധ എണ്ണ ഉപയോഗിച്ചുള്ള ചികിത്സയാണിത്.

(iii) സുഗന്ധചികിത്സ (Aromatherapy)

ഇത് വികാരത്തെയും ബുദ്ധിയെയും ഉത്തേജിപ്പിച്ച് സുഖപ്പെടുത്തുമെന്ന് ധാരണയുണ്ടെങ്കിലും ശാസ്ത്രീയതെളിവുകൾ വിരളമാണ്.

(iv) ആയുർവേദം

ആയുർവേദമെന്നാൽ സംസ്കൃതത്തിൽ ആയുസിന്റെ വേദം എന്നാണർഥം. ദീർഘായുസ്സ് ആഗ്രഹിച്ച രാജാക്കന്മാരും പ്രമാണിവർഗവും ബുദ്ധമതകാലത്ത് സന്യാസികളും പ്രോത്സാഹിപ്പിച്ചു. *ചരകസംഹിത* (medicine) *ശുശ്രുതസംഹിത* (surgery) *അഷ്ടാംഗഹൃദയം* എന്നിവയാണ് പ്രമാണങ്ങൾ. ഇന്ത്യയിൽ 80 ശതമാനംപേർ ഈ ചികിത്സാസമ്പ്രദായം ഉപയോഗപ്പെടുത്തുന്നുണ്ട്. യൂറോപ്പ്, അമേരിക്ക എന്നിവിടങ്ങളിൽ ചികിത്സ ചെയ്യുന്നവരുണ്ട്. സിദ്ധ, യുനാനി, നാച്ചുറോപ്പതി, ഹോമിയോപ്പതി എന്നിവയ്ക്കൊപ്പം പ്രമുഖസ്ഥാനം ഇന്ത്യയിൽ ആയുർവേദത്തിനുണ്ട്.

വാഗ്ഭടൻ, അഗ്നിവേശൻ, ഭരദ്വാജൻ, നാഗാർജുനൻ എന്നിവർ കനത്ത സംഭാവനകൾ നൽകിയിട്ടുണ്ട്. ഉഴിച്ചിൽ ചികിത്സ ധാരാളം വിദേശികളെ ആകർഷിക്കുന്നുണ്ട്. അത് മെഡിക്കൽ ടൂറിസം വളർത്തിപ്പോരുന്നു. വ്യാപാരവൽക്കരണം ധാരാളം അനഭിലഷണീയ പ്രവണതകൾക്ക് കാരണമാകുന്നുണ്ട്. അമേരിക്കയിൽ നടത്തിയ പഠനം കാണിക്കുന്നത് 20 ശതമാനം അപകടകരങ്ങളായ ഈയം, രസം, ആഴ്സെനിക് എന്നിവ ആയുർവേദ മരുന്നുകളിൽ അടങ്ങിയതായി തെളിഞ്ഞിട്ടുണ്ട് എന്നതാണ്.

(v) പിഴിച്ചിൽ

വളരെ ജനപ്രീതിയാർജിച്ചിട്ടുള്ള ഒരു ചികിത്സാരീതിയാണിത്. കൂടാതെ പണച്ചെലവുള്ളതും വമ്പിച്ച മെഡിക്കൽ ടൂറിസ സാധ്യതകളുള്ളതുമാണ്. ഇതിൽ ഉപയോഗിക്കുന്ന എണ്ണകളും തൈലങ്ങളും ശരീരത്തിലേക്ക് വലിച്ചെടുക്കപ്പെടുകയോ ശരീരത്തിനകത്തു ചെന്നാൽ രോഗശമനം ഉണ്ടാകുമെന്നോ തെളിഞ്ഞിട്ടില്ല. രോഗിയുടെ പ്രതീക്ഷയനുസരിച്ചുണ്ടാകുന്ന ഗുണം പ്ലാസിബോ ഫലംകൊണ്ടും (ഇതിനെപ്പറ്റി താഴെ കൊടുത്തിട്ടുണ്ട്) പേശി റിലാക്സേഷൻ കൊണ്ടുമാകാം.

(vi) ബയോഫീഡ്ബാക്

ഇത് ശാസ്ത്രീയമായി പ്രയോജനകരമെന്ന് തെളിഞ്ഞിട്ടുള്ളതും സൈക്കോതെറാപ്പിയിൽ ഉൾപ്പെടുത്തപ്പെട്ടതുമാണ്.

(vii) ഭക്ഷണചികിത്സ

ഇതിന് പ്രകൃതി ചികിത്സയുമായി വളരെ സാമ്യമുണ്ട്.

ആയുർവേദകോഴ്സുകൾക്കുള്ള സിലബസ്സിൽ ഇപ്പോൾ ആധുനിക വൈദ്യശാസ്ത്രവും ഉൾപ്പെടുത്തിയിട്ടുണ്ട് വിദ്യാർഥികൾക്കുള്ളതുംകൂടി ഉൾപ്പെടുത്തിയിട്ടുണ്ട്.

ആയുർവേദ ഡോക്ടർമാർക്കും ഹോമിയോ ഡോക്ടർമാർക്കും അപ്രകാരം ആധുനികവൈദ്യശാസ്ത്രത്തിനുള്ള അറിവും കൂട്ടത്തിൽ ലഭിക്കുന്നുണ്ട്. ഇന്ന് ഈ ഡോക്ടർമാരിൽ പലരും ഈ അടിസ്ഥാന അറിവുവെച്ച് രോഗനിർണയത്തിന് ആധുനികവൈദ്യശാസ്ത്രത്തെ ആശ്രയിക്കുകയും തെരഞ്ഞെടുത്തവ അതാതിനു പറ്റിയ പ്രത്യേക ചികിത്സാരീതികളെ ആശ്രയിക്കുകയും ചെയ്താൽ ആ നയം രോഗികൾക്ക് ഗുണകരമാവുമെന്ന് തോന്നുന്നു.

(viii) സസ്യ ഔഷധചികിത്സ

ഇത് ഫൈറ്റോതെറാപ്പി എന്നും അറിയപ്പെടുന്നു. സസ്യം കൂടാതെ തേനീച്ച, കൂണുകൾ, ലവണങ്ങൾ എന്നിവ ചികിത്സയ്ക്ക് ഉപയോഗിക്കുന്നു.

(ix) ഹോമിയോപ്പതി

ആരോഗ്യമുള്ളവരിലും രോഗമുള്ളവരുടെ ലക്ഷണങ്ങൾ കാണുന്നതുകൊണ്ട് അതേ ലക്ഷണമുണ്ടാക്കാവുന്ന മരുന്നുകൾകൊണ്ട് അതേ രോഗങ്ങൾ ചികിത്സിക്കുക എന്ന തത്വമാണ് ഹോമിയോപ്പതിയിലുള്ളത്. സാമുവൽ ഹനിമാൻ (10-04-1755 — 02-07-1843) എന്ന ഹോമിയോപ്പതി സ്ഥാപകൻ ഒരു ബഹുഭാഷാപണ്ഡിതനായിരുന്നു. അദ്ദേഹത്തിന് മിക്ക യൂറോപ്യൻ ഭാഷകളും അറബി ഹീബ്രു തുടങ്ങിയ പൗരസ്ത്യൻ ഭാഷ

കളും അറിയാമായിരുന്നു. അദ്ദേഹത്തിന്റെ കാലത്തെ മരുന്നുകൾ ധാരാളം പാർശ്വഫലങ്ങൾ ഉളവാക്കിയിരുന്നു. അതിലദ്ദേഹം അതീവ ദുഃഖിതനായിരുന്നു. സിങ്കോണ എന്ന മലേറിയ മരുന്നു സ്വയംകഴിച്ചു നോക്കിയപ്പോൾ മലേറിയ ലക്ഷണങ്ങൾ അനുഭവപ്പെടുകയുണ്ടായി. അത് അതേ ലക്ഷണങ്ങളുള്ള രോഗത്തിനു ഫലപ്രദമാകുന്നു എന്ന ദ്ദേഹത്തിന് തോന്നി. ആ തോന്നൽ അദ്ദേഹം ഒരു സിദ്ധാന്തമായി രൂപ പ്പെടുത്തി.

ഹോമിയോ മരുന്നുകൾ തുടർച്ചയായി നേർപ്പിച്ചു കൊണ്ടുവരുന്നു. ക്ഷീരബലയും മറ്റും ആവർത്തിക്കുന്നതുപോലെ. പക്ഷേ, ഇവിടെ മരു ന്നിന്റെ അളവ് കുറഞ്ഞുവരുമ്പോൾ അതിന്റെ ശക്തി കൂടുന്നുവെന്നാണ് അവകാശവാദം.

അതിനെ പൊട്ടൻഷ്യേഷൻ (Potentiation) എന്ന ശക്തികൂട്ടൽ എന്നാണ് വിളിക്കുന്നത്. ഇത് ശാസ്ത്രയുക്തിക്ക് നിരക്കാത്തതാണ്. ഇവ യെപ്പറ്റി നടത്തിയ സിസ്റ്റമാറ്റിക് റിവ്യൂ (systemic review) കളെല്ലാം അവ കാശവാദങ്ങൾ അംഗീകരിക്കുന്നില്ല. കുത്തിവയ്പ് വാക്സീനുകൾക്കെ തിരെയും മലേറിയ മരുന്നുകൾക്കെതിരെയും ആന്റിബയോട്ടിക്കുകൾക്കെ തിരെയും ഹോമിയോ ഡോക്ടർമാർ നടത്തുന്ന പ്രചരണം പൊതുജ നാരോഗ്യത്തിന് ഹാനികരം തന്നെയാണ്.

(x) ഹിപ്നോസിസ്

ഫ്രാൻസ് മെസ്മർ പ്രചുരപ്രചാരം നൽകിയ ഹിപ്നോസിസ് ജെയിംസ് ബ്രെയ്ഡ് എന്ന സ്കോട്ട്ലന്റ് ഡോക്ടറാണ് ശാസ്ത്രീയ അടിത്തറ പാകിയത്. ഹിപ്നോട്ടിസ്റ്റിന്റെ നിർദേശവും വ്യക്തിയുടെ ഭാവ നയുമാണിവിടം പ്രധാനം. വ്യക്തിക്ക് സ്വയം ഇത് ചെയ്യാം. നിർദേശം സ്വയം കൊടുത്താൽ മതി. ഇതുപയോഗിച്ചുള്ള ചികിത്സയാണ് ഹിപ്നോ തെറാപി. ഇതിൽ ഹിപ്നോസിസിന്റെ ആഴമനുസരിച്ച് പല ഘട്ടങ്ങളുണ്ട്. പൊതുവെയുള്ള ഒരു ധാരണ ഇതൊരു അബോധാവസ്ഥയാണെന്നാണ്. വാസ്തവത്തിലിവിടെ ഒരു ശ്രദ്ധാകേന്ദ്രീകരണമാണ് നടക്കുന്നത്.

(xi) ഉഴിച്ചിൽ ചികിത്സ

കേരളത്തിൽ ഇത് ആയുർവേദവൈദ്യന്മാരാണ് അധികവും ചെയ്യുന്നത്. ശാസ്ത്രീയ തെളിവുകൾ ഈ ചികിത്സയ്ക്കില്ല. എങ്കിലും ധാരാളംപേർ, വിദേശികളടക്കം ഈ ചികിത്സ ചെയ്യുന്നുണ്ട്. ചിലപ്പോൾ ശരീരശാസ്ത്രത്തെപ്പറ്റി നിഷ്കളങ്കരായ ചികിത്സകരുടെ കൈയിൽ ഇത് അപകടകരമായേക്കാം. വേറെയും ദുരുപയോഗസാധ്യതകളുണ്ട്.

(xii) ധ്യാനം

മനുഷ്യന്റെ സംസ്കാരവുമായി വളരെയധികം ബന്ധപ്പെട്ട വിഷയ

മാണ് ധ്യാനം. മൊഹഞ്ജദാരോ-ഹരപ്പൻ സംസ്കൃതി, ജൈനമതം, ബുദ്ധിസ ധ്യാനം, സെൻ ധ്യാനം, പടിഞ്ഞാറൻ നാടുകളിലെ ധ്യാനം എന്നിവ ജനസമ്മതി ആർജിച്ചവയായിരുന്നു. ധ്യാനം മനസിനെ ഒരു അഹംബോധത്തിലേക്ക് നയിക്കുന്നു. ഇത് ഉള്ളിലേക്ക് നോക്കുന്ന വ്യക്തി പരമായ അനുഭവമാണ്. അതോടൊപ്പം കാരുണ്യവും ഏകാഗ്രതയും ഉണ്ടാകണമെന്നുണ്ട്. ഏകാഗ്രതയ്ക്ക് ചിലർ ഒരു ബിന്ദുവോ വിഗ്രഹമോ തെരഞ്ഞെടുത്തേക്കാം. ഇതിന് ധാരാളം മാർഗങ്ങളുണ്ട്. ധ്യാനം എന്ന വാക്കിനുതന്നെ പല തലങ്ങളിൽ പല അർഥങ്ങളുണ്ട്.

(xiii) പ്രകൃതിചികിത്സ (Naturopathy)

പ്രകൃതിജീവനം എന്ന പേരിലും ഇതറിയപ്പെടുന്നു. ആധുനിക ചികിത്സ തട്ടിപ്പാണെന്നും ചികിത്സകർ തട്ടിപ്പുകാരെന്നും വിശ്വസിക്കുന്നു. ശരീരത്തിനു സ്വയം ചികിത്സിക്കാനുള്ള കഴിവുണ്ട്. അതിനുള്ള സമയവും അവസരവും കൊടുത്താൽ മതി. ഓപ്പറേഷനും മരുന്നും ഒന്നും ആവശ്യമില്ല. മുഖ്യപ്രാണൻ എല്ലാം നോക്കിക്കൊള്ളും. അതാണ് വളർച്ചയും ചയാപചയവും നടത്തുന്നത്. ഭക്ഷണം തന്നെയാണ് ചികിത്സ. കൂനെയുടെ പ്രകൃതിചികിത്സയുടെ ആരാധകനായിരുന്നു ഗാന്ധിജി.

സ്വന്തം മകന് അസുഖം വന്നപ്പോൾ അവസാനം ഇംഗ്ലണ്ടിൽ നിന്ന് വിമാനമാർഗം പെൻസിലിൻ കൊണ്ടുവന്ന് കുത്തിവെച്ച് ജീവൻ രക്ഷിക്കേണ്ടിവന്നു. (അന്ന് പെൻസിലിൻ കണ്ടുപിടിച്ചിട്ട് അധികകാലമായിരുന്നില്ല) അർബുദം മാറ്റാമെന്നുള്ള പ്രകൃതിചികിത്സകരുടെ അവകാശവാദം തെറ്റാണെന്ന് അമേരിക്കൻ കാൻസർ സൊസൈറ്റി തെളിവുസഹിതം പ്രഖ്യാപിച്ചിട്ടുണ്ട്. ചികിത്സകളിൽ കളിമണ്ണു ചികിത്സ, ഉപവാസം, ജല ചികിത്സ, എനിമ, ഭക്ഷണമെല്ലാം പാകംചെയ്യാതെ പ്രകൃതിയിലെ രൂപത്തിൽ കഴിക്കുക എന്നിവ ജനങ്ങളെ ആകർഷിക്കുന്നു. ഭക്ഷണം കുറയുന്നതുകൊണ്ട് പ്രമേഹം അമിതഭാരം കൊണ്ടുള്ള രോഗങ്ങൾ എന്നിവ ആരംഭത്തിൽ വളരെ ആശ്വാസം തോന്നുന്നു.

(xiv) റീകി (Reiki)

ഈ ആത്മീയ ചികിത്സ കണ്ടുപിടിച്ചത് മിക്കാവൊ ഉസുയി (1865-1922) എന്ന ആചാര്യനാണ്. ഇരുപത്തൊന്നു ദിവസത്തെ ഇസ്യുഗുവൊ എന്ന പരിശീലനമുണ്ട്. അവിടെ ധ്യാനം, ഉപവാസം, മന്ത്രോച്ചാരണം, പ്രാർഥന എന്നിവയുണ്ടാകും. നിഗൂഢമായ ഒരു രഹസ്യഭേദനത്താൽ അറിവ് ലഭിക്കുന്നു. ആദ്യത്തെ ഘട്ടം സ്വയം ചികിത്സിക്കുന്നതാണ്. അതിനുശേഷം മറ്റുള്ളവരെ ചികിത്സിക്കുന്ന ഘട്ടമാകുന്നു. അതിനുശേഷം വിദൂരസ്ഥരായവരെ ചികിത്സിക്കുന്ന ഘട്ടമാണ്. അതോടെ മാസ്റ്ററായി. അപ്രകാരം പരമാചാര്യനായ ഉസുയിക്ക് ലഭിച്ച അറിവ് ഉസുയി റീകി റോഹോ ഗക്കായി എന്ന ആത്മീയശിക്ഷണത്തിലൂടെ അദ്ദേഹം സമൂഹനന്മയ്ക്കായി പകർന്നുനൽകുന്നു.

അദ്ദേഹം തന്റെ ജീവിതത്തിൽ 2000 പേരെ ഇത് പരിശീലിപ്പിച്ചിട്ടുണ്ട്. അതിൽ 16 പേർ ഷിൻപിഡ്ഡെൻ എന്ന മാസ്റ്റർ ഡിഗ്രിയെടുത്തു.

(xv) യോഗ

ഇതൊരു ദർശനവും പരിശീലന പരിപാടിയും ജീവിതരീതിയുമാണ്. ഈ ചികിത്സാരീതി പല കൈവഴികളിലൂടെ ലോകമെങ്ങും പ്രചുരപ്രചാരം നേടിയിട്ടുണ്ട്. സാംഖ്യദർശനം യോഗദർശനവുമായി വളരെ ബന്ധപ്പെട്ടിരിക്കുന്നു. സാംഖ്യത്തിന്റെ പ്രായോഗികരൂപമാണ് യോഗമെന്നുവരെ കരുതുന്നവരുണ്ട്. എന്നാൽ, യോഗ ഒരു ദർശനവും പരിശീലന പരിപാടിയും ജീവിതരീതിയുമാണെന്നതാണ് സത്യം. കേരളത്തിലെ പ്രമുഖ സാമൂഹ്യപരിഷ്കർത്താക്കളായ ശ്രീനാരായണഗുരുവും ചട്ടമ്പിസ്വാമികളും യോഗികളായിരുന്നു. ബുദ്ധദർശനം മൂന്നു പിടകങ്ങളാക്കിയതുപോലെ *പതഞ്ജലി* തന്റെ ദർശനപദ്ധതിയെ നാലു പാദങ്ങളാക്കി. അതിൽ ആകെ 196 സൂത്രവാക്യങ്ങളുണ്ട്. സമാധിപാദത്തിൽ 51 സൂത്രങ്ങളുണ്ട്. സമാധി പരമാനന്ദം തരുന്നു. പ്രപഞ്ചവുമായി താദാത്മ്യവും ലക്ഷ്യമാണ്. യോഗത്തിന്റെ ഒരു പ്രവർത്തന നിർവചനമായ 'യോഗാ ചിത്തവൃത്തി നിരോധ:' ഇതിലുണ്ട്.

55 സൂത്രങ്ങളുള്ള സാധനപാദത്തിൽ രണ്ടുതരത്തിലുള്ള ക്രിയയോഗകളും എട്ടു മാർഗങ്ങളുള്ള അഷ്ടാംഗമാർഗവും വിവരിക്കുന്നുണ്ട്. ഈ യമ, നിയമ, ആസന, പ്രാണായാമ, പ്രത്യാഹാര, ധാരണ, ധ്യാന, സമാധി എന്നീ എട്ട് മാർഗമാണ് രാജയോഗം. 56 പാദങ്ങളുള്ള സിദ്ധിപാദത്തിൽ സിദ്ധി ലഭിക്കാനുള്ള മാർഗങ്ങളാണുള്ളത്. പക്ഷേ, കേവലം സിദ്ധിയുടെ പിന്നാലെ പോകരുതെന്ന് *പതഞ്ജലി* അതേസമയം ഉപദേശിക്കുന്നുണ്ട്. 34 സൂത്രങ്ങളുള്ള അവസാനത്തേതാണ് കൈവല്യപാദം. കൈവല്യമെന്നാൽ മോക്ഷവും വിമോചനവുമാണ്. ഉൽക്കണ്ഠയും ലഘുവായ വിഷാദവും യോഗപരിശീലനംകൊണ്ടും ചിത്തവൃത്തിനിരോധം കൊണ്ടും പല ലഘുമാനസികപ്രശ്നങ്ങൾക്കും പരിഹാരം സാധ്യമാണ്.

(xvi) യുനാനി

അറബി, പേർഷ്യൻ വേരുകളുള്ള ഈ ചികിത്സാപദ്ധതിക്ക് ഗ്രീക്ക് വൈദ്യം എന്നും പേരുണ്ട്. സംസ്കാരങ്ങളുടെ ഇഴുകിച്ചേരൽ ഈ ചികിത്സാപദ്ധതിയിൽ കാണാം. തെക്കൻ ഏഷ്യയിൽ വ്യാപകമായി ഉപയോഗിക്കപ്പെടുന്നു. ഹിപ്പോക്രറ്റിസ്, ഗാലൻ, അറബ്, അഫ്ഗാൻ, പേർഷ്യൻ വൈദ്യന്മാരായ റേസസ്, അവിസെന്ന, അൽ ലഹാരി ഇബിൻ നഫിസ് എന്നിവർ യുനാനി തിബ് എന്നുകൂടി പേരുള്ള ഇതിന് കനത്ത സംഭാവനകൾ അർപ്പിച്ചിട്ടുണ്ട്. ശരീരത്തിൽ ആയുർവേദത്തിലെയും ചൈനീസ് വൈദ്യത്തെയും പോലെ ദോഷസിദ്ധാന്തങ്ങളുണ്ട്. ആയുർവേദത്തിൽ മൂന്നാണെങ്കിലിവിടെ നാലാണ്.

കഫം, രക്തം, മഞ്ഞ പിത്തരസം, കറുത്ത പിത്തരസം എന്നിവയാണവ. രണ്ടാം നൂറ്റാണ്ടുവരെ വേരുകളുള്ള ഈ സമ്പ്രദായത്തിന് പുരാതന പേർഷ്യൻ വൈദ്യവുമായി അടുത്ത ബന്ധമുണ്ട്. അവിസെന്ന എന്ന് പാശ്ചാത്യലോകം വിളിക്കുന്ന ഹക്കിം ഇബിൻ സിന എഴുതിയ വൈദ്യശാസ്ത്രത്തിന്റെ *കാനോ* എന്ന ഗ്രന്ഥമാണ് പ്രമാണം. 1025 എ ഡിയിലാണിത് എഴുതപ്പെട്ടത്. യുനാനിക്ക് പ്രാഥമികമായി ഗ്രീക്ക്, ഇസ്ലാമിക് പാരമ്പര്യമാണെങ്കിലും ശുശ്രുത ചരക സ്വാധീനവും പ്രകടമാണ്.

ദൽഹി സുൽത്താന്മാരുടെ കാലമായ 12-13 നൂറ്റാണ്ടു മുതൽ വടക്കെ ഇന്ത്യയിൽ മുഗൾ ചക്രവർത്തിമാരുടെയും അലാവുദ്ദീൻ ഖിൽജിയുടെയും കാലത്ത് വ്യാപകമായി പ്രചാരത്തിലായിരുന്നു. ആയുർവേദവൈദ്യന്മാരുടെ സഹകരണത്തോടെയാണ് ഭരണാധികാരികളിത് ചെയ്തത്. യുനാനി ഹക്കിമുകൾ കൊട്ടാരങ്ങളിൽ സജീവമായിരുന്നു. രോഗനിർണയത്തിനുശേഷം ഉസൂൾ ഇലാജ് (പ്രധാനചികിത്സ) രോഗകാരണമനുസരിച്ചാണ്. അവ ഇസാലെ ശബാബ് (കാരണം ഇല്ലാതാക്കൽ), തദീലെ അഖ്ളാത് (ദോഷങ്ങൾ സമരസപ്പെടുത്തൽ), തദീലെ അസ (അവയവവും കോശങ്ങളും നേരെയാക്കൽ) എന്നിവയാണ്.

ആധുനികവൈദ്യശാസ്ത്രം ഒരു അന്താരാഷ്ട്ര ചികിത്സാരീതിയായതിനാൽ ഒരു സംസ്കാരത്തിന്റെയോ ഒരു ജനതയുടെയോ മാത്രം സംഭാവനയെന്ന് പറയാനാകില്ല. സമാന്തര, അനുരൂപ ചികിത്സാരീതികൾ ഓരോ രാജ്യത്തിലും അതാതു സംസ്കാരത്തിലും വ്യക്തികളുടെ ചിന്തയിലും ഉരുത്തിരിഞ്ഞു വന്നതാണ്. ഓരോ ചികിത്സാ സമ്പ്രദായത്തിനും പ്രചാരത്തിൽ വ്യക്തമായ പ്രാദേശികതയുണ്ട്. സമാന്തര, അനുരൂപ ചികിത്സാരീതികൾ ആദ്യമായി ഉത്ഭവിച്ച ചില സിദ്ധാന്തങ്ങളിൽ അടിയുറച്ച് നിൽക്കുന്നു. ഉദാഹരണമായി ആയുർവേദത്തിന്റെ ത്രിദോഷസിദ്ധാന്തം, ചൈനീസ് വൈദ്യത്തിന്റെ യിൻ യാങ് സിദ്ധാന്തം, അക്യുപങ്ചറിന്റെ ബിന്ദുക്കളും ശക്തി ധാരാ സിദ്ധാന്തവും എന്നിവ. ഇവ ഒന്നുപോലും ആധുനികശാസ്ത്രീയ ഗവേഷണങ്ങളിലൂടെ ഇതുവരെ തെളിയിക്കപ്പെട്ടിട്ടില്ല. ആധുനികവൈദ്യശാസ്ത്രത്തിന് ഇത്തരത്തിലുള്ള ഒരിക്കലും മാറ്റാനാവാത്ത സിദ്ധാന്തങ്ങളില്ല. നിരന്തരഗവേഷണത്തിലൂടെ പുതിയ ശാസ്ത്രസത്യങ്ങൾ സ്വീകരിച്ചാണ് ആധുനികവൈദ്യശാസ്ത്രം മുന്നേറുന്നത്.

അതിനു സമാന്തരമായി സമാന്തര അനുരൂപ ചികിത്സാരീതികളാണ് അവരുടെ ആദ്യകാല സിദ്ധാന്തങ്ങളെ പുനപ്രതിഷ്ഠ ചെയ്തു കൊണ്ടിരിക്കുന്നത്.

ആധുനിക വൈദ്യശാസ്ത്രത്തിന്റെ അടിസ്ഥാനം ഭൗതികശാസ്ത്രവും രസതന്ത്രവും ജൈവശാസ്ത്രവും ശരീരശാസ്ത്രവും എല്ലാമടങ്ങുന്ന ആധുനികശാസ്ത്രമാണ്. വസൂരി ഭൂമുഖത്തുനിന്ന് തന്നെ ഇരുപത് വർഷം മുമ്പേ നിർമാർജനം ചെയ്യപ്പെട്ടിരിക്കയാണ്. പോളിയോയും ഗിനിപ്പുഴു രോഗവും നിർമാർജനത്തിന്റെ വക്കിൽ നിൽക്കുന്നു. മലേറിയ, മഞ്ഞ

പ്പനി, യാസ് എന്നിവ നിർമാർജനം ചെയ്യാനുള്ള പരിപാടികൾ മുന്നേറിക്കൊണ്ടിരിക്കുന്നു. അയഡീൻ, വിറ്റാമിൻ എ, ഇരുമ്പ്, ഫോളിക് ആസിഡ് എന്നിവയുടെ കുറവുകൊണ്ടുള്ള രോഗങ്ങൾ നിയന്ത്രിച്ചുവരുന്നു. പ്രോട്ടീൻ ഊർജ പോഷകാഹാരക്കുറവുകളും നിയന്ത്രിക്കാൻ നടപടികൾ പുരോഗമിക്കുന്നു. സിഫിലിസ് (syphilis), ട്രക്കോമ (trachoma), ഫ്ളു (flu), എന്നിവ ചില രാജ്യങ്ങളിൽ നിർമാർജനം ചെയ്യപ്പെട്ടു കഴിഞ്ഞു. അതുപോലെ ക്ഷയരോഗം എന്ന വെല്ലുവിളിയും ആധുനിക വൈദ്യശാസ്ത്രം ഏറ്റെടുത്തുകഴിഞ്ഞു. ഇവയിലൊന്നുപോലും പ്രവൃത്തിപഥത്തിലെത്തിക്കാൻ ഒരു സമാന്തരചികിത്സയ്ക്കും ഇതുവരെ കഴിഞ്ഞിട്ടില്ല.

ശാസ്ത്രീയമായി ഇതുവരെ തെളിയിക്കപ്പെടാത്ത പല ചികിത്സകളും പൊതുജന അംഗീകാരം ലഭിക്കുന്നത് പ്ലാസിബൊ ഫലം കൊണ്ടാണ്.

(xvii) പ്ലാസിബൊ (Placebo) ഫലങ്ങളുടെ അർഥവും സാംഗത്യവും

പ്ലാസിബൊ എന്നാൽ പ്ലീസ് ചെയ്യാൻ, സന്തോഷിപ്പിക്കാൻ ചെയ്യുന്നത് എന്നർഥം. രണ്ടാം ലോകമഹായുദ്ധകാലത്ത് മോർഫീൻ തുടങ്ങിയ വേദനസംഹാരികൾ ലഭ്യമല്ലാതിരുന്ന കാലത്ത് വെറും പച്ചവെള്ളം വേദനാസംഹാരിയെന്ന് വിശ്വസിപ്പിച്ച് കുത്തിവയ്ക്കേണ്ടതായി വന്നിട്ടുണ്ട്. അന്ന് ആ വിശ്വാസംമൂലം പല പട്ടാളക്കാർക്കും വേദന കുറഞ്ഞിരുന്നു.

ധാരാളം ഗവേഷണം നടന്നുകൊണ്ടിരിക്കുന്ന മേഖലയാണ് പ്ലാസിബൊ ചികിത്സ. മറ്റുതരത്തിൽ ഫലമില്ലാത്ത ഈ ചികിത്സ പ്രത്യേകം ഫലിക്കുമെന്ന പ്രതീക്ഷകൊണ്ടുമാത്രം ഉണ്ടാകുന്നതാണ്. ഇത് രോഗത്തെയും അതിന്റെ ലക്ഷണങ്ങളെയും വീണ്ടും വിലയിരുത്താനിടയാക്കുന്നു. പ്ലാസിബൊ ഫലം കേവലം മാനസികമാണ്. ശരിയായ ശാരീരികരോഗം ഇപ്രകാരം മാറില്ല. ഉദാഹരണമായി മലേറിയ, ഹൃദയവാൽവ് തകരാറുകൾ, മുഴകൾ, അർബുദങ്ങൾ, ജന്മനാ ഉണ്ടാകുന്ന രോഗങ്ങൾ, ബുദ്ധിമാന്ദ്യങ്ങൾ, മഹോദരം, തിമിരം, രക്തക്കുറവ് എന്നിവ.

പ്ലാസിബൊ രോഗം മാറ്റുകയല്ല, മറിച്ച് മാറി എന്ന് രോഗിയെ വിശ്വസിപ്പിക്കുക മാത്രമാണ് ചെയ്യുന്നത്. പരസ്യത്തിന്റെ മായാവലയത്തിൽ പെട്ട പോലെയാണത് പ്രവർത്തിക്കുന്നത്. പരസ്യംതന്നെ ഒരുതരം ഹിപ്നോസിസ് ആണ്. പരസ്യങ്ങളുടെ രീതികൾ പരിശോധിച്ചാൽ അത്തരം കാര്യങ്ങൾ ഉൾപ്പെടുത്തിയത് വ്യക്തമാകും, ഏതു മരുന്നിനും പ്ലാസിബൊ ഫലമുണ്ട് എന്നതാണ് സത്യം. എന്നാൽ, അവയ്ക്കു മീതെ ശരിയായ ഫലമുണ്ടെന്ന് തെളിയുന്നതാണ് ഫലപ്രദമായ മരുന്ന് അല്ലെങ്കിൽ ചികിത്സ. പ്ലാസിബൊ നിയന്ത്രിത പഠനങ്ങൾ നടത്തുന്നത് അതുകൊണ്ടാണ്.

പ്ലാസിബൊ ഫലങ്ങളുടെ കാരണങ്ങളെന്താണ്?

ധാരാളം പഠനങ്ങൾ നടക്കുന്നുണ്ടെങ്കിലും സുവ്യക്തമായി ഒരു കാരണം ചൂണ്ടിക്കാണിക്കാൻ പ്രയാസമാണ്. അനതി വിദൂരഭാവിയിൽ കാരണങ്ങൾ വ്യക്തമാകുമെന്ന് ന്യായമായും ആശിക്കാം. രോഗിയുടെ വിശ്വാസം അദ്ദേഹത്തിൽ ഒരു കണ്ടീഷന്റ് (conditioned) പ്രതികരണം ഉണ്ടാക്കുന്നു എന്നു പറയാം. മരുന്നുകൾ നമ്മെ ആദ്യത്തെക്കാളും നന്നാക്കുന്നു എന്ന വിശ്വാസംമൂലം ഏതു കഴിച്ചാലും നല്ല ഫലം ഉണ്ടാകും. ഗവേഷണം തെളിയിക്കുന്നത് കണ്ടീഷന്റ് പ്രതികരണംമൂലം മസ്തിഷ്കത്തിൽ എൻഡോർഫിൻ (endorphin) എന്ന ഹോർമോൺ ഉൽപ്പാദിപ്പിക്കപ്പെടുന്നു എന്നാണ്. ഇത് വേദനാസംഹാരി മാത്രമല്ല, സുഖമാണ് എന്ന തോന്നലുണ്ടാക്കുകയും ചെയ്യുന്നു. ഇവ മസ്തിഷ്കകോശങ്ങളിലെ സന്ദേശസ്വീകർത്താക്കളും സന്ദേശവാഹകരുമായ റെസെപ്ടേഴ്സി (receptors) ലാണ് പ്രവർത്തിക്കുന്നത്.

ഇതിന് പരിണാമപരമായ കാരണങ്ങളുണ്ട്. ഇവ ശരീരത്തിന്റെ സ്വന്തം മോർഫീൻ (morphine) സമാന വേദനാസംഹാരികളാണ്. ഇവയുടെ പ്രവർത്തനം കുറച്ച് സമയത്തേക്ക് മാത്രമേ ഉണ്ടാവുകയുള്ളൂ. ഇതിന്റെ ഗുണാത്മകവശം രോഗിയുടെ വിശ്വാസത്തോടൊപ്പം പ്ലാസിബൊ ഫലം ഉൽക്കണ്ഠയെ അകറ്റുന്നു എന്നതാണ്. ഉൽക്കണ്ഠ രോഗിയുടെ ശരീരത്തിൽ പ്രവർത്തിച്ച് അനാവശ്യമായി രോഗലക്ഷണങ്ങളിൽ അമിത ശ്രദ്ധ ഉണ്ടാക്കുന്നു. ആ അനാവശ്യ ശ്രദ്ധ കുറയ്ക്കുന്നത് ശാരീരിക ലക്ഷണങ്ങളെ കുറയ്ക്കാൻ സഹായിക്കുന്നു. പ്ലാസിബൊ ഫലങ്ങൾ പഠിക്കുന്നവർ നിരീക്ഷിച്ച ഒരു രസകരമായ കാര്യം വലിയ ഗുളികകൾക്ക് കൂടുതൽ ഫലമുണ്ടാക്കാൻ കഴിഞ്ഞു എന്നതാണ്. അതുപോലെ വെള്ള ഗുളികയേക്കാൾ നിറമുള്ളവ കൂടുതൽ ഫലമുണ്ടാക്കുന്നു. അതുപോലെ ഡോസുള്ളവ എന്നു തോന്നുന്നവ കൂടുതൽ ഫലം കാണിക്കുന്നതായും കണ്ടു.

പ്ലാസിബൊ ഫലത്തിനു പകരം 'നോസിബൊ' (nocebo) ഫലം.

1. ഒരു ഫലവുമില്ല എന്നു മുൻകൂട്ടി അറിഞ്ഞ മരുന്ന് കഴിച്ചെന്നിരിക്കട്ടെ. അപ്പോൾ രോഗി അതിന് ഒരു ഗുണവുമില്ല, കൂടാതെ പാർശ്വഫലമുണ്ടെന്ന് പരാതിപ്പെടാം. ഇവ പ്ലാസിബൊ നിയന്ത്രിത പഠനങ്ങളിൽ തെളിഞ്ഞിട്ടുണ്ട്.
2. അതുപോലെ പ്ലാസിബൊ ഫലംകൊണ്ട് ഗുണം കണ്ട രോഗികളുടെ ദീർഘകാലഫലങ്ങൾ വ്യത്യാസപ്പെട്ടു വരുന്നില്ല. ഇവിടെ രോഗലക്ഷണത്തെ മറച്ചുപിടിക്കുകയാണ് പ്ലാസിബൊ ചെയ്യുന്നത്. രോഗനിർണയം വൈകാനും ശരിയായ ചികിത്സ കിട്ടാനും വൈകുന്നു. ഇത് അഭിലഷണീയമല്ലതന്നെ.
3. പ്ലാസിബൊ ഫലങ്ങൾ തെറ്റായ സൂചനകൾ നൽകി ചികിത്സയെ വഴിതെറ്റിക്കുന്നു. അത് തെറ്റായ ചികിത്സ ദീർഘകാലം തുടരാനിടയാക്കുന്നു.

നാം എന്താണ് മനസിലാക്കേണ്ടത്?

4. പ്ലാസിബൊ ഫലം ശക്തമായ മാനസിക പ്രതിഭാസമാണ്. ഇത് എല്ലാ ചികിത്സയോടൊപ്പവും ഉണ്ടാകുന്നതാണ്. പൊതുവായി ഇത് സ്വാഗതാർഹമെങ്കിലും ഇതിനെപ്പറ്റി വ്യക്തമായ ധാരണ ചികിത്സകനുണ്ടാകണം. ഒരു ഗൗരവരോഗത്തെ പ്ലാസിബൊ ഫലം ഫലപ്രദമായ തിരശ്ശീലയിട്ടു മറച്ചുപിടിച്ചേക്കാം.
5. ബോബാർട്സ് & ഗോത്ഷെ നടത്തിയ 2010 ലെ കൊക്രൈൻ സിസ്റ്റമിക് റിവ്യൂവിൽ (cochrane systemic review) 200 പഠനങ്ങൾ വിലയിരുത്തുകയുണ്ടായി. അവയിൽ 60 രോഗങ്ങളെ പഠിക്കുകയുമുണ്ടായി. രോഗി പറയുന്ന ലക്ഷണങ്ങളായ വേദന, ഓക്കാനം എന്നിവയും പ്ലാസിബൊ ഫലവും തമ്മിൽ തിരിച്ചറിയാൻ പ്രയാസമാണെന്ന് മനസിലായി. ഈ രണ്ട് ലക്ഷണങ്ങളെ പ്ലാസിബൊ ഫലം വളരെ സ്വാധീനിക്കുന്നുണ്ട്.
6. പ്ലാസിബൊ ഫലം ഏതാണ്ട് 7 ശതമാനം ആണ്. (R R0.93) ഫോബിയ, ആസ്ത്മ എന്നീ മാനസിക കാരണം കൂടുതലുള്ള രോഗങ്ങളിൽ പ്ലാസിബൊ ഫലം കൂടുതലാണ്. പുകവലി, മേധാക്ഷയം, ഉറക്കക്കുറവ്, ഉൽക്കണ്ഠ, വിഷാദരോഗം, അമിതഭാരം എന്നിവയിൽ രോഗികൾ പറയുന്ന ലക്ഷണങ്ങളെ സംബന്ധിച്ച് പ്ലാസിബൊ ഫലം കൂടുതലാണ്. പല പഠനങ്ങളും കൂടുതൽ പേരെ ഉൾപ്പെടുത്തി ആവർത്തിക്കേണ്ടതായുണ്ട്.
7. പ്ലാസിബൊ ഫലം ലക്ഷ്യംവെച്ചാണ് ഏതാണ്ടെല്ലാ മരുന്നുകളുടെ പരസ്യങ്ങളും പ്രത്യക്ഷപ്പെടുന്നത്.
8. സമാന്തര/അനുരൂപ ചികിത്സാരീതികൾ അധികവും ജനപ്രിയമാകുന്നതും ഇപ്രകാരമാണ്.
9. ആധുനിക ഗവേഷണങ്ങൾ പ്ലാസിബൊയെക്കുറിച്ചുള്ള ആശയക്കുഴപ്പങ്ങൾ പരിഹരിക്കുമെന്ന് പ്രതീക്ഷിക്കാം.

28

ഗവേഷണം

ഗവേഷണത്തിന്റെ പ്രാധാന്യം

ഗവേഷണത്തിന്റെ ചരിത്രം തന്നെയാണ് പുരോഗതിയുടെ ചരിത്രം. അതുതന്നെയാണ് പുരോഗതിയുടെ നാഴികക്കല്ലും. ഏറ്റവുമധികം ഗവേഷണം നടത്തുകയും അവ സാങ്കേതികവിദ്യാ വികസനത്തിലൂടെ പ്രായോഗികമാക്കുകയും ചെയ്ത രാഷ്ട്രങ്ങളാണ് ആധുനികയുഗത്തിലെ ഏറ്റവും പ്രബലരാഷ്ട്രങ്ങൾ. ഇന്ന് നാം കാണുന്ന ആധുനികസംസ്കാരവും അവയുടെ സംഭാവനയാണ്. ഏറ്റവും കൂടുതൽ നോബൽ സമ്മാനങ്ങൾ ലഭിച്ച അമേരിക്ക, ബ്രിട്ടൻ, ഫ്രാൻസ്, ജർമനി എന്നിവ ഇപ്രകാരം നേതൃനിരയിൽ നിൽക്കുന്നത് കാണാം.

വൈദ്യശാസ്ത്ര ഗവേഷണത്തിലും ഈ വികസിത രാഷ്ട്രങ്ങൾക്കു തന്നെ നേതൃത്വം. അവിടങ്ങളിൽ വൈദ്യശാസ്ത്രഭരണത്തോടും പ്രവർത്തനത്തോടുമൊപ്പം ഗവേഷണവും നടക്കുന്നു. അവ മികച്ച സേവനം നൽകാനും ജനങ്ങളുടെ സേവനം മെച്ചപ്പെടുത്താനും സാധ്യമാക്കുന്നു. ആരോഗ്യസേവനരംഗത്ത് പ്രവർത്തിക്കുന്നവർ തന്നെയാണ് ഭൂരിഭാഗം ഗവേഷണവും നടത്തുന്നത്. അത് ചെലവ് കുറയ്ക്കുകയും ഗവേഷണഫലം എളുപ്പത്തിൽ പുൽക്കൊടി തലത്തിലെത്തുകയും ചെയ്യുന്നു.

ഗവേഷണം പലതലത്തിലും തരത്തിലുമുണ്ട്. ശാസ്ത്രലബോറട്ടറിയിൽ ഏകാന്തമായി ചെയ്യുന്ന അന്വേഷണ തപസ്സ് ഒരു തരമാണ്. ശ്രദ്ധാപൂർവം രോഗികളെയും രോഗത്തെയും നിരീക്ഷിച്ച് കിട്ടുന്ന വിവരങ്ങൾ സ്ഥിതിവിവര അപഗ്രഥനത്തിലൂടെ മനനം ചെയ്ത് രോഗത്തെ വിലയിരുത്താനും പുത്തൻ ചികിത്സകൾ വികസിപ്പിക്കാനും ഉതകുന്ന സമീപനം വേറൊരു തരം.

ആരോഗ്യസംരക്ഷണവും ഗവേഷണവും

രോഗം, രോഗാവസ്ഥ, രോഗാതുരത, ഉളവാകുന്ന കഷ്ടപ്പാട് എന്നിവയെ വിവിധകോണുകളിലൂടെ വീക്ഷിക്കേണ്ടതുണ്ട്. അപ്രകാരം ഓരോ രോഗിയും ഗവേഷണഫലത്തിന്റെ നേരിട്ടുള്ള പ്രയോക്താവും ഉപഭോക്താവുമാണ്. രോഗങ്ങളെയും മരുന്നുകളെയും കുറിച്ച് വലിയ അറിവ് ആരോഗ്യ പ്രവർത്തകർക്കുണ്ട്. പക്ഷേ, അത് സേവനദാതാവെന്ന നിലയിൽ അർപ്പിക്കപ്പെട്ട കടമയെ പൂർണമാക്കുന്നില്ല. അറിവിലെ വിടവുകൾ നികത്തുകയും, അറിയപ്പെടാത്തതിനെ അന്വേഷിക്കുകയും പുതിയ തീരങ്ങൾ തേടലുമാണ് ഗവേഷണം ചെയ്യുന്നത്. അപ്രകാരം രോഗ പരിചരണം, ശ്രദ്ധ, രോഗികളുടെ ജീവിതഗുണം എന്നിവ മെച്ചപ്പെടുന്നു. ആയിരക്കണക്കിന് പ്രവർത്തകരുള്ള ഹെൽത്ത് സർവീസ് (health service), സർവകലാശാലകൾ എന്നിവ വമ്പിച്ച സാധ്യതകൾ നമുക്കു മുന്നിൽ തുറന്നിട്ടിട്ടുണ്ട്.

ഏതെല്ലാം വഴിയിലൂടെയാണ് ഇതിനുള്ള ധനസമാഹരണം ഉണ്ടാകുന്നത്?

മെഡിക്കൽ ഗവേഷണകൗൺസിൽ, ഗവൺമെന്റ് ഡിപ്പാർട്ട്മെന്റുകൾ, ഗവേഷണതൽപ്പരരായ ധർമസ്ഥാപനങ്ങൾ, മരുന്നുകമ്പനികൾ തുടങ്ങിയവരാണ് പണം മുടക്കി ഇവ ചെയ്യുന്നത്. ഇവമൂലം ഉയരാവുന്ന അനഭിലഷണീയപ്രവണതകളെ ഇല്ലാതാക്കുവാൻ നിയമങ്ങളും നിയന്ത്രണങ്ങളുമുണ്ട്.

ഗവേഷണപഠനം അതിന്റെ രൂപകൽപ്പനയനുസരിച്ച് പൊതുവെ നിരീക്ഷണാത്മകം, പരീക്ഷണാത്മകം എന്ന് രണ്ടായി തരംതിരിക്കാം. നിരീക്ഷണപഠനത്തിൽ വിവരണപരവും അപഗ്രഥനപരവുമുണ്ട്. വിവരണങ്ങളിൽ കേസ് റിപ്പോർട്ടുകൾ, ഒരേതരം കേസുകൾ, ക്രോസ് സെക്ഷനൽ പഠനങ്ങൾ (cross sectional studies), ദീർഘകാലപഠനങ്ങൾ (long term studies) എന്നിവ ഉൾപ്പെടുന്നു. അപഗ്രഥനപരമായ പഠന (analytical studies) ങ്ങളിൽ ജനസഞ്ചയത്തെ (population) പ്പറ്റി പഠിക്കുന്ന എക്കോളജിക്കൽ (ecological) പഠനങ്ങൾ, ക്രോസ് സെക്ഷനൽ ഗ്രൂപ്പ് പഠനങ്ങൾ, കേസ് നിയന്ത്രിത പഠനങ്ങൾ (case controlled studies), നീണ്ടുനിൽക്കുന്ന കൊഹാർട്ട് (cohort) പഠനങ്ങൾ എന്നിവ ഉൾപ്പെടുന്നു. ആദ്യം പറഞ്ഞ പരീക്ഷണാത്മക ഗവേഷണ (experimental study) ത്തിൽ മരുന്നുകളുടെയും മറ്റു ചികിത്സകളുടെയും പരീക്ഷണഫലം വിലയിരുത്തപ്പെടുന്നു.

സ്ഥിതിവിവര അപഗ്രഥനത്തിൽ (statistical analysis) ഗവേഷകന്റെ (researcher) അനുമാനമായ പരികൽപ്പന (hypothesis) പരിശോധിക്കാനുള്ള ഒരു സാധ്യതാമൂല്യമാണ് പി വാല്യു (probability value) എന്നത്. ജൈവഗവേഷണ (biological research) ത്തിൽ പരിണാമവ്യതിയാന വ്യവ

സ്ഥയനുസരിച്ച് (ariation in biology) തുടർച്ചയായ (1234..) മൂല്യങ്ങളും അല്ലാത്തവയും (ഉണ്ട്, ഇല്ല..മാറി, മാറിയില്ല..സ്ത്രീ, പുരുഷൻ, ലഘു, മ ധ്യമം, കഠിനം..) ഉണ്ട്. വിവിധഗ്രൂപ്പുകളിലും ഗവേഷണമാതൃകകളിലു മായി അവ വ്യത്യസ്തമാണ്.

അവ പ്രത്യേകംപ്രത്യേകം പരിശോധിക്കുവാൻ ചി സ്കയേഡ് ടെസ്റ്റ് (chi squared test), ഫിഷേഴ്സ് എക്സാക്ട് ടെസ്റ്റ് (Fischer`s exact test), മക്നിമാർ ടെസ്റ്റ് (Mcnemar`s test), സെഡ് ടെസ്റ്റ് (Z test), ടി ടെസ്റ്റ്, (t test) പെയേഡ് ടി ടെസ്റ്റ് (paired t test), അൺപെയേഡ് ടി ടെസ്റ്റ് (un-paired t test), വൺ വേ അനോവ (one way ANOVA), ക്രുസ്കാൽ വാലിസ് ടെസ്റ്റ് (Kruskal wallis test), സൈൻ ടെസ്റ്റ് (sine test) എന്നിവ യുണ്ട്.

അതുപോലെ കോൺഫിഡൻസ് അകലം (Confidence Interval) നിർണയിക്കുകയും ചെയ്യാം. അനുമാനത്തിലെ വിശ്വാസ്യതയാണ് ഇവിടെ പരിഗണിക്കുന്നത്. അപഗ്രഥനങ്ങൾക്ക്, കൊറിലേഷൻ, റിഗ്രഷൻ (Correlation, Regression) എന്നിവയും നീണ്ടകാല ടെസ്റ്റുകൾക്ക് സർവൈവൽ അപഗ്രഥനം (Survival Analysis) തുടങ്ങിയവയും തെളിവ് പഠനചികിത്സാശാസ്ത്രത്തിന് (Evidence based medicine) സിസ്റ്റമിക് റിവ്യു, മെറ്റ അപഗ്രഥനം (Meta analysis) എന്നിവയും ഫലങ്ങൾ എപ്രകാരം ഒത്തിരിക്കുന്നു എന്നുനോക്കാൻ കാപ്പ, (Kappa) പിന്നെ ബയേഷ്യൻ അപഗ്രഥനവും (Bayesian Analysis) ചെയ്യാറുണ്ട്.

ഇപ്രകാരം സ്ഥിതിവിവരക്കണക്ക് (Statistics) സങ്കേതങ്ങൾ ഉപയോഗപ്പെടുത്തി മരുന്നുകളുടെയും മറ്റു ചികിത്സകളുടെയും പരീക്ഷണം രോഗികളിലും രോഗമില്ലാത്തവരിലും പരീക്ഷിക്കാറുണ്ട്. എന്തെല്ലാം കൊണ്ടാണ് വ്യത്യസ്തമായിരിക്കുക അവയെല്ലാം ഉൾപ്പെടുത്തി പ്രത്യേകം ഗ്രൂപ്പുകളുണ്ടാക്കി ഈ മരുന്നുകളും ചികിത്സകളും കൊടുത്തും കൊടുക്കാതെയും മരുന്നുപോലെ തോന്നിക്കുന്ന നിർഗുണവസ്തു കൊടുത്തുമൊക്കെ ആവർത്തിച്ച് പഠിക്കാറുണ്ട്.

ചെറിയ ഗ്രൂപ്പ് പഠനഫലങ്ങൾക്ക് ശാസ്ത്രീയ വിശ്വാസ്യത കുറവാണ്. എന്നാൽ, വലിയ ഗ്രൂപ്പുകൾ, ആവർത്തന പഠനങ്ങൾ, വിവിധ രാജ്യങ്ങളിൽ സ്വതന്ത്രമായി നടത്തുന്ന പഠനങ്ങൾ, പിന്നീടത് ഒരുമിച്ചെടുത്ത് മെറ്റ അപഗ്രഥനം (Meta Analysis) എന്നിവ വിശ്വാസ്യത കൂട്ടും.

ഒരു രോഗനിർണയത്തിന്റെ സാധുത നോക്കുമ്പോൾ ശരിയായിരിക്കാൻ എത്രത്തോളം സാധ്യതയുണ്ട്, സാധ്യതാ അനുപാതം എത്രയാണ് എന്നു കണക്കാക്കാം. രോഗനിർണയത്തിന്റെ പരീക്ഷണത്തിനുമുമ്പുള്ള ഫലത്തിനെ (pre-test odds) സാധ്യതാ അനുപാതം കൊണ്ട് ഗുണിക്കുമ്പോൾ പരീക്ഷണത്തിനു ശേഷമുള്ള ഫലം (post-test odds) സിദ്ധിക്കുന്നു. വൈദ്യശാസ്ത്രത്തിൽ സുപ്രസിദ്ധമായ ബേയെസ് സിദ്ധാന്ത (Bayes Theorem) ത്തിന്റെ ഗണിതശാസ്ത്ര ചുരുക്കം ഇതാണ്.

സാധ്യതാ അനുപാതത്തിന്റെ ഏറ്റക്കുറച്ചിലനുസരിച്ച് ഒരു പ്രത്യേക സന്ദർഭത്തിലെ പരീക്ഷണത്തിന്റെ പ്രയോജനം തീരുമാനിക്കാവുന്നതാണ്. സംവേദനക്ഷമത, വ്യക്തത (sensitivity and specificity) ഇവ രണ്ടും ഉപയോഗിച്ച് ഗ്രാഫ് വരയ്ക്കുമ്പോൾ അതിനു താഴെയുള്ള ഭാഗത്തെ The area under the receiver operating characteristic curve (AUC-ROC) എന്നുപറയുന്നു. ഗ്രാഫിനെ റിസീവർ ഓപ്പറേറ്റിങ് കാരക്ടറിസ്റ്റിക് (Receiver Operating Characteristic) എന്നുപറയുന്നു. എ യു സി-ആർ ഒ സി പൂർണതയായ ഒന്നിനോടടുത്താൽ ആ പരീക്ഷണം ഉന്നത നിലവാരം പുലർത്തുന്നതാണെന്ന് തീരുമാനിക്കാം. ചികിത്സയ്ക്കും ദോഷഫലങ്ങൾക്കുമുള്ള സാധ്യത അതിനാവശ്യമുള്ള എണ്ണം കണക്കാക്കി ലളിതമായി തീരുമാനിക്കാം.

NNT, NNH. number needed to treat, number needed to harm എന്നിവ യഥാക്രമം ചികിത്സയ്ക്കും ദോഷഫലങ്ങൾക്കുമുള്ള എണ്ണങ്ങളാണ്.

NNT4 ആണെങ്കിൽ നാലുപേരിൽ ഒരാൾക്ക് ആ ചികിത്സകൊണ്ട് പ്രയോജനം കിട്ടുന്നു എന്നർഥം. മാമ്മോഗ്രാഫിയുടേത് 285 ആണെങ്കിൽ അത് ചെയ്യുമ്പോൾ 285 ൽ ഒരാൾക്ക് അർബുദമുള്ളതായി മനസിലാക്കാനാകും. ഒരു മരുന്നിന്റെ പാർശ്വഫലത്തെപ്പറ്റി പറയുമ്പോൾ ആ മരുന്നുകഴിക്കുന്ന പത്തിലൊരാൾക്ക് അത് കഴിച്ചപ്പോൾ ഉദാഹരണമായി, ഛർദിയുണ്ടാകാനിടയുണ്ട് എന്നുകണക്കാക്കാം. കഴിക്കുമ്പോഴുള്ള പ്രയോജനത്തെപ്പറ്റി പറയുമ്പോൾ NNT1 ആണെങ്കിൽ അത് കഴിക്കുന്ന എല്ലാവർക്കും ഫലം കിട്ടണം. എണ്ണം കൂടുന്തോറും സാധ്യത കുറഞ്ഞുവരുന്നു. NNT2 അല്ലെങ്കിൽ 3 നല്ല ഫലമായി കരുതുന്നു. 20 മുതൽ 40 വരെയും ഫലമുള്ളതായി കണക്കാക്കുന്നു. ക്ലിനിക്കൽ പഠനങ്ങളുടെ നിലവാരമനുസരിച്ച് അവ അംഗീകരിക്കപ്പെടുന്നു. ഉയർന്ന നിലവാരമുണ്ടെങ്കിൽ അവ കൂടുതൽ രോഗികളിൽ പ്രയോജനപ്പെടുത്താം. സ്ഥിതിവിവരശാസ്ത്രമനുസരിച്ചുള്ള ശക്തി (statistical power) ഉണ്ടായാൽ മാത്രമേ ആ പഠനത്തിന് വ്യാപകമായ അംഗീകാരവും പ്രായോഗികപ്രാധാന്യവും കൈവരികയുള്ളൂ. അതിന് പരീക്ഷണത്തിന്റെ ഓരോ വിഭാഗത്തിലും ആവശ്യത്തിന് എണ്ണമുണ്ടായിരിക്കണം. സാമ്പിളുകൾക്ക് ശാസ്ത്രീയ നിഷ്പക്ഷത ഉണ്ടായിരിക്കണം.

എന്തുകൊണ്ട് ഈ ക്ലിനിക്കൽ പഠനങ്ങൾ ഡോക്ടർമാർ ഇഷ്ടപ്പെടുന്നു? എന്തുകൊണ്ട് രോഗികൾ ഇവയെപ്പറ്റി ഡോക്ടറോട് ചോദിക്കുന്നു?

ഉത്തരം വളരെ ലളിതം. ഡോക്ടർമാർക്ക് ഉത്തരവാദിത്വത്തോടും ആത്മാർഥമായും പ്രവർത്തിക്കാനും രോഗിക്ക് മികച്ച ഫലം ലഭിക്കാനും ഇത് അത്യന്താപേക്ഷിതമത്രെ. ഫലമില്ലാത്തതും ഉപദ്രവകരവുമായ ചികിത്സ ഒഴിവാക്കുകയും ചെയ്യാമല്ലോ.

ക്ലിനിക്കൽ പഠനങ്ങളുടെ ലക്ഷ്യങ്ങൾ

1. ചികിത്സ സുരക്ഷിതവും അപായരഹിതവും വിശ്വസനീയവുമാക്കുക. പാർശ്വഫലങ്ങൾ പഠിക്കുക. പുതിയത് ലഭ്യമായതിനേക്കാൾ മെച്ചമാണോ എന്ന് വിലയിരുത്തുക. ചില നിഗമനങ്ങൾ അപൂർണവും അവിശ്വസനീയവുമാകാം. അപ്പോളവ ആവർത്തിക്കേണ്ടി വരും.

2. രോഗപ്രതിരോധത്തിനുള്ള വാക്സീൻ ഫലപ്രദമാണോ എന്ന് വിലയിരുത്തുക. രോഗനിർണയത്തിന് സ്കാനിങ്ങുകൾ, രക്തം തുടങ്ങിയ പരിശോധനകൾ എത്രമാത്രം ഫലപ്രദമാണ് എന്ന് വിലയിരുത്തുക. പുതുതായി കണ്ടുപിടിച്ച മരുന്നുകൾ രോഗികൾക്ക് കൊടുത്ത് വീണ്ടും വിലയിരുത്തുക. എത്രമാത്രം രോഗിയെ മാനസികമായി പിന്താങ്ങാനും സഹായിക്കാനും കഴിയും എന്ന് വിലയിരുത്തുക. ഒരു ഭക്ഷണം ഒരു രോഗത്തെയോ ലക്ഷണത്തെയോ ജീവിതഗുണത്തെയോ മെച്ചപ്പെടുത്തുന്നുണ്ടോ എന്നുള്ള പഠനം എന്നിവ.

ഉദാ: കൊളസ്ട്രോൾ കുറയ്ക്കുന്ന ഭക്ഷണം, പ്ലാന്റ് സ്റ്റിറോൾ, തടി കുറയ്ക്കുന്ന ഭക്ഷണം, പോഷകാഹാരം, രക്തം കൂട്ടുന്ന ഭക്ഷണം തുടങ്ങിയവ.

മെഡിക്കൽ ഗവേഷണത്തിന് അന്താരാഷ്ട്രീയമായി അംഗീകരിക്കപ്പെട്ടിട്ടുള്ള നിയമങ്ങളും മാനദണ്ഡങ്ങളും പെരുമാറ്റച്ചട്ടങ്ങളും ധാർമിക ച്ചട്ടങ്ങളുമൊക്കെയുണ്ട്. അവ സുരക്ഷയിലും മനുഷ്യാവകാശത്തിലും അധിഷ്ഠിതമാണ്. ഇതിൽ പങ്കെടുക്കുന്ന ആർക്കും ഇവ വായിച്ചു സമ്മതമുണ്ടെങ്കിൽ മാത്രം രേഖപ്പെടുത്താനവകാശമുണ്ട്. മൃഗങ്ങൾക്കും പരീക്ഷണങ്ങൾക്ക് സുരക്ഷകളുണ്ട്.

പരീക്ഷണഫലങ്ങൾ ദേശീയ റെഗുലേറ്ററി കമ്മിറ്റി (regulatory committee) യുടെ അംഗീകാരത്തിനുശേഷം മാത്രമേ നടപ്പിലാവുകയുള്ളൂ. പല ക്ലിനിക്കൽ പഠനങ്ങളും പുതിയ മരുന്നുകളുടെ അവകാശവാദം ശരിയോ എന്നു വിലയിരുത്തുവാനുള്ളതാണ്. ഇപ്രകാരം പഠനം നടത്തുന്നവർ അത് മനുഷ്യന് ഉപകാരപ്രദമാണോ എന്നുറപ്പ് വരുത്തുവാൻ നിയമപരമായി ബാധ്യസ്ഥരാണ്. നിയമം അനുശാസിക്കുന്നത് ഈ പരീക്ഷണങ്ങളിൽ പങ്കെടുക്കുന്ന ഏതൊരാളും അതിന്റെ ലക്ഷ്യങ്ങളും വരാവുന്ന അസൗകര്യങ്ങളെയും കുറിച്ച് ഒരു ഗവേഷകനെങ്കിലും നേരിട്ട് ബോധ്യപ്പെടുത്തിയിരിക്കണം. പിന്നീട് വിവരം കിട്ടിക്കൊണ്ടിരിക്കാനുള്ള സംവിധാനവും നിഷ്കർഷിക്കപ്പെട്ടിട്ടുണ്ട്.

നിബന്ധനകൾ

ഗവേഷണ അടിസ്ഥാനം ഒരു വിദഗ്ധസമിതി അംഗീകരിച്ചിരിക്കണം. സാമ്പത്തികസ്രോതസ്സ് ഉറപ്പ് വരുത്തിയിരിക്കണം. ഏതെങ്കിലും സംഘടനയോ, ആശുപത്രിയോ, ഗവേഷണസ്ഥാപനമോ ഗവേഷണത്തിന് സ്ഥലം അനുവദിച്ചിരിക്കണം. നിയന്ത്രകരുടെ (Regulatory Agency) ഗവേ

ഷണം അംഗീകരിച്ചുകൊണ്ട് സർട്ടിഫിക്കറ്റ് ലഭിച്ചിരിക്കണം. അംഗീകരിക്കപ്പെട്ട ധാർമികകമ്മിറ്റിയും (ethics committee) അംഗീകരിച്ചിരിക്കണം. ഇവർക്ക് ഇടയ്ക്ക് പരിശോധിക്കാനും അധികാരമുണ്ട്. ഇവയുടെ ലക്ഷ്യം ഉയർന്ന നിലവാരമുള്ള ചികിത്സ ഉറപ്പ് വരുത്തലും, പാർശ്വഫലങ്ങൾ കുറയ്ക്കലും നിർവഹണം കുറ്റമറ്റതാക്കലും നടപടിത്തെറ്റുകൾ ഇല്ലാതാക്കലുമാണ്.

ഗവേഷണഫലം അതിനുതക്ക ഉയർന്ന സാങ്കേതികവിദ്യയിലൂടെ പൊതുജനങ്ങളിലെത്തുന്നതോടെ അവിടെ വിപ്ലവം വിതയ്ക്കപ്പെടുന്നു. എല്ലാക്കാലത്തും ചരിത്രം അതിന് സാക്ഷ്യം വഹിച്ചിട്ടുണ്ട്.

വിപ്ലവം വിതച്ച പത്ത് കണ്ടുപിടുത്തങ്ങൾ

മൺമറഞ്ഞുപോയ പ്രതിഭാധനരായ ശാസ്ത്രജ്ഞരുടെ സംഭാവനകൾ മൂലമാണ് ഇന്ന് ആസ്വദിക്കുന്ന ആരോഗ്യസുരക്ഷ എന്ന് നാം പലപ്പോഴും ഓർക്കുന്നില്ല. ലോകത്തുനിന്നും ഇപ്പോൾ തുടച്ചുമാറ്റപ്പെട്ട രോഗമായ വസൂരിക്കെതിരായ കുത്തിവയ്പ് കണ്ടുപിടിച്ചത്,

1. എഡ്വേർഡ് ജെന്നറായിരുന്നു (17.05.1749 - 26.01.1823). ഇദ്ദേഹത്തിന് പ്രസിദ്ധ സർജനായ ജാ ഹണ്ടറുടെ കീഴിൽ പരിശീലനം ലഭിച്ചു. മൈക്രോബയോളജിസ്റ്റായ (microbiologist) അദ്ദേഹം ജനറൽ പ്രാക്ടീഷണറായ ഡോക്ടറായിരുന്നു. ആദ്യം അന്നത്തെ ഏതു ശാസ്ത്രജ്ഞനെയുംപോലെ അദ്ദേഹവും ധാരാളം എതിർപ്പിനെ നേരിടേണ്ടിവന്നു. എന്നാൽ, തന്റെ ജീവിതകാലത്തുതന്നെ അത് വിജയകരമാവുകയും ബ്രിട്ടീഷ് സർക്കാർ പണം ഗവേഷണത്തിനും വാക്സിൻ (vaccine) ഉണ്ടാക്കുന്നതിനുംവേണ്ടി അനുവദിക്കുകയും ചെയ്തു. പിന്നീട് കോളറ, ഇൻഫ്ളുവൻസാ, അഞ്ചാംപനി, പ്ലേഗ് എന്നീ ഗുരുതര രോഗങ്ങൾക്കും വാക്സിനേഷൻ കണ്ടുപിടിക്കുകയുണ്ടായി. ഇന്നത്തെ അത്തരം രോഗങ്ങളിൽനിന്നും സ്വതന്ത്രമായ ലോകത്തിന് നാം അദ്ദേഹത്തോട് കടപ്പെട്ടിരിക്കുന്നു.

2. ഇംഗ്ലണ്ടിലെ ബയോളജിസ്റ്റും ഫാർമക്കോളജിസ്റ്റുമായ (pharmacologist) സർ അലക്സാണ്ടർ ഫ്ളെമിങ് (06.08.1881-11.03.1955) വൈദ്യശാസ്ത്രത്തെ മാറ്റിമറിച്ച പെൻസിലിൻ കണ്ടുപിടുത്തത്തിനും തുടർന്നുണ്ടായ ആന്റിബയോട്ടിക് (antibiotic) വിപ്ലവത്തിനും കാരണഭൂതൻ. 1923 ൽ കോശങ്ങളിലെ ലൈസോസൈം കണ്ടുപിടിച്ചു. 1928 ൽ പെനിസീലിയം നൊട്ടേറ്റം (penicillium notatum) എന്ന പൂപ്പലിൽനിന്നും പെൻസിലിൻ കണ്ടുപിടിച്ചു.

പെനിസീലിയം നൊട്ടേറ്റം കോളനി പരീക്ഷണശാലയിൽ

അതോടെ ആന്റിബയോട്ടിക് യുഗം ആരംഭിച്ചു. ഇന്ന് സിഫിലിസ്, ഗാൻഗ്രീൻ, ക്ഷയം എന്നിവയ്ക്ക് ഫലപ്രദമായ ആന്റിബയോട്ടിക് മരുന്നുകൾ സുലഭമാണ്. അവയുടെ വ്യാപകമായ ദുരുപയോഗമാണിന്നത്തെ

പ്രശ്നം. 1945 ൽ ഹൊവാർഡ് ഫ്ളോറി, ഏണസ്റ്റ് ബോറിസ് ചെയിൻ എന്നിവർക്കൊപ്പം വൈദ്യശാസ്ത്രത്തിനുള്ള നോബൽ പ്രൈസ് അദ്ദേഹം പങ്കിട്ടു. ലോകത്തെ ഏറ്റവും ഫലപ്രദമായ ജീവൻരക്ഷാമരുന്നാണ് പെൻസിലിൻ. പെൻസിലിന് ശേഷം പഴുപ്പുകൊണ്ട് ഇന്ന് കൈകാൽ മുറിച്ചു കളയേണ്ട സാഹചര്യം വിരളമാണ്. രക്തത്തിലെ അണുബാധ കൊണ്ട് മരണവും കുറവാണ്.

3. ലൂയി പാസ്ചറിനു (27.12.1822 - 28.09.1895) മുമ്പ് രോഗം എന്നാൽ പിശാചുക്കളുടെ ആക്രമണമാണെന്നാണ് ധരിച്ചിരുന്നത്. അതിനെ അകറ്റാൻ രോഗിക്കുചുറ്റും ദുർഗന്ധം വമിക്കുന്ന സാധനങ്ങൾ വയ്ക്കുമായിരുന്നു! ലൂയി പാസ്ചറാണ് ആദ്യമായി രോഗാണുവാണ് രോഗത്തെ ഉണ്ടാക്കുന്നതെന്ന സിദ്ധാന്തം കണ്ടുപിടിച്ചത്. തന്റെ രോഗാണുസിദ്ധാന്തത്തിലൂടെ ശുചിത്വത്തിന്റെ പ്രാധാന്യം അദ്ദേഹം വൈദ്യശാസ്ത്രത്തിന് സംഭാവന ചെയ്തു. പാൽ, വൈൻ എന്നിവ പാസ്ചുറൈസ് ചെയ്യുന്നതിലൂടെ അപായരഹിതമാകുന്നുവെന്ന് അദ്ദേഹം തെളിയിച്ചു. ഇന്ന് നാം ദിവസേന കുടിക്കുന്ന പാൽ അദ്ദേഹത്തിന്റെകൂടി സംഭാവനയാണ്. അന്ന് കോളറ, ആന്ത്രാക്സ്, റാബീസ് എന്നിവയുടെ കാരണങ്ങൾ ദുരൂഹമായിരുന്നു.

റാബീസിന് വാക്സിൻ കണ്ടുപിടിച്ചത് അദ്ദേഹമായിരുന്നു. ജെന്നറുടെ കണ്ടുപിടുത്തത്തെ അംഗീകരിച്ചുകൊണ്ട് അദ്ദേഹം കുത്തിവയ്പുകൾക്ക് വാക്സിനുകൾ എന്ന പേരുനൽകി.

ഓപ്പറേഷനു വേദനയില്ലാതെ മയക്കം കൊടുക്കുന്ന അനസ്തീസിയയുടെ ചരിത്രം മനുഷ്യരാശിയുടെ ചരിത്രവുമായി അഭേദ്യം ബന്ധപ്പെട്ടുകിടക്കുന്നു. വേദനയില്ലാതെ, അപായരഹിതമായി ഓപ്പറേഷൻ സാധ്യമാകുന്നു എന്നത് വൈദ്യശാസ്ത്രരംഗത്ത് വിപ്ലവം തന്നെ സൃഷ്ടിച്ചു. വേദനയും അതുകൊണ്ടുള്ള ഷോക്കും ഇല്ലാതായതിനാൽ സങ്കീർണമായതും നീണ്ടതുമായ ഓപ്പറേഷനുകൾ സാധ്യമായി.

4. വില്യം കൊൺറാഡ് റോൺട്ജൻ (27.03.1845 - 10.02.1923) എന്ന ഫിസിക്സ് ശാസ്ത്രജ്ഞനാണ് എക്സ്റേ കണ്ടുപിടിച്ചത്. ശാസ്ത്രലോകം അതിന് റോൺട്ജൻ റേ എന്ന് വിളിക്കുന്നുണ്ടെങ്കിലും അദ്ദേഹം അതിന് സ്വന്തം പേരിടുകയോ അതിന് പേറ്റന്റ് അവകാശപ്പെടുകയോ ചെയ്യാതെ മനുഷ്യരാശിക്ക് സമർപ്പിക്കുകയായിരുന്നു. അദ്ദേഹത്തിന്റെ ഭാര്യ തന്റെ കൈയുടെ എക്സ്റേ കണ്ടപ്പോൾ വളരെ ഭയപ്പെട്ട് 'ഞാൻ മരിച്ചേ' എന്നുറക്കെ വിളിച്ചു കരയുകയുണ്ടായി. ഇന്നാരും അപ്രകാരം സ്വന്തം അസ്ഥിയുടെ എക്സ്റേ കണ്ടു കരയുകയില്ല.

1901 ൽ ഫിസിക്സിനുള്ള നോബൽ സമ്മാനം അദ്ദേഹത്തിന് ലഭിച്ചു. അദ്ദേഹം ആ സമ്മാനത്തുക തന്റെ യൂണിവേഴ്സിറ്റിക്ക് സംഭാവന ചെയ്തു. ഇന്ന് എക്സ്റേയും സ്കാനിങ്ങും ദന്തചികിത്സയിലും മറ്റു രോഗനിർണയത്തിനും വളരെ അനിവാര്യമാണ്. സി ടി സ്കാനിങ് എം ആർ ഐ, സ്പെക്ട് സ്കാൻ തുടങ്ങി നിരവധി പുരോഗമനങ്ങൾ

റോൺട്ജന്റെ കണ്ടുപിടുത്തത്തിൽ സംഭവിച്ചു കഴിഞ്ഞു.

5. 1242 ൽത്തന്നെ അറബ് വൈദ്യനായ ഇബിൻ അൽ നാഫിസ് ശ്വാസകോശത്തിലെ രക്തചംക്രമണത്തെപ്പറ്റി വിവരിച്ചിരുന്നു. 1628 ലാണ് വില്യം ഹാർവി (01.04.1578 - 03.06.1657) ധമനിയെയും അശുദ്ധരക്തം തിരിച്ചു ഹൃദയത്തിലേക്ക് കൊണ്ടുവരുന്ന സിരകളെയും പറ്റി പ്രതിപാദിച്ച് ഗ്രന്ഥം (1628) രചിച്ചത്. അദ്ദേഹം ധാരാളം പരീക്ഷണങ്ങൾ നടത്തി. ഇംഗ്ലണ്ടിലെ സെയ്ന്റ് ബർത്തലോമ്യു ആശുപത്രിയിലാണ് പ്രവർത്തിച്ചിരുന്നത്. ധമനിക്കും സിരയ്ക്കും ഇടയിലുള്ള കാപ്പില്ലറികളെ മാർസെല്ലോ മാൽപ്പീഘിയാണ് കണ്ടുപിടിച്ചത്. അദ്ദേഹം വൃക്കയുടെ ഘടനയെയും പറ്റി പഠനങ്ങൾ നടത്തുകയുണ്ടായിട്ടുണ്ട്.

6. തുടർന്ന് കാൾ ലാൻഡ് സ്ടെയ്നർ രക്തഗ്രൂപ്പുകളെപ്പറ്റി കണ്ടുപിടുത്തങ്ങൾ നടത്തി. രക്തഗ്രൂപ്പ് ചേർച്ചകളെക്കുറിച്ചുള്ള പഠനമാണ് രക്തം കുത്തിവെച്ച് ജീവൻ രക്ഷിക്കാനുള്ള വഴിതുറന്നത്.

7. ഇന്ന് ശാസ്ത്രലോകം നിരന്തരമായി ചർച്ച ചെയ്തുകൊണ്ടിരിക്കുന്ന ഡി എൻ എ കണ്ടുപിടിച്ചത് സ്വിസ്സ് ഡോക്ടറായ ഫ്രീഡ്രിക് മീഷർ (13.08.1844 - 26.08.1895) ആയിരുന്നു. ആദ്യം ഇത് ന്യൂക്ലീൻ എന്ന പേരിലാണറിയപ്പെട്ടിരുന്നത്. ആദ്യമായി അതിന്റെ ഘടനയായ പിരിയൻ കോണി വിഭാവനം ചെയ്തത് ജേംസ് വാട്സണും ഫ്രാൻസിസ് ക്രിക്കും കൂടിയാണ്. റൊസാലിൻഡ് ഫ്രാങ്ക്ളിൻ അവർക്ക് അടിസ്ഥാനമൊരുക്കുകയും ചെയ്തു. ഡി എൻ എയുടെ കൽപ്പനയനുസരിച്ചാണ് രോഗങ്ങൾ പലതും ഉണ്ടാകുന്നതും ഇല്ലാതിരിക്കുന്നതും, പല കോശങ്ങളും കോശജാലങ്ങളും ഉത്ഭവിക്കുന്നതും നശിക്കുന്നതും.

8. ഫ്രെഡറിക് ബാന്റിങ്ങും (14.11.1891 - 21.02.1941) ചാൾസ് ബെസ്റ്റും കൂടിയാണ് ഇന്ന് പ്രമേഹരോഗികൾ ദിവസേന ഉപയോഗിച്ചു കൊണ്ടിരിക്കുന്ന ഇൻസുലിൻ കണ്ടുപിടിച്ചത്. ടൈപ്പ് ഒന്ന് പ്രമേഹക്കാർക്കും പഴകിയ ടൈപ്പ് രണ്ട് പ്രമേഹക്കാർക്കും ജീവൻ നിലനിർത്താൻ ഇൻസുലിൻ അത്യന്താപേക്ഷിതമാണ്. ഇത് കണ്ടുപിടിക്കുന്നതിനുമുമ്പ് ഇത്തരം രോഗികൾക്ക് അർബുദം പോലെ മരണം ഉറപ്പായിരുന്നു. ഇൻസുലിൻ രോഗികളുടെ ശരീരത്തിലെ കൊഴുപ്പിനെ മാത്രം ആശ്രയിച്ച് ജീവിക്കുന്ന അവസ്ഥയ്ക്ക് മാറ്റംവരുത്തി. ഗ്ലൂക്കോസ് മറ്റുള്ളവരെപ്പോലെ അവർക്കും ഉപയോഗിക്കാവുന്ന അവസ്ഥ സംജാതമായി. ശരീരത്തിലെ കൊഴുപ്പ് വലിച്ചെടുത്ത് ശരീരം ക്ഷീണിക്കാനും കീറ്റോ കൂടുതലായി ഉണ്ടാകാനും ഇടയാക്കുകയില്ല.

9. 1629 ൽ നോബൽ സമ്മാനം നേടിയ ഫ്രെഡറിക് ഗോളാൻഡ് ഹോപ്കിൻസ് (20.06.1861 - 16.05.1947) എന്ന ഇംഗ്ലീഷ് കെമിസ്റ്റാണ് വിറ്റാമിനുകളും, ട്രിപ്ടോഫാൻ, ഗ്ലൂട്ടാതയോ എന്നീ അമിനോ ആസിഡുകളും കണ്ടുപിടിച്ചത്. ഇവയുടെ കുറവുകൊണ്ട് രോഗങ്ങൾ ഉണ്ടാകുന്നുവെന്ന് മൃഗങ്ങളിലെ പരീക്ഷണങ്ങളിൽ നിന്ന് മനസിലായി. ഭക്ഷണത്തിലെ ഈ ഭാഗങ്ങൾ അത്യന്താപേക്ഷിതമെന്ന് തെളിയിക്കപ്പെട്ടു. വൈദ്യ

ശാസ്ത്രരംഗത്ത് വിറ്റാമിൻ യുഗം അപ്രകാരം ആരംഭിച്ചു.

10. മനുഷ്യനിലെ റിട്രോവൈറസായ എച്ച് ഐ വി കണ്ടുപിടിച്ചത് അമേരിക്കയിലെ ശാസ്ത്രജ്ഞനായ റോബർട്ട് ഗാലോ (23.03.1937)യും ലക് മൊടാഗ്നിയർ എന്ന ഫ്രഞ്ച് ശാസ്ത്രജ്ഞനും കൂടിയാണ്. 1980 ൽ അതാണ് എയ്ഡ്സിന്റെ കാരണമായ വൈറസെന്ന് തെളിയിക്കപ്പെട്ടു. ഇതിനുള്ള ഫലപ്രദമായ ചികിത്സയ്ക്കും വാക്സിൻ ഉൽപ്പാദിപ്പിക്കാനും ഇന്ന് ലോകമാസകലം ഗവേഷണങ്ങൾ പുരോഗമിച്ചുകൊണ്ടിരിക്കുകയാണ്.

ശാസ്ത്രീയമായ തെളിവുകളെ മുറുകെപ്പിടിക്കയും അതിലൂടെ ശാസ്ത്രീയാന്വേഷണം ഒരു തപസ്യയായി എടുക്കുകയും ചെയ്തവരാണ് ഈ മഹാരഥന്മാരെല്ലാം.

എന്താണ് തെളിവടിസ്ഥാനമാക്കിയ വൈദ്യശാസ്ത്രം?

എല്ലാ വൈദ്യ അറിവുകളും ഇതുവരെ തെളിവുകളുടെ തികച്ചും ശാസ്ത്രീയമായ അടിത്തറയിലാണ് പടുത്തുയർത്തപ്പെട്ടിട്ടുള്ളത്. എന്നാൽ, ഇപ്പോൾ തെളിവനുസൃതമായ വൈദ്യശാസ്ത്രത്തെപ്പറ്റി പ്രത്യേകം പരാമർശിക്കുന്നത്, ഇന്നത്തെ സ്റ്റാറ്റിസ്റ്റിക്സിന്റെയും ഗവേഷണത്തിന്റെയും അവയെ മെറ്റ അനാലിസിസി (meta analysis) ലൂടെ ക്രോഡീകരിച്ചും സിസ്റ്റമിക് റിവ്യൂവിലൂടെ അപഗ്രഥിച്ചും നടത്തിയ പഠനത്തിനുശേഷം ലഭിച്ച പുത്തൻ ഉൾക്കാഴ്ചകളുടെ വെളിച്ചത്തിലാണ്. അപ്രകാരം ചില നിയാമകതത്ത്വങ്ങൾക്ക് രൂപംകൊടുക്കണമെന്ന് തീരുമാനിക്കപ്പെടുകയുണ്ടായി.

അതനുസരിച്ച് 1997 ൽ സാക്കറ്റ്, റിച്ചാർഡ്സൺ, റോസൻബർഗ്, ഹെയ്ൻസ് എന്നിവർ ചേർന്ന് രൂപപ്പെടുത്തിയ ഈ ആശയം സാർവലൗകീക അംഗീകാരം നേടിയിട്ടുണ്ട്. തെളിവടിസ്ഥാനമാക്കിയ വൈദ്യശാസ്ത്രം (Evidence Based Medicine,EBM) ലക്ഷ്യമിടുന്നത് ഏറ്റവും നല്ല ശാസ്ത്രീയ തെളിവ് ഓരോ രോഗിയുടെയും പരിശോധനയിലും ചികിത്സയിലും (EBP) തീരുമാനമെടുക്കുന്നതിൽ വരണമെന്നാണ്. ചികിത്സ ചെയ്യുന്നതിലും ചെയ്യാതിരിക്കുന്നതിലും ഈ തെളിവുകൾ അടിസ്ഥാനമാക്കണം. തെളിവ് ഗോപുരത്തിന്റെ മുകൾത്തട്ടിൽ മെറ്റ അനാലിസിസിലൂടെ ക്രോഡീകരിച്ചതും സിസ്റ്റമിക് റിവ്യൂ- (Systemic Review) വിലൂടെ അപഗ്രഥിച്ചും പ്ലാസിബൊ നിയന്ത്രിത (Placebo Controlled) പഠനത്തിലൂടെയുള്ള വിശ്വാസം നേടിയതുമായ പഠനങ്ങളാണെങ്കിൽ താഴത്തെ അടിത്തറയിൽ നാളിതുവരെ വൈദ്യശാസ്ത്രലോകം നേടിയ വിവേകവും ജ്ഞാനവും നിപുണതയുമാണ്. ജീവിതഗുണം, ആത്മസാക്ഷാൽക്കാരം എന്നിവ ശാസ്ത്രീയാന്വേഷണ പരിധിക്കുമപ്പുറത്താണല്ലോ.

തെളിവടിസ്ഥാനമാക്കിയ വൈദ്യശാസ്ത്രം പ്രയോഗത്തിൽ (EBP)

ഫലം പ്രവചിക്കാനാകണം. ഇവിടെ തത്വവിശാരദന്മാർ ആത്മാർഥത, വ്യക്തത, വകതിരിവ് എന്നീ അർഥസമ്പുഷ്ടപദങ്ങൾ കൂടി ചേർത്തിരിക്കുന്നു. എല്ലാ വൈദ്യവിദഗ്ധരും ആത്യന്തികമായി ശാസ്ത്രീയപഠനങ്ങളോട് കടപ്പെട്ടിരിക്കണം. അതനുസരിച്ച് ഉത്തരം പറയാൻ ബാധ്യസ്ഥരുമാണ്. സിസ്റ്റമിക് റിവ്യൂ പ്രസിദ്ധീകരിക്കുന്നതനുസരിച്ചാണ് ഓരോ ചികിത്സയും വിലയിരുത്തപ്പെടുന്നത്.

ലോകപ്രശസ്തമായ കൊക്രെയിൻ കൊലാബൊറേഷൻ (Cochrane Collaboration) സിസ്റ്റമിക് റിവ്യൂകൾ ധാരാളം പ്രസിദ്ധീകരിക്കയും എല്ലാവരുടെയും ഉപയോഗത്തിനായി ഇന്റർനെറ്റിൽ കൊടുക്കുകയും ചെയ്തുപോരുന്നുണ്ട്. മറ്റു സിസ്റ്റമിക് റിവ്യൂകളെപ്പോലെ ഇവയും ഓരോ ചികിത്സയും പ്രയോജനകരം, സംശയാസ്പദം, അപകടകരം എന്നീ മൂന്നുതരമായി തിരിക്കപ്പെടുന്നു.

2007 ൽ 1016 സിസ്റ്റമിക് റിവ്യൂ നടത്തിയതിൽ 44 ശതമാനം പ്രയോജനകരവും, 49 ശതമാനം സംശയാസ്പദവും, 7 ശതമാനം അപകടകരവുമായിരുന്നു, 96 ശതമാനത്തിനും കൂടുതൽ ഗവേഷണം വേണമെന്ന് വിധിക്കപ്പെട്ടു. ഇവിടെ പ്രസക്തമായ മൂന്ന് ധാരകളുണ്ട്.

ഒന്നാമതായി, ഏറ്റവും ശാസ്ത്രീയമായി തെളിയിക്കപ്പെട്ട ചികിത്സകൾ. രണ്ടാമതായി, സിസ്റ്റമിക് റിവ്യൂകൊണ്ട് തെളിയിക്കപ്പെടുന്ന ഏറ്റവും നല്ല പഠനങ്ങൾ. മൂന്നാമതായി, ഇതിനെ ഒരു ചികിത്സാപ്രസ്ഥാനമായി പൊതുജനങ്ങൾക്കിടയിലും, രോഗികളുടെ സംഘങ്ങളിലും, വിദ്യാഭ്യാസ സ്ഥാപനങ്ങളിലും ഡോക്ടർമാരിലും പ്രചരിപ്പിക്കയും പ്രയോഗിക്കയും ചെയ്യൽ. പലതരത്തിലുള്ള പഠനങ്ങളെ തെളിവുകളുടെയും വിശ്വാസ്യതയുടെയും അടിസ്ഥാനത്തിൽ തരം തിരിച്ചിട്ടുണ്ട്.

ഇംഗ്ലണ്ടിലെ ദേശീയ ആരോഗ്യ സർവീസ് ഗവേഷണപഠനങ്ങളെ എ ബി സി ഡി എന്നീ നാലായി തരംതിരിച്ചിട്ടുണ്ട്.

ഇവ ചികിത്സ കൊടുത്തിട്ടുള്ള പഠനങ്ങൾക്കാണ് കൂടുതൽ അനുയോജ്യം. ഓക്സ്ഫോർഡിലെ തെളിവിന്റെ ലെവലുകൾ രോഗപ്രതിരോധം, രോഗനിർണയം, ഭാവിപ്രവചനം, ചികിത്സ, ദോഷപഠനങ്ങൾ എന്നിവയെപ്പറ്റിയാണ്.

ലെവൽ എ - റാൻഡമൈസ്ഡ് നിയന്ത്രിത ക്ലിനിക്കൽ പഠനം, വർഷങ്ങൾ നീണ്ടുപോകുന്ന കൊഹാർട്ട് പഠനം.

ലെവൽ ബി - പിന്നോട്ട് അന്വേഷിക്കുന്ന കൊഹാർട്ട്, ഗവേഷണഫലം, ലെവൽ എയിൽ നിന്നുള്ള വ്യതിയാനങ്ങൾ.

ലെവൽ സി - ലെവൽ ബിയിൽ നിന്നുള്ള വ്യതിയാനങ്ങൾ.

ലെവൽ ഡി - വ്യക്തമായ നിഷ്പക്ഷതയില്ലാത്ത വിദഗ്ധ അഭിപ്രായം, ഫിസിയോളജിയെ അടിസ്ഥാനമാക്കിയ പഠനം.

ഗുണദോഷങ്ങളെ കണക്കാക്കി അമേരിക്കൻ പ്രിവെന്റീവ് ടാസ്ക് ഫോഴ്സ് ക്ലിനിക്കൽ ശാസ്ത്രീയപഠനങ്ങളെപ്പറ്റി എടുത്ത തീരുമാനങ്ങൾ:

ഈ പഠനങ്ങളെ വിവിധ ശ്രേണികളായി തിരിച്ച് നിർദേശങ്ങൾ പറയുന്നു.

ലെവൽ എ : നല്ല ശാസ്ത്രീയത്തെളിവ്. ദോഷഫലങ്ങൾ നല്ല ഫലങ്ങളെക്കാൾ വളരെക്കുറവ്. ഡോക്ടർമാർക്ക് സംശയം കൂടാതെ ആവശ്യമുള്ള രോഗികൾക്ക് അതിലെ നിഗമനങ്ങൾ രോഗിയുമായി ചർച്ച ചെയ്തതിനുശേഷം ശുപാർശ ചെയ്യാം.

ലെവൽ ബി : തൃപ്തികരമായ തെളിവ്. ദോഷഫലങ്ങൾ നല്ല നല്ല ഫലങ്ങളെക്കാൾ കുറവാണ്. രോഗിയുമായി ചർച്ച ചെയ്യാം. രോഗിക്ക് താൽപ്പര്യമെങ്കിൽ മാത്രം എടുക്കാം.

ലെവൽ സി : ദോഷഫലങ്ങൾ, നല്ലഫലങ്ങൾ ഇവ രണ്ടും തുല്യമാണ്.
വ്യക്തിപരമായ ഗുണം ഉണ്ടാകുമെന്ന് ബോധ്യമുണ്ടെങ്കിൽ മാത്രം രോഗിയുമായി ചർച്ചചെയ്ത് തീരുമാനമെടുക്കാം.

ലെവൽ ഡി : ഇതിൽ ദോഷഫലങ്ങൾ നല്ലഫലങ്ങളെക്കാൾ കൂടുതലാണ്. ലക്ഷണങ്ങളില്ലാത്ത രോഗികളോട് ഇതിനെപ്പറ്റി പറയേണ്ട ആവശ്യകതയില്ല.

ലെവൽ 1 : ശാസ്ത്രീയത്തെളിവ് കുറവ്. ഗുണദോഷഫലങ്ങൾ വ്യക്തമാക്കാൻ പ്രയാസം. ഈ പഠനത്തിലെ അനിശ്ചിതത്വം പറഞ്ഞു മനസിലാക്കാം. തെളിവിനസൃതമായ വൈദ്യശാസ്ത്രം പ്രയോഗത്തിലാക്കുമ്പോൾ ഡോക്ടർമാർ ചില ഗണിതസങ്കേതങ്ങളെ ആശ്രയിക്കേണ്ടിവരും. അതിലേറ്റവും ശക്തമായത് റാൻഡമൈസ്ഡ് ട്രിപ്പിൾ ട്ലൈൻഡ് പ്ലാസിബൊ നിയന്ത്രിത പഠനങ്ങളാണ്. ഓരോ പരീക്ഷണക്കൂട്ടങ്ങളെയും നിയോഗിക്കുന്നത് ഗവേഷകർ പൂർണമായും അറിയരുതെന്ന് അമേരിക്കയിലെ പ്രിവന്റീവ് സർവീസസ് ടാസ്ക്ഫോഴ്സ്. ചികിത്സകളുടെ ഫലസിദ്ധിയെ തരംതിരിച്ചിരിക്കുന്നത് ഇപ്രകാരമാണ്.

ലെവൽ 1 : ഒന്നോ അതിലധികമോ റാൻഡമൈസ്ഡ് നിയന്ത്രിത പഠനം.

ലെവൽ 2 : ഒന്ന് റാൻഡമൈസ്ഡ് അല്ലാത്ത മേൽപ്പറഞ്ഞ പഠനം.

ലെവൽ 2 : നല്ല ശാസ്ത്രീയ ഡിസൈനിലുള്ള കൊഹാർട്ട് അല്ലെങ്കിൽ കേസ് നിയന്ത്രിത അപഗ്രഥനപഠനം. കഴിയുന്നതും പല കേന്ദ്രങ്ങളിലായി നടത്തിയത്.
പല രാജ്യങ്ങളിലുമായി ഗവേഷണ സംഘങ്ങളും കേന്ദ്രങ്ങളും ഉണ്ടായിരുന്നാൽ നല്ലത്.

ലെവൽ 2- 3 : പല ടൈം സീരീസ് അതായത്, നീണ്ട കാലത്തെ നിരീ

ക്ഷണം അടങ്ങിയ പഠനം. മരുന്നുകളും ചികിത്സകളും കൊടുക്കുന്നില്ല.

ലെവൽ 3 : വിദഗ്ധരുടെ അഭിപ്രായങ്ങൾ. രോഗികളിൽ ചികിത്സിച്ച ഫലങ്ങൾ, വിവരണാത്മക പഠനങ്ങൾ, വിദഗ്ധ കമ്മിറ്റികളുടെ റിപ്പോർട്ടുകൾ. അമേരിക്കയെപ്പോലെ മെഡിക്കൽ ഗവേഷണരംഗത്ത് മുന്നിൽ നിൽക്കുന്ന ഇംഗ്ലണ്ടിലും ഇതിന് സമാനമായ നിയാമക തത്ത്വങ്ങളുണ്ട്.

29

ചികിത്സാരംഗം
അമ്പതു വർഷത്തിനുശേഷം

"**എ**ണ്ണിയെണ്ണിക്കഴിയുന്നിതായുസും മണ്ടിമണ്ടിക്കയറുന്നു മോഹവും" എന്നാണ് പൂന്താനം പരിതപിച്ചത്. എന്നാൽ, ആധുനികശാസ്ത്രം "എണ്ണിയെണ്ണിത്തുടരുന്നിതായുസും മണ്ടുന്ന മോഹത്തെ പ്രാപിക്കുന്നു നമ്മളും" എന്നാക്കി. മാത്രമല്ല, "നരനായിങ്ങനെ ജനിച്ചു ഭൂമിയിൽ നരകവാരിധി നടുവിൽ ഞാൻ" എന്ന വിലാപത്തെ ശാസ്ത്രം "മനുഷ്യനായീഭൂമിയിൽ ജനിച്ചു എങ്കിലൊരു സ്വർഗലോകം പണിയും നാം"എന്നാക്കി തിരുത്തിക്കൊണ്ടേയിരിക്കുന്നു!

കഴിഞ്ഞ ഏതാനും ദശകങ്ങളിലുണ്ടായ ശാസ്ത്രപുരോഗതി മനുഷ്യരാശി നാളിതുവരെ നേടിയതിനേക്കാൾ മികച്ചതും പ്രായോഗികക്ഷമവും, വിപുലവുമാണ്. ശാസ്ത്രജ്ഞരുടെ എണ്ണം വർധിച്ചതും കൂടുതൽ സംഘടിതമായി ഗവേഷണം കൂടുതൽ രാജ്യങ്ങളിൽ ആരംഭിച്ചതും അടിസ്ഥാനശാസ്ത്രം, സ്റ്റാറ്റിസ്റ്റിക്സ്, വാർത്താവിനിമയം, കംപ്യൂട്ടർവൽക്കരണം എന്നിവ മുന്നേറിയതും, ആഗോളവൽക്കരണവും, മാനവസംസ്കൃതിയിൽ ശാസ്ത്രത്തിനു ലഭിക്കുന്ന വർധിച്ച അംഗീകാരവും, മെച്ചമായ ധനലഭ്യതയും ഈ നേട്ടത്തിന്റെ അടിസ്ഥാന കാരണങ്ങളാണ്.

അതെ, ഭാവിയിലെ വൈദ്യശാസ്ത്രം മനുഷ്യന് ദീർഘായുസ്സ് തരിക മാത്രമല്ല അത് സുഖകരവും സുന്ദരവുമാക്കുന്നു. ഇന്ന് ഇംഗ്ലണ്ടിലും അമേരിക്കയിലും പരീക്ഷണാർഥം ഉപയോഗിക്കുന്ന ചികിത്സകൾ അടുത്ത ഇരുപത് വർഷത്തിനകം ലോകമെങ്ങും പ്രചാരത്തിലാകും. ലണ്ടനിലെ ആശുപത്രികളിൽ ഹൃദ്രോഗികളുടെ രക്തത്തിൽ നിന്നുമെടുത്ത സ്ടെം കോശങ്ങൾ ഹൃദയത്തിലേക്ക് കുത്തിവെച്ചു. അവ കേടുവന്ന ഹൃദയപേശികളെ പുനരുജ്ജീവിപ്പിച്ചു. അതുപോലെ വയറിലെ അർബുദം ജീൻ തകരാറുമൂലമെന്ന് സ്ഥിരീകരിച്ചവരുടെ രോഗസാധ്യതയുള്ള രക്തബന്ധുക്കൾക്ക് അതനുസരിച്ച് അതിനുള്ള ഓപ്പറേഷൻ നേരത്തെ ചെയ്ത്

മാരകമായ ആ രോഗത്തിൽനിന്ന് രക്ഷ നേടാൻ കഴിയും.

ജീനുകളെ സംബന്ധിച്ച് ഇന്ന് ധാരാളം ഗവേഷണങ്ങൾ നടന്നുകൊണ്ടിരിക്കുകയാണ്. ഇന്ന് ചികിത്സയില്ലാത്ത രോഗങ്ങൾക്ക് ജീനുകളിലൂടെ ഉത്തരമുണ്ട്. അവയെ പാർശ്വഫലങ്ങളില്ലാതെ നന്നായി ചികിത്സിക്കാൻ കഴിയും. സ്ടെം കോശമുപയോഗിച്ച് ഓരോ അവയവവും ശരീരത്തിനകത്തുതന്നെ കേടുപാടു തീർത്ത് പുതുപുത്തനാക്കാം! ജീവിതശൈലിരോഗങ്ങളെ ആരോഗ്യ പ്രബോധനത്തിലൂടെ നേരെയാക്കാനും ജീവിതഗുണം വർധിപ്പിക്കാനും കഴിയും. ഇത് വാർധക്യത്തെ സുന്ദരവും സംതൃപ്തവുമാക്കും. എല്ലാരംഗത്തും മരുന്നുകൾ ആയുർദൈർഘ്യം വർധിപ്പിച്ചിട്ടുണ്ട്. അതുപോലെ സന്ധികൾ മാറ്റിവയ്ക്കൽ, അവയവമാറ്റം എന്നിവയിലൂടെ ജീവിതഗുണത്തിന് പുതിയ മാനം സൃഷ്ടിക്കാൻ കഴിഞ്ഞിട്ടുണ്ട്.

ശരീരം പ്രായമാകുന്നതിനുവേണ്ടി സജ്ജീകരിക്കപ്പെട്ടിട്ടില്ല. നമുക്കു പൗരാണികമായി ലഭിച്ച ജീനുകൾ പ്രായം സമ്മാനിക്കുന്ന കേടുപാടുകൾ നീക്കംചെയ്യാൻ പെടാപ്പാടുപെട്ടുകൊണ്ടിരിക്കയാണ്. പ്രായാധിക്യം ഏത് കോശത്തിലും കോശജാലങ്ങളിലും അടിഞ്ഞുകൂടുന്ന തകരാറുകളുടെ അവസ്ഥയാണ്. രോഗപ്രതിരോധം, ആന്റിബയോട്ടിക്കുകൾ എന്നിവ ആയുർദൈർഘ്യം വളരെ വർധിപ്പിച്ചിട്ടുണ്ട്. 19-ാം നൂറ്റാണ്ടിന്റെ ആരംഭത്തിൽ 40 ആയിരുന്ന മനുഷ്യായുസ്സ് ഇന്ന് 80 ആയി നിൽക്കുന്നു. കോശങ്ങളുടെ പ്രായമാകൽ കുറയ്ക്കുകയോ ഇല്ലാതാക്കുകയോ ചെയ്യാനാണ് ഇപ്പോൾ ഗവേഷണം പുരോഗമിക്കുന്നത്. അതനുസരിച്ച് കൂടുതൽ പഴങ്ങളും പച്ചക്കറികളും ആന്റി ഓക്സിഡന്റുകളും ഉപയോഗിച്ച് കൂടുതൽ ആരോഗ്യകരമായി ജീവിക്കാൻ കഴിയുന്നു.

ഇന്ന്, അമ്പതുകൊല്ലം മുമ്പ് അമ്പത് വയസുകാരൻ ജീവിച്ചതിനേക്കാൾ നന്നായി തൊണ്ണൂറുവയസുകാരന് ജീവിക്കാൻ കഴിയുന്നു. അത് വാർധക്യകാലരോഗങ്ങളെ നിയന്ത്രിക്കാനായതുകൊണ്ടാണ്. 2050 ൽ റിട്ടയർമെന്റ് പ്രായം 85 ആയിരിക്കുമെന്ന് പ്രവചിക്കപ്പെടുന്നു. ഓരോ വർഷം കഴിയുന്തോറും മനുഷ്യന് ആയുസ്സ് ഓരോ വർഷം കൂടിക്കിട്ടുമത്രെ. അതുകൊണ്ട് പ്രവർത്തനനിരതമായ ജീവിതം തുടർന്നുതന്നെ പോകാം. പെൻഷനുള്ള പണം കൂടുതൽ കാലത്തേക്ക് നിക്ഷേപിക്കാം, ലക്ഷ്യങ്ങൾ നേടാൻ കൂടുതൽ സമയം കിട്ടും. ഇതിൽ അത്ഭുതപ്പെടാനൊന്നുമില്ല.

1997 ൽ ഴാങ് കാൽമെന്റ് എന്ന ഫ്രഞ്ച് സ്ത്രീ 122 വയസും 5 മാസവുമുള്ളപ്പോഴാണ് മരിച്ചത്. 85 വയസിലും അവരുടെ സ്പോർട്സായ വാൾപ്പയറ്റ് ചെയ്യുമായിരുന്നു. 100 വയസുവരെ സൈക്കിൾ ചവിട്ടുമായിരുന്നു. ഇനി അമ്പതുകൊല്ലം കഴിയുമ്പോൾ ഇതൊരു പുതുമയുള്ള കഥയല്ലാതാകും. അപ്പോൾ എന്താണ് സംഭവിക്കുക?

ആഫ്രിക്കയിലെയും ഇന്ത്യയിലെയും പ്രകൃതിദത്തമരുന്നുകളെ ശാസ്ത്രീയമായി അപഗ്രഥിച്ച് ഉപയോഗിക്കാൻ ഇന്ന് കഴിയുന്നുണ്ട്.

എന്നാലതിൽനിന്നും വിഭിന്നമായി ഇലക്ട്രോണിക്സും, ഫോട്ടോണിക്സും, മൈക്രോമെക്കാനിക്സുമൊക്കെ ചികിത്സാരംഗത്തേക്ക് പ്രവേശിച്ചു തുടങ്ങിയിരിക്കുന്നു. ഇതിന്റെ പ്രാരംഭമായിരുന്നു 19-ാം നൂറ്റാണ്ടിലെ വിപ്ലവമായ എക്സ്റേ. ഇതിന്റെ പരിഷ്കൃതരൂപങ്ങളാണ് 3 ഡി സി എ ടി സ്കാൻ തുടങ്ങിയവ. ഇനി ഗുളികരൂപത്തിലുള്ള ക്യാമറകൾ ഇവയ്ക്ക് പകരമായിവരും. പലതരം ഇംപ്ലാന്റുകൾ (ശരീരത്തിനുള്ളിൽ ഘടിപ്പിക്കാവുന്നവ), വളരെ ചെറിയ രക്തസമ്മർദമാപിനികൾ എന്നിവ ഭാവിയിൽ വൻസാധ്യതയുള്ള ജീവരക്ഷാ ഉപാധികളാകും. മേൽനോട്ടം നടത്തി മരുന്ന് അകത്തേക്ക് കടത്തിവിടുന്ന ഇംപ്ലാന്റുകൾ (Implants) കൊണ്ട് പ്രമേഹം എളുപ്പത്തിൽ നന്നായി ചികിത്സിക്കാം.

വിദൂരസ്ഥരായ രോഗികളെ ഡോക്ടർ വീട്ടിലിരുന്ന് ടെലിമെഡിസിൻ (telemedicine) മുഖേന ചികിത്സിക്കും. ശരീരത്തിനുള്ളിൽ ആവശ്യാനുസരണം സഞ്ചരിക്കുന്ന മെഡിബോട്ടുകൾ (medibots) എന്നറിയപ്പെടുന്ന മെഡിക്കൽ റോബോട്ടുകൾ ശരീരത്തിലെ അറ്റകുറ്റപ്പണികൾ ചെയ്തുകൊണ്ടിരിക്കും. അടുത്ത അമ്പതു വർഷത്തിനുള്ളിൽ വൈദ്യശാസ്ത്രം കൂടുതൽ ഇലക്ട്രോണിക്സും അതിനൂതന സാങ്കേതികവിദ്യകളെയുമാണ് ആശ്രയിക്കുക. ഉദാ: മെംസ് എന്ന മൈക്രോ ഇലക്ട്രോ മെക്കാനിക്കൽ സിസ്റ്റംസ് (micro electro mechanical systems), നാനോ സാങ്കേതികവിദ്യ എന്നിവ ഉപയോഗിച്ച് കംപ്യൂട്ടർ ചിപ്പി (comput chip) ലൂടെ ഔഷധങ്ങൾ നേരിട്ട് അവയവങ്ങളിൽ എത്തിക്കുന്നു. അവയുപയോഗിച്ചുള്ള ഇംപ്ലാന്റുകൾ ശരീരത്തിലെ പ്രവർത്തനങ്ങളുടെ നിയന്ത്രകരാകുന്നു, അസുഖങ്ങൾ മാറ്റി ആരോഗ്യം നിലനിർത്തുന്നു.

മെംസ് ഉപയോഗിച്ച് നീണ്ടകാലത്തേക്ക് പ്രതിരോധചികിത്സയും നേരത്തെയുള്ള ചികിത്സയും ചെയ്യാനാകും. രോഗനിർണയത്തിൽ വമ്പിച്ച കുതിച്ചുചാട്ടം സാധ്യമാകും. രോഗിയുടെ ഉള്ളിൽനിന്നും പുറത്തേക്ക് പരിശോധനകൾ നടത്തി വിശദവിവരങ്ങൾ തരാനാകും. നിയന്ത്രണവും ചികിത്സയും ഉള്ളിൽ നിന്നുതന്നെ നടത്താൻ കഴിയും.

മോളിക്യുലർ ജൈവശാസ്ത്രം (molecular biology), ഡി എൻ എ കോഡിങ് (DNA coding) എന്നിവമൂലം രോഗനിർണയം വളരെ ശക്തമാകും. ജീനുകളിലൂടെയുള്ള ചികിത്സയ്ക്കപ്പുറം മൈക്രോമെക്കാനിക്സ് (micromechanics) മുന്നേറ്റം നടത്തും.

ഡിജിറ്റലും അനോലോഗ് ഇലക്ട്രോണിക്സും സംയോജിപ്പിച്ചുള്ള ചിപ്പുകൾ ഒരു വിപ്ലവം തന്നെ സൃഷ്ടിക്കും. ഇത് ബയോ മെംസ് (bio mems) എന്നറിയപ്പെടും. മെംസ് ഇന്ന് കാറിലെ എയർ ബാഗിൽ ഉണ്ട്. പെട്ടെന്ന് വേഗത കുറയുന്നത് അറിയാനുള്ള ഇതിലുള്ള ഉപകരണം എയർബാഗിനെ വീർപ്പിക്കുന്നു. പമ്പുകൾ, അരിപ്പകൾ, മരുന്ന് കുത്തിവയ്ക്കുന്നവ, വിഷപദാർഥം തിരിച്ചറിയുന്നവ, രക്തസമ്മർദം അളക്കുന്നവ എന്നിവ ചികിത്സയിൽ വമ്പിച്ച കുതിച്ചുചാട്ടം തന്നെ സൃഷ്ടിക്കും. ഡി എൻ എയുടെ പൂർണ ഡികോഡിങ് രണ്ടായിരത്തി ഇരുപത്തിയ

ഞ്ചോടെ സംഭവിക്കും. എന്തെല്ലാം രഹസ്യങ്ങളാണ് അപ്പോൾ ചരുളഴിയുക എന്ന് ഇപ്പോൾ പ്രവചിക്കുക അസാധ്യം.

രണ്ടായിരത്തി മുപ്പത്തിയഞ്ചോടെ മെംസും മറ്റു ചിപ്പുകളും പൂർണമായ ഡി എൻ എ കോഡിങ് വിവരങ്ങൾ തരാൻ പ്രാപ്തമാണ്. അത് നേരിട്ട് എല്ലാ പാരമ്പര്യരോഗങ്ങളെയും കണ്ടുപിടിച്ച് ഫാർമസി ഓൺ ചിപ്പി (pharmacy on chip)ലൂടെ ഉൽപ്പാദിപ്പിക്കുന്ന പ്രതിവിധിമൂലം ഫലപ്രദമായി ചികിത്സിക്കും. അതിന് ഏതാനും മിനിട്ടുകൾ മാത്രം മതിയാകും. പാർശ്വഫലങ്ങൾ ഒന്നുമുണ്ടാവുകയുമില്ല. മെംസിന് സിലിക്കോണിൽ (silicon) ത്രിമാന രൂപങ്ങൾ സൃഷ്ടിക്കാനാകും. ചെറിയചിപ്പിൽ ഒരു ഫാർമ ഫാക്ടറി തന്നെ സൃഷ്ടിക്കാനാകും. അപ്രകാരം പ്രവർത്തിക്കുകയും ചെയ്യും.

രണ്ടായിരത്തി നാൽപ്പത്തഞ്ചോടെ തകരാറുള്ള ഒറ്റ ജീനിനുപോലും പറ്റിയ മരുന്നുകൾ, അത് ലോകത്ത് ഒരേയൊരു വ്യക്തിക്ക് മാത്രമുള്ളതാണെങ്കിൽക്കൂടി ആ ചിപ്പിന് തരാൻ കഴിയും. ദ്രാവക മെംസ് സങ്കേതമുപയോഗിച്ച് ആ മരുന്നുകൾ ആവശ്യത്തിനു മാത്രം കൊടുക്കുവാൻ കഴിയും.

പോളിമറേസ് ചങ്ങല (polymerase chain) രാസമാറ്റം ഉപയോഗിച്ച് ഡി എൻ എ ആവശ്യത്തിന് ഉൽപ്പാദിപ്പിക്കാനാകും. അവ മിനുട്ടുകൾക്കുള്ളിൽ അപഗ്രഥിക്കപ്പെടും.

വലിയ ലബോറട്ടറി ചെയ്തുവന്നിരുന്ന കാര്യങ്ങൾ ഒരു വെറും ചിപ്പിന് ചെയ്യാൻ കഴിയും. വീട്ടിൽവെച്ചുപോലും പ്രവർത്തിപ്പിക്കാവുന്ന അവ ഏതു സമയവും രോഗിയെ ചികിത്സിക്കും. രക്തത്തിലെ രാസമാറ്റങ്ങൾ അവ നിരന്തരം നിരീക്ഷിച്ചുകൊണ്ടിരിക്കും. അതനുസരിച്ച് മരുന്നുകൾ നൽകിക്കൊണ്ടിരിക്കും. രോഗാണുക്കളെ നിരീക്ഷിക്കുന്ന ചിപ്പുകൾ സ്വന്തം ലൈബ്രറിയിൽ നിന്ന് പറ്റിയ ആന്റിബോഡി (antibody) കൾ നൽകും. അവ ചെലവു വളരെ കുറയ്ക്കും, കാര്യക്ഷമത വളരെ വർധിപ്പിക്കും.

ഭാവി വളരെ ശോഭനമാണ്. രോഗപ്രതിവിധി വിക്ഷേപണം ചെയ്യൽ അത്ഭുതകരമായിരിക്കും. പാർശ്വഫലമില്ലാതെ ആവശ്യമുള്ളിടത്ത് ആവശ്യത്തിനു മാത്രം. വളരെ ചെറിയ അൾട്രാസൗണ്ട് സംവിധാനംകൊണ്ട്, ത്വക്കിലെ അർബുദം നേരത്തെ കണ്ടുപിടിക്കാനുള്ള സങ്കേതം നിലവിൽ വരും. ഇവയെല്ലാം 21-ാം നൂറ്റാണ്ടിലെ ഏറ്റവും മികച്ച നേട്ടങ്ങളാകും.

ടെലി മെഡിസിനാണ് വളരെ വികസിക്കുന്ന മറ്റൊരു ചികിത്സാമുന്നേറ്റം. ടെലികമ്യൂണിക്കേഷൻ വിപ്ലവം ടെലി മെഡിസിനെ കൂടുതൽ ഫലപ്രദമാക്കും.

ഇതുമൂലം പെട്ടെന്നുതന്നെ ഡോക്ടർക്ക് സഹായമെത്തിക്കാൻ കഴിയും. യൂണിവേഴ്സിറ്റി ആശുപത്രി നിലവാരമുള്ള സൈബർ ക്ലിനിക്കുകൾക്ക് വീട്ടിലെ കംപ്യൂട്ടർ ഇന്റർഫേസിലൂടെ രോഗിക്ക് നിലവാരമുള്ള സേവനം ഉടനെ നൽകാൻ കഴിയും. ചെറിയ ഓപ്പറേഷനുകൾ ബയോ

പ്സി എന്നിവ മെഡിറോബോട്ടുകൾ (Medi-Robot).

മെഡിബോട്ട് എന്ന മെഡിക്കൽ റോബോട്ട് എന്ന യന്ത്രമനുഷ്യന് സൈബർ ക്ലിനിക്കുകളിൽ നന്നായി രോഗചികിത്സ ചെയ്യാനാകും.

വയർലെസ് നിയന്ത്രണം വഴി മാരകമായ രോഗങ്ങൾപോലും വീട്ടിൽവെച്ച് ഫലപ്രദമായി ചികിത്സിക്കാനാകും. രോഗിയിൽ നിന്ന് കിട്ടുന്ന ഏത് ഡാറ്റയ്ക്കും ഇവയ്ക്ക് ഉത്തരവും ചികിത്സയുമുണ്ടാകും. പുറമെനിന്ന് മരുന്നു കൊടുക്കാതെ ശരീരത്തിലെ രാസമാറ്റങ്ങളെ നേരെയാക്കാനാകുന്ന ഇലക്ട്രോഫാർമ വമ്പിച്ച കുതിച്ചുചാട്ടം നടത്തും. അത് കോശജാലങ്ങളെ വളർത്തും അവയവങ്ങളെ പുനരുജ്ജീവിപ്പിക്കും, പ്രതിരോധപ്രോട്ടീനുകൾ ഉൽപ്പാദിപ്പിക്കും.

രണ്ടായിരത്തി ഇരുപത്തിയഞ്ചോടെ മനുഷ്യൻ വേദനകൾക്ക് വിടപറയും, നിമിഷങ്ങൾക്കകം ഉറങ്ങും, മനസും ശരീരവുമായി പ്രതികരിച്ച് ചിരിക്കും സന്തോഷിക്കും.

ഉറക്കയന്ത്രം ആവശ്യത്തിനുള്ള മെലടോണിൻ മാത്രം തന്ന് നമ്മെ ഉറക്കും. എണീക്കാൻ അലാറം വേണ്ട, ഈ ഉറക്കുയന്ത്രം തന്നെ മെലടോണിൻ കുറച്ച് നമ്മെ എഴുന്നേൽപ്പിക്കും. ഇതുപോലെ ധാരാളം വസ്തുക്കൾ ഉൽപ്പാദിപ്പിച്ച് ജീവിതം ഒരല്ലലും ഇല്ലാത്തതാക്കും. അതോ അന്നത്തെ അല്ലൽ ഇന്ന് നാം ഒട്ടും ഭാവനയിൽ കാണാത്തതാകാം.

2050 ൽ നാം ഇന്ന് ടി വി വാങ്ങുന്നതുപോലെ ശരീരഭാഗങ്ങൾ വാങ്ങുമോ? അവയുടെ കച്ചവടങ്ങൾ പൊടിപൊടിക്കുമായിരിക്കും. കണ്ണ്, വൃക്ക, കരൾ എന്നിവ ഏതും വാങ്ങാനും വിൽക്കാനും കിട്ടും. റെറ്റിന എന്ന നേത്രപടലം മാത്രമല്ല, മസ്തിഷ്കത്തിലേതടക്കമുള്ള പൂർണരൂപത്തിലുള്ള കണ്ണുകൾ ലഭ്യമാകും. ആവശ്യമനുസരിച്ചുള്ള ജീനുകൾ ലഭ്യമാകും. അവയവങ്ങൾ വെച്ചുപിടിപ്പിക്കുന്നത് പോയി ശരീരത്തിനുള്ളിൽ തന്നെ അവ വളർത്തും. അവ സ്ടെം കോശത്തിൽ നിന്നോ രസതന്ത്ര മാർഗത്തിലൂടെയോ ഉണ്ടാക്കും. ലിംഗമാറ്റം ആവശ്യമുള്ളവർക്ക് എളുപ്പത്തിലത് സാധിക്കും. രോഗങ്ങളെല്ലാം ഉണ്ടാവാതെ നോക്കൽ സുപ്രധാന വിഷയമാകും.

കൂട്ടുകാരനോ കൂട്ടുകാരിയോ ആകുന്ന റോബോട്ടുകൾ, പരിചരിക്കുന്ന റോബോട്ടുകൾ എന്നിവ സാധാരണമാകും. വേലക്കാരൻ എന്നത് സങ്കൽപ്പം മാത്രമാകും. ബയോമെംസ് ദ്രവരൂപത്തിൽ കുത്തിവെച്ചാൽ അത് ശരീരത്തിലെ എല്ലാ പ്രശ്നവും പഠിച്ച് ജീവൻ രക്ഷാചികിത്സകൾ ചെയ്യും. ജീൻ കേടുപാടു ചെയ്യുന്ന മരുന്നുകൾ എയ്ഡ്സ്, അർബുദം, അൾഷിമേഴ്സ് എന്നിവയെപ്പോലും മാറ്റും. ഈ സിലിക്കോൺ യന്ത്രങ്ങൾക്ക് ബാറ്ററിപോലും ആവശ്യമില്ല. അവ പേശികളെപ്പോലെ രക്തത്തിൽ നിന്ന് ഊർജം ഉൽപ്പാദിപ്പിക്കാൻ കഴിവുള്ളവയായിരിക്കും. ഇവ 100 വർഷത്തോളം കേടുകൂടാതിരിക്കും. അതിലെ സോഫ്ട് വെയർ പത്തു കൊല്ലം കൂടുമ്പോൾ പുതുക്കാം. അതിലൂടെ ഒരു പുതിയ ഇൻഫ്ളുവൻസാ പ്രതിരോധം ഉൾപ്പെടുത്താം. ഓരോ വർഷം തോറും വാക്സിൻ

ചെയ്യുന്നതുപോലെ പ്രതിരോധ ആന്റിബോഡികൾ പുതുക്കിക്കൊണ്ടിരിക്കാം. ഇവിടെ ഈ ബയോ ബോട്ടുകൾക്ക് കംപ്യൂട്ടർ വൈറസ് വരാം. അതിനെ പ്രതിരോധിച്ചുകൊണ്ടിരിക്കണം.

മാത്രമല്ല, ഇവയനുസരിച്ച് സംസ്കാരവും സാമൂഹ്യജീവിതവും ആകെ മാറും.

ലോകപ്രശസ്ത വൈദ്യശാസ്ത്രകേന്ദ്രങ്ങൾ

1. Tavistock Clinic, part of the British NHS, was founded in 1920's. One of its most celebrated members was R D Laing.
2. San Francisco's Suitcase Clinic is a prime example of a free clinic.
3. Christian Medical College & Hospital in Vellore, India has extensive roadside dispensaries and began as a one bed clinic in 1900.
4. The Edmonton Clinic is a joint venture of the University of Alberta and a government health care body Capital health, expected to be completed in 2011.
5. The Shyness Clinic founded by Zimbardo to assist those disabled by public or private shyness.
6. La Borde clinic in the Loire valley France, is an innovative psychiatric clinic where patients are liberated to actively participate in the running the facility.
7. The Mayo Clinic, Cleveland Clinic, and Lahey Clinic are three examples of comprehensive health care systems. Both began as much smaller group practices that have grown into large medical programs in the United States, whilst retaining their names.
8. The Gary Burnstein Community Health Clinic, a non profit, volunteer supported Free Clinic in Pontiac, Michigan.
9. The (Balaji Physiotherapy & Rehabilitation Clinic) work for remove disability in rural area near by Jodhpur, Rajasthan.

30

ജനനം

Life can only be understood backwards; but it must be lived forwards.

- Soren Kierkegaard

പണ്ടൊക്കെ പ്രസവങ്ങൾ വീടുകളിൽ വയറ്റാട്ടികളുടെ പരിചരണ ത്തിലാണ് നടന്നിരുന്നത്. തള്ളയുടെയും പിള്ളയുടെയും മരണം, രക്ത സ്രാവം, ഗർഭപാത്രം പൊട്ടൽ, രോഗാണുബാധ മറ്റു ഗുരുതരമായ അപ കടങ്ങൾ എന്നിവ വളരെ സാധാരണയായിരുന്നു. അധികം പ്രസവി ക്കുകയും കുറേയതു കാണുകയും ചെയ്തവരായി വയറ്റാട്ടികളായിരുന്നു പ്രസവം എടുത്തിരുന്നത്. അതുമാത്രമായിരുന്നു അവരുടെ യോഗ്യത. അന്ന് അതിനപ്പുറം പ്രതീക്ഷിക്കുക വയ്യല്ലൊ. അന്ന് ആശുപത്രിയിൽ ചെന്നാൽത്തന്നെ പലപ്പോഴും ഡോക്ടർ ചോദിക്കും. "കുട്ടി വേണോ, അതോ അമ്മയെ വേണോ?" രണ്ടു പേരെയും രക്ഷിക്കാൻ അന്നത്തെ ഡോക്ടർക്കു കഴിയുമായിരുന്നില്ല എന്നർഥം. ഇന്നു പ്രസവങ്ങളധികവും ആശുപത്രികളിലാണ്. കാലം കുറെ കുത്തിയൊഴുകി ഒഴുകിപ്പോയല്ലൊ. അതുകൊണ്ട് മേൽപ്പറഞ്ഞ പ്രശ്നങ്ങൾ ഇന്നില്ല എന്നു തന്നെ പറയാം.

പ്രസവപരിചരണത്തിന് മൂന്ന് ഘട്ടങ്ങളുണ്ട്.

ഇതിൽ ഒന്നാം ഘട്ടത്തിൽ ശ്രദ്ധിക്കേണ്ട കാര്യങ്ങൾ

ഒന്നാം ഘട്ടത്തെ വീണ്ടും മൂന്നായി തിരിക്കാം. ഗർഭപാത്രത്തിൽ നിന്നും സർവിക്സ് (Cervix) എന്ന ഗർഭപാത്രമുഖം വഴി ഭഗനാളി (Vagina) യിലൂടെയാണ് കുഞ്ഞ് പുറത്തേക്കുവരുന്നത്. സാധാരണ ഗർഭമി ല്ലാത്ത അവസ്ഥയിൽ സർവിക്സ് വിരൽകൊണ്ട് തൊട്ടാൽ നമ്മുടെ മൂക്കുപോലെ, കട്ടിയായിത്തോന്നും. പ്രസവം അടുക്കുമ്പോൾ അത്

നമ്മുടെ ചുണ്ടുപോലെ മൃദുവാകുന്നു. കൂടുതൽ രക്ത ഓട്ടം വരുന്നതു കൊണ്ടാണിത്. ഒന്നാം ഘട്ടത്തിന്റെ തുടക്കത്തിലത് മൂന്നുനാലു സെന്റി മീറ്റർ വരെ മാത്രമേ വികസിക്കുകയുള്ളൂ. ആ അവസരത്തിൽ സർവി ക്സിനെ രോഗാണുബാധയിൽനിന്നും തടയാനുള്ള മ്യൂക്കസ് (mucous) മൂടി അടർന്ന് ഭഗദ്വാരത്തിലൂടെ പുറത്തേക്ക് വരുന്നു. അതൽപ്പം രക്തം കലർന്നിരിക്കും. ഇത് പ്രസവം ആരംഭിച്ചുവെന്നതിന്റെ മുന്നറിയിപ്പാണ്. ചിലപ്പോൾ പേശീ പ്രവർത്തനം തൽക്കാലത്തേക്ക് നിലയ്ക്കാം. അല്ലെങ്കിൽ കുറച്ചുകഴിഞ്ഞു വീണ്ടും ശക്തി പ്രാപിക്കാം. അത് തീരെ നിലയ്ക്കുമ്പോഴാണ് സിസേറിയൻ (caesarian) ചെയ്യാൻ ഡോക്ടർമാർ മുതിരുന്നത്. പേശീപ്രവർത്തനം പതിവായി വരുമ്പോഴാണ് ഗൗരവമായ പ്രസവവേദന ആരംഭിച്ചു എന്നു കണക്കാക്കാവുന്നത്. അപ്പോൾ പുറം വേദനയും താഴോട്ട് തുടകളിലേക്ക് വേദനയും ഉണ്ടാകാം. റിലാക്സേ ഷൻ (relaxation) പരിശീലിച്ചവർക്ക് ഗർഭപാത്രപേശികൾ മുറുകുമ്പോൾ വേദന തോന്നുകയില്ല. പിന്നീട് പേശീപ്രവർത്തനം കൂടുതൽ ശക്തമാ കുന്നു. അവസാനം സർവിക്സ് വികസിച്ച് പത്തു സെന്റിമീറ്റർ വരെ വ്യാസമാകുന്നു. ഈ ഘട്ടത്തിൽ സംസാരിക്കാൻ തന്നെ പ്രയാസമാകാം. ഈ ഘട്ടത്തിൽ വെള്ളം ധാരാളമടങ്ങിയ ലഘുഭക്ഷണം കഴിക്കാവുന്ന താണ്.

രണ്ടാം ഘട്ടത്തിൽ ശ്രദ്ധിക്കേണ്ട കാര്യങ്ങൾ

ഈ ഘട്ടത്തിലാണ് ശക്തമായ പേശീപ്രവർത്തനമുണ്ടാകുന്നത്. കുഞ്ഞിനെ ഗർഭപാത്രത്തിൽനിന്നും പുറത്തേക്ക് തള്ളാനുള്ള ശക്തി ഇപ്രകാരമാണ് ലഭിക്കുന്നത്. പ്രസവവേദന വരിക, കുറയുക എന്നതിന് സമയമനുസരിച്ച് ഒരു താളമുണ്ട്. ഓരോരുത്തർക്കും ഓരോ താളത്തി ലാണ് പ്രസവവേദന വരുന്നത്. പേശീപ്രവർത്തനം മൂലമുള്ള തള്ളൽ ശക്തി കൊണ്ടാണ് കുട്ടി പുറത്തേക്ക് വരുന്നത്.

മൂന്നാം ഘട്ടത്തിൽ ശ്രദ്ധിക്കേണ്ട കാര്യങ്ങൾ

ഈ ഘട്ടത്തിലാണ് മറുപിള്ള പുറത്തേക്ക് വരുന്നത്. കുഞ്ഞിന് കഴിയുന്നത്ര വേഗം മുലകൊടുക്കണം. അത് കുഞ്ഞിനും അമ്മയ്ക്കും നല്ലതാണ്. മാത്രമല്ല, മറുപിള്ള പുറത്തുവരാൻ ഈ സമയത്തുള്ള മുല കുടി സഹായിക്കും. രോഗപ്രതിരോധശക്തി കൂടുതലടങ്ങിയ പ്രോട്ടീൻ അധികമുള്ള ആദ്യമുലപ്പാൽ (Colostrum) ഒരു കുഞ്ഞിനും നിഷേധിക്ക രുത്. പണ്ടുകാലത്ത് അന്ധവിശ്വാസംമൂലം ഇത് കളയുകയായിരുന്നു പതിവ്.

ആ പാലു കുടിക്കുന്ന അനുഭവം ഗർഭപാത്രം ചുരുങ്ങുവാൻ സഹാ യിക്കുന്നതുകൊണ്ട് അമ്മയുടെ രക്തസ്രാവം കുറയുന്നു. മാനസികമായും അമ്മയ്ക്കും കുഞ്ഞിനും ഇത് വളരെ നല്ലതാണ്. പ്രസവസംബന്ധമായി അപ്രതീക്ഷിതമായ പലതും സംഭവിക്കാം. അതുകൊണ്ടാണ് പ്രസവം

ആശുപത്രിയിൽ ഡോക്ടറുടെ ശ്രദ്ധയിൽത്തന്നെ ആകട്ടെ എന്ന് പറയുന്നതിന്റെ കാരണം.

കുട്ടിയുടെ കിടപ്പ് ശരിയല്ലെങ്കിൽ ഉണ്ടാകാവുന്ന പ്രശ്നങ്ങൾ.

അരക്കെട്ട്, ചുമൽ എന്നിവ ആദ്യം വരിക, കുട്ടിയുടെ തല അമ്മയുടെ അരക്കെട്ടിലെ പെൽവിസ് കടന്ന് പോരാതെ വരിക എന്നിവയാണ് അപ്രതീക്ഷിതമായി സംഭവിക്കാവുന്നത്.

കുട്ടിയുടെ തല അമ്മയുടെ പെൽവിസിലൂടെ താഴോട്ട് വരുന്നു.

ഗർഭപാത്ര പേശിപ്രവർത്തനം സംബന്ധിച്ച തകരാറുകൾ ഇവയാണ്. ഗർഭപാത്ര പേശികൾ കൂടുതൽ ചുരുങ്ങൽ, പ്രവർത്തനം കുറയുക, പ്രവർത്തനം ശക്തമാകുന്നതോടൊപ്പം കുട്ടി പുറത്തുവരാതെ ഗർഭപാത്രത്തിനകത്തെ സമ്മർദം വർധിച്ച് ഗർഭപാത്രം പൊട്ടുക എന്നിവയും ഉണ്ടാകാം. ഗർഭപാത്രം പൊട്ടൽ എന്നത് വളരെ ഗൗരവമായ രക്തസ്രാവവും ഷോക്കും ഉണ്ടായി മരണം സംഭവിക്കാനിടയുള്ള അവസ്ഥയാണ്. അപ്പോൾ അടിയന്തരമായി ഓപ്പറേഷൻ ചെയ്ത് അമ്മയുടെ ജീവൻ രക്ഷിക്കേണ്ടതായി വരും. അപ്പോൾ രക്തസ്രാവം നിർത്താൻ ഗർഭപാത്രം എടുത്ത് കളയേണ്ടിവരും.

പ്രസവസമയത്ത് ഉണ്ടാകാവുന്ന കുട്ടിയുടെ ഹൃദയമിടിപ്പ് അസാധാരണമായി കൂടുകയും കുറയുകയുമാണെങ്കിൽ ഉടനെ സിസേറിയൻ ഓപ്പറേഷൻ (caesarian operation) ചെയ്ത് കുഞ്ഞിന്റെ ജീവൻ രക്ഷിക്കേണ്ടിവരും.

സിസേറിയൻ ഓപ്പറേഷൻ

അതിനെ ഫീറ്റൽ ഡിസ്ട്രസ്സ് (foetal distress) അഥവാ കുഞ്ഞിന്റെ സന്ദിഗ്ധാവസ്ഥ എന്നുപറയുന്നു. അതുപോലെ അംബിലിക്കൽ കോർഡ് (umbilical chord) ആദ്യം വരുമ്പോഴും, അത് കുട്ടിയുടെ കഴുത്തിൽ ചുറ്റിക്കിടന്നാലും ഇതേ ചികിത്സ തന്നെവേണ്ടിവരും. മറുകുട്ടി എന്നു പറയുന്ന പ്ലാസെന്റ (placenta) യോ രക്തക്കുഴലോ മുന്നോട്ടു വന്നാലും അപകടംതന്നെ. അതുകൊണ്ട് ചികിത്സ ഇത് തന്നെയാണ്. പ്രസവം കഴിഞ്ഞാൽ ഭയപ്പെടേണ്ടവയാണ് രക്തം പോക്ക്, കൂടാതെ ഗർഭപാത്രം സോക്സ് അകംപുറം മാറിവരുന്നതുപോലെ പുറത്തേക്ക് വരൽ (Inversion of Uterus), അമ്നയോട്ടിക് ജലം രക്തത്തിലേക്ക് വലിച്ചെടുക്കപ്പെട്ട് ശ്വാസകോശത്തിലും ഹൃദയത്തിലും എത്തി ഗുരുതരാവസ്ഥയുണ്ടാകൽ (Amniotic Embolism) എന്നിവ. പിന്നീടാണ് അണുബാധയും അതിനോടനുബന്ധിച്ചുള്ള സിരകളിലെ രക്തം കട്ടപിടിച്ച് അണുബാധയുണ്ടാകുന്ന ത്രോംബോഫ്ളിബൈറ്റിസ് (Thrombophlebitis) എന്ന ഗുരുതരരോഗം വരാവുന്ന അവസ്ഥയുണ്ടാകുന്നത്. അണുബാധ അനാരോഗ്യ ചുറ്റുപാടിൽ വേണ്ടത്ര ശ്രദ്ധയില്ലാതെ പ്രസവം നടക്കുമ്പോഴാണ് സംഭവിക്കുന്നത്. ഗർഭധാരണം മനസിലായാൽ പതിവായി ഡോക്ടറെ കാണുകയും പ്രതിരോധ കുത്തിവയ്പ്പും ആവശ്യത്തിന് പോഷകവും പരിചര

ണവും കിട്ടിയാൽ ഇത്തരം കുഴപ്പങ്ങൾ ഭൂരിഭാഗവും ഒഴിവാക്കാം.

ഭ്രൂണവളർച്ച : ഈ സംസാരിക്കുന്ന ചിത്രങ്ങൾ നോക്കി മനസിലാക്കിയാലും.

സ്ത്രീബീജത്തിൽ പുരുഷബീജം പ്രവേശിച്ച് അണ്ഡമാകുന്നതോടെ കുഞ്ഞിന്റെ വളർച്ച ആരംഭിക്കുന്നു.

ആ വിവിധഘട്ടങ്ങളാണ് ചിത്രത്തിൽ.

പരിണാമം

മനുഷ്യൻ പരിണാമത്തിലൂടെ വന്നവഴികളെല്ലാം ഏകകോശാവസ്ഥ മുതൽ സസ്തന അവസ്ഥവരെ വളരെ അത്ഭുതകരമായ, സമാന്തരമായ ഈ ഘട്ടങ്ങളിൽ നമുക്ക് വ്യക്തമായി ദർശിക്കാം. പ്രകൃതിയുടെ മഹത്തായ സ്മരണയാണിത്. ശരീരത്തിലെ ഓരോ അവയവങ്ങളുടെയും വളർച്ച, ജന്മനാ തകരാറുകൾ തുടങ്ങി നിരവധി കാര്യങ്ങൾ ഡാർവിന്റെ പരിണാമസിദ്ധാന്തത്തിലൂടെ വിശകലനം ചെയ്യാം. വൈദ്യശാസ്ത്രരംഗത്ത് ഈ സിദ്ധാന്തം അഭൂതപൂർവമായ വിപ്ലവത്തിനും കുതിച്ചുചാട്ടത്തിനും വഴിയൊരുക്കിയിട്ടുണ്ട്. ജനനത്തിനുശേഷവും കുഞ്ഞിന്റെ സാമൂഹ്യവൽക്കരണത്തിലും പരിണാമസിദ്ധാന്ത വീക്ഷണത്തിന് സവിശേഷ സാംഗത്യമുണ്ട്.

പ്രസവം സംബന്ധിച്ച അന്ധവിശ്വാസങ്ങൾ

പ്രസവം സംബന്ധിച്ച അന്ധവിശ്വാസങ്ങൾ നിരവധിയാണ്. അതിലേറ്റവും പ്രധാനം പ്രസവസമയം സംബന്ധിച്ചുള്ളതാണ്. ഈ ജ്യോത്സ്യവിശ്വാസത്തിനെതിരെ ആരോഗ്യകേരളം (നാഷണൽ റൂറൽ ഹെൽത്ത് മിഷൻ) വക ടി വി പരസ്യം ശ്രദ്ധിക്കാവുന്നതാണ്. അതിൽ ജ്യോത്സ്യൻ കവിടി നിരത്തി ഇപ്പോൾ ഗജകേസരിയോഗമുണ്ടെന്നും അതുകൊണ്ട് ഉടനെ ജനിച്ചാൽ വളരെ ശുഭമാണെന്നും പറയുന്നുണ്ട്. എന്നാൽ, വിദ്യാഭ്യാസവും വിവരവുമുള്ള ഗർഭിണി സ്വന്തം ഭർത്താവിനോട് പറയുന്നു. “നിങ്ങൾക്ക് ആരോഗ്യമുള്ള കുഞ്ഞ് വേണോ, അതോ നല്ലസമയത്തു ജനിക്കുന്ന (ആരോഗ്യമില്ലാത്ത) കുഞ്ഞുവേണോ?” അതുകേട്ട ഭർത്താവ് ബുദ്ധിമതിയായ തന്റെ ഭാര്യയെ പ്രോത്സാഹനരൂപേണ ആശ്ലേഷിക്കുന്നു. അന്ധവിശ്വാസത്തിന്റെ പിന്നാലെ പോകാതെ ജ്യോത്സ്യവിധി അവഗണിക്കുന്നു. നമ്മുടെ നാട്ടിൽ പലപ്പോഴും പ്രസവസമയം ജ്യോത്സ്യൻ നിശ്ചയിക്കുന്നതുമൂലം കുഞ്ഞ് മാസം തികയാതെയും പൂർണ വളർച്ചയാകാതെയും പ്രസവിപ്പിക്കുന്നു. അതുമൂലം അനാവശ്യ സിസേറിയൻ വേണ്ടിവരുന്നു. കുട്ടി അതുമൂലം ഗജകേസരിയല്ല, മറിച്ച് വളർച്ച കുറയാനുള്ള സാധ്യത കാരണം ബുദ്ധിമാന്ദ്യംകൊണ്ട് മണ്ടകേസരിയായാണ് വളരുക.

കുഞ്ഞിക്കാലു കാണാൻ - ഇക്സി

ജന്മനാ ഉള്ളതോ അല്ലാത്തതോ ആയ കാരണങ്ങൾകൊണ്ട് പ്രത്യുൽപ്പാദനശേഷി ഇല്ലാതാവുകയോ അംഗവൈകല്യമുള്ള പ്രജയുണ്ടാവുകയോ ചെയ്യുന്ന അവസ്ഥയാണിത്. സാധാരണ രണ്ടു കൊല്ലം തുടർച്ചയായി ലൈംഗികബന്ധമുള്ള ദമ്പതികളെയാണ് ഇപ്രകാരം നിർവചനത്തിൽപ്പെടുത്തുന്നത്.

ഇപ്രകാരം വന്ധ്യത അനുഭവിക്കുന്ന ദമ്പതികൾക്കാണ് ഇക്സി (ICSI) എന്ന അണ്ഡത്തിനകത്ത് പുരുഷബീജത്തെ പ്രവേശിപ്പിക്കുന്ന ഇൻട്രാസൈറ്റോപ്ലാസ്മിക് ബീജ കുത്തിവയ്പ് ചികിത്സ (Intracytoplasmic sperm injection therapy) ചെയ്യുന്നത്. ബീജത്തിൽ ഉദ്ദേശിക്കുന്ന എണ്ണത്തിലും ആരോഗ്യത്തിലും നിശ്ചിത അളവിൽ ബീജങ്ങൾ ഇല്ലാത്ത അവസ്ഥയിലാണ് ഇത് ചെയ്യേണ്ടിവരുന്നത്. അതായത് ഒലിഗൊസ്പെമിയ (Oligospermia) അതായത് പുറത്തുവരുന്ന ശുക്ലത്തിൽ ബീജം കുറവ്, അഥെനൊസുസ്പെമിയ (Athenozoospermia) എന്ന ബീജത്തിന്റെ ചലനശേഷിക്കുറവ്, ടെരാടൊസൂസ്പെമിയ (Teratazoospermia) ആകൃതിയിൽ തകരാറുള്ളവ എണ്ണത്തിൽ കൂടുതൽ എന്നിവയും മറ്റു മനസിലാകാത്ത കാരണങ്ങൾകൊണ്ട് കുട്ടികളില്ലാത്തവർക്കുമാണ് ഇക്സി ചികിത്സ ചെയ്യുന്നത്.

മനുഷ്യബീജത്തിലെ വിവിധ തകരാറുകൾ. ഇടത്തെ രണ്ടെണ്ണം ആരോഗ്യമുള്ള പുരുഷബീജമാണ്.

ചികിത്സയുടെ ആദ്യഘട്ടം

ഇവിടെ ജി എൻ ആർ എച്ച് കുത്തിവയ്പ്പുകൊണ്ടോ, മൂക്കിൽ ആ മരുന്നു സ്പ്രേ ചെയ്തോ അണ്ഡാശയത്തിന്റെ പ്രവർത്തനം താൽക്കാലികമായി തടയുന്നു. അപ്പോൾ അണ്ഡാശയത്തിൽനിന്നും അണ്ഡങ്ങൾ പുറത്തുവരില്ല. ഈ സമയത്ത് ചിലർക്ക് തലവേദനയും ദേഹമാസകലം ചൂട് വരുന്നതുപോലെ തോന്നുകയും ഉണ്ടാവാം. ഈ ചികിത്സ രണ്ടാഴ്ചയോളമാണ് ചെയ്യുന്നത്. അണ്ഡാശയം പ്രവർത്തിക്കുന്നില്ല എന്ന് ഉറപ്പുവരുത്താൻ അൾട്രാസൗണ്ട് സ്കാൻ ചെയ്തു നോക്കുന്നു.

ഇതിന് ശേഷമാണ് രണ്ടാം ഘട്ടം.

ഇവിടെ ഫോളിക്കിളി (follicle)നെ പ്രചോദിപ്പിക്കുന്ന ഹോർമോൺ ദിവസേന കുത്തിവയ്ക്കുന്നു. ആറാം ദിവസം മുതൽ ഒമ്പതാം ദിവസം വരെ വീണ്ടും അൾട്രാസൗണ്ട് സ്കാൻ (ultrasound scan) ചെയ്തുകൊണ്ടിരിക്കുന്നു. ധാരാളം ഫോളിക്കുകളെ അവ പ്രചോദിപ്പിക്കുന്നു. അവ എത്രത്തോളം എന്നറിയാനാണ് സ്കാനിങ്ങുകൊണ്ട് ഉദ്ദേശിക്കുന്നത്. ഈ സമയം ക്ഷീണവും വയർവീർക്കലും മാറിൽ വിങ്ങലും ഉണ്ടാകാം. സ്കാനിങ്ങിലൂടെ ഫോളിക്കിളുകൾ എണ്ണിനോക്കാം, വലുപ്പം അറിയാം. അത് 18 മില്ലിമീറ്റർ ആകുന്നതോടെ അതിൽ വളർച്ചയെത്തിയ സ്ത്രീബീജമുണ്ടെന്ന് കരുതാം. പക്ഷേ, എല്ലാത്തിലും അതാവണമെന്നില്ല.

ഫോളിക്കുകളുടെ ചാക്രികമായ വളർച്ച, ഹോർമോണുകളും ഫോളിക്കിളുകളും.

മൂന്നാം ഘട്ടം

ഈ ഘട്ടത്തിലാണ് സ്ത്രീബീജം കൊയ്തെടുക്കുന്നത്. ഓവറി (ovary) ചികിത്സയ്ക്ക് ഭംഗിയായി പ്രതികരിച്ചുവെങ്കിൽ പിന്നീട് ഹ്യൂമൻ കൊറിയോണിക് ഗൊനോഡോട്രോഫിൻ (Human Chorionic Gonadotrophin) എന്ന ഹോർമോൺ കുത്തിവയ്ക്കുന്നു.

ഗൊനോഡോട്രോഫിൻ പ്രവർത്തനം

ഇതാണ് ഫോളിക്കിളിൽനിന്നും സ്ത്രീബീജത്തെ സ്രവിപ്പിക്കുന്നത്. ഇക്സി ഓപ്പറേഷനു മുപ്പത്തിയാറു മണിക്കൂർ മുമ്പാണിത് ചെയ്യുന്നത്. ഇതിനുശേഷം മറ്റു മരുന്നുകൾ നിർത്തുന്നു. അൾട്രാസൗണ്ട് സ്കാൻ ചെയ്യുമ്പോൾ താഴെക്കാണുന്ന ഫോളിക്കിളിന്റെ വലുപ്പം ശ്രദ്ധിക്കുക.

ഇക്സിയുടെ നാലാം ഘട്ടം

ഈ ഘട്ടത്തിലാണ് സ്ത്രീബീജം എടുക്കുന്നത്. ഇത് അൽപ്പം മയക്കം കൊടുത്തോ അനസ്തീസിയ കൊടുത്തോ ചെയ്യാം. യോനിയിൽ കടത്തുന്ന ഒരു പ്രോബ് കൊണ്ടാണിത് ചെയ്യുന്നത്. താഴെയുള്ള അൾട്രാസൗണ്ട് സ്കാൻ ചിത്രം നോക്കുക. സ്കാനിങ് നോക്കി സൂചിയെ ചലിപ്പിച്ച് യോനീഭിത്തിയിലൂടെ ഓവറിയിൽ എത്തുന്നു. ഇപ്രകാരം എല്ലാ ഫോളിക്കിളുകളുടെ ഉള്ളിലുള്ള ജലം മുഴുവൻ വലിച്ചെടുക്കുന്നു.

അത് എമ്പ്രിയോളജിസ്റ്റ് വിശദമായി പഠിക്കുന്നു. ഇപ്രകാരം എത്ര ആരോഗ്യമുള്ള സ്ത്രീബീജമുണ്ട് എന്ന് കണക്കാക്കുന്നു.

അൾട്രാസൗണ്ട് പ്രോബിലൂടെ സ്ത്രീബീജമെടുക്കുന്നു.

അതിനുശേഷം പുരുഷബീജത്തെ സ്ത്രീബീജവുമായി ചേരുവാൻ ലബോറട്ടറിയിൽ സംവിധാനമുണ്ടാക്കുന്നു. ഇക്സിയിൽ ഓരോ സ്ത്രീബീജത്തിലും തെരഞ്ഞെടുക്കപ്പെട്ട ഒരു പുരുഷബീജത്തിനു മാത്രമാണ് ആ അസുലഭമായ അവസരം ലഭിക്കുന്നത്.

അവയെ നേരിട്ട് സ്ത്രീബീജത്തിലേക്ക് കുത്തിവയ്ക്കപ്പെടുകയാണ് ചെയ്യുന്നത്.

ബീജം അണ്ഡത്തിലേക്ക് കുത്തിവയ്ക്കുന്നു. പ്രോബിനുള്ളിലെ പുരുഷബീജത്തെ ശ്രദ്ധിക്കുക.

ബീജങ്ങൾ ചേർന്നുണ്ടാകുന്ന അണ്ഡവും അതിന്റെ ആരോഗ്യനിലവാരവും. ഏറ്റവും ആരോഗ്യമുള്ളത് ഇടത്തെ അറ്റം. ഏറ്റവും മോശം വലത്തെ അറ്റം.

ബീജസങ്കലനത്തിനുശേഷം അവയെല്ലാം പ്രത്യേക ഇൻകുബേറ്ററിൽ വയ്ക്കുന്നു. അടുത്ത ദിവസം ബീജസങ്കലനം എത്രത്തോളമായി

എന്ന് നോക്കുന്നു. രണ്ടും മൂന്നും ദിവസങ്ങളിൽ ബീജസങ്കലനം ചെയ്യപ്പെട്ട എംബ്രിയോ (കുഞ്ഞ്) കളുടെ പുരോഗതി വിലയിരുത്തപ്പെടുന്നു. അവ ബ്ലാസ്ടോസിസ്റ്റ് (Blastocyst) ഘട്ടത്തിലേക്ക് പോകാൻ തക്ക ആരോഗ്യമുള്ളതാണെങ്കിൽ അഞ്ചാം ദിവസം ബ്ലാസ്ടോസിസ്റ്റ് ട്രാൻസ്ഫർ (blastocyst transfer) എന്ന ഗർഭപാത്രത്തിലേക്ക് എടുത്ത് വയ്ക്കൽ ചെയ്യുന്നു. ഇത് ഗർഭധാരണത്തിന്റെ സാധ്യത വർധിപ്പിക്കുന്നു. ജനനം, പ്രസവം എന്നിവയെപ്പറ്റി വളരെ ചുരുക്കമായി പറഞ്ഞുകഴിഞ്ഞു.

ഇനി ജനിതകരോഗങ്ങൾ ഏതൊക്കെയാണെന്ന് നോക്കാം.

ജനിതക രോഗങ്ങൾ

The cloning of humans is on most of the lists of things to worry about from Science, along with behaviour control, genetic engineering, transplanted heads, computer poetry and the unrestrained growth of plastic flowers-Lewis Thomas.

ഏതു രോഗത്തിനും ചുറ്റുപാടുകളുടെ സ്വാധീനവും ജന്മസിദ്ധമായ സ്വാധീനവും ഉണ്ടാകും. ഏതു ജീവികളെപ്പോലെ മനുഷ്യനും ഇതു രണ്ടിന്റെയും സൃഷ്ടിയാണ്.

ജനിതകരോഗങ്ങൾ (genetic disorder) എന്നാൽ ജീനോമുകളുടെ തകരാറുകൊണ്ടു വരുന്ന രോഗങ്ങൾ എന്നാണർഥം. ഇതിൽ നാലു തരമുണ്ട്.

1) ഒറ്റ ജീൻ തകരാറുകൾ.
2) പല ജീനുകളുടെയും കൂട്ടായ തകരാറുകൾ.
3) ക്രോമോസോമൽ തകരാറുകൾ.
4) മൈറ്റോക്കോൺഡ്രിയൽ തകരാറുകൾ.

1) ഒറ്റ ജീൻ തകരാറുകൾ

ഇത് മെൻഡൽ വിവരിച്ച തരമാണ്. ഒറ്റ ജീനിൽ മ്യൂട്ടേഷൻ സംഭവിച്ചതുകൊണ്ടാണ് ഇപ്രകാരം സംഭവിക്കുന്നത്. ഡി എൻ എ ശ്രേണിയിൽ മാറ്റം സംഭവിക്കുന്നു. ജീനുകളാണ് പ്രത്യേക പ്രോട്ടീനുകൾ ഉൽപ്പാദിപ്പിക്കുന്നതിന് സന്ദേശം കൊടുക്കുന്നതിലൂടെ കോശങ്ങളുടെ പ്രവർത്തനമെല്ലാം നിയന്ത്രിക്കുന്നത്.

ജീൻ പരിണാമം (mutation) സംഭവിക്കുമ്പോൾ ഇപ്രകാരമുള്ള പ്രവർത്തനം ചെയ്യാൻ കഴിയാതെ വരുന്നു. അപ്രകാരമാണ് ഈ ഒറ്റ ജീൻ തകരാറുകൾ ഉണ്ടാകുന്നത്. ഇത് 200 ൽ ഒരു കുട്ടിക്ക് ഉണ്ടാകുന്നു. ഇത്തരം 6000 രോഗങ്ങളുണ്ട്. ഉദാ: സിസ്ടിക് ഫൈബ്രോസിസ്, സിക്കിൾ സെൽ അനീമിയ (കേരളത്തിലെ ആദിവാസികളിൽ കാണപ്പെടുന്ന അരിവാൾ രോഗം).

സിക്കിൾ സെൽ രോഗം രക്തക്കുഴലിൽ പ്രശ്നമുണ്ടാക്കുന്നു. അതിന്റെ ശാരീരിക ലക്ഷണങ്ങൾ.

മാർഫാൻ സിൻഡ്രോം, ഹണ്ടിങ്ടൺ രോഗം, ജന്മനാ ഉള്ള ഹീമോ

ക്രൊമറ്റോസിസ്. ഇത് താവഴിയായി പകരുന്നത് മൂന്നു വിധത്തിലാണ്;

1)ഓട്ടോസോമൽ ഡോമിനന്റ്.

2)ഓട്ടോസോമൽ റിസസ്സീവ്.

3) എക്സ് ലിങ്ക്ഡ്.

2) പല ജീനുകളുടെയും കൂട്ടായ തകരാറുകൾ

ഈ തകരാറ് പല ജീനുകളുടെ സങ്കീർണ പ്രക്രിയയിലൂടെ ആയതിനാൽ ഇതിനെ മൾട്ടിഫാക്ടോറിയൽ ജനിതകരോഗങ്ങൾ എന്നു കൂടി അറിയപ്പെടുന്നു. ഉദാ: സ്തനാർബുദ ജീനുകൾ 6,11,13,14,15,17,22 എന്നീ ക്രോമോസോമുകളിൽ കാണപ്പെടുന്നു. അതിന്റെ സങ്കീർണത കാരണം ഇതിനെ ഒറ്റ ജീൻ തകരാറുപോലെ പഠിക്കാൻ കഴിയുന്നില്ല. പല പഴകുന്ന രോഗങ്ങളും ഇതിൽപ്പെടും. ഉദാ: ഹൃദ്രോഗം, രക്തസമ്മർദം, അൾഷിമേഴ്സ് രോഗം, സ്കിസോഫ്രിനിയ, ബൈപോളാർ ഡിസോഡർ തുടങ്ങിയ മാനസികരോഗങ്ങൾ. സന്ധിരോഗം, പ്രമേഹം, അർബുദം, അമിതഭാരം. ഒരാളുടെ ഉയരം, വിരലടയാളം, കണ്ണിലെ നിറം, ശരീര നിറം ഇവയും ഇപ്രകാരമാണ് വരുന്നത്.

3) ക്രോമോസോമൽ തകരാറുകൾ (Chromosomal Defects)

ക്രോമോസോമിലാണ് ജീനുകൾ സ്ഥിതി ചെയ്യുന്നത്. ക്രോമോസോം കോശത്തിനുള്ളിലും അടങ്ങിയിരിക്കുന്നു. ക്രോമോസോമൽ തകരാറുകൾകൊണ്ട് ജീനുകൾ അവയുടെ സ്ഥാനം മാറി വരാം. ജീനുകൾ സ്ഥാനം മാറിക്കിടക്കുന്നതിനെ ട്രാൻസ്ലൊക്കേഷൻ എന്ന് പറയുന്നു. അതാണ് രോഗമുണ്ടാക്കുന്നത്. ചില ക്രോമോസോമൽ തകരാറുകൾ സൂക്ഷ്മദർശിനിയിലൂടെ നോക്കി മനസിലാക്കാം.

ഡൗൺസ് സിൻഡ്രോം.

ഡൗൺസ് സിൻഡ്രോം എന്ന ബുദ്ധിമാന്ദ്യരോഗത്തിൽ (ട്രൈസോമി -21) 21 നമ്പർ ക്രോമോസോമിൽ മൂന്നു കോപ്പി ക്രോമോസോമുകളുണ്ട്. അത് രോഗകാരണമാണ്.

4) മൈറ്റോക്കോൺഡ്രിയൽ തകരാറുകൾ (Mitochondrial Defects)

ഇത്തരം തകരാറുകൾ വളരെ ചുരുക്കമാണ്. മൈറ്റോക്കോൺഡ്രിയൽ തകരാറുകൾ ഉത്ഭവിക്കുന്നത് ക്രോമോസോമിന് പുറത്തുള്ള മൈറ്റോക്കോൺഡ്രിയൽ ഡി എൻ എ യുടെ മ്യൂട്ടേഷൻ മുഖേനയാണ്. മൈറ്റോക്കോൺഡ്രിയാ കോശത്തിനകത്തുള്ള ചെറിയ വടി പോലുള്ള കോശഭാഗമാണ്. മൃഗങ്ങളിൽ പ്രാണവായു ഉൾക്കൊള്ളുന്നത് മൈറ്റോക്കോൺഡ്രിയയിൽ കൂടിയാണ്. ചെടികളിൽ ക്ലോറോഫിൽ അംഗാരാമ്ലം ഉൾക്കൊള്ളുന്നതുപോലെ. ഓരോ മൈറ്റോക്കോൺഡ്രിയയിൽ 5-10 വരെ

വൃത്താകൃതിയിലുള്ള ഡി എൻ എ കളുണ്ട്. വളരെ ചുരുക്കമായി കാണുന്ന ഒരു തരം പ്രമേഹം മൈറ്റോക്കോൺഡ്രിയൽ തകരാറുകൊണ്ട് ഉണ്ടാകുന്നു.

എന്തുകൊണ്ട് രോഗമുണ്ടാക്കുന്ന ജീനുകളുണ്ടാകുന്നു?

ഓരോ ജീനിനെയും അതുണ്ടാക്കുന്ന രോഗത്തിന്റെ പേരിൽ അറിയപ്പെടുന്നു. ഹീമോക്രോമറ്റോസിസ് ഉണ്ടാക്കുന്ന ജീനിന് അതു മാത്രമല്ല പണി. സാധാരണ ജോലി പ്രോട്ടീൻ ഉൽപ്പാദിപ്പിക്കലാണ്. ആ ജീനിന് അതിന്റെ ജോലി തൃപ്തിയായി ചെയ്യാൻ കഴിയാത്തതു മൂലമാണ് രോഗം വരുന്നത്. ഇവിടെ ആ കോശഭിത്തിയിലെ പ്രോട്ടീൻ ഇരുമ്പ് കോശത്തിലേക്ക് വലിച്ചെടുക്കുന്ന ജോലി ചെയ്യുന്നു. അത് ശരിയാകാതെ വരുമ്പോഴാണ് രോഗമുണ്ടാകുന്നത്.

ജീൻ തകരാറുണ്ടെന്ന് മനസിലായാൽ അത് ജീവിതത്തെ എപ്രകാരം ബാധിക്കും?

സാധാരണ ഇത്തരം രോഗികളെ രോഗനിർണയത്തിനുശേഷം ജനറ്റിക് കൗൺസലിങ്ങിന് നിയോഗിക്കുന്നു. വിവരങ്ങൾ മനസിലാക്കുക, പ്രത്യേകിച്ച് കുടുംബത്തിൽനിന്നും രോഗം വരാൻ സാധ്യതയുള്ളവർക്ക്, കുടുംബത്തിന് പിന്തുണ കൊടുക്കുക എന്നിവ അനിവാര്യമാണ്. ഈ രോഗമെന്നാൽ എന്താണ്? ചികിത്സ എന്താണ്? ഫലമെന്താണ്? എല്ലാം കൗൺസലർ പറഞ്ഞുതരും.

ഈ രോഗനിർണയത്തിന് ധാർമിക, നിയമ, സാമൂഹ്യമാനങ്ങളുണ്ട്.

പല ചോദ്യങ്ങളും ഉന്നയിക്കപ്പെടും. രോഗനിർണയ സാങ്കേതിക വിദ്യക്ക് പരിമിതികളുണ്ട്. അത് ബന്ധപ്പെട്ടവരെ പറഞ്ഞു മനസിലാക്കേണ്ടതുണ്ട്. രോഗമുള്ള മനുഷ്യനെ സമൂഹം എപ്രകാരം കാണും? ഈ വിവരം രഹസ്യമാക്കിയില്ലെങ്കിൽ ഇൻഷ്വറൻസ് കമ്പനികൾ പോളിസി കൊടുക്കില്ല, ജോലിസാധ്യത കുറയുന്നു, സാമൂഹ്യബഹിഷ്കരണം ഇതെല്ലാം പ്രശ്നങ്ങളാണ്. അതുകൊണ്ട് ഉത്തരവാദപ്പെട്ടവർ ആ വ്യക്തിയുടെ ഉത്തമതാൽപ്പര്യം പരിഗണിച്ച് വിവരം രഹസ്യമാക്കി വയ്ക്കണം.

31

ലൈംഗികത

Life is a sexually transmitted disease.

- R D Laing

മനുഷ്യന്റെ ലൈംഗികശരീരശാസ്ത്രവും വർഗവർധനയും ലൈംഗികബന്ധവും കുടുംബാസൂത്രണവും, ലൈംഗിക അവകാശങ്ങളും ലൈംഗിക പെരുമാറ്റങ്ങളും ശാസ്ത്രീയമായി പ്രതിപാദിക്കുന്ന വിഷയമാണ് ലൈംഗികത. സാധാരണ ഈ വിഷയത്തിലെ ബോധവൽക്കരണം മാതാപിതാക്കൾ, സ്കൂൾ, പൊതുജനാരോഗ്യപ്രവർത്തകർ എന്നിവർ വഴിയാണ് ചെയ്തുപോരുന്നത്. സ്ത്രീയുടെയും പുരുഷന്റെയും ലൈംഗിക പ്രത്യേകതകൾ ഇതിൽ വരുന്നു. ഇത് മനുഷ്യജീവിതത്തിലെ സുപ്രധാനവശമായതുകൊണ്ട് എല്ലാവരും കുട്ടികളടക്കം ഇതിനെപ്പറ്റി അറിഞ്ഞിരിക്കേണ്ടത് വളരെ അത്യാവശ്യമാണ്. ഈ വിഷയത്തിലെ അബദ്ധധാരണകൾ തെറ്റായ വഴിയിലേക്ക് എളുപ്പത്തിൽ ചെറുപ്പക്കാരെ നയിച്ചേക്കാം. ലൈംഗികപെരുമാറ്റങ്ങളെ ശരീരശാസ്ത്രപരമായും മനശ്ശാസ്ത്രപരമായും, സാമൂഹ്യശാസ്ത്രപരമായും വിലയിരുത്തി പഠിക്കുകയും പഠിപ്പിക്കുകയും വേണം. സ്കൂളിൽ വെച്ച് സാമൂഹ്യ അംഗീകൃതപെരുമാറ്റം ഈ വിഷയത്തിൽ കുട്ടികളിൽ വളർത്തിയെടുക്കണം. ഇവിടെ വ്യക്തിസ്വാതന്ത്ര്യവും കുടുംബത്തിന്റെ ആരോഗ്യകരമായ നിലനിൽപ്പും ലക്ഷ്യങ്ങളാണ്. ഇപ്രകാരമായിരിക്കണം ശരിയായ മാതൃകാപരമായ ലൈംഗിക വിദ്യാഭ്യാസം. ഇതിൽ കുടുംബാസൂത്രണം, ഗർഭാസൂത്രണം, ഭ്രൂണവളർച്ച, വന്ധ്യത, പ്രസവം, സ്ത്രീപുരുഷശരീരങ്ങൾ, ലൈംഗികമൂല്യങ്ങൾ, ബന്ധങ്ങൾ, ലൈംഗികരോഗങ്ങൾ എന്നിവയെപ്പറ്റി അടിസ്ഥാന അറിവ് പകർന്നുകൊടുക്കണം. അത് ശാസ്ത്രീയമായി ഈ വിഷയം മനസിലാവുന്ന തലത്തിലും നിലവാരത്തിലും ചിട്ടപ്പെടുത്തിയിരിക്കണം. അനൗ

പചാരികമായി മാതാപിതാക്കൾ പുരോഹിതർ എന്നിവർക്ക് ഈ ബോധവൽക്കരണം ചെയ്യാനാകും. നല്ല ലേഖനങ്ങൾ വെബ്സൈറ്റുകൾ എന്നിവയും നല്ലതാണ്. ഔപചാരിക ലൈംഗികവിദ്യാഭ്യാസത്തിന് സ്കൂൾ തന്നെയാണ് ഏറ്റവും ഉചിതം. ഒരു ശാസ്ത്രീയമായ സിലബസോടെ ശാസ്ത്രീയ രീതിയിൽ വിദ്യാലയ അന്തരീക്ഷത്തിലാവുന്നത് വളരെ പ്രയോജനപ്രദമാണ്. പല രാജ്യങ്ങളിലും ഇതിനൊരു പാഠ്യപദ്ധതിയുണ്ട്. ഏതു ക്ലാസിൽ വെച്ചാണ് പഠിപ്പിക്കേണ്ടതെന്ന് ചോദിച്ചാൽ ഹൈസ്കൂളാണേറ്റവും പറ്റിയത് എന്നുപറയാം.

ആരംഭത്തിൽ ജൈവശാസ്ത്രപരമായി തന്നെ തുടങ്ങാം. ജീവശാസ്ത്രം, ആരോഗ്യം, കായികവിദ്യാഭ്യാസം എന്നിവയോടൊപ്പം പഠിപ്പിക്കാം. പല രാജ്യങ്ങളിലും ഇതിന് വിലക്കുകളുണ്ട്. അവയിൽ ചില വികസിതരാജ്യങ്ങളും പെടും. ലൈംഗികവിദ്യാഭ്യാസത്തിൽ യാഥാസ്ഥിതിക മനോഭാവം വെച്ചുപുലർത്തുന്ന യു കെ, യു എസ് എന്നിവിടങ്ങളിലാണ് കൗമാര അമ്മമാർ കൂടുതലുള്ളത് എന്നോർക്കണം. എയ്ഡ്സിന്റെ വ്യാപനം ആരോഗ്യപ്രവർത്തകരുടെ കണ്ണു തുറപ്പിച്ചു എന്നുവേണം പറയാൻ. വനിതകളുടെ ശരീരത്തിന്മേലുള്ള സ്വാതന്ത്ര്യം, കുടുംബാസൂത്രണം എന്നിവ ലൈംഗികവിദ്യാഭ്യാസത്തിലൂടെ ഭംഗിയായി പകരാനാകും. സീക്കസ് എന്ന സംഘടന അമേരിക്കയിൽ നടത്തിയ പഠനത്തിൽ 93 ശതമാനം മുതിർന്നവരും ഹൈസ്കൂൾ നിലവാരത്തിൽ ലൈംഗിക വിദ്യാഭ്യാസത്തിന് അനുകൂലമാണ്. 84 ശതമാനം പേർ അത് ജൂനിയർ നിലവാരത്തിൽത്തന്നെ പഠിപ്പിക്കണമെന്നാണ് അഭിപ്രായപ്പെട്ടത്. 80 ശതമാനം മാതാപിതാക്കളും വിശ്വസിക്കുന്നത് അപ്രകാരം പഠിപ്പിച്ചാൽ കുട്ടികളോട് അതേപ്പറ്റി പറയാൻ അവർക്ക് എളുപ്പമാണെന്നാണ്. 92 ശതമാനം കൗമാരക്കാരും വിശ്വസിക്കുന്നത് മാതാപിതാക്കളോട് ഈ വിഷയത്തെപ്പറ്റി പറയണമെന്നും സ്കൂളുകളിൽ ഇത് നന്നായി പഠിപ്പിക്കണമെന്നുമാണ്. നമ്മുടെ നാട്ടിൽ പല സമുദായസംഘടനകളും വിവാഹപൂർവ കൗൺസലിങ് രൂപത്തിൽ ലൈംഗിക വിദ്യാഭ്യാസം നൽകി വരുന്നുണ്ട്. കൂടുതൽ സംഘടനകൾ ഇതിന്റെ പ്രാധാന്യം മനസിലാക്കി മുന്നോട്ടു വന്നുകൊണ്ടിരിക്കുന്നുണ്ട്. ഇത് മാത്രം പോരാ. ഔപചാരികതയിൽനിന്നും കൂടുതൽ ശാസ്ത്രീയതയിലേക്ക് നാം കടക്കണം.

32

രോഗപ്രതിരോധ വാക്സിനുകൾ

The doctor of the future will give no medicine, but will interest her or his patients in the care of the human frame, in a proper diet, and in the cause and prevention of disease.

-Thomas A Edison

രോഗപ്രതിരോധവാക്സിനുകൾ വ്യാപകമായതോടെ ആരോഗ്യ രംഗത്ത് ശ്രദ്ധേയമായ കുതിച്ചുചാട്ടം സംഭവിച്ചു. പല മഹാമാരികളും ഇന്ന് പഴങ്കഥയായി മാറി.

ഡിഫ്തീരിയ, ടെറ്റനസ്, വില്ലൻ ചുമ, അഞ്ചാം പനി, പോളിയോ എന്നിവ ഇപ്പോൾ വളരെ ചുരുക്കമായേ കാണുന്നുള്ളൂ. രോഗപ്രതിരോധ വാക്സീനുകൾ ശരീരത്തിലെ രോഗപ്രതിരോധ സംവിധാനത്തെ പ്രചോദിപ്പിച്ച് രോഗങ്ങളെ ചെറുക്കാനുള്ള മറുമരുന്നുകളായ ആന്റിബോഡികളെ ഉൽപ്പാദിപ്പിക്കുന്നു. അവ പ്രോട്ടീനുകളാണ്. അതുകൊണ്ട് ഒന്നാന്തരം പ്രോട്ടീനടങ്ങിയ ഭക്ഷണം ഉദാ: കോഴിമുട്ട കുട്ടികൾ പതിവായി കഴിക്കണം.

എപ്രകാരമാണ് വാക്സിനുകൾ പ്രവർത്തിക്കുന്നത്?

പ്രവർത്തനശേഷിയില്ലാത്ത രോഗാണു, നിരുപദ്രവമാക്കപ്പെട്ട അതിന്റെ വിഷം എന്നിവ ഉപയോഗിച്ചാണ് രോഗപ്രതിരോധവാക്സിനുകൾ നിർമിക്കുന്നത്. അതുകൊണ്ടവ രോഗം ഉണ്ടാക്കുകയില്ല. എന്നാൽ, അവയെ ശരീരം ഭീഷണിയായി കണക്കാക്കി ആന്റിബോഡി എന്ന രോഗപ്രതിരോധ പ്രോട്ടീനുകൾ രോഗപ്രതിരോധകോശങ്ങളായ ശ്വേതരക്താണുക്കളിൽ ഉൽപ്പാദിപ്പിക്കുന്നു. അവ രക്തത്തിലേക്ക് നേരിട്ട് വരുന്നു. പിന്നീട് രോഗാണു ശരീരത്തിൽ പ്രവേശിച്ചാലുടനെ ആന്റി

ബോഡിയും ശ്വേതരക്താണുക്കളും കൂടി അവയെ ആക്രമിച്ച് നശിപ്പിക്കുന്നു. വാക്സിനിലൂടെ ഇത് ചെയ്യാനുള്ള ഓർമ രോഗപ്രതിരോധസംവിധാനത്തിന് കൊടുക്കുകയാണ് നാം ചെയ്യുന്നത്.

ഇതുവരെ കണ്ടുപിടിക്കാത്ത പല രോഗാണുവിനും വാക്സിനുകൾ ഇപ്പോൾ കണ്ടുപിടിച്ചുതുടങ്ങിയിട്ടുണ്ട്. ജന്മനാ കുട്ടിക്ക് കുറച്ച് രോഗപ്രതിരോധപ്രോട്ടീനുകൾ അമ്മയിൽ നിന്ന് രക്തത്തിലൂടെയും മുലപ്പാലിലൂടെയും ലഭിക്കുന്നുണ്ട്. ഇതെല്ലാംകൊണ്ട് രോഗപ്രതിരോധം പൂർണമാകുന്നില്ല, മാത്രമല്ല അവ ദുർബലവുമാണ്. എന്നാൽ, അഞ്ചാംപനി, തൊണ്ണുവീക്കം എന്നിവയ്ക്ക് ഒരു വർഷത്തേക്ക് സംരക്ഷണം പ്രതീക്ഷിക്കാം. ഇവിടെയാണ് രോഗപ്രതിരോധവാക്സിനുകളുടെ പ്രാധാന്യം. ഇത് നീണ്ടകാലത്തേക്ക് ജീവിതകാലം മുഴുവനും, കുട്ടിക്ക് ശക്തമായ സംരക്ഷണം നൽകുന്നു.

രോഗപ്രതിരോധവാക്സിനുകൾ കൊടുക്കാൻ വൈകിയാൽ?

കഴിയുന്നതും വേഗം കൊടുക്കണം. എത്രയും നേരത്തെ നിഷ്കർഷിച്ചിട്ടുള്ള സമയത്തിനു തന്നെ വാക്സിനുകൾ കൊടുത്തിരിക്കണം. എന്നാൽ, കൊടുത്തുകഴിഞ്ഞവ ആവർത്തിക്കേണ്ടതില്ല.

ശ്രദ്ധിക്കേണ്ട കാര്യങ്ങൾ

ഏഴു വയസിനുശേഷം വില്ലൻ ചുമ വാക്സിൻ കൊടുക്കേണ്ടതില്ല. മെനിൻജൈറ്റിസ് വാക്സിൻ ഒരു വയസിനുശേഷമാണ് ആരംഭിക്കുന്നതെങ്കിൽ ഒരു പ്രാവശ്യം കൊടുത്താൽ മതിയാകും. അതുപോലെ എച്ച് ഐ ബി വാക്സിൻ പതിമൂന്നു മാസത്തിനും നാലു വയസിനുമിടയിലാണെങ്കിൽ ഒരു പ്രാവശ്യം മതിയാകും. മുതിരുമ്പോൾ ഈ അസുഖം വരാനുള്ള സാധ്യത വളരെ കുറയുന്നുവെന്നതാണ് അതിനുള്ള കാരണം. അതുപോലെ രണ്ടു വയസിനു മീതെയുള്ള കുട്ടികൾക്ക് പി സി വി എന്ന ന്യൂമോകോക്കൽ കോൺജുഗേറ്റ് വാക്സിൻ കൊടുക്കേണ്ടതില്ല. ഒരു വയസിനും രണ്ടു വയസിനും ഇടയിലാണെങ്കിൽ ഒരു പ്രാവശ്യം കൊടുത്താൽ മതി.

രോഗപ്രതിരോധവാക്സിനുകൾ ആവശ്യമില്ലാത്തവർ

അതായത് വാക്സിനുകൾ കൊടുത്തിട്ട് പ്രയോജനമില്ലാത്ത അവസ്ഥ. രോഗപ്രതിരോധസംവിധാനം പ്രവർത്തിക്കാത്തതിനാൽ ചില സന്ദർഭങ്ങളിൽ ഉദാ: എയ്ഡ്സ് ബാധയുള്ള കുട്ടികൾ, അർബുദത്തിനുള്ള ശക്തിയേറിയ മരുന്നുകൾകൊണ്ട് രോഗപ്രതിരോധ സംവിധാനം പ്രവർത്തിക്കാതാകുമ്പോൾ, ചികിത്സയ്ക്കായി ഉയർന്ന അളവിൽ സ്റ്റിറോയ്ഡ് മരുന്നുകൾ കൊടുക്കേണ്ടി വരുമ്പോൾ, ഒരു വാക്സിൻ ശക്തിയായ അലർജി ഉണ്ടാക്കിയതായി തെളിവുള്ളപ്പോൾ.

ഏതെല്ലാം രോഗങ്ങൾക്ക് വാക്സിൻ ഫലപ്രദമാണ്?

ഡിഫ്തീരിയ

ഇതിനു കാരണക്കാരനായ കൊറൈണി ബാക്ടീരിയം ഡിഫ്തീരിയ എന്ന രോഗാണുവിനെ ഇതിനുള്ള വാക്സിൻ നശിപ്പിക്കുന്നു.

ഹീമോഫിലസ് ഇൻഫ്ളുവൻസെ ടൈപ്പ് ബി

ഇത് നാലു വയസിനു താഴെയുള്ള കുട്ടികളിൽ മെനിൻജൈറ്റിസ് ഉണ്ടാക്കുന്നു. ഇതിനു കാരണക്കാരനായ രോഗാണുവിനെ ഇതിനുള്ള വാക്സിൻ നശിപ്പിക്കുന്നു.

അഞ്ചാംപനി

ലഘുവായി തോന്നാമെങ്കിലും ഗുരുതരമായ ന്യൂമോണിയ, എൻകഫലൈറ്റിസ്, അപസ്മാരം എന്നിവ ഉണ്ടാക്കാം. ഇതിനുള്ള വാക്സിൻ കൊണ്ടിതു തടയാം.

തൊണ്ണുവീക്കം

ഈ രോഗം ലഘുവാണെങ്കിലും ചിലപ്പോൾ യകൃത്ത്, വൃഷണം, മസ്തിഷ്കം എന്നിവയെ ബാധിച്ച് ഗുരുതര പ്രത്യാഘാതമുണ്ടാക്കാം. തൽഫലമായി ബധിരത, വന്ധ്യത എന്നിവയുണ്ടാകാം.

റൂബെല്ല

ഈ രോഗവും ലഘുവാണെങ്കിലും ഗർഭസ്ഥശിശുക്കളിൽ ഗൗരവ രോഗമുണ്ടാക്കുന്നതിനാൽ പെൺകുട്ടികൾ ഈ വാക്സിൻ പ്രത്യേകിച്ചും എടുത്തിരിക്കണം.

ഗ്രൂപ്പ് സി മെനിൻജോ കോക്കസ്

മസ്തിഷ്കത്തിലും രക്തത്തിലും ശക്തമായ പഴുപ്പുണ്ടാക്കുന്നു. ഇതിനുള്ള വാക്സിൻ കൊണ്ടിതു ഫലപ്രദമായി തടയാം.

വില്ലൻചുമ

ഇതിലെ വില്ലൻ ബോർഡെട്ടല്ല എന്ന ബാക്ടീരിയയാണ്. പേരു സൂചിപ്പിക്കും വിധം വില്ലുപോലെ വളഞ്ഞുപോകുന്ന ചുമയുണ്ടാക്കും. ചിലരിൽ ന്യൂമോണിയ, മസ്തിഷ്കരോഗം എന്നിവയുണ്ടാക്കും. ഇതിനുള്ള വാക്സിൻകൊണ്ട് ഇത് ഫലപ്രദമായി തടയാം.

ന്യൂമോ കോക്കസ്

സാധാരണയായി ന്യൂമോണിയ ഉണ്ടാക്കുന്ന ഈ ബാക്ടീരിയ

മസ്തിഷ്കരോഗവുമുണ്ടാക്കിയേക്കാം. ചെറിയ കുട്ടികളിലും അറുപത്തഞ്ച് കഴിഞ്ഞവരിലും ഇതിനുള്ള വാക്സിൻകൊണ്ട് ഇവ ഫലപ്രദമായി തടയാം.

പോളിയോ

അംഗവൈകല്യത്തിന്റെ പ്രധാനകാരണക്കാരനായ ഈ വൈറസ് ശ്വാസപേശികളെ ബാധിച്ചാൽ മരണവും സംഭവിക്കാം. ഇതിനുള്ള വായിൽക്കൂടി കൊടുക്കാവുന്ന വാക്സിൻ പല പ്രാവശ്യം ആവർത്തിച്ച് കൊടുക്കണം.

ടെറ്റനസ്

ബാക്ടീരിയയുടെ പേര് ക്ലോസ്ട്രീഡിയം ടെറ്റനി. ഇത് സാധാരണയായി മണ്ണിലാണ് കണ്ടുവരുന്നത്. മണ്ണിൽ പണിയെടുക്കുമ്പോഴോ അല്ലാതെയോ മുറിവുപറ്റുമ്പോൾ രോഗമുണ്ടാകുന്നു. ഇതിനുള്ള വാക്സിൻ ഇതിനുള്ള സാധ്യതയുള്ളപ്പോഴെല്ലാം മുതിർന്നവരിലും ഗർഭിണികളിലും ആവശ്യമാണ്.

ഹ്യൂമൻ പാപ്പില്ലോമ വൈറസ് (എച്ച് പി വി)

തൊലി ശരീരദ്വാരങ്ങളിൽ കാണുന്ന മ്യൂക്കോസ, അതായത് വായ, ജനനേന്ദ്രിയ ഭാഗം എന്നിവിടങ്ങളിൽ കാണാം. ഇതിനുള്ള എച്ച് പി വി വാക്സിൻ ഗർഭാശയമുഖ അർബുദം തടയുന്നു.

ഡിഫ്തീരിയ, ടെറ്റനസ്, വില്ലൻചുമ എന്നിവ ഒരുമിച്ച് ഒറ്റ കുത്തിവയ്പ്പായാണ് കൊടുക്കുന്നത്. പി സി വി എന്ന ന്യൂമോകോക്കൽ കോജുഗേറ്റ് വാക്സിൻ പ്രത്യേകമായാണ് കൊടുക്കുന്നത്.

മെനിൻജൈറ്റിസ് സി വാക്സിൻ എച്ച് ഐ ബിയുമായി ചേർത്തും കൊടുക്കാം.

അതുപോലെ ടെറ്റനസ്, പോളിയോക്കുള്ള കുത്തിവയ്പ് വാക്സിൻ ചെറുഡോസ് ഡിഫ്തീരിയ വാക്സിൻ എന്നിവ ഒരുമിച്ച് കൊടുക്കാറുണ്ട്. വായിലൂടെയുള്ള പോളിയോ വാക്സിൻ കൊടുക്കുന്ന രാജ്യങ്ങളിൽ അത് തന്നെയാണ് തുടർന്നുവരുന്നത്.

അഞ്ചാംപനി, തൊണ്ണുവീക്കം, റൂബെല്ല എന്നീ വാക്സിനുകൾ വാക്സിൻ ഒരുമിച്ച് എം എം ആർ എ ഒറ്റകുത്തിവയ്പ്പായാണ് കൊടുക്കുന്നത്.

ഇൻഫ്ളുവൻസ വാക്സിൻ ചില സന്ദർഭങ്ങളിൽ പ്രത്യേകമായി കൊടുക്കാറുണ്ട്.

ഭാവിയിൽ ഇനിയും കൂടുതൽ രോഗങ്ങൾക്ക് വാക്സിൻ ലഭ്യമായേക്കും.

വാക്സിൻ അയക്കുന്ന ശീതീകരണച്ചങ്ങല

ദേശീയ രോഗപ്രതിരോധ വാക്സിൻ പട്ടിക.

വാക്സിൻ	വയസ്സ് ജനനം	6 ആഴ്ച	10 ആഴ്ച	14 ആഴ്ച	9- 12 മാസം
1. ആദ്യ വാക്സിൻ					
2. ബി സി ജി	X				
3. ഓറൽ പോളിയോ വാക്സിൻ	X	X	X	X	
4. ഡിഫ്തീരിയ, വില്ലൻചുമ, ടെറ്റനസ് വാക്സിൻ DPT		X	X	X	
5. ഹെപ്പറ്റൈറ്റിസ് ബി വാക്സിൻ HepatitisB*		X	X	X	
6. അഞ്ചാംപനി വാക്സിൻ Measles		X			

വീണ്ടും കൊടുക്കുന്ന വാക്സിൻ ഡോസുകൾ

4 DPT +3 ഓറൽ പോളിയോ.	16 മുതൽ 24 മാസം വരെ
ഡിഫ്തീരിയ ടെറ്റനസ് വാക്സിൻ DT	5 വർഷം
ടെറ്റനസ് ടോക്സോയ്ഡ് (TT)	10 വയസിലും 16 വയസിലും
വിറ്റമിൻ A	9, 18, 24, 30,36 മാസം

ഗർഭിണികൾക്കുള്ളത്.

ടെറ്റനസ് ടോക്സോയ്ഡ് (PW):	ഓം ഡോസ്
രണ്ടാം ഡോസ്	
മൂന്നാം ഡോസ്	ഗർഭം മനസിലായ ഉടനെ
	ഒരു മാസം കഴിഞ്ഞ്.

മുമ്പ് വാക്സിൻ എടുത്തിട്ടുണ്ടെങ്കിൽ മൂന്നു വർഷത്തിനുശേഷം മതി.

ഇന്ത്യൻ അക്കാഡമി ഓഫ് പീഡിയാട്രിക്സ് നിർദേശിക്കുന്ന വാക്സിൻ പട്ടിക

വയസ്സ്	വാക്സിൻ	ശ്രദ്ധിക്കേണ്ട കാര്യങ്ങൾ
ജനനം	ബി സി ജി. BCG	
	ഓറൽ പോളിയോ വാക്സിൻ (OPV ആദ്യഡോസ്.)	
	ഹെപ്പറ്റൈറ്റിസ് ബി വാക്സിൻ (Hepatitis B -1)	
6 ആഴ്ച	OPV-1 + IPV-1 / OPV -1	
പോളിയോ	OPV മാത്രം,	IPV കൊടുക്കാനാകാതെ വരുമ്പോൾ.
	DTPw-1 / DTPa 1 പോളിയോ	

	ഹെപ്പറ്റൈറ്റിസ് ബി 2	
	എച്ച് ഐ ബി1	
10 ആഴ്ച	OPV-2 + IPV-2 / OPV-2	
	പോളിയോ	OPVമാത്രം IPVsകൊടുക്കാനാകാതെ വരുമ്പോൾ.
	DTPw-2 / DTPa -2 പോളിയോ	
	Hib 2	
14 ആഴ്ച	OPV-3 + IPV-3 / OPV -3	OPVമാത്രം. IPV കൊടുക്കാനാകാതെ വരുമ്പോൾ.
	DTPw-3 / DTPa 3	
	ഹിപ്പറ്റൈറ്റിസ് B--3	ഹെപ്പറ്റൈറ്റിസ് മൂന്നാം ഡോസ് ആറാം മാസത്തിൽ കൊടുക്കാം.
	Hib 3	
9 മാസം	അഞ്ചാംപനി വാക്സിൻ	
15 - 18 മാസം	OPV-4 + IPV-B1 / OPV -4	OPVമാത്രം, IPV കൊടുക്കാനാകാതെ വരുമ്പോൾ.
	DTPw ബൂസ്റ്റർവാക്സിൻ 1	
	or DTPa ബൂസ്റ്റർവാക്സിൻ 1	
	Hib ബൂസ്റ്റർവാക്സിൻ	
	MMR 1	
2 വർഷം	ടൈഫോയ്ഡ് വാക്സിൻ	മൂന്നുനാലു കൊല്ലം കൂടുമ്പോൾ വീണ്ടും കൊടുക്കണം.
5 വർഷം	OPV 5	
	DTPw ബൂസ്റ്റർവാക്സിൻ2	
	or DTPa ബൂസ്റ്റർവാക്സിൻ 2	
	MMR -2രണ്ടാം ഡോസ്	
	MMR വാക്സിൻ	8 ആഴ്ചയ്ക്കു ശേഷം എപ്പോൾ വേണമെങ്കിലും കൊടുക്കാം (ആദ്യഡോസിനു ശേഷം.)
10 വർഷം	Tdap	
	ഹ്യൂമൻ പാപ്പില്ലോമ വാക്സിൻ HPV	പെൺകുട്ടികൾക്കുമാത്രം. മൂന്നു ഡോസ്. 0, 12 ഉം 6 മാസത്തിലും.

മാതാപിതാക്കളുടെ പ്രത്യേക താൽപ്പര്യമനുസരിച്ച് (അവർ ഡോക്ടറോട് വിവരം ചോദിച്ചറിയണം.)

6 ആഴ്ചകൾക്കുശേഷം.	ന്യൂമോക്കോക്കൽ കോൺജൂഗേറ്റ്.	3 മൂന്നു പ്രാഥമിക ഡോസ്

6, 10,14 ആഴ്ച കളിൽ,	ബൂസ്റ്റർവാക്സിൻ 15 - 18 മാസങ്ങളിൽ.	
6 ആഴ്ചകൾ ക്കുശേഷം	റോട്ടാ വൈറൽ വാക്സിനുകൾ (2/3) ഡോസ് (നല്ലകമ്പനിയുടേ താണെങ്കിൽ) 48 ആഴ്ച ഇടവിട്ട്.	
15 മാസത്തി നുശേഷം	വാരിസെല്ല	വയസ്സ് 13 ന് മുമ്പാണെങ്കിൽ ഒരു ഡോസ്. അതിനുശേഷമെങ്കിൽ രണ്ടു ഡോസ് 48 ആഴ്ച ഇടവിട്ട്.
18 മാസത്തി നുശേഷം	ഹെപ്പറ്റൈറ്റിസ്	2 ഡോസ് 6/12 മാസം ഇടവിട്ട്

ഓർമയിൽ വയ്ക്കേണ്ട കാര്യങ്ങൾ

1. വില്ലൻചുമയ്ക്കുള്ള സെല്ലുലർ വാക്സിൻ അംഗീകരിക്കുന്നു. പാർശ്വ ഫലങ്ങൾ കുറവും കൂടുതൽ ഫലപ്രദവുമാണ്. പക്ഷേ, വില വളരെ കൂടുതലാണ്.
2. അമ്മയുടെ എച്ച് ബി എസ് എ ജി നില നോക്കിവേണം കുട്ടിക്ക് അതിനുള്ള വാക്സിൻ നിശ്ചയിക്കേണ്ടത്. അമ്മ പോസിറ്റീവെങ്കിൽ രോഗം കുട്ടിക്ക് പകരാൻ സാധ്യത വളരെ കൂടുതലാണ്, പ്രത്യേ കിച്ച് എച്ച് ബി എസ് ഇ എ ജി ഉണ്ടെങ്കിൽ വാക്സിൻ കൂടാതെ ഹിപ്പറ്റൈറ്റിസ് ബി ഇമ്യൂൺ ഗ്ലോബുലിൽ പ്രസവിച്ച് ഒരു ദിവസ ത്തിനകം കൊടുത്തിരിക്കണം. പിന്നെ പതിവുള്ള എച്ച് ബി വാക് സിനും കൊടുക്കണം.
3. മാതാപിതാക്കളുടെ താൽപ്പര്യമനുസരിച്ച് മാത്രം കൊടുക്കുന്ന വാക്സിനുകളെപ്പറ്റി അവർക്ക് ഡോക്ടർ വിശദീകരിച്ചുകൊടുക്കും. അതിനുശേഷം തീരുമാനമെടുക്കാം.
4. വാക്സിനുകൾ മിശ്രിതമായി ഒരു സിറിഞ്ചിലെടുത്തു കുത്തി വയ്ക്കരുത് ഇത് പ്രത്യേകിച്ച് കുട്ടികൾക്ക് വളരെ സൗകര്യപ്രദമാണ്. അതിനെപ്പറ്റി വാക്സിൻ ഉൽപ്പാദകരുടെ അഭിപ്രായമാണ് പരിഗ ണിക്കേണ്ടത്.
5. ഇന്ത്യയിൽ ലഭ്യമാകുന്ന ടൈഫോയ്ഡ് വാക്സിൻ വി പോളി സാക്കറൈഡ് ഇനമാണ്. നൂതനമായവ ഭാവിയിൽ ലഭ്യമാകുമെന്ന് പ്രതീക്ഷിക്കാം.
6. വലിയ പകർച്ചവ്യാധിയെന്ന നിലയിൽ അഞ്ചാംപനി വരുമ്പോൾ വാക്സിൻ ഒമ്പത് മാസത്തിന് മുമ്പെ കൊടുക്കാം. പിന്നെ ബൂസ്റ്റർ വാക്സിൻ എന്ന നിലയിൽ 12-15 മാസത്തിനുശേഷം എം എം ആർ കൊടുക്കാം.
7. ഗർഭിണികൾക്കുള്ള ടി ടി ചുരുങ്ങിയത് ഒരു മാസം ഇടവേളയിൽ രണ്ട് ഡോസാണ്.

8. പോളിയോക്കുള്ള വാക്സിൻ വായിൽക്കൂടി കൊടുക്കുന്നതാണ് പതിവ്. വ്യക്തിപരമായ സംരക്ഷണം കരുതി കുത്തിവയ്ക്കുന്ന പോളിയോ വാക്സിൻ ഉപയോഗിക്കാം.
9. വായിലൂടെ കൊടുക്കുന്ന പോളിയോ വാക്സിൻ ആണ് സമൂഹത്തിൽ പോളിയോ നിർമാർജനത്തിന് ആശ്രയിക്കുന്നത്. അത് അഞ്ചു വയസിനുമുമ്പ് വാക്സിനുകൾ കൊടുക്കുമ്പോൾ എടുത്തിരിക്കണം.

33

ശൈശവരോഗങ്ങൾ

You know that children are growing up when they start asking questions that have answers.

-John J Plomp

സ്ഥലപരിമിതിമൂലം ജനിതക രോഗങ്ങൾ കൂടാതെ ഇവിടെ പ്രതിപാദിക്കുന്ന വിഷയങ്ങൾ, മുലപ്പാലിന്റെ പ്രാധാന്യം, വയറിളക്കം, മലബന്ധം, ചുമ നീർദോഷം, പോഷകാഹാരക്കുറവ്, അമിതഭാരം, പനിയോടനുബന്ധിച്ച് കണ്ടുവരുന്ന ചുഴലിബാധ എന്നിവ മാത്രമാണ്.

മറ്റുള്ള രോഗങ്ങളെപ്പറ്റി അവയെ വിശദമായി പ്രതിപാദിച്ചിട്ടുള്ള ഗ്രന്ഥങ്ങൾ വായിക്കേണ്ടതാണ്.

കുട്ടികളിലെ വയറിളക്കരോഗങ്ങൾ

രണ്ടാഴ്ചയിൽ കുറവുള്ളവയെ പെട്ടെന്നുള്ള, അക്യൂട്ട് വയറിളക്ക രോഗങ്ങൾ, തുടർന്ന് നീണ്ടുനിൽക്കുന്നവയെ പഴകിയ അഥവാ ക്രോണിക് വയറിളക്കരോഗങ്ങൾ എന്നും പറയുന്നു.

നിർജലീകരണം ആണ് ഇതിലെ പ്രധാന പ്രശ്നം. അതുകൊണ്ട് കുഞ്ഞിന് ധാരാളം വെള്ളം കൊടുക്കണം. അതുപോലെ സാധാരണ പോലെ ഭക്ഷണം കഴിക്കുകയും വേണം. ഗാസ്ട്രൊ എന്ററൈറ്റിസ് എന്ന് ഡോക്ടർമാർ വിവക്ഷിക്കുന്ന കുടലിലെ രോഗാണുബാധ സംശയിക്കുമ്പോൾ അതിന്റെ കാരണം അമീബ, കാംബിലോബാക്ടർ, സാൽമൊണല്ല, എഷ്കരീഷ്യ എന്നീ ബാക്ടീരിയകൾ, റോട്ടാവൈറസ്, അഡിനൊവൈറസ്, ചില പരാന്നജീവികളായ വിരകൾ തുടങ്ങി ഏതുമാകാം.

* ഇവ ഭക്ഷണം കൈകാര്യം ചെയ്യുന്നവരിലൂടെ ഭക്ഷണത്തിൽ കലർന്ന് പകരുന്നു. മാത്രമല്ല, ജലത്തിലൂടെയും ഈ സൂക്ഷ്മാണു

ക്കളെല്ലാം പകരാം.

* എല്ലാ വയറിളക്കവും രോഗാണുബാധ കൊണ്ടാണെന്ന് ധരിക്കരുത്. ഭക്ഷണ അലർജി, കൊളൈറ്റിസ്, ചില കുടൽരോഗങ്ങൾ എന്നിവ കൊണ്ടും വയറിളക്കം വരാം.

എന്താണ് രോഗാണുകൊണ്ടുള്ള വയറിളക്കത്തിന്റെ ലക്ഷണങ്ങൾ?

* ചെറിയ വയർ പ്രശ്നം മുതൽ ശക്തിയേറിയ വയറിളക്കവും പനിയും നിർജലികരണവും അടക്കം കുറെ ദിവസങ്ങളോളം നീണ്ടുനിൽക്കാം. ദിവസത്തിൽ മൂന്നു പ്രാവശ്യമെങ്കിലും വെള്ളം പോലെ പോകാതെ വയറിളക്കം എന്നു പറയാനാകില്ല. അമീബ പോലുള്ള രോഗാണുബാധയിൽ രക്തം കലർന്നും ദുർഗന്ധത്തോടും പോകാം. വയറിൽ ശക്തമായ വേദന അനുഭവപ്പെടാം. മലം പോകുന്നതോടെ പലപ്പോഴും വേദന കുറയും. ചിലപ്പോൾ ഛർദിയും പനിയും ദേഹം വേദനയും, വലിയ ക്ഷീണവുമുണ്ടാകാം. കുറച്ച് ദിവസം കഴിഞ്ഞ് ഛർദി നിന്ന് ചെറിയ വയറിളക്കം ഒരാഴ്ചത്തേക്ക് നീണ്ടു നിൽക്കാം.

നിർജലീകരണം

ഇത് ഗൗരവമായെടുക്കണം. ഛർദിയും വയറിളക്കവും ഒരുമിക്കുമ്പോഴും പകരം വെള്ളവും ലവണവും കഴിക്കാതെ വരികയും ചെയ്താൽ അവ കുറഞ്ഞ് നിർജലീകരണം സംഭവിക്കും.

കടുത്ത നിർജലീകരണം മരണകാരണമാകാം.

ലക്ഷണങ്ങൾ

മൂത്രംകുറയുക, തൊണ്ടവരൾച്ച, വരണ്ട തൊലിയും നാവും ചുണ്ടും, കണ്ണീർ കുറയുക, കണ്ണു കുഴിയലാവുക, ക്ഷീണം, ദേഷ്യം വരിക, തളർച്ച.. കൂടാതെ തൂങ്ങിയിരിക്കൽ, വിളർച്ച, തണുത്ത കൈകാലുകൾ, ദ്രുതഗതിയിലെ ശ്വാസം എന്നിവയും ഉണ്ടാകും. ഈ ലക്ഷണങ്ങൾ വളരെ അപകടകരമാണ്. ഉടനെ ആശുപത്രിയിൽ പ്രവേശിപ്പിച്ച് ചികിത്സ ചെയ്യണം. ഇത് പിഞ്ചുകുഞ്ഞുങ്ങളിൽ പ്രത്യേകിച്ച് അപകടകരമാണ്. ഒരു വയസിന് താഴെയാവുക പ്രത്യേകിച്ച് രോഗം ഗുരുതരമാക്കുന്നു. പ്രായം ആറു മാസത്തിൽ താഴെയാകുമ്പോൾ നഷ്ടപ്പെടുന്ന ജലത്തിന്റെ അനുപാതം വളരെ ഉയർന്നതാകും. അതുപോലെ ജനനസമയത്തെ കുറഞ്ഞ ശരീരഭാരം വർധിച്ചിട്ടില്ലെങ്കിലും പ്രശ്നമാകും. അസുഖത്തോടൊപ്പം മുലപ്പാൽ നിർത്തുക, വയറിളക്കത്തോടൊപ്പം ജലപാനം നിർത്തൽ, ഒരു ദിവസത്തിനകം ആറു പ്രാവശ്യത്തിൽ കൂടുതൽ വയറിളകുക കൂടെ ഛർദിയും ഉണ്ടാകുക എന്നിവയും അപകടകരമാണ്.

ഭൂരിപക്ഷം കുട്ടികളിലും ചെറിയ വയറിളക്കങ്ങൾ പാനീയ ചികിത്സകൊണ്ട് മാത്രം മാറും. ഡോക്ടറെ കാണേണ്ട ആവശ്യമില്ല.

ഡോക്ടറെ കാണേണ്ട ആവശ്യം എപ്പോൾ?

നിർജലീകരണവും, പനിയും ഹൃദയമിടിപ്പ് വർധിക്കലും ഏതെങ്കിലുമൊന്ന് കണ്ടാൽ ഡോക്ടറെ കാണണം. ഡോക്ടർ ഇതെല്ലാം വിലയിരുത്തും. ഉദരം പരിശോധിക്കും. വേദനയുണ്ടെങ്കിൽ കുഞ്ഞ് ഡോക്ടറെ തൊടാൻ സമ്മതിക്കില്ല. മലം പരിശോധിക്കണം.

ഡോക്ടറെ കാണേണ്ട ആവശ്യം പ്രത്യേകമായുള്ളത് എപ്പോൾ?

1. ആറു മാസത്തിൽ താഴെ പ്രായമാവുക.
2. വൃക്ക, ഹൃദയ രോഗങ്ങൾ, പ്രമേഹം, മാസം തികയാത്ത പ്രസവം.
3. പനി, നിർജലീകരണം, തൂങ്ങിയിരിപ്പ്, ഓർമപ്പിശക്, ഛർദി, ജലപാനം കുറയൽ, മലത്തിലും ഛർദിയിലും രക്തം, ശക്തമായ വയറുവേദന, സ്ഥിതി മോശമാവുക, ഛർദി രണ്ടു ദിവസത്തിൽ കൂടുതൽ നീണ്ടു നിൽക്കുക, വയറിളക്കം മൂന്നു ദിവസത്തിൽ കൂടുതലായിട്ടും കുറയാതെ വരിക എന്നിവയും പ്രത്യേക ശ്രദ്ധ അർഹിക്കുന്നു.

പാനീയ ചികിത്സ പൊതികൾ ആരോഗ്യകേന്ദ്രങ്ങളിൽ സുലഭമായി ലഭിക്കും. അവർ അതിനെപ്പറ്റി പറഞ്ഞുതരികയും ചെയ്യും. ഉപ്പും പഞ്ചസാരയും ജലവും അടങ്ങിയ ലായിനി വീട്ടിൽ ശുചിയായി എളുപ്പം ഉണ്ടാക്കാവുന്നതാണ്. ആവശ്യത്തിന് ജലം വായിലൂടെ കൊടുക്കാനാവുന്നില്ലെങ്കിൽ മൂക്കിൽക്കൂടി ചെറിയ കുഴൽ കടത്തി ആവശ്യത്തിന് കൊടുക്കാവുന്നതാണ്. അതുംപോരെങ്കിൽ ഞരമ്പിലൂടെ കൊടുക്കണം. കഴിയുന്നതും സാധാരണപോലെ ഭക്ഷണം കഴിച്ചിരിക്കണം.

വയറിളക്കമുള്ള കുട്ടികളെ പട്ടിണി കിടത്തണമെന്നൊരു അന്ധവിശ്വാസം നമ്മുടെ ഇടയിലുണ്ട്. അതൊട്ടും ശരിയല്ല, അപകടകരവുമാണ്.

ശ്രദ്ധിക്കേണ്ട കാര്യങ്ങൾ

മുലപ്പാൽ കുടിക്കുന്ന കുട്ടികൾ തുടർന്നും കുടിക്കണം. കുപ്പിപ്പാലു കുടിക്കുന്നവർ അത് തുടരണം. ഇടയ്ക്കിടെ ഭക്ഷണം കഴിക്കണം, പ്രത്യേകിച്ചും മുതിർന്ന കുട്ടികൾ. മിക്കപ്പോഴും മരുന്നുകൾ ആവശ്യമായി വരില്ല. 12 വയസിനു താഴെയുള്ള കുട്ടികളിൽ വയറിളക്കത്തിനു മരുന്നുകൾ വേണ്ട. പനിയുണ്ടെങ്കിൽ പാരാസെറ്റമോളൊ, ഐബുപ്രോഫനൊ മാത്രം കൊടുക്കാം. അത് നീണ്ടുനിൽക്കുകയും ലാബ് പരിശോധനയിൽ അണുബാധ വ്യക്തമാവുകയും ചെയ്താൽ അതാതിനുള്ള ആന്റിബയോട്ടിക് മരുന്നുകൾ ആവശ്യമായി വരും.

എന്തെല്ലാം വരാഴികകൾ പിന്നീടുണ്ടാകാം?

ചികിത്സയ്ക്കുശേഷം ഉണ്ടാകാവുന്ന പ്രശ്നങ്ങൾ പ്രധാനമായും ജലവും ലവണവും തമ്മിലുള്ള അനുപാതം തകരാറിലാകൽ, മറ്റു അവയവങ്ങൾ വയറിളക്കത്തോട് പ്രതികരിച്ചുണ്ടാകുന്ന രോഗങ്ങളായ സന്ധിരോഗങ്ങൾ, കണ്ണിലുണ്ടാകാവുന്ന ചുവപ്പ്, വെള്ളം വരൽ (കൺജക്ടിവൈറ്റിസ്, യുവിയൈറ്റിസ് - Conjunctivitis, Uveitis- എന്നിവ

കൊണ്ടാകാം) എന്നിവയാണ്. സാൽമൊണല്ല (Salmonella) വയറിളക്കമാണെങ്കിൽ മസ്തിഷ്കം, അസ്ഥികൾ, സന്ധികൾ എന്നിവയിലേക്ക് പടരാം. നീണ്ടുനിൽക്കുന്ന വയറിളക്കം വളരെ ചുരുക്കമാണ്. വയറിളക്കത്തിനുശേഷം ഇറിട്ടബിൾ ബവൽ സിൻഡ്രോം, (Irritable bowel syndrome) പാലിനോടുള്ള ദഹനക്കുറവ് എന്നിവ ഉണ്ടാകാം. പോഷകാഹാരക്കുറവ്, ഹീമോലിറ്റിക് യുറീമിക് സിൻഡ്രോം (Haemolytic uraemic syndrome) തുടർന്ന് വൃക്ക പ്രവർത്തനം നിൽക്കുക എന്നിവയും ഉണ്ടാകാം. പക്ഷേ, ചികിത്സയോടെ വേഗം ശരിയാകും. വയറിളക്കം പകരുന്നത് പരിസരശുചീകരണം, കൈകഴുകൽ, തിളപ്പിച്ചാറിയ വെള്ളം മാത്രം ഉപയോഗിക്കൽ എന്നിവകൊണ്ട് തടയാം. കുഞ്ഞുങ്ങളിൽ മുലപ്പാൽ മാത്രം കൊടുക്കൽ വയറിളക്കം തടയും. റോട്ടോവൈറസ് ഇമ്മ്യുണൈസേഷൻ (rotavirus immunization) ഫലപ്രദമാണെന്ന് തെളിഞ്ഞിട്ടുണ്ട്. ലോകാരോഗ്യസംഘടന ഇത് 2009 ജൂണിൽ നിർദേശിച്ചിട്ടുമുണ്ട്.

കുട്ടികളിലെ മലബന്ധം

വയറിളക്കംപോലെ സാധാരണമായി കണ്ടുവരുന്ന രോഗമാണ് മലബന്ധം. കട്ടിയായ മലം പ്രയാസത്തോടെ പോകുന്നു. പ്രാവശ്യം കുറയുന്നു. മലത്തിന്റെ നീക്കത്തിന് തടസം നേരിട്ട് കവിഞ്ഞ് വരുന്ന അവസ്ഥയിലാണ് അടിവസ്ത്രങ്ങളിൽ മലം കാണപ്പെടുന്നത്. പ്രത്യേകിച്ച് കാരണം കാണാതെ പലപ്പോഴും മലബന്ധം ഉണ്ടാകാറുണ്ട്. ഇത് നേരത്തെ മനസിലാക്കി ശോധന മരുന്നുകൊണ്ട് ചികിത്സിക്കാവുന്നതാണ്. അപ്രകാരം അത് പഴയതാവാതെ കഴിക്കാം. എന്താണ് സാധാരണ ശോധന എന്ന് മാതാപിതാക്കൾക്ക് സംശയങ്ങളുണ്ട്. ഓരോ കുട്ടിയും വ്യത്യസ്തരായ വ്യക്തികളാണെന്നും പ്രത്യേകതകളുണ്ടെന്നും അവർ മനസിലാക്കാറില്ല. മൂന്നു ദിവസത്തിലൊരിക്കൽ മുതൽ ദിവസത്തിൽ മൂന്നു പ്രാവശ്യം വരെ തികച്ചും സാധാരണമെന്നു മനസിലാക്കണം. മുലപ്പാൽ മാത്രം കഴിക്കുന്ന കുട്ടികളുടെ മലം പൂർണമായി ദഹിച്ചതിനു ശേഷമായതിനാൽ മഞ്ഞനിറമായിരിക്കും. ചിലപ്പോൾ നിറവും കട്ടിയും മാറി മാറി വരാം. നീണ്ടുനിൽക്കുന്ന കട്ടിയായ മലം പോകലും പ്രാവശ്യം കുറയലുമാണ് മലബന്ധം. കട്ടിയാഹാരം തുടങ്ങുന്നതോടെ മണവും നിറവും മാറും. പ്രാവശ്യവും മാറും. നാരുള്ളവ അപ്രകാരം തന്നെ പോയേക്കാം. കട്ടിയാഹാരം, കട്ടിയായ ദുർഗന്ധത്തോടെയുള്ള മലം ഉണ്ടാക്കും. കുട്ടി വലുതാവുന്നതോടെ ഇതിനെല്ലാം വീണ്ടും വ്യത്യാസം വരും.

എന്താണ് മലബന്ധലക്ഷണം?

കൂടുതൽ മുക്കേണ്ടി വരിക, മലം പോകുമ്പോൾ വേദന, ചിലപ്പോൾ അൽപ്പം രക്തം പോയേക്കാം എന്നിവയാണ്. പ്രാവശ്യം കുറയുക, കട്ടി കൂടുക, ചെറിയ ഉണ്ടപോലെ പോവുക, മുയലിന്റെ മലം പോലെ

പോവുക, ഒരാഴ്ചയിൽ മൂന്നിൽ താഴെ മാത്രം പ്രാവശ്യം പോവുക, കൂടാതെ വയറുവേദന, വിശപ്പ് കുറവ്, ഓക്കാനം, ക്ഷീണം, ദേഷ്യം വരിക എന്നിവയും ഉണ്ടാകാം. കടുത്ത മലതടസം ഉണ്ടാകുമ്പോൾ അത് കവിഞ്ഞ് പോയി ഉടുപ്പിൽ മലമാകാം. ഇത് വയറിളക്കമായി തെറ്റിദ്ധരിക്കപ്പെടാം.

കുട്ടികളിലെ മലബന്ധം ഏതെല്ലാം തരമാണ്?

കാരണമറിയാത്ത സാധാരണ തരമാണ് കൂടുതൽ കണ്ടുവരുന്നത്. ഇതിൽ ഇടയ്ക്കുള്ള മലബന്ധം കാണപ്പെടുന്നു. ഒന്നോ രണ്ടോ ദിവസം മാത്രം നിൽക്കുന്നതാണത്. ഇത് വേഗം മാറുന്നു.

നീണ്ടുനിൽക്കുന്ന മലബന്ധം. ഇതിനെ പഴകിയ കാരണം വ്യക്തമല്ലാത്ത മലബന്ധം എന്നും പറയുന്നു.

കാരണം വ്യക്തമായ മലബന്ധങ്ങൾ

ഞരമ്പിന്റെ രോഗം കൊണ്ട് വരുന്നവ, തൈറോയ്ഡ് പ്രവർത്തനം കുറയുന്നതുമൂലം, സിസ്റ്റിക് ഫൈബ്രോസിസ് രോഗം കൊണ്ട്, ഹർഷ്സ്പ്രങ് രോഗം, മരുന്നുകളുടെ പാർശ്വഫലം എന്നിവയാണ്. ഇതോടൊപ്പം ഛർദി, തൂക്കക്കുറവ്, വയർവീർക്കൽ, ശക്തമായ വേദന, പ്രസവം കഴിഞ്ഞ് 24 മണിക്കൂറിനകം മലം പോകാതിരിക്കുക, കാലുകളുടെ തളർച്ച, ഗുദത്തിൽ വ്രണങ്ങൾ, കൂടുതലുള്ള ദാഹം, കൂടുതൽ മൂത്രം പോവുക, കറുത്ത മൂത്രം, അതോടൊപ്പം വെളുത്ത മലം പോവുക എന്നിവ കണ്ടാൽ പ്രത്യേകമായി പരിശോധനകൾ നടത്തണം. കൂടുതൽ പരിശോധനകൾക്കായി ശിശുരോഗവിദഗ്ധനെ കാണിക്കേണ്ടി വരും.

കാരണമറിയാത്ത സാധാരണ മലബന്ധത്തിന്റെ 'കാരണങ്ങൾ'

നാരുള്ള ഭക്ഷണത്തിന്റെ അപര്യാപ്തത, ജലപാനം കുറവ് എന്നിവയാണ്.

മലം പിടിച്ചുനിർത്തൽ

കുട്ടി വൈകാരികകാരണംമൂലം മലം പുറത്തേക്ക് വിടുന്നില്ല. കുടലിൽ അതു കുന്നുകൂടുന്നു. അത് പ്രശ്നം വിഷമവൃത്തമാക്കി സങ്കീർണമാക്കുന്നു. ഒരിക്കൽ വേദന ഉണ്ടായാൽ പിന്നെ കക്കൂസിൽ പോയി ഇരിക്കാൻ ഭയമാകുന്നു. ഗുദദ്വാരത്തിൽ കീറൽ വീണാൽ അത് മാറുന്നതുവരെ ഓരോ പ്രാവശ്യവും വേദന ഉണ്ടാകും. സ്ഥലം മാറി അപരിചിതമായ ടോയ്‌ലറ്റ് കുട്ടി ഇഷ്ടപ്പെടാതെ വരുമ്പോഴും ഇപ്രകാരം സംഭവിക്കാം.

വൈകാരികകാരണങ്ങൾ പ്രധാനമായും വീട് മാറൽ, സ്കൂൾ മാറൽ, ഭയം, മാതാപിതാക്കളുടെ ഉൽക്കണ്ഠ കുട്ടിയിലേക്ക് വരിക എന്നിവയാണ്.

മലം പൂർണമായും അടഞ്ഞിരിക്കുന്ന അവസ്ഥ.

ഇത് സാധാരണയായി 2 മുതൽ 4 വയസ്സ് വരെയുള്ള കുട്ടികളിലാണ് കണ്ടുവരുന്നത്.

ലക്ഷണങ്ങൾ

മലം പോകാൻ ശ്രമിക്കുമ്പോൾ കുട്ടി അസ്വസ്ഥനാകുന്നു. അടിവസ്ത്രങ്ങളിൽ പോകുന്നു. കുട്ടി ഭക്ഷണം കഴിക്കാതാകുന്നു, ദേഷ്യം വരുന്നു. വയറിൽ പരിശോധിക്കുമ്പോൾ ഈ കട്ടിയായ മലം മുഴപോലെ വ്യക്തമാകും. ചിത്രം നോക്കുക. റെക്ടം വികസിച്ചത് ശ്രദ്ധിക്കുക.

റെക്ടത്തിൽ ധാരാളം മലം കിടക്കുന്നത് അത് വികസിക്കുന്നതിനിടയാക്കുന്നു. അത് മലം പുറത്ത് കളയുന്നതിനുള്ള ചോദന ഞരമ്പുകൾ വലിഞ്ഞ് പ്രവർത്തനം കുറയുന്നതുമൂലം ഇല്ലാതാക്കുന്നു.

ശോധന മരുന്നുകളുടെ പ്രയോജനം

മലബന്ധത്തിന്റെ കടുപ്പം, കുട്ടിയുടെ പ്രായം എന്നിവ കണക്കിലെടുത്താണ് മരുന്നു കൊടുക്കുന്നത്. മാക്രോഗോൾ എന്ന മരുന്ന് ശരീരത്തിൽനിന്ന് വെള്ളം വലിച്ചെടുത്ത് മലം മൃദുവാക്കുന്നു. കുടലിലെ ചലനം ശക്തമാക്കാൻ പൈക്കൊസൾഫേറ്റ്, ബിസാക്കൊഡിൽ, സെന്ന എന്നീ മരുന്നുകൾ ഫലപ്രദമാണ്. ചിലപ്പോൾ ഈ രണ്ടുതരം മരുന്നും ചേർത്ത് കൊടുക്കേണ്ടിവരും. ഇത് കുറച്ച് ആഴ്ചകളോളം തുടരേണ്ടിവരും. പലപ്പോഴും മാസങ്ങളോളം തുടരേണ്ടിവരും. സാവധാനത്തിൽ ഡോസ് കുറച്ചാണ് മരുന്ന് നിർത്തേണ്ടത്. ചിലപ്പോഴത് വർഷങ്ങൾ വേണ്ടിവരാം. ഈ രോഗം ആവർത്തിക്കരുതല്ലോ. ചികിത്സയുടെ ലക്ഷ്യം റെക്ടം സാധാരണ നിലയിലേക്ക് വരണമെന്നതാണ്. അപ്പോൾ ഇത് ആവർത്തിക്കുകയില്ല. വളരെ ചുരുക്കമായി എനിമ കൊടുത്തും അതുമല്ലെങ്കിൽ ബോധം കെടുത്തി സർജൻ വന്ന് എടുക്കേണ്ടതായും വരാം.

ഭക്ഷണം

നാരുകളുള്ള, ധാരാളം വെള്ളമുള്ള ഭക്ഷണം പതിവാക്കിയാൽ മലബന്ധം അടിഞ്ഞു പ്രശ്നമുണ്ടാക്കുകയില്ല.

കുട്ടികളിലെ ചുമയും ജലദോഷവും

It is a wise father that knows his own child.-William Shakespeare.

ഇത് സാധാരണയായി വൈറസ് ബാധകൊണ്ട് വരുന്നതാണ്. ആന്റിബയോട്ടിക്കുകളുടെ ആവശ്യം വരാറില്ല. ധാരാളം വെള്ളംകുടിക്കുക. പാരാസെറ്റമോൾ, ഇബുപ്രോഫൻ എന്നീ മരുന്നുകൾ മാത്രം കൊണ്ട് ആശ്വാസമുണ്ടാകും. ആന്റിബയോട്ടിക്കുകൾ ഒന്നും ആവശ്യമേയില്ല (ആന്റിബയോട്ടിക്കുകളുടെ ദുരുപയോഗം എന്ന ഭാഗം വായിച്ചാലും). വൈറസുകൾക്ക് ആന്റിബയോട്ടിക്കുകൾ ഫലപ്രദമല്ലാത്തതിനാലും

നീർദോഷം കുറച്ചു ദിവസംകൊണ്ട് തനിയെ മാറുന്നതിനാലും അനാവശ്യമായി അവ ഉപയോഗിക്കേണ്ടതില്ല.

എന്താണ് ജലദോഷത്തിന്റെ കാരണങ്ങൾ?

ഇതിന്റെ കാരണമായ വൈറസുകൾ മൂക്ക്, തൊണ്ട എന്നിവിടെയാണ് സ്ഥാനമുറപ്പിക്കുന്നത്. തുമ്മലും ചുമയും മൂലം അത് വായിലൂടെ മറ്റുള്ളവരിലേക്ക് പകരുന്നു. ചുമ വരുമ്പോൾ ഒരു ടവൽ കരുതണം. മറ്റുള്ളവരിലേക്ക് പകർത്തരുതല്ലോ. ഒരു പ്രൈമറി സ്കൂൾ വിദ്യാർഥിക്ക് ശരാശരി ഏഴു പ്രാവശ്യം ഒരു വർഷം ജലദോഷം കിട്ടുന്നുണ്ട്.

വീട്ടിൽ പുകവലിക്കാരുണ്ടെങ്കിൽ ഈ സാധ്യത വളരെ വർധിക്കുന്നു. രാത്രിയിൽ കൂടുന്ന ചുമ മൂക്കൊലിപ്പ് എന്നിവയാണ് ലക്ഷണങ്ങൾ. ഈ ചുമ ശ്വാസോച്ഛ്വാസത്തെ തകരാറിലാക്കുകയില്ല. ചിലപ്പോൾ പനി, തൊണ്ടവേദന, ക്ഷീണം, വിശപ്പ് കുറവ്, ഛർദി, ചെവി വേദന, പഴുപ്പ് എന്നിവയുണ്ടാകാം.

ചികിത്സ

മൂന്നുദിവസം കൊണ്ട് വർധിച്ച് പിന്നെ നാലുദിവസം കൊണ്ട് മാറും. ശല്യപ്പെടുത്തുന്ന ചുമ രണ്ടു-നാലാഴ്ച കൂടി തുടർന്നേക്കാം. പാരാസെറ്റമോളാണ് ചികിത്സ. അത് ദേഹം വേദന, തലവേദന, പനി എന്നിവയെ ആശ്വാസമാക്കുന്നു. കുട്ടി ജലദോഷം വന്ന് ഭക്ഷണവും കൂടി കഴിക്കാതായാൽ നിർജലീകരണം വരാം. അതുകൊണ്ട് അത് കണക്കിലെടുത്ത് ധാരാളം വെള്ളം കൊടുക്കണം. മൂക്കടപ്പ് മാറാൻ മരുന്നുഷോപ്പിൽ നിന്നും സലൈൻ (ഉപ്പുവെള്ളം) വാങ്ങി ഒന്നോ രണ്ടോ തുള്ളി മൂക്കിൽ ഒഴിച്ചാൽ കുഞ്ഞ് അലോസരം മാറി ഭക്ഷണം കഴിച്ചോളും. പഠനങ്ങൾ വ്യക്തമാക്കുന്നത് ആറു വയസിൽ താഴെയുള്ള കുട്ടികൾക്ക് വാങ്ങാൻ കിട്ടുന്ന ജലദോഷ മരുന്നുകൾ തികച്ചും അനാവശ്യവും അലർജി, ഉറക്കക്കുറവ്, മിഥ്യാശ്രവണം എന്നിവപോലുമുണ്ടാക്കുന്നു എന്നാണ്. മുതിർന്ന കുട്ടികൾക്ക് പക്ഷേ, ഇവ അത്ര പാർശ്വഫലങ്ങൾ ഉളവാക്കുന്നില്ല. പൊതുവെ പറഞ്ഞാൽ പാരസൈറ്റമോളും ഐബുപ്രോഫനും മാത്രം മതിയാകും. ഗവേഷണം കാണിക്കുന്നത് സിങ്ക് സൾഫേറ്റിന് ജലദോഷത്തിന്റെ കാഠിന്യം കുറയ്ക്കാനാകുമെന്നാണ്.

എന്താണ് ശ്രദ്ധിക്കേണ്ട കാര്യങ്ങൾ?

വൈറസ് ബാധകൾക്കുശേഷം വരുന്ന രണ്ടാം ആക്രമണക്കാരായ ബാക്ടീരിയകൾ പ്രശ്നകാരകരാകാം. ഉദാ: വൈറസ് രോഗത്തിനു ശേഷമുണ്ടാകുന്ന ചെവി പഴുപ്പ്, ന്യൂമോണിയ, കാസം പോലെ ശബ്ദത്തോടെയുള്ള ശ്വാസം, ദ്രുതശ്വാസം, തടസം, തുടരുന്ന ചെവിവേദന എന്നിവ.

ഡോക്ടറെ കാണേണ്ടതെപ്പോൾ?

മേൽപ്പറഞ്ഞവ കൂടാതെ നാലാഴ്ചയിൽ കൂടുതൽ നീണ്ടു നിൽക്കുന്ന ചുമ, മാറാത്ത പനി, തൂങ്ങിയിരിപ്പ്, അകാരണമായ വാശി, കരച്ചിൽ, നെഞ്ചുവേദന എന്നിവ കാണുമ്പോൾ ഡോക്ടറെ കാണാം. ഡോക്ടർ തക്ക ചികിത്സ ലഭ്യമാക്കും.

പനിച്ചുഴലി

നല്ല പനിയുള്ളപ്പോൾ കുട്ടികളിൽ കാണുന്ന ചുഴലിബാധയാണിത്. ഇവയിൽ ഭൂരിഭാഗവും ഗൗരവമുള്ളവയല്ല. ജലദോഷം, ചെവി വേദന എന്നിവയുള്ളപ്പോഴാണ് മിക്കപ്പോഴും ഉണ്ടാകുന്നത്. ചിലപ്പോൾ ന്യൂമോണിയ, വൃക്ക പഴുപ്പ്, മെനിൻജൈറ്റിസ് എന്നിവയുടെ തുടക്കമാകാം. സാധാരണയായി പനിച്ചുഴലി പ്രശ്നമൊന്നുമില്ലാതെ പൂർണമായി മാറാറുണ്ട്. പനിക്ക് കാരണമായ അസുഖം ചികിത്സിക്കലാണ് സുപ്രധാനം.

എന്താണ് കാരണങ്ങൾ?

പനിയുണ്ടാക്കുന്ന ഏതും കാരണമാകാം. ന്യൂമോണിയ, വൃക്ക പഴുപ്പ്, മെനിൻജൈറ്റിസ് എന്നിവ ചുരുക്കമായേ കാണാറുള്ളൂ. മൂന്നു ശതമാനം കുട്ടികളിൽ ആറു വയസിനകം ഇത് കാണാറുണ്ട്. ഏറ്റവും കൂടുതൽ ഒന്നര വയസിനും മൂന്നു വയസിനുമിടയിലാണ്. ആറു മാസത്തിനു താഴെയും ആറു വയസിനു മീതെയും വരുന്നത് ചുരുക്കമാണ്.

ഇവ പ്രധാനമായും മൂന്നുതരമുണ്ട്.

1. ലളിതമായ തരം

ഇതുണ്ടാകുന്ന എഴുപത്തഞ്ചു ശതമാനം പേരിലും കാണുന്നത് ലളിതമായതാണ്. രക്തം ഇരച്ചു വരുന്നതുപോലെ മുഖമെല്ലാം ചുവന്ന് കണ്ണുകൾ മുകളിലേക്ക് പോകുന്നു. ബോധം നഷ്ടപ്പെടുന്നു. ശരീരം ബലം പിടിച്ച് ഇളക്ക (ചുഴലി)മുണ്ടാകുന്നു. വേഗംതന്നെ നിൽക്കുന്നു. അഞ്ചുമിനിട്ടുവരെ നിൽക്കാറില്ല, ഏതാനും നിമിഷം മാത്രമേ നീണ്ടു നിൽക്കുകയുള്ളൂ. ഇതിനുശേഷം കുട്ടി കുറച്ചു സമയം ഉറങ്ങിയേക്കാം. ഇത് 24 മണിക്കൂറിനകം ആവർത്തിക്കാറില്ല. പനി കുറയുന്നതോടെ കുട്ടി ഉഷാറാകും.

2. സങ്കീർണമായ പനിച്ചുഴലി

ഇത് ബാക്കി ഇരുപത് ശതമാനം പേരിലുണ്ടാകുന്ന തരമാണിത്. ഇത് പതിനഞ്ചു മിനിട്ടോളം നീണ്ടുനിൽക്കും. 24 മണിക്കൂറിനകം ആവർത്തിക്കാം. ഒരു മണിക്കൂറിനുശേഷം മുഴുവനായി കുട്ടി ഉഷാറാവുകയില്ല.

3. ഭാഗിക പനിച്ചുഴലി

5 ശതമാനം പനിച്ചുഴലി ഈ വിഭാഗമാണ്. ശരീരത്തിന്റെ ഏതെങ്കിലും ഭാഗത്ത് കൈയിലോ, കാലിലോ മാത്രം ഇളക്കമുണ്ടാകുന്നു.

4. ഒഴിയാ പനിച്ചുഴലി

ഇത് അഞ്ചു ശതമാനംപേരിലുണ്ടാകും. ഒരു ചുഴലി കഴിഞ്ഞ് ബോധം തെളിയും മുമ്പ് വേറൊന്ന്. അപ്രകാരം ഇത് മുപ്പത് മിനിട്ടിൽ കൂടുതൽ സമയം നീണ്ടുനിൽക്കുന്നു.

ചുഴലി സമയത്ത് എന്താണ് ശ്രദ്ധിക്കേണ്ടത്?

ഇത് വരുമ്പോൾ കുട്ടിയെ ഒരു വശത്ത് കിടത്തുക. തല അൽപ്പം താഴ്ന്നിരുന്നോട്ടെ. വായിൽ ഒന്നും വയ്ക്കുകയോ, കുട്ടിയെ കുലുക്കുകയോ ചെയ്യേണ്ടതില്ല. ചുഴലി കഴിഞ്ഞാൽ കുട്ടിയുടെ പനി കുറയ്ക്കാനുള്ള തണുത്തവെള്ളം തുണിയിൽ മുക്കി ശരീരം മുഴുവനും തുടയ്ക്കുക. ബോധം ശരിയായാൽ കുടിക്കാനെന്തെങ്കിലും ഒപ്പം പാരാസെറ്റമോൾ, ഐബുപ്രോഫൻ എന്നിവയോ കൊടുക്കുക. വേഗംതന്നെ ഡോക്ടറെ കാണിക്കണം. ചുഴലി നീണ്ടുനിൽക്കുക, ആവർത്തിക്കുക, ശ്വാസതടസം, ബോധം വീണ്ടെടുക്കാതെ വരിക, എന്നിവയുമാണെങ്കിൽ കാര്യം കൂടുതൽ ഗൗരവമാണ്. ഉടനെ ആശുപത്രിയിൽ കൊണ്ടുപോകണം. ഒരു ചുഴലി മാത്രം വന്ന് പിന്നെ പ്രശ്നമൊന്നുമില്ലെങ്കിൽ പനിയുടെ കാരണത്തിനുള്ള ചികിത്സ മാത്രം മതിയാകും. മെനിൻജൈറ്റിസ് (Meningitis) സംശയിക്കുന്നുവെങ്കിൽ, അതായത് കുട്ടിയുടെ കഴുത്ത് മുന്നോട്ട് കൊണ്ടുവരാൻ പ്രയാസം, ബോധക്കേട്, തലവേദന എന്നിവ വളരെ വേഗം ചികിത്സിക്കണം. ചിലപ്പോൾ ചുഴലി നീണ്ടുനിൽക്കുകയാണെങ്കിൽ മിഡാസൊലാം എന്ന മരുന്ന് വായിലെ കവിളിന് ഉള്ളിലോ, ഡയസിപ്പാം എനീമയായിട്ടോ കൊടുക്കാറുണ്ട്. ഇവ വേഗംതന്നെ ശരീരത്തിലേക്ക് വലിച്ചെടുക്കപ്പെട്ട് പെട്ടെന്ന് ചുഴലി നിർത്തുന്നു. ഇടയ്ക്കിടെ പനിച്ചുഴലി ആവർത്തിക്കുകയാണെങ്കിൽ മരുന്നുകൾ തുടരേണ്ടിവരും. ചുഴലിബാധ കാണുമ്പോൾ പേടി തോന്നുമെങ്കിലും ഇവ സാധാരണയായി അപകടകാരികളല്ല. പക്ഷേ, പനിക്ക് കാരണമായ രോഗം ഉദാ: ന്യൂമോണിയ പെട്ടെന്ന് ചികിത്സിക്കണം.

ഇത് തടയാനാകുമോ?

പനി വേഗം നിയന്ത്രിച്ചാൽ തടയാൻ കഴിയും. ചില കുട്ടികളിൽ ശക്തിയായ പനിയുണ്ടായിട്ടും ചുഴലി ഉണ്ടാകുന്നില്ല. വ്യക്തിപരമായ വ്യത്യാസങ്ങൾ പ്രധാനമാണ്.

ഇതാവർത്തിക്കുമോ?

മുപ്പത് ശതമാനം കുട്ടികളിൽ രണ്ടാമതൊന്ന് ഉണ്ടാകാം. പത്തു ശത

മാനംപേരിൽ മൂന്നിൽ കൂടുതൽ പ്രാവശ്യം ഉണ്ടാകാറുണ്ട്. ആദ്യത്തെ പനിച്ചുഴലി പതിനഞ്ചു മാസത്തിൽ താഴെ പ്രായത്തിൽ ഉണ്ടാവുകയോ, കുടുംബത്തിൽ ആർക്കെങ്കിലും അപസ്മാരം ഉണ്ടാവുകയോ ആണെങ്കിൽ ആവർത്തന സാധ്യത കൂടുതലാണ്. മൂന്നു വയസിനു ശേഷമാണ് ആദ്യ പനിച്ചുഴലി ഉത്ഭവിക്കുന്നതെങ്കിൽ ആവർത്തനസാധ്യത വളരെ കുറവാണ്.

ഇത് സ്ഥിരമായ എന്തെങ്കിലും പ്രശ്നമുണ്ടാക്കുമോ?

സാധാരണഗതിയിൽ ഒരു പ്രശ്നവുമുണ്ടാക്കില്ല. മുപ്പതു മിനിറ്റിൽ കൂടുതൽ നീളുന്ന ചുഴലി മാത്രമേ മസ്തിഷ്കത്തിൽ ചുരുക്കമായി എന്തെങ്കിലും കേടുണ്ടാക്കുകയുള്ളൂ.

പനിച്ചുഴലി ബാധിച്ച കുട്ടികളിൽ നടത്തിയ പഠനം വ്യക്തമാക്കിയത് ബുദ്ധിപരമായോ, പഠിപ്പിലോ, നേട്ടങ്ങളിലോ, പെരുമാറ്റത്തിലോ, ഓർമശക്തിയിലോ ഒരു പോരായ്മയുമില്ലെന്നാണ്.

ഇതൊരു തരം അപസ്മാരമാണോ?

ഒരിക്കലുമല്ല. ഇവ രണ്ടും വ്യത്യസ്തമാണ്. എന്നാൽ രണ്ടു ശതമാനം കുട്ടികളിൽ ഇതിനുശേഷം അപസ്മാരം ഉത്ഭവിച്ചിട്ടുണ്ട്. ഇത് ഇപ്രകാരം പനിച്ചുഴലി ഉണ്ടാവാത്ത കുട്ടികളേക്കാൾ അൽപ്പം കൂടുതലാണ്. ചെറിയ ശതമാനംപേരിൽ ഇതിനുള്ള സാധ്യത ഉണ്ടായിരിക്കാം. പക്ഷേ, വ്യക്തമായും ഒരു പനിച്ചുഴലികൊണ്ട് അപസ്മാരം ഉണ്ടാവുകയില്ല എന്നുപറയാം.

ഈ കുട്ടികൾക്ക് രോഗപ്രതിരോധ കുത്തിവയ്പ് നടത്താമോ?

തീർച്ചയായും നടത്താം. ഒരു ചെറിയ ശതമാനം കുട്ടികളിൽ കുത്തിവയ്പ്പിനു ശേഷം ചുഴലി കണ്ടിട്ടുണ്ട്. ഇത് ഒരിക്കലും സ്ഥിരമായ കുഴപ്പം ഉണ്ടാക്കില്ല. ഭാവിയിലും കുത്തിവയ്പ് തുടരാം.

പോഷകാഹാരക്കുറവ്

One should respect public opinion insofar as is necessary to avoid starvation and keep out of prison, but anything that goes beyond this is voluntary submission to an unnecessary tyranny-Bertrand Russell.

പോഷകങ്ങളായ പ്രോട്ടീൻ, ഊർജം, വിറ്റാമിനുകൾ എന്നിവയുടെ കുറവ് വ്യക്തമായ ദോഷം ശരീരഘടനയിലും പ്രവർത്തനത്തിലും ഉണ്ടാക്കുന്നത് കൂടാതെ രോഗാവസ്ഥ ഉണ്ടാക്കുകയും ചെയ്യുന്നു. അനാരോഗ്യത്തിന്റെ കാരണവും ഫലവും ആണത്. ലോകത്ത് ഏറ്റവുമധികം പോഷകാഹാരക്കുറവ് അനുഭവപ്പെടുന്നത് ഇന്ത്യയിലാണെന്നത് അതിന്റെ പ്രാധാന്യം വർധിപ്പിക്കുന്നു.

പ്രോട്ടീൻ ഊർജപോഷകാഹാരക്കുറവ് കൊണ്ടുണ്ടാവുന്ന രോഗങ്ങൾ.

കാഷ്യോർക്കർ

ഘാനിയൻ ഭാഷ (ആഫ്രിക്കൻ)യിൽ ഇതിനർഥം ചെറിയ കുട്ടിക്ക്

അനിയൻ ഉണ്ടാവുകയോ, അമ്മ വീണ്ടും ഗർഭിണിയാവുകയോ ചെയ്യുമ്പോൾ മുലപ്പാൽ കിട്ടാതാവുമ്പോഴുണ്ടാവുന്ന രോഗം എന്നാണ്.

മരാസ്മസ്

പ്രോട്ടീൻ ഊർജക്കുറവ്, ശരീരം വളരെ ശോഷിക്കൽ, ഇരുമ്പ്, അയഡിൻ, വിറ്റാമിൻ എ, സിങ്ക് എന്നിവയുടെ കുറവുകൊണ്ടുണ്ടാകുന്ന രോഗം.

ഇന്ത്യയിലെ പാർശ്വവൽകൃത സമൂഹങ്ങളിൽ പോഷകാഹാരക്കുറവ് വളരെ പ്രബലമാണ്.

ഇരുമ്പ്, പ്രോട്ടീൻ അടങ്ങിയ ഭക്ഷണം ഇല്ലായ്മ, കൃമിബാധ എന്നിവകൊണ്ട് ഹീമോഗ്ലോബിൻ, മയോഗ്ലോബിൻ എന്നിവ കുറയുന്നു. വിളർച്ചയും തളർച്ചയുമുണ്ടാകുന്നു. ഉയരക്കുറവ് ബുദ്ധിശക്തിയിലും കായികശക്തിയിലും കുറവ്. ഇത് ഭാവിയിൽ പിന്നാക്കാവസ്ഥയ്ക്ക് കാരണമാകുന്നു. ഗർഭിണികളിലെ പോഷകാഹാരക്കുറവ് ഒരു ദുർബലനായ കുഞ്ഞിനെ പ്രസവിക്കാനിടയാക്കുന്നു.

അയഡിന്റെ കുറവ് തൈറോയ്ഡ് ഹോർമോണിന്റെ പ്രവർത്തനം കുറവാക്കും. വളരെ വ്യാപകമായുള്ള പ്രശ്നമാണിത്. ഇത് ഗോയ്റ്റർ (goitre) ഉണ്ടാക്കും. വളർച്ച കുറയും. കടൽമത്സ്യം, അയഡിൻ ചേർത്ത ഉപ്പ് എന്നിവ കഴിക്കൽ പരിഹാരമാണ്. മാംസാഹാരത്തെപ്പറ്റിയുള്ള മതപരമായ അന്ധവിശ്വാസം പണമുള്ളവരിലും പോഷകാഹാരക്കുറവ് ഉണ്ടാക്കുന്നുണ്ട്.

വിറ്റാമിൻ എ യുടെ കുറവുമൂലം കണ്ണുകൾക്കും പ്രതിരോധശക്തിക്കും തകരാർ സംഭവിക്കുന്നു. രാത്രി കാണാൻ കഴിയായ്ക, കണ്ണുകൾക്ക് ഗുരുതരരോഗങ്ങൾ എന്നിവ ഉണ്ടാക്കും. മരണംപോലും സംഭവിക്കാം. എണ്ണ, കൊഴുപ്പ് എന്നിവയിൽ, കോഡ് ലിവർ എണ്ണയിൽ, കാരറ്റ്, പച്ചക്കറികൾ, പഴങ്ങൾ എന്നിവയിൽ, എയും ഡിയും അടങ്ങിയ കാപ്സൂളുകൾ എന്നിവയിൽ നിന്നെല്ലാം ഈ വിറ്റാമിൻ ലഭിക്കും.

സിങ്ക് (തുത്തനാകം)

പല എൻസൈമുകളുടെയും പ്രവർത്തനത്തിനും പ്രതിരോധശക്തിക്കും ഇത് ആവശ്യമാണ്. ധാന്യങ്ങൾ, മാംസം എന്നിവയിൽനിന്നും ഇവ ലഭിക്കുന്നു. പല വിറ്റാമിൻ ഗുളികകളിലും സിങ്ക് ഉണ്ട്. ഇതിന്റെ കുറവ് പ്രതിരോധശക്തി കുറയ്ക്കുന്നു. അക്രോഡെർമറ്റൈറ്റിസ് (acro-dermatitis) എന്ന ത്വക് രോഗം, വയറിളക്കം, രോഗാതുരത, എന്നിവമൂലം മരണം വരെ സംഭവിക്കാം. ലോകവ്യാപകമായി പോഷകാഹാരക്കുറവ് അവികസിത രാജ്യങ്ങളിൽ ഗുരുതരമായ പ്രശ്നങ്ങൾ സൃഷ്ടിച്ചുപോരുന്നുണ്ട്. കൂടുതലും കുട്ടികളും ഗർഭിണികളുമാണതിന്റെ ഇരകൾ. വർഷംതോറും മൂന്നു ലക്ഷം മരണങ്ങൾ ഇപ്രകാരം സംഭവിക്കുന്നുണ്ട്. കുട്ടികളിലുണ്ടാകുന്ന മരണത്തിന്റെ പകുതിയും ഇതുതന്നെ കാരണം.

വയറിളക്കം, ശ്വാസകോശ രോഗാണുബാധ, മലേറിയ, അഞ്ചാംപനി എന്നിവ കൊണ്ടുള്ള മരണം പോഷകാഹാരക്കുറവ് ദ്രുതഗതിയിലാക്കുന്നു. 2015 ആകുന്നതോടെ 17.6 ശതമാനം പോഷകാഹാരക്കുറവ് ഉണ്ടാകും. അതിൽ ഭൂരിഭാഗവും ഏഷ്യയും സഹാറയ്ക്കു താഴെയുള്ള ആഫ്രിക്കൻ രാജ്യങ്ങളിലുമായിരിക്കും. 29 ശതമാനം പേരിൽ വളർച്ചക്കുറവുണ്ടാകും. ലോകാരോഗ്യസംഘടന പറയുന്ന കണക്കാണിത്.

പോഷകാഹാരക്കുറവിന് പ്രത്യേകിച്ചും ഇന്ത്യയിൽ രാഷ്ട്രീയ സാമൂഹ്യ സാമ്പത്തിക സാമുദായിക മാനങ്ങളുണ്ട്. മാത്രമല്ല, അത് വിദ്യാഭ്യാസബോധവൽക്കരണം, പരിസരശുചീകരണം, കാലാവസ്ഥ, ഭക്ഷ്യസുരക്ഷ, ഭക്ഷ്യോൽപ്പാദനം വിതരണം, സാംസ്കാരിക മതപരധാരണകൾ, വിശ്വാസങ്ങൾ, രോഗപ്രതിരോധനടപടികളുടെ പര്യാപ്തത, പോഷകാഹാരപരിപാടികളുടെ ലഭ്യത, ഫലപ്രാപ്തി, പൊതുജനാരോഗ്യ പരിപാടികളുടെ വിജയം എന്നീ നിരവധി കാര്യങ്ങളുമായി അഭേദ്യമായി ബന്ധപ്പെട്ടിരിക്കുന്നു. പോഷകാഹാരക്കുറവുള്ള കുട്ടികളിൽ പ്രായമനുസരിച്ചുള്ള വളർച്ച കാണുകയില്ല, രണ്ടു കാലിലും നീര്, ദേഹമാസകലം മെലിച്ചിൽ, കൂടാതെ പ്രത്യേകിച്ച് വലിയ പേശികൾ വളരെ ശോഷിച്ചിരിക്കും. അതാണ് 'ഉണ്ണിയുടെ ഊര കണ്ടാലറിയാം ഊരിലെ പഞ്ഞം' എന്ന് പൗരാണിക നിരീക്ഷകർ പറയാൻ കാരണം. വാശി, ഉഷാറില്ലായ്മ, ഉൽക്കണ്ഠ, ശ്രദ്ധകേന്ദ്രീകരിക്കാനാകായ്ക, സാധാരണ ഒതുങ്ങിക്കിടക്കുകയും എടുക്കുമ്പോൾ കരയുകയും ചെയ്യുക, കരച്ചിലിന്റെ ശബ്ദത്തിലെ പ്രത്യേകത എന്നിവ ശ്രദ്ധേയമാണ്.

മരാസ്മസ് ഉള്ള കുട്ടികളിൽ തൊലിയുടെ അടിയിലുള്ള കൊഴുപ്പ് കുറവായിരിക്കും. മുടി കട്ടികുറഞ്ഞ് ചെമ്പിച്ചിരിക്കും, തലയിൽ കഷണ്ടി, മുഖം കുത്തുകിട്ടിയ വയസന്റേതുപോലെ ആകും.

കാഷ്യോർക്കർ വരുന്നത് കുട്ടികൾക്ക് ഒരു വയസ്സ് മുതൽ രണ്ടു വയസ്സ് വരെ ആയിരിക്കും. മുഖം വൃത്താകൃതിയിലാണ്, വയർ വീർത്തിരിക്കും. മുടിയുടെ നിറം തവിട്ടോ, ചുവപ്പോ സ്വർണ്ണനിറമോ ആകും. കരൾ വലുതാകും. ദേഹമാസകലം നീരുണ്ടാകും. ഉയരക്കുറവുണ്ടാകും. പോഷകാഹാരക്കുറവുള്ള കുട്ടികളിൽ ഭക്ഷണം കൊടുത്ത് നേരെയാക്കുമ്പോൾ അത് പ്രോട്ടീൻ, ഊർജം, ലവണങ്ങൾ, വിറ്റാമിൻ എന്നിവ സാവധാനത്തിൽ ഉയർത്തിക്കൊണ്ട് വരേണ്ടതാണ്. ഹൃദയവും മറ്റ് അവയവങ്ങളും അത് താങ്ങണം. ഭക്ഷണദൗർലഭ്യത്തിന്റെ സാമൂഹിക സാമ്പത്തിക കാരണങ്ങൾ വിവരിച്ചിരുന്നുവല്ലോ. അവയ്ക്ക് പരിഹാരം കാണണം.

വൃദ്ധരുടെ പോഷകാഹാരക്കുറവ്; ബുദ്ധിമാന്ദ്യം, ഡിപ്രഷൻ, സാമ്പത്തികകാരണം, വയറിലുള്ള അസുഖം, പൊതുവെ ഓപ്പറേഷനുശേഷമുള്ള ഞരമ്പു തകരാറുകൾ എന്നിവ മൂലമാണ്. മുതിർന്നവരിൽ പോഷകാഹാരക്കുറവ് ഉണ്ടാകുമ്പോൾ കാലിൽ നീര് കാണാറുണ്ട്. അതുകൊണ്ട് തൂക്കം കുറയുന്നത് വ്യക്തമായി മനസിലാവുകയില്ല.

കിലോഗ്രാം ഭാരത്തെ മീറ്ററിലുള്ള ഉയരത്തിന്റെ പെരുക്കം കൊണ്ട് ഹരിച്ചു കണക്കാക്കി പറയുന്ന ബോഡി മാസ്സ് ഇൻഡക്സ് (Body mass Index BMI) 17-18.5 ആണെങ്കിൽ ലഘുവായ പോഷകാഹാരക്കുറവും 16-17 വരെ മിതമായ പോഷകാഹാരക്കുറവ് എന്നും 16 ൽ താഴെ കഠിനമായ പോഷകാഹാരക്കുറവ് എന്നും പറയാം. ഇവരിൽ ക്ഷീണവും വിശ്രമരാഹിത്യവും, മുറിവുകൾ ഉണങ്ങാതിരിക്കലും കാണാറുണ്ട്.

അമിതഭാരം കുട്ടികളിൽ

പോഷകാഹാരക്കുറവിനു വിപരീതമായി അമിതഭാരവും കുട്ടികളിൽ കാണാറുണ്ട്. അത് പല പ്രശ്നങ്ങളിലേക്കും നയിക്കുന്നു. നേരത്തെ മനസിലാക്കിയാൽ അതെല്ലാം ഉണ്ടാവാതെ നോക്കാം. ജീവിതരീതി മാറ്റമാണിവിടെ ഉദ്ദേശിക്കുന്നത്. ഇത് കുടുംബത്തിന്റെ ജീവിതശൈലി മാറ്റംതന്നെയാണ്. ഭക്ഷണത്തിലെ സമീകൃതത്വം, മിതത്വം, പതിവായ വ്യായാമം എന്നിവയാണവ. മുകളിൽ പറഞ്ഞിട്ടുള്ള ബി എം ഐ 25 ൽ കൂടുതലായാൽ അത് അമിതഭാരമാണ്, ഇനി ശ്രദ്ധിക്കണം എന്നുപറയാം. അതോടൊപ്പം ആൺപെൺ വ്യത്യാസം, വയസ്സ് എന്നിവയും പരിഗണിക്കണം. മുതിർന്നവരെപ്പോലെ തന്നെ കുട്ടികളിലും അമിതഭാരം ഗുരുതരമായ പ്രശ്നങ്ങൾ സൃഷ്ടിക്കുന്നു. കൊളസ്ട്രോൾ, ടൈപ്പ് രണ്ട് പ്രമേഹം, രക്തസമ്മർദം, കരളിലെ കൊഴുപ്പ് അടിഞ്ഞുകൂടൽ, പിത്താശയകല്ല്, സന്ധിരോഗങ്ങൾ, ഹൃദയപ്രശ്നങ്ങൾ, ശ്വാസകോശരോഗങ്ങൾ എന്നിവയാണവ. മധുരവും ചോക്കലേറ്റും കൊഴുപ്പും കൂടുതൽ കഴിക്കുക, ബുളീമിയ നെർവോസ (Bulimia Nervosa) എന്ന അമിത തീറ്റരോഗം എന്നിവ മനസിലാക്കി രോഗനിർണയത്തിനുശേഷം ചികിത്സിക്കണം. പന്ത്രണ്ടു വയസിനു മുമ്പെങ്കിലും ഈ പ്രശ്നങ്ങൾ കണ്ടുപിടിച്ചില്ലെങ്കിൽ മുതിരുമ്പോൾ അവനൊരു ഗുരുതര രോഗിയായി മാറും. തടിയനെന്ന കമന്റുകേട്ട് അവന് മാനസികപ്രശ്നങ്ങളുണ്ടാകാം. വിഷാദരോഗിയാകാം. അമിതഭാരം കുടുംബങ്ങളിൽ സാധാരണയായി കാണാം.

ഹോർമോൺ തകരാറുകൾ

മാതാപിതാക്കളിൽ ഒരാൾ തടികൂടിയാൽ കുട്ടിക്ക് അമിതഭാരം വരാനുള്ള സാധ്യത അമ്പതുശതമാനം ആണ്. ഭക്ഷണകാര്യങ്ങളിൽ അവരുടെ രീതി കുട്ടികളും പിന്തുടരുന്നു. എപ്പോഴാണ് വയർ നിറയുന്നത് എന്ന ബോധം തെറ്റായി ഈ കുട്ടികൾ പഠിച്ചുവെച്ചിരിക്കും. അതിനെ പ്രതിരോധിക്കാൻ പഠിക്കണം. തടിയുള്ള അമ്മമാരുടെ കുട്ടികളുടെ മക്കൾക്കും ആ തടിയും പ്രമേഹസാധ്യതയും കിട്ടുന്നു. അമിതഭാരക്കാർക്ക് ഉറക്കവും കുറവായിരിക്കും. ലെപ്ടിൻ, ഗ്രെലിൻ (Leptin,Grelin) എന്നീ രണ്ടു ഹോർമോണുകൾ വിശപ്പിനെയും അതുവഴി തടിയെയും നിയന്ത്രിക്കുന്നുണ്ട്. ലെപ്ടിൻ കൊഴുപ്പ് ആവശ്യത്തിനുണ്ട് എന്നു മസ്തിഷ്കത്തോട് പറയുന്നു. ഗ്രെലിൻ ഭക്ഷണം വേണം വിശക്കുന്നുണ്ടെന്നു

പറയുന്നു. ശരിക്ക് ഉറങ്ങാത്തവരിൽ ലെപ്ടിൻ കുറഞ്ഞ് ഗ്രെലിൻ കൂടിക്കാണാറുണ്ട്. ഇത് കൂടുതൽ കഴിക്കാനിടയാക്കുന്നു. തൈറോയ്ഡ് തുടങ്ങിയ ചില ഹോർമോണുകളുടെ കുറവുകൊണ്ടും തടി കൂടാറുണ്ട്. പതിവായി കഴിക്കുന്ന ചില മരുന്നുകളും പ്രശ്നമുണ്ടാക്കാം. പെട്ടെന്നുള്ള തടികുറയ്ക്കലല്ല, സാവധാനം ശാസ്ത്രീയമായി കാര്യങ്ങൾ കൗൺസലിങ്ങിലൂടെ മനസിലാക്കി ജീവിതശൈലി ആരോഗ്യകരമാക്കി പതിവായ വ്യായാമത്തോടൊപ്പം മുന്നോട്ടുപോവുകയാണ് വേണ്ടത്.

ബാലപീഡനം

Indeed the dictum that truth always triumphs over persecution, is one of those pleasant falsehoods which men repeat after one another till they pass into common places, but which all experience refutes-John Stuart Mill.

പീഡനത്തിനിരയായ ചില കുട്ടികൾ സംസാരിക്കുന്നത് ശ്രദ്ധിച്ചാലും.

''എനിക്ക് ഭ്രാന്ത് പിടിക്കുമെന്നുതന്നെ തോന്നിപ്പോകുന്നു. അനിയന്ത്രിതമായതരത്തിൽ ചിലപ്പോൾ മനോനില ഉയർന്നും താഴ്ന്നും താളം തെറ്റുന്നു. ദേഷ്യം വളരെ കൂടുമ്പോൾ എനിക്കെന്നെത്തന്നെ ഇല്ലാതാക്കാൻ തോന്നും."

"കുഞ്ഞുനാളിലെ അനുഭവങ്ങൾ..എനിക്കാലോചിക്കാൻ തന്നെ പേടിയാകുന്നു. മനുഷ്യർ കുട്ടികളോടിപ്രകാരം ചെയ്യാമോ?

ബന്ധങ്ങൾ.. അവയെനിക്കെന്നും ബന്ധനങ്ങളും തകർച്ചകളുമായിരുന്നു. എനിക്കാരെയും വിശ്വസിക്കാനാകുന്നില്ല..പ്രത്യേകിച്ച് പുരുഷവർഗത്തെ. ഈ സൃഷ്ടി എന്തുകൊണ്ടിപ്രകാരമായി! മദ്യപിക്കുന്ന എന്റെ സ്വന്തം അച്ഛൻ..ഞാനെന്താണ് പറയുക!"

"ദിവസേന പത്രങ്ങളിൽ കാണുന്ന വാർത്തകൾ ഹൃദയം തകർക്കുന്നു. അതിനാൽ പത്രവായനതന്നെ വേണ്ടെന്നു വെച്ചിരിക്കുകയാണ്."

"മനുഷ്യൻ എന്തുകൊണ്ടാണിങ്ങനെ?"

ഉണരുന്ന സമൂഹമനസ്സാക്ഷി സാംസ്കാരിക കേരളത്തോട് ഇപ്രകാരമെല്ലാം ചോദിക്കുന്നുണ്ട്.

അതെ, മനുഷ്യൻ ഇങ്ങനെയൊക്കെ തന്നെയാണ്. സമൂഹം മനുഷ്യന് ഏതോ ചേരാത്ത തൊപ്പി ഉണ്ടാക്കി വെച്ചിരിക്കയാണ്. ആ തൊപ്പിയും വെച്ച് അവൻ ബഫൂൺ കളിക്കുകയാണ്. എല്ലാ സമൂഹങ്ങളിലും സംസ്കാരങ്ങളിലും ഇതൊക്കെയുണ്ട്. മാധ്യമങ്ങൾ സ്വതന്ത്രവും മത്സരാധിഷ്ഠിതവുമായ ഇടങ്ങളിലെല്ലാം ഇതൊക്കെ പുറത്തു വന്നുകൊണ്ടിരിക്കുന്നു. ഇളംമേനിയിൽ പോറലേൽക്കുമ്പോൾ, ഇളം മനസ്സ് ഉരുകുമ്പോൾ, അതീവഗുരുതരമായ പലതും സംഭവിക്കുന്നു.. എന്താണവയ്ക്കു പരിഹാരമെന്ന് നാം ഉള്ളുരുകി ചിന്തിക്കുക തന്നെവേണം.

ഓരോ കുട്ടിയും ഓരോ വ്യക്തിത്വവുമായാണ് ഈ പ്രപഞ്ചത്തി

ലേക്ക് വരുന്നത്. ഓരോ കുഞ്ഞും പ്രകൃതിയുടെ ഓരോ പരീക്ഷണങ്ങളാണ്. അതുകൊണ്ട് ഓരോ കുഞ്ഞിനും ഇതിനെ നേരിടുന്നതിൽ പ്രകടമായ വ്യത്യാസങ്ങളുണ്ട്. പ്രശ്നം പ്രശ്നമല്ലാതെ മറന്നു ജീവിക്കാൻ കഴിവുള്ളവരുണ്ട്. ചെറിയവ വലുതായി കാണുന്നവരുമുണ്ട്.

അവഗണന

കുട്ടികളുടെ അടിസ്ഥാന ആവശ്യങ്ങളെ ക്രൂരമായി അവഗണിക്കുന്നവരുണ്ട്. അത്ഭുതം തോന്നും. അസുഖം വന്നാൽ ചികിത്സിക്കില്ല, അറിഞ്ഞുകൊണ്ടുതന്നെ അപകടങ്ങളിൽനിന്നും രക്ഷിക്കാതെ വിട്ടേച്ചു പോവുക. രണ്ടാനമ്മയും രണ്ടാനച്ഛനും ഇപ്രകാരം പെരുമാറാറുണ്ട്.

സ്നേഹവും ശ്രദ്ധയും നൽകാതെ അവഗണിക്കുക.

ശാരീരിക മർദനങ്ങൾ.

അടി, ഇടി, ആയുധപ്രയോഗം, എറിയൽ തുടങ്ങിയവ.

ലൈംഗികാതിക്രമങ്ങൾ.

അനാവശ്യസ്പർശനം മുതൽ ബലാൽസംഗംവരെ ഇതിൽപ്പെടും. കൂടുതലും അടുത്ത ബന്ധുക്കളാണ് പ്രതികൾ. പിന്നെ കുടുംബസുഹൃത്തുക്കൾ, അധ്യാപകർ, അനാഥാലയ അധികാരികൾ, പരിചയമുള്ളവരും ഇല്ലാത്തവരും എന്നിപ്രകാരമാണ് ഇതെല്ലാം കണ്ടുവരുന്നത്.

പീഡനത്തിന് വശംവദരായ കുട്ടികൾക്ക് മുതിരുമ്പോൾ അതോർക്കാൻ കഴിയില്ല. മാനസികപ്രശ്നങ്ങളെ അതുമായി ബന്ധപ്പെടുത്താൻ പ്രയാസമായിരിക്കും. അതിനെപ്പറ്റി ചിന്തിക്കാൻ തന്നെ ഇഷ്ടപ്പെടില്ല. ജീവിതവും ജീവിതവീക്ഷണവും ദുഃഖപൂരിതമായിരിക്കും. ആത്മവിശ്വാസം കുറയും. ആത്മഹത്യയെപ്പറ്റി പലപ്പോഴും ചിന്തിക്കും. ഇവ കൊണ്ടു വരാവുന്ന രോഗങ്ങൾ:

ഭക്ഷണം കഴിക്കായ്ക, കൂടുതൽ കഴിക്കൽ, ചിലപ്പോൾ ഛർദി വരുന്നതുവരെ, കിടക്കയിൽ മൂത്രമൊഴിക്കൽ, വസ്ത്രത്തിൽ മലവിസർജനം, വാശി, കുറുമ്പ്, മോഷണം, സാമൂഹ്യവിരുദ്ധപ്രവർത്തനം, ഏകാന്തത, പഠിപ്പിൽ മോശമാകൽ, സ്കൂളിൽ പോകാതിരിക്കൽ, ഭയം, രാത്രിയുള്ള പേടി, ആത്മഹത്യാപ്രവണത, സ്വയം ദേഹത്ത് മുറിവുകളുണ്ടാക്കൽ, മദ്യം മയക്കുമരുന്നുപയോഗം, ലൈംഗികതയിലെ തകരാറുകൾ, മനോജന്യ തലവേദന, വയറുവേദന, മൂത്രാശയ ലൈംഗികാവയവരോഗങ്ങൾ, മുറിവുകൾ, ചതവുകൾ, ഒടിവുകൾ തുടങ്ങിയ പല ലക്ഷണങ്ങളും ഉണ്ടാകാം. ഈ ലക്ഷണങ്ങൾ ഉണ്ട് എന്നതുകൊണ്ടുമാത്രം കുട്ടി പീഡിപ്പിക്കപ്പെട്ടു എന്നു തെളിവില്ലാതെ തീരുമാനത്തിലെത്തരുത്. മറ്റു കാരണങ്ങൾകൊണ്ടും മാനസിക മനോജന്യരോഗങ്ങളുണ്ടാകാം. കുട്ടിക്കും മാതാപിതാക്കൾക്കും തെറാപ്പി കൊടുക്കുന്നതോടൊപ്പം കുട്ടിക്ക് ആത്മാഭിമാനവും സന്തോഷവും ഉണ്ടാക്കണം. മനസിലടിഞ്ഞുകൂടിയ കുറ്റബോധം തുടച്ചുമാറ്റണം. സൈക്കോതെറാപ്പിക്കുപറ്റിയ ആളെ കണ്ടുപിടിക്കൽ പരമപ്രധാനമാണ്. അഭിപ്രായം തുറന്നു പറയാനുള്ള തന്റേടം ഉണ്ടാ

ക്കണം. "എനിക്ക് ഇത് ഇഷ്ടമല്ല, ഒട്ടുമിഷ്ടമല്ല" എന്ന് ഉറപ്പിച്ചു തന്നെ പറയാൻ കഴിയണം. മെഡിക്കൽരംഗത്തും ബാലസേവനരംഗത്തും പ്രവർത്തിക്കുന്നവരുമായി ആശയവിനിമയവും അവരുടെ സേവനം സ്വീകരിക്കലും സുപ്രധാനമാണ്.

ഓട്ടിസം സ്പെക്ട്രം രോഗങ്ങൾ

മറ്റുള്ളവരോട് സംസാരിക്കുക, ആശയവിനിമയം നടത്തുക എന്നിവയിൽ പ്രശ്നമുള്ള ഈ രോഗികൾക്ക് പഠനവൈകല്യവുമുണ്ടാകാം. ഈ കൂട്ടത്തിലുള്ള രോഗങ്ങൾക്ക് പ്രത്യേകശ്രദ്ധയും പരിശീലനവും ചികിത്സയും ആവശ്യമാണ്.

ഈ രോഗങ്ങളുടെ കൂട്ടത്തിൽ, ഓട്ടിസം കൂടാതെയുള്ള രോഗങ്ങൾ ആസ്പർജഴ്സ് സിൻഡ്രോം, റെറ്റ്സ് സിൻഡ്രോം തുടങ്ങിയവയാണ്. ആസ്പർജഴ്സ് സിൻഡ്രോം എന്ന രോഗത്തിന്റെ ലക്ഷണങ്ങൾ കുറച്ചു കൂടി ലഘുവാണ്. ഇവരുടെ ബുദ്ധിയും കുറച്ചുകൂടി ഭേദമായിരിക്കും

ഓട്ടിസം സ്പെക്ട്രം രോഗങ്ങളുടെ ലക്ഷണങ്ങളെന്തൊക്കെയാണ്?

ആദ്യത്തെ മൂന്നു വയസിലാണ് സാധാരണ ലക്ഷണങ്ങൾ ആരംഭിക്കുന്നത്. ജനനത്തിൽത്തന്നെ അത് വികസിച്ചുവരുന്നു. എന്നാൽ, ആസ്പർജഴ്സ് സിൻഡ്രോം പ്രായം വൈകിയിട്ടാണ് ലക്ഷണങ്ങൾ കാണിക്കുക. ചിലരിൽ ആസ്പർജഴ്സ് സിൻഡ്രോം ചെറിയ ലക്ഷണങ്ങൾ മാത്രമാണെങ്കിൽ ചിലരിൽ കാര്യമായ പ്രശ്നങ്ങൾ ഉണ്ടാക്കും. ബുദ്ധിശക്തിയുടെ കാര്യത്തിലും ഈ വ്യതിയാനങ്ങൾ കാണും.

സാമൂഹ്യ പ്രശ്നങ്ങൾ

1. സാമൂഹ്യവൽക്കരണം മോശമായിരിക്കും.
2. കുട്ടി ഒറ്റയാനാകും. ആരോടും മിണ്ടാട്ടമില്ല.
3. മറ്റുള്ളവരുടെ കാര്യത്തിലൊരു താൽപ്പര്യവുമില്ല.
4. യഥാർഥ സ്നേഹിതരില്ല.
5. മറ്റുള്ളവരുടെ വികാരം ഒട്ടും മനസിലാകുന്നില്ല. മറ്റുള്ളവർ എന്തുകൊണ്ട് ഇഷ്ടപ്പെടുന്നില്ല എന്നു മനസിലാകുന്നില്ല.
6. ഒറ്റയാകാനാണിഷ്ടം.

ഭാഷയിലും ആശയവിനിമയത്തിലുമുള്ള ഗുരുതരപ്രശ്നങ്ങൾ:

1. ഭാഷ വികസിക്കുന്നത് വൈകിയിട്ടാണ്.
2. വാക്കുകൾ തെറ്റായി തെരഞ്ഞെടുക്കുന്നു.

ആസ്പർജഴ്സ് സിൻഡ്രോം ലക്ഷണങ്ങൾ

1. കുട്ടികൾക്ക് സ്വയം ആശയം വെളിപ്പെടുത്താനാകില്ല.
2. ആംഗ്യങ്ങളും മുഖചലനവും സ്വരവ്യത്യാസവും പിടികിട്ടുന്നില്ല.
3. കേട്ട വാക്കുകൾ ചുമ്മാ ആവർത്തിച്ചുകൊണ്ടേയിരിക്കും.
4. അപരിചിത വാക്കുകളും ചൊല്ലുകളും ഉപയോഗിക്കും.

5. ഒരു വാക്കിനു പകരം പല വാക്കുകൾ ഉപയോഗിക്കും.
6. സ്വന്തം വാക്കുകൾ സൃഷ്ടിക്കും.
7. സംസാരിക്കുമ്പോൾ കൈകളുപയോഗിച്ച് ആംഗ്യത്തിലൂടെ ആശയം അവതരിപ്പിക്കില്ല.
8. ബുദ്ധിമുട്ടുള്ള നിർദേശങ്ങൾ മനസിലാകില്ല.

ഓട്ടിസം സ്പെക്ട്രം രോഗങ്ങളിൽ പ്രശ്നം ആശയവിനിമയത്തിന്റേതാണ്. ഇതോടൊപ്പം പലർക്കും പഠനവൈകല്യവുമുണ്ടാകും.

മോശമായ ഭാവന

1. ഓട്ടിസം സ്പെക്ട്രം രോഗങ്ങളിൽ ഭാവന നഷ്ടപ്പെടുന്നു.
2. കുട്ടി പഴയ കളികൾ മാത്രം കളിക്കുന്നു. അതുപോലെതന്നെ ഒരു വ്യത്യാസവുമില്ലാതെ ഒരേ കളി വീണ്ടും കളിക്കുന്നു.
3. വയസിൽ താഴെയുള്ള കുട്ടികളുമായാണ് കൂട്ടും കളിയും. അസാധാരണ പെരുമാറ്റങ്ങൾ.

ഈ പെരുമാറ്റങ്ങളിൽ ഏതെങ്കിലുമൊന്ന് കാണാറുണ്ട്

1. കൈ ഇടയ്ക്ക് കൊട്ടിക്കൊണ്ടിരിക്കുക, തുടങ്ങിയ അർഥശൂന്യമായ പെരുമാറ്റങ്ങൾ.
2. സാധാരണ രീതികൾ മാറ്റിയാൽ ദേഷ്യം വരിക. സ്വയം നെഞ്ചിലോ മറ്റോ അടിക്കുകയോ ആഘാതമേൽപ്പിക്കുകയോ ചെയ്യുക.
3. ദേഷ്യം വരുമ്പോൾ തലയിടിക്കുക മുഖത്തടിക്കുക.
4. മുന്നോട്ടും പിന്നോട്ടും ആടിക്കൊണ്ടിരിക്കുക.
5. അനിയന്ത്രിത ആവർത്തനശാഠ്യം (ഒ സി ഡി) പ്രായം കൂടിയ കുട്ടികളിലും കൗമാരക്കാരിലുമുണ്ടാകാം.
6. ഇവർക്ക് അസാധാരണ കൗതുകങ്ങളുണ്ടാകാം. ഉദാ: റെയിൽവേ ടൈം ടേബിൾ. മാതാപിതാക്കൾ ആ വക ലക്ഷണങ്ങൾ കാണുമ്പോൾ പകച്ചുപോകും.
7. അഞ്ചു ശതമാനം കുട്ടികളിൽ അപസ്മാരമുണ്ടാകാറുണ്ട്.
8. ചിലപ്പോൾ രോഗം പ്രത്യക്ഷപ്പെടുന്നത് പ്രായമാകുമ്പോഴായിരിക്കും.

ഓട്ടിസം സ്പെക്ട്രം രോഗലക്ഷണങ്ങൾ
ഓട്ടിസം സ്പെക്ട്രം രോഗം എന്നാൽ എന്താണ്?

ഒരു ശതമാനം കുട്ടികളിൽ ഈ രോഗം കാണാറുണ്ട്. ആ കുട്ടികളിലാണ് നാലിരട്ടി പെൺകുട്ടികളേക്കാൾ രോഗസാധ്യത കൂടുതൽ. എന്താണിതിന്റെ കാരണം?

എം എം ആർ വാക്സിൻകൊണ്ട് രോഗം വരുമെന്ന് ഒരു ഭയമുണ്ടാവുകയും പഠനം നടത്തി ആ ഭയം അസ്ഥാനത്താണെന്ന് തെളിയുകയും ചെയ്തു. സഹോദരന്മാരിൽ രോഗസാധ്യത പത്തു ശതമാനമാണ്. ചില കുടുംബങ്ങളിൽ രോഗം കൂടുതലാണ്. ഡൗൺസ് സിൻഡ്രോം, ടുറെറ്റെ

സിൻഡ്രോം, ട്യൂബെറസ് സ്ക്ലിളോറിസിസ് (Downs Syndrome, Tourette Syndrome, Tuberous Sclerosis) എന്നിവയിൽ ഈ രോഗം കൂടുതലാണ്.

ചികിത്സ

കുട്ടികളുടെ സൈക്യാട്രി വിഭാഗത്തിലാണ് ഇവരെ ചികിത്സിക്കുന്നത്. പരിശീലനങ്ങളാണ് മുഖ്യചികിത്സ.

1. ഭാഷാപ്രശ്നം, ആശയവിനിമയ പ്രശ്നം എന്നിവ നേരെയാക്കാൻ പഠനപരിശീലനം.
2. പെരുമാറ്റപ്രശ്നങ്ങളെ നേരെയാക്കാൻ ബിഹേവിയർ തെറാപ്പി (Behaviour Therapy)
3. ഉൽക്കണ്ഠ (Anxiety), ഡിപ്രഷൻ (Depression), ഒബ്സഷൻ (Obsession) എന്നിവയുണ്ടെങ്കിലതിനു മരുന്നുകൾ കൊടുക്കാം.
4. അതുപോലെ ദേഷ്യം കൂടുതലുള്ളപ്പോഴും മരുന്നുകൊണ്ട് പ്രയോജനമുണ്ടാകും. ഈ രംഗത്ത് ധാരാളം ഗവേഷണങ്ങൾ നടന്നുകൊണ്ടിരിക്കുന്നുണ്ട്. സമീപഭാവിയിൽ പ്രയോജനകരമായ നൂതന ചികിത്സകൾ ഉണ്ടാകുമെന്ന് പ്രതീക്ഷിക്കാം.

ഓട്ടിസം സ്പെക്ട്രം രോഗങ്ങളുടെ ഭാവിഫലം എപ്രകാരമായിരിക്കും?

ഇത് ജീവിതകാലം മുഴുവൻ തുടരുന്ന രോഗമാണ്. ചിലരിൽ കൗമാരത്തിലെ തലച്ചോർ വികസനത്തോടെ സ്ഥിതി ഭേദമാകാറുണ്ട്. അതുപോലെ സമൂഹവൽക്കരണവും ഭേദമാകും. ആസ്പർജർ രോഗമുള്ളവർ ഭാവിയിൽ കുറെക്കൂടി നല്ലരീതിയിൽ പ്രവർത്തിക്കുന്നതായി കാണുന്നുണ്ട്. എന്നാൽ ഓട്ടിസം രോഗികൾക്ക് പലർക്കും മറ്റുള്ളവരുടെ സഹായമില്ലാതെ ജീവിക്കാൻ പ്രയാസമാണ്.

മുലപ്പാലിന്റെ മാധുര്യം

കുഞ്ഞുങ്ങൾക്ക് ഏറ്റവും മെച്ചമായ പോഷകാഹാരം മുലപ്പാൽ മാത്ര മത്രെ. അതെപ്പോഴും അടിവരയിട്ട് മനസിലാക്കേണ്ടതാണ്. അതുകൊണ്ടാണ് ആദ്യത്തെ ആറുമാസം, വെള്ളമോ മറ്റ് പാനീയങ്ങളോ കട്ടിയാഹാരമോ നൽകാതെ മുലപ്പാൽ മാത്രം കൊടുക്കണം എന്നുപദേശിക്കുന്നത്. ഇതിനപവാദം കുട്ടികളിലും അമ്മമാരിലും ഉണ്ടാകാവുന്ന ചില രോഗങ്ങൾ മാത്രമാണ്. ഇതുകൊണ്ട് കുഞ്ഞിനും അമ്മയ്ക്കും ധാരാളം ആരോഗ്യപരമായ പ്രയോജനങ്ങളുണ്ട്. വിറ്റാമിൻ എയും ഡിയും മുലയൂട്ടുന്ന കുഞ്ഞിനും അമ്മയ്ക്കും ആവശ്യത്തിന് കൊടുത്തിരിക്കണം. മുലയൂട്ടലാരംഭിക്കുമ്പോൾ മാതൃകാപരമായി വേണ്ടത് അതിനെപ്പറ്റി പറഞ്ഞുതരാനുള്ള ഒരു പരിശീലനം സിദ്ധിച്ച മിഡ്വൈഫിന്റെയോ നഴ്സിന്റെയോ സേവനമാണ്.

എന്തൊക്കെയാണ് മുലപ്പാലിന്റെ ആരോഗ്യപരമായ പ്രയോജനങ്ങൾ?

കുഞ്ഞിനത് സമ്പൂർണമായ പോഷകാഹാരമാണ്. ആവശ്യത്തിന് പ്രോട്ടീൻ, കൊഴുപ്പ്, കാർബോഹൈഡ്രേറ്റ്, ജലം, രോഗപ്രതിരോധം, ഇവയ്ക്കുപരി സ്നിഗ്ധം, മധുരം. പിന്നെയിനിയെന്തു വേണം? മുലപ്പാൽ കഴിക്കുന്ന കുഞ്ഞുങ്ങൾക്ക് രോഗാണുബാധ മറ്റു കുഞ്ഞുങ്ങളെ അപേക്ഷിച്ച് വളരെ കുറവാണ്. വയറിളക്കരോഗങ്ങളും ഛർദിയും നെഞ്ചുരോഗവും ചെവിയിലെ പഴുപ്പും കുറവാണ്. ഇതിനു കാരണം അമ്മ കുഞ്ഞിനു മുലപ്പാലിലൂടെ നൽകുന്ന രോഗപ്രതിരോധ ആന്റിബോഡികളാണ്. എല്ലാ വികസിത അവികസിത രാജ്യങ്ങളിലെ പഠനങ്ങളും ഈ വസ്തുത ശരിവയ്ക്കുന്നു. ഇതുകൊണ്ട് ഒരു കൊല്ലം 13 ലക്ഷം അഞ്ചു വയസിനു താഴെയുള്ള ശിശുമരണങ്ങൾ തടയപ്പെടുന്നുണ്ട്. അതുപോലെ കാരണം കണ്ടുപിടിക്കാനാകാത്ത പെട്ടെന്നുള്ള ശിശുമരണവും കുറയുന്നുണ്ട്. ബുദ്ധിശക്തിയും കുഞ്ഞിനും അമ്മയ്ക്കും തമ്മിലുള്ള വൈകാരിക ഊഷ്മളതയും മുലയൂട്ടുന്നവരിൽ കുപ്പിപ്പാലു കുടിക്കുന്നവരേക്കാൾ കൂടുതലായുണ്ട്. മുലപ്പാൽ കുടിച്ചുവളർന്ന കുട്ടികളിൽ പിൽക്കാലത്ത് അമിതഭാരവും രക്തസമ്മർദവും, എക്സീമയും പ്രമേഹവും ലുക്കീമിയയും ആസ്ത്മയും കുറവാണ്. ആദ്യത്തെ ആറുമാസം മുലപ്പാൽ കൊണ്ടുമാത്രം ജീവിക്കുന്ന കുഞ്ഞുങ്ങൾക്കാണ് മുലപ്പാൽ കൊണ്ടുള്ള പ്രയോജനം ഏറ്റവും കണ്ടത്. ഭാഗികമായി മുലപ്പാൽ കഴിക്കുന്നവരിലും ഇത്തരം പ്രശ്നങ്ങൾ കുറവാണ്.

അമ്മമാർക്കുള്ള പ്രയോജനം

സ്തനാർബുദം, ഓവറി അർബുദം, ടൈപ്പ് രണ്ട് പ്രമേഹം, പ്രസവാനന്തര ഡിപ്രഷൻ എന്നിവ മുലയൂട്ടുന്ന അമ്മമാരിൽ കുറവാണ്. മാത്രമല്ല ഇവരിൽ തടി കുറയുകയും ചെയ്യുന്നുണ്ട്. പിന്നെയുള്ളത് സൗകര്യമാണ്. കുഞ്ഞിനും അമ്മയ്ക്കും എവിടെവെച്ചും എപ്പോഴും ലഭ്യമായ ശുചിയായ ഒട്ടും പണച്ചെലവില്ലാത്ത സമ്പൂർണ പോഷകാഹാരമാണ് പ്രകൃതിദത്തമായ മുലപ്പാൽ.

മുലക്കണ്ണിലെ വ്രണം, വേദന, പാൽ കുറവ് എന്നിവ ഇല്ലാതാക്കാൻ ഒരു നഴ്സിന്റെ ഉപദേശത്തിനു കഴിയും. എപ്രകാരം ഇരിക്കണം, കുഞ്ഞിനെ എങ്ങനെ പിടിക്കണം എന്നീ അറിവുകൾ സുപ്രധാനമാണ്. ഈ തുടക്കപ്രശ്നങ്ങൾ കാരണം പല അമ്മമാരും മുലയൂട്ടൽ പെട്ടെന്ന് നിർത്തിക്കളയാറുണ്ട്.

സ്തനത്തിലെ വേദന

സ്തനത്തിന്റെ ഘടന ചിത്രം നോക്കി മനസിലാക്കിയാലും. മുലപ്പാൽ നിറഞ്ഞുനിൽക്കുന്ന സ്തനത്തിന് വിങ്ങൽ അനുഭവപ്പെടാം.

ഇത് പ്രത്യേകിച്ച് പ്രസവം കഴിഞ്ഞ് രണ്ട് മുതൽ ഏഴു ദിവസംവരെയാണ് അനുഭവപ്പെടാറ് പതിവ്. ഈ സമയം കുഞ്ഞ് മുലപ്പാൽ കുടിച്ചു തീർത്തില്ലെങ്കിൽ വിങ്ങൽ വന്ന് സ്തനം മുലപ്പാൽ ഉൽപ്പാദനം പെട്ടെന്ന് നിർത്തിക്കളയും. ഈ സ്തനത്തിന്റെ വിങ്ങൽ മാറ്റാനുള്ള ഒരു മാർഗം മുലപ്പാൽ കറന്നെടുക്കുകയാണ്. അതിന് നിപ്പിൾ പമ്പ് ഉപയോഗിക്കാവുന്നതാണെങ്കിലും കുഞ്ഞിനെക്കൊണ്ട് തന്നെ കുടിപ്പിക്കുന്നതാണ് നല്ലത്.

മുലക്കണ്ണിൽ വ്രണം

ഈ വ്രണം ഉണ്ടാകുന്നതിന്റെ പ്രധാനകാരണം മുലയൂട്ടുന്നതിന്റെ ടെക്നിക് തെറ്റായതിനാലാണ്. മുലക്കണ്ണ് ശരിക്കും കുഞ്ഞിന്റെ വായിലാകാത്തതുകൊണ്ട് കുഞ്ഞ് പാൽ കിട്ടാതെ വരുമ്പോൾ മോണ അമർത്തിക്കടിച്ച്, അവിടെ വ്രണമുണ്ടാകുന്നു. മുലക്കണ്ണിൽ ത്രഷ് (thrush) ഉണ്ടെങ്കിൽ അതിനുള്ള ചികിത്സ പ്രത്യേകം വേണ്ടി വരും.

പാൽക്കുഴലിലെ തടസം

ഇതുകൊണ്ട് സ്തനത്തിൽ വിങ്ങലും വേദനയുമുണ്ടാകും. കുഞ്ഞ് കുടിക്കുന്നതോടൊപ്പം അൽപ്പം ആ ഭാഗം അമർത്തി പിഴിഞ്ഞു കൊടുത്താൽ ആശ്വാസമാകും. ഇത് പിന്നീട് മാസ്റ്റൈറ്റിസ് ആയി മാറാം.

മാസ്റ്റൈറ്റിസ് (mastitis)

മുലക്കണ്ണിലെ ചെറിയ വിള്ളലിലൂടെ ആരംഭിച്ച് പഴുപ്പ് വർധിച്ച് മാസ്റ്റൈറ്റിസ് ആകുന്നു. പാൽക്കുഴൽ തടസംമൂലവും ഇതുണ്ടാകാം. പഴുപ്പ് കൂടുമ്പോൾ പനിയുണ്ടാകാം. ഇവിടെ ആന്റിബയോട്ടിക് പ്രയോഗം വേണ്ടിവരും. ചിലരിൽ ഉള്ളിൽ ചലം വെച്ചാൽ മയക്കം കൊടുത്ത് കീറിക്കളയേണ്ടി വന്നേക്കാം.

വിങ്ങലിന്റെ ആരംഭത്തിൽ മുലയൂട്ടൽ നിർത്തരുത്. കഴിയുന്നത്ര പാൽ പുറത്തുവരണം. പഴുപ്പുള്ള സ്തനമാണെങ്കിലും ആ പാൽ കുഞ്ഞിന് ഒരു ദോഷവുമുണ്ടാക്കില്ല. കുഞ്ഞിനും അമ്മയ്ക്കും കുഴപ്പമില്ലാത്ത ആന്റിബയോട്ടിക്ക് ഡോക്ടർ തെരഞ്ഞെടുത്ത് തരും. വേദനയ്ക്ക് പാരാസെറ്റമോൾ മതി. രോഗമുള്ള സ്തനത്തിൽനിന്നും രുചിവ്യത്യാസം കൊണ്ട് കുഞ്ഞ് കുടിക്കാതായാൽ അതിലെ പാൽ സ്തനപമ്പ് ഉപയോഗിച്ച് എടുക്കണം. മറ്റേ സ്തനത്തിലെ പാൽ കുഞ്ഞിന് കൊടുക്കാം. വിറ്റാമിൻ ഡി അടങ്ങിയ സമീകൃതാഹാരമാണ് മുലയൂട്ടുന്ന അമ്മ പതിവായി കഴിക്കേണ്ടത്.

പ്രവർത്തനം കുറയുന്നതോടെ വേദനയടക്കം എല്ലാ ചോദനകളും പഴയതുപോലെ തിരിച്ചുവരുന്നതും കാണാം.

SELECT BIBLIOGRAPHY

1. http://www.etymonline.com/index.php?term=diagnosis
2. http://gregstanleyandassociates.com/whitepapers/FaultDiagnosis/faultdiagnosis.htm
3. Personal Medical Records from MedlinePlus.
4. American Health Information Management Association.
5. Medical Record Privacy - Electronic Privacy Information Center (EPIC).
6. The ICMCC portal on access to electronic medical records. The portal includes a blog to share and discuss experiences for both patients and clinicians as well as an extended over view of relevant literature.
7. Farr, J Michael; Laurence Shatkin (2004). Best jobs for the 21st century. JIST Works. p. 460. ISBN 1-56370-961-9.
8. Clinical Biology reform and accreditation obligation in France.
9. The World Oral Health Report 2003: continuous improvement of oral health in the 21st century - the approach of the WHO Global Oral Health Programme.
10. First Aid: From Witchdoctors & Religious Knights to Modern Doctors, retrieved March 23, 2011.
11. The earliest days of first aid John Pearn BMJ 1994;309:171820.
12. Industrial Revolution: St. John Ambulance, retrieved December 10, 2006.
13. American Red Cross -- Museum, retrieved March 23, 2011.

14. "Accidents and first aid." NHS Direct. Archived from the original on 2008-05-03. Retrieved 2008-10-04.
15. "Accidents and first aid." NHS Direct. Archived from the original on 2008-05-03. Retrieved 2008-10-04.
16. "White House Commission on Complementary and Alternative Medicine Policy." March 2002. Archived from the original on 2011-08-25.
17. Ernst E. (1995). "Complementary medicine: common misconceptions." Journal of the Royal Society of Medicine 88(5): 244-247. PMC 1295191. PMID 7636814.
18. Joyce CR (1994). "Placebo and complementary medicine." The Lancet 344 (8932): 1279-1281. DOI:10.1016/S0140-6736(94) 90757-9.
19. "Interview with Edzard Ernst, editor of The Desktop Guide to Complementary and Alternative Medicine." Elsevier Science. 2002. Archived from the original on 2007-03-11.
20. Cassileth BR, Deng G (2004). "Complementary and alternative therapies for cancer." The Oncologist 9 (1): 80-9.DOI:10.1634/theoncologist.9-1-80. PMID 14755017.
21. "Henry Wellcome: from backwoods boy to medicine man." The Guardian. 9 January 2011. Retrieved 12 June 2011.
22. Moses H, Dorsey E, Matheson D, Thier S (2005). "Financial anatomy of biomedical research." JAMA 294 (11): 1333-42. DOI:10.1001/jama.294.11.1333. PMID 16174691.
23. Investment Review of Health and Medical Research (Grant Review) (2004). Sustaining the Virtuous Cycle For a Healthy, Competitive Australia. Department of Health and Ageing.
24. NHMRC Annual Report 2008-09, 2009.
25. Davidoff F, DeAngelis CD, Drazen JM, et al (September 2001). "Sponsorship, authorship and accountability." CMAJ 165 (6): 786-8.PMC 81460. PMID 11584570.
26. The Importance of Clinical Trials in the Development of New Medicines

GLOSSARY

1.	Agitation, inability to relax	പ്രക്ഷോഭകരം
2.	Alternate	ചികിത്സ
3.	Artery	ധമനി
4.	Asphyxia	ശ്വാസതടസം
5.	Beck Hopelessness Scale	പ്രതീക്ഷാരാഹിത്യപരീക്ഷണപ്പട്ടിക
6.	Coin shadow	നാണയ നിഴൽ
7.	Controls	നിയന്ത്രകങ്ങൾ
8.	Complimentary	അനുരൂപ ചികിത്സ
9.	Deliriumkn.	
10.	Evidence based medicine	തെളിവ് അനുസൃതമായ വൈദ്യശാസ്ത്രം.
11.	Feeling overwhelmed	പരവശത
12.	FI Frailty index	ബലഹീനതാ മാനം
13.	Fractionation	ആംശികസ്വേദനം
14.	Hypno Analysis	പ്രത്യായനാപഗ്രഥനം
15.	Hypnosis	പ്രത്യയനം
16.	Irritability or short temper	പ്രകോപനപരം
17.	Kidney failure	വൃക്കപരാജയം
18.	Life cycle	ജൈവചക്രം
19.	Moodiness	മനോഭാവം.
20.	Multiple System Organ Failure	അവയവസംഘങ്ങൾ ഒരുമിച്ച് പ്രവർത്തനരഹിതമാകുന്ന അവസ്ഥ.

21.	Naturopathy	പ്രകൃതിജീവനം
22.	Obsessive-compulsive disorder (OCD)	അപ്രതിരോധ്യ ഒഴിയാബാധ രോഗം
23.	PAROXYSMAL NOCTURNAL DYSPNEA.	രാത്രിയിലെ ശ്വാസം കിട്ടായ്മ.
24.	Passive smoking.	കുടുംബത്തിലാരെങ്കിലും പുകവലിക്കുന്നത്
25.	Post-test odds	പരീക്ഷണത്തിന് ശേഷമുള്ള അനുപാതഫലം
26.	Pre-test odds	പരീക്ഷണത്തിന് മുമ്പുള്ള അനുപാതഫലം.
27.	Progressive Relaxation	പുരോഗമന ശ്ലഥനം
28.	Sensitivity	സംവേദനക്ഷമത
29.	Specificity	വ്യക്തത
30.	Splints	താങ്ങുകൾ
31.	Statistical power	സ്ഥിതിവിവരശാസ്ത്രമനുസരിച്ചുള്ള ശക്തി
32.	Tumour marker	അർബുദത്തിന്റെ അടയാളം കാണിക്കുവ

ശുപാർശ ചെയ്യുന്ന വെബ്സൈറ്റുകൾ മാസികകൾ, ഗ്രന്ഥങ്ങൾ, ടി വി

http://en.wikipedia.org/wiki/Health,http://www.health-dir.com/, http://mohfw.nic.in/, http://healthy-india.org/, http://health.yahoo.net/, http://health.indiatimes.co, www.Starthealthystayhealthy.in, Medline, Medline plus, Patient.co.uk, ninds.nih.gov, Wikipedia, Medscape, webMD, Uptodate, Mayo Clinic, Emedicine, Pubmed, Pubmed Central, meta-analyses, MEDLINE database, United States National Library of Medicine, National Institutes of Health. Morbidity and Mortality Weekly Report, Answers.com, Ask.com, quotes.net, about.com, MedicineNet. Com,

ഐ എം എ: നമ്മുടെ ആരോഗ്യം, കേരള ആരോഗ്യവകുപ്പ്: ആരോഗ്യ കേരളം, മാതൃഭൂമി ആരോഗ്യമാസിക.

സൗജന്യമായി ഡൗൺലോഡ് ചെയ്യാവുന്ന ഗ്രന്ഥങ്ങൾ.

http://www.e-booksdirectory.com/medical.php. 002 A Cognitive-behavioural approach: Treating cocaine addiction. 003. A Guide to the Clinical Care of Women with HIV/AIDS. 004. A Handbook of Health. 005. Advances in Patient Safety: From Research to Implementation. 006. AIDS and Behavior: An Integrated Approach. 007. AIDS: The Burdens of History. 008. AIDS: The Making of a Chronic Disease. 009. Alcoholics Anonymous. 010. All of a Piece: A Life With Multiple Sclerosis. 011. An Introduction to Epilepsy. 012. Anatomy at a Glance. 013. Anatomy of First Aid: A Case Study Approach. 014. Anatomy of the Human Body (20th Edition). 015. Anatomy: Descriptive and Applied. 016. Anger Management for Substance Abuse and Mental Health Clients. 017. Animal Models of Cognitive Impairment. 018. Anomalies and Curiosities of Medicine. 019. Anxiety Disorders. 020. Applied

Anatomy. 021. Applied Physiology. 022. Applied Physiology. 023. Artificial Neural Networks: Methodological Advances and Biomedical Applications. 024. Asthma Management Handbook. 025. Atlas of Diseases of the Kidney. 026. Atlas of Gastrointestinal Endoscopy. 027. Atlas of Human Anatomy. 028. Atlas of Human Anatomy in Cross Section. 029. Atlas of Human Intestinal Protozoa. 030. Atlas of Microscopic Anatomy - A Functional Approach. 031. Atrial Fibrillation. 032. Baculovirus Molecular Biology. 033. Bad Bug Book: Foodborne Pathogenic Microorganisms and Natural Toxins. 034. Basic Physics of Nuclear Medicine. 035. Be Not Afraid: Overcoming The Fear Of Death. 036. Be Your Own Therapist. 037. Before and After Radical Prostate Surgery: Information and Resource Guide. 038. Behavioral Genetics. 039. Biomedical Imaging. 040. Blood donors and the supply of blood and blood products. 041. Blueprint for Men's Health. 042. Brain Aging: Models, Methods, and Mechanisms. 043. Breast Cancer. 044. Bronchology: Past, Present and Future Diagnostic Procedures. 045. Calculating the Secrets of Life. 046. Canadian Best Practice Recommendations for Stroke Care. 047. Cancer Biomarkers. 048. Cancer Care for the Whole Patient. 049. Cancer Management: A Multidisciplinary Approach. 050. Cancer Medicine.051. Cardiac Surgery in the Adult. 052. Cardiology Explained. 053. Case Based Pediatrics. 054. Cellular Health Series: Cancer. 055. Chronic Kidney Disease. 056. Chronic Pancreatitis and Pancreatic Diabetes in India. 057. Clinical Guidelines on the Identification, Evaluation, and Treatment of Overweight and Obesity in Adults. 058. Clinical Methods: The History, Physical and Laboratory Examinations. 059. Comparative Effectiveness of Smoking Cessation Treatments for Patients with Depression. 060. Comparative Genomics. 061. Comparative Oncology. 062. Contemporary management of acute ST elevation myocardial infarction. 063. Controversies in the Addiction's Field. 064. Core Curriculum On Tuberculosis. 065. Count All This. 066. Data Mining in Medical and Biological Research. 067. Defense Against Toxin Weapons. 068. Depleted Uranium: Sources, Exposure and Health Effects. 069. Diabetes in America, 2nd Edition. 070. Diabetes in Pregnancy. 071. Diabetic Retinopathy for the Comprehensive Ophthalmologist. 072. Diseases of Bone and Mineral Metabolism. 073. Diseases of Children in the Subtropics and Tropics. 074. Download Of Psychiatry. 075. Dream Psychology: Psychoanalysis for Beginners Sigmund Freud 076. Drug Addiction Research and the Health of Women. 077. Drug Class Reviews. 078. Drug Crazy. 079. Drugs, Brains and Behavior. 080. Dynamics of Cancer: Incidence, Inheritance, and Evolution. 081. Eat for Life. 082. Electrochemical Methods for Neuroscience. 083. Elements of Allergy and Asthma. 084. Elements of Clinical Psychology. 085.

Emergency War Surgery. 086. Emerging infections: microbial threats to health in the United States. 087. Encyclopedia of Computational Neuroscience. 088. Encyclopedia of Death and Dying. 089. Endocrinology: An Integrated Approach. 090. Enhancing Interoperabillity Among Enlisted Medical Personnel. 091. Epidemiology and Prevention of Vaccine-Preventable Diseases. 092. Epidemiology for the Uninitiated. 093. Evolution of Sickness and Healing. 094. Extreme Genetic Enginering: An Introduction to Synthetic Biology. 095. Eye, Brain, and Vision. 096. Familial Cancer Syndromes. 097. Family Doctor: Your Essential Guide to Health and Wellbeing. 098. First Aid. 099. First Principles of Gastroenterology. 100. Foodborne disease outbreaks: Guidelines for investigation and control. 101. Freud and the Scientific Method. 102. Genes and Disease. 103. Genethics: Moral Issues in the Creation of People. 104. Genetics and Molecular Biology. 105. Genomes. 106. Gerry's Real World Guide to Pharmacokinetics and Other Things. 107. Global Burden of Disease and Risk Factors. 108. Global Tuberculosis Control: Epidemiology, strategy, financing. 109. Glossary of HIV/AIDS-Related Terms. 110. GP Notebook. 111. Guide to Clinical Preventive Services. 112. Guidelines for the diagnosis and management of asthma. 113. Hand-Book of Physiology. 114. Handbook of Contrast Echocardiography. 115. Handbook of Medical Entomology. 116. Healing the Hurt Within. 117. Health Encyclopedia. 118. Health Reform without Side Effects. 119. Health, United States, 2007 With Chartbook on Trends in the Health of Americans. 120. Healthy Heart Handbook for Women. 121. Helicobacter pylori: Physiology and Genetics. 122. Help Me Understand Genetics. 123. Help Your Child Gain Control Over Asthma. 124. Helping Patients Who Drink Too Much: A Clinician's Guide. 125. Hematology 2008. 126. Hepatitis C Viruses: Genomes and Molecular Biology. 127. Hepatology 2009. 128. HIV Medicine 2007. 129. How to Analyze People on Sight. 130. How to Make a Complete Map of Every Thought you Think. 131. How to Rescue Your Loved One from the Watchtower. 132. How to Survive the Loss of a Love. 133. How Tobacco Smoke Causes Disease. 134. Human Anatomy Online: Laboratory Dissections135. Human Genetics for M-1 Students. 136. Human Genetics for the Social Sciences. 137. Human Herpesviruses: Biology, Therapy, and Immunoprophylaxis. 138. Human Molecular Genetics 2. 139. Human Physiology. 140. Hypericum and Depression. 141. Hypochondria: Woeful Imaginings. 142. Hysteria Beyond Freud. 143. IDF Diabetes Atlas. 144. Illustrated Encyclopedia of Human Anatomic Variation. 145. Immunology and Evolution of Infectious Disease. 146. Indwelling Neural Implants: Strategies for Contending with the In Vivo Environment. 147. Inflammation and the Microcirculation. 148. Inflammatory Atherosclerosis: Characteristics of the Injurious Agent. 149. Influenza Report 2006. 150. Insects and Diseases. 151. Instinct And The Unconscious. 152. Introduction to Cancer Biology. 153. Introduction to Cardiothoracic Imaging. 154. Introduction to Scientific Research Projects. 155. Invisible Wounds of War. 156. Just Doctoring: Medical Ethics in the Liberal State. 157. Justice and the Human Genome Project. 158. Lateral Interactions in the Cortex: Structure and Function. 159. Life without Disease: The Pursuit of Medical Utopia. 160. Living a Full Life with Rheumatoid Arthritis. 161. Lucid Dreaming. 162. Managing Stress. 163. Manual of Surgery, Volume 1: General Surgery. 164. Maternal Control of Development in Vertebrates. 165. Mathematics and Physics of Emerging Biomedical Imaging. 166. Mechanosensitivity in Cells and Tissues. 167. Medical Aspects of Biological Warfare.168. Medical Aspects of Chemical and Biological Warfare. 169. Medical Ethics Manual. 170. Medical Management of Biological Casualties, 6th Edition. 171. Medical Management of Chemical Casualties Handbook. 172. Medical Microbiology. 173. Medical Physiology And Pathophysiology. 174. Medical Robotics. 175. Medicare and You. 176. Medication-Assisted Treatment For Opioid Addiction in Opioid Treatment Programs. 177. Medicine in the Americas. 178. Medicines By Design. 179. Mental Health: A Report of the Surgeon General. 180. Mental Health: Culture, Race, and Ethnicity. 181. Metagenomics: Sequences from the Environment. 182. Microbiology and Immunology Online. 183. Military Dermatology. 184. Molecular Imaging and Contrast Agent Database (MICAD).185. Multiple Sclerosis. 186. My Choice to Abuse Drugs. 187. Neuropsychopharmacology: 5th Generation of Progress. 188. Neuroscience of Psychoactive Substance Use and Dependence. 189. No Miracle Cures: A Multifactoral Guide to Stuttering Therapy. 190. Nutrition and Well-Being A to Z. 191. Nutrition Support for Adults. 192. Of the Evolution of the Brain. 193. One World: The Health and Survival of the Human Species in the 21st Century. 194. Osteoarthritis. 195. Paediapaedia: An Imaging Encyclopedia of Pediatric Disease. 196. Pain and Disability: Clinical, Behavioral, and Public Policy Perspectives. 197. Patient Safety and Quality: An Evidence-Based Handbook for Nurses. 198. Pediatric Common Questions Quick Answers. 199. People With MS and the Courage to Give. 200. Physiology for Beginners. 201. Polymicrobial Diseases. 202. Population Genetics. 203. Post Myocardial Infarction. 204. Power and Illness: The Failure and Future of American Health Policy. 205. Power to the Patient: Selected Health Care Issues and Policy Solutions. 206. Practical Anatomy. 207. Practical Physiology. 208. Preventable Diseases. 209. Preventing Chronic Diseases: A Vital Investment. 210. Preventing Drug Abuse among Children and Adolescents. 211. Prevention and Managment of Cold Weather Injuries. 212. Prevention, Detection, Evaluation, and Treatment of High Blood Pressure. 213. Principles of Computerized Tomographic Imaging. 214. Principles of Drug Addiction Treatment. 215. Principles of Epidemiology in Public Health Practice, Third Edition. 216. Prostate Cancer: Diagnosis and Treatment. 217. Psychoanalysis: Its Theories and Practical Application. 218. Psychopathology of Everyday Life Sigmund Freud. 219. Radiation Oncology. 220. Referral Guidelines for Suspected Cancer in Adults and Children. 221. Regulating Doctors. 222. Rehabilitation Robotics. 223. Retroviruses. 224. Robot Surgery. 225. SARS Reference. 226. Schizophrenia. 227. School of Out-of-Body Travel. 228. Sequence - Evolution Function: Computational Approaches in Comparative Genomics.

229. Sexually Transmitted Diseases Treatment Guidelines, 2006.

230. Short Guide to Hepatitis C. 231. Skin Deep: A Mind/Body Program for Healthy Skin. 232. Special Operations Forces Medical Handbook. 233. Speech-Language Pathology: Stuttering. 234. Starting Up and Running a Complementary Health Practice. 235. Statistics at Square One. 236. Structural Biology and Functional Genomics. 237. Surgical Anatomy. 238. Surgical Anatomy and Operative Surgery. 239. Surgical Applied Anatomy. 240. Surgical Treatment: Evidence-Based and Problem-Oriented. 241. Take Charge of Your Diabetes. 242. Taking A Stand On Health Care. 243. Teen Common Questions Quick AnswersVirtual Pediatric Hospital.

244. Text-Book of Pediatrics. 245. The Alan E. Lindsay ECG Learning Center. 246. The American Veterans and Servicemembers Survival Guide. 247. The Basics of MRI. 248. The Blue Book: Guidelines for The Control of Infectious Diseases. 249. The Chemistry of Health. 250. The Diary of a Resurrectionist, 1811-1812. 251. The Epilepsies: Seizures, Syndromes and Management. 252. The Evolution of Aging. 253. The Gastrointestinal Circulation. 254. The Genetic Landscape of Diabetes.

255. The Genetical Theory of Natural Selection. 256. The Gist of Emergency Medicine. 257. The Gross Physiology of the Cardiovascular System. 258. The Handbook of Ocular Disease Management. 259. The Heart. 260. The Human Machine. 261. The Joy of Visual Perception. 262. The Mechanism of the Human Voice. 263. The Merck Manual. 264. The New Genetics. 265. The New International Standard Medical and Health Encyclopedia. 266. The Ocular Circulation. 267. The Origin and Development of Psychoanalysis Sigmund Freud. 268. The People's Common Sense Medical Adviser in Plain English. 269. The Science of Getting Rich. 270. Through the microscope: A look at all things small. 271. Thy Will Be Done: Sickness, Faith, and the God

Who Heals. 272. Todar's Online Textbook of Bacteriology. 273. Tuberculosis 2007 - From basic science to patient care. 274. Ultrasound Imaging. 275. Understanding Heart Disease. 276. Urinary Tract Infection in children. 277. War Psychiatry (Textbooks of Military Medicine). 278. Webster's New World Medical Dictionary. 279. Webvision: The Organization of the Retina and Visual System. 280. WHO Guide to Mental and Neurological Health in Primary Care. 281. Who Survives Cancer?. 282. Women and Depression: Discovering Hope. 283. Yale University School of Medicine Heart Book. 284. Your Guide to Diabetes: Type 1 and Type 2.

പൊതുജനാരോഗ്യം:

Frequently asked questions from the "Preamble to the Constitution of the World Health Organization" as adopted by the International Health Conference, 1946.

World Health Organization. 1946. [www.who.int/bulletin/archives/80(12)981.pdf WHO definition of Health], Preamble to the Constitution of the World Health Organization as adopted by the International Health Conference, New York, 19-22 June 1946; signed on 22 July 1946 by the representatives of 61 States (Official Records of the World Health Organization, no. 2, p. 100) and entered into force on 7 April 1948.

World Health Organization 2006. Constitution of the World Health Organization - Basic Documents, Forty-fifth edition, Supplement, October 2006.

Winslow, Charles-Edward Amory (1920 Jan 9). "The Untilled Fields of Public Health". Science 51 (1306): 23-33.doi:10.1126/science.51.1306.23. PMID 17838891.

ടി വി പരിപാടി: ഇന്ത്യാവിഷൻ, ഐ എം എ ആരോഗ്യവിചാരം, ഏഷ്യാനെറ്റ് ഡോക്ടർ ലൈവ്.

www.ingramcontent.com/pod-product-compliance
Lightning Source LLC
LaVergne TN
LVHW101357051026
849519LV00005BC/1558
* 9 7 8 9 3 8 4 4 4 5 3 0 0 *